ಛಂದ ಪುಸ್ತಕ

ಓದಿ ಓದಿ ಮರುಳಾಗಿ!

ಬರೀ ಎರಡು ರೆಕ್ಕೆ

ಕಾದಂಬರಿ

ಕರ್ನಾಟಕ ಸಾಹಿತ್ಯ ಅಕಾಡೆಮಿ ಪುಸ್ತಕ ಬಹುಮಾನ ಪಡೆದ ಕೃತಿ

ಸುನಂದಾ ಪ್ರಕಾಶ ಕಡಮೆ

Baree Eradu Rekke
-A novel in Kannada by
Sunanda Prakash Kadame
Published by Chanda Pustaka,
I-004, Mantri Paradise,
Bannerughatta Road, Bangalore-560 076
ISBN: 978-93-84908-72-0

ಮೊದಲ ಮುದ್ರಣ: 2011
ಎರಡನೆಯ ಮುದ್ರಣ: 2021

ಮುಖಪುಟ: ವಿನಯ ಕುಮಾರ ಸಾಯ
ರೇಖಾ ಚಿತ್ರಗಳು: ಮೋಹನ ಸೋನ

ಕಾಗದ: ಎನ್‌ಎಸ್ ಮ್ಯಾಪ್ಲಿತೊ 70 ಜಿಎಸ್‌ಎಂ, 1/8 ಡೆಮಿ

ಪ್ರತಿಗಳಿಗಾಗಿ ಸಂಪರ್ಕಿಸಿ:

ಛಂದ ಪುಸ್ತಕ
ಐ–004, ಮಂತ್ರಿ ಪ್ಯಾರಡೈಸ್
ಬನ್ನೇರುಘಟ್ಟ ರಸ್ತೆ
ಬೆಂಗಳೂರು–560 076
ಸೆಲ್: 98444 22782
me@vasudhendra.com

ಮುದ್ರಣ:

ಟ್ರಿನಿಟಿ ಅಕಾಡೆಮಿ, ಕುಡ್ಲು ಗೇಟ್, ಹೊಸೂರು ರಸ್ತೆ, ಬೆಂಗಳೂರು

ಸುನಂದಾ ಪ್ರಕಾಶ ಕಡಮೆ

ಜನನ: 1967, ಉತ್ತರ ಕನ್ನಡದ ಅಲಗೇರಿಯಲ್ಲಿ. ಹುಬ್ಬಳ್ಳಿಯ ಮಹಿಳಾ ಕಾಲೇಜಿನಲ್ಲಿ ಬಿ.ಕಾಂ ಮತ್ತು ಕರ್ನಾಟಕ ವಿ.ವಿ. ಧಾರವಾಡದಲ್ಲಿ ಕನ್ನಡ ಎಂ.ಎ. ಗೋಕರ್ಣ-ಹನೇಹಳ್ಳಿ ಮಧ್ಯೆ ಇರುವ ಕಡಮೆ ಊರಿನವರಾದ ಪ್ರಕಾಶ್‌ರೊಂದಿಗೆ ಸದ್ಯ ಹುಬ್ಬಳ್ಳಿಯಲ್ಲಿ ವಾಸ. ಮಕ್ಕಳು: ಕಾವ್ಯ ಮತ್ತು ನವ್ಯ. 1997 ರಿಂದ ಬರವಣಿಗೆ ಆರಂಭ.

ಪುಟ್ಟ ಪಾದದ ಗುರುತು (2005) ಗಾಂಧಿ ಚಿತ್ರದ ನೋಟು (2008) ಕಂಬಗಳ ಮರೆಯಲ್ಲಿ (2013) ತುದಿ ಮಡಚಿಟ್ಟ ಪುಟ (2016) – ಕಥಾ ಸಂಕಲನಗಳು. ಪಿಸುಗುಡುವ ಬೆಟ್ಟಸಾಲು (2006) ಪಡುವಣದ ಕಡಲು (2008) ಕತೆಯಲ್ಲದ ಕತೆ (2016) – ನುಡಿಚಿತ್ರ ಸಂಕಲನಗಳು. ಸೀಳುದಾರಿ (2009) ಇದು ಕವನ ಸಂಕಲನ. ಎಳೆನೀರು (2014) – ಮಕ್ಕಳ ಕಾದಂಬರಿ. ದೋಣಿ ನಡೆಸೊ ಹುಟ್ಟು (2012), ಹೈವೇ 63 (2020) – ಕಾದಂಬರಿಗಳು.

ಛಂದ ಪುಸ್ತಕ ಬಹುಮಾನ, ಬೆಸಗರಹಳ್ಳಿ ರಾಮಣ್ಣ ಪುಸ್ತಕ ಬಹುಮಾನ. ಬಿಎಂಶ್ರೀ ಕಥಾ ಪುಸ್ತಕ ಬಹುಮಾನ, ಡಿ.ಎಸ್ ಕರ್ಕಿ ಕಾವ್ಯ ಬಹುಮಾನ, ರತ್ನಮ್ಮ ಹೆಗ್ಗಡೆ ಹಾಗೂ ಎಂ.ಕೆ ಇಂದಿರಾ ಬಹುಮಾನ, ಕರ್ನಾಟಕ ಬಾಲ ಸಾಹಿತ್ಯ ಅಕಾಡೆಮಿ ಬಹುಮಾನ ಸೇರಿದಂತೆ ಇನ್ನೂ ಅನೇಕ ಪುರಸ್ಕಾರಗಳು ಇವರ ಕೃತಿಗಳಿಗೆ ಸಂದಿವೆ.

ಇವರ ಕೆಲವು ಕತೆಗಳು ಕೊಂಕಣಿ, ತಮಿಳು, ಮಲಯಾಳ, ತೆಲುಗು, ಮರಾಠಿ ಹಾಗೂ ಇಂಗ್ಲಿಷ್ ಭಾಷೆಗಳಿಗೆ ಅನುವಾದಗೊಂಡಿವೆ. ಈ ಕೃತಿ ಇವರ ಮೊದಲ ಕಾದಂಬರಿ.

sunandakadame@gmail.com | 98457 79387

ದೀರ್ಘ ಬರವಣಿಗೆಯ ಕುರಿತು
ಸದಾ ಆತ್ಮಸ್ಥೈರ್ಯ ತುಂಬುತ್ತ,
ನನ್ನೆರಡು ರೆಕ್ಕೆಗಳಂತಿರುವ
ಯಶವಂತ ಚಿತ್ತಾಲ
ಮತ್ತು
ಜಿ.ಹೆಚ್. ನಾಯಕ
ಇವರಿಬ್ಬರ ಅಂತಃಕರಣಕ್ಕೆ

ರೆಕ್ಕೆ ಮೂಡುವ ಸೋಜಿಗದಲ್ಲಿ

ಮೂರು ವರ್ಷಗಳ ಹಿಂದೆ ನಮ್ಮ ಉತ್ತರಕನ್ನಡದ ಪ್ರಮುಖ ಸಮಸ್ಯೆಯಾದ ನೌಕಾನೆಲೆಯ ತಲ್ಲಣಗಳನ್ನಿಟ್ಟುಕೊಂಡು ಒಂದು ದೀರ್ಘ ಬರಹ ಬರೆಯಬೇಕು ಅಂದುಕೊಂಡೆ. ಯಾವುದೋ ಉಮೇದಿಯಲ್ಲಿ ಸುಮಾರು ನೂರು ಪುಟ ಬರೆದೂ ಬಿಟ್ಟೆ. ನಂತರ ಅದು ಮುಂದೆ ಓಡಲೇ ಇಲ್ಲ. ಅದರ ಕಾಲ ಬಲಗೊಳ್ಳಲು ಇನ್ನೂ ಕೆಲ ವರ್ಷ ಕಾಯಬೇಕೇನೋ ಅನ್ನಿಸಿತು. ಅರ್ಧಕ್ಕೆ ನಿಂತ ಖಾಲಿ ಹಾಳೆಗಳ ದಾರಿಯಲ್ಲಿ ಇನ್ನು ಬರೆಯಲಾರೆ ಅನ್ನಿಸಿದಾಗ, ಈ ಎರಡನೇ ಬರಹಕ್ಕೆ ತೆರೆದುಕೊಂಡೆ.

ಸುಮಾರು ಎಂಟು ತಿಂಗಳ ಅವಧಿಯಲ್ಲಿ ಈ 'ಬರೀ ಎರಡು ರೆಕ್ಕೆ' ಯನ್ನು ಕಟ್ಟಿಕೊಂಡು ಹಾರಾಡಿದ್ದೇನೆ. ಈ ತೇಲಾಟವು ಮೊದಲ ಪ್ರಯತ್ನದ ತೊದಲು, ಎಂಥದೋ ಮುಜುಗರ, ಭಯ ಮಿಶ್ರಿತ ಖುಷಿ, ಬೆರಗು ಎಲ್ಲವನ್ನೂ ತಂದುಕೊಟ್ಟಿದೆ. ನನಗೆ ಹೊಟ್ಟೆಕಿಚ್ಚಾಗುವಂತೆ ಕೇವಲ ಎರಡೇ ತಿಂಗಳಲ್ಲಿ 'ಹರಿಚಿತ್ತ ಸತ್ಯ' ಎಂಬ ಕಾದಂಬರಿಯೊಂದನ್ನು ಬರೆದು ಸ್ಫೂರ್ತಿ ನೀಡಿದವನು ವಸುಧೇಂದ್ರ, ತಮ್ಮೆಲ್ಲ ಸ್ವಂತದ ಕೆಲಸಕಾರ್ಯಗಳನ್ನು ಬದಿಗಿಟ್ಟು, ಪ್ರಕಟಣೆಯ ಪೂರ್ವದಲ್ಲೇ ಈ ಕೃತಿಯನ್ನು ಓದಿ, ಇಲ್ಲಿಯ ಇತಿಮಿತಿಗಳನ್ನೂ ಗುರುತಿಸಿ ಕೆಲವು ತಿದ್ದುಪಡಿಗಳನ್ನು ಸೂಚಿಸಿದವರು ವಿವೇಕ ಶಾನಭಾಗ, ಗುರುಪ್ರಸಾದ ಕಾಗಿನೆಲೆ, ಬಿ.ಟಿ ಜಾಹ್ನವಿ, ಹೆಚ್.ನಾಗವೇಣಿ, ವೆಂಕಟ್ರಮಣ ಗೌಡ ಮತ್ತು ನನ್ನ ಮಗಳು ಕಾವ್ಯ. ಇವರೆಲ್ಲರ ಕಾಳಜಿಗೆ ನಾನು ಋಣಿ.

ಬರೆಯುವ ಒತ್ತಡ ಸೃಷ್ಟಿಸಿಕೊಂಡ ಈ ಸಮಯದಲ್ಲಿ ಮೊದಲಿನ ಕೌಟುಂಬಿಕ ಸಹನೆಯನ್ನು ಮೀರಿದ ನನ್ನ ಸಿಡುಕಿನ ವರ್ತನೆಯನ್ನು ಮೌನವಾಗಿ ಸಹಿಸಿಕೊಂಡಿದ್ದಾರೆ ಪ್ರಕಾಶ್ ಮತ್ತು ಮಗಳು ನವ್ಯ.

ಆನುದಾದಾ, ಸೋದರರು, ಆಯಿ, ಅತ್ತೆ ಹಾಗೂ ಇವರಿಬ್ಬರ ತುಂಬು ಬಳಗ, ಮುಖಪುಟ ಕಲಾವಿದ ವಿನಯ್, ರೇಖಾಚಿತ್ರಗಳ ಸಾಥ್ ನೀಡಿದ ಮೋಹನ್ ಸೋನಾ ಮತ್ತು ಸ್ನೇಹಿತರಾದ ನಿಮ್ಮೆಲ್ಲರ ಕಕ್ಕುಲಾತಿಗೆ ಮನಸ್ಸು ಅರಳುತ್ತಿದೆ.

ಸುನಂದಾ

ಎರಡನೆಯ ಮುದ್ರಣದ ಹೊತ್ತಿನಲ್ಲಿ

ಮುಂಬೈ ವಿ.ವಿ. ಎಂ.ಎ. ಕನ್ನಡ ವಿಭಾಗಕ್ಕೆ 5 ವರ್ಷಗಳ ಕಾಲ ಈ ಕೃತಿ ಪಠ್ಯವಾಗಲು ಕಾರಣರಾದ ಡಾ. ಜಿ. ಎನ್. ಉಪಾಧ್ಯರ ನೆನೆಯುವೆ.

ಸುನಂದಾ

ಅಧ್ಯಾಯ 1

ಆವತ್ತು ಕಳಸದ ಗುಡ್ಡೆಯ ಬಾಯಕ್ಕಳ ಗಂಡನ ವೈಕುಂಠ ಸಮಾರಾಧನೆಯ ದಿನ. ಭವಿಷ್ಯದ ಚಿಂತೆಯೊಂದರಿಂದ ಬೇಯುತ್ತ ದೇವರ ಖೋಲಿಯಲ್ಲಿ ಕೂತ ಸಮಯ. ಕ್ರಿಯಾಕರ್ಮದ ಸಂದರ್ಭದಲ್ಲಿ ಕೇಶಮುಂಡನ ಮಾಡಿಸಿಕೊಂಡಿದ್ದ ಮಗ ದಿಗಂಬರ ಒಮ್ಮೆಲೇ ಅವಳಿಗೆ ಇದ್ದಲ್ಲೇ ಅಪರಿಚಿತನಂತೆ ಕಂಡುಬಿಟ್ಟಿದ್ದ. ಆ ಆತಂಕದಲ್ಲಿಯೇ ಬಾಯಕ್ಕ 'ಸರು ಅಕ್ಕನನ್ನು ಮದುವೆ ಮಾಡಿಯೇ ನೀನು ಮದುವೆಯಾಗತಕ್ಕದ್ದು' ಎಂದು ವಚನ ಕೊಡುವಂತೆ ಮಗನಲ್ಲಿ ಬೇಡಿಕೊಂಡಿದ್ದಳು. 'ಛೆ, ಏನಮ್ಮಾ ನೀನು? ಇಂಥದ್ದೆಲ್ಲ ಮಾತಾಡುವ ಹೊತ್ತೇ ಇದು?' ಎಂದೆಲ್ಲ ಮುಖ ಉಬ್ಬಿಸಿ ದಿಗಂಬರ 'ಆಯ್ತು ಬಿಡಮ್ಮ' ಅನ್ನುತ್ತ ಅಂದಿನ ಮಹಾಪೂಜೆ ಮುಗಿಸಿದ್ದ. ಇದು ನಡೆದದ್ದು ಬರೋಬ್ಬರಿ ಹದಿನೆಂಟು ವರ್ಷಗಳ ಹಿಂದೆ.

ಆದರೆ ಕೊಂಚ ತೆಳ್ಳಗೆ ಬೆಳ್ಳಗೆ ಉದ್ದಕ್ಕಿರುವ, ಚೂಪು ಮೂಗಿನ, ನಾಗರಜಡೆಯ, ಘಟ್ಟದ ಮೇಲೆಲ್ಲೋ ಹೈಸ್ಕೂಲು ಮಾಸ್ತರಣಿಯಾದ ಸರೋಜಿನಿ, ಈ ತಮ್ಮ ದಿಗಂಬರ ಹುಡುಕಿದ ವರಗಳಿಗೆಲ್ಲ ಕುಳ್ಳನೋ, ಗೂನು ಬೆನ್ನೋ, ಗ್ಯಾರಂಟಿ ಬಣ್ಣವೆಂದೋ, ಸೊಂಟದಲ್ಲಿ ಪ್ಯಾಂಟೇ ನಿಲ್ಲುವುದಿಲ್ಲವೆಂದೋ, ಕಣ್ಣಿಗೆ ಸೋಡಾ ಗ್ಲಾಸು ಹಾಕುತ್ತಾನೆಂದೋ, ತಾನು ಹೈಸ್ಕೂಲು ಟೀಚರಾಗಿ ಕನ್ನಡ ಶಾಲೆ ಮಾಸ್ತರನನ್ನು ಹೇಗೆ ಒಪ್ಪುವುದೆಂದೋ, ಅಂಗಡಿಗಿಂಗಡಿಯಲ್ಲಿ ಗರಟೆ ಕೆರೆವವನನ್ನು ಕಟ್ಟಿಕೊಂಡು ಏನು ಮಾಡಲಿ ಎಂದೋ, ಹೀಗೆ ಒಬ್ಬೊಬ್ಬರಿಗೆ ಒಂದೊಂದು ಹೆಸರಿಟ್ಟು ತಿರಸ್ಕರಿಸುತ್ತಲೇ ಬಂದಿದ್ದಳು. ಇದೀಗ ಅವಳಿಗೆ ನಲವತ್ತರ ಸನಿಹವಾಗುತ್ತಲೇ ದಿಗಂಬರನಿಗೆ ಮೂವತ್ತೈದು ದಾಟಿ ಮೂವತ್ತಾರು ಆರಂಭಗೊಂಡಿತ್ತು.

ದಿಗಂಬರನ ಸೋದರಮಾವ ಮಧುಕರ ಅಂಕೋಲೆ ಪೇಟೆಯಲ್ಲಿ ಸಾಧಾರಣ ದೊಡ್ಡದೇ ಅನ್ನಿಸುವ ಜವಳಿ ಅಂಗಡಿಯಿಟ್ಟುಕೊಂಡಿದ್ದವ. ಈ ಕಳಸದ ಗುಡ್ಡೆಯಿಂದ ಮೂರ್‍ನಾಲ್ಕು ಮೈಲಿಯಷ್ಟೇ ದೂರವಿದ್ದ ಸುಂಕಸಾಳೆಯ ಅವನ ಮನೆಗೆ ದಿಗಂಬರ ಸುಮ್ಮನೆ ಒಮ್ಮೆ ತಿರುಗಾಡುತ್ತ ಹೋಗಿದ್ದ. ಹಿಂದಿನ ಎಲ್ಲ ವೈಮನಸ್ಸು ಮರೆತು

ತನ್ನ ಈ ಸಂಕಟವನ್ನು ಮಾವನ ಹತ್ತಿರ ಮನಸಾರೆ ಹೇಳಿಕೊಳ್ಳುತ್ತ ಬಾವಿಕಟ್ಟೆಯ ಮೇಲೆ ಕೂತು ಅಕ್ಷರಶಃ ಅತ್ತೇ ಬಿಟ್ಟಿದ್ದ. ಈ ಸೋದರಳಿಯನ ಇಂತಹ ಸಂದಿಗ್ಧ ನೋಡಲಾಗದೆ ಕನಿಕರಗೊಂಡ ಆ ಮಧುಕರ, ಮಾರನೆ ದಿನವೇ ಇತ್ತ ತನ್ನ ಹೆಂಡತಿ ವಾಸಂತಿಯ ಕಿವಿಯ ಮೇಲೂ ಹಾಕದೆ ಅತ್ತ ಅಕ್ಕ ಬಾಯಕ್ಕನಿಗೂ ತಿಳಿಸದೆ, ವಾಸಂತಿಯ ಮಾವನ ಮಗಳಾದ ಅರುಂಧತಿಯ ಜಾತಕ ತಂದು ದಿಗಂಬರನ ಕುಂಡಲಿಯನ್ನೂ ಅವನ ಬಳಿಯೇ ರಹಸ್ಯವಾಗಿ ತರಿಸಿ, ಎರಡನ್ನೂ ಸೇರಿಸಿ ಪಕ್ಕದ ಬಾಳೇಗುಳಿಯ ಪ್ರಸಾದ ಭಟ್ಟರೊಡನೆ ಗುಟ್ಟಾಗಿ ತಾಳ ಮೇಳ ನೋಡಿಸಲು ಮುಂದಾದ.

ಪ್ರಸಾದ ಭಟ್ಟರು ಕವಳ ಮೆಲ್ಲುತ್ತಲೇ ಎರಡೂ ಜಾತಕಗಳ ಹೊಂದಾಣಿಕೆ ನೋಡಿದರು. ತಮ್ಮ ಹಳೆಯ ದೋಸ್ತನಾದ ಈ ಮಧುಕರ ಶೆಟ್ಟಿಯ ಕಿಸೆಯಲ್ಲಿ ಪ್ರತಿಬಿಂಬಿಸುತ್ತಿದ್ದ ಐನೂರರ ಹಳದಿ ನೋಟಿನ ಮೇಲೆಯೇ ಅವರಿಗರಿವಿಲ್ಲದೆ ಆಗಾಗ ದೃಷ್ಟಿ ಹಾಯುತ್ತಿತ್ತು. ತನ್ನ ನೋಟವೆಲ್ಲಿ ಮಧುಕರ ಗಮನಿಸಿಬಿಟ್ಟನೋ ಎಂಬ ಮುಜುಗರದಿಂದ ಅವರಿಗೆ ಮತ್ತೆ ಮತ್ತೆ ಕಣ್ಣು ತಪ್ಪಿಸುವಂತಾಯಿತು. ತಾವು ಅಣ್ಣ ತಮ್ಮ ಪಾಲಾಗಿ ಬೇರೆಯಾಗಿದ್ದು, ಈಗ ಅಕ್ಕಿ ಮಿಲ್ಲು ತಮ್ಮನ ಪಾಲಿಗೆ ಹೋದದ್ದರಿಂದ ಎದುರು ಇರುವ ತೆಂಗಿನ ತೋಟ ತನ್ನ ಪಾಲಿಗೆ ಬಂದದ್ದು, ಕಳ್ಳಕಾಕರ ತೊಂದರೆ ಹೆಚ್ಚಾಗಿರುವುದು, ಮತ್ತೀಗ ತಮ್ಮ ಎಂಬತ್ತರ ತಾಯಿಯನ್ನು ಒಂದೇ ಕಡೆ ಇರಲಿ ಅಂತ ತನ್ನ ಮನೆಯಲ್ಲೇ ಇರಿಸಿಕೊಂಡಿದ್ದು, ಅದಕ್ಕೆ ಮನೆ ಹೆಂಗಸರು ತಕರಾರು ಮಾಡುತ್ತಿರುವುದು ಹೀಗೆ ಮುಂತಾದ ಆ ಈ ವಿಷಯಗಳನ್ನು ಮಾತಾಡುತ್ತ ಮುಖ್ಯ ವಿಷಯಕ್ಕೆ ಬಂದರು ಭಟ್ಟರು.

ತಮ್ಮ ಚಾಳೀಸನ್ನು ಒಂದೇ ಸಮ ತೆಗೆದು ಹಾಕಿ ಮಾಡುತ್ತ, 'ಖರೇ ಹೇಳಬೇಕೆಂದರೆ, ಇಬ್ಬರ ಜಾತಕದಲ್ಲಿ ಷಷ್ಠಾಷ್ಟಕ ಉಂಟೊ ಮಧುಕರ, ಗೃಹ ಮಿತೃತ್ವ ಕಡಿಮೆ, ಆದರೆ ಗಂಡು ಹೆಣ್ಣು ಇಬ್ಬರಿಗೂ ಈ ಜೋಡಿ ಬಿಟ್ಟರೆ ಬೇರೆ ಮದುವೆಯೇ ಕಷ್ಟ ಎನ್ನುತ್ತೀ' ಗಂಟಲು ಸರಿಮಾಡಿಕೊಳ್ಳುತ್ತ ಭಟ್ಟರು ಒಮ್ಮೆ ಎದ್ದು ಹೊರಹೋಗಿ ಕವಳದೆಂಜಲು ಉಗಿದು ಎಡಗೈಯಲ್ಲಿ ಕಟಬಾಯಿ ಒರೆಸಿಕೊಳ್ಳುತ್ತ ಬಂದು ಸೋಫಾದ ಮೇಲೆ ಅರ್ಧ ಪದ್ಮಾಸನ ಹಾಕಿ ಕೂತರು.

ಊರಿಗೆಲ್ಲ ತಮ್ಮದೊಂದೇ ಇರುವ ಆರಸೀಸಿ ಮನೆಯ ಮಾಡಿಗೆ ತಿರುಗುತ್ತಿರುವ ಫ್ಯಾನು ನೋಡುತ್ತ ಒಂದೆರಡು ಗಳಿಗೆ ಆಲೋಚಿಸಿದರು. ತಮ್ಮೆರಡೂ ಹಸ್ತದ ಬೆರಳುಗಳನ್ನು ಹೆಣೆದು ನೆತ್ತಿಯ ಮೇಲಿಟ್ಟುಕೊಂಡ ಭಟ್ಟರು ಮೆಲ್ಲಗೆ, 'ಮಧುಕರಾ, ಒಂದು ಕೆಲಸ ಮಾಡಬಹುದು ನೋಡು, ವಿಷಯ ಗುಟ್ಟಾಗಿರಲಿ. ಹುಡುಗಿಯ ಜಾತಕಕ್ಕೆ ಹೊಂದುವ ಹಾಗೆ ಹುಡುಗನ ಜಾತಕದಲ್ಲಿ ಏನಾದರೂ ತಿದ್ದುಪಡಿ ಮಾಡಬೇಕಾಗಬಹುದು, ಯಾರೇ ಕೇಳಿದರೂ ಜಾತಕದ ಪ್ರತಿ ಮಾಡುವಾಗ ಏನೋ ಹೆಚ್ಚು ಕಮ್ಮಿಯಾಗಿರಬೇಕು ಅಂತಲೇ ಹೇಳು. ಅಲ್ಲಾ, ಒಂದು ಮಾತಿಗೆ ಹೇಳಿದೆ,

ಹಾಗೆಲ್ಲ ಕೇಳುವ ಪ್ರಸಂಗ ಬರಲಾರದು, ಯಾಕೆಂದರೆ ನಾಳೆ ಮದುವೆಯ ನಂತರ ವಾದರೂ ಅವರು ಬೇರೆಲ್ಲಾದರೂ ತೋರಿಸಿ, ಯಾವ ಜಾತಿಗೆಟ್ಟ ಭಟ್ಟ ಜಾತಕ ಕೂಡಿಸಿದ್ದು ಅಂತ ನನ್ನ ಬೈಯಬಾರದಲ್ಲವೇ? ಅದಕ್ಕೆ, ಇದರ ಪರಿಣಾಮದಲ್ಲಿ ಅವರಿಗೇನೂ ತೊಂದರೆಯಾಗದು' ಅಂದಿದ್ದರು.

ತಾನು ಸಾಕ್ಷಾತ್ ಬೃಹ್ಮಸ್ವರೂಪಿ ಅಂದುಕೊಂಡವರೇ ಹೀಗೆ ಬದಲಾದದ್ದು ಕೇಳಿ ಮಧುಕರನೂ ಅಚ್ಚರಿಯಿಂದ ಒಮ್ಮೆಲೇ ಗಲಿಬಿಲಿಗೊಂಡ. ಆಗ ಭಟ್ಟರೇ ದನಿ ತಗ್ಗಿಸಿ ಒಳಗಿನ ಗುಟ್ಟೊಂದನ್ನು ಹೇಳುವಂತೆ ಮಧುಕರನೆಡೆ ತುಸು ಬಗ್ಗಿ, 'ನಮ್ಮ ಜ್ಯೋತಿಶ್ಯಾಸ್ತ್ರದಲ್ಲಿ ಹೇಗುಂಟೆಂದರೆ, ಹುಡುಗಿ ಮೈನೆರೆದ ನಂತರ ಈ ಯಾವ ದೋಷಗಳೂ ಲಾಘು ಬೀಳುವುದಿಲ್ಲ'. ಪುನಃ ಕವಳದೆಂಜಲು ಉಗಿಯಲು ಹೊರ ನಡೆದಿದ್ದರು. ಇವರ ಇಂಥ ಮಾತನ್ನು ಕೇಳಿ ಮಧುಕರನೂ ಕೂತಲ್ಲೇ ಕೌತುಕಗೊಂಡ. ಕಿಸೆಯಿಂದ ತೆಗೆದ ನೂರರ ನೋಟನ್ನು ಅವರ ಕೈಯಲ್ಲಿ ತುರುಕಿ 'ಎಲ್ಲ ಸರೀ ಮಾಡಿಡಿ ಭಟ್ಟರೇ, ನಾಳೆ ಬರುವೆ, ಒಂದು ಒಳ್ಳೆಯ ಮದುವೆ ಮಾಡಿಸಿದ ಪುಣ್ಯ ನಿಮಗಿದ್ದೇ ಇದೆ' ಅನ್ನುತ್ತ ಹುರುಪಿನಿಂದಲೇ ಎದ್ದು ಬಂದಿದ್ದ.

◂◂ ▸▸

ಅಂಗಡಿ ಸಾಮಾನಿಗೆಂದು ದಿಗಂಬರ ಅಂಕೋಲೆ ಪೇಟೆಗೆ ಹೋದ ಸಮಯದಲ್ಲಿ ಒಂದಿನ ಮಧುಕರ ಎಂಥದೋ ಕೆಟ್ಟ ಧೈರ್ಯ ಹೊತ್ತು ಬಾಯಕ್ಕನ ಬಳಿ ಬಂದು ಕೂತ. ಅದೂ ಇದೂ ಮಾತಾಡುತ್ತ, ಹೇಗೆ ಹೇಳಿದರೆ ನಮ್ಮ ಅಕ್ಕನ ತಲೆಯಲ್ಲಿ ಈ ವಿಚಾರ ಸರಳವಾಗಿ ಸುಲಭವಾಗಿ ಹೊಕ್ಕೀತು ಎಂದು ಯೋಚಿಸಿದ. 'ನೋಡಕ್ಕ, ಇರೋ ಒಬ್ಬನೇ ಮಗ, ಸರೋಜಿನಿ ಮದುವೆ ಇಷ್ಟರಲ್ಲಾಗಲೇ ಮುಗಿದು ಅವಳ ಮಕ್ಕಳೂ ಸಹ ಹೈಸ್ಕೂಲಿನ ಮೆಟ್ಟಿಲು ಹತ್ತಿರಬೇಕಿತ್ತು' ಹಗೂರಕ್ಕೆ ವಿಷಯ ತೆಗೆಯಲು ಆರಂಭಿಸಿದ. ಆಗ ಬಾಯಕ್ಕನೂ, 'ಹೌದಪ್ಪ ಅದೇನು ಗೊತ್ತಿಲ್ಲದ್ದೇ' ತನ್ನೆದುರು ಪರಿಹಾರವೇ ಇಲ್ಲವೇನೋ ಎಂಬಂತೆ ಮುಖ ಗಂಟು ಹಾಕಿದಳು.

'ಅವನು ಹೀಗೆ ಇವನು ಹಾಗೆ ಅನ್ನುತ್ತಲೇ ಆಗೆಲ್ಲ ಬಂದ ವರಗಳನ್ನು ಅವಳು ಮಾನಿಸಲಿಲ್ಲ, ಎಲ್ಲ ಸರೀ ಸಿಗಬೇಕೆಂದರೆ ಹೇಗೆ? ಈಗ ನೋಡಿದರೆ ಅವಳ ವಯಸ್ಸಿನ ಗಂಡು ನಮ್ಮ ಸಮಾಜದಲ್ಲಿ ಯಾರೂ ಕಾಣುತ್ತಿಲ್ಲ' ಅಳುಕುತ್ತಲೇ ಹೇಳಿದ. 'ಅರೆ, ಈಗ ನಾನಾದರೂ ಏನು ಮಾಡುವ ಹಾಗಿದ್ದೇನೆ? ಅವರು ನೋಡಿದರೆ ಕೂತಲ್ಲೇ ಶಿವಾ ಎನ್ನುತ್ತ ನನ್ನ ಪರದೇಶಿ ಮಾಡಿ ಹೋಗಿಬಿಟ್ಟರು' ಬಾಯಕ್ಕ ತನ್ನ ಎಂದಿನ ಮುಸುಮುಸು ಶುರು ಮಾಡಿಯೇಬಿಟ್ಟಳು. ಆ ಅಳುವಿನ ಹಿಂದೆ, 'ಸೋದರಮಾವನಾಗಿ ನೀನೂ ನಿನ್ನ ಕರ್ತವ್ಯ ಸರಿಯಾಗಿ ಮಾಡಲಿಲ್ಲ' ಎಂಬ ಭಾವವಿದ್ದದ್ದು ಮಧುಕರನನ್ನು ಇನ್ನಷ್ಟು ಕಸಿವಿಸಿಗೊಳಿಸಿತ್ತು. ಯಾವಾಗಲೂ

ಮಾತಿನ ಸುರಿಮಳೆ ಸುರಿಸುತ್ತ, ಯಾರು ಯಾರದೋ ಕಂಡ ಕಾಣದ ಹುಳುಕನ್ನೆಲ್ಲ ಬಗೆದು ಝಾಡಿಸುತ್ತ ಎಷ್ಟು ಧೈರ್ಯವಾಗಿ ಇರುವ ಅಕ್ಕ ಈ ಮಗಳ ಮದುವೆ ಸುದ್ದಿಗೆ ಬಂದ ಕೂಡಲೇ ಇದ್ದಲ್ಲೇ ಹೀಗೆ ಇಳಿದು ಹೋಗುತ್ತಿದ್ದಳು.

'ಹೋದ ವರ್ಷ ನೀನೇ ಕಂಡಿಯಲ್ಲ, ಹೆಂಡತಿ ಹೆರಿಗೆಯಲ್ಲಿ ತೀರಿದ ಸೀತಾರಾಮನ ಸಂಗತಿಯನ್ನು ಹೇಳಗೊಡದೇ ನನ್ನನ್ನೇ, ಇಂಥ ವರ ತೋರುವುದಾದ್ರೆ ನಮ್ಮ ಮನೆಯ ಮೆಟ್ಟಿಲು ಹತ್ತಬೇಡ, ನಿನ್ನ ಸ್ವಂತ ಮಗಳಿಗಾದ್ರೆ ಇಂಥದ್ದೇ ಹುಡುಕುತ್ತಿದ್ದೆಯ? ಎಂಬಂತೆ ಮಾತಾಡಿದಳು. ಕೇಳುವ ಮಾತೇ ಇದು? ಅವನದೋ ಪೇಟೆ ಮಧ್ಯೆ ದಿನಕ್ಕೆ ಹತ್ತು ಸಾವಿರ ವ್ಯಾಪಾರವಾಗುವ ಕಿರಾಣಿ ಅಂಗಡಿ. ಛೇ' ಮಧುಕರ ವಿಪರೀತ ಖೇದಗೊಂಡ. 'ಎಳೆ ಬಾಳೆ ಹಂಬೆಯಂಥ ಹೆಣ್ಣಿಗೆ ನಾನಾದರೂ ಅಂಥವನನ್ನು ಕಟ್ಟಿಕೋ ಅಂತ ಹೇಗೆ ಒತ್ತಾಯ ಮಾಡಲೋ?' ತಮ್ಮನನ್ನೇ ಗದರಿಕೊಳ್ಳುತ್ತ ಚಹಕ್ಕಿಡಲು ಎದ್ದಳು ಬಾಯಕ್ಕ.

ಹೊರಗೆ ಅಂಗಳದಲ್ಲಿ ಕೂತು ಅಕ್ಕಿ ಗೇರಿ ಚೊಕ್ಕ ಮಾಡಿಕೊಟ್ಟ ಮನೆಗೆಲಸದ ಸಣ್ಣಿಯನ್ನು, 'ಯೇ ಚಾ ಕುಡಿದು ಹೋಗೇ' ಎಚ್ಚರಿಸುತ್ತಲೇ ಒಳಹೋಗಿದ್ದಳು. ಅಕ್ಕಿ ಗೇರಿ ಮುಗಿಸಿ ಕಸ ಗುಡಿಸಿದ ಸಣ್ಣಿಯೂ ಖುಷಿಯಿಂದ ಈ ಅಕ್ಕ ತಮ್ಮನ ಮಾತನ್ನೇ ಆಲಿಸುತ್ತ ಹಿತ್ತಿಲಿಗೆ ಬಂದು ತನ್ನ ಕತ್ತಿನ ಮಣಿಸರಗಳ ಮೇಲೆ ಕೈಯಾಡಿಸುತ್ತ ಅಲ್ಲೇ ನಿಂತಳು.

ಮಧುಕರ ಎದ್ದು ಒಳಹೋಗುವಾಗ, 'ಸಣ್ಣಿ ಏನೇ?' ಹುಬ್ಬು ಹಾರಿಸಿ ಕೇಳುತ್ತ ಅಕ್ಕನನ್ನು ಹಿಂಬಾಲಿಸಿದ. ನೇರ ಅಡುಗೆ ಮನೆಗೇ ಹೋಗಿ ಒಂದು ಮಣೆ ಇಟ್ಟುಕೊಂಡು ಕೂತ, 'ನನಗೇನು ನಿನ್ನ ಮಗಳ ಮೇಲೆ ದ್ವೇಷವಿದೆಯೇ? ನೀನೇ ಹೇಳಕ್ಕ, ಈಗ ದಿಗಂಬರನಿಗೂ ದಿನಗಳೆದಂತೆ ವಯಸ್ಸು ಕಳೆದು ಹೋದರೆ, ನಾಳೆ ಯಾರು ಹೆಣ್ಣು ಕೊಡುತ್ತಾರೆ? ನೀನೇ ನೋಡು, ಬಾವ ಎಂಥಾ ಸಾಧು ಮನುಷ್ಯನಾಗಿದ್ದ, ಅಂಥವನ ಮನೆಗೊಂದು ದೀಪ ಹಚ್ಚಬೇಕು, ನಿನ್ನ ಮತ್ತು ಬಾವನ ಹೆಸರು ಹೇಳಿಕೊಳ್ಳಲು ಮುಂದೆ ಮೊಮ್ಮಗುವೊಂದು ಹುಟ್ಟಿಬರಬೇಕು, ಈ ಆಸೆ ನಿನಗೂ ಇಲ್ಲವೇ? ಅವನಿಗಂತೂ ಇಲ್ಲ ಬಿಡು, ಈ ವಯಸ್ಸಿನಲ್ಲಿ ಏನು ಮಾವ, ಮದುವೆಗಿದುವೆ ಎಲ್ಲ? ಅಂತ ನನ್ನೇ ಗದರುತ್ತಾನೆ, ಜವಾಬ್ದಾರಿಯೇ ಇಲ್ಲ ಅವನಿಗೆ' ಉಲ್ಟಾ ಅವಳ ಮಗನನ್ನೇ ಬೈದಂತೆ ನಟಿಸಿದ್ದ. ಒಲೆ ಬೆಂಕಿ ಊದಿ ಸಣ್ಣ ಚೆಕ್ಕೆಸೌದೆಯನ್ನಿಟ್ಟು ಬೆಂಕಿ ಕೂಡಿಸಿದ ಬಾಯಕ್ಕನ ಮನಸ್ಸು ಇದ್ದಲ್ಲೇ ಮಿದುವಾಗಿತ್ತು.

ಅದೇ ಸಂದರ್ಭ ನೋಡಿ ಮಧುಕರ, ಅಕ್ಕ ಕೊಟ್ಟ ಬಿಸಿ ಚಹ ನಾಜೂಕಾಗಿ ಹಿಡಿಯುತ್ತ, 'ಹೀಗೊಂದು ಹುಡುಗಿಯಿತ್ತು, ನಮ್ಮ ವಾಸಂತಿಯ ಸೋದರಮಾವ ಮಾಸ್ತಿಕಟ್ಟೆಯ ನೀಲಕಂಠ ಶೆಟ್ಟಿಯ ಮಗಳು' ಅಂದ. ವಾಸಂತಿಯ ಹೆಸರು ಬಂದ ಕೂಡಲೇ ಅಲ್ಲೇ ಗಪ್ಪಾದ ಬಾಯಕ್ಕ, ಒಂದು ಕಿವಿ ಮುರಿದ ಕಪ್ಪಿನಲ್ಲಿ ಚಹ ಹಾಕಿ ಹಿತ್ತಿಲಲ್ಲೇ ನಿಂತ ಸಣ್ಣಿಗೆ ಕೊಟ್ಟು, ತಾನೂ ಉಳಿದ ಅರ್ಧ ಲೋಟ ಚಹ ಸೋಸಿ

ಕೊಂಡಳು. ಅಲ್ಲೇ ಅರೆಯುವ ಕಲ್ಲಿನ ಸಣ್ಣ ಸ್ಟೂಲು ಎಳೆದುಕೊಂಡು ಅದರ ಮೇಲೆಯೇ ಕೂತಳು. ಯಾಕೋ ಸುಮ್ಮನಿರಲಾಗದೆ ಬಾಯಕ್ಕ, 'ಹುಡುಗಿಯ ವಯಸ್ಸು ಗಿಯಸ್ಸು?' ಕೇಳುತ್ತ ತಮ್ಮನ ಮುಖ ನೋಡಿದಳು. 'ವಯಸ್ಸಿನ ವಿಷಯ ಬಿಡು, ಮೂವತ್ತಾಗಲು ಬಂದಿದೆಯಂತೆ, ಅವಳ ತಾಯಿಗೆ ಹತ್ತು ವರ್ಷಗಳಿಂದ ಅರ್ಧಾಂಗವಾಯು ಬಡಿದು ಹಾಸಿಗೆ ಮೇಲಿದ್ದಾಳೆ, ಹುಡುಗಿಯ ಅಣ್ಣನ ಮದುವೆಯಾಗಿದೆ' ಮಧುಕರನ ಮಾತು ಆಲಿಸುತ್ತಲೇ ಅವನ ಚಹ ಹಾಗೇ ಇದ್ದದ್ದು ನೋಡಿದ ಬಾಯಕ್ಕ, 'ಮೊದಲು ಚಾ ಕುಡಿಯೋ' ನೆನಪಿಸಿದಳು. 'ಮಗನಿಗೆ ಎಲ್ಲಿಯ ಹೆಣ್ಣು ತಂದಿದ್ದಾರೆ ಅವರು?' ಆಸಕ್ತಿಯಿಂದಲೇ ಕೇಳಿದಳು.

'ಅಯ್ಯೋ ಮರೆತೆ ಇರು' ಏನೋ ಜ್ಞಾಪಿಸಿಕೊಂಡವಳಂತೆ ಮತ್ತೆ ಎದ್ದು, ಸ್ಟೀಲಿನ ಡಬ್ಬದಲ್ಲಿರುವ ಪಾರ್ಲೆ ಬಿಸ್ಕೇಟನ್ನು ತೆಗೆದು ಒಂದೆರಡು ತಮ್ಮನಿಗೆ ಕೊಟ್ಟಳು. ಬೇಡ ಬೇಡ ಎಂದರೂ ಒಂದು ಬಿಸ್ಕೇಟು ಹಿಡಿಯುತ್ತ ಮಧುಕರ, 'ಅವರ ಸೊಸೆ ಕಾರವಾರದ ಬಿಣಗೆಯ ಕಡೆಯದಂತೆ, ಹೆಂಡತಿಯ ಸುಶ್ರೂಷೆಗೋಸ್ಕರ ಈ ಮಗಳ ಬಾಳು ಯಾಕೆ ಹಾಳು ಮಾಡಬೇಕೆಂದು, ಈ ವರ್ಷ ಸಿಕ್ಕಿದ ಒಳ್ಳೆಯ ವರನಿಗೆ ಕೊಟ್ಟು ಮದುವೆ ಮಾಡಲಿದ್ದಾರಂತೆ, ನಮ್ಮ ದಿಗಂಬರನಲ್ಲದಿದ್ದರೆ ಬೇರೆಯವರಿಗೆ' ವಧುವಿನ ಕಡೆಯ ವಿವರ ಪ್ರಸ್ತಾಪಿಸಿದ್ದ. ಬಾಯಕ್ಕನಿಗೂ ಇತ್ತೀಚಿನ ದಿನಗಳಲ್ಲಿ ಇಂಥದೊಂದು ದೂರದ ಹೆಬ್ಬಯಕೆ ಆಗಾಗ ಮನಸ್ಸಿನಲ್ಲೇ ಹೆಡೆಯೆತ್ತಿ ಮತ್ತೆ ಪವಡಿಸುತ್ತಿತ್ತು. ಇಷ್ಟು ಬೇಗ ಇದು ಕೈಗೂಡದೆಂದೇ ಅವಳೂ ಭಾವಿಸಿದ್ದಳು. ಯಾವುದೋ ಕನಸಿನಲ್ಲಿ ಇದ್ದಲ್ಲೇ ಖುಷಿಗೊಂಡಳು. 'ಆದರೆ ಈ ದಿಗಂಬರನನ್ನು ಹೇಗೆ ಒಪ್ಪಿಸಲೋ?' ಗಡಿಬಿಡಿಗೆ ಬಿದ್ದ ಅಕ್ಕನನ್ನು ಸೂಕ್ಷ್ಮ ಗಮನಿಸಿದವನೇ ಮಧುಕರ ಉಮೇದಿ ಬಂದವನಂತೆ, 'ಅವನ ವಿಚಾರ ನನಗೆ, ನನಗೆ ಬಿಡು' ಅನ್ನುತ್ತ ಅವಸರಿಸಿದ.

ಹುಡುಗಿಯ ವಿವರ ಕೇಳಿದ ಬಾಯಕ್ಕ, 'ಹುಡುಗೀ ಸ್ವಭಾವ ಚೊಲೊ ಇದ್ದರೆ ಒಮ್ಮೆ ಕೇಳಿ ನೋಡು' ಇಂಥ ಒಂದೇ ಒಂದು ಮಾತು ಅಕ್ಕನ ಬಾಯಲ್ಲಿ ಬಂದದ್ದೇ ಮಧುಕರನಿಗೆ ಒಂದು ರೀತಿಯ ಬಿಡುಗಡೆ ಸಿಕ್ಕಂತಾಯಿತು. ತನ್ನ ಹಳೇ ಮೊಡಕಾ ವೆಸ್ಪಾ ಸ್ಕೂಟರು ಹತ್ತಿದ ಮಧುಕರ ಭಾವಾವೇಶ ತುಂಬಿಕೊಂಡೇ ಮನೆಗೆ ಹಿಂತಿರುಗಿದ್ದ. ಸಣ್ಣಿ ತಾನು ಕುಡಿದ ಕಪ್ಪು ತೊಳೆದು ಕಿಟಕಿಯ ಮೇಲೆ ಉಲ್ಟಾ ಇರಿಸುತ್ತ, ಎಂಥದೋ ಹರ್ಷದಿಂದ, 'ನಿಮ್ಮ ತಮ್ಮೋರು ಪಾಯಸಾ ಹಾಕಸೋ ಶುದ್ದಿ ಮಾತಾಡದಂಗಿತ್ತು' ಅನ್ನುತ್ತಲೇ ಹೊರ ಕಟ್ಟೆಗೆ ಕೂತಳು. 'ಹೌದೆ ಸಣ್ಣಿ ಸಾಯಲೇ, ಎಲ್ಲಾ ನಶೀಬದ ಆಟಾ' ಯಾವುದೋ ಲೋಕಕ್ಕೆ ತೇಲಿ ಹೋದ ಬಾಯಕ್ಕ ಇದ್ದಲ್ಲೇ ಮೌನವಾದಳು.

ಸಣ್ಣಿಯೇ ಮತ್ತೆ ಮಾತೆತ್ತಿ, 'ನಮ್ಮ ಸರಜಮ್ಮಾ ಯಾಕರಾ ಹೋದಕಾಲೂ ಬರನೀಲಾಗಿತ್ತು, ಈ ಕಾಲೂ ಬರನೀಲಾ?' ಕೆದಕಿ ಕೆದಕಿ ಕೇಳಿದ್ದಳು. 'ರಜೆಯಲ್ಲೂ ಅದೆಂಥದೋ ಟ್ರೇನಿಂಗೋ ಗೀನಿಂಗೋ ಅಂತಪ್ಪ ಅವಳಿಗೆ, ಸಾಯಲಿ, ಎರಡು

ಎರಡೂವರೆ ವರ್ಷಾ ಆಯ್ತು ನೋಡು ಸರು ಈ ಕಡೆ ಬಂದು ಹೋಗಿ' ಅನ್ನುತ್ತಲೇ ಬಾಯಕ್ಕ ಹಿತ್ತಿಲ ಬಾಗಿಲು ಹಾಕಿ ಹೊರ ಬಂದಳು. ಹೊರ ಕಟ್ಟೆಗೆ ಬಂದು ಕೂತು ಸೆರಗಲ್ಲೇ ಗಾಳಿ ಬೀಸಿಕೊಂಡು ನಿಟ್ಟುಸಿರಿಟ್ಟು, 'ಅಬ್ಬಾ ಯಾವ ನಮೂನಿ ಸೆಖೆ ಬಿದ್ದಿದೆ ಇಂಥಾ ಮಳೆಗಾಲದಲ್ಲೂ, ನಿಮಗೆ ಪೊಲಕೆ ಇಲ್ಲದೇ ಗನಾ ನೋಡು, ಬಿಟ್ಟ ಮೈಯಲ್ಲಿ ಸರೀ ಗಾಳಿ ಆಡಲಿಕ್ಕೆ' ಅಂತ ಕೂತಲ್ಲೇ ಕೆಣಕಿದಳು. ಸಣ್ಣಿ ಸುಮ್ಮನಿರದೇ, 'ನೀಮೂ ಪೊಲಕೆ ತೆಗದ ಹಾಕರಾ, ಯಾರ ಬ್ಯಾಡಂದೂರು?' ಎಂದು ನಗುತ್ತ ತನ್ನ ಬೆತ್ತಲೆ ಹೆಗಲಲ್ಲಿ ಬಿದ್ದು ಕಚ್ಚುತ್ತಿದ್ದ ಅಕ್ಕಿಯ ಹುಡಿಯನ್ನು ಹೊಡೆಹೊಡೆದು ಒರೆಸಿಕೊಂಡಿದ್ದಳು. 'ಅಯ್ಯೋ, ನೀ ಸಾಯೆ ನೀನು' ಅಕ್ಕರೆಯಿಂದಲೇ ನಗುತ್ತ ಸಣ್ಣಿಯನ್ನು ಗದರಿದಳು ಬಾಯಕ್ಕ.

'ಸರಜಮ್ಮಾ ಒಂದಸರ್ತಿ ಎಂಥದೋ ಮಲಾಮ ಕೊಟ್ಟಿದ್ರಪಾ, ಅದಿದ್ರೆ ಒಂದ ಹನಿ ಹಸ್ತದ ಮ್ಯಾನ ಹಾಕಿ ನೋಡವಾ, ಮೈ ಕೈ ಎಲ್ಲಾ ಹುಣ್ಣಾದಂಗ ನೋಯತಿದರಾ, ಹರಗೆಂಡಿ ಹೊಂಡದಲ್ಲಿ ಹರಕ ಬಿದ್ದನರಾ' ಸಣ್ಣಿ ತನ್ನ ಕಪ್ಪಡ ಚೂರೇ ಮೇಲೆತ್ತಿ ಹಸಿರುಗಟ್ಟಿದ ಮಂಡಿ ತೋರಿದಳು. ಅಪರೂಪಕ್ಕೆ ಮಗನ ಮದುವೆಯ ಕನಸು ಹೆಣೆಯುತ್ತಿದ್ದ ಬಾಯಕ್ಕನಿಗೆ, ಅದನ್ನು ಹುಡುಕಿ ತಂದು ಸಣ್ಣಿಗೆ ಕೊಡುವ ವ್ಯವಧಾನವೂ ಇರಲಿಲ್ಲ. 'ಮಲಾಮ ಗಿಲಾಮ ಎಂಥಾದೂ ಕೈ ಕೂಡೆ ಇಲ್ಲವೆ, ನನ ಮಗಾ ಬಂದ ಮೇಲೆ ಅಂಗಡೀ ಕೂಡೆ ಅಮೃತಾಂಜನ ಕರಡಗೆ ಇದ್ದರೆ ತೊಗೊಂಡಹೋಗು' ತಳಮಳ ತುಂಬಿದ ಚಿತ್ತದೊಂದಿಗೆ ಕಟ್ಟೆಯ ಮೇಲೆಯೇ ಏಳುವ ಮನಸ್ಸೇ ಇಲ್ಲದವಳಂತೆ ಕೂತುಬಿಟ್ಟಳು. ರಸ್ತೆಯಲ್ಲಿ ಆಗಷ್ಟೇ ಮಧ್ಯಾಹ್ನದ ಶಾಲೆ ಮುಗಿಸಿ ಬರುತ್ತಿದ್ದ ತನ್ನ ಕೂಸ ಐದನೇಯತ್ತೆಯ ಮಾದೇವನನ್ನು ಕಂಡ ಸಣ್ಣಿ ಎದ್ದು, 'ಅಮಾ ಹೋತೀನರಾ' ಕೂಗಿ ಹೇಳುತ್ತ ಕೊಪ್ಪದ ಬದಿ ನಡೆದಿದ್ದಳು.

ದಿಗಂಬರ ಬಂದದ್ದೇ ಅವ ಸ್ನಾನಕ್ಕೆ ಹೋಗುವಲ್ಲಿ ಪೂಜೆ ಮಾಡುವಲ್ಲಿ ಅವನ ಹಿಂದೆ ಹಿಂದೇ ಅಲೆದಲೆದು ಬಾಯಕ್ಕ, 'ನಿಮ್ಮ ಮಾವ ಬಂದಿದ್ದನಪ್ಪ' ಅಂತ ಉಸಿರುವುದಕ್ಕೆ ಪುರುಸೊತ್ತಿಲ್ಲದೇ, 'ಸಿಕ್ಕಿದ್ದ ಪೇಟೆಯಲ್ಲಿ, ಮಾಸ್ತಿಕಟ್ಟೆ ಹುಡುಗಿ, ಮದುವೆ ಅಂತೆಲ್ಲ ಏನೇನೋ ಹೇಳಿದ' ಅಮ್ಮನ ಬದಿ ತಿರುಗದೇ ಅಂದ ದಿಗಂಬರ. 'ಹೌದಪ್ಪ, ಆಗುವುದು ಆಗಿ ಹೋಗಲಿ' ಬಾಯಕ್ಕ ಮಗನ ಬದಿ ತುಸು ದೈನ್ಯದ ದೃಷ್ಟಿ ಬೀರಿದಳು. 'ಓಹೋ, ಇದರಲ್ಲಿ ನಿನ್ನದೂ ಕುಮ್ಮಕ್ಕಿದೆ ಅನ್ನು, ಹಳೆಯ ವಚನ ಗಿಚನ ಎಲ್ಲ ಮರೆತುಹೋಯ್ತೇ?' ಹಿಂದಿನದನ್ನು ನೆನಪಿಸಿ ದಿಗಂಬರ ಸಿಡಿಸಿಡಿಯಾದವನಂತೆ ನಟಿಸಿದ. 'ಅದೇನು ಬಿಡೋ, ಕುಲದೇವಿಯ ಎದುರು ಒಂದು ತಪ್ಪುಗಾಯಿ ಜೊತೆ ಒಂದೂಕಾಲು ರೂಪಾಯಿ ಇಟ್ಟು ಅಡ್ಡಬಿದ್ದರಾಯಿತು. ಆಗಲಿ, ಮಾವ ಅಷ್ಟು ಹೇಳುತ್ತಾನೆ, ಒಮ್ಮೆ ನೋಡುವುದಕ್ಕೇನು ನಮ್ಮ ಗಂಟು ಹೋಗುತ್ತದೆ?' ಸಮಾಧಾನ ಮಾಡುವ ಶೈಲಿಯಲ್ಲಿ ಹೇಳಿದ್ದಳು ಬಾಯಕ್ಕ. ದೇವರಿಗೆ ಹೂ ಏರಿಸುತ್ತಿದ್ದ ದಿಗಂಬರ ಮನಸ್ಸಿನಲ್ಲೇ ಮಧುಮಾವನಿಗೆ ವಂದಿಸಿದ.

ಅತ್ತ ಮಧುಕರ ಹಗೂರ ಹೆಂಡತಿ ವಾಸಂತಿ ಬಳಿ ಈ ವಿಷಯ ತೆಗೆದರೆ, 'ಹೋಗಿ ಹೋಗಿ ನನ್ನ ಮಾವನ ಮಗಳನ್ನು ಆ ನರಕಕ್ಕೆ ಒಯ್ದು ಹಾಕುತ್ತಿದ್ದೀರಲ್ಲ' ಎಂದವಳು ಬಾಯಿ ಮಾಡಿದಳು. ಆದರೂ ಒಳಗೊಳಗೇ, 'ಹ್ಞು ಹ್ಞು ಅನ್ನಕ್ಕೊಂದು ಸಾರು, ಗಂಡಿಗೊಂದು ಹೆಣ್ಣು, ಆದರೆ ಆಗಲಿ' ಎಂಬ ಹಂಬಲದಿಂದ ಸುಮ್ಮನಿದ್ದು ಬಿಟ್ಟಳು. ಅಷ್ಟಕ್ಕೂ ದಿಗಂಬರನ ಗುಣ ನಡತೆಯ ಸಂಗತಿಯಲ್ಲಿ ವಾಸಂತಿಗೆ ಅಂಥ ದೊಡ್ಡ ತಕರಾರೇನೂ ಇದ್ದಿಲ್ಲವಾದರೂ, 'ಮುಂದೆ ನಿಂತು ಮಾಡಿದವರು ಆನಂತರ ತಲೆಯ ಮೇಲೆ ಮೀನ ಮಡಕೆ ಜರಿಸಿಕೊಳ್ಳದಿದ್ದರೆ ಅಷ್ಟೇ ಸಾಕು' ಗಂಡನನ್ನು ಹೀಗೆ ಪೂರ್ತಾ ನಿವಾಳಿಸಿಯೇ ಎದ್ದು ಒಳ ನಡೆದಳು.

ಅಧ್ಯಾಯ 2

ಮಧುಕರನ ಹೆಂಡತಿ ವಾಸಂತಿಗೂ ಬಾಯಕ್ಕನಿಗೂ ಇರುವ ವೈಮನಸ್ಸು ಇತ್ತೀಚಿನದಲ್ಲ. ವಾಸಂತಿಯ ಅತ್ತೆ, ಅಂದರೆ ಬಾಯಕ್ಕನ ತಾಯಿ ಇದ್ದ ಕಾಲದಿಂದಲೂ ಅವರಿಬ್ಬರು ಮೇಲೆ ಮೇಲೆ ಅತ್ತಿಗೆ ಅತ್ತಿಗೆ ಎಂದು ಪರಸ್ಪರ ಕರೆದುಕೊಳ್ಳುತ್ತ ಒಬ್ಬರಿಗೊಬ್ಬರು ಬೆಣ್ಣೆ ಹಚ್ಚಿದಂತೆ ಮಾತಾಡುತ್ತಿದ್ದರೂ ಅಂತಃಕರಣ ಅಷ್ಟಕ್ಕಷ್ಟೇ. ಆಗೆಲ್ಲ ಬಾಯಕ್ಕ ತವರಿಗೆ ಬಂದಳೆಂದರೆ, ತನ್ನ ಮನೆಗೆ ಹಿಂತಿರುಗುವ ಹೊತ್ತಿಗೆ, ಅಷ್ಟರತನಕ ಸರೀ ಇದ್ದ ಅತ್ತೆ ಸೊಸೆಯರಲ್ಲಿ ಸಣ್ಣ ವಿಷಬೀಜ ಬಿತ್ತಿಯೇ ಹೋಗಿ ಬಿಡುತ್ತಿದ್ದಳಂತೆ. ಆನಂತರ ತಾಯಿ ತೀರಿದಾಗ ಬಂದು, ಗೋಳೋ ಎಂದಳುತ್ತ, 'ಸುಖವೆಂಬುದು ಕಡೆಗೂ ನಿನ್ನ ಹಣೆಯಲ್ಲಿ ಬರೆಯಲೇ ಇಲ್ಲವಲ್ಲೇ ಅಕ್ಕಾ' ಎಂಬ ಕೊಂಕು ತೆಗೆದು ರಾದ್ಧಾಂತವೆಬ್ಬಿಸಿದ್ದಳು. ಇಂಥ ಹೊತ್ತಿನಲ್ಲಿ ಸ್ವಂತ ಹೆಂಡತಿಯ ಅಸಹಾಯಕತೆ ಕಂಡು ಮರುಕ ಪಟ್ಟ ಮಧುಕರನೂ, 'ಸುಖ ಪಡಿಸಲು ಒಂದು ದಿನವಾದರೂ ಅಕ್ಕನನ್ನು ನಿನ್ನ ಮನೆಯಲ್ಲಿ ಕರೆದಿಟ್ಟುಕೊಂಡು ಅವಳಿಗೆ ಬೇಕಾದ್ದು ಮಾಡಿ ಬಡಿಸಿದ್ದಿಯಾ?' ಕೋಪಗೊಂಡು ತಾಯಿಯ ದೇಹದ ಎದುರೇ ಕೂಗಾಡಿದ್ದ. ನಂತರ ಬಂದವರೆಲ್ಲ ಇಬ್ಬರನ್ನೂ ಅಲ್ಲೇ ತಣ್ಣಗಾಗಿಸಿ, ಮುಂದಿನ ಕೆಲಸ ನಡೆಸಬೇಕಾಯಿತು.

ಅದಾದ ನಂತರ ಮುಂದೆ ವರ್ಷಾಂತಿಕ ಬರುವತನಕವೂ ಬಾಯಕ್ಕ, 'ಗಯ್ಯಾಳಿ ಸೊಸೆಯ ಹತ್ತಿರ ನನ್ನಕ್ಕ ಒಂದು ದಿನವೂ ಸುಖ ಕಾಣಲಿಲ್ಲ' ಹೀಗೆಂದು ಮನೆಯೆದುರಿನ ರಸ್ತೆಯಲ್ಲಿ ಹಾದು ಹೋಗುವವರನ್ನೆಲ್ಲ ಕರೆದು ನಿಲ್ಲಿಸಿ ಪುರಾಣ ಒಪ್ಪಿಸಿದ್ದೇ ಒಪ್ಪಿಸಿದ್ದು. ನಂತರದ ದಿನಗಳಲ್ಲಿ ಬಾಯಕ್ಕ ತವರಿಗೆ ಬರುತ್ತಿದ್ದುದು ವರ್ಷಕ್ಕೆ ಎರಡೇ ಬಾರಿ, ಒಮ್ಮೆ ಗೋಕುಲಾಷ್ಟಮಿಯ ದಿನ ಆಗುತ್ತಿದ್ದ ಅಪ್ಪನ ತಿಥಿಗೆ, ಇನ್ನೊಮ್ಮೆ ನವರಾತ್ರಿಯ ಷಷ್ಠಿಯ ದಿನ ಬರುತ್ತಿದ್ದ ಅಕ್ಕನ ತಿಥಿಗೆ. ಈಗ ಅದೂ ಪೂರಾ ನಿಂತು ಹೋಗಿ ಒಂದೆರಡು ವರ್ಷವೇ ಆಗಿರಬಹುದು. 'ಅಷ್ಟು ದೂರ ನಡೆದು ಬರಲು ಆಗುವುದಿಲ್ಲ, ಕಾಲಿನ ವಾತ ಹೆಚ್ಚಾಗಿದೆ' ಇಂಥ ನೆಪ ಹೇಳಿದರೂ ಬಾಯಕ್ಕ ತಮ್ಮನ ಮನೆಗೆ ಹೆಜ್ಜೆ ಇಡದಿರುವ ಮೂಲ ಕಾರಣ ಬೇರೆಯೇ ಇತ್ತು.

ಮಧುಕರನಿಗಿದ್ದ ಒಬ್ಬಳೇ ಮಗಳು ಆಶಾ, ದಿಗಂಬರನಿಗಿಂತಲೂ ಸುಮಾರು ಹದಿನೈದು ವರ್ಷಕ್ಕೆ ಚಿಕ್ಕವಳು. 'ದಿಗಂಬರ ಮ್ಯಾಟ್ರಿಕ್ಕಿನಲ್ಲಿರುವಾಗ ನಮ್ಮ ಆಶಾ ಹುಟ್ಟಿದ್ದು' ಹೀಗೆಂದು ವಾಸಂತಿ ಮತ್ತೆ ಮತ್ತೆ ಗಂಡನೊಡನೆ ಹೇಳುವ ಸಂದರ್ಭ ಹುಡುಕುತ್ತಿದ್ದಳು. ಅಕ್ಕನೆಂದರೆ ತುಸು ಹೆಚ್ಚೇ ಮಮಕಾರ ಇರುವಂತೆ ಕಾಣುವ ಈ ತಮ್ಮ, ಎಲ್ಲಾದರೂ ಅಕ್ಕನ ಸಿಟ್ಟಿಗೆ ಹೆದರಿ, ಮಗಳನ್ನು ಕೊಡಲು ಬಾಯಿ ತಪ್ಪಿ ಒಪ್ಪಿ ಬಿಟ್ಟರೇನು ಗತಿ ಎಂಬ ಹೆದರಿಕೆಯಿಂದಲೇ ವಾಸಂತಿ ಬೆಳೆದ ಮಗಳ ಮೇಲೆ ಬಾಯಕ್ಕನ ದೃಷ್ಟಿ ಬೀಳಬಾರದೆಂದು ಎಚ್ಚರಿಕೆ ವಹಿಸುತ್ತಲೇ ಬಂದವಳು. ಕೊನೆಗೂ ಸುಂಕಸಾಳೆಯಿಂದ ಅಂಕೋಲೆ ಪೇಟೆಯ ಕಾಲೇಜಿಗೆ ಹೋಗಿ ಬರಲು ಐದಾರು ಮೈಲು ದೂರವೆಂಬ ನೆಪದಿಂದ ಅವಳನ್ನು ಅಜ್ಜಿಯ ಮನೆಯಲ್ಲೇ ಬಿಟ್ಟಿದ್ದಳು.

ಒಟ್ಟಾರೆ ಅಪ್ಪ ಅಮ್ಮನ ಇಚ್ಛೆಯಂತೆಯೇ ಅದೇ ಅಂಕೋಲೆಯಲ್ಲೇ ಕಾಲೇಜಿನ ಹತ್ತಿರವೇ ಇದ್ದ ಮಠಾಕೇರಿಯ ತನ್ನ ಸೋದರ ಮಾವನ ಮನೆಯಲ್ಲಿದ್ದುಕೊಂಡು ಆಶಾ ಬಿಎಸ್ಸಿ ಓದುತ್ತಿದ್ದಳು. ಒಮ್ಮೆಲೇ ನೋಡಿದರೆ, ತಾಯಿ ವಾಸಂತಿಯದೇ ರೂಪು. ಮೋಹಕ ನಸುಗಪ್ಪು ಬಣ್ಣದ ಜೊತೆ ಗುಂಡು ಗುಂಡಗೆ ಚಂದದ ಹುಡುಗಿ. ಅಲ್ಲಿ ಅದೇ ಮಾವನ ಮಗ ಕಿರಣ, ಆಗಷ್ಟೇ ಸಿಎ ಮುಗಿಸಿ, ಬೆಂಗಳೂರಿನಲ್ಲಿ ನೌಕರಿಗೆ ಸೇರಿದ್ದ. ಆ ವರ್ಷವೇ ಆಶಾಳದೂ ಡಿಗ್ರಿ ಮುಗಿದಿತ್ತು. ಇನ್ನೇನು ಮಧುಕರ ತನ್ನ ಮಗಳಿಗೆ ಗಂಡು ಹುಡುಕಲು ಆರಂಭಿಸಬೇಕು ಅನ್ನುತ್ತಿರುವಾಗಲೇ ಅತ್ತಲಿಂದ ಬೆರಗಿನದೋ ಅಥವಾ ಮೊದಲೇ ಲೆಕ್ಕಹಾಕಿದ್ದೋ ಆದಂತಹ ಒಂದು ಸುದ್ದಿ ಬಂತು.

ಕಿರಣ ಮತ್ತು ಆಶಾ ಇಬ್ಬರದೂ ಈಗಾಗಲೇ ಪತ್ರ ವ್ಯವಹಾರ ಜೋರಾಗಿದೆ, ಇಲ್ಲಿ ಒಂದೇ ಮನೆಯಲ್ಲಿರುವಾಗ ಒಬ್ಬರ ಮುಖ ಕಂಡರೆ ಇನ್ನೊಬ್ಬರಿಗೆ ಆಗುತ್ತಿರಲಿಲ್ಲ, ಮುಂದೇನು ಎಂಬುದನ್ನು ನೀವೇ ಖುದ್ದಾಗಿ ಬಂದು ತೀರ್ಮಾನ ಮಾಡಿ ಹೋಗಿರಿ, ಇವಿಷ್ಟನ್ನೂ ಎಲ್‌ಐಸಿಯಲ್ಲಿದ್ದು ರಿಟಾಯರಿಗೆ ಬಂದಿರುವ ಕಿರಣನ ಅಪ್ಪನೂ ಆಶಾಳ ಮಾವನೂ ಆಗಿದ್ದ ವಾಸಂತಿಯ ಅಣ್ಣ, ಇದ್ದಕ್ಕಿದ್ದಂತೆ ದೌಡಾಯಿಸಿ ಇವರ ಕಿವಿಯ ಮೇಲೆ ಹಾಕಿದ್ದ. ಇತ್ತ ಮಧುಕರ ವಾಸಂತಿಯರೂ ಒಮ್ಮೆಲೇ ಪರಸ್ಪರ ಅಚ್ಚರಿ ಪಟ್ಟಂತೆ ತೋರಿಸಿಕೊಂಡರು. 'ಅಬ್ಬಾ! ಮಕ್ಕಳೇ' ಎಂದುಕೊಳ್ಳುತ್ತ, ಮತ್ತೆ ಮತ್ತೆ ತಲೆ ಕೆರೆದುಕೊಳ್ಳುತ್ತ, ತಮ್ಮ ತಮ್ಮಲ್ಲೇ, 'ಆದರೆ ಆಗಬಾರದೇಕೆ?' ಎಂಬ ಪ್ರಶ್ನೆಯನ್ನೂ ಕೇಳಿಕೊಂಡರು. ಮಕ್ಕಳಿಬ್ಬರನ್ನೂ ಕರೆಸಿ ಕೇಳಲಾಯಿತು. ಅವರು ಮೊದಮೊದಲು 'ಏಹೇ ಹಾಗೇನಿಲ್ಲಪ್ಪ' ಎಂದು ನಾಚುತ್ತ ತಲೆ ಕೊಡವಿ ಜಾರಿಕೊಳ್ಳಲು ಯತ್ನಿಸಿದರೂ ಆನಂತರ ತುಸುವೇ ವೈಯಾರ ತೋರಿ ಹೌದೆಂದು ಒಪ್ಪಿಕೊಂಡಿದ್ದರು. ಆ ಮರುಗಳಿಗೆಯಲ್ಲೇ ಮದುವೆಯ ಮಾತಿನ ಸಂಭ್ರಮ ಶುರುವಾಗಿಯೇ ಬಿಟ್ಟಿತ್ತು.

ಮಧುಕರ, 'ಈ ಅಪ್ಪ ಜಾತಕದ ಪ್ರತಿ ಹಿಡಿದುಕೊಂಡು ಕಾಲಿನ ಚಪ್ಪಲಿ ಸವೆಸುವುದನ್ನು ನನ್ನ ಮಗಳು ತಪ್ಪಿಸಿದಳು, ನನ್ನ ಮಗಳು ಅವಳು, ನನ್ನ ಮಗಳು' ಎಂದು ಎದೆ ತಟ್ಟಿ ಹೆಮ್ಮೆಯಿಂದಲೇ ಹೇಳಿಕೊಂಡು ತಿರುಗಿದ. ಆದರೆ ಈ ವಿಷಯ

ತಿಳಿದ ಬಾಯಕ್ಕ ತಕ್ಷಣ ದೆವ್ವ ಮೆಟ್ಟಿದವಳಂತೆ ರೌದ್ರಾವತಾರದಲ್ಲಿ ಮೂರ್‍ನಾಲ್ಕು ಮೈಲಿಯ ಕಾಲ್ನಡಿಗೆಯ ಸುಂಕಸಾಳೆಯ ಈ ತಮ್ಮನ ಮನೆಗೆ ಓಡಿ ಬಂದಿದ್ದಳು. ವಾಸಂತಿಯ ಭಾಷೆಯಲ್ಲಿ ಹೇಳಬೇಕೆಂದರೆ, ಸತ್ತವರ ಮನೆಯಲ್ಲಿ ಬಾಯಿಬಾಯಿ ಬಡಿದುಕೊಂಡು ದೊಡ್ಡದಾಗಿ ರೋದಿಸುವಂತೆ ಅಸಹ್ಯವಾಗಿ ರಗಳೆ ಎಬ್ಬಿಸಿದಳು. 'ನನ್ನ ಅಕ್ಕ ಬದುಕಿರುವಾಗಲೇ ಆಶಾ ನನ್ನ ಮಗನಿಗೇ ಮೀಸಲು ಅಂತ ನಿಕ್ಕಿಯಾಗಿದೆ, ಅದನ್ನು ತಪ್ಪಿಸಲು ನೀವು ಯಾರು? ನನ್ನ ಮನೆ ದೀಪ ಹಚ್ಚುವ ಹೆಣ್ಣು ಬೇರೆಯವರ ಪಾಲಾದರೆ, ನಾನಂತೂ ನೇಣು ಹಾಕಿಕೊಂಡು ಸಾಯುವೆ' ಅಂತೆಲ್ಲ ಅಂಗಳದಲ್ಲಿ ಬಿದ್ದು ಹೊರಳಾಡಿದಳು. ಅಕ್ಕ ಪಕ್ಕದವರೆಲ್ಲ ಬಂದೂ ಬಂದು ಬಾಯಕ್ಕಳನ್ನು ಸಮಾಧಾನ ಮಾಡುವುದೇ ಆಗಿಹೋಯಿತು.

ಆನಂತರ ವಿಷಯ ವಿವರವಾಗಿ ತಿಳಿದು, 'ಇದು ಆಗುಹೋಗದ ಮಾತು ಬಾಯಕ್ಕ, ವಯಸ್ಸು ನೋಡಿದರೆ ಹದಿನೈದು ವರ್ಷ ಅಂತರ, ಆಶಾ ಕಲಿತವಳು ಬೇರೆ, ನಿನ್ನ ಮಗನಿಗೇಕೆ ಮುಂದೆ ಕಲಿಯುತ್ತೇನೆಂದು ಪಾಪ ಅವ ಹಟ ಮಾಡಿದರೂ, ಮಗ ರಾಶಿ ಕಲಿತು ನೌಕರಿಗಾಗಿ ಊರು ಮನೆ ಬಿಟ್ಟು ಹೋದರೆ, ತನಗೆ ವಯಸ್ಸಾದ ಮೇಲೆ ನೋಡಿಕೊಳ್ಳುವವರು ಯಾರು? ಮನೆಗೆ ದೀಪ ಧೂಪ ಕಾಣಿಸುವವರು ಯಾರು? ಅಂತೆಲ್ಲ ಹೇಳಿ ಅವನ ಪಿಯೂಸಿ ಓದಿಗೇ ಕಲ್ಲು ಹಾಕಿದೆ. ಈಗ ಮರುಗಿದರೆ ಏನು ಬಂತು ಬಾಯಕ್ಕ? ಆ ಹುಡುಗರಿಬ್ಬರೂ ಮೆಚ್ಚಿಕೊಂಡು ಮದುವೆಯಾಗುತ್ತಿದ್ದಾರೆ, ಸುಮ್ಮನೆ ದೊಡ್ಡ ಮನಸ್ಸಿನಿಂದ ಮದುವೆ ಊಟ ಮಾಡಿ ಹೋಗಕ್ಕ' ಎಂದು ಅವರಿವರಿಂದ ಬುದ್ಧಿವಾದ ಹೇಳಿಸಿಕೊಳ್ಳಬೇಕಾಯಿತು. ಅದನ್ನೆಲ್ಲ ಸುಮ್ಮನೆ ಕೇಳಿ, ಬಂದ ವೇಗದಲ್ಲೇ ಅವಡುಗಚ್ಚಿ ಬಾಯಕ್ಕ ಅದೇ ಬೀಸುಗಾಲಿಕ್ಕುತ್ತ ಹಿಂತಿರುಗಿದ್ದಳು.

ಮಧುಕರನೂ ಬೇಸರಪಡುತ್ತ, 'ನಮ್ಮ ಅಕ್ಕನದು ಬರೀ ಇದೇ ಆಗಿಹೋಯ್ತು, ಮಗನನ್ನು ಡಿಗ್ರಿ ಮಾಡಿಸು, ಅಂಕೋಲೆಯ ಅರ್ಬನ್ ಬ್ಯಾಂಕಿನಲ್ಲಿ ನೌಕರಿ ಕೊಡಿಸುತ್ತೇನೆ, ಅಲ್ಲಿ ನನ್ನ ಕೈ ನಡೆಯುತ್ತದೆ, ಅಂತ ಹೇಳಿ ಹೇಳಿಯೇ ಹಣ್ಣಾದೆ. ಕಲಿತದ್ದು ಸಾಕು, ಅಪ್ಪನ ಆಸ್ತಿ ಯಾರು ನೋಡಿಕೊಳ್ಳಬೇಕೋ? ಅಂದಳು. ಎಂಥ ಸುಟ್ಟ ಆಸ್ತಿ ಅದು? ಹತ್ತು ತೆಂಗಿನ ಮರ, ಮೂರು ಮಾವಿನ ಮರ, ಎರಡು ಅಡಿಕೆ ಸಸಿ, ಒಂದು ಹಲಸಿನ ಮರ. ಅವನೂ ಪಿಯೂಸಿಯಲ್ಲಿ ಹೋದ ಒಂದು ಇಂಗ್ಲೀಷನ್ನು ಇನ್ನೊಮ್ಮೆ ಕೂತು ಪಾಸು ಮಾಡಿಕೊಳ್ಳಲಿಲ್ಲ' ಅಂತೆಲ್ಲ ಸೇರಿದ ಜನರ ಎದುರು ಇತಿಹಾಸ ಬಿಚ್ಚಿದ.

ಆದರೂ ಬಾಯಕ್ಕನಿಗೆ ತಮ್ಮನ ಹೆಂಡತಿಯ ಮೇಲೆಯೇ ಭಯಂಕರ ರೋಷವಿತ್ತು. 'ಎಲ್ಲ ನಾಟಕ ಮಾಡಿದರು, ನನ್ನ ಮಗನಿಗೆ ಆಶಾ ಸರೀ ಜೋಡಿ. ಆ ಮಾಟಗಾತಿ ವಾಸಂತಿಯೇ ಇಷ್ಟಕ್ಕೆಲ್ಲ ಕಾರಣ. ನನ್ನ ತಮ್ಮ ಮಧೂಗೆ ಈಗಲೂ ನನ್ನ ಮಗನಿಗೇ ತನ್ನ ಮಗಳನ್ನು ಕೊಡುವ ಮನಸ್ಸು, ಅದನ್ನು ತಿಳಿದ ಅವಳು ಮೊದಲೇ

ಮಗಳನ್ನು ಅಣ್ಣನ ಮನೆಯಲ್ಲಿಟ್ಟು ಆ ಹುಡುಗನಿಗೇ ಜೋಡಿ ಮಾಡಿಸಿದಳು. ಹೆಣ್ಣು ಹುಟ್ಟಿತೆಂದರೆ ನಿನ್ನ ಮಗನಿಗೇ ಕೊಡುವುದಾಗಿ ನನ್ನ ತಮ್ಮ ಅವನ ಮದುವೆಯ ದಿನ ಕಳಸಗಿತ್ತಿಯಾಗಿ ನಾನು ಬಾಗಿಲು ತಡೆದಾಗ, ನನ್ನ ಹಸ್ತದ ಮೇಲೆ ಹಸ್ತವಿಟ್ಟು ಭಾಷೆ ಕೊಟ್ಟಿದ್ದಾನೆ, ಹಾಗೆಲ್ಲ ಮಾವನ ಮಗನಿಗೆ ಕೊಡುವ ಪದ್ಧತಿ ನಮ್ಮಲ್ಲಿಲ್ಲ, ಹಬ್ಬುವ ಬಳ್ಳಿ ತಿರುಗಿಸಿ ಕೊಟ್ಟ ಹಾಗೆ ಆಗತದೆ, ಇಂಥ ಮದುವೆ ರಾಶಿ ದಿನ ಬಾರದು. ಅಬಾಬಾಬಾಬಾ ತಾಯಿಯಂತೇ ಬಣ್ಣದ ಚಿಟ್ಟೆ ಅವಳು, ಅವಳೆಲ್ಲಿ ನೆಟ್ಟಗೆ ಸಂಸಾರ ಮಾಡಿಯಾಳು, ನನ್ನ ಆಸೆಕೋರು ಅವಳಿಗೆ ತಾಗದೇ ಹೋಗಲಿಕ್ಕಿಲ್ಲ'.

ಎಲ್ಲೋ ಹೇಗೋ ಏನೋ ಚೂರು ಪಾರು ಈ ಸುದ್ದಿ ತಿಳಿದ ವಾಸಂತಿ ಕಿಡಿಕಿಡಿಯಾಗಿ ಆವೇಶ ತುಂಬಿಕೊಂಡು, ಗಂಡನಿಲ್ಲದ ವೇಳೆಯಲ್ಲಿ ಒಮ್ಮೆ ಬಾಯಕ್ಕನ ಮನೆ ಬದಿಗೆ ಚಂಡಿಯಾಗಿ ಹಾರುತ್ತ ಕುಣಿಯುತ್ತ ಬಂದು, ಇವರ ಮನೆಯ ಒಳಗೂ ಹೆಜ್ಜೆ ಇಡದೆ ಅಂಗಳದಲ್ಲೇ ನಿಂತು, 'ಅತ್ತಿಗೆ, ನಾಲಿಗೆ ಉದ್ದವಿದೆಯೆಂದು ನನ್ನ ಮತ್ತು ನನ್ನ ಮಗಳ ಬಗ್ಗೆ ನೀನು ಏನೇನೋ ಮಾತಾಡುತ್ತಿಯಂತೆ, ನಿನ್ನ ಹಾಗೆ ಭಿಕಾರಿ ಮನೆಯಲ್ಲಿ ಹುಟ್ಟಿದವಳಲ್ಲ ನಾನು, ಬೆಳ್ಳಿಯ ಚಮಚ ಬಾಯಲ್ಲಿಟ್ಟುಕೊಂಡೇ ಹುಟ್ಟಿದ್ದೇನೆ. ನನ್ನ ಮಗಳು ಬಂಗಾರದ ಗಿಣಿ, ಅಪರಂಜಿ, ಇಂಥ ಕಟುಕರ ಮನೆಗೆ ಕೊಡಲು ನಾನು ಹೂಂಗಿನ ಹಾಗೆ ಬೆಳೆಸಿಲ್ಲ, ಅವಳನ್ನು ಸೊಸೆ ಮಾಡಿಕೊಳ್ಳುವ ಭಾಗ್ಯ ನೀನು ಪಡೆದು ಬಂದಿಲ್ಲ ತಿಳಕೋ, ಆ ನಿನ್ನ ಮಗನಿಗೇನು ಯೋಗ್ಯತೆ ಇದೆ? ಕರೀ ಅವನನ್ನೇ ಕೇಳುತ್ತೇನೆ, ಹೀಗೆ ಈ ಮಾತಾಯಿಯ ಚಪ್ಪಲಿ ನಾಲಿಗೆಯನ್ನು ಬೇಕಾಬಿಟ್ಟಿ ಹರಿಯಲು ಬಿಟ್ಟು ಕೂತ ಆ ನಿನ್ನ ಮಗನನ್ನು ಕರಿ, ಎಲ್ಲಿ ಅವ? ಅವನು ಯಾವ ಸೀಮೆ ಗಂಡಸು ಅಂತ ನೋಡುವೆ' ಎನ್ನುತ್ತ ಸೀರೆ ನಿರಿಗೆ ಸಿಕ್ಕಿಸಿ ಬಳೆ ಮೇಲೇರಿಸಿಕೊಳ್ಳುತ್ತ ಇಡೀ ಊರು ಒಂದು ಮಾಡಿದ್ದಳು.

ಅಂಗಡಿಯಲ್ಲಿ ಗಿರಾಕಿಗೆ ಸಾಮಾನು ಕೊಡುತ್ತಿದ್ದ ದಿಗಂಬರ ಎಲ್ಲ ಅಲ್ಲೇ ಬಿಟ್ಟು ಓಡಿ ಬಂದ. ವಾಸಂತತ್ತೆಯ ಬಳಿ ಕ್ಷಮೆ ಕೇಳಿದ. ತನಗೆ ಈ ಯಾವ ವಿಷಯವೂ ಗೊತ್ತೇ ಇಲ್ಲವೆಂದು ನಂಬಿಸಲು ನೋಡಿದ. ತನ್ನ ತಾಯನ್ನೇ, ಮಗನಾಗಿ ಆಡಬಾರದ ಒಂದೆರಡು ಶಬ್ದದಲ್ಲಿ ಬೈದ. ಅವ ಒಳಗೆ ಬರಲು ಎಷ್ಟು ಬೇಡಿಕೊಂಡರೂ ಕೇಳದೆ ಅಂದು ವಾಸಂತಿ ಥೂ ಥೂ ಎಂದು ಉಗಿಯುತ್ತ ಹಿಂತಿರುಗಿ ಸುಂಕಸಾಳೆಗೆ ಓಡಿ ಹೋಗಿದ್ದಳು. ಬಾಯಕ್ಕ, 'ಅಬ್ಬಾ, ಎಂಥ ಹರಕಿ ಹೆಂಗಸು ನೋಡು, ಉರಿಸೊಣಗಿ. ನನ್ನ ತಮ್ಮ ಅದಕ್ಕೇ ಉದ್ಧಾರವಾಗಲಿಲ್ಲ' ಎನ್ನುತ್ತ ಭಯಗೊಂಡು ಹಾಗೇ ಎಷ್ಟೋ ಹೊತ್ತು ಹೊರಗೇ ನಿಂತಿದ್ದಳು.

ನಂತರ ಆಶಾ ಮದುವೆಯಲ್ಲಿ ದಿಗಂಬರ ಚೂರು ಸಂಶಯವೂ ಬರದಂತೆ ಉತ್ಸಾಹದಿಂದಲೇ ಓಡಾಡಬೇಕೆಂದುಕೊಂಡ. ಮಾವನಿಗೆ ತೋರಣದ ಬಳ್ಳಿ ನೆನೆಸಿ ಕೊಟ್ಟ. ಅಂಗಳದಲ್ಲಿ ಕೂತು ಬಾಲೂಶಾ ಪ್ಯಾಕೇಟಿಗೆ ಪಿನ್ನು ಮಾಡಿದ, ತೊಳೆದ ಬೀಸುವ ಕಲ್ಲನ್ನು ಉರುಳಿಸಿ ಅಂಗಳಕ್ಕಿಟ್ಟು ಅದರ ತೇವವನ್ನು ತನ್ನ ಹೆಗಲ ವಸ್ತ್ರದಲ್ಲೇ

ಒರೆಸಿದ. ಕುರ್ಚಿಗಳನ್ನು ಪೇರಿಸುವ, ಶರಭತ್ತು, ಅಕ್ಷತೆ ಹಂಚುವವರೆಗೆ ಎಲ್ಲ ರೀತಿಯ ಸಹಾಯವನ್ನೂ ಓಡಾಡಿ ಮಾಡುತ್ತ, ತಮ್ಮಲ್ಲೇನೂ ಭಿನ್ನಾಭಿಪ್ರಾಯವಿಲ್ಲ ಅಂತ, ಆವತ್ತು ನೆರೆದು ಗುಸು ಗುಸು ಮಾತಾಡಿಕೊಳ್ಳುತ್ತಿರುವ ಸಂಬಂಧಿಕರಿಗೆಲ್ಲ ಮನದಟ್ಟು ಮಾಡಲು ಯತ್ನಿಸಿದ್ದ. ತನ್ನಮ್ಮನ ಎಂದಿನ ಸಣ್ಣ ಬುದ್ಧಿಯನ್ನು ಹಳಿಹಳಿದು ಬೈದುಕೊಳ್ಳುತ್ತ, 'ನಿಂಗೆ ಸಮಯ ಸಂದರ್ಭ ಹೇಗೆ ನಿಭಾಯಿಸಬೇಕೆಂದೇ ತಿಳಿಯೂದಿಲ್ಲ, ಎಲ್ಲ ಆಗುಹೋಗದ ವಿಚಾರಕ್ಕೇ ಕೈಹಾಕಿ ಅಸಹ್ಯ ಮಾಡಿಕೊಳ್ಳುತ್ತಿ' ಎಂದು ಸಾಂತ್ವನ ಹೇಳಿದ್ದ.

ಅಧ್ಯಾಯ 3

ಅಂಥ ಬಾಯಕ್ಕನಿಗೆ ಇಂದು ಕೊಪ್ಪಕ್ಕೆ ಹೋಗಿ ಕೆಲಸದ ಸಣ್ಣಿಯನ್ನು ಹುಡುಕಿ ಬರುವ ಅವಸರವೊಂದು ಇದ್ದಲ್ಲೇ ತೆರೆದುಕೊಂಡಿತು. ಪ್ರತಿ ವರ್ಷದ ಬೇಸಿಗೆಯಲ್ಲೂ ಮನೆಯಲ್ಲೊಂದು ಮಂಗಲ ಕಾರ್ಯದ ಕನಸು ಕಾಣುತ್ತ ಸುಮ್ಮನೆ ಇದ್ದ ಬಾಯಕ್ಕನಿಗೆ ಇದ್ದಕ್ಕಿದ್ದಂತೆ ಎದುರಾದದ್ದು ಮಗ ದಿಗಂಬರನ ಈ ಆಷಾಢದ ಅವಸರದ ಮದುವೆ. ಶಾಸ್ತ್ರಕ್ಕಾದರೂ ಮನೆ ಎದುರು ಎಂಟ್ಹತ್ತೇ ಮಡಲಿನ ಹಸಿರು ಚಪ್ಪರದ ಅವಶ್ಯಕತೆ ಬಿದ್ದು, ಅದಕ್ಕಾಗಿ ಕೆಲವು ಹಸಿ ಮಡಲುಗಳನ್ನು ಹೆಣೆಯಬೇಕಾಗಿತ್ತು. ಹಾಗೆ ಮಡಲು ಹೆಣಿಯುವ ಕಲೆಯಲ್ಲಿ ನುರಿತ ಸಣ್ಣಿ, ಬಂಡಿ ಹಬ್ಬದ ಗಡಿಬಿಡಿ ಮುಗಿದರೂ ಏಳೆಂಟು ದಿನಗಳಿಂದ ಈಚೆ ಸುಳಿದಿರಲೇ ಇಲ್ಲ. ಅವಳ ಗಂಡ ದೇವೂ ಕೂಡ ಕಂಡಿಲ್ಲ.

ಐದಾರು ವರ್ಷಗಳ ಹಿಂದೆ ಮಗಳು ಸರೋಜಿನಿ ಪೇಟೆಯಿಂದ ತಂದು ಕೊಟ್ಟ ಬಣ್ಣದ ಬಟಣ್ ಕೊಡೆಯನ್ನು ಟಕ್ಕನೆ ಏರಿಸಿಕೊಂಡು ಹೋಗುವ ಈ ಬಾಯಕ್ಕನ ಡೌಲು ಕಳಸದ ಗುಡ್ಡೆಯ ಒಕ್ಕಲ ಕೊಪ್ಪದಲ್ಲೆಲ್ಲ ಮನೆಮಾತು. ಸಂಬಂಧಿಕರೆಲ್ಲರ ಬಾಯಲ್ಲಿ ಸಣ್ಣದಾಗಿ ಸವೆದು ಬರಿ ಬಾಯಕ್ಕನಾದ ಈ ಗಂಗಬಾಯಕ್ಕ ಎಳೆಯ ಪ್ರಾಯದಲ್ಲಿ ಎಷ್ಟು ಹಿತಮಿತವಾಗಿದ್ದಳು ಎಂಬುದಕ್ಕೆ ಅನೇಕ ಪುರಾವೆಗಳು ಈ ಇಳಿವಯಸ್ಸಿನಲ್ಲೂ ಮಾಸಿರಲಿಲ್ಲ. ಸಾದಗಪ್ಪು ಮೈಬಣ್ಣ. ತಟ್ಟನೆ ನೋಡಿದರೆ ಕಟ್ಟಿಸಿದ ಹಲ್ಲುಗಳೋ ಎಂಬಂತೆ ಒಂದಕ್ಕೊಂದು ಪೋಣಿಸಿದಂತಿರುವ ದಂತಪಂಕ್ತಿಯನ್ನು ತೆರೆದು ಅವಳು ನಕ್ಕಿದ್ದೇ ಅಪರೂಪ. ಅಷ್ಟು ಘನ ಗಂಭೀರೆಯಾಗಿದ್ದರೂ ಊರಲ್ಲಿ ಅವಳ ಮಾತಿನ ಮೋಡಿಗೆ ಮರುಳಾಗದವರೇ ಇರಲಿಲ್ಲ.

ಎಡಗಣ್ಣಿನ ಹುಬ್ಬಿನ ಮೇಲೆ ಒಂದೇ ನೋಟಕ್ಕೆ ಕಾಣುವಂತೆ ಅರ್ಧ ಚಂದ್ರಾಕಾರದ ಗಾಯದ ಕಲೆ ಇತ್ತು. ಅದನ್ನವಳು ಏಳೆಂಟು ವರ್ಷದವಳಿರುವಾಗ ಒಡಹುಟ್ಟಿದ ಒಬ್ಬನೇ ತಮ್ಮ ಮಧುಕರನೊಡನೆ ಆಟವಾಡುತ್ತ, ಬಾವಿಯ ಬಳಿಯ ಶೆಳಿಯುವ ಕಲ್ಲಿನ ಅಂಚಿಗೆ ಬಿದ್ದು ಮಾಡಿಕೊಂಡ ಗಾಯವಂತೆ. ಯಾರಾದರೂ

ಕೇಳುವ ಆಸಕ್ತರು ಎದುರಿಗಿದ್ದರೆ ಅವರಿಗೆ ಇಂಚಿಂಚಾಗಿ ಹೇಗೆ ಕವುಚಿ ಬಿದ್ದೆ, ಎಲ್ಲಿಂದ ಓಡಿ ಬಂದು ಹಾರಿ ಬಿದ್ದೆ, ಬೊಗಸೆ ತುಂಬುವಷ್ಟು ರಕ್ತ ಹೋದಾಗ ನಾಟಿ ಔಷಧಿ ಮಾಡುವ ಗಿಲೀಟ್ ನಾಗಪ್ಪ ಬಂದು ರಕ್ತ ನಿಲ್ಲಲು ಜೇಡರ ಹುಳು ಹಿಡಿದು, ಅದನ್ನು ಸಾಯಿಸಿ, ಅದರ ಹಸಿರು ನೆತ್ತರು ಈ ಗಾಯಕ್ಕೆ ಹಚ್ಚಿ ಹೇಗೆ ಪಟ್ಟಿ ಕಟ್ಟಿದ್ದ, ಮುಂದೆ ಮದುವೆಗಿದುವೆ ಮಾಡಿಕೊಡುವ ತನ್ನ ಮಗಳ ಕಣ್ಣೇ ಹೋದಂತೆ ಅಕ್ಕ ಹೇಗೆ ಗಾಬರಿಯಾಗಿದ್ದಳು ಎಂಬುದನ್ನು ಈವತ್ತೇ ಬಿದ್ದಂತೆ ಸವಿವರವಾಗಿ ದೊಡ್ಡ ದನಿ ತೆಗೆದು ನಟನಾ ಸಮೇತ ಒಪ್ಪಿಸುತ್ತಿದ್ದಳು. ಅದರ ಮಧ್ಯೆಯೇ ತಾನು ತನ್ನ ಅಮ್ಮನನ್ನು ಅಕ್ಕ ಎಂದು ಕರೆಯಲು ಶುರು ಮಾಡಿದ ಸನ್ನಿವೇಶವೂ ಕೊಂಚ ಇಣುಕಿರುತ್ತಿತ್ತು. ನಡುನಡುವೆ ಗಿಲೀಟ್ ನಾಗಪ್ಪನ ಅಷ್ಟಾವಕ್ರ ರೂಪ, ಚಿಕಿತ್ಸೆಗೆ ದುಡ್ಡು ಬೇಡದ ಅವನ ಗುಣ, ಮಧ್ಯೆ ಯಾರಾದರೂ ಮಾತಾಡಿದರೆ ಎದ್ದೇ ನಡೆಯುವ ವಿಚಿತ್ರ ಸ್ವಭಾವ ಮತ್ತು ಅವನ ನಾಲ್ಕನೇ ಹೆಂಡತಿ ಇವನನ್ನು ಬಿಟ್ಟೇ ಹೋಗಿ, ಸೊಲ್ಲಾಪುರದಲ್ಲಿ ಬಂಗಾರದ ಕೆಲಸ ಮಾಡುವ ಸ್ವಂತ ಮೈದುನನ ಹತ್ತಿರ ಉಳಿದುಕೊಂಡಿರುವ ಉಪಕತೆಯೂ ಅದರಲ್ಲಿ ಸೇರಿಕೊಂಡು ಬಿಡುತ್ತಿತ್ತು. ನೆನಪಿನಲ್ಲಿ ಇದ್ದದ್ದರ ಜೊತೆ ಇಲ್ಲದ್ದನ್ನೂ ಸೇರಿಸಿ ಪುಂಖಾನುಪುಂಖವಾಗಿ ಬಾಯಕ್ಕ ಕತೆ ಹೇಳಲು ತೊಡಗಿದಳೆಂದರೆ ಕೇಳುವವರು ಎಂಥದೇ ಅವಸರದ ಕೆಲಸವಿದ್ದರೂ ಇದ್ದಲ್ಲೇ ಎಲ್ಲ ಮರೆತಂತೆ ನಿಂತೇ ಇರುತ್ತಿದ್ದರು.

ಕೆಳ ತುಟಿಯಂಚಿನಲ್ಲಿ ಇರುವ ತೊಗರಿಯಾಕಾರದ ಸಣ್ಣ ಕಪ್ಪು ಮಚ್ಚೆ, ಹದಿನೆಂಟು ವರ್ಷಗಳ ಹಿಂದೆ ಇದ್ದಕ್ಕಿದ್ದಂತೆ ಅಂಗಡಿಯಲ್ಲಿ ಕೂತಾಗಲೇ ಎದೆ ಹಿಡಿದುಕೊಂಡು ಒದ್ದಾಡಿ ಪ್ರಾಣ ಬಿಟ್ಟ ಗಂಡನೂ ಕೂಡ ಆ ಕಪ್ಪು ಮಚ್ಚೆಯ ಅಂದಕ್ಕೆ ತಾನು ಹೇಗೆ ಒಲಿದೆ ಎಂದು ಹೇಳಿದ್ದನ್ನೂ ಸಹ ಯಾರಾದರು ಕೇಳುವ ಸಮಯವಿಟ್ಟುಕೊಂಡವರಿದ್ದರೆ ಅಭಿಜ್ಞಾನ ಶಾಕುಂತಲದ ಪ್ರಣಯದಷ್ಟೇ ಸ್ವಾರಸ್ಯಕರವಾಗಿ ವಿವರಿಸುವ ಕಲೆ ಅವಳಿಗೆ ಕರಗತವಾಗಿತ್ತು. ಕುಳಿತು ಬಾಚಿಕೊಳ್ಳಲು ಆಗದೇ ಇದ್ದಷ್ಟು ನೀಳ ದಟ್ಟ ಕೂದಲ ಮುಡಿ ಗೋಲವಾಗಿ ಅವಳ ತಲೆಗಿಂತ ದೊಡ್ಡದಾಗಿ ಶೋಭಿಸುತ್ತಿತ್ತು. 'ಈ ಮುಡಿ ನನ್ನ ಅಮ್ಮನಿಂದ ಬಂದದಲ್ಲ, ನನ್ನ ಅವರ್ಸೆಯ ಸೋದರತ್ತೆಗೆ ಇಂಥದೇ ಇನ್ನೂ ಉದ್ದಕ್ಕೆ ಮಾರಾಶೆ ಕೂದಲಿತ್ತು' ಎಂದು ಹೆಮ್ಮೆಯಿಂದ ಹೇಳಿಕೊಳ್ಳುತ್ತಿದ್ದಳು. ಹೊರಕಟ್ಟೆಯ ಮೇಲೆ ದಿನವೂ ಅರ್ಧ ತಾಸು ಕೂತು ಕೂದಲು ನೆನೆವಂತೆ ಕೊಬ್ಬರಿ ಎಣ್ಣೆ ಸವರಿಕೊಂಡು, ನಂತರ ಎದ್ದು ಹಗೂರಕ್ಕೆ ದೆಣಪೆಯ ಬಳಿ ಹೋಗಿ ನಿಂತು, ರಸ್ತೆಯಲ್ಲಿ ಹೋಗಿಬರುವವರನ್ನು ಮಾತಾಡಿಸುತ್ತ ಒಂದು ಗಂಟೆ ಬಾಚಿಕೊಳ್ಳುತ್ತಿದ್ದಳು.

ಮುಡಿಯಲ್ಲಿ ಎದ್ದು ಕಾಣುತ್ತಿದ್ದ ಬೆಳ್ಳಿ ಗೆರೆಗಳ ಸಂಖ್ಯೆ ಮಾತ್ರ ವರ್ಷದಿಂದ ವರ್ಷಕ್ಕೆ ಹೆಚ್ಚಾಗುತ್ತ, ಅವಳನ್ನು ಅರವತ್ತರ ಗಡಿಯಲ್ಲಿ ತಂದು ನಿಲ್ಲಿಸಿದ್ದವು. ಈ ನೇರ ದಟ್ಟ ಕೇಶವೊಂದು ಬಳುವಳಿಯೆಂಬಂತೆ ಮಗಳು ಸರೋಜಿನಿಗೂ ಒಲಿದು ಬಂದಿತ್ತು.

ಮಗ ದಿಗಂಬರ ಥೇಟು ಅವನಪ್ಪನಂತೆ ಸಣಕಲಾದರೂ ಎತ್ತರದ ಆಳು. ಹೆಚ್ಚಾಗಿ ನೀಲಿ ಹಸಿರು ಜಾಂಬಳಿ ಕಡುಬಣ್ಣದ ಹದಿನೆಂಟು ಮೊಳದ ಸೀರೆಯನ್ನು ಬಾಯಕ್ಕ ಪಟ್ಟಿಗಚ್ಚೆ ಹಾಕಿ ಹೊಟ್ಟೆಯ ಮೇಲೆ ಬಾಳೆಕಾಯಿಯಂಥ ಗಂಟು ಬಿಗಿದು ನೀಟಾಗಿ ತೊಡೆ ಕಾಣದಂತೆ ಉಟ್ಟಳೆಂದರೆ ಮಾರನೇ ದಿನ ಮೀಯುವ ಹೊತ್ತಿನವರೆಗೆ ಅವಳ ಮೈಯಿಗೇ ಅಂಟಿಕೊಂಡಂತೆ ಅದು ಏಕವಾಗಿ ಒಪ್ಪವಾಗಿರುತ್ತಿತ್ತು. ನೀಳ ನಿಲುವಿನ ಬಾಯಕ್ಕನನ್ನು ಅವಳ ಬೆನ್ನು ಹಿಂದೆ ಗುಡ್ಡೆಯ ಜನ ನೀಟಮ್ಮ, ನೀಟಮ್ಮನ ಮನೆ, ನೀಟಮ್ಮನ ಅಂಗಡಿ, ದಿಗಂಬರನನ್ನು ನೀಟಮ್ಮನ ಮಗ ಎಂದೇ ಗುರುತಿಸುತ್ತಿದ್ದರು.

ಹಾಗೆ ಚಿಮ್ಮುವ ಸೀರೆ ನಿರಿಗೆಯನ್ನು ತುಸು ಮೇಲಕ್ಕೆ ಎತ್ತಿ ಹಿಡಿದುಕೊಂಡು ಗದ್ದೆ ಹಾಳೆಯ ಮೇಲೆ ಸಲೀಸಾಗಿ ನಡೆಯಲಾರದೆ ಅಲ್ಲಿ ಇಲ್ಲಿ ನಿಂತು ಸಾಗಿದ್ದಳು ಬಾಯಕ್ಕ. ಅತ್ತ ಹನಿ ನಿಲ್ಲಿಸದ ಮಳೆ, ಇತ್ತ ಪಾದವಿಟ್ಟರೆ ಜಾರುವ ಸಣ್ಣ ಹುಲ್ಲಿನ ಹೊಯಗಿ ಗುಂದೆ. ಒಂದೆಡೆ ಬಹು ದಿನಗಳಿಂದ ಹೇಳಿಕೊಳ್ಳಲಾಗದೆ ಅಂತರಂಗದಲ್ಲೇ ಪುಟವಿಟ್ಟು ಕಾಯುತ್ತಿರುವ ಮಗನ ಮದುವೆಯ ಸಂಭ್ರಮ, ಇನ್ನೊಂದೆಡೆ ಮಗಳ ಕುರಿತಾದ ಎಂಥದೋ ದಿಗಿಲು. ಮಾತೆಲ್ಲ ಮರೆತೇ ಹೋದಂತೆ ಬಾಯಕ್ಕ ಹೊಸ ಕನಸೊಂದಕ್ಕೆ ಜಿಗಿದಿದ್ದಳು. ಹಾಗಾಗಿ ಪಕ್ಕದ ಗದ್ದೆಯಲ್ಲೇ ಹರಗೆಂಡಿ ಹೊಂಡದಲ್ಲಿ ಗುಳ್ಳೆ ಮೀನು ಆಯುತ್ತಿದ್ದ ಕೊಪ್ಪದ ಪೋರ ಹಮ್ಮುವನ್ನು ಅವಳು ಗಮನಿಸಲೇ ಇಲ್ಲ.

ಮಳೆಗಾಲ ಬಂತೆಂದರೆ ಹಮ್ಮು ಎಲ್ಲರ ಗದ್ದೆಯಲ್ಲೂ ನಿಧಾನ ಇಳಿದು ಗುಳ್ಳೆ ಮೀನು ಹಿಡಿಯುತ್ತಿದ್ದುದರಿಂದ ಅವನನ್ನು ಗುಳ್ಳೆ ಹಮ್ಮುವೆಂದೇ ಎಲ್ಲರೂ ಕರೆಯುತ್ತಿದ್ದರು. ಹಮ್ಮುವೇ ಈ ಬಾಯಕ್ಕನನ್ನು ನೋಡಿ, 'ಹೋಯ್ ನೀಟಮ್ನೋರು, ಈ ಬದಿ ಬಗೇಲ ಮೊಖಾ ಹಾಕರಾ, ಬಡವಾ ನಿತಕಂಡಿ' ಎಂದು ಮಸಕರಿ ಮಾಡಿದ. ಹಮ್ಮು ಮಾತ್ರ ಹೀಗೆ ಎದುರೆದುರೇ ನೀಟಮ್ಮನೆಂದು ಕರೆಯುವ ಹುಂಬತನ ಮಾಡುತ್ತಿದ್ದ. ಒಮ್ಮೆಲೇ ಅವನ ಬದಿ ತಿರುಗಿದ ಬಾಯಕ್ಕ, 'ಅಯ್ಯೋ ನೀ ಏನೋ? ನೀ ಸಾಯೊ ನೀನು' ಅನ್ನುತ್ತಿರುವಾಗಲೇ ಅಡ್ಡ ಬೀಸಿ ಬಂದ ದೊಡ್ಡ ಗಾಳಿಯೊಂದು ಬಾಯಕ್ಕನ ಬಣ್ಣದ ಕೊಡೆಯನ್ನು ಉಲ್ಟಾ ಮಾಡಿ ಸುಂಯ್ಯತೊಡಗಿತು.

'ಯೇ ಯೇ ಇದೇನೋ ಹಮ್ಮು ಏನಾಯ್ತು ಮಾತ್ರ ನೋಡೋ' ಎಂದು ಗಾಬರಿಗೆ ಬಿದ್ದದ್ದೇ ಹಮ್ಮು ಗದ್ದೆಯ ಹಾಳೆ ಹತ್ತಿಳಿದು ಓಡಿ ಬಂದು ನೀಟಮ್ಮನ ಕೊಡೆಯನ್ನು ಹಿಡಿದು ಮೇಲೆ ಕೆಳಗೆ ಆಡಿಸಿ ಹೇಗೇಗೋ ತಿರುಗಿಸಿ ಅಂತೂ ಸರಿ ಮಾಡಿಕೊಟ್ಟ. 'ಒಡೇದೀರ ಮೊದಿ ಕಂಡಾ, ಬ್ಯಾಗ ವಡೀ ಪಾಯಸಾ ಹಾಕರಾ' ಎನ್ನುತ್ತ ಹಮ್ಮು ಪುನಃ ಗದ್ದೆಗೆ ಧುಮುಕಿದ. ಬಾಯಕ್ಕ ಮಾತಾಡದೇ ಧ್ಯಾನಸ್ಥ ಸ್ಥಿತಿಯಲ್ಲಿ ಮುಂದೆ ಹೆಜ್ಜೆ ಹಾಕಿದಳು. 'ಅಬ್ಬಾ, ಈ ಕೇರಿ ಎಷ್ಟು ಬೆಳೆದಿದೆ ಈಗ, ಇಲ್ಲಿ ಆ ಸಣ್ಣಿಯನ್ನು ಎಲ್ಲಂಥ ಹುಡುಕುವುದಪ್ಪ' ಅಂತ ಯೋಚಿಸುತ್ತ ಒಂದೆಡೆ ನಿಂತುಬಿಟ್ಟಳು ಬಾಯಕ್ಕ.

◀◀ ▶▶

ಆಗಷ್ಟೇ ಪಕ್ಕದ ಚಳ್ಳೆಹಳ್ಳದಲ್ಲಿ ಮೀಸಾಡಿಕೊಂಡು, ಗುಡ್ಡೆಯ ಮುರ್ಕಿಗಿರುವ ಮಾಸ್ತಮ್ಮನಿಗೆ ಏರಿಸಲು ರಸ್ತೆಯ ಬೇಲಿಯಲ್ಲಿ ಅರಳಬೇಕಾದ ದಾಸಾಳ ಮೊಗ್ಗುಗಳನ್ನು ಕಿತ್ತುಕೊಳ್ಳುತ್ತ, ಅಡ್ಡ ಮುಂಡಾಸು ಉಟ್ಟ ಸಣ್ಣಿಯ ಗಂಡ ದೇವು ಬಾಯಕ್ಕನನ್ನು ಎದುರಾದ. ಅಂಗಡಿ ನೀಟಮ್ಮನವರನ್ನು ತಮ್ಮ ಕೇರಿಯಲ್ಲಿ ಕಂಡದ್ದೇ ಹೌಹಾರಿ, 'ಅಯ್ಯೋ ಅಯ್ಯೋ ಇಲ್ಲಿತನಕ ಯಾಕ ಬರೂಕ ಹೋದ್ರೀ ಅಮ್ನೋರೇ, ಹೇಳಿ ಕಳಸದ್ರೆ ನಿಮ್ಮನೀಕೂಡೇ ಬತ್ತೀದನಲ್ರಾ' ಅನ್ನುತ್ತ ತನ್ನ ಬಳಿಯಿರುವ ಕೆಂಪು ದಾಸಾಳದ ಮೊಗ್ಗುಗಳನ್ನು ಬಾಯಕ್ಕನ ಕೈಗೆ ಹಸ್ತಾಂತರಿಸಿದ. ಅವಳು, 'ಯೇ ದೇವು, ಸಣ್ಣಿ ಬೇಕಾಗಿತ್ತಲೋ' ಅಂತ ಬಡಬಡಿಸಿದ್ದು ಕೇಳಿ, 'ಬೆಳಗಮುಂಚೇ ನಿಮ ಮನೀಕೂಡೇ ಹೋತಿ ಅಂದಕ ಸುರಗುಟಕಂಡ ಹೋಯತಪಾ, ಈಗೀಗಂತೂ ಎಲ್ಲ ಹೋತೀದು ಎಲ್ಲಿಂದ ಬತ್ತೀದು ಅಂದೇ ಗುತ್ತಾಗುಕಲಾ' ಅಂತ ಕೈಕೈ ಮಾಡಿ ಹೇಳಿದ್ದೇ ಬಾಯಕ್ಕ, 'ಹ್ಞಾ ಹ್ಞಾ ಮನೆಗೇ ಹೋಗಿ ನೋಡತೆ, ನಿಂದೂ ಚಪ್ಪರ ಹಾಕೂ ಕೆಲಸಾ ಸದ್ಯವೇ ಉಂಟೊ' ಅನ್ನುತ್ತ ಬಾಯಕ್ಕ ಹಿಂತಿರುಗಿದಳು. 'ಚಪ್ಪರಗಿಪ್ಪರ ಈ ಮೊಳೆಗಾಲದಲಿ ಎಂಥಾಕರಾ?' ಅಂತ ಅವನು ಕೇಳಿದ್ದಕ್ಕೆ ಬಾಯಕ್ಕ ಮಾತಾಡದೆ ನಡೆದುಬಿಟ್ಟಿದ್ದಳು.

ಹಿಂತಿರುಗುವ ದಾರಿಯಲಿ ನಾಸಿಪುಡಿ ಪೊಕ್ಕನ ಹೆಂಡತಿ ಗೋಲುಡುಗೆ ಸೋಮಿ ಸಿಕ್ಕಳು. ಕೊಪ್ಪದಲ್ಲೆಲ್ಲ ಅವಳೊಬ್ಬಳೇ ರವಿಕೆ ತೊಟ್ಟು ಗೋಲ ಸೀರೆ ಉಡುವವಳು ಆಗಿದ್ದರಿಂದ ಕೇರಿಯಲ್ಲಿರುವ ಮೂರ್ನಾಲ್ಕು ಜನ ಸೋಮಿಯರಲ್ಲಿ ಇವಳನ್ನು ಗೋಲುಡುಗೆ ಸೋಮಿ ಅಂತಲೇ ಎಲ್ಲ ಕರೆಯುತ್ತಿದ್ದರು. 'ಹೋಯ್ ಅಮಾ, ಸಣ್ಣೀನ ಹುಡಕಂಡ ಬಂದಿತ್ರೀ?' ಎನ್ನುತ್ತ ಅವಳೂ ನಿಂತಳು. 'ಹೌದೇ ಸೋಮಿ, ಎಂಟ್ಹತ್ತು ದಿನ ಆಯ್ತು, ಸಣ್ಣಿ ನಮ್ಮ ಮನೆ ಬದಿ ಸುಳೀದೇ' ಅನ್ನುತ್ತ ನಿಂತಳು ಬಾಯಕ್ಕ. ಅದಕ್ಕೆ 'ನಮ್ಮ ಹಟ್ಟಿ, ಸಣ್ಣಿ ಜಟ್ಟಮ್ಮರ ಹಟ್ಟಿ ಎಲ್ಲಾ ಒಂದೇ ಅಂಗಳದಲೇ ಈತು, ಅದರ ಮೈದನಿ ಏನೋ ಇಲ್ಲಾಗಿ ಹೋಯತು ಅಂದಕ ಸುದ್ದಿ' ಎಂದೇನೋ ಹೇಳಲು ಹೋಗಿ ಅಲ್ಲೇ ಬಾಯಿ ಮುಚ್ಚಿದ್ದಳು ಸೋಮಿ.

'ಹ್ಞಾ! ಹ್ಞಾ!' ಅನ್ನುತ್ತಲೇ ಮುಂದೇನೂ ಚೌಕಾಶಿಗಿಳಿಯದೆ, ವಿಚಿತ್ರವಾಗಿ ಉಬ್ಬಿದ ಸೋಮಿಯ ಮುಖವನ್ನು ಒಂದರೆಕ್ಷಣ ಕುತೂಹಲದಿಂದ ಗಮನಿಸಿದ ಬಾಯಕ್ಕ, 'ನಿಂಗೆ ಎಂಥಾಯ್ತೇ ಸೋಮಿ? ದುಬ್ಬ ಕಾಂಬಳೆ ರೋಗ ಬಂದಂಗ ಕಾಣ್ತೆಯಲೇ?' ಇಷ್ಟು ಕೇಳಿದ್ದೇ ಸಾಕು ಅನ್ನುವಂತೆ ತಿರುಗಿ ನಿಂತು ಸೋಮಿ ತನ್ನ ಪ್ರಚಂಡ ಗಂಡನ ಪ್ರವರ ಹೇಳಲು ಶುರು ಹಚ್ಚಿದಳು.

'ಅದೇನ ಕೇಳತಿರಿ ಅಮಾ, ನಾಟೀ ಮದ್ದು ಕೊಡೂ ಆ ಕಂಡೂಗದ್ದೆ ಎಂಕಟನ ಕೈಲಿ, ಹೇಲಾಟಾ ಹತ್ತದ ನಮ ಸಣಕೂಸಗೆ ಏನ ಮಾಡಬೇಕಂದ ಕೇಳತೇ, ಆ ಜೋಗಳತಿ ಕೆರೀ ದಂಡೀಗ ನಿಂತಕಂಡಿತ್ತೆ, ನೇಗಲ ಮುಳ್ಳ ತೇದು ಜೇನ ತುಪ್ಪದಲ

ಹಾಕಿ ತಿನಸ ಅಂದಾ ಅಂವ, ಅಟ್ಟೇಯಾ, ಅದ ಎಲ್ಲಿಂದೋ ಕಂಡನ ಮಡಿ ಇಂವಾ. ಹಟ್ಟೀಗ ಬಂದದ್ದೇ ತಕ, ಅವನಕೂಡ ನಿಂದೇನ ಪಂಚಾಯ್ತೀ ಹೇಳೇ ಭೊಸಡರಂಡೆ, ಅಂದ ದನಕ ಬಡದಂಗ ಹಾಕಾಕ ಬಡದದ್ದೇಯಾ, ಎಂತಾಕ ಹೋಡೀತೇ ಬಿದ್ಯಾ ಇಂವಾ ಅಂದೇ ನಂಗ ಗುತ್ತಾಗನೀಲಾ ಶಾಯಲಪ್ಪ, ಇವಂದ ಹೇಳದ್ರ ದಿನಕೊಂದ ಕತಿ ಈತು, ಅಯ್ಯಯ್ಯೊಪ್ಪಾ' ಆ ಏಟು ಈಗಷ್ಟೇ ಬಿದ್ದಂತೆ ಸೋಮಿ ನರಳಿದಳು.

'ನನ್ನ ಆರನೇತ್ತೀ ಮಗನ ಪಟ್ಟೀ ಪೆನ್ಸಿಲ್ಲಿಗೂ ದುಡ್ಡಿಲ್ಲದಂಗ ಕುಡೂದು, ಮತ್ತ ಅಂವ ಇಂವನ ಖಾಲಿ ಸಾರಾಯ ಬಾಟ್ಲಿ ಮಾರಿ ಪಟ್ಟೀ ತಗಾಂತ್ಯಾ ಹೇಳಿ, ಆ ದುಡ್ಡನಲೂ ಪಾಲು ಕೇಳೂದು, ಶೀ ಶೀ ಶೀ ಶಾಕೋ ಬೇಕೋ ಆಗೀದ್ರಾ ಅಮಾ' ಸೋಮಿ ಕಂಠಾಳದಿಂದ ಹೇಳಿಕೊಂಡಳು. 'ಥೊ ಥೊ ಥೊ ನಿಮದು ಯಾವಾಗೂ ಇದ್ದದ್ದೇ ಬಿಡೆ' ಬಾಯಕ್ಕ ಅವಳನ್ನು ಕಡೆಗಣಿಸುತ್ತ ಪುನಃ ಮುಂದಡಿಯಿಟ್ಟಳು.

ಹಾಗೇ ಕಳಸದ ಗುಡ್ಡೆಯ ಕೊಪ್ಪದಿಂದ ಗದ್ದೆ ಬಯಲುಗಳನ್ನೂ ಗುಂದೆಗಳನ್ನೂ ದಾಟಿ ಕೆಳಕ್ಕೆ ಇಳಿದು ಬಂದರೆ ಊರ ಬಾಯಿಗೆ ಕೆಂಪು ಮಣ್ಣಿನ ರಸ್ತೆ ಸಿಗುತ್ತಿತ್ತು. ಅಲ್ಲಿ ರಸ್ತೆ ಗುಂಟ ದೊಡ್ಡ ದೊಡ್ಡ ಭಾಗಾಯತ ಹೊಂದಿದ ಒಂಟಿ ಮನೆಗಳು ಆರಂಭವಾಗುತ್ತಿದ್ದವು. ಎಲ್ಲ ಭಾಗಾಯತಗಳ ಮಧ್ಯೆಯೂ ಮುಳ್ಳಿನ ಬೇಲಿ. ಪ್ರತಿ ವರ್ಷ ಮಳೆಗಾಲದ ಆರಂಭಕ್ಕೆ ಮುನ್ನ ಹೊಸ ಮುಳ್ಳನ್ನು ತಂದು ಬೇಲಿ ಗಟ್ಟಿ ಮಾಡುವಾಗ, ಒಂದು ಗೇಣು ನಮ್ಮ ಬದಿ ಸರಿಸಿದನೇನೊ, ಅರ್ಧ ಗೇಣು ಈ ಕಡೆ ವಾಲಿಸಿದನೇನೋ ಎಂಬೆಲ್ಲ ರಸಕಸಿಗಳು ಊರವರ ಚಿತ್ತದಲ್ಲಿ ಧೂಳೆದ್ದಂತೆ ಎದ್ದು ಒಳಗೊಳಗೇ ಮಿಸುಕಾಡುತ್ತಿದ್ದವು.

ಬಾಯಕ್ಕನಿಗೆ ಗುಡ್ಡೆಯ ಕಡೆಗೊಮ್ಮೆ ತಿರುಗಿ, ಹೆಂಚಷ್ಟೇ ಕಾಣುವ ಗುಡಿಯ ಗಿರಿಯಮ್ಮನಿಗೆ ಸುಮ್ಮನೇ ಕೈ ಮುಗಿಯಬೇಕೆನಿಸಿದರೂ, ಕಣ್ಣೆದುರಿಗಿದ್ದ ಎತ್ತರದ ಆ ಹಸಿರು ಬೆಟ್ಟವೂ ಮುಸುಕಿದ ಮಂಜಿನಲ್ಲಿ ನಾಪತ್ತೆಯಾಗಿತ್ತು. ಬೇಣಕ್ಕೆ ಹೊಡೆದ ದನಕರುಗಳೆಲ್ಲ ತೋಯಿಸಿಕೊಂಡು ಜಿಟಿ ಜಿಟಿ ಹೊಯ್ಯುವ ಮಳೆಯಲ್ಲೂ ಹಸಿರು ಮೇಯುತ್ತ ಅಲ್ಲಲ್ಲಿ ಹೂಂಕರಿಸುತ್ತಿದ್ದವು. ಬೆಳಗೂ ಮುಂಚೆ ಎದ್ದವಳೇ ಬಾಯಕ್ಕ ತನ್ನ ಮನೆಯೆದುರೇ ಕಾಣುವ ಈ ದೇವಿ ಗುಡ್ಡೆಗೊಂದು ನಿಂತಲ್ಲೇ ತಿರುನಮಸ್ಕಾರ ಹಾಕಿ ಗಲ್ಲ ಗಲ್ಲ ಬಡಿದುಕೊಂಡು ಒಳಹೋದಳೆಂದರೆ ಇಡೀ ದಿನ ಯಾವ ಸಂಕಷ್ಟವೂ ಬರದು ಎಂಬ ನಂಬಿಕೆ ಅವಳಿಗೆ.

ಇನ್ನುಳಿದಂತೆ ಅವಳು ಹಗೂರ ಗುಡ್ಡೆಯ ಮೆಟ್ಟಿಲೇರಿ ಉಬ್ಬಸ ತೆಗೆಯುತ್ತ ಅದರ ತುತ್ತ ತುದಿಗಿದ್ದ ಗಿರಿಯಮ್ಮನ ಗುಡಿಗೆ ಹೋಗಿ ಬರುವುದು ವರ್ಷಕ್ಕೊಮ್ಮೆ ಬೇಸಿಗೆ ಮುಗಿಯುತ್ತ ಬಂದು, ಮಳೆಗಾಲ ಇನ್ನೇನು ಹೆಜ್ಜೆಯಿಡುವಾಗಲೇ ನಡೆವ ಬಂಡಿಹಬ್ಬದ ಕಳಸ ಎದ್ದಾಗ ಮಾತ್ರ. ಆದರೆ ಅದಕ್ಕಿಂತ ಮೊದಲು ಬೇಸಿಗೆ ಶುರುವಾಯಿತೆಂದರೆ, ಅಂಗಳದಲ್ಲೊಂದು ಚಂದ ಚಪ್ಪರ ಹಾಕುವಲ್ಲಿ ನಿಷ್ಣಾತನಾದ ಸಣ್ಣಿಯ ಗಂಡ ದೇವುವನ್ನು ಹಿಡಿದು ತರಲು ಗುಡ್ಡೆಯ ಕೆಳಗೆ ಮನೆ ಮಾಡಿಕೊಂಡಿರುವ ಅವರ

ಮನೆಯೆಡೆಗೆ ದಿಗಂಬರನಾಗಲೀ ಅಥವಾ ಸ್ವತಃ ಬಾಯಕ್ಕನೇ ಆಗಲಿ ಹೀಗೆಯೇ ಹೋಗುವ ಪ್ರಸಂಗ ಬರುತ್ತಿತ್ತು.

ಆದರೆ ಇದುವರೆಗೂ ಮನೆಯಲ್ಲಿ ಯಾವುದೇ ಶುಭಕಾರ್ಯ ನಡೆಯದೆ ಹೀಗೆ ವರ್ಷವೂ ಸುಮ್ಮನೆ ಹಾಕಿದ ಚಪ್ಪರವನ್ನು, ಮಳೆಗಾಲದ ಹೊತ್ತಿಗೆ ಬಿಚ್ಚಿ ಹಾಕುವ ಸಂದರ್ಭ ಬಂದಾಗ ಮಾತ್ರ ಪ್ರತಿಸಲವೂ ಬಾಯಕ್ಕನಿಗೆ ಒಂದು ರೀತಿಯ ಇರುಸು ಮುರುಸು ಕಾಡುವುದು. ಹಾಗಾಗಿ ಈ ಬಾರಿ ಬೇಸಿಗೆಯಲ್ಲಿ ಚಪ್ಪರದ ಮಾತೇ ಆಡದೆ ಸುಮ್ಮನಿದ್ದುಬಿಟ್ಟಿದ್ದಳು. ಆದರೆ ಇದೇ ವರ್ಷ ಮಗಳದಲ್ಲದಿದ್ದರೂ ಮಗನ ಮದುವೆ ನಡೆಯುವ ಎಲ್ಲ ಸಿದ್ಧತೆಗಳೂ ಶುರುವಾಗುವ ಲಕ್ಷಣ ಕಾಣುತ್ತಿತ್ತು. ಕಳಸದ ಗುಡ್ಡೆಯ ಬಂಡಿಹಬ್ಬದ ಸಡಗರ ಮುಗಿದು ಆಗಲೇ ಹದಿನೈದು ದಿನಗಳಾಗಿದ್ದರೂ ಸಣ್ಣಿ ಯಾಕೋ ತಮ್ಮ ಮನೆಯ ಬದಿಗೇ ಸುಳಿಯಲಿಲ್ಲವಲ್ಲ ಅಂತ ಬಾಯಕ್ಕ ಯೋಚನೆಗೆ ಬಿದ್ದಳು.

ಅಧ್ಯಾಯ 4

ಆದರೆ ಸಣ್ಣಿಗೆ ಊರೊಳಗೆ ಎಲ್ಲೂ ಮುಖ ತೋರಿಸದಿರುವ ಅವಳದೇ ಬೇರೆ ಕಾರಣಗಳಿದ್ದವು. ಅಲ್ಲಿಂದ ಇಲ್ಲಿಯವರೆಗೆ ತನ್ನ ಹಟ್ಟಿಯಲ್ಲಾದ ವಿಚಿತ್ರ ಬದಲಾವಣೆಗೆ ಇದ್ದಲ್ಲೇ ಅಚ್ಚರಿಗೊಳ್ಳುತ್ತ, ಕುದಿವ ಅಂಬಲಿ ಮಡಕೆಯಿದ್ದ ಸಣ್ಣ ಮಣ್ಣಿನೊಲೆಯ ಜಿಗ್ಗಿನ ಸೌದೆಯ ಬೆಂಕಿ ಮುಂದೆ ಮಾಡುತ್ತ, ತಲೆಯ ಮೇಲೊಂದು ಕೈ ಹೊತ್ತೇ ಕೂತಿದ್ದಳು ಸಣ್ಣಿ. ಒಂದೇ ಅಂಗಣವಿದ್ದ, ಕೆಂಪು ಮಣ್ಣಿನ, ಗಚ್ಚಿನ ಗೋಡೆಯ, ಭತ್ತದ ಒಣ ಹುಲ್ಲು ಹೊದಿಸಿದ ಸಣ್ಣ ಹಟ್ಟಿ ಅದು.

ಹೀಗೆ ದಿನವೂ ಅಂಬಲಿ ಬೇಯುವಾಗ ಒಲೆ ಬೆಂಕಿ ಚೂರು ದೊಡ್ಡದಾಗಿ ಕಿಡಿ ಮೇಲೆ ಹಾರಿದರೆ, ಮಾಡಿಗೆ ಬೆಂಕಿ ತಗುಲಿ ಹಟ್ಟಿಗೆ ಹಟ್ಟಿಯೇ ಉರಿದು ಹೋಗುವ ಆತಂಕ ಯಾವಾಗಲೂ ಇದ್ದದ್ದೇ. ಕನ್ನಡ ಶಾಲೆಯಲ್ಲಿ ಐದನೇಯತ್ತೆ ಕಲಿಯುವ ಸಣ್ಣಿಯ ಪೋರ ಮಾದೇವ, ಅಲ್ಲೇ ಬದಿಯಲ್ಲಿ ಹಾಸಿದ್ದ ಕಯಡದ ಹುಲ್ಲಿನ ಚಾಪೆಯಲ್ಲಿ ದೊಡ್ಡ ಸ್ವರ ತೆಗೆದು, 'ಆರೊಂದಾರೋ ಆರೇಡ ಹನ್ನೇಡ ಆರಮೂರ ಹದನೆಂಟ್' ಎಂದು ಮಗ್ಗಿ ಹೇಳಿಕೊಳ್ಳುತ್ತ ಕಲ್ಲಿನ ಪಾಠಿಯಲ್ಲಿ ಬರೆಯುತ್ತ ಕೂತಿದ್ದ.

ಮುದ್ದು ಮಗನ ಇಂಥ ಅನೇಕ ಬಾಯಿಪಾಠಗಳನ್ನು ದಿನವೂ ಆಲಿಸುತ್ತ, 'ಮತ್ತೊಂಚಲಾ ಹೇಳೋ' ಎಂದು ಖುಷಿ ಪಡುತ್ತ ಕೂಡುವ ಸಣ್ಣಿಗೆ ಈವತ್ಯಾಕೋ ಕಿರಿಕಿರಿ ಅನ್ನಿಸಿ ಒಮ್ಮೆಲೇ ಪೋರನನ್ನು ದುರುಗುಟ್ಟಿ, 'ಬಾಯಿ ಮುಚಕಂಡ ಓದಕಂಬೂ ಕಾಗುಕಲಾ ನಿಂಗೆ' ಎನ್ನುತ್ತ ಸಿಡುಕಿಬಿಟ್ಟಳು. ಎಂದೂ ಇಲ್ಲದ ಅವ್ವೆಯ ಈ ಹೊಸ ಅವತಾರ ಕಂಡು ಮಾದೇವ ಚಣ ತೆಕ್ಕಿ ಬಿದ್ದು, ಸಣ್ಣ ಭೀತಿಯಿಂದ ಮಗ್ಗಿ ನಿಲ್ಲಿಸಿ ಸುಮ್ಮನೆ ಅವ್ವೆಯನ್ನೊಮ್ಮೆ ನೋಡಿ ಮನಸ್ಸಿನಲ್ಲೇ ಹೇಳಿಕೊಂಡು ಬರೆಯತೊಡಗಿದರೂ ಅವನಿಗೆ ಒಳಗಿಂದೊಳಗೇ ದುಃಖ ಒತ್ತರಿಸಿ ಬರುತ್ತಿತ್ತು.

ಅಷ್ಟೇ ಹೊತ್ತಿಗೆ ಹೊರಗೆ ಬಾಳೆ ಹಿಂಡಿನ ಬುಡವನ್ನು ಕೆದರುತ್ತ ಮರಿಗಳೊಂದಿಗೆ ಹುಳು ಹುಡುಕುತ್ತಿದ್ದ ತಾಯಿ ಕೋಳಿಯೊಂದು ಕೊಕ್ಕೊಕ್ಕೊಕ್ಕೊ ಕರ್ಕಶವಾಗಿ ಕೂಗುತ್ತ ರೆಕ್ಕೆ ಫಡಫಡಿಸುತ್ತ ಹಟ್ಟಿಗೆ ಹೊದಿಸಿದ ಹುಲ್ಲಿನಲ್ಲಿಯ ಭತ್ತದ ಹುಡುಕಾಟಕ್ಕೆಂದು

ಮೇಲಕ್ಕೆ ಹಾರಿ ಕೂತಿತು. ಮೊದಲಾದರೆ ಹಾಗೆ ಕೂತ ಕೋಳಿಗಳನ್ನು ಓಡಿಸುವವ ಮಾದೇವನೇ ಆಗಿದ್ದ. ಇಂದು ಮಾದೇವ ಅವ್ವೆಯ ಮೇಲಿನ ಅಸಮಾಧಾನದಿಂದ ಸುಮ್ಮನೆ ತಲೆ ಹಣಕಿ ಬರೆಯುತ್ತ ಕೂತುಬಿಟ್ಟಿದ್ದ. ಒಲೆಯ ಬೆಂಕಿಯ ದೊಡ್ಡ ಸೌದೆ ನೆಂಚಿಟ್ಟು ಹೊರ ಓಡಿದ ಸಣ್ಣಿ ಕೋಳಿಯನ್ನು, 'ನಿಂಗೇನ ರ್‍ವಾಗಾ ಬಂತೇ ಮ್ಯಾನ ಹತಕಂಬೂಕೆ, ಇಳಿಯೇ ಕೆಳಗೆ' ಎಂದು ಬೈಯುತ್ತ ಅಂಗಳದ ಹೊರಗೆ ಕೈಗೆ ಸಿಕ್ಕ ಒಂದೊಂದೇ ಬೆಳಗಲ್ಲುಗಳನ್ನು ತೂರುತ್ತ ಕೋಳಿಯನ್ನು ಕೆಳಗೆ ಹಾರಿಸಿ, 'ಬರೀ ಯಾಡ ರೆಕ್ಕೆ ಇದಕಂಡೇ ಇಟ ಶೊಕ್ಕ ಶಾಯತೀದು' ಎಂದೇನೋ ಶಪಿಸುತ್ತಲೇ ಪುನಃ ಬಂದು ಒಲೆಯೆದಿರು ಕೂತಳು.

ಮೊದಲಾದರೆ ದಿನಾಲೂ ನಸುಕಿಗೇ ಎದ್ದ ಸಣ್ಣಿ ಮೂರೂ ಹಟ್ಟಿಗೆ ಹೊಂದಿಕೊಂಡಂತಿರುವ ಇಡೀ ಅಂಗಳದ ಕಸ ಹೊಡೆದು ಬಿಡುತ್ತಿದ್ದಳು. ಸಂಜೆ ಸುಮಾರು ಪಕ್ಕದ ಹಟ್ಟಿಯ ಸೋಮಿ ಕಸ ಹೊಡೆವುದೆಂದು ಒಬ್ಬರಿಗೊಬ್ಬರು ಮಾತಾಡಿಕೊಳ್ಳದೇನೆ ನಿಗದಿಯಾದಂತಿತ್ತು. ಆದರೆ ಈ ಏಳೆಂಟು ದಿನಗಳಿಂದ ಬಗ್ಗಿ ಕಸ ಹೊಡೆಯಲು ಆಗದಷ್ಟು ಸಣ್ಣಿಯ ಮೈ ಹುಣ್ಣಾಗಿತ್ತು. ಎದುರು ಹಟ್ಟಿಯ ಜಟ್ಟಮ್ಮ ಮೇಲಿಂದ ಮೇಲೆ ಶೀಕಿನಲ್ಲೇ ಇರುತ್ತಿದ್ದುದರಿಂದ ಅವಳಿಗೆ ಒಮ್ಮೊಮ್ಮೆ ಅವಳ ಗಂಡ ಬೀರಪ್ಪ ಮೀನು ಹಿಡಿದು ಬಂದಾಗ, ಸಣ್ಣಿಯೇ ಹೋಗಿ ಸ್ವಇಚ್ಛೆಯಿಂದ ಮೀನು ಕುಯ್ದು ಕೊಡುವುದೋ ಮಸಾಲೆ ಅರೆದು ಕೊಡುವುದೋ ಮಾಡುತ್ತಿದ್ದಳು. ಇಂದು ಜಟ್ಟಮ್ಮ ಅತ್ತ ಉಬ್ಬಸ ತೆಗೆಯುತ್ತ ಅರೆಯುತ್ತಿದ್ದರೂ ಸಣ್ಣಿ ಉಪಾಯವಿಲ್ಲದೆ ಸುಮ್ಮನೆ ಕೂತಿದ್ದಳು. ತನ್ನ ಹಸಿರುಗಟ್ಟಿದ ಮೈಕೈ ನೋಡಿಕೊಳ್ಳುತ್ತ ಈ ಅವಾಂತರಗಳೆಲ್ಲ ಎಂದಿನಿಂದ ಶುರುವಾಯಿತು ಎಂಬುದು ನೆನಪಾಗಿ ಅವಳು ತಳಮಳಿಸಿದಳು. ಹದಿನೈದು ದಿನಗಳ ಹಿಂದೆ ಬಂಡಿಹಬ್ಬದಲ್ಲಿ ನಡೆದದ್ದೆಲ್ಲ ದಿನ ಮಡಚಿಬಿದ್ದಂತೆ ಕಣ್ಣ ಮುಂದೆಯೇ ಬಂದಂತಾಗಿ ಸಣ್ಣಿ ಬೆಚ್ಚಿದಳು.

◂◂ ▸▸

ಆವತ್ತು ದರಾ ಸರ್ತಿಯಂತೆ ಕಳಸದ ಗುಡ್ಡೆಯಲ್ಲಿ ಗಿರಿಯಮ್ಮ ದೇವಿಯ ಬಂಡಿ ಹಬ್ಬದ ಗಡಿಬಿಡಿಗಳು ಹೊತ್ತಾರೆಯೇ ಆರಂಭಗೊಂಡಿದ್ದವು. ಸಂಜೆ ನಾಲ್ಕರ ಮುನ್ನವೇ ಸುತ್ತಣ ಹತ್ತಾರು ಹಳ್ಳಿಗಳಿಂದ ಜನ ಜಾತ್ರೆ ನೆರೆಯಲು ಶುರುವಾಗಿತ್ತು. ಇನ್ನೂರಕ್ಕಿಂತಲೂ ಹೆಚ್ಚಿನ ಮೆಟ್ಟಿಲುಗಳನ್ನು ಭಯ ಭಕ್ತಿಯಿಂದ ಹತ್ತಿ ಹೋಗಿ, ಮೇಲಿದ್ದ ಗಿರಿಯಮ್ಮ ಬೊಮ್ಮಯ್ಯ ಜೋಡಿ ದೇವರಿಗೆ ಜೋಡುಗಾಯಿ ಒಡೆಸಿಕೊಂಡು ಕೆಳಗಿಳಿದು ಬರುವ ಬಣ್ಣ ಬಣ್ಣದ ಉಡುಗೆಯ ಜನ, ನಂತರ ಗುಡ್ಡೆಗೆ ಹೊಂದಿಕೊಂಡೇ ಇರುವ ಬಯಲಲ್ಲಿ ನಡೆವ ಉತ್ಸವದಲ್ಲಿ ಪಾಲ್ಗೊಳ್ಳಲಾರಂಭಿಸಿದ್ದರು. ಹೆಂಗಸರು ಮಕ್ಕಳೆಲ್ಲ ಬಯಲ ಮಧ್ಯೆಯೇ ಇರುವ ಜೋಡಿಕಟ್ಟೆಯನ್ನು ಏರಿ ಕುತೂಹಲದಿಂದ

ಅತ್ತಿತ್ತ ಕಣ್ಣಾಡಿಸುತ್ತ ನಿಂತರೆ, ಗಂಡಸರು ಅವರಿಗೆಲ್ಲ ಕಬ್ಬಿನ ಹಾಲನ್ನೋ ಬಣ್ಣದ ಶರಭತ್ತುಗಳನ್ನೋ ತಂದು ಕೊಡುತ್ತ ಉತ್ಸಾಹದಿಂದ ಅಲ್ಲಿ ಇಲ್ಲಿ ಓಡಾಡಿಕೊಂಡಿದ್ದರು.

ಇಂಥ ಬಂಡಿಹಬ್ಬಕ್ಕಾಗಿ ಪ್ರತಿವರ್ಷದಂತೆ ಅಪ್ಪ ಅವ್ವೆಯ ಜೊತೆಗೆ ಐದಾರು ಮೈಲು ದೂರದ ಬಡಗೇರಿ ಕೊಪ್ಪದಲ್ಲಿರುವ ದೇವೂನ ತಂಗಿ ಮಾಲಿ, ಅಂದು ಬೆಳಿಗ್ಗೆ ಹತ್ತರ ಸುಮಾರಿಗೇ ಬಂದು ಬಿಟ್ಟಿದ್ದಳು. ಶಾಲೆಗೀಲೆ ಕಲಿತು, ಸುಧಾರಿಸಿದ ಭಾಷೆಯಲ್ಲಿ ಮಾತಾಡುವ ಮತ್ತು ಊರ ಬೇರೆಲ್ಲ ಹುಡುಗಿಯರಂತೆ ಉಡುಗೆ ಧರಿಸುವ ಮಾಲಿನಿಯೆಂದರೆ ಸಣ್ಣಿಗೆ ಮೊದಲಿನಿಂದಲೂ ಅಚ್ಚುಮೆಚ್ಚು. ಮಗ ಮಾದೇವನನ್ನು ಒಂದಿನವೂ ತಪ್ಪಿಸದೆ ಶಾಲೆಗೆ ಕಳಿಸಲು ಅವಳಿಗೆ ಈ ಮಾಲಿಯೇ ಸ್ಫೂರ್ತಿ. ಅಪರೂಪಕ್ಕೊಮ್ಮೆ ಹೀಗೆ ಅಣ್ಣನ ಮನೆಗೆ ಬಂದರೆ, ಇದ್ದ ಒಂದೇ ಸ್ಟೀಲಿನ ಬಟ್ಟಲಲ್ಲೇ ಸಣ್ಣಿ ಅವಳಿಗೆ ಊಟ ಬಡಿಸುತ್ತಿದ್ದಳು.

ಅಂಕೋಲೆಯ ಜೈಹಿಂದ್ ಹೈಸ್ಕೂಲಿಗೆ ಹೋಗಿ ಬರುವ ಮಾಲಿ ಒಮ್ಮೊಮ್ಮೆ ಬಡಗೇರಿಗೆ ಹೋಗದೆ ದಾರಿಯಲ್ಲೇ ಸಿಗುವ ಕಳಸದಗುಡ್ಡೆಯ ಈ ಅಣ್ಣನ ಮನೆಯಲ್ಲೇ ಉಳಿದುಕೊಳ್ಳುತ್ತಿದ್ದಳು. ಈ ಸಲ ಬಂಡಿಹಬ್ಬಕ್ಕೆ ಬಂದ ಮಾಲಿ ಮೊದಲೆಲ್ಲ ಇರುತ್ತಿದ್ದ ಹಾಗೆ ಕುಶಾಲದಲ್ಲಿರದೆ ಮೈಮೇಲೆ ಧ್ಯಾನವೇ ಇಲ್ಲದಂತೆ ಮೌನವಾಗಿ ಇದ್ದದ್ದು ಕಂಡು ಸಣ್ಣಿಗೂ ಒಂದು ಥರಾ ಅನಿಸಿ, ಏನೋ ಕೇಳಬೇಕೆನ್ನಿಸಿದರೂ ಆ ಬಂಡಿಹಬ್ಬದ ಗದ್ದಲದಲ್ಲಿ ಏನೂ ಹೊಳೆದಿರಲಿಲ್ಲ. ಗುಡ್ಡೆಯ ಕೆಳಗೆ ಪ್ರತಿ ವರ್ಷದಂತೆ ಕಡ್ಡಿ ಕರ್ಪೂರದ ಅಂಗಡಿ ತೆರೆಯುವ ಅವಸರದಲ್ಲಿ, ಮಡಲು ಕಂಬಗಳನ್ನು ಜೋಡಿಸಿಕೊಳ್ಳುತ್ತಿದ್ದ ಗಂಡ ದೇವೂನ ಬದಿಗೇ ಸಣ್ಣಿ ಹೆಚ್ಚು ಲಕ್ಷ್ಯ ಕೊಟ್ಟಳು. ದೇವೂ ಸಹ ತಂಗಿಯನ್ನು ಮಾತಾಡಿಸಲು ವೇಳೆಯಿಲ್ಲದಷ್ಟು ಗಡಿಬಿಡಿಯಲ್ಲಿದ್ದ.

ಗುಡ್ಡೆಯ ಕೆಳಗಿನ ಕೊನೆಯ ಮೆಟ್ಟಿಲಿಗೆ ಹಚ್ಚಿಯೇ ಕಟ್ಟಿದ ಮೂರ್ನಾಲ್ಕು ಮಡಲಿನ ಚಪ್ಪರದ ನೆರಳಲ್ಲಿ, ಸಣ್ಣ ಹಲಗೆಗೆ ಮೇಜಿನಂತೆ ಎರಡು ಕಟ್ಟಿಗೆಯ ಕಾಲು ಬಡಿದು ನಿಲ್ಲಿಸಿದ ಜಾಗೆಯಲ್ಲೇ, ಸಣ್ಣಿ ಮತ್ತು ದೇವೂ ಇಬ್ಬರ ಕಡ್ಡಿ ಕರ್ಪೂರದ ವ್ಯಾಪಾರ ಶುರುವಾಗಿತ್ತು. ಅಂಕೋಲೆಯ ನರಸಿಂಹ ಶೆಟ್ಟಿ ಅಂಗಡಿಯಿಂದ ಮೊದಲ ದಿನವೇ ಹೋಲ್‌ಸೇಲಾಗಿ ತಂದ ಐದೈದು ಡಜನ್ನು ಕಡ್ಡಿ ಕರ್ಪೂರದ ಪ್ಯಾಕೇಟುಗಳನ್ನು ಸಣ್ಣಿ ನೀಟಾಗಿ ಜೋಡಿಸಿದಳು. ಗೋಣಿ ಚೀಲದಲ್ಲಿ ತುಂಬಿ ತಂದ ಬಾಯಕ್ಕನ ಮನೆಯ ತೆಂಗಿನ ಮರಕ್ಕೆ ಬಿಟ್ಟ ಸಣ್ಣ ಸಣ್ಣ ತೆಂಗಿನ ಕಾಯಿಗಳನ್ನು ಅಲ್ಲೇ ಪಕ್ಕದಲ್ಲಿ ಒಂದು ಬುಟ್ಟಿಯಲ್ಲಿ ತೆಗೆದಿಡುತ್ತ ಅದಕ್ಕೆ ಪ್ಲಾಸ್ಟಿಕ್ಕಿನ ಕೊಡದಲ್ಲಿ ತುಂಬಿಟ್ಟುಕೊಂಡ ನೀರು ಹೊಡೆದು ಹಸಿ ಮಾಡಿದಳು. ಆದರೆ ಆಗಷ್ಟೇ ದೇವು ತಂದು ತೂಗು ಬಿಟ್ಟಿದ್ದ ಬಾಳಾಚಾರಿಯ ಹಿತ್ತಿಲ ಗಿಡಕ್ಕೆ ಬಿಟ್ಟ ಮಿಟಗದ ಸಣ್ಣ ಬಾಳೆ ಹಣ್ಣಿನ ಗೊನೆ ಮಾತ್ರ ಯಾಕೋ ಸಣ್ಣಿಗೆ ಸೇರಿ ಬರದೇ 'ಯಟ ಜೀಕನಂಥಾ ಬಾಳಣ್ಣು, ಅದೂ ಕಾಯಕಾಯೇ ಈತು, ನೋಡೂಕರೂ ಬಗೇಲ ಚಂದ ಕಾಂಬೇಡಾ?' ಅನ್ನುತ್ತ ಗಂಡನೊಡನೆ ಅಲ್ಲೇ ಸಣ್ಣ ಮನಸ್ತಾಪವನ್ನೇ ಮಾಡಿಕೊಂಡಳು.

'ಏನ್ ಕಿರಿಕಿರಿ ನಿಂದು? ಜಾತರೇಲ ಯಾರರೂ ಹಣ್ಣಿನ ಅಂದಾ ಚಂದಾ ನೋಡತೇ ಕುಳತಿರೇ?' ಎಂದು ರಟ್ಟೆ ಕಿರೆಯುತ್ತಲೇ ಜಗಳಕ್ಕೆ ಮಂಗಳ ಹಾಡಿ ದೇವು ಮಗನ ಕೈ ಹಿಡಿದೆಳೆದುಕೊಂಡು ಮಿಠಾಯಿ ಕಜಮಿಜಿ ಬೆಂಡು ಬತ್ತಾಸು ಅಂಗಡಿಯ ಬದಿಗೆ ಓಡಿದ. ಮಾದೇವನ ಉಲ್ಲಾಸ ಇದ್ದಲ್ಲೇ ಹೆಚ್ಚುತ್ತಿತ್ತು. ಮಾಲಿ ಅಚ್ಚ ಹಳದಿ ಬಣ್ಣದ ಹೊಸ ಸೀರೆಯನ್ನು ಗೋಲಾಗಿ ಉಟ್ಟು ಅಂಗಡಿಯಲ್ಲೇ ಬಂದು ನಿಂತಿದ್ದರಿಂದ, ಕೊಪ್ಪದಲ್ಲಿಯ ಹರೆಯದ ಹುಡುಗರ ಕಣ್ಣೆಲ್ಲವೂ ಇತ್ತಲೇ ಇದ್ದದ್ದು ಸಣ್ಣಿ ಗಮನಿಸಿದರೂ ಅದು ಅವಳಿಗೊಂದು ಹೆಮ್ಮೆಯ ಸಂಗತಿಯೇ ಅನಿಸಿತ್ತು. ಬೆಳಬೆಳಿಗ್ಗೆಯೇ ಗುಂದೆಯ ಪಚ್ಚನ ಹೆಂಡದಂಗಡಿಯಿಂದ ತುಸು ಏರಿಸಿಯೇ ಬಂದ ಹಮ್ಮು ಎಲ್ಲೋ ಇದ್ದವ ಓಡಿ ಬಂದು ಸುಮ್ಮ ಸುಮ್ಮನೆ, 'ಯೇ ಸಣ್ಣಕ್ಕ ಯೇ ಸಣ್ಣಕ್ಕ' ಅಂತ ಒಂದೆರಡು ಬಾರಿ ಹೆಚ್ಚೇ ಕರೆಯುತ್ತ ಪದೇಪದೆ ಅಂಗಡಿಯ ಎದುರೇ ಸುಳಿಯುತ್ತಿದ್ದವನನ್ನು ಸಣ್ಣಿ, 'ಏ ಗುಲಾಮ, ಹೋಗೋ ಆ ಬದೀಗೆ, ನಂದೇ ನಂಗಾಗಿತಿಲ್ಲಿ' ಎನ್ನುತ್ತ ಗದರಿ ಅಟ್ಟಿದ್ದಳು.

ಆಗೆಲ್ಲ ಯಾರನ್ನೋ ಹುಡುಕುವಂತಿದ್ದ ಮಾಲಿಯ ತೇಲುಗಣ್ಣುಗಳು ಸಣ್ಣಿಯ ಲಕ್ಷ್ಯಕ್ಕೇ ಬಂದಿರಲಿಲ್ಲ. ಆಗಲೇ ಚಪ್ಪರದ ನೆರಳಿಗೆ ಬಂದು ನಿಂತ ಸೋಮಿ ಹಾಗೂ ಜಟ್ಟಮ್ಮರೊಂದಿಗೆ ಸಣ್ಣಿ ಅದೂ ಇದೂ ಮಾತಾಡುತ್ತ, ಎದುರು ಹಾದು ಹೋಗುವ ಜನವೆಲ್ಲ ಕಡ್ಡಿ ಕರ್ಪೂರಕ್ಕಾಗಿ ಇತ್ತ ಹೊರಳುವರೋ ಎಂಬ ನಿರೀಕ್ಷೆಯಲ್ಲೇ ನಿಂತುಳಿದಳು.

◂◂ ▸▸

ಹೆದ್ದಾರಿಯ ಬಾಯಕ್ಕ ಬಂದು ಒಂದು ಕ್ಷಣ ಅಂಗಡಿ ಎದುರು ನಿಂತಿದ್ದಕ್ಕೇ ಅಭಿಮಾನ ಉಕ್ಕಿ ಬಂದು, 'ಕುಳತೀರಿ ಅಮಾ? ಕುಳತೀರಿ?' ಅನ್ನುತ್ತ ಗಡಬಡಿಸಿ ಪಕ್ಕದ ಅಂಗಡಿಯಿಂದ ಸ್ಟೂಲೊಂದನ್ನು ಮಾದೇವನ ಬಳಿ ತರಿಸಿದ ಸಣ್ಣಿ ತನ್ನ ಚಪ್ಪರದಲ್ಲೇ ಒಳಗಿಟ್ಟುಕೊಟ್ಟಳು. ಅದರ ಮೇಲೆ ಕೂತ ಬಾಯಕ್ಕ ಸುಮ್ಮನಿರದೇ, 'ನಮ್ಮ ತೆಂಗನಕಾಯಿ ಒಟ್ಟೂ ಖಾಲಿ ಆಯತೇ ಸಣ್ಣಿ?' ಅನ್ನುತ್ತ ಬುಟ್ಟಿ ತಡವಿ ತಡವಿ ನೋಡಿದ್ದು ಸಣ್ಣಿಗ್ಯಾಕೋ ಸರಿಬರಲಿಲ್ಲ. ಸಣ್ಣಿ ಮೊದಲು ಶಕುನ ನುಡಿದಂತೆಯೇ ಮೇಲೆ ತೂಗು ಬಿಟ್ಟ ಬಾಳೆಗೊನೆಯನ್ನು ಮಾತ್ರ ಯಾವ ಗಿರಾಕಿಯೂ ಕಣ್ಣೆತ್ತಿ ಸಹ ನೋಡಲು ಹೋಗಲಿಲ್ಲ. 'ನಾ ಮುಂಚೇ ಹೇಳ್ಳಾಗಿತೇ? ದಂಡಕೇ ಅದು' ಎನ್ನುತ್ತ ಸಣ್ಣಿ ವರಲಿದರೂ ದೇವು ಕೇಳದಂತೆ ನಟಿಸುತ್ತ, ಗುಡ್ಡೆಯಿಂದ ಇಳಿದು ಬರುವ ದೇವಿಯ ಕಳಸವನ್ನೇ ಕಾಯುವವನಂತೆ ಆ ಬದಿಗೇ ಮುಖ ಮಾಡಿದ್ದ.

ಆಗಲೇ ಮಾಲಿ ಚಪ್ಪರದಲ್ಲಿ ನಿಂತು ನಿಂತು ಬೇಸರ ಬಂದು ಮಾದೇವನ ಕೈ ಹಿಡಿದು, 'ಗುಡ್ಡೆ ಹತ್ತಕಂಬತ್ತಿ' ಎನ್ನುತ್ತ ಅಲ್ಲಿಂದ ಹೊರಟಳು. ಸೀರೆಯ ನಿರಿಗೆ

ಹಿಡಿದು ಒಂದೊಂದೇ ಮೆಟ್ಟಿಲನ್ನು ಹತ್ತುವಾಗ ಆ ಬದಿ ಈ ಬದಿ ಓಲಾಡುವ ಕೆಂಡ ಸಂಪಿಗೆ ಹೂ ಮುಡಿದ ಅವಳ ಜುಂಜುರು ಕೂದಲ ಜಡೆಯನ್ನೇ ಗುಡ್ಡೆಯ ಏಳೆಂಟು ಯುವಕರ ಗುಂಪು ಮೌನವಾಗಿ ವೀಕ್ಷಿಸಿತು.

ಗುಡ್ಡೆಯ ಮೇಲೆ ಕಳಸದ ಶೃಂಗಾರ ಮುಗಿದು ಅದಕ್ಕೆ ದೊಡ್ಡ ಪೂಜೆಯ ಕರ್ಪೂರದಾರತಿ ಬೆಳಗಲಾಯಿತು. ನಂತರ ಊರ ಗುನುಗನಿಗೆ ದೇವಿಯ ಕಳಸವನ್ನು ಜಾಂಬಳಿ ಬಣ್ಣದ ಪೀತಾಂಬರದಿಂದ ತಲೆಗೂ ಕತ್ತಿಗೂ ಕಂಕುಳಿಂದ ಹೆಗಲಿಗೂ ಸುತ್ತಿ ಬಿಗಿದು ಕಟ್ಟಲಾಯಿತು. ಮೆಲ್ಲಗೆ ಎದ್ದು ನಿಂತ ಗುನುಗನಿಗೆ ಕಡೆಯ ಅಲಂಕಾರವೆಂಬಂತೆ ಕಾಲಿಗೆ ಗೆಜ್ಜೆಗಳನ್ನು ಇನ್ನೂ ಕಟ್ಟುವುದಿತ್ತು. ಗುನುಗನ ಮೈಯಲ್ಲಿ ಆಗಲೇ ಭಾರದ ಆವೇಶ ತುಂಬಿಕೊಳ್ಳತೊಡಗಿತ್ತು. ಹಾಗಾಗಿ ಅವಸರದಲ್ಲಿ ಎಲ್ಲರೂ ಹಿಡಿದು ಗೆಜ್ಜೆ ಕಟ್ಟುವ ಕೆಲಸ ಮುಗಿಸಿದ್ದರು. ಅವನು ಕೆಳಗಿಳಿದು ಬರುವ ತರಾತುರಿಯಲ್ಲಿರುವಾಗಲೇ ಮಾಲಿ ಮೇಲೆ ಗುಡಿಯ ಕಟ್ಟೆ ಕಡೆಯ ಮೆಟ್ಟಿಲನ್ನು ತಲುಪಿದ್ದಳು.

ಗುನುಗನ ರಾವು ಬಡಿಯುವ ಮುಖ ಕಂಡೇ ಒಂದು ಕ್ಷಣ ಭಯದಿಂದ ಪಕ್ಕದ ಬೊಮ್ಮಯ್ಯ ದೇವರ ಗುಡಿಯಲ್ಲಿ ನಿಂತ ಜನರೊಳಗೆ ಸೇರಿಕೊಂಡುಬಿಟ್ಟಳು. ಮಾದೇವ ಅವಳಿಂದ ಬೇರ್ಪಟ್ಟು ಮಾಲಕ್ಕ ಮಾಲಕ್ಕ ಎಂದು ಹುಡುಕುತ್ತ ಅಲ್ಲಿ ಇಲ್ಲಿ ಸುಳಿದಾಡಿದ. ಕಳಸದ ಹಿಂದೆ ಹಿಂದೆ ಅವನಿಗರಿವಿಲ್ಲದೆ ಜನರ ಸಂದಣಿಯ ಜೊತೆ ಒಂದೊಂದೇ ಮೆಟ್ಟಿಲಿಳಿದು ಕೆಳಗಡೆ ಬಂದು ಬಿಟ್ಟ. ಅಪ್ಪ ದೇವು ಜೊತೆ ಅಲ್ಲಿ ಇಲ್ಲಿ ಓಡಾಡಿದ ಮಾದೇವನಿಗೆ ಮೇಲೆ ಹೋಗಿದ್ದ ಮಾಲಕ್ಕ ಮರೆತೇ ಹೋದಳು. ಆದರೂ ಸಣ್ಣಿ ಅದೇ ಅವಸರದಲ್ಲೇ, 'ಮಾಲಕ್ಕಗ ಎಲ್ ಬಿಟ್ಟಾಕಂಡ ಬಂದ್ಯೋ ಮಗನೇ?' ಎಂದೊಮ್ಮೆ ಕೇಳಿದ್ದಳು. ಹಬ್ಬದ ಬೆರಗಿನಲ್ಲಿ ಮಾದೇವನಿಗೆ ಅದಕ್ಕೆಲ್ಲ ಉತ್ತರಿಸಬೇಕೆನಿಸಲೇ ಇಲ್ಲ.

ಕಡ್ಡಿ ಕರ್ಪೂರದ ವ್ಯಾಪಾರ ಈಗ ಪೂರ್ತಿ ನಿಂತಿತ್ತು. ಹಾಗಾಗಿ ಹೆಂಡತಿಯ ಮೇಲೆಯೇ ಅಂಗಡಿ ಬಿಟ್ಟು ದೇವು ದೋಸ್ತರೊಂದಿಗೆ ಹೊರಗೆ ಹೊರಟ. ಸಣ್ಣಿ ನೀರ ಕೊಡದ ಮೇಲೆ ಮುಚ್ಚಿಟ್ಟ ಹಲಗೆ ತುಂಡಿನ ಮೇಲೆ ಕೂತೇ ಬಂಡಿ ಹಬ್ಬದ ಗದ್ದಲ ಸವಿದಳು. ಮಾದೇವ ಕೊಳವೆಯನ್ನು ಸಾಬೂನಿನ ನೀರಲ್ಲಿ ಅದ್ದಿ ಆಕಾಶಕ್ಕೆ ಗುಳ್ಳೆ ಬಿಡುವ ಆಟದಲ್ಲಿ ತಲ್ಲೀನನಾಗಿದ್ದ. ಎದುರುಗಡೆ ಓಡಾಡುತ್ತಿದ್ದ ಕಳಸದ ಗುಡ್ಡೆಯ ಸಣ್ಣ ಸಣ್ಣ ಮಕ್ಕಳನ್ನು ಕರೆ ಕರೆದು ಸಣ್ಣಿ, ಮೇಲೆ ತೂಗು ಬಿದ್ದ ಗೊನೆಯಿಂದ ಎರಡೆರಡು ಬಾಳೆ ಹಣ್ಣುಗಳನ್ನು ಎಳೆದೆಳೆದು ತಿನ್ನಲು ಕೊಟ್ಟಳು.

ಸಣ್ಣಿಗೂ ಒಂದು ಸುತ್ತು ಜಾತ್ರೆ ಸುತ್ತಿ ಬರುವ ಮನಸ್ಸಾಗಿ ಎದುರು ಹಾಯ್ದು ಹೋಗುತ್ತಿರುವ ಜಟ್ಟಮ್ಮನನ್ನು ಕೂಗಿ, 'ಹೋಯ್, ನಾನೂ ಬತ್ತಿ ನಿಲ್ಲೆ' ಅನ್ನುತ್ತ ಅಂಗಡಿಯನ್ನು ಹಾಗೇ ಬಿಟ್ಟು ಅವಳ ಜೊತೆ ಓಡುವಾಗ ಮಾಲಿಯಂಥದೇ ಸೀರೆ ಉಟ್ಟ ಹುಡುಗಿಯೊಬ್ಬಳು ದೂರದ ಹೆಂಗಸರ ಗುಂಪಿನಲ್ಲಿ ಥಟ್ಟನೆ ಕಂಡಂತಾಗಿ

ಅವಳನ್ನು ಕರೆದು ಅಂಗಡಿಯಲ್ಲಿ ಕೂಡಿಸಿ ಹೋಗಬೇಕೆಂದು ಕ್ಷಣ ಅನ್ನಿಸಿದರೂ, ಈ ಚಪ್ಪರದಲ್ಲಿ ಕದ್ದು ಹೋಗುವಂಥ ಅಂಥ ಯಾವ ವಸ್ತುಗಳೂ ಇಲ್ಲ ಅನ್ನಿಸಿ, ಈಗಾಗಲೇ ವ್ಯಾಪಾರವಾದ ದುಡ್ಡನ್ನು ದೇವು ಆಗಲೇ ಜೇಬಿಗಿಳಿಸಿದ್ದು ನೆನಪಾಗಿ ಸುಮ್ಮನೆ ಹೋಗಿ ಬಿಟ್ಟಿದ್ದಳು. 'ಮೆಟ್ಟಿಲು ಹತ್ತದ್ದು ಕಾಲ ನೋಯತೀದೆ ಶಾಯಲಿ' ಅಂತ ಜಟ್ಟಮ್ಮ ತಿರುಗಾಟ ನಿಲ್ಲಿಸಿ ಕಟ್ಟೆ ಹತ್ತಿ ಕೂತು ಬಿಟ್ಟಾಗ ಸಣ್ಣಿಯೂ ಅಂಗಡಿಗೆ ವಾಪಸಾದಳು.

ಹಗೂರಕ್ಕೆ ಕತ್ತಲಾವರಿಸುತ್ತಿದ್ದಂತೆಯೇ ಜನ ಇದ್ದಲ್ಲೇ ಕರಗಲಾರಂಭಿಸಿದ್ದರು. ಪೀಪಿ ಪುಗ್ಗಾ ಮಾರುವವರು ಪೇಟೆಯ ದಾರಿ ಹಿಡಿದಾಗಿತ್ತು. ಕಬ್ಬಿನ ಹಾಲು ತೆಗೆವ ಯಂತ್ರ ಇನ್ನೇನು ಹೊರಡುವ ತಯಾರಿಯಲ್ಲಿತ್ತು. ಶರಬತ್ತಿನ ಅಂಗಡಿಗಳು ಮಾರಾಟ ನಿಲ್ಲಿಸಿ ಖಾಲಿಯಾದ ಬಾಟಲಿಗಳನ್ನೂ ಮೇಜು ಮತ್ತು ಸ್ಟೀಲಿನ ಡ್ರಮ್ಮುಗಳನ್ನು ತಮ್ಮ ತಮ್ಮ ಚಕ್ಕಡಿಗಳಲ್ಲಿ ಹೇರುತ್ತಿದ್ದರು. ದೇವು ಸಹ ಹೆಗಲ ರುಮಾಲು ಜಾಡಿಸುತ್ತ ಈಗ ತನ್ನ ಅಂಗಡಿ ಚಪ್ಪರ ಬಿಚ್ಚಲು ಬಂದ.

ಸಣ್ಣಿ ಪ್ಲಾಸ್ಟಿಕ್ಕಿನ ಕೊಡದಲ್ಲಿನ ನೀರು ಚೆಲ್ಲಿ ಮಾದೇವನನ್ನು ಕರೆದು ಅದನ್ನು ಮನೆಗೊಯ್ಯುವಂತೆ ಹೇಳಿ ಕೊಟ್ಟಳು. ಇಷ್ಟು ಬೇಗ ಬಂಡಿಹಬ್ಬದ ಸಂಭ್ರಮ ಮುಗಿದ ಕುರಿತು ಅವನಿಗೆ ತುಸು ಬೇಸರವೇ ಆಗಿತ್ತು. ಖಾಲಿಯಾದ ತೆಂಗಿನಕಾಯಿ ಬುಟ್ಟಿಯಲ್ಲಿ ತುಂಬಿ ಉಳಿದಿದ್ದ ಬಾಳೆ ಹಣ್ಣುಗಳ ಅರ್ಧ ಗೊನೆಯನ್ನು ಮನೆಗೆ ಒಯ್ಯಲೋಸುಗ ಮಾಲಿಯನ್ನು ಹುಡುಕಿದಳು ಸಣ್ಣಿ. 'ಎಲ್ ಹೋಯ್ತೂ?' ಅಂತ ಅತ್ತಿತ್ತ ಹುಡುಕುವಾಗ ಚಪ್ಪರ ಬಿಚ್ಚುತ್ತಿದ್ದ ದೇವೂನೇ 'ಮನೀಗ್ ಹೋಯ್ತಾಗೂದೇ' ಅನ್ನುತ್ತ ಚೂರು ಆತಂಕ ಕಡಿಮೆಗೊಳಿಸಿದ್ದ.

ದೇವೂ ಅವಳು ಮನೆ ಕಡೆ ನಡೆದಿದ್ದನ್ನು ಕಂಡೇ ಹೇಳುತ್ತಿದ್ದಾನೆಂದು ಭಾವಿಸಿದ ಸಣ್ಣಿ, 'ಹೋಗವಾಗ ಹೇಳರೂ ಹ್ವಾದ್ರೆ, ಈ ಬುಟ್ಟೀನರೂ ಮನೇಗ ಮುಟ್ಟಸ್ತೀತು' ಅಂತೇನೋ ಗೊಣಗೊಣ ಮಾಡಿ ತಾನೇ ಬುಟ್ಟಿಯನ್ನೂ ಚಪ್ಪರ ಬಿಚ್ಚಿದ ಮಡಲಿನ ಹೊರೆಯನ್ನೂ ಒಂದೇ ಬಾರಿಗೆ ಹೊತ್ತು ಹಟ್ಟಿಯ ಕಡೆಗೆ ನಡೆದಳು. ದೇವೂ, 'ಮಡ್ಲ ಹೊರೆ ಕಡೇಗ ಹೊತ್ಕಂಡ ಹೋದರಾಯ್ತೇ' ಅಂದರೂ, 'ಗನಾ ಮಡ್ಲು, ಯಾರರೂ ಕದ್ದ ಹ್ವಾದರೆ ಕಡೇಗೆ' ಅನ್ನುತ್ತಲೇ ಮನೆ ತಲುಪಿದ್ದಳು. ದೇವು ಕಂಬಗಳನ್ನು ಕಟ್ಟಿ ಹೊತ್ತು ತರಲು ಒಂದರ್ಧ ಗಂಟೆ ತಡವಾಗಿತ್ತು.

ಹಟ್ಟಿಯೊಳಗೆ ದೀಪವಿಲ್ಲದೆ ಹಾಗೇ ಇದ್ದದ್ದು ಮಾದೇವ ಹಬ್ಬದಲ್ಲಿ ಕೊಂಡ ಪೀಪಿ ಊದುತ್ತ ಅಂಗಳದಲ್ಲೇ ನಿಂತಿರುವುದನ್ನು ಕಂಡ ಸಣ್ಣಿ, 'ಎಲ್ಲೋ ಕೂಸಾ, ನಿಮ್ಮಕ್ಕ?' ಅನ್ನುತ್ತ ಮನೆಯೊಳಗಡಿಯಿಟ್ಟಾಗಲೇ ಸಣ್ಣಿಗೆ, ಮಾಲಿ ಮನೆಗಿನ್ನೂ ಬಾರದಿರುವುದು ಗೊತ್ತಾಗಿಬಿಟ್ಟಿತು. ಅಕ್ಕ ಪಕ್ಕ ಸೋಮಿ ಜಟ್ಟಮ್ಮರ ಮನೆಗಳಲ್ಲಿ ಹೋಗಿ ವಿಚಾರಿಸಿದರೂ ಅಲ್ಲಿಯೂ ಮಾಲಿನಿಯ ಸದ್ದಿರಲಿಲ್ಲ. ಕೇಳಿದವರೆಲ್ಲರೂ ಅವರವರೇ ಮುಖ ಮುಖ ನೋಡಿಕೊಂಡು ಒಂದು ಥರಾ ದನಿತೆಗೆದು, 'ನಂಗುತ್ತಿಲ್ಲ, ನಿಂಗುತ್ತಿಲ್ಲ' ಎಂಬ

ಪದವನ್ನೇ ಪದೇಪದೇ ಹೇಳತೊಡಗಿದಾಗ ದೇವುಗೂ ಭಯ ಆಗಲಾರಂಭಿಸಿತ್ತು. ಸಣ್ಣಿ ಮಾತ್ರ ಮಗ ಮಾದೇವನ ಜೊತೆ ಬಂಡಿ ಹಬ್ಬ ನಡೆದ ಬಯಲನ್ನು ಇನ್ನೊಮ್ಮೆ ಸುತ್ತಿ ಬಂದಳು.

ದೇವು, 'ಅಲ್ಲೇ ಅಪ್ಪವ್ವೆ ಕೂಡಗೇ ಬಡಗೇರಿಗೇ ಹೋಯತೇನೊ' ಅಂತ ಅನ್ನುತ್ತಿದ್ದರೂ ಎಂದೂ ಹೀಗೆ ಹೇಳದೆ ಹೋದವಳಲ್ಲ ಅನ್ನಿಸಿ, 'ಹೋಗ ಬಾ ಒಂಚಲಾ ನಿಮ ಅಪ್ಪವ್ವೆ ಕೂಡಗೆ' ಎಂದು ಸಣ್ಣಿ ಎಂಥದೋ ದೂರದ ಆಸೆಯಿಂದಲೇ ಹೇಳಿದಳು. 'ಈ ಕರಗತ್ತಲೇಲ ಒಬ್ಬಳೇ ಹ್ಯಂಗ ಹೋಗೂದೇ?' ಅಂತ ತನ್ನಷ್ಟಕ್ಕೆ ತಾನೇ ಹೇಳಿಕೊಳ್ಳುತ್ತಲೇ ಹೆಂಡತಿಯ ಮೇಲೇಯೇ ಸಿಟ್ಟು ಮಾಡುತ್ತ, 'ನೀ ಅದಕೊಬ್ಬಳೀಗೇ ಬಿಟ್ಟಾಕಂಡ ಎಲ್ಲಿ ತೀರಗೂಕ್ ಹೋಗೀತೆ?' ಎಂದು ಸುರು ಸುರು ಮಾಡಿದ. 'ಅದ್ಯೆ, ಕಾಯತೇ ಕುಳ್ಳೂಕ ಅದೇನ ಬೊಟ್ಟ ಚೀಪೂ ಬಾಲೆ?' ಎಂದು ಸಣ್ಣಿಯೂ ದನಿಯೇರಿಸಿದ್ದೇ, 'ಆಯತೇ ಬಾಯ ಮುಚ್ಚೇ, ಅಪ್ಪವ್ವೆ ಕೂಡಗೇ ಹೋಗ ನೋಡಕಂಬತ್ತಿ' ಎನ್ನುತ್ತ ದೇವು ಇದ್ದಲ್ಲೇ ತನ್ನನ್ನೇ ತಾನು ಸಮಾಧಾನ ಮಾಡಿಕೊಳ್ಳತೊಡಗಿದ.

ಕಂಬ ಮಡಲುಗಳನ್ನು ಅಂಗಳದಲ್ಲೇ ಬಿಸಾಕಿದ ದೇವೂ ಬಡಗೇರಿ ಕೊಪ್ಪಕ್ಕೆ ಕಾಲು ನಡಿಗೆಯಲ್ಲೇ ಒಂದು ರೀತಿಯ ತಳಮಳದೊಂದಿಗೇ ನಡೆದ. ಕೊಪ್ಪದ ಮುರ್ಕಿ ಮುಗಿದು ಊರಿನ ರಸ್ತೆ ಇಳಿದದ್ದೇ ಅವನನ್ನು ಕಂಡ ಅಂಗಡಿಯಲ್ಲಿದ್ದ ದಿಗಂಬರ ಶೆಟ್ಟಿ, 'ಏ ದೇವೂ, ಅಷ್ಟೂ ತೆಂಗನ ಕಾಯ ಮಾರದ್ಯೋ?' ಅಂತ ಒದರಿದ್ದು ದೇವೂ ಕೇಳಿಸಿಕೊಳ್ಳಲೇ ಇಲ್ಲ. ಇಲ್ಲಿ ಬಿಟ್ಟರೆ ಇನ್ನೆಲ್ಲಿಯೂ ಹೋಗಿರಲು ಸಾಧ್ಯವಿಲ್ಲ ಎಂಬ ನಂಬಿಕೆಯೇ ಅವನನ್ನು ದಾಪುಗಾಲಲ್ಲಿ ನಡೆಸುತ್ತಿತ್ತು. ಒಮ್ಮೆ ತಂಗಿಯ ಮುಖ ಕಂಡರೆ ಸಾಕು ಎಂಬ ಹಂಬಲದಿಂದಲೇ, 'ಹೇಳದೆ ಕೇಳದೆ ಹೀಂಗ ಪರಾರಿ ಆದರೆ ನಾಮೆಂತ ತಿಳಕಬೇಕೂ?' ಅಂತ ಅಪ್ಪವ್ವೆಯ ಎದುರೇ ಅವಳನ್ನು ನೀರಿಳಿಸಬೇಕೆಂದು ಮನದಲ್ಲೇ ಎಲ್ಲ ತಯಾರಿಗಳನ್ನು ಮಾಡಿಕೊಳ್ಳುತ್ತಲೇ ನಡೆದ.

ಒಂದಾದ ಮೇಲೊಂದು ಬರುವ ಗದ್ದೆ ಬಯಲು ಗುಂದೆ ಓಣಜಿ ದಾಟಿ ಬಡಗೇರಿಯ ಕೊಪ್ಪ ಹೊಕ್ಕುವಾಗ ಅಲ್ಲಲ್ಲೇ ಕೂತ ನಾಯಿಗಳು ಎದ್ದುನಿಂತು ಸುಮ್ಮ ಸುಮ್ಮನೇ ಕೂಗುವಾಗ ಅದನ್ನು, 'ಹಚ್ ಹಚ್ ಅನಿಷ್ಟ ಮುಂಡೇವು' ಅಂತ ಶಪಿಸುತ್ತ ಅಪ್ಪವ್ವೆಯ ಮನೆಯಂಗಳದ ತುಳಸಿ ಕಟ್ಟೆಯೆಡೆ ಹೊರಟಾಗಲೇ ಇದ್ದಕ್ಕಿದ್ದಂತೆ ಪುನಃ ದೇವೂನ ಎದೆ ಢವಢವ ಗುಟ್ಟಿತು. ಮಾಲು ಇಲ್ಲಿಗೆ ಬಂದಿದ್ದರೆ ಸಾಕು ಅಂತ ಗಿರಿಯಮ್ಮ ಬೊಮ್ಮಯ್ಯ ದೇವರಿಗೆ ಹೇಳಿಕೆ ಮಾಡಿಕೊಳ್ಳುತ್ತಲೇ ಒಳಗಡಿಯಿಟ್ಟ.

ಅಂಗಳದಲ್ಲಿ ಯಾರದೋ ಹೆಜ್ಜೆ ಸಪ್ಪಳವಾದದ್ದೇ ದೇವೂನ ಅವ್ವೆ ಮನೆಯ ತಟ್ಟಿ ಗೋಡೆ ಸರಿಸಿ ಅಲ್ಲಿ ಒಮ್ಮೆಲೇ ಈ ಮಗನನ್ನು ಕಂಡು ಅಚ್ಚರಿಯಿಂದ, 'ಅದ್ಯೆ, ಬಂಡಿಹಬ್ಬ ಇಟ ಬ್ಯಾಗೇ ಮುಗೀತೇನೋ ತಮ್ಮಾ?' ಅಂತ ಪಿಳಿಪಿಳಿ ಕಣ್ಣುಬಿಟ್ಟಳು.

ದೇವೂ ಅವ್ವೆಯ ಮಾತಿಗೆ ಉತ್ತರ ಕೊಡದೆ ಒಮ್ಮೆಲೇ ಒಳ ಮನೆಗೆ ನುಗ್ಗಿ ಸುತ್ತ ಕಣ್ಣಾಡಿಸುತ್ತ ಗಾಬರಿ ಹಾಗೂ ಆತಂಕ ತುಂಬಿಕೊಂಡೇ, 'ಇಲ ಮಾಲಿ ಬರನೀಲಾ?' ಎಂದು ಬೆನ್ನು ಕೆರೆಯುತ್ತ ಅನುಮಾನದಿಂದಲೇ ನಿಂತ. 'ಇಲ್ಯಾಂಗ ಬರೂದೋ, ಬಂಡಿ ಹಬ್ಬಕ್ಕಂದೇ ಗುಡ್ಡೆಗೇ ಹೋತಿ ಅಂತು' ಅಂದ ದೇವೂನ ಅಪ್ಪ. ಅವಳು ಕಾಣದ ಸಂಗತಿಯನ್ನು ವಯಸ್ಸಾದ ಅಪ್ಪ ಅವ್ವೆಗೆ ಹೇಳಿ ಈ ಸಮಯದಲ್ಲಿ ಗಾಬರಿ ಹುಟ್ಟಿಸುವುದು ದೇವೂಗೆ ಯಾಕೋ ಅಷ್ಟು ಸರಿಯಲ್ಲವೆನಿಸಿತು. 'ಅಲ್ಲೇ ನಮ್ಮನೀಕೂಡಗೇ ಹೋಯತೇ ಏನೋ, ನಾ ಇಲ್ಲೇ ಬ್ಯಾರೆ ಒಂದ ಕೆಲಸ ಇತ್ತು, ಬಂದೀತೆ, ಮನೀಗ ಇನ್ನೂ ಹೊಗನೀಲಾ, ಹ್ಞಾ ಬತ್ತಿ, ಹೋಗ ಬತ್ತಿ' ಎನ್ನುತ್ತ ಅದೇ ಬಿರುಗಾಲಿನಿಂದ ಹಿಂದಕ್ಕೆ ನಡೆದು ಅದೇ ದಾರಿಯಲ್ಲಿ ಬರಹತ್ತಿದ.

ಸೀದಾ ಮನೆಗೇ ಹೋಗುವುದು ಸರಿಯೆನಿಸಿತು, 'ಈಗ ಅಲ ಬಂದ್ರೂ ಬಂದಿತ್ತು' ಅನ್ನಿಸುತ್ತ ಯಾವುದೋ ಧೈರ್ಯ ತುಂಬಿಕೊಳ್ಳುತ್ತ ಕಳಸದ ಗುಡ್ಡೆಯೆಡೆ ನಡೆಯುವಾಗ ರಸ್ತೆಯಲ್ಲಿ ಸಿಗುವ ಗುಂದೆಯಲ್ಲಿದ್ದ ಪಚ್ಚನ ಸಾರಾಯಿ ಅಂಗಡಿಯಲ್ಲಿ ಕೂತು ಕುಡಿಯುತ್ತಿದ್ದ ಕೊಪ್ಪದ ಗೋವಿದು ಪೊಕ್ಕ ಬೀರ, 'ಹೋಯ್ ಹೋಯ್ ದೇವು, ಬಾಬಾರೋ, ನಿನ ಮಡಿಹುಡಿಯೆಲ್ಲ ಕಂಡದ್ದೇಯ, ಪುಕ್ಕಟ ಕುಡಸದರ ಈಗ ಕುಡೀತ್ಯಾ ಸತ್ತಂವ' ಅನ್ನುತ್ತ ಗೌಜಿ ಹಾಕುತ್ತ ಕೂತಿದ್ದು ಕಿವಿಗೆ ಬೀಳದವನಂತೆ ದೇವು ಅಲ್ಲೇ ಎದುರು ರಸ್ತೆಯಿಂದಲೇ ಹಾದು ಹೋದ.

ಅಧ್ಯಾಯ 5

ಹಟ್ಟಿಯಲ್ಲಿ ನೆರೆಯ ಸೋಮಿ ಜಟ್ಟಮ್ಮರು ಸಣ್ಣಿಯ ಜೊತೆ ಸೇರಿಕೊಂಡು, 'ಅಲ್ಲಿ ಅಪ್ಪವ್ವೆ ಕೂಡಗ ಹೋಗೂಳ ಹೇಳರೂ ಹೋಗಬ್ಯಾಡಾ ನೋಡವ' 'ಈ ಸರ್ತಿ ಬಂದಾಗ ನಿಮ್ಮ ಮಾಲಿ ಒಂದ ನಮೂನಿ ಇತ್ತವಾ' 'ನಾ ಮಾತಾಡಿಸಿದರೂ ಹರ್ಗೀಸು ಮಾತಾಡನೀಲ' ಅಂತೆಲ್ಲ ಸುಮ್ಮಸುಮ್ಮನೆ ಒಂದೊಂದು ಮಾತು ಹೊತ್ತಾಕುತ್ತ ಮಾಲಿ ಎಲ್ಲಿಯಾದರೂ ಇರುವ ಸುದ್ದಿಯನ್ನು ಯಾರಾದರೂ ಹೊತ್ತು ತಂದಾರು ಎಂಬ ಆಸೆ ಹೊತ್ತು ಅಂಗಳದ ಮಾಡಿನಲ್ಲೇ ಕಾಯುತ್ತ ಕೂತಿದ್ದರು. ದೇವುನ ಹೆಜ್ಜೆ ಸಪ್ಪಳ ಕೇಳಿದ್ದೇ ಮೂವರೂ ಎದ್ದು ನಿಂತು, 'ಅಲ್ಲಿ ಇದ್ದೀತು?' ಅಂತ ಸಣ್ಣಗೆ ದನಿ ತೆಗೆದರು. ದೇವೂ, 'ಅಲ್ಲೂ ಹೋಗನೀಲಾ, ಎಲ್ಲ ಹೋಗ ಶತ್ತೀರೂದು?' ಎಂದು ತನ್ನಷ್ಟಕ್ಕೆ ತಾನು ಹೇಳಿಕೊಳ್ಳುತ್ತ ಒಳ ಅಂಗಣದಲ್ಲಿ ಕುಸಿದು ಕೂತ. ದುಃಖ ಒತ್ತರಿಸಿ ಬಂದಂತಾಯಿತು. ಮಾದೇವ ಇವೆಲ್ಲ ಅರ್ಥವಾಗದವನಂತೆ ಅಪ್ಪನನ್ನೇ ನೋಡಿದ.

'ಏ ಕೂಸಾ, ಮಾಲಕ್ಕನ ಕೈ ಹಿಡಕಂಡ ಗುಡ್ಡೇ ಹತ್ತಿದ್ಯಲೋ, ಕಡೇಗ ನಿನ ಸಂಗತೀಗೆ ಇಳದ ಬಂತದು?' ಅಂತ ಕೇಳಿದ್ದಕ್ಕೆ ಮಾದೇವ ನೆನಪಿಸಿಕೊಳ್ಳುತ್ತ, 'ಇಲ್ಲಾ, ಆ ಗೌಜೇಲ ನನ್ನ ಕೈ ತಪ್ಪೋಯ್ತು, ಕಡೇಗ ಎಲ್ಲಿ ಹೋಯ್ತೇನೋ, ನಂಗ ಅದ ಸಿಕನೀಲಾ, ಒಬ್ಬನೇ ಕೆಳಗ ಇಳಕ ಬಂದೆ' ಅಂತ ಕೈಕೈ ಮಾಡುತ್ತ ಅಂದ. ಅದನ್ನು ಕೇಳಿದ್ದೇ ಹೊರಗಿದ್ದ ಮೂರೂ ಹೆಂಗಸರು ಒಳ ಬಂದು ನಿಂತೇ, 'ಹಾ, ಒಂಚಲಾ ಗುಡ್ಡೆ ಏರದ ಮ್ಯಾನ ಅದ ಕೆಳಗೇ ಬರನೀಲ' 'ನಾನಂತೂ ಕಡೇಗ ಅದಕ ಕೆಳಗೆಲ್ಲೂ ನೋಡನೀಲ' ಅಂತಂದ ಸೋಮಿ ಜಟ್ಟಮ್ಮರನ್ನು ನೋಡುತ್ತ 'ಇಲ್ವೆ ಸೋಮಿ, ನಾ ಕಡೇಕ ಕಳಸಾ ಇಳದ ಹೋದ ಮ್ಯಾನೇ, ದ್ಯಾವ್ರ ಬಂಡೀ ಏರೂ ಹೋತ್ತೀಗ ಅದಕ ಕಂಡೀನೆ. ಅಲ್ಲೇ ದೂರ ಇದರಂತಾದೇ ಹಳದೀ ಸೀರೆ ಉಟ್ಕೋಳು ಆ ಬದೀಗೆ ನಿತ್ಕಂಡೀತೇ, ಕೆಳಗ ಬಂದೀದೆ ಅದು, ನಾ ನೋಡೀನೆ' ಅಂತ ನೆನಪಿಸಿ ನೆನಪಿಸಿ

ಹೇಳಿದ್ದಳು ಸಣ್ಣಿ. ಅವಳನ್ನು ದೇವು, 'ನೀ ಅದಕ ನೋಡದರೂ ದೆನಗನೀಲ ಅಲ? ಎಂಥಾ ಪಂಚಾಳಗೆಟ್ಟೋಳ ಇರ್ವೆ ನೀನು? ಅಟ ಜನಾ ಜಾತ್ರೆ, ಹೆಣಮೊಗು ಒಬ್ಬಳೇ ನಿತಕಂಡೀತ್ರೂ ಅದಕ ಅಲ್ಲೇ ಬಿಟ್ಹಾಕಂಡ ಎಲ್ ಕೊಣೂಕ ಹೋಗಿತೆ ನೀನು' ಅನ್ನುತ್ತ ಇದ್ದಲ್ಲೇ ಸಿಟ್ಟು ಏರಿಸಿಕೊಂಡು ಸಿಕ್ಕಾಪಟ್ಟೆ ಒದರಾಡಿ ಬಿಟ್ಟ.

'ಯೆಲ್ಲಿ ಹೋಗೀರೂದೇ? ಬರೂದೇ ನೋಡವಾ, ಈ ಕರಗತಲೇಲ ಯೆಲ್ಲಂದಕ ಹುಡುಕೂರೇ?' 'ಯಾರ ಕಡಗೆ ಕೇಳೂದೇ? ಹ್ಯಂಗ ಸುಮ್ಮನೀರೂದೇ?' 'ಊರಲೆಲ್ಲಾ ಹುಡೀಕಂಬರೂದೋ ಏನು?' 'ಹೀಂಗ ಸುಮ್ಮನ ಇರೂದು ಎಂಥಕೇ?' 'ಅಲ್ಲಾ, ಏನಾಯತಂದರೂ ಗುತ್ತಾಗಬ್ಯಾಡಾ' ಎಂತೆಲ್ಲ ಒಬ್ಬೊಬ್ಬರು ಒಂದೊಂದು ಮಾತು ಹೇಳುತ್ತ ಸೋಮಿ ಮತ್ತು ಜಟ್ಟಮ್ಮ ಇಬ್ಬರೂ ದೇವು ಸಣ್ಣಿಯರನ್ನು ಸಮಾಧಾನ ಪಡಿಸುತ್ತ ಕೂತವರು ಒಮ್ಮೆಲೇ ತಮ್ಮ ತಮ್ಮ ಹಟ್ಟಿಗೆ ತೆರಳಲು ಎದ್ದರು. ಹೋಗುತ್ತ ಅರ್ಧ ದಾರಿಯಲ್ಲಿ ಒಳಬಾಯಲ್ಲೇ, 'ಯಾರರೂ ಹಾರಸಗೀರಸಕ ಹ್ವಾದರೇ ಮತ್ತೆ?' ಅಂತ ಜಟ್ಟಮ್ಮ ಸೋಮಿಯ ಹತ್ತಿರ ಪಿಸುಗುಟ್ಟಿದ್ದಕ್ಕೆ 'ಹಾರಸಕ ಹೋಗೂಕ ಅದಕೇನ ರೆಕ್ಕೆ ಪುಕ್ಕೀತೇ?' ಎಂದು ಜಟ್ಟಮ್ಮ ಬೇರೇನೋ ಕಾರಣವಿರಬಹುದೆಂದು ಮನಸ್ಸಿನಲ್ಲೇ ಲೆಕ್ಕ ಹಾಕತೊಡಗಿದಳು.

ಸೋಮಿಯ ಗಂಡ ಪೊಕ್ಕ ಮಟಕ ಆಡಿ ಮುಗಿಸಿ ಇನ್ನೂ ಮನೆಗೆ ಬಂದಿರಲಿಲ್ಲ. ಜಟ್ಟಮ್ಮನ ಗಂಡ ಬೀರಪ್ಪ ಕಂಠ ಮಟ ಕುಡಿದು ಬಂದು ಸ್ವಾದವಿಲ್ಲದೆ ಉರುಳಿಕೊಂಡ. ಜಟ್ಟಮ್ಮ ಅವನನ್ನೆಬ್ಬಿಸಿ ಮಾಲಿಯ ಸಂಗತಿ ಹೇಳಲು ನೋಡಿದರೆ, ಹೆಂಡತಿಯತ್ತ ರಪ್ಪನೆ ಒಂದು ಲಾತು ಬಿತ್ತು. ಜಟ್ಟಮ್ಮನಿಗೆ ಯಾಕೋ ಸುಮ್ಮನಿರಲು ಮನಸ್ಸಾಗದೇ, 'ಆ ಪಚ್ಚಗೆ ಗುತ್ತಿಲ್ಲಾದ್ದೇನು' ಎಂದುಕೊಳ್ಳುತ್ತ ಧೈರ್ಯ ಮಾಡಿ ಲಾಟೀನು ಹಿಡಿದು ಪಚ್ಚನ ಮನೆಗೆ ಬಂದು ಬಾಗಿಲು ಬಡಿದಳು. ಮಾಡಿನ ಹೊರಗೇ ನಿಂತು ಹೀಗೀಗೆ ಅಂತ ವಿಷಯ ತಿಳಿಸಿದಳು. ಪಚ್ಚ ಮೊದಮೊದಲು ಆಸಕ್ತಿ ತೋರದೆ ನಂತರ ಜಟ್ಟಮ್ಮನ ವರಾತು ಕಂಡು ಬೇಸರದಿಂದ, 'ಹರೆ ಉಕ್ಕು ಹೆಣ್ಣು ಎಲ್ಲಿ ಹೋಗೂದೇ, ಓಡಹೋಯ್ತು ಏನೋ, ಅದೇ ಆ ಗುನಗರ ಮಗನ ಸಂತೀಗೆ' ಅಂತ ಇದ್ದಲ್ಲೇ ಬಾಯಿ ಮುಚ್ಚೆಬಿಟ್ಟ. 'ಇವರೀಗೆ ಇಲ್ಲಾದ್ದ ಬೇಕಾತೀದು' ಅಂತೇನೋ ಹೇಳಲು ಹೋದಳು ಅವನ ಹೆಂಡತಿ ತುಳಸಿ.

ಅವಳ ಬದಿ ತಿರುಗದೇ ಪಚ್ಚ, 'ಜಟ್ಟಮ್ಮ, ನೀ ಸುಮ್ಮನ ಮನೀಗ ಹೋಗ ಮನೀಕೋ, ಆ ಮೊಗು ಅಂಕೋಲೆ ಸಾಲೀಗ ಹೋಗ್ಹೂಳೂ ನಮ್ಮ ಊರ ಗುನಗರ ಮಗ ಆ ರಮಾನಂದನ ಸೈಕಲ ಮುಂದನ ಸೀಟನ ಮ್ಯಾನ ಕೂತಕಂಡ ಹೋಗೂದ ನಾನೇ ನೋಡಿ' ಅಂದದ್ದೇ ಸೋಮಿ ಒಮ್ಮೆಲೇ ಹೌಹಾರಿ, 'ಹ್ಞಾ! ಯಾಬಲ? ನಂಗುತ್ತಿಲ್ಲ ಇಟ್ಟೆಲ್ಲ' ಅನ್ನುತ್ತ ಆ ವಿಷಯವನ್ನು ಸಣ್ಣಿಗೆ ತಿಳಿಸಲು ಓಡೋಡಿ ಬಂದಳು. ದಾರಿಯಲ್ಲಿ ಇನ್ನೂ ಕೆಲವು ಸಂಗಡಿಗರೊಂದಿಗೆ ಗುಂಪಾಗಿ, 'ಹತ್ತಕ ಇಪ್ಪತ್ತು ಹತ್ತಕ ಇಪ್ಪತ್ತು' ಅನ್ನುತ್ತ ಮಟಕಾ ಆಡುತ್ತ ಕೂತ ಪೊಕ್ಕ ಎದ್ದು ಅವಳ

ಹಿಂದಿಂದಲೇ ಬಂದು, 'ಏ ಜಟ್ಟಮ್ಮ, ನಿಲ್ಲೆ ನಿಲ್ಲೆ, ನಿಂಕೂಡ ಏನೊ ಮಾತಾಡಬೇಕ ನಿಲ್ಲೆ' ಕರೆಯುತ್ತ ಅವಳನ್ನು ಅಡ್ಡ ಹಾಕಿದ್ದೇ ತಡ ಕೊಪ್ಪದಲ್ಲಿದ್ದ ನಾಯಿಯೊಂದು ಕೆಟ್ಟದಾಗಿ ಕೆಲಿಯುತ್ತ ಓಡಿಸಿಕೊಂಡು ಬಂದು ಅವರಿಬ್ಬರನ್ನು ಬೇರ್ಪಡಿಸಿಬಿಟ್ಟಿತು.

ಓಡಿ ಮನೆ ಹೊಕ್ಕ ಜಟ್ಟಮ್ಮ ಭಯದಿಂದ ನಡುಗಿ ಹೋದಳು. ಆ ಪೊಕ್ಕನನ್ನು ಅವನ ಹಿಂದೆ ಎಲ್ಲರೂ ಏನೇನೋ ಮಾತಾಡಿಕೊಳ್ಳುವುದನ್ನು ಕೇಳಿದ್ದಳು. ಆದರೆ ಹೀಗೆ ಹೆಂಡತಿಯ ದೋಸ್ತಿಯಾದ ತನಗೇ ಅಡ್ಡ ಹಾಕುತ್ತಾನೆಂದು ಅವಳಿಗೆ ನಂಬಲೇ ಆಗಲಿಲ್ಲ. ಜಟ್ಟಮ್ಮನ ಗಂಡ ಬೀರಪ್ಪನೇ ಒಮ್ಮೆ ಪೊಕ್ಕನ ಕುರಿತು ಬೇರೆ ಏನೋ ಮಾತಾಡುತ್ತ ಅಕಸ್ಮಾತಾಗಿ, ಯಾವ ಪೊಕ್ಕ ಅಂತ ಯಾರೋ ಕೇಳಿದ್ದಕ್ಕೆ, ಅದೇ ಕಚ್ಚೆ ಹರುಕ ಪೊಕ್ಕ ಅಂತ, ಪೊಕ್ಕನದೇ ಮಗ ರಮೇಶನ ಎದುರೇ ಹೇಳಿ ಬಿಟ್ಟು, ನಂತರ ಆ ವಿಷಯ ಅವನಿಗೆ ತಿಳಿದು, ಅದಕ್ಕೆ ಅವ, 'ನಿನ ಹೆಣತೀನೇನ ಕರದೀತನೇನೋ?' ಎಂದು ಎಲ್ಲರೆದುರೇ ಬೀರಪ್ಪನನ್ನು ಬಾಯಿಮುಚ್ಚಿಸಿಬಿಟ್ಟಿದ್ದ.

ಮಾಲಿಯ ಹೊಸ ವಿಷಯ ತಿಳಿದ ಜಟ್ಟಮ್ಮ ಅದನ್ನು ಸಣ್ಣಿಯ ಕಿವಿಯ ಮೇಲೆ ಹಾಕಲು ಅವರ ಮನೆಯ ತಟ್ಟಿಯನ್ನು ಮೆಲ್ಲಗೆ ಬಡಿದಳು. ಅವಳನ್ನು ನೋಡಿದ ಸಣ್ಣಿ, 'ಏನರೂ ಗುತ್ತಾಯತೇ?' ಅಂತ ಸನ್ನೆಯಲ್ಲೇ ಕೇಳಿದ್ದಕ್ಕೆ ಸಣ್ಣಿಯನ್ನು ಹೊರ ಕರೆದು, ಒಳಗೆ ತಲೆ ಓಡದೇ ಕೂತ ದೇವೂನಿಗೆ ಕೇಳಿಸದ ಹಾಗೆ ಪಚ್ಚ ಹೇಳುತ್ತಿದ್ದ ಸುದ್ದಿಯನ್ನು ತಿಳಿಸಿದಳು. ಅದಕ್ಕೆ ಸಣ್ಣಿ, 'ಅಯ್ಯೋ ಹಂಗಂತೀನೇನೇ? ದೋಸ್ತಿ ಇದ್ದದ ನಂಗೂ ಗುತ್ತೀತು, ಮಾಲು ಬಂದಾಗೆಲ್ಲಾ ಅಂವ ಈ ಬದೀಗೇ ಅಂವೀತಿದಾ, ಆದ್ರ ಹೀಂಗ ಹೋಗೇ ಬಿಡೂದಂದ ಗುತ್ತಾಗನೀಲಾ, ಏನೋಪಾ, ಏನಂದೇ ನಂಗ ಬಗೆ ಹರೂಕಲಾ, ಎಂಥಾ ಸಂಕಟಾತೀದಂದ್ರೆ, ಎಲ್ಲರೂ ಶರೀ ಬದೀಕಂಡ ಉಳದರ ಶಾಕಪ್ಪಾ' ಅಂತ ನೋವಿನಿಂದಲೇ ಹೊಟ್ಟೆ ಹಿಡಿದುಕೊಂಡು ಅಯ್ಯೋ ಎಂದು ಮಿಡಿದಳು.

ಹೊರಗೆ ನಡೆಯುತ್ತಿದ್ದ ಹೆಂಗಸರ ಗುಸುಗುಸು ಆಲಿಸಿದ ದೇವು ನನಗೆ ಗೊತ್ತಿಲ್ಲದ್ದು ಇವರಿಗೇನೋ ಗೊತ್ತಾಗಿದೆ ಅಂದುಕೊಳ್ಳುತ್ತ ಹೊರಗೆದ್ದು ಬಂದು ಕೊಂಚ ಭಯ ದಿಂದಲೇ, 'ಎಂಥಾಯತೆ ಸಣ್ಣಿ, ಜಟ್ಟಮ್ಮ ಏನಂತೀತು?' ಅಂತ ಕೇಳಿದ್ದಕ್ಕೆ ಪಚ್ಚ ಹೇಳಿದ ಸುದ್ದಿಯನ್ನು ಸಣ್ಣಿ ಗಂಡನಿಗೆ ವಿವರಿಸಿದ್ದಳು. ದೇವು ಮೌನವಾಗಿಯೇ ಕೇಳಿಕೊಂಡವ ಬೈಯುವ ಒದರಾಡುವ ಶಕ್ತಿಯನ್ನೇ ಕಳಕೊಂಡವನಂತೆ ಸುಮ್ಮನೆ ರುಮಾಲನ್ನು ಹೆಗಲಲ್ಲಿ ಬಿಸಾಕಿಕೊಂಡು ಸೀದ ಪಚ್ಚನ ಮನೆಗೇ ನಡೆದುಬಿಟ್ಟಿದ್ದ. ಸಣ್ಣಿ ಅವನ ಹಿಂದೆ ಹಿಂದೆಯೇ ಓಡುತ್ತ, 'ಅಂವಗೇನೂ ಹೇಳೂಕ ಹೋಗಬ್ಯಾಡ, ಸುಮ್ಮನೇ ಜಗಳಾ ನ್ಯಾಯಾ, ಯಾರೀಗೂ ಶುಖಾ ಇರೂಕಲಾ. ಯಾಕಂದ್ರ ಅವರ ದೋಸ್ತೀ ಇದ್ದದ್ದು ನಾ ಮುಂಚೇ ಕಂಡೀತೆ, ಈ ನಮನಿ ಓಡೇ ಹೋಗೂರ ಅಂದ ಗುತ್ತಾಗನೀಲಾ, ಬೆಂಕೀ ಇಲ್ಲದೇ ಹೊಗೆ ಆಡತೀದೆ?' ಎಂದು ಗಾದೆ ಮಾತು ಬೇರೆ ಹೇಳಿ ರಮಿಸಿಬಿಟ್ಟಳು. ಒಮ್ಮೆಲೇ ಆವೇಶ ಉಕ್ಕಿ ಕೆಂಡದಂಥ ಕಣ್ಣು ಬಿಟ್ಟು

ಹೆಂಡತಿಯನ್ನು ನೋಡಿ, 'ಹ್ಞೂ ಬಿಕನಾಶಿ, ಆಗೇ ಯಾಕ ನಂಗ ಸುದ್ದಿ ಮುಟ್ಟಸನೀಲ? ಅದಕ ಹಾಕ ಕಡದೇ ಬಿಡತೀದೆ' ಅನ್ನುತ್ತ ಸಣ್ಣಿಯನ್ನು ಮನೆಗೆ ಅಟ್ಟಿದ.

ದೇವೂ ಬಂದದ್ದನ್ನು ಪಚ್ಚ ಕಟಾಂಜನದಲ್ಲೇ ನಿರುಕಿಸಿ, ಇವನು ಬಾಗಿಲು ಬಡಿಯುವುದಕ್ಕಿಂತ ಮೊದಲೇ ಎದ್ದು ಬಂದು ಬಾಗಿಲು ತೆಗೆದ. 'ಬಾರೋ ದೇವು, ನೀನು ಮತ್ತ ಆ ಗುಮಟೆ ನಿಂಗು, ಯಾಡ ಜನ ನೋಡು ನನ್ನ ಸಂಗಾತ ಮಾಡದಿರೂ ರಂದ್ರೆ' ಅನ್ನುತ್ತಿದ್ದ ಪಚ್ಚನನ್ನು, 'ಏ ಭೋಶಡಿ ಮಗನೇ, ಆ ಜಟ್ಟಮ್ಮನ ಕೂಡಗ ನಮ್ಮ ಮಾಲಿ ಶುದ್ದಿ ಏನ ಹೇಳೀತ್ಯೋ?' ಅಂತ ಮುಂದೆ ಮುಂದೆ ಬಂದು ರಟ್ಟೆಗೇ ಕೈ ಹಾಕಿದವನನ್ನು, 'ಕುತಕಳ್ಳೊ ದೇವೂ ಮಾತಾಡೂನಿ, ಕುತಕಾ ದೋಸ್ತಾ' ಅನ್ನುತ್ತ ಪಚ್ಚ ಅಲ್ಲೇ ಹೊರ ಕಟ್ಟೆಯ ಮೇಲೆಯೇ ಕೂಡಿಸಿಕೊಂಡ. ಅಂಗಳದಲ್ಲಿ ಬುಟ್ಟಿ ಕಂವುಚಿಟ್ಟ ಕೋಳಿಗಳು ಸರಭರ ಸದ್ದು ಮಾಡಿ ಅಲ್ಲೇ ಸುಮ್ಮನಾದವು.

'ನಾ ಏನ ಶುಳ್ಳುಪಳ್ಳು ಹೇಳೂಕಲಾ, ಶುಳ್ಳ ಹೇಳ ನಂಗೆಂತಾ ಆಗೂದೀತು? ಕಣ್ಣಲ ನೋಡದ್ದ ಹೇಳದೆ ಅಟ್ಟೆಯಾ' ಎನ್ನುತ್ತ ಪಚ್ಚ ದೇವೂನ ಹೆಗಲ ಮೇಲೆ ಕೈ ಹಾಕಿ ರಮಿಸುತ್ತ, 'ಎಲ್ಲರೂ ಗನಾ ಮಾಡಕ ಇರೂರು, ಮನೀಗ ಹೋಗ ಸುಮ್ಮನ ಮನೀಕ, ತೊಡೇ ದಿನವೋ, ಎಲ್ಲಾ ಇದ್ದಕಿದ್ದಂಗೇ ಶರೀ ಆತೀದೋ' ಎಂದು ಭವಿಷ್ಯ ನುಡಿದದ್ದೇ ದೇವೂಗೂ ಏನು ಮಾಡಬೇಕೆಂದೇ ತಿಳೀದೇ ಮನೆಗೆ ಬಂದು ಸಣ್ಣಿಯೊಂದಿಗೂ ಮಾತಾಡದೆ ಗೋಡೆ ಬದಿ ತಿರುಗಿ ಮಲಗಿಕೊಂಡು ಬಿಟ್ಟಿದ್ದ. ಸಣ್ಣಿ ಎಂಥದೋ ಕುತೂಹಲದಿಂದ ಅವನನ್ನು ಎಬ್ಬಿಸಿ ಎಬ್ಬಿಸಿ ಕೇಳಿದ್ದಕ್ಕೆ, 'ನಿಮ ಹೆಂಗಸರೀಗ ಒಂಚಲಾ ಮೊಲಿ ಮ್ಯಾನ ಮುಖದಲ ಎದ್ದ ಮ್ಯಾಲ ಆಯ್ತು' ಅಂತ ಒಂದೇ ಮಾತು ಆಡಿದ್ದೇ ಸಣ್ಣಿ ಅರ್ಥವಾಗದೆ ಇದ್ದಲ್ಲೇ ಬೆಕ್ಕಾಗಿ ಕೂತುಬಿಟ್ಟಳು.

ಮಾದೇವ ಉಣ್ಣದೆ ಮಿಠಾಯಿ ತಿನ್ನುತ್ತ ಆಗಲೇ ಕೂತ ಚಾಪೆಯಲ್ಲೇ ನಿದ್ದೆ ಹೋಗಿಯಾಗಿತ್ತು. ಸಣ್ಣಿ ಕೂತೇ ಕೂರುತ್ತ ಬೆಳಗು ಮಾಡಿದ್ದಳು. ಈ ಕೊಪ್ಪಕ್ಕೆ ಕರೆದರೂ ಬರದೇ, 'ಬ್ಯಾಸಾಯ ಇಲ್ಲದರ ಏನಾಯ್ತು, ನಮ್ಮ ಹಟ್ಟಿ ನಮ್ಮ ಅಂಗಳಾ, ನಮ್ಮ ಹೊಕ್ಕಳು ಇಲ್ಲೇ ಹುಗದಿತ್ರು' ಎನ್ನುತ್ತ ಬಡಗೇರಿಯಲ್ಲೇ ಉಳಿದುಕೊಂಡಿರುವ ವಯಸ್ಸಾದ ಅತ್ತೆ ಮಾವನ ಕುರಿತು ಅವಳಿಗೆ ಸಣ್ಣಗೆ ಚಿಂತೆ ಕಾಡಿತು.

'ಬೆಟ್ಟಕ ಹೋಕ್ಕ ಬತ್ತಿ' ಅನ್ನುತ್ತ ತಲೆಯ ಮೇಲೊಂದು ಮೈಟಗಿ ಮುಚ್ಚಿದ ರಾಗಿ ಅಂಬಲಿ ಮಡಕೆಯನ್ನು ಹೊತ್ತು ಅದೇ ಬಡಗೇರಿಯಿಂದ ಈ ಗುಡ್ಡೆಯ ಗುಡಿಸಲಿಗೆ ಬಂದು–ಹೋಗಿ ಮಾಡುತ್ತಿದ್ದ ದೇವು ಸಣ್ಣಿಯರು, ಕ್ರಮೇಣ ಇಲ್ಲೇ ತಟ್ಟಿ ಗುಡಿಸಲಿಗೆ ಹುಲ್ಲು ಹೊದೆಸಿ, ಎದುರು ಎರಡು ಹೂವಿನ ಗಿಡ, ತುಳಸಿಕಟ್ಟೆ, ದನ ಕಟ್ಟಲೊಂದು ಮಾಡು, ಇರಲಿ ಅಂತ ಒಂದು ತೆಂಗಿನ ಸೆಸಿ, ಅಮವಾಸ್ಯೆಗೆ ಬೀರದೇವನಿಗೆ ಎಡೆ ಇಡಲು ಬಾಳೆಲೆ ಬೇಕೆಂದು ಒಂದು ಬಾಳೆ ಗಿಡ, ಹುಳ ಹುಪ್ಪಡಿ ಹಿಡಿಯಲೆರಡು ಕೋಳಿ ಮರಿ, ನಂತರ ಮೊಟ್ಟೆ ಮರಿ ಹಿಂಡು, ಕೋಳಿಹಿಕ್ಕೆಯ ಗೊಬ್ಬರ ವ್ಯರ್ಥ ವಾಗುತ್ತದೆಂದು ಬಸಲೆ ಬಳ್ಳಿ, ಬೆಂಡೆ ಓಳಿ ಹೀಗೆ ಬದುಕನ್ನೇ ಈ ಗುಡ್ಡೆಯಲ್ಲಿ

ಬೆಳಗಿ ಕೊಂಡವರು. ಹೂಡಲು ಸ್ವಂತ ಗದ್ದೆಯಿಲ್ಲದೇ ಗೇಣಿದಾರರ ಗದ್ದೆಗಳನ್ನು ಸಾಗುವಳಿ ಮಾಡುತ್ತ, ಗುಡ್ಡೆಯ ಕೆಳಗೆ ಗುಡಿಸಲು ಹಾಕಿಕೊಂಡು ಬೇಣದಲ್ಲಿ ಕಯಡದ ಹುಲ್ಲು ಕುಯ್ದೋ, ಪಕ್ಕ ಕಾಣುವ ತುಳಸಿಗುಡ್ಡೆಯ ದಟ್ಟ ಕಾಡಿನಲ್ಲಿ ಕಟ್ಟಿಗೆ ಕಡಿದೋ, ಜೀವಿಸಿಕೊಂಡು ಇದ್ದವರು. ಮೊದಮೊದಲು ಸುಮಾರು ಇಪ್ಪತ್ತರಿಂದ ಮೂವತ್ತು ಗುಡಿಸಲುಗಳಿರುವ ಅವರ ಮನೆಗಳ ಸಂಖ್ಯೆ ಈಗ ವರ್ಷವರ್ಷವೂ ಏರಿಕೆಯಾಗಹತ್ತಿತ್ತು.

ಬರುವ ಬೆಳಗು ಮತ್ತೇನೇನು ಆತಂಕ ತರಲಿವೆಯೋ ಅಂತ ಯೋಚಿಸಿ ಹೆದರುತ್ತ, 'ಸೂಡದ ಹೂಂಗು ಬಾಡದಂಗೆ ನೋಡಕೋ ತಾಯೀ' ಅಂತ ಆಗಷ್ಟೇ ಮುಗಿದ ಹಬ್ಬದ ಕಳಸಕ್ಕೆ ಹರಕೆ ಹೊತ್ತು ಸಣ್ಣಿ ಅಡ್ಡಾಗಿದ್ದಳು.

◀◀ ▶▶

ಮರುದಿನ ಕಿರುಬಂಡೀ ಹಬ್ಬದ ತಯಾರಿಗಳು ಗುಡ್ಡೆಯ ಇನ್ನೊಂದು ಪಕ್ಕದ ಹೊಲೆಟರ ದೇವಸ್ಥಾನದಲ್ಲಿ ನಡೆದಿದ್ದವು. ಊರ ಜನ ಕಾಲು ಕಟ್ಟಿ ತಂದ ಕೋಳಿಯನ್ನೆಲ್ಲ ಒಂದೊಂದಾಗಿ ದೇವರಿಗೆ ನೀರು ಬಿಟ್ಟು ನಂತರ ಅದರ ತಲೆ ಹೊಡೆದು ಕೊಡಲಾಗುತ್ತಿತ್ತು. ಎಲ್ಲೆಡೆ ಕೊಕ್ಕೊಕ್ಕೊಕ್ಕೊ ಸದ್ದು ಅನುರಣಿಸುತ್ತಿತ್ತು. ಹಾಗಾಗಿ ಅಂದು ಕಳಸದ ಗುಡ್ಡೆಯಲ್ಲಂತೂ ಯಾವ ಕೋಳಿಗಳನ್ನೂ ಹೊರಬಿಟ್ಟಿರಲಿಲ್ಲ. ಯಾರ ಕೋಳಿಗಳನ್ನಾದರೂ ಯಾರಾದರೂ ಹಿಡಿದುಕೊಂಡು ಹೋಗಿ ದೇವರಿಗೆ ಹೊಡೆಸಿಕೊಂಡು ಬಂದು ಕೋಳಿ ಸಂಡಿಗೆ ಮಾಡಿ ತಿನ್ನುವ ಪದ್ಧತಿ ಅಲ್ಲಲ್ಲಿ ಅನಧಿಕೃತವಾಗಿ ನಡೆಯುವುದಿತ್ತು. ಗೊತ್ತಾಗೇ ಬಿಟ್ಟರೆ ಸಣ್ಣಪುಟ್ಟ ಜಗಳಗಳೂ ನಡೆಯುತ್ತಿದ್ದವು. ದೇವು ಬೆಳಗಾಮುಂಚೆಯೇ ಎಚ್ಚರವಾದರೂ ಇನ್ನೂ ಹಾಸಿಗೆಯಲ್ಲೇ ಇದ್ದ. ಮಾದೇವನಿಗೆ ಶಾಲೆಗೆ ಹೋಗುವ ಮನಸ್ಸಿದ್ದರೂ ಸಣ್ಣಿ, 'ನಾಳೆ ಹೋಗನಾಕೋ ಕೂಸನೇ' ಅನ್ನುತ್ತ ಮೈ ಮೇಲೆ ಧ್ಯಾನವೇ ಇಲ್ಲದಂತೆ ಅಲ್ಲಿ ಇಲ್ಲಿ ನಿಂತು ಕೂತು ಮಾಡುತ್ತ, ಪದೇಪದೆ ಹೊರ ದಾರಿ ನೋಡುತ್ತಿದ್ದಳು.

ಸೋಮಿ ಜಟ್ಟಮ್ಮರು ಆಗಲೇ ಒಮ್ಮೆ ಬಂದು ಇನ್ನೇನಾದರೂ ಹೊಸ ಸುದ್ದಿ ಇದೆಯೋ ಅಂತ ಕೇಳಿ, ಸಣ್ಣಿ ತಲೆಯಾಡಿಸಿದರೂ ಇವಳು ತಮ್ಮಿಂದ ಏನೋ ಮುಚ್ಚಿಡುತ್ತಿದ್ದಾಳೆಂದೇ ಭಾವಿಸುತ್ತ ಮುಖ ಮುಖ ನೋಡಿಕೊಳ್ಳುತ್ತ ಮರೆಯಾಗಿದ್ದರು. ಸಣ್ಣಿ ಇಂದು ಕೋಳಕುರಿ ಹಬ್ಬಕ್ಕೆ ಕೋಳಿ ಒಯ್ಯುವುದೋ ಬೇಡವೋ ಎಂಬ ಅನುಮಾನದಲ್ಲಿರುವಾಗಲೇ ಕೋಪದಲ್ಲಿದ್ದ ದೇವು, 'ಕೋಳಿ ಸಂಡಗಿ ನಾಮ ತಿಂದೇ ಇದ್ದಕ್ಸನಾ, ಹೋದೋಳು ಹಿಂದಕ ಬಂದ ಬಿಡೂದೇ?' ಅಂತ ಆವೇಶದಲ್ಲೇ ರೋಪು ಹಾಕಿದ. ಮಾದೇವ ನೆನಪಿಲ್ಲದೆ ದಿನದಂತೆ ಬುಟ್ಟಿ ಮುಚ್ಚಿಟ್ಟ ಕೋಳಿಗಳನ್ನು ಬುಟ್ಟಿ ಎತ್ತಿ ಹೊರಬಿಟ್ಟುಬಿಟ್ಟಿದ್ದ. ಅವನ ಮೇಲೆ ರೇಗುತ್ತ

ದೇವು ಮೊಟ್ಟೆಗೆ ಬಂದ ಕಂದು ಬಣ್ಣದ ಕೋಳಿಯೊಂದನ್ನು ಅಟ್ಟಿಕೊಂಡು ಓಡಿದ. ಅದು ತಪ್ಪಿಸಿ ತಪ್ಪಿಸಿಕೊಂಡು ಪುರ್ರನೆ ಹಾರಿತು. ಒಮ್ಮೆಲೇ ತಂಗಿಯ ನೆನಪಾಗಿ ಏನೂ ಬೇಡವೆನ್ನಿಸಿ ಹಿಂತಿರುಗಿ ಬಂದು ಒಳಗೇ ಕೂತುಳಿದ. ಕೊಪ್ಪದಲ್ಲೆಲ್ಲ ಈಗಾಗಲೇ ಏನೇನೋ ಗುಲ್ಲು ಎದ್ದಿದ್ದರೂ ಅದಿನ್ನೂ ಊರ ಹೆದ್ದಾರಿಗೆ ಇಳಿದು ಬಂದಿರಲಿಲ್ಲ.

ಸಾಧಾರಣವಾಗಿ ಗುಡ್ಡೆಯ ಎಲ್ಲರ ಹಟ್ಟಿಯ ಹೊರಜಗಲಿಯ ಅಂಚಿಗೆ ಇರುವ ದೊಡ್ಡ ಅರೆಯುವ ಕಲ್ಲುಗಳು ಅಂದು ಬೆಳಿಗ್ಗೆ ಬೆಳಿಗ್ಗೆಯೇ ಸ್ವಚ್ಛವಾಗಿ ತೊಳೆಯಲ್ಪಟ್ಟವು. ಕೆಲ ಹಟ್ಟಿಯ ಹೆಂಗಸರು ಅತ್ತ ಕೋಳಿ ಹೊಡೆಯುವುದಿನ್ನೂ ಶುರುವಾಗುವುದಕ್ಕಿಂತ ಪೂರ್ವದಲ್ಲಿಯೇ ಇತ್ತ ಮಸಾಲೆ ಕಲ್ಲಿಗೆ ಹಾಕಿ ಸಣ್ಣಗೆ ಅರೆಯಲು ಶುರುವಿಟ್ಟುಕೊಂಡರು. 'ಸಣ್ಣಿ ಮನೇಲ ಹೀಂಗಂತಪಾ' ಅನ್ನುತ್ತಲೇ ಮಕ್ಕಳನ್ನು ಓಡಿಸಿ ಹೆದ್ದಾರಿಯ ದಿಗಂಬರ ಶೆಟ್ಟಿ ಅಂಗಡಿಯಿಂದಲೇ ಗೋಮೆಂಚು ಲವಂಗ ದಾಲ್ಚಿನ್ನಿ ಜಾಯ್ಕಾಯಿ ತರಿಸಿದರು. ಒಂದೊಂದೇ ತೊಲೆಯ ಲೆಕ್ಕದಲ್ಲಿ ಪುಟ್ಟ ಹಾಳೆಯಲ್ಲಿ ಕಟ್ಟಿಕೊಡುತ್ತ ದಿಗಂಬರ ಆ ಮಕ್ಕಳನ್ನು, 'ಏನೇ ಮಗುವೇ, ಕೋಳಿ ಆಶೆ ಜೋರೆ?' ಅಂತ ಕೀಟಲೆ ಮಾಡಿದ್ದಕ್ಕೆ 'ಹ್ಞೂ' ಅಂತ ಮಕ್ಕಳು ನಾಚುತ್ತ ಸಣ್ಣ ಪೊಟ್ನೆ ಕಟ್ಟಿಸಿಕೊಂಡು ಕೊಪ್ಪದತ್ತ ಓಡಿದರು. ದಿಗಂಬರನ ಅಂಗಡಿಯ ಸಾಲದ ಪಟ್ಟಿಯಲ್ಲಿ ಎಲ್ಲ ನಮೂದಾದವು.

ಅಷ್ಟೇ ಹೊತ್ತಿಗೆ ಗುಡ್ಡೆಯ ಆಚೆ ಬದಿ ಹಟ್ಟಿಕೇರಿಯ ವ್ಯಕ್ತಿಯೊಬ್ಬ, ಕೋಳಿಯೊಂದನ್ನು ಚೀಲದಲ್ಲಿ ಬಾಯಿ ಕಟ್ಟಿ ತಂದು, ದಿಗಂಬರನ ಬಳಿ ಹೊಲೆಟ್ರ ದೇವಸ್ಥಾನದ ದಾರಿ ಕೇಳುತ್ತ ನಿಂತ. ಈ ಗಿರಿಯಮ್ಮ ದೇವಿ, ತಮ್ಮ ಗ್ರಾಮದೇವಿ ಎಂದೆಲ್ಲ ಮಾತಾಡುತ್ತ ಆತ, 'ನಿನ್ನೆ ನಿಮ್ಮ ಊರಲ್ಲಿ ಯಾರಾದರೂ ಕಾಣೆಯಾದ ಸುದ್ದಿಗಿದ್ದಿ ಉಂಟೋ ಹೇಗೆ? ನಮ್ಮ ಹಟ್ಟೀಕೇರಿ ಕತ್ತರಿಯಲ್ಲಿ ಒಂದು ಹುಡುಗಿ ತಲೆ ಒಡೆದುಕೊಂಡು ಬಿದ್ದಿದ್ದಾಳೆ. ಈ ಬದಿ ಗುಡ್ಡೆ ತುದಿಯಿಂದ ಹಾರಿದರೆ, ಆ ಕತ್ತರಿಗೆ ಹೋಗಿ ಬೀಳುತ್ತಾರಂತೆ' ತನಗೆ ಗೊತ್ತಿದ್ದ ಸಂಗತಿ ಸಹಜ ತಿಳಿಸಿದ. ದಿಗಂಬರನೂ ಇದನ್ನು ಕೇಳಿ ಬಲ್ಲವನಾಗಿದ್ದ. 'ಹೌದೇ? ನಮ್ಮ ಊರಿನ ಹೆಣ್ಣು ಇರಲಿಕ್ಕಿಲ್ಲ, ಯಾಕೆಂದರೆ ಇಲ್ಲಿ ಇರುವುದೇ ನೂರಿನ್ನೂರು ಮನೆಗಳು, ಯಾರ ಮನೆಯಿಂದ ಯಾರು ನಾಪತ್ತೆಯಾದರೂ ಒಂದು ತಾಸಿನಲ್ಲಿ ಇಡೀ ಊರು ಸುದ್ದಿಯಾಗತದೆ' ಅಂದ.

ಆ ವ್ಯಕ್ತಿ ಇನ್ನೂ ಮುಂದುವರೆಸಿ, 'ಹಾಗೆ ಬಿದ್ದ ಅವಳನ್ನು ಕಣ್ಣಾರೆ ನೋಡಿಕೊಂಡು ಬಂದೆ, ಜೀವವೆಲ್ಲ ಗಾರೆದ್ದು ಹೋಗಿದೆ. ಹಳದೀ ಸೀರೆ, ಮುಖವೆಲ್ಲ ತರಚು ಗಾಯ, ಮೈಯೆಲ್ಲ ಜಜ್ಜಿ ಹೋಗಿದೆ, ನೋಡಲೂ ಮನಸ್ಸು ಬರುವುದಿಲ್ಲ, ಪಾಪ ಯಾರೋ ಏನೋ, ಸಣ್ಣ ಹುಡುಗಿ ಅಂದರೂ ಹದಿನೈದಿಪ್ಪತ್ತರ ವಯಸ್ಸು' ಮರುಗುತ್ತಲೇ ದಿಗಂಬರ ತೋರಿದ ದಾರಿಯೆಡೆ ಆತ ನಡೆಯ ಹತ್ತಿದ. ಅಷ್ಟೇ ಹೊತ್ತಿಗೆ ಪಚ್ಚನ ಬಲಗೈ ಬಂಟನಂತಿರುವ ಬೀರಪ್ಪ ಕೋಳಿ ಸಂಡಿಗೆಯ ಸಾಮಾನಿಗಾಗಿ ದಿಗಂಬರನ ಅಂಗಡಿಗೇ ಬಂದು ನಿಂತ.

'ಗರಮಚಾಲೆ ಚಾಮಾನ ಅಟ್ಟೊ ಯಾಡಯಾಡ ತೊಲೆ ಕೊಡರಾ' ಅನ್ನುತ್ತ ಈ ಸಲದ ಬಂಡಿಹಬ್ಬದ ಸೀಜನ್ನಿಗೆ ಪಚ್ಚನ ಗಡಂಗಿನಲ್ಲಿ ಏನೇನು ವಿಶೇಷ ನಡೆಯಿತು ಎಂಬುದನ್ನೆಲ್ಲ ಬಣ್ಣ ಹಚ್ಚಿ ಹೇಳುತ್ತ ನಿಂತವನಿಗೆ ದಿಗಂಬರ, 'ನಿಮ್ಮ ಹೆಂಡ ಕುಡಿದು ಯಾರೂ ಗುಡ್ಡೇ ಮ್ಯಾಲಿಂದ ಆ ಬದಿ ಹಾರಲಿಲ್ಲಾ ಅಲ್ಲೋ ಮತ್ತೆ? ಹಟ್ಟೀಕೇರಿ ಕತ್ತರಿಯಲ್ಲಿ ಒಂದ ಹೆಣ ಬಿದ್ದಿದೆಯಂತೆ' ಎಂದು ಅವನನ್ನು ಕೆದಕಿದ. 'ಯಾರ ಅಂತರಾ? ಯಾರ ಹೇಳದ್ದು?' ಅಂತ ಬೀರಪ್ಪ ಕುತೂಹಲದಿಂದ ಪಿಸಿಪಿಸಿದು ಕೇಳಿದ್ದೇ ದಿಗಂಬರ ಆ ಅಪರಿಚಿತನಿಂದ ಕೇಳಿದ್ದನ್ನೆಲ್ಲ ಚಾಚೂ ತಪ್ಪದೆ ಹೇಳಿದ. ಹುಡುಗಿ, ವಯಸ್ಸು ಎಲ್ಲ ಸರೀಯಾಗಿದ್ದದ್ದು ನೋಡಿ ಬೀರಪ್ಪ, 'ಅಯ್ಯೋ ಖರೆವೇನರಾ? ನಮ್ಮ ದೇವೂ ತಂಗಿ ನಿನ್ನಾಗ ಹಬ್ಬ ಮುಗದ ಮ್ಯಾನ ಮನೀಗೇ ಬರನೀಲಾ ಅಂದ ಹೇಳದಂಗಿತ್ತು' ಅನ್ನುತ್ತಲೇ ದಿಗಿಲುಗೊಂಡು, 'ಭಾಳಮಾಡಿ ಹಾಂಗೇನ ಆಗೀರೂವಂಗಿಲ್ಲ, ಆದ್ರೂ ಒಂಚಲಾ ಇಚಾರಸೂದೇ ಗನಾದಲ್ಲರಾ' ಅನ್ನುತ್ತ ಮಸಾಲೆ ಪದಾರ್ಥ ದೊಂದಿಗೇ ಸೀದಾ ದೇವೂ ಮನೆಗೇ ನಡೆದ.

ಮೂರೂ ಹೊತ್ತೂ ಹೆಂಡದಂಗಡಿಯಲ್ಲೇ ಬಿದ್ದಿರುವ ಬೀರಪ್ಪ ಇಂದು ತಮ್ಮ ಮನೆತನಕ ಬಂದದ್ದು ಸಣ್ಣಿಗೆ ಯಾಕೋ ಸೇರಿಬರಲಿಲ್ಲ. 'ಊರ ಹಾಳಗೆಡಗದ್ದಲ್ಲದೇ ಮನೀ ಹಾಳಗೆಡಗೂಕ ಬಂದಾ' ಅಂತ ಸಣ್ಣಗೆ ಗೊಣಗುಟ್ಟಿದಳು. ಬೀರಪ್ಪನನ್ನು ಕಂಡವನೇ ದೇವು ಎದ್ದು ಅಂಗಳಕ್ಕಿಳಿದ. ಸಣ್ಣಿಯೂ ಇಬ್ಬರ ಮಾತಿಗೆ ಮಾಡಿನ ಮರೆಯಲ್ಲೇ ನಿಂತು ಕಿವಿಗೊಟ್ಟಳು. ಮಾದೇವ ಅವ್ವೆಯನ್ನು ಕೂಗುತ್ತ, 'ನಿನ ಕೋಳಿ ಆಶೆ ಶಾಯಲೆ, ನಾ ಶಾಲೀಗ ಹೋಗಬತ್ತೀನೆ' ಅಂತ ಒಂದೆಡೆ ರಂಪ ತೆಗೆದು ಕೂತಿದ್ದ. ಬೀರಪ್ಪ, 'ಏನರೂ ಶುದ್ದಿ ಈತೋ ನಿಮ ತಂಗೀದು?' ಅಂತ ಕೇಳಿದ್ದಕ್ಕೆ ದೇವು, 'ಊಂ ಹ್ಞೂ' ಅಂತ ತಲೆಯಾಡಿಸಿದ. 'ಇಲ್ಲೇ ಹಟ್ಟೀಕೇರಿ ಕತ್ತರೀ ಮ್ಯಾನ ಒಂದ ಹುಡಗಿ ಸಿಕ್ಕೀದಕಂಡ, ಏನೂ ಹೆದರಕಂಬ್ಯಾಡವೋ, ಆ ಬಂದೀಂದ ಹಣ್ಣು ಕಾಯಿ ಮಾಡಸೂಕ ಬಂದವರೊಬ್ರು ನೀಟಮ್ಮೋರ ಮಗನ ಕೂಡ ಹೇಳತಿದರಕಂಡ, ನೋಡಕಂಬರೂನಿ ಬೇಕಾರೆ' ಅಂದದ್ದೇ ದೇವೂಗೆ ಒಮ್ಮೆಲೇ ಸಿಟ್ಟು ನೆತ್ತಿಗೇರಿಬಿಟ್ಟಿತು. 'ಹಂಗೆಲ್ಲ ಜೀಂಮಾನೆ ತೆಕ್ಕಂಬೂದಂತೀ?' ಎನ್ನುತ್ತ ಬೀರಪ್ಪನನ್ನೇ ಗದರಿಕೊಂಡು ಬಂದ.

ಸಣ್ಣಿ ಸುಮ್ಮನೆ ಕೇಳಿದಳು. ಅದು ಸುಳ್ಳಾಗಲಿ ದ್ಯಾವರೇ ಅಂತ ಮನಸ್ಸಿನಲ್ಲೇ ಗುಡ್ಡೆಯ ಗಿರಿಯಮ್ಮನನ್ನು ನೆನೆದಳು. ಇಬ್ಬರೂ ಸ್ವಲ್ಪ ಹೊತ್ತು ಮಾತಾಡಿ ಅಂತೂ ಬಾಳಾಚಾರಿ ಅಂಗಡಿಯಿಂದ ಒಂದೊಂದು ಬಾಡಿಗೆ ಸೈಕಲ್ ಪಡೆದು ಹೊರಡುವಾಗ ಎದುರು ಅಂಗಡಿಯಲ್ಲಿ ಕೂತ ದಿಗಂಬರ, 'ಏ ದೇವೂ, ಸುದ್ದಿ ಖರೇ ಏನೋ ಅದು?' ಅಂತ ಕೇಳಿದ್ದಕ್ಕೆ ಉತ್ತರಿಸದೇ ಹಾಗೇ ಕೈಸನ್ನೆ ಮಾಡಿ, ದಿಗಿಲೋ ಸಂಕಟವೋ ಗೊತ್ತಿಲ್ಲದ ಮೌನದಲ್ಲೇ ಸೈಕಲ್ ಹೊಡೆದು ಹಟ್ಟೀಕೇರಿ ತಲುಪಿದರು.

ಎಂಥದ್ದೋ ದುಗುಡ ತುಂಬಿಕೊಂಡ ದೇವೂನ ಜೀವ ಹೈರಾಣಾಗಿ ಹೋಗಿತ್ತು. ಅಲ್ಲಿ ಇಲ್ಲಿ ವಿಚಾರಿಸಿದ ನಂತರ ಊರ ಜನ ಕೆಲವರು ಸೇರಿ ಅಂಕೋಲೆಯ ಸರ್ಕಾರಿ ಆಸ್ಪತ್ರೆಗೆ ಸಾಗಿಸಿದ ವಿಷಯ ತಿಳಿಯಿತು. ಹಟ್ಟೀಕೇರಿಯ ಮಂದಿ ಹೇಳಿದ ಗುರುತು ಯಾಕೋ ತಮ್ಮ ಮಾಲಿಯದೇ ಅನಿಸಿಬಿಟ್ಟದ್ದೇ ದೇವು ಕಳವಳದಿಂದ, 'ಅಯ್ಯೋ ಶತ್ತ ಹೋಗೂಕ ಎಂಥಾ ಆಯತೋ ಅದಕೆ' ಅಂತ ಒಮ್ಮೆಲೇ ಗೌಜಿ ಹಾಕಿ, ಜೀವ ಸಂಕಟವಾದಂತೆ ಬಿದ್ದು ಬಿಟ್ಟವನನ್ನು ಬೀರಪ್ಪ ಅಲ್ಲೇ ರಸ್ತೆ ಬದಿಯ ಮೋರಿಯ ಕಟ್ಟೆಯಲ್ಲಿ ಕೂಡಿಸಿ ಸಮಾಧಾನ ಮಾಡಿದ. ಪುನಃ ಸೈಕಲ್ ತುಳಿದು ಆಸ್ಪತ್ರೆ ಸೇರಿದಾಗ ಮಧ್ಯಾಹ್ನ ಒಂದು ಗಂಟೆಯಾಗಿತ್ತು.

ವೈದ್ಯರು ಪೊಲೀಸರ ಬಳಿ ನಡೆದ ಏನೇನೋ ವಿಚಾರಣೆಗಳ ತರುವಾಯ ಒಳ ಹೋಗಿ ಅವಳನ್ನು ನೋಡಿ ಬರಲು ಅನುಮತಿ ಸಿಕ್ಕಿತು. ಅವಳನ್ನು ಆ ಸ್ಥಿತಿಯಲ್ಲಿ ನೋಡಲಾರದ ದೇವು ಬೀರಪ್ಪನನ್ನೇ ಮುಂದೆ ಮಾಡಿ ಸಣ್ಣಗೆ, 'ನೀನೇ ನೋಡಕ ಬಂದ ಹೇಳೋ' ಅಂತ ಸಂಕಟದಲ್ಲೇ ಕೈ ಮುಗಿದುಕೊಂಡ. ಬೀರಪ್ಪ ಉಪಾಯವಿಲ್ಲದೆ ಭಯಪಡುತ್ತಲೇ ಆಸ್ಪತ್ರೆ ಸಿಬ್ಬಂದಿಯ ಹಿಂದೆ ಹಿಂದೆ ಹೋಗಿ ಅವರು ಮುಖಕ್ಕೆ ಮುಚ್ಚಿದ್ದ ಬಟ್ಟೆಯನ್ನು ತೆಗೆದದ್ದೇ ಒಮ್ಮೆಲೇ ಗುರುತಿಸಲಾಗದೆ ನೋಡೇ ನೋಡಿದ. ಬೀರಪ್ಪ ಮಾಲಿಯನ್ನು ಇತ್ತೀಚೆಗೆ ಸರಿಯಾಗಿ ನೋಡಿರಲಿಲ್ಲ ವಾದರೂ, ತನ್ನ ಕಲ್ಪನೆಯಲ್ಲಿರುವ ಮಾಲಿಯ ಯಾವ ಲಕ್ಷಣಗಳೂ ಆ ಹುಡುಗಿಯ ಮುಖದಲ್ಲಿ ಕಾಣದಿದ್ದಾಗ ಒಮ್ಮೆಲೇ ಸಮಾಧಾನವಾಗಿ ಅಲ್ಲಿಂದಲೇ ಕೂಗಿ ದೇವುನನ್ನು ಕರೆಯುತ್ತ, 'ಮಾಲಿ ಅಲ್ಲವೋ, ಹರ್ಗಿಸೂ ಮಾಲಿ ಅಲ್ಲ, ಸೀರೆ ಅಟ್ಟೇ ಹಳದೀ ಬಣ್ಣದ್ದೊ, ನೀ ಬೇಕಾರ ಇನ್ನೊಂಚಲ ನೋಡ ಬಾ' ಅನ್ನುತ್ತ ದೇವುವನ್ನು ಎಳೆತಂದ ಬೀರಪ್ಪನನ್ನು ಆಸ್ಪತ್ರೆ ಸಿಬ್ಬಂದಿ ಒಂದು ಥರಾ ಮಾಡಿ ನೋಡಿದ. 'ಇದು ನಿಮಗೆ ಸಂಬಂಧಪಟ್ಟದ್ದು ಅಲ್ಲದಿದ್ದರೆ ಆಚೆ ಹೋಗಿಬಿಡಿ' ಇವರಿಬ್ಬರ ಮೇಲೆ ಇದ್ದಕ್ಕಿದ್ದಂತೆ ಹರಿಹಾಯ್ದ.

ಇತ್ತ ದೇವುನೂ ತನ್ನ ತಂಗಿಯ ಮುಖವಲ್ಲವೆಂದು ತಿಳಿದದ್ದೇ ಎಂಥದೋ ಉತ್ಸಾಹ ತುಂಬಿಕೊಂಡು ತಾನೂ ಒಮ್ಮೆ ನೋಡಿ ಹೋಗಲು ಒಳ ಬಂದು, ಆ ಸಿಬ್ಬಂದಿಯ ಹತ್ತಿರ ಪುನಃ ಬೈಸಿಕೊಂಡ. ಮುಖ ಗಂಟಿಕ್ಕಿದ ಸಿಬ್ಬಂದಿ ಆ ದೇಹದ ಮುಖದ ಬಟ್ಟೆ ತೆಗೆದ ಹಾಗೆ ಮಾಡಿ ಕ್ಷಣದಲ್ಲಿ ಮತ್ತೆ ಮುಚ್ಚಿಬಿಟ್ಟ. ಅವಸರದಲ್ಲಿ ನೋಡಿದ ನೋಟದಲ್ಲಿ, ಅಷ್ಟು ದಪ್ಪ ಮುಖ ಕಪ್ಪು ಬಣ್ಣ ಮಾಲಿಯದಲ್ಲವೇನೋ ಅನ್ನಿಸಿಬಿಟ್ಟಿತು. ಆದರೂ ಇನ್ನೊಮ್ಮೆ ನೋಡಬೇಕೆನ್ನಿಸಿದರೂ ಆಸ್ಪತ್ರೆ ಸಿಬ್ಬಂದಿ ಅದಕ್ಕೆ ಆಸ್ಪದ ಕೊಡಲಿಲ್ಲ. ಆ ನಂತರ ಆಸ್ಪತ್ರೆಯ ಗೇಟು ದಾಟುವಾಗ ಇಬ್ಬರೂ ತಮ್ಮ ಈ ನಡವಳಿಕೆಗೆ, 'ಹ್ಯಾಂಗ ನೋಡು, ನಂ ಪೈಕಿ ಅಲ್ಲ ಅಂದಕ ಗುತ್ತಾದಕೂಡೇ ನಮಗೇ ಎಟ್ಟ ಖುಷೀ' ಎನ್ನುತ್ತ ತಮ್ಮ ಮನಸ್ಸಿನ ವಿಚಿತ್ರಕ್ಕೆ ತಾವೇ ಕ್ಷಣ ನಾಚಿಕೆಪಟ್ಟರು.

ಕೊಂಚ ಸಮಯದ ನಂತರ ಮನಸ್ಸಿನ ಮೂಲೆಯಲ್ಲೆಲ್ಲೋ ದೇವುಗೆ, ಮೂಗು ಮಾತ್ರ ಮಾಲಿಯ ತರಹವೇ ಕಂಡಿತಲ್ಲ ಅಂತಲೂ ಅನಿಸಲು ಶುರುವಾಗಿತ್ತು. ಹಾಗಾಗಿ ಬೀರಪ್ಪನ ಯಾವ ಮಾತಿಗೂ ಸರಿಯಾಗಿ ಉತ್ತರಿಸದೆ ಅವನು ಸುಮ್ಮನೆ ಸೈಕಲ್ಲು ಹೊಡೆದ. ಬೀರಪ್ಪನ ಮಾತಿನಂತೆಯೇ ಅದು ಮಾಲಿ ಅಲ್ಲವೇ ಅಲ್ಲ, ಅಲ್ಲವೇ ಅಲ್ಲ ಅಂತಲೇ ನಂಬಲು ತನ್ನ ಮನಸ್ಸಿಗೆ ತರಬೇತು ಮಾಡಲು ಆರಂಭಿಸಿದ. ಚೂರೇ ಚೂರಿದ್ದ ಸಂಶಯವನ್ನೂ ತನ್ನ ಚಿತ್ತದಿಂದ ಬುಡ ಸಮೇತ ಕಿತ್ತೊಗೆಯಲು ಒತ್ತಾಯಪೂರ್ವಕ ಯತ್ನಿಸಿದ. ಅಷ್ಟರಲ್ಲಿ ಬೀರಪ್ಪ ಎಲ್ಲೆಡೆ, 'ಮಾಲಿ ಅಲ್ಲವೇ ಅಲ್ಲ, ನಾನೇ ನೋಡ್ಕ ಬಂದಿ' ಅನ್ನುತ್ತ ಸುದ್ದಿ ಹಂಚಿಬಿಟ್ಟಿದ್ದ.

ಮಧ್ಯಾಹ್ನದ ನಂತರ ಕಳಸ ಹೊರುವ ಗುನುಗರ ಮಗ ರಮಾನಂದನೂ ನಿನ್ನೆಯಿಂದ ಕಾಣೆಯಾಗಿರುವ ವಿವರಗಳು ಕೊಪ್ಪದಲ್ಲೆಲ್ಲ ಹರಿದಾಡಿ, ಅಂದು ಪಚ್ಚ ಮಾತ್ರ ತನ್ನ ಸಾರಾಯಿ ಅಂಗಡಿಯ ಎದುರು ನಿಂತು, 'ನಾ ಹೇಳ್ಳಾಗೀತೇ, ಹೀಂಗೇ ಆದದ್ದು' ಎನ್ನುತ್ತ ಕೊಚ್ಚಿಕೊಂಡ. ಸಣ್ಣಿಗಂತೂ ಅಲ್ಲಿ ಇಲ್ಲಿ ಮೊದಲಿನ ಹಾಗೆ ತಿರುಗಾಡಲೇ ಹೇಸಿಗೆಯಾಗತೊಡಗಿತ್ತು. ಎಲ್ಲರೂ ಕೇಳುವುದು ಒಂದೇ ಸಂಗತಿ. ಕೊಪ್ಪದ ಮುರ್ಕಿಯಲ್ಲಿ ಮಾರನೇ ದಿನ ಊರ ಗುನುಗ ಸಿಕ್ಕು ದೇವುವನ್ನು ನಿಲ್ಲಿಸಿ ಸಿಕ್ಕಾಪಟ್ಟೆ ಒದರಾಡಿದ. 'ನನ್ನ ಮಗ ನೌಕರಿ ಹಿಡಿಯಲು ಮುಂಬೈಗೆ ಹೋಗಿದ್ದಾನೆ, ನಿನ್ನ ತಂಗಿಯ ಜೊತೆ ಅವನನ್ನು ಗಂಟು ಹಾಕಲು ನೋಡಿದರೆ ನೆಟ್ಟಗಾಗಲಿಕ್ಕಿಲ್ಲ' ಎಂದು ತಾಕೀತು ಮಾಡಿದ.

ಅದರ ಹಿಂದೆಯೇ ಬಡಗೇರಿ ಕೊಪ್ಪದಿಂದ ಕಾಲೆಳೆಯುತ್ತ ಬಂದ, ಸುದ್ದಿ ಮುಟ್ಟಿದ ದೇವೂನ ಅವ್ವೆ, ಸಣ್ಣಿಯನ್ನೇ ತರಾಟೆಗೆ ತೆಗೆದುಕೊಂಡು, 'ನೀನೇ ನನ ಮೊಗೀನ ಓಡಸದೆ, ಗನಾಗನಾ ಮಾಡೂಕ ಹೋಗಿ, ಅದಕ ಶರೀ ಬುದ್ಧೀನೂ ಹೇಳನೀಲ ನೀನು' ಅಂತೆಲ್ಲ ಬೈದು ಹೋದಳು. 'ನಾ ಏನ ಮಾಡ ಶತ್ತಿ? ಪಾಪಕೂ ಇಲ್ಲ ಪುಣ್ಯಕೂ ಇಲ್ಲ' ಅಂತ ಸಣ್ಣಿ ತಾನೂ ದನಿ ಏರಿಸಿ ಕೂಗಾಡಿದಳು. ದೇವೂಗೆ ಆಗಾಗ ಆ ಹುಡುಗಿಯ ಮುಖವೇ ಕಣ್ಣೆದುರು ಬಂದು ಹಿಂಸಿಸತೊಡಗಿತ್ತು. ಮಾಲಿಯೇ ಇದ್ದಿರಬಹುದೋ ಏನೋ ಅನ್ನಿಸಿದ ಗಳಿಗೆ ಅದನ್ನು ಆವಾಹಿಸಿಕೊಳ್ಳಲು ಮನಸ್ಸು ಸುತಾರಾಂ ಒಪ್ಪಿರಲಿಲ್ಲ. ಇವೆಲ್ಲದರ ಮಧ್ಯೆ ತಲೆ ಕೆಟ್ಟು ಹೋಗಿ ದಿನಾ ರಾತ್ರಿ ದೇವೂ ಪಚ್ಚನ ಅಂಗಡಿಯ ಬದಿ ಹೋಗತೊಡಗಿದ. ಹಗಲೂ ರಾತ್ರಿ ಆಸ್ಪತ್ರೆಯಲ್ಲಿ ನೋಡಿದ ಆ ಮುಖವೇ ಅವನನ್ನು ಹಿಂಸಿಸುತ್ತಿತ್ತು. ಸಣ್ಣಿ ಎದುರು ಕಂಡರಂತೂ ಮಾತಿಗೆ ಮಾತು ಬೆಳೆಸಿ ಯಾವುದಕ್ಕೂ ಸರಿಯಾದ ಉತ್ತರ ಸಿಕ್ಕದೆ ಅವಳ ಯಾವ ವಿರೋಧವನ್ನೂ ಲೆಕ್ಕಿಸದೆ ತನ್ನ ಕೈ ಸೋಲುವವರೆಗೂ ಅವಳನ್ನು ಬಡಿದು ತಾನೂ ರೋದಿಸುತ್ತ ಹಟ್ಟಿಯ ಇನ್ನೊಂದು ಮೂಲೆಗೆ ಬಿದ್ದುಕೊಂಡು ಬಿಡುತ್ತಿದ್ದ.

ಅಧ್ಯಾಯ 6

ಬಾಯಕ್ಕನ ಬಾಯಲ್ಲಿ ಒಪ್ಪಿಗೆಯ ಮಾತು ಬಂದದ್ದೇ ತಡ, ಮಧುಕರ ದಿಗಂಬರನ ಮದುವೆಯ ನಿಶ್ಚಯ ಅವಸರದಲ್ಲೇ ಮುಗಿಸಿದ. ಅತ್ತ ನೀಲಕಂಠ ಶೆಟ್ಟರಿಗೂ ಆದಷ್ಟು ಬೇಗ ತಮ್ಮ ಮಗಳು ಅರುಂಧತಿಯ ಮದುವೆ ಮಾಡುವ ಅವಸರವಿತ್ತು. ಹೀಗೆ ಸಂಬಂಧದಲ್ಲಿ ವರ ಸಿಕ್ಕಿರುವಾಗ, ಅಂಗಡಿಯವನಾದರೂ ಅಡ್ಡಿಯಿಲ್ಲವೆನ್ನಿಸಿತ್ತು. ತನ್ನ ಮಗಳೂ ಒಂದು ಗಂಡ ಮನೆ ಮಕ್ಕಳು ಅಂತ ಮಾಡಿಕೊಂಡು, ಅವಳ ಸಿಹಿ ಸಂಸಾರ ನೋಡುವ ಕನಸನ್ನು ಅವರೂ ಕಂಡಿದ್ದರು. ಮಾತು ಕತೆಯ ದಿನ ಊರ ಹಿರಿಯರನ್ನು ಸೇರಿಸಿ, ಮಾಸ್ತಿಕಟ್ಟೆಯ ಹೆಣ್ಣಿನ ಮನೆಯಲ್ಲೇ ಬೆಲ್ಲಕಾಯಿ ತಿನ್ನಲು ಹೋದಾಗ ದಿಗಂಬರನನ್ನು ಒಳಗೆ ಕರೆದ ಮಧುಕರ, ಐದೇ ನಿಮಿಷದ ಮಾತಿಗೆ ಕನ್ಯೆ ತೋರಿಸುವ ಶಾಸ್ತ್ರವನ್ನೂ ಮಾಡಿಬಿಟ್ಟ. ಕೋಣೆಯಲ್ಲಿ ಹಲವಾರು ಹೆಂಗಸರ ನಡುವೆ ಶೃಂಗಾರ ಮಾಡಿಕೊಂಡು ನಿಂತ ಅರುಂಧತಿಯನ್ನು ತುಸು ಕಪ್ಪಗಿದ್ದರೂ ತನ್ನ ಹಾಗೆಯೇ ಎತ್ತರಕ್ಕಿದ್ದು ಮೂಗು ಬಾಯಿ ಕಣ್ಣಿನಲ್ಲಿ ಲಕ್ಷಣವಾಗಿದ್ದಾಳೆಂದು ಮತ್ತು ಬಿ.ಸರೋಜಾದೇವಿಯಂತೆ ಸೀರೆಯನ್ನು ಗುಂಡಗೆ ಚಂದಗೆ ಉಡುತ್ತಾಳೆಂದು ದಿಗಂಬರ ಮನಸ್ಸಿನಲ್ಲೇ ಖುಷಿಗೊಂಡ.

ಅರುಂಧತಿಯೂ ಸುಮ್ಮನೆ ಇವನನ್ನು ಒಂದು ಬಾರಿ ನೋಡಿದಳು. ತನಗಿಂತ ಎಲ್ಲಿ ತುಸು ಗಿಡ್ಡವೆನಿಸುತ್ತಾನೋ ಅಂತ ಒಮ್ಮೆ ಅನ್ನಿಸಿದರೂ ಚೂರು ಹಣೆಯಲ್ಲಿ ಕೂದಲು ಈಗಾಗಲೇ ಉದುರಿದಂತೆ ಕಂಡರೂ ದಪ್ಪ ಮೀಸೆಯಲ್ಲಿ ಆ ಕ್ಷಣ ದಿಗಂಬರ ಚಂದವಾಗೇ ಕಂಡಿದ್ದ. ಮುದ್ದು ಮುದ್ದಾಗಿ ಅಲ್ಲಿ ಇಲ್ಲಿ ಓಡಾಡಿಕೊಂಡಿರುವ ಅರುಂಧತಿಯ ಅಣ್ಣ ವೇಣುವಿನ ಸಣ್ಣ ಮಗಳ ಕೆನ್ನೆ ತಟ್ಟಿ ದಿಗಂಬರ 'ಹೆಸರೇನು? ಎಷ್ಟನೇಯತ್ತೆ?' ಅಂತ ಕೇಳಿದ್ದಕ್ಕೆ ಅವಳ ಅಕ್ಕ ಸೀಮಳೇ ಉತ್ತರಿಸುತ್ತ, 'ಅವಳ ಹೆಸರು ನೀಮಾ ಎರಡನೇಯತ್ತೆ, ನನ್ನ ಹೆಸರು ಸೀಮಾ ನಾಕನೇಯತ್ತೆ' ಅಂದಳು. ವೇಣು ನಗುತ್ತ, 'ನಿನ್ನನ್ನು ಯಾರು ಕೇಳಿದ್ದು? ಅವರು ಕೇಳಿದ್ದು ನೀಮಳನ್ನು' ಎಂದು ಮಗಳನ್ನು ಎಳೆದು ತೊಡೆಯೇರಿಸಿಕೊಳ್ಳುತ್ತ, 'ಪರೀಕ್ಷೆಯಲ್ಲೂ ಹೀಗೇ,

ಕೇಳದೇ ಇದ್ದ ಪ್ರಶ್ನೆಗೆಲ್ಲ ಉತ್ತರ ಬರೆಯುತ್ತಾಳೆ' ಎಂದು ಎಲ್ಲರಿಗೆ ಮಗಳ ಶೌರ್ಯ ಪರಿಚಯಿಸಿ ಬೀಗಿದ.

ತನ್ನ ನಿಶ್ಚಿತಾರ್ಥದ ಬೆಲ್ಲ ಕಾಯಿ ತಿನ್ನುವಾಗ ದಿಗಂಬರನಿಗೆ ಪಕ್ಕದಲ್ಲೇ ಕೂತಿದ್ದ ಅರುಂಧತಿಯ ದೊಡ್ಡಮ್ಮನ ಮಗನೊಬ್ಬನ ಪರಿಚಯ ಹೊಸದಾಗಿ ಆಯಿತು. ಹಿಂದೆ ಮುಂದೆ ಸುಮ್ಮನೆ ವಿಚಾರಿಸಲಾಗಿ, ಸಾಣಿಕಟ್ಟೆಯಲ್ಲಿ ಉಪ್ಪಿನ ವ್ಯಾಪಾರ ಮಾಡುತ್ತಿದ್ದರೂ ಅವನಿನ್ನೂ ಅವಿವಾಹಿತ ಅಂತ ತಿಳಿಯಿತು. ಸರೋಜಿನಿಗೆ ಇದನ್ನು ಕೊನೆಯ ಬಾರಿ ಒಮ್ಮೆ ಕೇಳಿ ನೋಡುವಾ ಅನ್ನಿಸಿತು. ಸರೋಜಿನಿ ಜಾತಕದಲ್ಲಿ ಬೇಕಾದರೆ ವಯಸ್ಸು ಒಂದೆರಡು ವರ್ಷ ಕಮ್ಮಿ ಮಾಡಿದರಾಯಿತು ಅಂತಲೂ ಒಂದು ಕ್ಷಣ ಅಂದುಕೊಂಡ. ಮಧುಕರನ ಬಳಿ ಈ ವಿಷಯ ಪ್ರಸ್ತಾಪಿಸಿದರೆ, 'ಅದು ನಿನ್ನ ಜವಾಬ್ದಾರಿ, ನಿನ್ನ ಅಕ್ಕ ನಮಗಿಂತ ರಾಶಿ ಬುದ್ಧಿವಂತಳು, ಅವಳಿಗೆ ಬುದ್ಧಿ ಹೇಳಲು ನಂಗೆ ತಿಳಿಯುವುದಿಲ್ಲ' ಅಂತ ಕೈ ಕೈ ಎತ್ತಿ ಹೇಳುತ್ತ ಮಾತು ಹಾರಿಸಿದ.

ಮಾತುಕತೆ ಮುಗಿಸಿ ಬಂದ ದಿಗಂಬರನ ಬಳಿ ಬಾಯಕ್ಕ ಹುಡುಗಿ ಹೇಗಿದ್ದಾಳೆಂದು ಬಾಯ್ತಪ್ಪಿಯೂ ಕೇಳಲು ಹೋಗಲಿಲ್ಲ, ದಿಗಂಬರ ಅಂದು ರಾತ್ರಿ ಊಟಕ್ಕೆ ಕೂತಾಗ ಆ ಉಪ್ಪಿನ ವ್ಯಾಪಾರದ ಹುಡುಗನ ಕುರಿತು ಬಾಯಕ್ಕನ ಬಳಿ ಮಾತು ತೆಗೆದ. ಬಾಯಕ್ಕ, 'ನನ್ನದೇನಿದೆಯಪ್ಪ, ಅವಳ ಹತ್ತಿರವೇ ಒಮ್ಮೆ ಕೇಳಿ ನೋಡು' ಅಂದಳು. ಬಾಯಕ್ಕ ತನ್ನ ಮಗನ ಈ ಮದುವೆಯ ಸುದ್ದಿಯನ್ನು ಮಗಳು ಸರೂಗೆ ಯಾವ ರೀತಿಯಲ್ಲಿ ತಿಳಿಸಬೇಕೆಂಬ ಉಪಾಯ ಹೊಳೆಯದೆ, 'ಅಯ್ಯೋ ಶಿವನೇ' ಅನ್ನುತ್ತ ಸುಮ್ಮನುಳಿದುಬಿಟ್ಟಿದ್ದಳು.

ದಿಗಂಬರ ಮರುದಿನ ಅಂಗಡಿಯಲ್ಲಿ ಕೂತಾಗಲೇ ಕಸ ಗುಡಿಸುತ್ತಿದ್ದ ಸಣ್ಣಿ ಹಣಕಿ ಹಾಕಿ, 'ಸಣ್ಣಮ್ಮನೋರು ಹ್ಯಾಂಗಿವರಾ?' ಅಂತ ಸನ್ನೆ ಮಾಡಿ ಕೇಳಿದ್ದಳು. ಅವಳು ಹೇಳಿದ್ದು ಅರ್ಥವಾಗದವನಂತೆ ಸುಳ್ಳೇ ದಿಗಂಬರ, 'ಯಾರೇ? ಏನೇ?' ಅಂತ ಜಾರಿಕೊಳ್ಳುವುದರಲ್ಲಿದ್ದ. 'ಅಬಾಬಾಬಾಬಾ, ಬರ್ಲಿ ಅವ್ರು, ಹೇಳ ಕೊಡತಿ, ಸುಮಸುಮನೇ ನೀಮು ಅಂಗಡೀಗ ಬಂದ ಹೆಣಮಕ್ಕಳ ಕೈ ಕಿಟ್ಟೂದು' ಅಂದಳು. 'ಹೇಳಕೊಡೇ ಹೇಳಕೊಡೇ, ಮತ್ತ ನಿನ್ನ ಕೈಗೀ ಏನ ಕಿಟ್ಟಲಿಲ್ಲಾ ಅಲ್ಲವೇ?' ಎನ್ನುತ್ತ ನಕ್ಕುಬಿಟ್ಟಿದ್ದ ದಿಗಂಬರ. ಸಣ್ಣಿ, 'ಇವರೂ ನನಕಿನಾ ಹೆಚ್ಚನೊರೇಯಾ, ಶಾಯಲಪ್ಪ ಬಂಧನಾ' ಎಂದು ನಕ್ಕು ಸಣ್ಣಗೆ ನಾಚುತ್ತ ಕತ್ತಿನ ಮಣಿಸರದ ರಾಶಿಯನ್ನು ಸರಿಮಾಡಿ ಕೊಳ್ಳುತ್ತ ಪುನಃ ಕಸ ಗುಡಿಸತೊಡಗಿದಳು. ದಿಗಂಬರ ದೇವು ತಂಗಿ ಮಾಲಿ ಕಾಣೆಯಾದ ಸುದ್ದಿ ಕೇಳಬೇಕೆಂದುಕೊಂಡರೂ ಅಲ್ಲೇ ಎಂಥದೋ ಕೆಲಸ ಮಾಡುತ್ತ ಮರೆತು ಬಿಟ್ಟ. ಸಣ್ಣಿಯೂ ಮೊದಲಿಗಿಂತ ಗಂಭೀರಳಾಗಿ ಕೆಲಸ ಮುಗಿಸಿ ಅವಸರದಲ್ಲೇ ನಡೆದು ಬಿಟ್ಟಳು.

'ಅಂತೂ ಇಂತೂ ಕೂದಲು ಹಣ್ಣಾಗೂದರೊಳಗೆ ಒಂದು ಮೊದಿ' ಅಂತ ಎದುರು ಅಂಗಡಿಯ ಬಾಳಾಚಾರಿ ಹುಬ್ಬು ಮೇಲೆತ್ತಿ ತನ್ನ ಸಣ್ಣ ಪೆಟ್ಟಿಗೆ ಅಂಗಡಿ

ಯೆದುರು ನಿಂತ ಬೀಡಿ ತುಂಡಿನ ಗಿರಾಕಿ ಗೊವಿದು ಹತ್ತಿರ ಒಂದು ಚೂಪು ಬಾಣಬಿಟ್ಟ.

◀◀ ▶▶

ಅಮ್ಮನ ಹಾಗೆ ತಾನೂ ಸಹ ಅಕ್ಕನಿಗೆ ತನ್ನ ಮದುವೆಯ ವಿಷಯ ಹೇಳದೇ ಇದ್ದರೆ ಅದೇ ದೊಡ್ಡ ಅಪರಾಧವಾಗಬಹುದೆಂದು ಅನ್ನಿಸಿದ ದಿಗಂಬರ, ಒಂದಿನ ಬಿಡುವು ಮಾಡಿಕೊಂಡು ಬೆಳಿಗ್ಗೆ ಐದಕ್ಕೇ ಎದ್ದು ದೂರದ ಸವಣೂರಿನ ಬಸ್ಸು ಹತ್ತಿ ಹೋದ. ಅವಳ ಸರಕಾರಿ ಹೈಸ್ಕೂಲು ಬಸ್ಸ್ಟ್ಯಾಂಡಿಗೆ ಸನಿಹವಿತ್ತು. ಏಳೆಂಟು ವರ್ಷಗಳಿಂದ ಸರೋಜಿನಿ ಅದೇ ಊರಿನಲ್ಲಿರುವುದರಿಂದ 'ಹೀಗೀಗೆ, ಸರೋಜಿನಿ ಶೆಟ್ಟಿ ಅಂತ ಹೈಸ್ಕೂಲು ಟೀಚರ್' ದಿಗಂಬರನ ಬಾಯಲ್ಲಿ ಬರುವುದರೊಳಗೆ ತೊಂದರೆಯಿಲ್ಲದೆ ಸರಿಯಾದ ವಿಳಾಸ ಸಿಕ್ಕೇ ಬಿಟ್ಟಿತ್ತು. ಅಕ್ಕ ಶಾಲೆ ಬಿಟ್ಟು ಮನೆ ಸೇರುವ ಮಧ್ಯಾಹ್ನ ಹನ್ನೆರಡೂವರೆಯ ಸಮಯದಲ್ಲಿ ಏಕದಂ ಅವಳ ಮನೆ ಬಾಗಿಲಲ್ಲೇ ಹೋಗಿ ನಿಂತು, ಅವಳನ್ನು ಕಕ್ಕಾಬಿಕ್ಕಿಯಾಗಿಸಿದ್ದ.

'ಹ್ಹಾ.. ಅಯ್ಯೋ ದಿಗಂಬರಾ' ಅಂತ ತನಗಾದ ಅಚ್ಚರಿಯನ್ನು ಮರೆಮಾಚುತ್ತ, 'ಬಾ ಬಾ ಎಷ್ಟು ಹೊತ್ತಾಯ್ತು ಬಂದು? ಮನೆ ಹೇಗೆ ಸಿಕ್ಕಿತು? ಅಮ್ಮ ಆರಾಮಿದ್ದಾಳೊ?' ಎಂಬ ಹಲವು ಪ್ರಶ್ನೆಗಳನ್ನು ಒಂದೇ ಉಸಿರಲ್ಲಿ ನಡುಗುವ ದನಿಯೊಂದಿಗೆ ತುಸು ಗಾಬರಿಯಿಂದಲೇ ಕೇಳುತ್ತ ಸರೋಜಿನಿ ಒಳಗೆ ಆಹ್ವಾನಿಸಿದ್ದಳು. ಚಾ ಪಾನಿ ಮುಗಿಸಿ ಕೂತು ಅದೂ ಇದೂ ಮಾತು ತೆಗೆದು, ಅಕ್ಕನಂಥ ಅಕ್ಕನೆದುರೇ ತಾನು ಮದುವೆಯಾಗುತ್ತಿದ್ದೇನೆ ಎಂದು ಹೇಳಲು ಒಮ್ಮೆಲೇ ಯಾಕೋ ಧೈರ್ಯ ಸಾಲದೆ, 'ಮಧುಮಾವ ನಮಗ್ಯಾರಿಗೂ ಹೇಳದೆ ನನ್ನ ಮದುವೆಯನ್ನು ತನ್ನ ಹೆಂಡತಿಯ ಸಂಬಂಧಿಕರೊಬ್ಬರ ಹುಡುಗಿಯ ಜೊತೆ ನಿಶ್ಚಯಿಸಿದ್ದಾನೆ' ಅಂತ ಹೇಳಿ ಉಸಿರುಬಿಟ್ಟ. 'ಅರೆ, ಸ್ವತಃ ನಿಂಗೇ ಗೊತ್ತಿಲ್ಲದೇ? ನೀನೆಲ್ಲಿ ಬುದ್ಧಿ ಇಟ್ಟಿದಿಯೋ?' ಗಡುಸಾಗಿ ಅನ್ನುತ್ತ ಸರೋಜಿನಿ, ಇಂಥದನ್ನು ಮೊದಲೇ ಗ್ರಹಿಸಿದವಳಂತೆ, 'ಹ್ಲೂ, ಯಾರಂತೆ? ಯಾವಾಗಂತೆ? ಹೇಗಿದ್ದಾಳೆ? ನೀನು ನೋಡಿದ್ದಿಯೋ? ಅಥವಾ ಅದನ್ನೂ ನಿನ್ನ ಮಧುಮಾವನ ಹತ್ತಿರವೇ ಕೇಳೋದೋ?' ಚೂರು ಜೋರಿನಿಂದಲೇ ವಿಚಾರಿಸಿಕೊಂಡಳು.

ಎಲ್ಲದಕ್ಕೂ ಎದುರು ವಾದಿಸುತ್ತ ಬಡಿಸಿದ ಅಕ್ಕನ ಅವಸರದ ತಿಳಿಸಾರು ದಿಗಂಬರನಿಗೆ ರುಚಿಯೆನ್ನಿಸಿತು. 'ನಾನೇನೂ ಸರಿಯಾಗಿ ನೋಡಿಲ್ಲ, ಆದರೆ ಮಾವ ಮಾಡಲೇಬೇಕಾದ ಕೆಲಸ ಬಿಟ್ಟು ಬೇರೆಲ್ಲ ಅಧಿಕ ಪ್ರಸಂಗ ಮಾಡತಾನೆ. ಮದುವೆ ಮುಂದಿನ ತಿಂಗಳು ಇಪ್ಪತ್ತೈದು' ಅಂದ. 'ನೀನು ಎಲ್ಲದಕ್ಕೂ ಮಾವನನ್ನೇ ಯಾಕೆ ನೆಚ್ಚಿಕೊಂಡಿದ್ದೀ ಅಂತ ನಂಗೆ ಗೊತ್ತಾಗತಿಲ್ಲ' ಅನ್ನುತ್ತ ಇನ್ನಷ್ಟು ಮೆಂತ್ಯೆ

ಸೊಪ್ಪಿನ ಪಲ್ಯ ಬಡಿಸಿದಳು. ತನ್ನದೇನೂ ತಪ್ಪಿಲ್ಲ ಎಂದು ಹೇಳಲು ಹೋಗಿ, ತನ್ನ ಮದುವೆಯ ಪೂರಾ ಆರೋಪವನ್ನು ಮಾವನ ಮೇಲೆ ಹಾಕಿ, ಅದನ್ನು ಯಾವ ಯಾವ ಸುಳ್ಳು ಕಾರಣಗಳನ್ನು ಕೊಟ್ಟು, ಅವಳಿಗೆ ಆದಷ್ಟು ಕಮ್ಮಿ ಅಸಮಾಧಾನ ಉಳಿಯುವಂತೆ ಮಾಡಬೇಕೋ ಅಷ್ಟನ್ನೂ ಮಾಡಲು ಹೆಣಗಿದ ದಿಗಂಬರ. 'ನಿನ್ನ ಮದುವೆಯಾದರೆ ನಂಗೆ ಬೇಜಾರಾಗ್ತದೆ ಅಂತ ತಿಳಿಯುತ್ತೀರಲ್ಲ ಎಲ್ಲರೂ, ಅದೇ ನನಗೆ ಹಿಂಸೆ' ಅಂದಳು. ದಿಗಂಬರನಿಗೆ ಅರ್ಥವಾಗಲಿಲ್ಲ. ಅಕ್ಕ ಯಾಕೋ ಈ ಸಲ ತುಂಬ ಸೊರಗಿದ್ದಂತೆ ಕಂಡಿತು. 'ಯಾಕಕ್ಕ ಆರಾಮಿಲ್ಲವೇ?' ಅಂತ ಅಕ್ಕರೆ ತೋರಿದ್ದಕ್ಕೆ, 'ನನಗೇನಾಗಿದೆ ಧಾಡಿ?' ಎನ್ನುತ್ತ ಉರಿದುರಿದು ಬಿದ್ದಳು. 'ನಾನೆಂದರೆ ಹಾಗೇ ನಿಮಗೆಲ್ಲ' ಅಂತ ಗೊಣ ಗೊಣ ಮಾಡಿದಳು.

ಅವಳ ಕಣ್ಣುಗಳಲ್ಲಿ ಏನೋ ದುಗುಡ ಎಂಥದೋ ಕಳವಳವಿರುವುದನ್ನು ಗಮನಿಸುತ್ತ ದಿಗಂಬರ, 'ಆದರೆ ಆ ಹುಡುಗಿಯ ದೊಡ್ಡಮ್ಮನ ಮಗ ಒಬ್ಬ ಉಪ್ಪಿನ ವ್ಯಾಪಾರ ಮಾಡಿಕೊಂಡು ಇದ್ದಾನಂತೆ' ಅಂತ ಹುಡುಗನ ಸಂಗತಿ ಹಗೂರ ತೆಗೆಯುವುದಕ್ಕೆ ಮೊದಲೇ, 'ಸುಮ್ಮನೆ ಆಗುಹೋಗದ ಕೆಲಸ ಹೊತ್ತು ಇನ್ನೊಮ್ಮೆ ಹೀಗೆಲ್ಲ ಇಲ್ಲಿಯವರೆಗೆ ಬರಲು ಹೋಗಬೇಡ' ಎನ್ನುತ್ತ ಅಸಂಬದ್ಧವೆನಿಸುವ ಹಾಗೆ ಸಿಡುಕಿದಳು ಸರೋಜಿನಿ. ಅವಳ ದನಿಯಲ್ಲಿ ವಿಚಿತ್ರವಾದ ಏರಿಳಿತವಿದ್ದುದು ದಿಗಂಬರನನ್ನು ಕೆಣಕಿತು. ಊಟ ಬಡಿಸುವಾಗ ಕಾರಣವಿಲ್ಲದೆ ತಟ್ಟೆ ಲೋಟವನ್ನು ಎತ್ತೆತ್ತಿ ಕುಟ್ಟಿದಂತೆನಿಸಿತು. ಹಾಗೇ ಕಾಲು ನೀಡಿ ಹಾಸಿಯೇ ಇಟ್ಟಿದ್ದ ಚಾಪೆಯ ಮೇಲೆಯೇ ಬಿದ್ದುಕೊಂಡು ಮನೆಯನ್ನೆಲ್ಲ ಒಮ್ಮೆ ಸುಮ್ಮನೆ ವೀಕ್ಷಿಸಿದ. ಎರಡೇ ಖೋಲಿಯ ಸಣ್ಣ ಮನೆ, ಮುಂದಿನ ಒಂದೇ ಕ್ಷಣಕ್ಕೆ ಮೇಲೆ ಕಟ್ಟಿದ ಬಳ್ಳಿಯಲ್ಲಿ ಸಣ್ಣದೆರಡು ಲಂಗೋಟಿಗಳು ಮೂರ್‍ನಾಲ್ಕು ಜಬಲಾಗಳು ಜೋತಾಡುತ್ತಿದ್ದದ್ದು ಕಣ್ಣಿಗೆ ಬಿದ್ದವು. ಕೇಳಬೇಕೆಂದು ಬಾಯಿ ತೆರೆದವ ಅಲ್ಲೇ ದನಿ ಅಡಗಿಸಿ ಎಂಥದೋ ಹಾಡು ಗುನುಗುನಿಸಿದ.

ಸಣ್ಣ ಕೂಸು ಹಾಲು ಕುಡಿಯುವಂಥ ನಿಪ್ಪಲ್ ಹಾಕಿದ್ದ ಬಾಟಲಿಯೊಂದು ಅಕಸ್ಮಾತಾಗಿ ಸಾಮಾನು ತುಂಬಿದ ಡಬ್ಬದ ಸಾಲಲ್ಲಿ ಕಣ್ಣಿಗೆ ಬಿದ್ದು, 'ಇದೇನಕ್ಕ, ಹಾಲು ಕುಡಿವ ಕೂಸಿದ್ದವರು ಯಾರೋ ಇಲ್ಲಿ ಬಂದು ಮರೆತು ಹೋದಂತಿದೆ' ಅಂದ. 'ಹೌದು, ದೊಡ್ಡಬಳ್ಳಾಪುರದ ನನ್ನ ಹಳೆಯ ಕಲೀಗ್ ಒಬ್ಬಳು ಬಂದಿದ್ದಾಳೆ' ಅಂದವಳೇ 'ಈಗವರು ಬರತಾರೆ, ನೀ ಉಳಿದುಕೊಂಡರೆ ಇವತ್ತು ಹೊರಗೆ ಗ್ಯಾಲರಿಯಲ್ಲಿ ಮಲಗಬೇಕಾಗಬಹುದು' ಅಂದಳು. 'ಇಲ್ಲ ನಾನು ಈಗಲೇ ಹೊರಡುವೆ' ಅಂದ ದಿಗಂಬರ. ತಕ್ಷಣ ಅವಳ ಮುಖದಲ್ಲಿ ಒಂದು ರೀತಿಯ ನಿರಾಳತೆ ಹರಿದಾಡಿದ್ದು ಗಮನಿಸುತ್ತಲೇ ಅವನಿಗೆ ಇಲ್ಲಿಂದ ಆದಷ್ಟು ಬೇಗ ಹೊರಡುವುದೇ ಉಚಿತವೆನಿಸಿತ್ತು.

ಅಷ್ಟು ದೂರದಿಂದ ಬಂದಿದ್ದೆ, ಒಮ್ಮೆಯೂ ಉಳಿಯಲು ಒತ್ತಾಯ ಮಾಡದ ಅಕ್ಕನ ಕುರಿತು ಚಿಂತಿಸುತ್ತ, ಯಾಕೋ ಇವಳು ಇತ್ತೀಚೆಗೆ ಒಂದು ಥರಾ

ಆಗಿಹೋಗಿದ್ದಾಳೆ ಅಂದುಕೊಂಡ. ಎರಡು ಗಂಟೆಯ ಹೊತ್ತಿಗೇ, 'ಆಯ್ತು ಬಿಡು, ಯಾವುದಾದ್ರೂ ಬಸ್ಸು ಸಿಗಬಹುದು' ಎನ್ನುತ್ತ ಎದ್ದೇ ಬಿಟ್ಟ. 'ಸವಣೂರು ಖಾರಾ ಅಂತ ಸಿಗತದೆ ಬಸ್ಟ್ಯಾಂಡ್ ಅಂಗಡಿಯಲ್ಲಿ, ಒಂದರ್ಧ ಕೇಜಿ ತೊಗೊಂಡ್ಹೋಗು' ಅಂದಳು. 'ನೀನು.. ಎಂದು ಬರುವುದು?' ಎಂದು ಅನುಮಾನಿಸುತ್ತಲೇ ಕೇಳಿದ್ದ. ಅದಕ್ಕವಳು ಉತ್ತರಿಸಿದಂತೆ ಅನಿಸಲಿಲ್ಲ.

ಮಹಡಿ ಇಳಿದು ಬರುವಾಗ, ರಿಕ್ಷಾದಿಂದ ಇಳಿದ ತೆಳ್ಳಗೆ ಬೆಳ್ಳಗಿರುವ ಮೀಸೆಯಿಲ್ಲದ ಗಂಡಸೊಬ್ಬರು ಸುಮಾರು ಎರಡು ವರುಷದ ಮಗುವನ್ನು ಎದೆಗವಚಿಕೊಂಡು ಮಹಡಿ ಏರುತ್ತಿದ್ದುದನ್ನು ನೋಡಿ ಸುಮ್ಮನೆ ಮುಗುಳ್ನಕ್ಕು ಮೆಟ್ಟಿಲು ಇಳಿದು ಬಂದುಬಿಟ್ಟ. ಒಮ್ಮೆ ವಿಚಿತ್ರವೆನ್ನಿಸಿದರೂ ಅಕ್ಕನ ಗೆಳತಿಯ ಗಂಡ ಇರಬೇಕು ಎಂದುಕೊಳ್ಳುತ್ತ ಹಿಂತಿರುಗಿ ನೋಡದೆ ಬಸ್ಟ್ಯಾಂಡಿನ ಕಡೆ ಹೊರಟ. ಸವಣೂರು ಖಾರಾ ಮರೆತೇ ಹೋಯಿತು. ಬಸ್ಸಿನಲ್ಲಿ ಸುಮಾರು ಹೊತ್ತು ಸರೋಜಿನಿ ಮನೆಯಲ್ಲಿ ತಾನು ಬಾಚಿ ಕೊಳ್ಳುವಾಗ ಕನ್ನಡಿಯ ಸ್ಟ್ಯಾಂಡಿನ ಮೇಲಿದ್ದ ಶೇವಿಂಗಿನ ಬ್ರೆಶ್ಶು ಮಾತ್ರ ಕಣ್ಣೆದುರೇ ಬಂದು ಕಾಡುತ್ತಿತ್ತು. ಎಂಥದೋ ತಲ್ಲಣದ ಜೊತೆ ಒಂದು ರೀತಿಯ ಬಿಡುಗಡೆಯೂ ಅವನನ್ನು ಆವರಿಸಿತು.

ರಾತ್ರಿ ಒಂಭತ್ತರ ಹೊತ್ತಿಗೆಲ್ಲ ತಿರುಗಿ ಊರಿನಲ್ಲಿದ್ದ. ಸವಣೂರಿಗೆ ಹೋಗಿ ಬಂದದ್ದೇ ಸುಳ್ಳು ಅನ್ನುವವಳ ಹಾಗೆ ಬಾಯಕ್ಕ ಮಾತಾಡಿದಳು. 'ಇಷ್ಟು ಬೇಗ ಹೋಗಿ ಬರಲಿಕ್ಕಾಗತದೆ ಅಂದರೆ, ಅವಳೇನೂ ನಾನು ತಿಳಿದುಕೊಂಡಿರುವಷ್ಟು ದೂರ ಇರಲಿಕ್ಕಿಲ್ಲ ಅಲ್ಲವೇ?' ಅಂದಳು. 'ಸರೂ ಹ್ಯಾಂಗಿದೆಯೋ? ಈ ರಜದಲ್ಲಾದರೂ ಬರುತ್ತಾಳಂತೋ?' ಕೇಳಿದ ಅಮ್ಮನಿಗೆ ದಿಗಂಬರ, 'ಅವಳಿಗ್ಯಾವ ಚಿಂತೆ? ನಾವೇ ಇಲ್ಲಿ ಅವಳ ಜಪ ಮಾಡುತ್ತ ಸಾಯಬೇಕು' ಸಿಡುಕಿದ. ಅಲ್ಲಿಯ ವಾತಾವರಣದ ಕುರಿತು ಈ ಅಮ್ಮನೊಂದಿಗೆ ಮಾತಾಡದಿರುವುದೇ ಒಳ್ಳೆಯದೆಂದು ಮನಸ್ಸಿನಲ್ಲೇ ಅಂದುಕೊಂಡ.

ಏನೇನೋ ಗೊಂದಲಗಳು ಮನಸ್ಸಿನಲ್ಲಿ ಮೂಡಿ ಮಾಯವಾಗುತ್ತಿದ್ದರೂ ಅವೆಲ್ಲ ಸುಳ್ಳೇ ಇದ್ದರೂ ಇದ್ದೀತು ಎಂಬಂತೆಯೂ ಅನಿಸಿ, ತನ್ನನ್ನು ತಾನೇ ಗಟ್ಟಿಗೊಳಿಸಿಕೊಂಡ. ಬೇರೆಯವರಿಗೆ ಬುದ್ಧಿಮಾತು ಹೇಳುತ್ತಿದ್ದ ಅಕ್ಕ ತಾನು ಇನ್ನಾರದೋ ಹತ್ತಿರ ಹೀಗೆ ಅನ್ನಿಸಿಕೊಳ್ಳುವಂತೆ ಮಾಡಲಾರಳು ಎಂದೇ ತರ್ಕಿಸಿದ. ಅಥವಾ ಹತ್ತಾರು ಊರಿನ ನೀರು ಕುಡಿದು ಹಲವಾರು ಜನರೊಡನೆ ಸಂಪರ್ಕದಲ್ಲಿದ್ದ ಅಕ್ಕ ಈ ಲೋಕದ ಬಗ್ಗೆ ತನಗಿಂತ ಹೆಚ್ಚೇ ತಿಳಿದಿರಲೂಬಹುದು ಅಂದೆನಿಸಿದ್ದೇ ಅವನಿಗೆ ಇದ್ದಲ್ಲೇ ಸಮಾಧಾನವೆನ್ನಿಸಿತು.

◀◀ ▶▶

ಬಾಯಕ್ಕ ತನ್ನ ಗಂಡನಿದ್ದಾಗ ತಾನು ಧರಿಸುತ್ತಿದ್ದ ಮಂಗಳಸೂತ್ರವನ್ನು ಎಷ್ಟೋ ವರ್ಷಗಳ ಹಿಂದೆ, ಒಂದು ಸಣ್ಣ ಸ್ಟೀಲಿನ ಡಬ್ಬದಲ್ಲಿ ಹಾಕಿ ಅಕ್ಕಿ ಮೂಡೆಯ ಬೆಂಚಿನ ಕೆಳಗಡೆ ಅವಿತಿಟ್ಟದ್ದಳು. ಅದನ್ನಿಂದು ಹುಡುಕಿ ತೆಗೆದು, ತಾನು ಎಡಬಿಡದೆ ಕತ್ತಿನಲ್ಲಿ ಇಪ್ಪತ್ತೈದು ವರ್ಷಗಳಷ್ಟು ಕಾಲ ತೊಟ್ಟ ಆ ಸರವನ್ನು ಹೊಸದಾಗಿ ನೋಡುವಂತೆ ಬೆಳಕಿಗೆ ಹಿಡಿದು ನಿರುಕಿಸಿದಳು. ಎದುರಲ್ಲಿ ನಿಂತು ಅಚ್ಚರಿಯಿಂದ ನೋಡುತ್ತಿದ್ದ ಮಗನ ಕೈಗೆ ಜೋಪಾನವಾಗಿ ಒಪ್ಪಿಸುತ್ತ, 'ಅಲ್ಲಲ್ಲಿ ತುಂಡಾಗಿದೆ, ನಿನ್ನ ಹೆಂಡತಿಗೆ ಇದರಲ್ಲೇ ಮಂಗಳಸೂತ್ರ ಮಾಡಿಸುತ್ತಿಯೋ ನೋಡು' ಅಂದಳು.

'ರಾಶಿ ವರ್ಷದ ಹಳೇನಮೂನೆ, ಮುರಿದು ಬೇರೆಯದೇ ಮಾಡಲು ಹೇಳುತ್ತೇನೆ' ಒಂದು ಕಾಗದದಲ್ಲಿ ಅದನ್ನು ಕಟ್ಟಿಕೊಂಡು ಕಿಸೆಯಲ್ಲಿ ಹಾಕಿಕೊಂಡ ದಿಗಂಬರ. ಅದರಲ್ಲೇ ನಾಕಾಣೆಯ ತೂಕದ ಸಣ್ಣ ಉಂಗುರವಾಗತದೋ ಕೇಳು, ಮುಡಿಯುಂಗುರ ಅಂತ ಮದುಮಗಳಿಗೆ ನಾವು ಹೂ ಮುಡಿಸುವಾಗ ತೊಡಿಸಬೇಕಾಗ್ತದೆ, ಒಂದು ಜೊತೆ ಬೆಳ್ಳಿಯ ಕಾಲುಂಗುರವೂ ಇರಲಿ, ಹೇಳು ಅವರಿಗೆ, ಅವರಿಗೆ ಎಲ್ಲ ಗೊತ್ತಿರುತ್ತದೆ, ಅವರೇ ಮಾಡಿ ಕೊಡುತ್ತಾರೆ' ಅಂದಳು ಬಾಯಕ್ಕ. 'ಇಷ್ಟೆಲ್ಲಾ ಕೆಲಸ ಇದ್ದದ್ದು ಗೊತ್ತೇ ಇರಲಿಲ್ಲ' ಹುರುಪಿನಿಂದಲೇ ಸೋನಗಾರ ಕೇರಿಯ ಚಂದ್ರಹಾಸ ರಾಯ್ಕರನ ಮನೆಯತ್ತ ನಡೆದಿದ್ದ ದಿಗಂಬರ. ಚಂದ್ರಹಾಸನು ಸರೋಜಿನಿಯ ಜೊತೆ ಕನ್ನಡ ಶಾಲೆ ಮುಗಿಸಿ ಹೈಸ್ಕೂಲಿಗೆ ಹೋಗುವ ಬದಲು ತಂದೆಯಿಂದ ಬಂದ ಬಂಗಾರ ಕೆಲಸ ಕಲಿಯಲು ಆರಂಭಿಸಿದವ. ಎಲ್ಲ ಹೇಳಿ ಕೇಳಿ ತೂಕ ನಮೂನೆ ಹೀಗೆ ಮಾತು ಮುಗಿದ ನಂತರ ಕೇಳಲೋ ಬೇಡವೋ ಎಂಬಂತೆ ಸರೋಜಿನಿಯ ಮದುವೆಯ ವಿಚಾರ ತೆಗೆದ.

ದಿಗಂಬರ ಯಾವುದೋ ಆತ್ಮೀಯತೆಯಲ್ಲಿ, ತಾನು ಸವಣೂರಿಗೆ ಹೋದಾಗ ಕಂಡ ವಿಷಯವೆಲ್ಲ ಹೇಳಿಬಿಟ್ಟ. ಅದಕ್ಕವನು, 'ಯಾಕೆ ಮನಸ್ಸಿಗೆ ಹಚ್ಚಿಕೊಳ್ಳುತ್ತೀ, ಅವೆಲ್ಲ ಋಣಾನುಬಂಧ, ನಾನು ನೋಡು, ಕಳೆದ ವರ್ಷ ನನ್ನ ತಂಗಿಯ ಮದುವೆ ಝುಂಗಿಯಾಗಿ ಮಾಡಿಕೊಟ್ಟೆ, ವರ್ಷದಲ್ಲೇ ಬಿಟ್ಟು ಬಂದು ಕೂತಿದ್ದಾಳೆ ನನ್ನ ಹೆಂಡತಿಗೆ ಕಾಟ ಕೊಡುತ್ತ' ದನಿ ತಗ್ಗಿಸಿ ಹೇಳಿದ. ದಿಗಂಬರ ವಾಪಸ್ಸು ಬಂದಾಗ ಬಾಯಕ್ಕ, 'ನಾಣಿಗೆ ಒಲೆಗೆ ತುಸು ಸಗಣಿ ಮೆತ್ತೆ ಅಂತ ಸಣ್ಣಿಗೆ ಎರಡು ಮೂರು ದಿನದಿಂದ ಹೇಳುತ್ತಲೇ ಇದ್ದೆ, ಅದರ ಪತ್ತೆಯೇ ಇಲ್ಲ' ಅಂದಳು. ದಿಗಂಬರ, 'ಯಾರ ಹತ್ತಿರವಾದರೂ ಹೇಳಿ ಕಳಿಸುತ್ತೇನೆ ಬಿಡು' ಅನ್ನುತ್ತ ಅಂಗಡಿ ಬಾಗಿಲು ತೆರೆದ.

ಅಧ್ಯಾಯ 7

ಮದುವೆಗೆ ಬರದಿದ್ದರೆ ವಿನಾಕಾರಣ ಅಪವಾದ ಎದುರಿಸಬೇಕಾಗುತ್ತದೆಂದು ಮೂರು ದಿನ ರಜೆ ಹಾಕಿ, ಅದಕ್ಕೆ ಹಿಂದಿನ ರವಿವಾರವನ್ನೂ ಸೇರಿಸಿಕೊಂಡು ನಾಲ್ಕು ದಿನ ಮಾಡಿಕೊಂಡು ತಮ್ಮನ ಮದುವೆಗೆ ಬಂದಳು ಸರೋಜಿನಿ. ಅವಳು ರಿಕ್ಷಾ ಇಳಿಯುತ್ತಿರುವಾಗ ದಿಗಂಬರ ಅಂಗಡಿಯಲ್ಲೇ ಕೂತು ಹಳೇ ಗೆರೆಗೆರೆ ಲುಂಗಿಯ ತುಂಡೊಂದರಿಂದ ಎಣ್ಣೆಯ ಡಬ್ಬದ ಅಂಚು ಒರೆಸುತ್ತಿದ್ದ. ಸಣ್ಣಿಯೇ ಓಡೋಡಿ ಹೋಗಿ ದೆಣಪೆಯ ಬಳಿಯೇ ಸರೋಜಿನಿಯ ಬ್ಯಾಗು ಹಿಡಿದಳು. ಮದುವೆ ಮನೆ ಆಗಲೇ ಸುಣ್ಣ ಬಡಿಸಿಕೊಳ್ಳಲು ಸನ್ನದ್ಧಗೊಂಡು ನಿಂತದ್ದನ್ನು ಗೋಡೆಗೆ ಆನಿಕೆಯಾಗಿ ನಿಂತಿರುವ ಏಣಿಯಿಂದಲೇ ಸರೋಜಿನಿ ಊಹಿಸಿದಳು. ಬಾಯಕ್ಕ ಮಗಳು ಬಂದದ್ದಕ್ಕೆ ಖುಷಿಯಾಗಿ ದಿಗಂಬರನ ಹತ್ತಿರ ಹೇಳಿ ಅವಳಿಗಿಷ್ಟವಾದ ಚಿಪ್ಪೀಕಲ್ಲು ಜಾಲೇಮೀನು ತರಿಸಿದಳು. 'ಅಲ್ಲಿ ಘಟ್ಟದ ಮೇಲೆ ಮೀನಿನ ಹೆಸರು ಹೇಳಲೂ ಬಾರದಂತೆ, ಸುತ್ತ ಲಿಂಗಾಯತ ಬ್ರಾಮರಂತೆ' ಎಂದು ತೆಂಗಿನ ಮಡಲು ಹೆಣೆಯುತ್ತ ಕೂತ ಸಣ್ಣಿಯೊಂದಿಗೆ ಹೇಳುತ್ತ, ಬಾಯಕ್ಕ ಅಡಿಕೆಯ ಮರದಡಿ ಮೆಟ್ಟುಗತ್ತಿಯಲ್ಲಿ ಕೂತು ಚಿಪ್ಪೇಕಲ್ಲು ಸೀಳಿದಳು.

ಮೀನಿನ ತಲೆ ಎಷ್ಟು ಹೊತ್ತಿಗೆ ತನ್ನೆಡೆ ಬೀಸಿ ಬಿದ್ದೀತೋ ಅಂತ ಕಾಯುತ್ತ ಜೊಲ್ಲಿಳಿಸುತ್ತ ಕೂತ ಪಕ್ಕದ ತಿಮ್ಮಣ್ಣ ನಾಯ್ಕರ ಮನೆಯ ನಾಯಿಮರಿ ಪಪ್ಪುವಿನ ಕಣ್ಣಿನಲ್ಲಿ ನಿರಾಶೆಯೇ ತುಂಬಿಕೊಂಡಿತ್ತು. ಸರೋಜಿನಿ ನಾಣಿಗೆಗೆ ನಡೆದದ್ದೇ ಸಣ್ಣಿ ಬಾವಿಯಿಂದ ಒಂದೆರಡು ಕೊಡ ನೀರು ಸೇದಿ ಕೊಡುತ್ತ ಬೆಂಕಿ ಮುಂದೆ ಮಾಡುತ್ತ, 'ಸರಜಮ್ಮಾ ನೀಮ ಯಾಡ ವರ್ಷ ಆಯ್ತು ಈ ಬದಿ ಬರದೆ' ಎಂದು ಕೇಳಿದ್ದಕ್ಕೆ ಸರು ಹ್ಞೂ ಅಷ್ಟೇ ಹಾಕಿದಳು. ಸಣ್ಣಿ ಮತ್ತೆ ಮಾತಿಗೆ ಎಳೆವಂತೆ, 'ಸರಜಮ್ಮಾ ಯಾಕ ಸೊರಗಹೋಗೀರಿ?' ಎಂಬ ಪ್ರಶ್ನೆಯನ್ನು ಸರು ಕೇಳಿಸಿಕೊಳ್ಳಲೇ ಇಲ್ಲ.

ಸರೋಜಿನಿ ಬಂದರೆ ಅವಳ ಮದುವೆಯ ವಿಚಾರ ಕೇಳಿ ಬೈಸಿಕೊಳ್ಳಬೇಡ ಅಂತ ಬಾಯಕ್ಕ ಸಣ್ಣಿಗೆ ಮೊದಲೇ ಹೇಳಿಟ್ಟಿದ್ದಳು. ಸರೋಜಿನಿ ಹತ್ತಿರ ಮಾತಾಡುವ

ಬಾಯಿ ಕಡಿತ ಬಂದರೂ ಅಲ್ಲೇ ಸುಮ್ಮನುಳಿದು ಸಣ್ಣಿ ತನ್ನ ಮೈದುನಿ ಮಾಲಿ, ಹದಿನೈದು ದಿನಗಳ ಹಿಂದೆ ಕಳಸ ಹೊರುವ ಗುನುಗರ ಮಗನ ಹಿಂದೆ ಓಡಿ ಹೋದ ಬಗ್ಗೆ ಸಣ್ಣಗೆ ವರದಿ ಒಪ್ಪಿಸುತ್ತಿದ್ದಳು. 'ಗುನುಗರ ಬೀಗಳಾಗೋ ನಿನ್ನ ಅದೃಷ್ಟ ನೋಡು' ಎನ್ನುತ್ತ ದಿಗಂಬರ ಅಕ್ಕ ತಂದಿದ್ದ ಸವಣೂರು ಖಾರಾ ಬಾಚಿಗೆ ಹಾಕಿ ತಿನ್ನುತ್ತ ಕಿಚಾಯಿಸಿದ. 'ಛೆ, ಎಂಥಾ ಮಾತಾಡತೀರ ಒಡೇದೀರೆ, ಬಡಗೇರಿ ಊರ ಗೌಡ್ರು ನಮ್ಮ ಕುಟುಂಬಕ್ಕೆ ಬಹಿಷ್ಕಾರ ಹಾಕೂದೊಂದು ಬಾಕಿ ಈತು' ಅನ್ನುತ್ತ ಮಡಲನ್ನು ಇನ್ನೊಂದು ಬದಿ ಹೊರಳಿಸಿ ಹಾಕಿ ಅದರ ಮೇಲೆ ಕೂತು ಉಲ್ಪಾ ಹೆಣೆಯತೊಡಗಿದಳು. ದಿಗಂಬರ, 'ಕಳಸದ ಗುಡ್ಡೇಲಿ ಇರೂದೇ ನಿಮ್ಮವರದು ಹೊಳ್ಳಾಬಳ್ಳಾ ಎಣಿಸಿದರೂ ಬೆರಳೆಣಿಕೆಯಷ್ಟೇ ಮನೆಗಳು, ಮತ್ತೆ ಮಡೀ ಮೈಲಿಗೆ ಬೇರೆ ಕೇಡು ನಿಮಗೆ' ಎಂದು ಬೈಯುತ್ತ ಕಾಗದದಲ್ಲಿ ಹಾಕಿಕೊಂಡ ಕಲಿಸಿದ ಅವಲಕ್ಕಿ ಮೆಲ್ಲುತ್ತಲೇ ಅಂಗಡಿಗೆ ಓಡುವಾಗ ಬಿಚ್ಚಿ ಹೋದ ಲುಂಗಿಯನ್ನು ಅಲ್ಲಲ್ಲೇ ಸಿಕ್ಕಿಸಿಕೊಂಡ.

ಸರೋಜಿನಿ ಅಡಿಗೆ ಮನೆಯಲ್ಲಿ ತಾನು ತುರಿದ ತೆಂಗಿನಕಾಯನ್ನು, 'ಇಷ್ಟು ಸಾಕೋ' ಅಂತ ಅಮ್ಮನಿಗೆ ತೋರಿಸಲು ಹೊರ ಬಂದವಳು ನಿಂತು ಎಲ್ಲವನ್ನೂ ಆಲಿಸುತ್ತ, ಬೇರೆ ವಿಷಯ ತೆಗೆವ ಉದ್ದೇಶದಿಂದಲೋ ಎಂಬಂತೆ, 'ಏ ಸಣ್ಣೀ, ನಿಮ್ಮನೆಯಲ್ಲಿ ತೆಳುಬೆಲ್ಲದ ಮಡಕೆ ಮಾರುತ್ತಿದ್ದರಲ್ಲೇ, ಈಗೂ ಸಿಗಬಹುದೇ?' ಕೇಳಿದಳು. 'ನಮಕೂಡಿಲ್ಲಾ ಸರಜಮ್ಮಾ, ನಿಮಗ ಬೇಕೇ ಆದ್ರೆ ಬ್ಯಾರೇವರ ಕೂಡ ತಂದ ಕೊಡತಿ' ಎನ್ನುತ್ತ ಪುನಃ ತನ್ನ ಮೈದುನಿಯ ವಿಷಯಕ್ಕೆ ಬರುತ್ತಾ, ಬಾಯಕ್ಕ ಚಿಪ್ಪೇಕಲ್ಲು ಸೀಳಿ ಮುಗಿಸುವುದರೊಳಗೆ ತನ್ನ ಸುದ್ದಿ ಹೇಳಿ ತೀರಿಸಲೇಬೇಕೆಂಬ ಛಲದಲ್ಲಿದ್ದವಳಂತೆ ಕಂಡಳು.

'ಮುಂಚೆಲ್ಲ ಗುನುಗರ ಮಗ, ನಮ ಮನೀ ಒಳಕ್ಕೆ ಬಂದು ಮಾತಿಗೆ ಕುಂತರೂ ನಂಗೆ ಗುತ್ತಾಗನೀಲಾ ಅಮ್ಮನೋರೇ, ಏನೋ ಟುಸ ಪುಸ ಅಂತ ನಂಗೆ ಅರ್ಥಾ ಆಗದಿರೋ ಬ್ಯಾರೆ ಭಾಷೇಲ ಮಾತಾಡಿ ಇಬ್ಬರೂ ನನ್ನ ತೊಳಪಟ್ಟನಾ ಮಾಡಿಬಿಟ್ಟರು' ಅನ್ನುತ್ತ ತಳಮಳಗೊಂಡಳು. 'ಹೋಗಲಿ ಬಿಡೇ ಸಣ್ಣಿ ಎಲ್ಲಿಯಾದರೂ ಜೀವ ಸಹಿತ ಆರಾಂ ಇದ್ದರೆ ಆಯತಪಾ' ಅನ್ನುತ್ತ ಮಾತು ಮುಗಿಸಲು ನೋಡಿದಳು ಸರೋಜಿನಿ. ಬಾಯಕ್ಕ ಅದಕ್ಕೆ 'ಹ್ಞಾ! ನೀನೂ ಚೋಲೋ ಹೇಳುತಿದ್ದಿಯಲ್ಲೇ, ಅವರವರ ಸಂಕಟ ಅವರವರಿಗೆ' ಅಂತ ಸಿಡುಕಿದಳು.

ಆದರೂ ಅವಳು ಮತ್ತೆ, 'ಎಲ್ಲಾ ಆಯ್ತು ಅಂದ್ರೆ ಇಂವಾ ನನ ಗಂಡಾ, ಇಲ್ಲೇ ಬೈಲಕಡೀಗೆ ಹೋಗಬತ್ತಿನೇ, ಇಲ್ಲೇ ಗುಡ್ಡೇ ಗಿರಿಯಮ್ಮಗೆ ಕೈ ಮುಕ್ಕಂಬತ್ತಿನೇ, ಇಲ್ಲೇ ಮೀನಜೊಬ್ ಬಂದೀದೋ ನೋಡಕಂಬತ್ತಿನೇ, ಅಂತಂತೇ ಇದ್ದಲ್ಲೇ ಮಾಯಾ ಆಗೂದು, ದಿನಾ ಕುಡಕಂಬರೂದು, ರಂಡೆ ನನ ತಂಗೀನ ಓಡಸದೇ, ನಿನ್ನೂ ಹಾಂಗೇ ಓಡಸತೀ ಅಂದಕ ಕೆಟಕೆಟ ಭಾಷೇಲ ಒಂದ ಸಮಾ ಬಯ್ಯ್ಯಾದು ಹೊಡೂದು,

ಅದಕೇ ಇಟ್ಟ ದಿನದಿಂದ ಈ ಬದಿ ಮೊಖಾ ಹಾಕನೀಲಾ ಅಮ್ಮನೋರೇ' ಬಳೆ ಒಡೆದು ಕೈಗೆ ಗಾಯವಾದದ್ದನ್ನು ತೋರಿಸುತ್ತ ಅತ್ತೇ ಬಿಟ್ಟದ್ದನ್ನು ಕಂಡು ಸರೋಜಿನಿಗೆ ಎಲ್ಲಿಲ್ಲದ ರೋಷ ಉಕ್ಕಿ ಬಂತು.

'ಏ ಸಣ್ಣಿ, ನೀಯೇನೇ ಗಂಡನ ಹತ್ತಿರ ಈ ಕಾಲದಲ್ಲೂ ಹೊಡತಾ ತಿಂತಿಯೇ ಮಾರಾಯ್ತಿ, ಕಂಪ್ಲೆಂಟ ಕೊಡೇ ಒಂದು, ಪೋಲೀಸ್ರು ಒಳಗೆ ಹಾಕಿ ಸರೀ ಕೈಕಾಲ ಮುರೀಲಿ' ಅಂದಳು ಸರು ಸಿಟ್ಟಿನಿಂದ. ಅದಕ್ಕೆ ಸಣ್ಣಿ, 'ಅಯ್ಯೋ ಬ್ಯಾಡರಾ ಅಮಾ, ಮನಷ್ಯಾ ಗನಾವನೇ ಆದರೇನ ಮಾಡೂದು, ಆ ಪಚ್ಚ ರಂಡೆಗಂಡನ ಸಾರಾಯ ಅಂಗಡಿ ಅವನೀಗ ಇಂಥಾ ಬುದ್ಧೀ ಕಲಸದ್ದು, ಕುಡೀದಿದ್ದಾವಾಗ ಕೇಳರಾ ನಿಮ ತಮ್ಮೋರಕೂಡೆ, ದ್ಯಾವರಂತಾ ಮನಷ್ಯಾ' ಅಂದದ್ದೇ ಸರೋಜಿನಿ ತಮ್ಮೂರಲ್ಲೂ ಸಾರಾಯಿ ಅಂಗಡಿ ಶುರುವಾದ ಸಂಗತಿಯನ್ನು ಮೊದಲ ಬಾರಿ ಕೇಳಿ ಅಚ್ಚರಿ ಪಟ್ಟಳು. ಸಣ್ಣಿ ಅದನ್ನು ನೆನಪಿಸಿಕೊಳ್ಳುತ್ತಾ, 'ನಿಮಗಿನ್ನೂ ಗುತ್ತಿಲ್ಲೇನರಾ, ಮೂರ್‍ನಾಲ್ಕ ವರ್ಷಾಯ್ತು, ಆ ಸಿಂಯಾಳ ಯಾಪಾರ ಇಟಕಂಡಿದ ಪಚ್ಚ, ಅಂಕೋಲೆ ಕಾರವಾರ ಕುಮಟೆ ಅಂದಕ ಶೋಕಿ ಮಾಡಕಂಡ ತೀರಗತೀದಾ, ಇದ್ದಕ್ಕಿದ್ದಂಗೆ ಸಿಂಯಾಳ ಯಾಪಾರ ಲಾಭಾ ತರೂಕಲಾ ಅಂದದ್ದು, ಬಿಟ್ಟದ್ದೂ ಈ ಸಾರಾಯ ಅಂಗಡಿ ತೆಗದದ್ದು' ಅನ್ನುವಾಗಲೇ ಸರೋಜಿನಿ, 'ಸರಕಾರದ ಅನುಮತಿ ಇದ್ದದ್ದೇ ಇಲ್ಲ ಕಳ್ಳಭಟ್ಟೀದೆ?' ಅಂತ ಆಶ್ಚರ್ಯದಿಂದಲೇ ಕೇಳಿದಳು.

'ಇಲ್ಲರಾ, ಕೆಂಪ ಬೋರ್ಡಿಂದು, ಮೂರ್‍ನಾಲ್ಕ ವರ್ಷಂದ ದಿನ ಆಯ್ತು, ಮುಂಚೆಲ್ಲ ಆ ಕೇಣಿ ಸಂಕದ ಮುರ್ಕಿಗಿರೋ ಸಾರಾಯ ಅಂಗಡೀಲಿ ಗೋವಿದು ಪೊಕ್ಕ ಅಮಾಸಿ ಎಲ್ಲಾ ಹೋಗ ಹೋಗ ಕುಡಕಂಬರೂರೆ ಆಗಿತ್ರು, ತಮ್ಮೂರಲ್ಲೇ ಅಂಗಡಿ ಆಯ್ತು ಅಂದ ಶುದ್ದಿ ಕೇಳದ್ದೇ ಆ ಗುಂದೀ ಮ್ಯಾನ ಕೊಣೀತೆ ಆ ಸಾರಯ ಅಂಗಡಿ ಕಟ್ಟಿ ಕೊಟ್ಟೋರೆ ಅವ್ರು' ಎನ್ನುತ್ತಿರುವಾಗಲೇ ಊಟದ ವೇಳೆಯಾಯಿತೆಂದು ಅಂಗಡಿ ಬಾಗಿಲು ಹಾಕಿ ಮನೆಗೆ ಬಂದ ದಿಗಂಬರನೂ ಅವರ ಮಾತಿನಲ್ಲಿ ಸೇರಿಕೊಂಡು, 'ನಮ್ಮನೆಯದೇ ಪುಗಸಟ್ಟೆ ಮಡಲು ಕಂಬ ಬಿದರು ಬಳ್ಳಿ ಎಲ್ಲ' ಎನ್ನುತ್ತ ಎಂಥದೋ ಮಹದುಪಕಾರ ಮಾಡಿದವರ ಗತ್ತಿನಲ್ಲಿ ಅಂದ. ಸರೋಜಿನಿ 'ಅದೇನು ಪುಣ್ಯದ ಕೆಲಸ ಅಂತ ಅಷ್ಟೆಲ್ಲಾ ಸಾಮಾನು ಪುಕ್ಕಟೆ ಕೊಟ್ಟೆಯೋ' ಅಂತ ಸಣ್ಣಗೆ ತಮ್ಮನನ್ನು ಗದರಿದಳು.

'ನಮ ಊರಲ ಆ ದಿನ ಹಬ್ಬಾನೆ ಹಬ್ಬಾ, ಗುಡ್ಡೆ ಗಂಡಸರೆಲ್ಲ ತಮತಮ ಹೆಣತೀ ಮಕ್ಕಳನ ಎತ್ತೆತ್ತ ಹಾರಸದೋರೆ, ನಮ ಹೆಂಗಶರೂ ಇನ್ನ ಮುಂದ ದಿನಾ ತಮ ಗಂಡದೀರ ಹೀಂಗೇ ಕೊಣದ ಕುಪ್ಪಳಸತೀರು ಮಾಡೀತ್ರು, ಆ ಹಾಳಾದ ಇಸಾ ಕುಡೂಕ ದುಡ್ಡು ಕೊಡಬೇಕಾತೀದಂದೇ ನಮಗೂ ಗುತ್ತಿಲ್ಲಾ, ಶಾಯಲಪ್ಪ, ನಮಗಿಲ ಶರೀ ಯಾಡೂ ಹೊತ್ತು ಕೂಳೀಗೇ ತತ್ವಾರ' ಸಣ್ಣಿ ಮರುಗಿದಳು. ಸರೋಜಿನಿ ಒಳಹೋಗಿ ಮಸಾಲೆ ಸಾಮಾನು ಹಾಕಿ ತಂದು ಅಮ್ಮನಿಗೆ ತೋರಿಸಿ, 'ಇನ್ನೊಂದು

ಬೆಳ್ಳಳ್ಳಿ ಬೇಕು' ಎನ್ನಿಸಿಕೊಳ್ಳುತ್ತ ಸಹಜವಾಗಿಯೇ, 'ಸಣ್ಣಿ ನೀ ಹೀಂಗ ತೀಡೂದು ಹಾಡೂದು ಎಲ್ಲಾ ಬಿಡೆ, ನಿಂಗೆ ತಾಕತ್ತು ಇದ್ದರೆ ಮೊದಲು ಆ ಸಾರಾಯಿ ಅಂಗಡಿ ಬಾಗಿಲು ಹಾಕಸು ನೋಡವಾ' ಅಂದಳು.

ಸಣ್ಣಿಯ ಕಿವಿ ಇದ್ದಲ್ಲೇ ಚುರುಕಾಯಿತು. 'ಅದಹ್ಯಂಗ ಆಗೂದರಾ ನಂಕೂಡೆ?' ಅಂದವಳನ್ನು ಸರು, 'ಮಳ್ಳು ಹಿಡದಂಗೆ ಯಾಸಾ ಮಾಡಿ ಅಂಗಡೀಗೆ ಬೆಂಕಿ ಹಾಕಿಬಿಡೇ, ಕಡೇಗಿಂದು ಕಡೇಗೆ ನೋಡವಾ' ಅಂದದ್ದೇ ಸಣ್ಣಿಗೆ ದೇವೂನ ರಾತ್ರಿಯ ಆ ಹೊಡೆತದ ಉರಿ ಎದ್ದೆದ್ದು ಕುಣಿದು ಅದು ಈಗಷ್ಟೇ ಬಿದ್ದಂತೆ ಚುರುಗುಟ್ಟಿ ಮಡಲು ಹೆಣೆವ ಕೈ ಒಂದು ಕ್ಷಣ ನಿಂತು ಹಸ್ತಗಳನ್ನು ಮುಷ್ಟಿಕಟ್ಟಿ ಎದ್ದು ನಿಂತೇಬಿಟ್ಟಳು. 'ಈವತ್ತಿಂದು ಸಾಕರಾ, ನಾಳೆ ಬಂದ ನೆಣದ ಹಾಕತೀ' ಎನ್ನುತ್ತ ಯಾವುದೋ ಶಕ್ತಿ ಪ್ರವಹಿಸುತ್ತಿರುವವಳಂತೆ, ಹಲ್ಲು ಮುಟ್ಟಿ ಕಚ್ಚಿ ದಾಪುಗಾಲಿಡುತ್ತ ಪಚ್ಚನ ಗಂಡಂಗಿನ ಬದಿ ಮುಖಮಾಡಿದಳು. ಬಾಯಕ್ಕ, 'ಸಾಯಲಪ್ಪಾ ಇದು, ಏ ಇನ್ನೆರಡು ಮಡಲು ಇತ್ತು, ಮುಗಿಸೇ ಹೋಗೆ' ಎಂದದ್ದು ಸಣ್ಣಿಗೆ ಕೇಳಿಸದೇ ಅವಳು ಆಗಲೇ ಕಳಸದ ಗುಡ್ಡೆಯ ಏರಿ ಏರ ಹತ್ತಿದಳು.

◀◀ ▶▶

ಮೊದಲ ದಿನ ರಾತ್ರಿ ಸುಮಾರು ಹೊತ್ತಿನವರೆಗೆ ಸಾರಾಯಿ ಮಾರಿ ದುಡ್ಡು ಎಣಿಸಿದ ಪಚ್ಚ, ಬಿಸಿಲು ಮೇಲೆ ಬಂದ ನಂತರ ಎದ್ದು ಕೂತು, ಕೊಪ್ಪಕ್ಕೆ ತನ್ನದೊಂದೇ ಇರುವ ಹೆಂಚಿನ ಮನೆ ಎದುರಿನ ಹಂಡೆಯಲ್ಲಿದ್ದ ಬೆಚ್ಚಗಿನ ನೀರು ಬಾಲ್ದಿಗೆ ತೋಡಿ ಕೊಂಡು ತೆಂಗಿನಸಸಿಯ ಹಾಳೆಯ ಹಾಸುಗಲ್ಲಿನ ಮೇಲೆ ಕೂತು, ಮಾವಿನ ಎಲೆಯಲ್ಲಿ ಗಸಗಸನೆ ಹಲ್ಲುಜ್ಜಿಕೊಳ್ಳುತ್ತಿದ್ದ. ಆವೇಶದಿಂದ ಹೋದ ಸಣ್ಣಿ, 'ನೀ ನಿಸ್ಸಂತನ ಆಗ್ಹೋಗೋ' ಅನ್ನುತ್ತ ಕಾಲಿಂದಲೇ ಒದ್ದು ಮಡಲಿನ ಮರೆಯಲ್ಲಿ ಇಟ್ಟ ಮುಚ್ಚಳ ತೆರೆಯಲು ಬಂದ ಒಂದೆರಡು ಬಿಳಿಯ ಕ್ಯಾನುಗಳನ್ನು ನೆಲಕ್ಕುರುಳಿಸಿಬಿಟ್ಟಳು. ಇದನ್ನು ನಿರೀಕ್ಷೆ ಮಾಡಿರದ ಪಚ್ಚ ಒಮ್ಮೆಲೇ ಎದ್ದು ಕೈಯಲ್ಲಿರುವ ಚಂಬನ್ನೂ ಮಾವಿನೆಲೆಯನ್ನೂ ಬಿಸಾಕಿ ಓಡಿ ಬಂದವನೇ ಗೊಂದಲಗೊಂಡು, 'ಏ ಮುಂಡೆ, ಏನ ಮಾಡೂಕ ಬಂದಿ ನೀನು, ನೆಲಕ ಹೊಯದ ಹಾಕ್ತೀ? ದೆವ್ವ ಬಿವ್ವ ಹಿಡದೀದೇನೇ? ನನ ಸಾರಾಯಿ ಮಣ್ಣಾಲ ಹೊಯದಹಾಕ್ತೀ? ಮಳ್ಳ ಬಿಳ್ಳ ಹಿಡದೀದೇನೆ ನಿಂಗೆ?' ಎನ್ನುತ್ತ ಅವಳ ಮೈಮೇಲೆ ಏರಿಹೋದ. ಸಣ್ಣಿಗೆ ಎಲ್ಲಿತ್ತೋ ಉರಿ 'ನಿನ ಅಂಗಡೀಗ ಬೆಂಕಿ ಹಚತೀ ಬೆಂಕೀ' ಎಂದು ಚೌಡಿ ಮೈಮೇಲೆ ಬಂದಂತೆ ಕೂಗಾಡಿದಳು.

ಸಣ್ಣಿಯನ್ನು ಆ ಈ ಬದಿ ಹಿಡಿದು ಕೂಡಿಸಿದ ಪಚ್ಚನ ಹೆಂಡತಿ ತುಳಸಿ, 'ಏನಾಯ್ತೆ ಶಣಮಕ್ಕ? ಎಂಥಾಯ್ತೆ?' ವಿಚಾರಿಸುತ್ತ, 'ನಾಮೂ ದುಡ್ಡ ಕೊಟ್ಟೇ ತಂದ ಇಲ ಮಾರೂದು, ಅಟ್ಟಿದ್ರೆ ನಿನ್ನ ಗಂಡಗೇ ಈ ಬದೀಗ ಬರದಿರೂವಂಗ ನೋಡಕ'

ಅಂತೆಲ್ಲ ಹೇಳಿದ ನಂತರ ಸಣ್ಣಿ ಮರಿ ಹಾವಿನ ಹಾಗೆ ಬುಸುಗುಡುತ್ತ ಸುಮ್ಮನೆ ಮನೆ ಸೇರಿದಳು. ಮಗನಿಗೆ, 'ಇಲ್ಲೇ ಹೋಗಬತ್ತಿ, ನೀ ಉಂಡಕಂಡ ಬರೀತೆ ಕುಳ್ಳ ಆಗಾ ಮಗಾ' ಎನ್ನುತ್ತ ಸುರುಸುರನೆ ಏರಿ ಇಳಿದು ನೀಟಮ್ಮನ ಮನೆಗೆ ಬಂದು ಬಿಟ್ಟಳು.

ಪಚ್ಚ ಆ ಬದಿ ಹಾದ ದೇವುವನ್ನು ಹಿಡಿದು, 'ಮಳ್ಳ ಹಿಡದ ಹೆಣತೀಗೆ ದಾರೀಲ ಬಿಟ್ಟಿಕ್ಕೀ, ಬಾ ನನ್ನ ಲಾಸು ತುಂಬಕೊಡೀಗೆ ಬಾ' ಅನ್ನುತ್ತ ಎಳೆದು ಎಳೆದು ನಾಕು ಸರೀ ತದಕಿಬಿಟ್ಟ. 'ಎಂಥಾಕ ಹೊಡಿತೀ ಅಂದಕ ಹೇಳರೂ ಹೊಡಿಯೋ' ಅನ್ನುತ್ತ ದೇವು ಎದ್ದೆದ್ದು ಮತ್ತೆ ಬಿದ್ದ. ಸುದ್ದಿ ತಿಳಿದು ರೊಚ್ಚಿಗೆದ್ದು, 'ಈ ಹಡಬಿಟ್ಟಿ ಹೆಂಗಸು ಎಲ್ಲೋಯ್ತು?' ಅಂತ ಹುಡುಕುತ್ತ ತನ್ನ ಹಟ್ಟಿಯೆಡೆಗೆ ಓಡಿದ. ಎಲ್ಲೂ ಕಾಣದೆ ಕೈಗೆ ಸಿಕ್ಕಿದ ಮಗನಿಗೂ ಒಂದು ಕೊಟ್ಟು ಅವನು ಹೋ ಎಂದು ರಾಗವೆಳೆದದ್ದೇ ಅವನನ್ನೂ ಅತ್ತ ದೂಡಿ ಅದೇ ರೋಷದಿಂದಲೇ ಪಕ್ಕದ ಜಟ್ಟಮ್ಮನಲ್ಲಿ ಕೇಳಿದಾಗ ಅವಳು, 'ಏನೋಪ್ಪಾ, ನೀಟಮ್ಮನ ಮನೇ ಬದೀಗ ಹೋಯತೊ ಏನೊ' ಅಂದಳು. ದೇವು ನೀಟಮ್ಮನ ಮನೆ ಬದಿ ತಿರುಗಿದವ ಮತ್ತೆ ಹಟ್ಟಿಯ ಒಳ ಸೇರಿ, 'ಕಡೇಗ ಮಾಡತಿ ಅದಕೆ, ಮುತ್ತೈದೆ ಮಾಡಬಿಡತಿ ಅದಕೆ' ಎನ್ನುತ್ತ ಉಬ್ಬಸ ತೆಗೆಯುತ್ತ ಹಟ್ಟಿಯಲ್ಲೇ ಕಾಲು ನೀಡಿ ಬಿದ್ದುಕೊಂಡ. ಮಾದೇವನೂ ಉಣ್ಣದೇ ಅಲ್ಲೇ ನಿದ್ದೆ ಹೋದ.

ಅಧ್ಯಾಯ 8

ಇತ್ತ ಸರೋಜಿನಿ ಅಮ್ಮನಿಗೆ ಮಸಾಲೆ ಅರೆದುಕೊಡುತ್ತ ತಮಾಷೆಯಲ್ಲಿಯೇ, 'ನಿನಗೇನು ಇನ್ನು ಮುಂದೆ ಸೊಸೆ ಬಂದದ್ದೇ ಅನುದಿನ ಸುಖವೇ ಸುರೀತದೆ' ಎಂದು ಅಂಥ ಯಾವ ಕೆಟ್ಟ ಉದ್ದೇಶವಿಲ್ಲದೇ ಸಣ್ಣಗೆ ಕೆಣಕಿದಳು. ಬಾಯಕ್ಕ, 'ನೋಡೇ, ಮಾವ ಅಳಿಯ ಇಬ್ಬರೂ ಸೇರಿ ಈ ಮಳೆಗಾಲದಲ್ಲಿ ಮದುವೆಯ ಸಂಭ್ರಮ ಎಬ್ಬಿಸಿಕೊಂಡಿದ್ದಾರೆ' ಎಂದು ಮಗಳಿಂದ ಮುಖ ಮರೆಸಿಕೊಳ್ಳುತ್ತ ಹುಸಿಕೋಪ ನಟಿಸಿದ್ದನ್ನು ಕಂಡ ಸರೋಜಿನಿ, 'ಹ್ಞಾ ಹ್ಞಾ ಎಲ್ಲಾ ಒಂದೇ ನೀವು, ಇವೆಲ್ಲ ನನ್ನ ಬಳಿ ಹೇಳಬೇಡ, ಅದ್ಯಾಕೆ ಅವನ ಮದುವೆಯ ವಿಷಯವನ್ನು ನನ್ನಿಂದ ಮುಚ್ಚು ಮುಚ್ಚು ಮಾಡುತ್ತೀ ನೀನು? ಅವನ ಮದುವೆ ಮಾಡಿಬಿಡು ಅಂತ ನಾನು ಈ ಐದು ವರ್ಷದಿಂದ ಎಷ್ಟು ಸಲ ಹೇಳಿಲ್ಲ?' ಅಂತ ಕೇಳಿದ್ದಕ್ಕೆ, 'ಅದು ಹಾಗಲ್ಲವೇ, ಇನ್ನೊಂದು ಹುಡುಗನ ಸಂಗತಿಯನ್ನೂ ಅವ ಹೇಳಿದ್ದ, ಏನಾಗುತ್ತಿತ್ತು? ನೀನಿರುವಲ್ಲೇ ಬಂದು ಉಪ್ಪಿನ ವ್ಯಾಪಾರ ಮಾಡುತ್ತಿದ್ದ' ಅಂದಳು ಮೀನುಸಾರಿಗೆ ಉಪ್ಪು ಹಾಕುತ್ತ ಬಾಯಕ್ಕ.

ಅದನ್ನು ಕೇಳಗೊಡದೇ ಸರೋಜಿನಿ, 'ನನ್ನ ಮದುವೆ ಸುದ್ದಿ ಬಿಟ್ಟರೆ ನಿಂಗೆ ನನ್ನ ಬಳಿ ಬೇರೆ ಮಾತೇ ಇಲ್ಲ, ಉಪ್ಪಿನ ದಂದೆ ಇಲ್ಲಿ ಸಮುದ್ರ ಅಂಚಿನಲ್ಲಿ ಮಾಡದೇ, ಅಲ್ಲಿ ಘಟ್ಟದ ಮೇಲೆ ಹೋಗಿ ತಳವೂರಿ ಮಾಡುತ್ತಾರೆಯೆ?' ಎಂದು ಬಾಯಕ್ಕನ ಮೇಲೆ ಹಾರಿಕೊಂಡೇ ಬಂದಳು. 'ಅದಕ್ಕಲ್ಲ ನಾನು ಬೇಡ ಅಂದದ್ದು' ಅಂತಲೂ ಸೇರಿಸಿದಳು. 'ಮತ್ತೆ? ಯಾಕೆ?' ಅಂದ ಅಮ್ಮನನ್ನೇ ದಿಟ್ಟಿಸುತ್ತ, 'ನಿನ್ನ ಬಳಿ ಹೇಳಿ ಪ್ರಯೋಜನವಿಲ್ಲ ಬಿಡು' ಅನ್ನುತ್ತಲೇ ಊಟದ ತಟ್ಟೆಯನ್ನಿಟ್ಟಳು. ಚಿಪ್ಪೇಕಲ್ಲಿನ ಪಲ್ಯ ಎಂದಿನಂತೆ ರುಚಿಯಾಗದೇ ಮಸಾಲೆಗೆ ಯಾವುದೋ ಸಾಮಾನು ಚೂರು ಹೆಚ್ಚು ಬಿದ್ದು ಅಡ್ಡ ವಾಸನೆ ಹೊಡೆಯುತ್ತಿತ್ತು. ಹಾಗಾಗಿ ಸರೋಜಿನಿ ಜಾಲೇ ಮೀನಿನ ಉಸುಳಿಯನ್ನೇ ಎರಡೆರಡು ಬಾರಿ ಬಡಿಸಿಕೊಂಡು ತಿಂದಳು. ಅದನ್ನು ಕಂಡೇ ಮೀನು ತಂದ ದಿಗಂಬರನಿಗೆ ತೃಪ್ತಿಯಾಯಿತು.

ಸರೋಜಿನಿ ಉಂಡಾದ ನಂತರ ಅಡ್ಡಾಗುವಾಗ ಅಲ್ಲೇ ಮೇಜಿನ ಮೇಲಿಟ್ಟ ಪತ್ರಾವಳಿ ಕಟ್ಟಿನ ಕೆಳಗಡೆ ತುಸುವೇ ಕಾಣುತ್ತಿದ್ದ, ಹಂಚಿ ಉಳಿದ ಒಂದೆರಡು ಮದುವೆ ಪತ್ರಿಕೆಯನ್ನು ತೆರೆದು ನೋಡಿ, 'ಅರುಂಧತಿ' ಎಂಬ ಹೆಸರಿನ ಮೇಲೆ ಕಣ್ಣಾಡಿಸಿ ಅಲ್ಲೇ ಇಟ್ಟಳು. ಕಿಟಕಿಯ ಬಾಗಿಲಿಗೆ ಹತ್ತಿದ ಬಣ್ಣ ಕೆರೆಯುತ್ತ ನಿಂತ ದಿಗಂಬರ ಅದನ್ನು ಹೊರಗಿನಿಂದಲೇ ಕಂಡ. ಹಾಗೇ ಒಳ ಬಂದು ಅಮ್ಮನ ಹತ್ತಿರ, 'ಅಕ್ಕನಿಗೆ ಸೀರೆಗಾಗಿ ಸಂಜೆ ಅಂಕೋಲೆಗೆ ಹೋಗುವಾ ಅಂತ ಹೇಳು' ಅಂದ. ಅನುಮಾನಿಸಿದ ಬಾಯಕ್ಕ, 'ನೀನೇ ಹೇಳೋ' ಅನ್ನುತ್ತ ಮುಖ ತಿರುವಿದಳು.

ಹೊರ ಬಂದವ, 'ಸಂಜೆ ಬಾಜಾರಕ್ಕೆ ಹೋಗುವಾ' ಎಂಬ ತಮ್ಮನ ದನಿ ಕೇಳಿದ್ದೇ ಸರೋಜಿನಿ, 'ಯಾಕೆ?' ಅಂತ ಅವನ ಬದಿ ನೋಡದೇ ಅಂದಳು. 'ಸ್ವಲ್ಪ ಬಟ್ಟೆಗಳನ್ನು ಮಾವ ತಮ್ಮ ಅಂಗಡಿಯಲ್ಲೇ ತೊಗೊಳ್ಳಲು ಹೇಳಿದ್ದಾನೆ' ತಡವರಿಸುತ್ತ ಹೇಳಿದ ತಮ್ಮನನ್ನು ತಿವಿಯುವವರಂತೆ ನೋಡುತ್ತ ಸರೋಜಿನಿ, 'ನನಗೇನೂ ಸೀರೆಗೀರೆ ಬೇಡ, ಒಂದು ಕಪಾಟಿನ ತುಂಬ ಹಾಗೇ ಬಿದ್ದಿದೆ ಅಲ್ಲಿ' ಅಲ್ಲೇ ಬಿದ್ದ ಪತ್ರಿಕೆಯೊಂದನ್ನು ಓದುವವಳಂತೆ ನಟಿಸುತ್ತ ಆರಾಮ ಖುರ್ಚಿಯ ಮೇಲೆ ಕೂತಳು.

ದಿಗಂಬರ ಅಕ್ಕನನ್ನು ಎಬ್ಬಿಸುವುದು ಕಷ್ಟವೆಂದು ತಿಳಿದು, ಒಳಹೋಗಿ ಅಮ್ಮನ ಬಳಿ, 'ನಾನೊಬ್ಬನೇ ಹೋಗಿ ತರುವೆ, ಇಲ್ಲದ ರಾದ್ಧಾಂತ ಯಾಕೆ' ಎಂದು ಪಿಸುಗುಟ್ಟಿದ. ಅಯ್ಯೋ ಶಿವನೇ ಎನ್ನುತ್ತ ಬಾಯಕ್ಕ ಹಣೆಹಣೆ ಬಡಿದುಕೊಳ್ಳುತ್ತ ಮಗನಿಗೆಂದು ಚಹಕ್ಕಿಟ್ಟಳು. 'ಮನೇ ಜನರಿಗೆ ಬಿಟ್ಟರೆ ಭವಾನಕ್ಕನಿಗೊಂದು ಸೀರೆ ತೆಗಿ' ಅನ್ನುತ್ತಿದ್ದ ಅಮ್ಮನ ಮಾತನ್ನು ದಿಗಂಬರ ಕಿವಿಯಲ್ಲಿ ಹಾಕಿಕೊಳ್ಳಲೇ ಇಲ್ಲ. ಲೂನಾ ಹತ್ತಿ ಅಂಕೋಲೆ ಬದಿಗೆ ಹೋಗುವಾಗ ದಾರಿಯಲ್ಲಿ ಯಾರಾದರೂ ಪರಿಚಿತರು ಸಿಕ್ಕರೆ ಕೊಡಲು ಬೇಕೆಂದು ಉಳಿದ ಒಂದಿಷ್ಟು ಪತ್ರಿಕೆಯನ್ನೂ ಚೀಲದಲ್ಲಿರಿಸಿಕೊಂಡ.

ದಿಗಂಬರ ಹೊರಡುವಾಗ ಸರೋಜಿನಿ ನಿದ್ದೆ ಬಿದ್ದವಳಂತೆ ಹೊರಕಟ್ಟೆಯಲ್ಲಿ ಒರಗಿದ್ದಳು. ದೆಣಪೆ ಬಳಿ ಕಳ್ಳ ಹೆಜ್ಜೆ ಹಾಕುತ್ತ ಬಂದ ಬಾಯಕ್ಕ, 'ಸರೂಗೊಂದು ಮದುವಳತಿಗೆ ತೆಗೆದಂಥದೇ ಸೀರೆ ಹೆಕ್ಕು' ಅಂದಳು. ತನ್ನ ಬದಿ ತಿರುಗದೇ ಹ್ಞೂ ಹ್ಞಾ ಎನ್ನದೇ ಲೂನಾ ಚಾಲು ಮಾಡಿದ ಮಗನನ್ನು ಅವಳು ವಿಚಿತ್ರವಾಗಿ ನೋಡಿದಳು. 'ದೇವುವನ್ನಾದರೂ ಕರೆದೊಯ್ಯುತ್ತಿಯೋ ನೋಡು' ಅಂದಳು. 'ಬೇಡ, ಲೂನಾದಲ್ಲೇ ತಂದುಬಿಡ್ತೇನೆ' ಅನ್ನುತ್ತ ಹೊರಟ. ಹೆಜ್ಜೆ ಸಪ್ಪಳವಿಲ್ಲದೆ ಸುಮ್ಮನೆ ಬಂದು ಮಡಲು ನೆಣೆಯುತ್ತ ಅಂಗಳದಲ್ಲಿ ಕೂತ ಸಣ್ಣಿಯ ಮೈ ಮನಸ್ಸಿನ ತುಂಬ ಎಂಥದೋ ಅಧೈರ್ಯ ಮನೆ ಮಾಡಿದಂತಿತ್ತು. ಸಣ್ಣಿ ಯಾವುದೋ ಕೆಚ್ಚು ಮೈಯಲ್ಲಿ ಹೊಕ್ಕಂತೆ, ಬಾಯಕ್ಕ ಬಂದು ಹೊರಕಟ್ಟೆಯ ಮೇಲೆ ಕೂತರೂ ಮಾತಾಡಿಸದೆ ತಲೆಹಣುಕಿ ಮಡಲು ಹೆಣೆದಳು.

ಇತ್ತ ಅಂಗಡಿಗೆ ಆಗಷ್ಟೇ ಬಂದು ಕೂತ ಮಧುಕರ, ಬಿಚ್ಚಿ ಬಿದ್ದ ಸೀರೆಗಳನ್ನು ಮಡಿಚದೆ ಹಾಗೇ ಹರಟೆಯಲ್ಲಿ ತಲ್ಲೀನರಾದ ಒಂದಿಬ್ಬರು ಅಂಗಡಿ

ಹುಡುಗರನ್ನು, 'ಭೋಸಡೀ ಮಕ್ಕಳೇ, ಕೆಲಸ ಸರೀ ಮಾಡಿ ಮೊದಲು' ಎಂದು ಬೈದುಕೊಳ್ಳುತ್ತಿದ್ದಾಗಲೆ ದಿಗಂಬರ ಅಂಗಡಿಯ ಎದುರು ತನ್ನ ಲೂನಾದ ಸ್ಟ್ಯಾಂಡ್ ಹಚ್ಚುತ್ತಿದ್ದ. 'ಅಕ್ಕನನ್ನು ಕರೆದೆಯೋ ಇಲ್ಲವೋ?' ಅಂತ ಮೊದಲ ಮಾತು ಕೇಳುತ್ತ ಮಧುಕರ, 'ಅಮ್ಮನಿಗೊಂದು ಸರೂಗೊಂದು ಎರಡು ಇದ್ದುದರಲ್ಲಿ ಒಳ್ಳೇ ಸೀರೆ, ಮತ್ತು ಮದುವಳತಿಗೊಂದು ಚೊಲೋ ರೇಶ್ಮೆಯ ಸೀರೆ ಮತ್ತು ಐದಾರು ಸಾದಾ ಸೀರೆ ಒಯ್ದು ಬಿಡು ಸಾಕು' ಅಂದ. ದಿಗಂಬರ ಬೆಳ್ಳಗಿನ ಗಾದಿಯ ಮೇಲೆ ಕೂತು, ಹುಡುಗರು ತೆಗೆದು ಹಾಕಿದ ಎಲ್ಲ ಸೀರೆಗಳ ಮೇಲೂ ಒಂದೇ ತರಹದಲ್ಲಿ ಕೈಯಾಡಿಸುತ್ತ, ಮುನ್ನೂರು ಮುನ್ನೂರರ ಮೂರು ಸೀರೆ ಮತ್ತು ನೂರೈವತ್ತರ ನಾಲ್ಕು ಸೀರೆ ಆಯ್ದುಕೊಂಡ. ಅದನ್ನು ನೋಡಿದ ಮಧುಕರ, 'ಮದುವಳತಿಗೊಂದು ಎಂಟುನೂರು ಸಾವಿರದ ಸೀರೆ ಆರಿಸು, ಧಾರೆ ಸೀರೆ ಜನ್ಮದಲ್ಲಿ ಒಂದೇ ಉಡುವುದು' ಅಂದ ಮಾವನ ಮಾತು ಕೇಳಿ ದಿಗಂಬರ, ಆನಂದನೀಲಿ ಬಣ್ಣದ ದೊಡ್ಡ ಜರಿ ಅಂಚಿನ ಸೀರೆ ಆಯ್ದ.

ಮಧುಕರನೂ ನೋಡಿ, 'ಚೊಲೋ ಉಂಟು' ಎಂದು ಮೆಚ್ಚಿಕೊಂಡ. 'ಆದರೆ ಸರೂನಿಗೂ ಒಂದು ಮದುವಳತಿಯಂಥದೇ ಸೀರೆ ಹೆಕ್ಕಲು ಅಮ್ಮ ಹೇಳಿದ್ದಾಳೆ' ದಿಗಂಬರ ಅಂದದ್ದಕ್ಕೆ ಮಧುಕರ, 'ಹ್ಞೂ ನಿನ್ನ ಅಮ್ಮನಿಗೂ ಒಂದು ಅಂಥದೇ ಬೇಡವೇನೋ?' ಸಿಡಿಮಿಡಿಗೊಳ್ಳುತ್ತ ಅಷ್ಟನ್ನೇ ಕಟ್ಟಿ ಸಿದ್ಧಪಡಿಸಲು ತಮ್ಮ ಹುಡುಗರಿಗೆ ಹೇಳಿದ. ಅಂಗಡಿ ಹುಡುಗರಿಗೆ ಒಂದೇ ಕುತೂಹಲ, ತಮ್ಮ ಮಾಲಿಕರು ಈ ಅಕ್ಕನ ಮಗನ ಬಳಿ ದುಡ್ಡು ತೊಗೊಳ್ಳುತ್ತಾರೋ ಇಲ್ಲವೋ ಎಂಬುದು. ಮೂವರೂ ಹುಡುಗರು ಪರಸ್ಪರ ಮುಖ ನೋಡಿಕೊಂಡು ಗಲ್ಲೆಯ ಬಳಿಯೇ ಕಣ್ಣಿಟ್ಟಿದ್ದರು. ಅಷ್ಟರಲ್ಲಿ ದೋತರ ಶರ್ಟಿನ ಬಟ್ಟೆಗಳನ್ನು ಒಂದಿಷ್ಟು ರವಿಕೆಯ ಪೀಸುಗಳ ಗಂಟನ್ನು ತೆಗೆದು ಮಧುಕರನೇ ಜೋಡಿಸಿಟ್ಟಿದ್ದ. ಎಲ್ಲದರ ಬೆಲೆ ಬರೆದುಕೊಂಡು, 'ನಿಧಾನ ಕೊಡು' ಎನ್ನುತ್ತ 'ದುಡ್ಡಿನ ಅಗತ್ಯ ಬಿದ್ದರೆ ಕೇಳು' ಎಂದದ್ದಕ್ಕೆ ದಿಗಂಬರ, 'ಇಲ್ಲ ಇಲ್ಲ' ಎನ್ನುತ್ತ ತಲೆ ಆಡಿಸುತ್ತಿರುವಾಗಲೇ, ಜವಳಿಯ ಗಂಟನ್ನು ಎತ್ತಿ ತಂದು ಹುಡುಗರು ಲೂನಾ ಕ್ಯಾರಿಯರ್ರಿಗೆ ಕಟ್ಟಿಕೊಟ್ಟರು.

ಲೆಕ್ಕ ನೋಡಿ ದಿಗಂಬರ ಕಿಸೆಯಲ್ಲಿಯ ದುಡ್ಡು ತೆಗೆದು ಎಣಿಸುತ್ತಿರುವಾಗ ಮಧುಕರ, 'ಈ ಗಡಿಬಿಡಿಯಲ್ಲಿ ಎಷ್ಟು ದುಡ್ಡಿದ್ದರೂ ಬೇಕಾಗತದೆ, ಇಟ್ಟುಕೋ, ಮದುವೆಗಿದುವೆಯ ಅವಸರ ಮುಗಿದ ನಂತರ ಕೊಡು' ಎಂದು ಕಾಳಜಿ ತೋರಿದ. ದಿಗಂಬರ ದುಡ್ಡನ್ನು ವಾಪಸ್ಸು ತನ್ನ ಕಿಸೆಗೇ ಸೇರಿಸಿದ. ಹೊರ ಹೋಗುತ್ತಿದ್ದವನನ್ನು ಪುನಃ ಕೂಗಿ, 'ಚಪ್ಪರದ ಕೆಲಸ ಇವತ್ತೇ ಮುಗಿಸಿಬಿಡೋ' ಅಂತ ಎಚ್ಚರಿಸಿದ. ಇನ್ನೊಮ್ಮೆ ಕೂಗು ಹಾಕಿ ತಾನೇ ಗಲ್ಲೆಯಿಂದ ಹೊರಬರುತ್ತ, 'ಸೋನಾರರ ಮನೆಯಿಂದ ಚಿನ್ನ ತಂದೆಯೋ?' ಅಂತ ನೆನಪಿಸಿದ. 'ಈಗ ಅವರ ಮನೆಯ ಎದುರಿಂದಲೇ ಹೋಗುವೆ' ಅನ್ನುತ್ತ ಹೊರಗೆ ಬಂದು ಇನ್ನೇನು ಬಟ್ಟೆಯ

ಗಂಟನ್ನು ಬಿಗಿಯಾಗಿದೆಯೇ ಎಂದು ಇನ್ನೊಮ್ಮೆ ನೋಡಿಕೊಂಡು ಲೂನಾ ಚಾಲೂ ಮಾಡಬೇಕು ಅನ್ನುತ್ತಿರುವಾಗಲೇ ಮಾಸ್ತಿಕಟ್ಟೆಯ ನೀಲಕಂಠ ಶೆಟ್ಟರು ಮಗನೊಂದಿಗೆ ಮಧುಕರನ ಅಂಗಡಿಯ ಎದುರೇ ರಿಕ್ಷಾ ಇಳಿದು ನಿಂತಿದ್ದರು. ದಿಗಂಬರ ದಿಕ್ಕು ತಪ್ಪಿದವನಂತೆ ಒಮ್ಮೆ ತಾನು ಗಡಿಬಿಡಿಯಲ್ಲಿ ತೊಟ್ಟು ಬಂದ ಹಳೆಯ ಶರ್ಟಿನ ಕಡೆ ನೋಡಿಕೊಂಡು ಸಂಕೋಚವಾದರೂ ಉಪಾಯವಿಲ್ಲದೆ ನಿಂತು ಮಾವನಿಗೆ, 'ನಮಸ್ಕಾರ' ಎಂದು ತೊದಲುತ್ತ, ಮುಂದೆ ಭಾವನೆಂಟನಾಗುವ ವೇಣುವಿನ ಕೈಕುಲುಕಿ 'ಹ್ಞು' ಎಂದು ದನಿತೆಗೆದು ಸಣ್ಣಗೆ ನಕ್ಕ.

'ಜವಳಿಯ ಕೆಲಸ ಮುಗಿಯಿತೋ?' ಅಂತ ಕೇಳಿದ ವೇಣುವಿಗೆ ಹೌದೆಂಬಂತೆ ತಲೆಯಾಡಿಸಿದ ದಿಗಂಬರ. ಜೊತೆಯಲ್ಲಿ ಅರುಂಧತಿ ಹಾಗೂ ಅವಳ ಅತ್ತಿಗೆ ಶಶಿಕಲಾ, ಮಕ್ಕಳು ಸಹ ಇನ್ನೊಂದು ರಿಕ್ಷಾ ಇಳಿದು ಅಲ್ಲೇ ನಿಂತರು. ಇತ್ತ ದಿಗಂಬರನಿಗೂ ಅತ್ತ ಅರುಂಧತಿಗೂ ಒಮ್ಮೆಲೇ ಸಂಕೋಚವೆನ್ನಿಸಿ, ದಿಗಂಬರ ಅತ್ತ ಹೆಂಗಸರ ಬದಿ ನೋಡಲು ಹೋಗದೆ ಹಾಗೇ ಲೂನಾ ಹತ್ತಿ ಕೂತ. ಶಶಿಕಲಾ, 'ಮಾಮನಿಗೆ ಟಾಟಾ ಮಾಡಿ' ಅಂದದ್ದೇ ಇಬ್ಬರೂ ಮಕ್ಕಳು ಓಡಿ ಎದುರು ಬಂದು ನಿಂತು ನಕ್ಕು ಕೈ ಬೀಸಿ ಮತ್ತೆ ಅಮ್ಮನಿದ್ದಲ್ಲಿಗೆ ಓಡಿದರು. ಅಂಗಡಿಯ ಒಳಗಡಿಯಿಟ್ಟ ಬೀಗರನ್ನು ನೋಡಿ ಆಶ್ಚರ್ಯದಿಂದ ಮಧುಕರ, 'ಈಗ ಹೋದ ಇದೀಗ ಹೋದ' ಅಂತ ತಮಾಷೆ ಮಾಡಲು ಅರುಂಧತಿಯ ಮುಖ ನೋಡಿದರು. ನೀಲಕಂಠ ಶೆಟ್ಟರು, 'ಹೌದು ಹೌದು, ಇಲ್ಲೇ ಸಿಕ್ಕ' ಅನ್ನುತ್ತ ಟೊಪ್ಪಿಗೆ ತೆಗೆದು ಕೈಯಲ್ಲಿ ಹಿಡಿದುಕೊಂಡು ಮುಗುಳು ನಗುತ್ತಲೇ ಮಧುಕರ ತೋರಿದ ಸ್ಟೂಲಿನ ಮೇಲೆ ಕೂಡುತ್ತ, 'ಅರುಂಧತಿಗೆ ಒಂದು ಒಳ್ಳೆಯ ಸೊಗಳದ ಸೀರೆ ಬೇಕು, ಗಂಡಿನವರು ಕೊಡುವ ಧಾರೆಯ ಸೀರೆ ಯಾವ ಬಣ್ಣದ್ದು ಕೊಟ್ಟಿದ್ದೀರೋ ನೋಡಿ, ಆ ಬಣ್ಣ ಬಿಟ್ಟು ಬೇರೆ ಬಣ್ಣದ್ದು ತೆಗೆಯಿರಿ' ಅಂದರು.

ದಿಗಂಬರ ಈ ಸಾರಿ ಅರುಂಧತಿಯನ್ನು ಸರಿಯಾಗಿ ನೋಡಿದ್ದ. ಆ ದಿನ ನೋಡಿದ್ದಕ್ಕಿಂತ ಇನ್ನೂ ಸುಂದರಿಯಾಗಿ ಸಹಜವಾಗಿ ಸರಳವಾಗಿ ಕಂಡಳು. ಆ ಲಹರಿಯಲ್ಲೇ ಮನೆಗೆ ಬಂದ. ಬಾಯಕ್ಕ ಮಾತ್ರ, 'ಅಲ್ಲೇ ದೇವರ ಖೋಲಿಯಲ್ಲಿ ಮಣೆಯ ಮೇಲೆ ಇಟ್ಟು ಬಿಡೋ' ಅಂತ ಹಿತ್ತಿಲ ಬಾಗಿಲಿಂದಲೇ ಒದರಿದಳು. 'ನೋಡು ಚಿನ್ನ ತಂದಿದ್ದೇನೆ' ಅಂತ ಹಿತ್ತಿಲಿಗೇ ಹೋಗಿ ಅಮ್ಮನ ಎದುರು ಹಿಡಿದ. 'ಹಾಗೆಲ್ಲ ಹಿತ್ತಿಲಲ್ಲಿ ನೋಡಬಾರದೋ, ಪ್ರಧಾನ ಬಾಗಿಲಿಗೇ ಬರುವೆ' ಎನ್ನುತ್ತ ಏನೋ ಮಾಡುತ್ತಿದ್ದ ಕೆಲಸ ಬಿಟ್ಟು ಕೈ ತೊಳೆದು ಸೆರಗಿಗೆ ಒರೆಸಿಕೊಳ್ಳುತ್ತ ಹೊರಗೆ ಬಂದಳು. ಸಣ್ಣ ಪ್ಲಾಸ್ಟಿಕ್ಕಿನ ಡಬ್ಬದ ಮುಚ್ಚಳ ತೆಗೆಯುತ್ತ ತನ್ನ ಹಳೆಯ ಮಾಂಗಲ್ಯ ಸರ ಬೇರೆ ನಮೂನೆಯಲ್ಲಿ ಥಳಥಳ ಹೊಳೆಯುತ್ತಿದ್ದುದನ್ನು, ಬೆರಗಾಗಿ ನೋಡಿದಳು. ಜೊತೆಯಲ್ಲಿ ಸಣ್ಣ ಮಾಟವಾದ ಉಂಗುರ. 'ಹೇಗೆ ಹೊಸದೇ ಆಗಿ ಬಿಟ್ಟಿದೆ ನೋಡು' ಎನ್ನುತ್ತ ಸರೋಜಿನಿ ಮುಂದೆ ಹಿಡಿದಳು. 'ಯಾರು ಚಂದ್ರಹಾಸ ಮಾಡಿದ್ದೇ?'

ಕೇಳುತ್ತ, ನೋಡಿದಳೋ ಇಲ್ಲವೋ ಎಂಬಂತೆ ಮುಟ್ಟಿ ಕೊಟ್ಟದ್ದನ್ನು, 'ಒಳಗಿಡುವೆ ಒಳಗಿಡುವೆ' ಅನ್ನುತ್ತ ಒಯ್ದಳು ಬಾಯಕ್ಕ. ಜವಳಿ ಗಂಟು ಬಿಚ್ಚಿ ನೋಡಲು ಯಾರಿಗೂ ಆಸಕ್ತಿಯಿರಲಿಲ್ಲ. ಆದರೆ ದಿಗಂಬರನಿಗೆ ಜವಳಿ ಅಂಗಡಿಯಲ್ಲಿ ಬೀಗರು ಸಿಕ್ಕ ವಿಷಯವನ್ನು ಮಾತ್ರ ಯಾಕೋ ಯಾರೊಂದಿಗೂ ಹೇಳಬೇಕೆನಿಸಲಿಲ್ಲ.

ರಸ್ತೆಯಿಂದ ದೇಣಪೆಗೆ ನುಗ್ಗುತ್ತಲೇ ದೇವು, 'ಏಯ್ ಬಿಕನಾಶಗೇಟ್ಟೊಳೇ, ಅಲ್ಲಿ ಪಚ್ಚನ ಅಂಗಡೀಗ ಹೋಗ ಸಾರಾಯ ನೆಲಕ ಹೋಯ್ದುಹಾಕ ಬಂದೀ?' ಎನ್ನುತ್ತ ಸಣ್ಣಿಯ ಮೈ ಮೇಲೇ ಏರಿಬಂದ. 'ನಾನೆಲ್ಲ ಹೋಗೀತ್ಯೇ? ಯಾವ ಸಾರಾಯಿ? ಏನಾಯ್ತು ನಿಂಗೆ?' ಎನ್ನುತ್ತ ಸಣ್ಣಿ ಆರಾಮ ಕುರ್ಚಿಯಲ್ಲೇ ಎದ್ದು ಕೂತ ಸರಜಮ್ಮನನ್ನು ನೋಡಿ ಸನ್ನೆ ಮಾಡಿ, 'ನಾ ಇಲ್ಲೇ ಈಂಮೆ ಬೆಳಗಾನಿಂದೇ, ಬೇಕಾರ ಸರಜಮ್ಮನ ಕೂಡ ಕೇಳು, ನಾ ಯಾಕ ಹೋಗಲೀ ಆ ಹಾಳಬಿದ್ದ ಪಚ್ಚನ ಅಂಗಡೀಗೆ' ಎಂದಳು. 'ಈಗ ಒಂದ ತಾಸನ ಹಿಂದೆ ನೀ ಬಂದಕ ಮಳ್ಳ ಹಿಡದೂರಂಗ ಸಾರಾಯ ಹೋಯ್ದುಹಾಕದೇ ಅಂದಕ ನಂಗ ಸುಮಸುಮ್ನೆ ಕುಟ್ಟದ್ನಲಾ ಆ ದರ್ವೇಶಿ' ಎನ್ನುತ್ತ ದೇವು ಕುಣಿದಾಡಿಬಿಟ್ಟ.

ಸರೋಜಿನಿ ನಡೆದದ್ದನ್ನು ಊಹಿಸಿ ದೇವುನನ್ನು, 'ಏ ಯಾಕೋ ದೇವು? ಸಣ್ಣಿ ನಾ ಬಂದಾಗನಿಂದ ಇಲ್ಲೇ ಮಡ್ಲು ಹೆಣೀತೆ ಕೂತೀದಲ್ಲೋ, ಯಾರೋ ಬೇರೆಯವರನ್ನ ನೋಡಿಕೊಂಡು ಅವನೇ ಸಣ್ಣಿ ಅಂತ ತಪ್ಪು ತಿಳಿದಿರಬೇಕು. ಹಾಕ ನಾಕ ಭಾರಸು ಅವ್ನೀಗೆ, ಊರು ಹಾಳ ಮಾಡೂದಲ್ಲದೇ ಸುಳ್ಳು ಬೇರೆ ಹೇಳುತ್ತಾನೋ, ನಿಮ ಗಂಡಾ ಹೆಣತೀಗೆ ಜಗಳ ಹಚ್ಚಿ ಮಜಾ ನೋಡಲು ಮಾಡಿದ್ದಾನೆ ಅವನು' ಅನ್ನುತ್ತ ಸರೂ ಸಣ್ಣಿಯೆಡೆಗೆ ಸಣ್ಣಗೆ ನಕ್ಕು ಹೆಮ್ಮೆಯಿಂದ ನೋಡಿದಳು.

ತಲೆ ಕೆಟ್ಟಂತಾಗಿ ದೇವು, 'ಅಂವಗ ಯಾವ ಹೋಗೂಕಾಲ ಬಂತು?' ಅಂತ ತನ್ನನ್ನೇ ತಾನು ಕೇಳಿಕೊಳ್ಳುತ್ತ ತಲೆ ಕೆರೆಯುತ್ತ ಎತ್ತಲೋ ನಡೆದುಬಿಟ್ಟವನನ್ನು ದಿಗಂಬರ ಕೂಗಿ, 'ಏ ದೇವು, ಬಗೇಲ ಗಡತರದ್ದು ನಾಕ ಕಂಬ ತಗಂಬಾರೋ ಚಪ್ಪರಕ್ಕೆ' ಅನ್ನುತ್ತ ಅಂಗಡಿ ಬಾಗಿಲು ತೆರೆಯ ತೊಡಗಿದ.

ಸರೋಜಿನಿ ಇತ್ತ ಸಣ್ಣಿಯನ್ನು ಕೂಡಿಸಿಕೊಂಡು, 'ನಾ ಹೀಂಗೇ ಮಜಕ್ಕೆ ಹೇಳದ್ದು, ಅಷ್ಟಕ್ಕೆ ನೀ ಅಲ್ಲಿ ಹೋಗ ಗೌಜಿ ಹಾಕೇ ಬಿಡೂದೆನೇ? ಸರ್ಕಾರದ ರಕ್ಷಣೆ ಇರೂ ಸರಾಯ ಅಂಗಡೀಗೆ ಹಾಂಗೆಲ್ಲ ಹಾನಿ ಮಾಡಲಿಕ್ಕೆ ಬರೂದಿಲ್ಲವೆ ಸಣ್ಣಿ' ಎಂದದ್ದೇ, 'ಮತ್ತೆಂತಾದ್ರಾ ಸರಜಮ್ಮಾ? ಆ ಸರಾಯ ಅಂಗಡಿ ಕಾಲದಲಿ ಈ ಜೀಂಮಾನೇ ಬ್ಯಾಡಾಗೀದು' ಅಂತ ಆತಂಕಗೊಂಡವಳಿಗೆ ಸರು, 'ಆ ಅಂಗಡೀಲೇ ಪಚ್ಚ, ಕಳ್ಳ ಭಟ್ಟೀನೂ ಮಾರ್ತಾ ಅಂತ ಸಾಕ್ಷಿ ಸಮೇತ ಹಿಡಕೊಟ್ಟರೆ, ಅಂಗಡಿ ಸೀಜ್ ಮಾಡಿ ಲೈಸನ್ಸ್ ರದ್ದು ಮಾಡಿದ್ರೂ ಮಾಡಬಹುದು' ಸರು ತನಗೆ ಗೊತ್ತಿದ್ದ ಕಾಯ್ದೆಯನ್ನು ಸಹಜ ಅಂದದ್ದೇ 'ಹ್ಞ ಹ್ಞಾ ಹಂಗೆಲ್ಲಾ ಈತೇನ್ರಾ' ಇಷ್ಟಗಲ ಬಾಯ್ತೆಗೆದು ಕೇಳಿಕೊಂಡ ಸಣ್ಣಿ ಅಂದು ಜಾಸ್ತಿ ಏನೂ ಮಾತಾಡದೆ ಮೌನವಾಗೇ ಮಡಲು ಹೆಣೆಯುತ್ತಿದ್ದಳು.

ಅಷ್ಟೇ ಹೊತ್ತಿಗೆ ರಸ್ತೆಯಲ್ಲಿ ಪೂರ್ತಿ ಓಲಾಡುತ್ತ ಬಂದ ಹಮ್ಮು, ಬೆಳಿಗ್ಗೆ ದಿಗಂಬರ ಕೊಟ್ಟ ಅಂಗಡಿಯ ಬ್ರೆಡ್ಡು ಹಳೆಯದಾಗಿ ಎಂಥದೋ ವಾಸನೆ ಬರುತ್ತಿತ್ತೆಂದು 'ಗುತ್ತಿದೆಯೋ ಈ ಶೆಟ್ಟರದೆಲ್ಲ, ಹುಳಾ ಬಿದ್ದ ಬ್ರೆಡ್ಡ ಮಾರಕ ಜೀವನಾ ಮಾಡತೀರು' ಇಡೀ ಊರಿಗೆ ಕೇಳುವಂತೆ ಒದರುತ್ತ ತೂರಾಡುತ್ತ ನಿಂತಿದ್ದ. ಇದನ್ನು ಆಲಿಸಿದ್ದೇ ದಿಗಂಬರ ನಿಂತಲ್ಲೇ, 'ಏ ಭೋಸಡಿಮಗನೇ, ಸಮೀಪ ಬಂದ ಮಾತಾಡೋ, ಸಾಲದ ಪಟ್ಟಿ ಮುಖಕ್ಕ ಹಿಡೀತಿ ಬಾರೋ' ಅನ್ನುತ್ತ ರಸ್ತೆಗೂ ಅಂಗಡಿಗೂ ಓಡಾಡಿಬಿಟ್ಟ.

'ಕುಡದ ಅಮಲನಲ ಏನೆಲ್ಲಾ ಬೊಗಳತ್ಯಾ ಅಂವ ಶಾಯಲರಾ ಬಿಟ್ಟರಸಿಕ್ಕಾ, ನೀಮೆಂತಾಕ ತಲೆ ಕೆಡಸಕಂತೀರಿ?' ಒಂದು ಬೀಡಿ ಕಟ್ಟಿಗೆ ಬಂದ ಬೀರಪ್ಪ ದಿಗಂಬರನನ್ನು ಸಮಾಧಾನಪಡಿಸಿದಂತೆನಿಸಿದರೂ, ಅವನ ಧಾಟಿಯಲ್ಲಿರುವ ವ್ಯಂಗ್ಯವನ್ನು ದಿಗಂಬರ ಗುರುತಿಸಿ, 'ನಿಮ ಜನವೇ ಹಂಗ ಆಗೋಯ್ತು ನೋಡು, ಎಷ್ಟು ಮಾಡಿದರೂ ಅಷ್ಟೇ ನಿಮಗೆ' ಎನ್ನುತ್ತ ಇಡೀ ಕೊಪ್ಪಕ್ಕೆ ಕೊಪ್ಪವನ್ನೇ ಜರಿದ. ಆದರೂ ಸಮಾಧಾನವೆನ್ನಿಸದೆ ಕೆಲಸ ಮುಗಿಸಿ ಮನೆಗೆ ಹೊರಟ ಸಣ್ಣಿಯನ್ನು ನೋಡಿ, 'ಏ ಸಣ್ಣಿ ನಿಲ್ಲೆ, ಆ ಹಮ್ಮು ನೋಡೇ, ಹುಳಾ ಬಿದ್ದ ಬ್ರೆಡ್ಡು ಮಾರಿಕೊಂಡು ನಾ ಜೀವ್ನಾ ಮಾಡ್ತೀನಂತೆ, ಹೌದೇ ಸಣ್ಣಿ? ನಿನಗೆಷ್ಟು ದಿನಾ ಹುಳು ಬಿದ್ದ ಸಾಮಾನು ಕೊಟ್ಟಿದ್ದೆನೆ?' ಕೂತಲ್ಲಿಂದ ಎದ್ದು ಬಂದು ಹಸಿರುಕ್ಕುವ ಪಾಗಾರಕ್ಕೆ ಆನಿಸಿ ಒಂದೇ ಕಾಲಲ್ಲಿ ನಿಂತು ತನ್ನ ಬೇಸರ ತೋಡಿಕೊಂಡ.

ಸಣ್ಣಿಗೆ ಅದನ್ನು ಕೇಳಿಯೇ ನಗು ಉಕ್ಕಿ ಬಂತು. 'ಏನರಾ ಒಡೆಯಾ ಇದು, ಕುನ್ನಿ ಬೊಗಳದ್ರೆ ದ್ಯಾವಲೋಕ ಹಾಳಬೀಳುದೇನರಾ?' ನಗುತ್ತ ಬಿರಬಿರನೆ ತನ್ನ ದಾರಿ ಹಿಡಿದಳು. ದಿಗಂಬರ ಇನ್ನೂ ಕೆಲವರ ಹತ್ತಿರ ಇದೇ ವಿಷಯ ಹೇಳುತ್ತ ಕೊನೆಗೆ ತನ್ನಷ್ಟಕ್ಕೆ ತನಗೇ ಮರ್ಯಾದೆ ಅನ್ನಿಸಿ, ತಾನು ಕೊಪ್ಪದ ಜನರ ಬಾಯಲ್ಲಿ ಆಡಿಕೊಳ್ಳಲು ಸಿಕ್ಕ ವಸ್ತುವಾದಂತೆ ಚಡಪಡಿಸುತ್ತ ಇದ್ದಲ್ಲೇ ಸುಮ್ಮನಾಗಿಬಿಟ್ಟ. ಈ ಜನರಲ್ಲಿ ಹೀಗೆ ವೈರ ಕಟ್ಟಿಕೊಳ್ಳುವುದು ಸರಿಯಲ್ಲವೆನಿಸುತ್ತ ದಿಗಂಬರ ಮುಂದೆ ಹಮ್ಮುವಿನೊಡನೆ ಸುಮ್ಮನೆ ದೋಸ್ತಿ ಮಾಡಬೇಕೆಂದುಕೊಂಡ. ಕುಡುಕರ ಸಂಗ ಅಭಿಮಾನ ಭಂಗ ಅಂತ ಹೊಸದೊಂದು ಗಾದೆ ಮಾಡಬೇಕು ಅಂತ ಅಮ್ಮನ ಬಳಿ ಕನಿಕರಿಸಿದ.

ಅಷ್ಟೇ ಹೊತ್ತಿಗೆ ಸಾರಾಯಿ ಅಂಗಡಿ ಬದಿ ತಲೆಯನ್ನೂ ಸಹ ಹಾಕಿ ಮಲಗದ, ತನ್ನ ಕೆಲಸವಾಯಿತು ತನ್ನ ಹೆಂಡತಿ ಮಕ್ಕಳಾಯಿತು ಎಂಬಂತಿರುವ ನಾಲ್ಕನೇಯತ್ತೆವರೆಗೆ ಕಲಿತ ಗುಮಟೆ ಪಾಂಗು ನುಡಿಸುವ ನಿಂಗು, ಸುಮ್ಮನೆ ಅದೇ ರಸ್ತೆಯಿಂದ ಮಗಳ ಶಾಲೆಗೆ ಹೋಗಿ ಕಾಲು ಬೀಸುತ್ತ ಜೋರು ನಡಿಗೆಯಲ್ಲಿ ಹಿಂತಿರುಗುತ್ತಿದ್ದವ ಅಪರೂಪಕ್ಕೆ ಒಣ ಮೆಣಸಿಗೆಂದು ದಿಗಂಬರನ ಅಂಗಡಿ ಮೆಟ್ಟಿಲನ್ನು ಏರಿ ಬಂದ. ಸ್ವಚ್ಛವಾದ ತೋಳಿರುವ ಬನಿಯನ್ನು ತೊಟ್ಟು ಗೆರೆ ಗೆರೆ ಲುಂಗಿಯನ್ನು ಕಟ್ಟಿಕೊಳ್ಳುತ್ತಿದ್ದ ಅವನನ್ನು ಕಂಡರೇನೇ ದಿಗಂಬರನಿಗೆ ಖುಷಿಯಾಗುತ್ತಿತ್ತು. 'ನಿಂಗು, ನಿಮ್ಮ ಕೊಪ್ಪದ ಜನಕ್ಕೆ ಸ್ವಲ್ಪ ನೀನು ಬುದ್ಧಿ ಹೇಳಬೇಕು' ಅಂತೆಲ್ಲ ದಿಗಂಬರ ಆವೇಶದಿಂದ ಹೇಳಿಬಿಟ್ಟ.

'ನಿಮ್ಮಂಥ ಕಲತೋರ ಹೇಳಿದ್ದ ಮಾತೇ ಅವರ್ಯಾರೂ ಕೇಳೂಕಲಾ, ನನ್ನಂತೋನ ಮಾತ ಯೆಲ ಕೇಳೂರ್ರಾ' ಎನ್ನುತ್ತ ಅರ್ಥಪೂರ್ಣವಾಗಿ ನಕ್ಕು ನಿಂಗು, ಒಂದು ಮೇಣದ ಬತ್ತಿ ಬೇಕಾಗಿದ್ದರೂ ಸಹ, ಇವನೇ, 'ನಂತರ ಕೊಡು ಈಗ ಒಯ್ಯೋ' ಅಂದರೂ ಕೇಳದೆ ಉದ್ರಿಗೆ ಬೇಡವೆನ್ನುತ್ತ ತನ್ನ ಬಳಿ ಇದ್ದ ದುಡ್ಡಿನಷ್ಟೇ ಸಾಮಾನು ಕೊಂಡು ಹೋಗಿ ಬಿಟ್ಟ.

◀◀ ▶▶

ಬಾಗಿಲ ಮುಂದೆ ಚಪ್ಪರ ಹಾಕಲು ಆಗಲೇ ದೇವು ಕಂಬಗಳನ್ನು ಹೊತ್ತು ತಂದಿದ್ದ. ತಲೆಯಲ್ಲೆಂಥದೋ ಹೇಳಿಕೊಳ್ಳಲಾಗದಂಥ ಇರುಸುಮುರುಸು ಕಾಡುತ್ತಲೇ ಇತ್ತು. ತುಂಬ ವರ್ಷಗಳಿಂದ ದೇವುನ ಹಣೆಯಲ್ಲಿ ಎಂಥದೋ ಒಂದು ಬೆಳ್ಳಗಿನ ಕಲೆಯಿತ್ತು. ಅವನು ಪೋಂಜು ಪೋಂಜಾಗಿ ಹಣೆಯಲ್ಲಿ ಬೀಳುತ್ತಿದ್ದ ಕೂದಲನ್ನು ಮೇಲಕ್ಕೆ ಸರಿಸಿಕೊಂಡಾಗೊಮ್ಮೆ ಅದು ಕಾಣುತ್ತಿತ್ತು. ದಿಗಂಬರ ಕನ್ನಡ ಶಾಲೆಗೆ ಹೋಗುವಾಗ ಮೂರನೇಯತ್ತೆ ಕಲಿಸುವ ಶಿರೋಡ್ಕರ್ ಮಾಸ್ತರಿಗೂ ಇಂಥದೇ ಕಲೆಯೊಂದು ಮೊಣಕೈಗೆ ಇದ್ದುದನ್ನು ಕಂಡಿದ್ದ. ಆಗ ಯಾರೋ ದೋಸ್ತರು ಅಂಥ ಕಲೆಯೊಂದು ಕಣ್ಣಿಗೆ ಬಿದ್ದ ಕೂಡಲೇ ಕಲ್ಪವೃಕ್ಷವನ್ನು ನೋಡಿ ಕೈಮುಗಿಯಬೇಕೆಂದೂ ಇಲ್ಲದಿದ್ದರೆ ನಮಗೂ ಅಂಥದೇ ಕಲೆ ಮೂಡುತ್ತದೆಂದೂ ಹೇಳುತ್ತಿದ್ದರು. ಅವೆಲ್ಲ ಸುಳ್ಳೇ ಅಂತ ಬರುಬರುತ್ತ ದೊಡ್ಡವನಾದಂತೆಲ್ಲ ಅನಿಸುತ್ತಿದ್ದರೂ ಅವನಿಗೆ ಗೊತ್ತಾಗದೆ ಒಳಗೆಲ್ಲೋ ತಳಮಳಿಸುತ್ತಿತ್ತು. ಸರೋಜಿನಿಯ ಹತ್ತಿರ ಎಂದೋ ಒಮ್ಮೆ ಈ ಸಂಗತಿ ಹೇಳಿಯೂ ಇದ್ದ. ಅವಳು ನಕ್ಕು, 'ಅವೆಲ್ಲ ನಮ್ಮ ನಮ್ಮ ಮನಸ್ಸಿನ ದೌರ್ಬಲ್ಯ, ಬಾಲ್ಯದಲ್ಲಿ ಸಿಕ್ಕ ಏನೇನೋ ಅನುಭವಗಳನ್ನು ನಂತರ ಅದರ ಸರಿ ತಪ್ಪುಗಳನ್ನು ನಮ್ಮ ಮನಸ್ಥಿತಿಯೇ ನಿರ್ಧರಿಸಬೇಕು, ನಂಬಿಕೆಗಳು ಇಟ್ಟುಕೊಂಡರೆ ಇರುತ್ತವೆ, ಬಿಟ್ಟರೆ ಹೊರಟುಹೋಗುತ್ತವೆ' ಅಂತ ಚಿಕ್ಕ ಭಾಷಣವನ್ನೇ ಬಿಗಿದಿದ್ದಳು.

ಪ್ರತಿ ಸಲ ದೇವುವನ್ನು ಕಂಡಾಗಲೂ ದಿಗಂಬರ ಯಾರಿಗೂ ಸುಳಿವು ಕೊಡದೆ ತೆಂಗಿನಮರವೊಂದನ್ನು ಹುಡುಕಿ ಮನಸ್ಸಿನಲ್ಲೇ ಕೈ ಮುಗಿದು ಬಿಡುತ್ತಿದ್ದ. ಈಗಲೂ ಅವನಿಗರಿವಿಲ್ಲದೆ ಅದು ಪುನರಾವರ್ತನೆಯಾಗಿ, ಮತ್ತೆ ದೇವುವಿನ ಬಳಿ ಚಪ್ಪರದ ಅಳತೆಯ ಕುರಿತು ಮಾತಾಡತೊಡಗಿದ. ದೇವು ಮಾತಾಡುತ್ತಲೇ ಮತ್ತೆ ಮತ್ತೆ ಕೂದಲು ಮೇಲೆ ಸರಿಸಿಕೊಳ್ಳುತ್ತಿದ್ದ. ದಿಗಂಬರ ಮತ್ತೆ ಮತ್ತೆ ತೆಂಗಿನ ಗಿಡದ ತುದಿ ನೋಡುತ್ತಿದ್ದ. ಬಾಲ್ಯದ ಆ ನಂಬಿಕೆಯಿಂದ ಬಿಡಿಸಿಕೊಳ್ಳಲು ಹೋದಷ್ಟೂ ಅದು ಸುತ್ತಿಕೊಳ್ಳುತ್ತಿತ್ತು. ತನ್ನೊಳಗೇ ಏನಾದರೂ ತಿಳಿವಳಿಕೆಯ ಕೊರತೆಯುಂಟೊ ಅಂತ ಯೋಚಿಸುತ್ತ ಒಮ್ಮೊಮ್ಮೆ ದಿಗಂಬರ ಅಂಗಡಿಯಲ್ಲಿ ತುಂಬ ಹೊತ್ತು ಮಾತಿಲ್ಲದೆ ಕೂತು ಬಿಡುತ್ತಿದ್ದ.

ಚಪ್ಪರ ಕಟ್ಟುತ್ತಲೇ, 'ಆ ಪಚ್ಚ ನೋಡರಾ, ಸಣ್ಣೀ ಬಂದ ತನ್ನ ಸಾರಾಯ ನೆಲಕ ಹೊಯ್ದಾಕಿಟ್ ಹೋಯ್ತೊ, ಇನ್ನೂರೈವತ್ ರೂಪಾಯೀನ ಕ್ಯಾನು, ದುಡ ಕೊಟಕ ಹೋಗ ಅಂದ ಜೋರ ಮಾಡತ್ಯಾ, ಇದ ನೋಡದರ ಇಲ್ಲೇ ಈಂಮೆ, ತಾ ಎಲ ಹೋಗೀ ಅಂತೀದು' ದೇವು ತನ್ನ ಸಂದಿಗ್ಧ ತೋಡಿಕೊಂಡ. 'ಸಣ್ಣಿ ಯಾಕೆ ಹಾಗೆ ಮಾಡೂದೋ? ಅವನಿಗೇ ಮಳ್ಳುಬಿಳ್ಳು ಹಿಡಿದಿದೆಯೋ ನೋಡು' ಅಂದ ದಿಗಂಬರ. ದಾರಿಯಲ್ಲಿ ಹಾದು ಹೋಗುವ ಗುಳ್ಳೆಹಮ್ಮು ಓಡಿ ಬಂದು ಮುಖಕ್ಕೆ ರುಮಾಲು ಕಟ್ಟಿಕೊಂಡು ತಾನೇ ಹೊಂಡ ತೆಗೆಯುತ್ತೇನೆಂದು ಹಟ ಮಾಡಿ, ಅಗೆದ ತೆಗ್ಗು ಸಾಲದೇ ದೇವು ಅದರಿಂದಲೇ ಇನ್ನಷ್ಟು ಮಣ್ಣು ಬಗೆದ. ದಿಗಂಬರನೂ ಒಮ್ಮೆಲೇ ಅವನನ್ನು ಗುರುತಿಸಲಿಲ್ಲ.

'ಏ ದೇವು ಯಾರೋ ಅದು?' ಅಂತ ದಿಗಂಬರ ಕೇಳಿದ್ದಕ್ಕೆ, 'ನಾನರಾ ಗುಳ್ಯಾ' ಅನ್ನುತ್ತ ಕಿಸಕ್ಕನೆ ನಕ್ಕಿದ್ದ. ದಿಗಂಬರನೂ ಹಿಂದಿನ ವೈಮನಸ್ಸು ಮರೆತ. ಅಂಗಳದಲ್ಲಿ ಎದ್ದು ನಿಂತ ಕಂಬದಿಂದಲೇ ಮನೆಗೊಂದು ಶುಭಕಾರ್ಯದ ಸೊಬಗು ಪ್ರಾಪ್ತವಾದಂತಿತ್ತು. ಟೇಬಲ್ಲಿನ ಮೇಲೆ ಕುರ್ಚಿಯಿಟ್ಟು ಅದರ ಮೇಲೆ ಹತ್ತಿ ನಿಲ್ಲುತ್ತ ದೇವು ಮೇಲೆ ಬಳ್ಳಿ ಬೀಸಿ ಹಿಡಿಯುತ್ತ ಮಡಲನ್ನು ಕಂಬಕ್ಕೆ ಸೇರಿಸಿ ಕಟ್ಟಿದ. ಬಳ್ಳಿಯ ತುಂಡುಗಳನ್ನು ಮೇಲಕ್ಕೆ ಎತ್ತಿ ಎತ್ತಿ ಹಿಡಿದೇ ದಿಗಂಬರನ ಕೈಗಳು ಸೋತುಬಂದವು. ಚಚೌಕ ಬಿದಿರಿನ ಖಾನೆಗಳಲ್ಲಿ ತುರುಕಲು ಹಮ್ಮು ಹಸಿ ಅಲಕನ್ನು ಎತ್ತೆತ್ತಿ ಕೊಟ್ಟ. ದೇವು ಅದನ್ನು ಆ ಚೌಕದಲ್ಲಿ ಹೊಕ್ಕಿಸುತ್ತ ಬಿಗಿಯಾಗಿ ಕಟ್ಟಿದ. ದಿಗಂಬರ ತನ್ನ ಮನಸ್ಸಿನಲ್ಲಿದ್ದಂತೆ ಚಪ್ಪರ ಚೌಕವಾಗಿ ಮೂಡಿಬರದೇ ಇದ್ದುದಕ್ಕೆ, 'ಏ ದೇವು, ನೀ ಮುಂಚನಂಗೆ ಸರೀ ಕೆಲ್ಸ ಮಾಡತೆ ಇಲ್ಲವೋ, ನಿನ್ನ ಧ್ಯಾನವೇ ಸರೀ ಇಲ್ಲ. ಅಲನೋಡು ಮಡಲು ಹೇಗೆ ಉಬ್ಬಿನಿಂತಿದೆ, ಸರೀ ಹಾಕು, ತಂಗೀ ವಿಷಯದಲ್ಲಿ ಬೇಜಾರು ಮಾಡಕೊಬೇಡವೊ, ಎಲ್ಲಾ ಎಷ್ಟ ದಿನದೋರು? ಮದುವೆ ಅಂತೂ ಆಗಲೇ ಬೇಕಿತ್ತು' ಅಂತ ದೊಡ್ಡ ಉಪದೇಶವನ್ನೇ ಅವನಿಗೆ ದಿಗಂಬರ ಕೊಟ್ಟಿದ್ದ.

'ಚಪ್ಪರದ್ದೇ ಮಹತ್ವ, ಅದು ಬಿದ್ದುಗಿದ್ದರೆ ಅಪಶಕುನ, ಗಟ್ಟಿಯಾಗಿ ಕಟ್ಟೋ' ಎನ್ನುತ್ತ ಬಾಯಕ್ಕ ಉಳಿದಿದ್ದ ಇನ್ನೊಂದೆರಡು ಬಳ್ಳಿಗಳನ್ನು ಕೊಟ್ಟು ಅಲ್ಲಿ ಇಲ್ಲಿ ಕಟ್ಟಿಸಿದಳು. ಮುಂದಿನ ಒಂದೆರಡು ತಾಸಿನಲ್ಲಿ ದಿಗಂಬರನ ಎದುರೇ ಅಂಗಳದಲ್ಲಿ ಚಪ್ಪರ ಎದ್ದು ನಿಂತಿತು. 'ಆಟಕೆ ಬಾರೇ ರುಕುಮಾಯಿ ಗಂಗಿ..' ಅಂತೇನೋ ಹಾಡಿಕೊಂಡು ಹಮ್ಮು ಸಂಗ್ಯಾ ಬಾಳ್ಯಾದ ಒಂದು ಕುಣಿತ ಕುಣಿದ. ಅವನ ಸುತ್ತ ಗುಂ ಅನ್ನುವ ಹೆಂಡದ ವಾಸನೆಗೆ ದಿಗಂಬರ, 'ಏ ಸತ್ತವನೇ, ಕುಡದು ಕುಡದು ಸಾಯಬ್ಯಾಡವೋ, ಕರುಳು ತೂತಾದ್ರೆ ನೋಡು, ಹೊರೂದೇ ನಿನ್ನ' ಅಂತ ಬೈದ.

'ಸಾಲೀಗ ಹೋಗು ಮಹೇಸ ಮಾಬಲ ಮಂಜು ನೇ ಕೊಟ್ಟೆ ರುಚಿ ನೋಡೀರು, ನಂದೇನ ಹೇಳತೀರಿ' ಅನ್ನುತ್ತ ಹಮ್ಮು ಹಾರಿಸಿ ಹಾಕಿದ. ಇನ್ನೊಮ್ಮೆ ಹೇಳಲು ದಿಗಂಬರನಿಗೂ ಭಯವಾಯಿತು. ಒಮ್ಮೆ ಹೀಗೇ ಹೇಳಿದ್ದಕ್ಕೆ ಹಮ್ಮು, 'ನಿಮ್ಮದ ನೀವ

ನೋಡಕಳಿ ಹ್ವಾ ಶೆಟ್ರೆ, ನಾ ಹ್ಯಾಂಗ ಇರಬೇಕ ಅಂದ ನಂಗೊತ್ತೀತು' ಎನ್ನುತ್ತ ಎದ್ದು ಹೋಗಿಬಿಟ್ಟಿದ್ದ. ಕುಡಿಯದೇ ಇದ್ದಾಗ ಇದೇ ಹಮ್ಮು ಎಷ್ಟು ಸಂಭಾವಿತನೆಂದರೆ, ಆ ಬಗ್ಗೆ ದಿಗಂಬರನೇನಾದರೂ ವಿಚಾರಿಸಿದರೆ 'ಶಾಯಲ್ರ' ಎನ್ನುತ್ತ ನಾಚಿಕೊಳ್ಳುತ್ತಿದ್ದ. ತಲೆ ಎತ್ತಿ ಯಾರನ್ನೂ ನೋಡುತ್ತಿರಲಿಲ್ಲ, ದಿಗಂಬರನ ಬಳಿಯೂ ಮುಖಕ್ಕೆ ಮುಖ ಕೊಟ್ಟು ಮಾತಾಡುತ್ತಿರಲಿಲ್ಲ. ದಿಗಂಬರ ಅವನನ್ನು ಇನ್ನೊಮ್ಮೆ ಸ್ಟೂಲು ಹತ್ತಿ ಚಪ್ಪರ ಗಾಳಿಗೆ ಹಂದಾಡದ ಹಾಗೆ ಗಟ್ಟಿ ಕಟ್ಟುವಂತೆ ಇನ್ನೂ ಉಳಿದಿದ್ದ ಬಳ್ಳಿಯ ತುಂಡುಗಳನ್ನು ನೀಡಿದ.

'ಚಪ್ಪರಾ ಹಾಕದೋರಿಗೆ ಒಂದ ಜತೆ ಪಂಚೆ ಕೊಡೂ ಶಾಸ್ತ್ರ ಇದ್ದದ್ದು ಒಡೆದೀರಿಗೆ ಗುತ್ತಿದ್ದದ್ದೇ' ಎನ್ನುತ್ತ ದೇವು ನಕ್ಕ. 'ಆಯ್ತಪ್ಪ ಆಯ್ತು' ಎನ್ನುತ್ತ ದಿಗಂಬರ ಒಪ್ಪಿಕೊಂಡ. 'ಹಳೆಯ ಶಾಸ್ತ್ರ ಹೇಳುತ್ತಾನೆ ಈ ದೇವು' ಎನ್ನುತ್ತ ಬಾಯಕ್ಕ ಬಾಯಿ ತೆಗೆದಳು. 'ಕೊಟ್ಟರಾಯ್ತು ಬಿಡಮ್ಮಾ' ಎನ್ನುತ್ತ ದಿಗಂಬರ ಚಪ್ಪರವನ್ನೇ ಇಡಿಯಾಗಿ ಸವಿಯುತ್ತ, 'ಸಣ್ಣ ಹಸಿರು ಚಪ್ಪರದಲ್ಲೇ ಮುಗಿಸುವ ಅಂತಿದ್ದೆ, ಈಗ ನೋಡಿದರೆ ಬೇಸಿಗೆ ಚಪ್ಪರವೇ ಆಯಿತಿದು' ಎನ್ನುತ್ತ ಅಭಿಮಾನ ಪಟ್ಟ.

ದೇವೂನ ಹೆಗಲು ಬಳಸಿ, 'ನಾಳೆ ಮಾವಿನೆಲೆಯ ತೋರಣ ಕಟ್ಟುವುದು ನಿನ್ನದೇ ಕೆಲಸ, ಎಷ್ಟು ಹೊತ್ತಿಗಾದರೂ ಬಂದು, ಕೆಲಸ ಮುಗಿಸಿ ನಿನ್ನ ದುಡ್ಡು ನೀನು ತೊಗೊಂಡೋಗು' ಎನ್ನುತ್ತ ದಿಗಂಬರ ದೇವುವನ್ನು ದೆಣಪೆಯವರೆಗೆ ಕಳಿಸಲು ಹೋಗಿ, 'ಹೊಸಾ ಸುದ್ದಿ ಕೇಳಿದೆನಪ್ಪ, ಕುಡಿದು ಬಂದು ಹೆಂಡತಿಗೆ ಹೊಡೆಯುತ್ತೀಯಂತೆ ನೀನು?' ಅಂತ ಹೇಳಿದ್ದಕ್ಕೆ 'ಶಾಯಲರಾ, ಈಗೀಗ ನಾ ಯೆಟ್ಟ ಹೊತ್ತೀಗ ಏನ ಮಾಡ್ತೀ ಅಂದಕ ನಂಗೇ ಗುತ್ತೀರೂದಿಲ್ಲಾ' ದೇವು ದೆಣಪೆ ದಾಟಿಯಾಗಿತ್ತು. ದಿಗಂಬರ ಹೆಗಲು ಬಳಸಿ ಹಿಡಿದಾಗ ಪಚ್ಚ ಹೊಡೆದ ಹೊಡೆತದ ನೋವು ಝುಂ ಅಂತು. ಆ ಬಗ್ಗೆ ಹೇಳಿಕೊಳ್ಳಲೇ ದೇವೂಗೆ ನಾಚಿಕೆಯಾಯಿತು.

ಅಲ್ಲೇ ನಿಂತುಳಿದ ಹಮ್ಮುವನ್ನು ದಿಗಂಬರ ಕರೆದು ಒಂದೆರಡು ತೆಂಗಿನಮರ ಹತ್ತಿಸಿದ, ಮನೆಯೆದುರಿನ ಮಾವಿನಮರದ ಬಂದಲಿಕೆ ತೆಗೆಸಿದ, ಬೇರು ಹಲಸಿನ ಮರಕ್ಕೆ ಮಣ್ಣು ಪೇರಿಸಲು ಹೇಳಿ, ಅಮ್ಮನ ಬಳಿ ಚಹ ಮಾಡಿಸಿದ. ನಂತರ ಇಪ್ಪತ್ತರ ನೋಟನ್ನು ಅವನ ಕಿಸೆಯಲ್ಲಿ ಹಾಕಿದ. 'ಮತ್ತೆ ಹುಳು ಬಿದ್ದ ಸಾಮಾನ ಗೀಮಾನ ಅನ್ನೂದೀತೋ?' ಅಂತ ಕಿಚಾಯಿಸಿದ. 'ಶಾಯಲರಾ, ಎಣ್ಣೆ ಬಿದ್ದ ಕೂಡ್ಲೇ ಯಾಡ ರೆಕ್ಕೆ ಬಂದಂಗ ಆತೀದ್ರಾ, ನೆಲದ ಮ್ಯಾನ ಇರೂರ್ಯಾರೂ ಕಾಂಬೂನಿಕಲಾ' ಅಂತ ಹಮ್ಮು ನಾಚಿದ. 'ನಿಮ್ಮ ಕೊಪ್ಪದವನೇ ಅಲ್ಲವೇನೋ ಆ ಗುಮಟೆ ನಿಂಗು ನೋಡು, ಅವನನ್ನು ನೋಡಿ ನೀವೆಲ್ಲ ಕಲೀಬೇಕು' ಅನ್ನುತ್ತ ದಿಗಂಬರ ಸಣ್ಣಗೆ ಕೀಲಿ ಕೊಡಲು ನೋಡಿದ್ದೇ ಹಮ್ಮು, 'ಕುಡೂ ಹಾಳ ಚಟಾ ಅಟ್ಟೇ ಇಲ್ಲಾ ನಮ ನಿಂಗಣ್ಣಗೆ, ಆದರೆ ಕಂಡೂ ಗದ್ದೇಲ ಮಾತ್ರೆ ಮತ್ತೊಂದ ಹೆಂಗಸ ಈತು' ಅಂತ ವಿಕಾರವಾಗಿ ನಗುತ್ತ ದಿಗಂಬರನಿಗೆ ನಿಂಗುವಿನ ಮೇಲೆ ಇನ್ನೂ ಕುತೂಹಲ ಮೂಡುವಂತೆ ಮಾಡಿಬಿಟ್ಟಿದ್ದ.

'ತೋರಿ ಆಶೆ ಈತು, ಉಂಡೇ ಹೋಗೋ' ಅಂತ ಬಾಯಕ್ಕನೆಂದರೆ, 'ಬ್ಯಾಡರಾ ಅಮಾ' ಅಂದವನೇ ಹಮ್ಮು 'ಒಂದ ಗುಟ್ಟು ಹೇಳತೀ, ಯಾರಕೂಡೂ ಹೇಳಬೇಡಿ, ನಾ ಕುಡದ ಶಾಯೂಕೆ ಒಂದ ಕಾರಣಾ ಈತರಾ, ಆ ದೇವು ತಂಗಿ ಮಾಲಿ ನನ್ನ ಪಿರೂತಿ ಮಾಡತಿತ್ತರಾ' ಅನ್ನುತ್ತ ನೋಡು ನೋಡುತ್ತಿರುವಂತೆಯೇ ಪುನಃ ಪಚ್ಚನ ಎಣ್ಣೆಯಂಗಡಿ ಬದಿ ಓಡಿದ. 'ಯಾರದು ಏನೇನು ವಿಷಯವೋ ಯಾರಿಗೆ ಗೊತ್ತು?' ಎಂದು ಗುನುಗುನುಸಿದ ದಿಗಂಬರ. 'ಎಂಥ ಮಣ್ಣೂ ಇಲ್ಲ, ನಾಯಿ ಬಾಲಕ್ಕೆ ಅಂಡೆ ಹಾಕಿಟ್ಟರೆ ಎಂದಾದರೂ ನೆಟ್ಟಗಾಗುದೋ?' ಅನ್ನುತ್ತ ಬಾಯಕ್ಕ ಮಗನನ್ನೇ ಗದರಿದಳು.

◂◂ ▸▸

ಪ್ರತಿ ಸಲ ಬಂದಾಗಲೂ ಹೋಗುವಂತೆ ಸರೋಜಿನಿ ಗಿರಿಯಮ್ಮನ ಗುಡ್ಡೆಗೆ ಹೋಗಿ ತುಂಬ ಹೊತ್ತಾಗಿತ್ತು. ಅವಳು ಯಾವಾಗಲೂ ಬೆಟ್ಟ ಹತ್ತಿ ಹೋಗಿ ಅಲ್ಲಿಯ ದೇವಸ್ಥಾನದ ಹಿಂಬದಿಯ ಒಂದು ಕಪ್ಪು ಕಲ್ಲಿನ ಮೇಲೆ ಎಷ್ಟೋ ಹೊತ್ತಿನವರೆಗೆ ಕೂತೆದ್ದು ಬರುತ್ತಿದ್ದಳು. ಹಾಗಾಗಿ ಗುಡ್ಡೆಗೆ ಹೋಗುವಾಗ ಅವಳ ಜೊತೆ ಕೆಲಸದ ಅವಸರವಿದ್ದವರು ಯಾರಾದರೂ ಹೋಗಿದ್ದರೆ ಅಂಥವರು ಒಬ್ಬರೇ ಹಿಂದಿರುಗ ಬೇಕಾಗುತ್ತಿತ್ತು. ಇನ್ನೂರೈವತ್ತು ಮೆಟ್ಟಿಲುಗಳಿರುವ ಬೆಟ್ಟವನ್ನು ಹತ್ತಿ ಗಿರಿಯಮ್ಮ ದೇವಿಯನ್ನು ನೋಡುವುದಕ್ಕಿಂತ ಅದರ ಪಕ್ಕ ಹಾಗೆಯೇ ಬಿದ್ದ ಕಾಲುದಾರಿಯ ಏರಿನಲ್ಲಿ ಗುಡ್ಡೆ ಏರುವುದೇ ಸುಲಭ, ಹತ್ತಿದ್ದು ಗೊತ್ತೇ ಆಗುವುದಿಲ್ಲವೆಂದು ಬಾಲ್ಯದಿಂದಲೇ ಕಂಡುಕೊಂಡವಳು ಸರೋಜಿನಿ.

'ಮೆಟ್ಟಿಲು ಹತ್ತುವುದಕ್ಕಿಂತ ಹೀಗೆ ಹತ್ತುವುದೇ ವಾಸಿ, ಒಮ್ಮೆ ಹತ್ತಿ ನೋಡಿ, ಎರಡು ರೆಕ್ಕೆ ಬಂದ ಹಾಗೆನಿಸುತ್ತದೆ' ಅನ್ನುತ್ತಿದ್ದಳು. ಆ ಮಜವನ್ನು ಚಿಕ್ಕವನಿರುವಾಗ ತಮ್ಮನಿಗೂ ಹೇಳಿಕೊಟ್ಟಿದ್ದಳು. ಇತ್ತ ಚಪ್ಪರದ ಅಂದ ಚಂದದ ಕುರಿತು ಮಾತಾಡುತ್ತ, 'ಏನಿದ್ದರೇನು? ನನ್ನ ಮಗಳಿಗೆ ಸುಖವಿದೆಯೇ?' ಎನ್ನುತ್ತ ಬಾಯಕ್ಕ ಗೊಣಗೊಣ ಮಾಡಿದಳು. ದಿಗಂಬರ, 'ಅದಕ್ಕೆ ನಾನು ಹೊಣೆಯೇ?' ಎನ್ನುವಂತೆ ನೋಡಿದ.

ಇನ್ನೇನು ಕತ್ತಲಾಗುವಾಗ ಸರೋಜಿನಿ ಮನೆಗೆ ಬಂದಳು. ತಮ್ಮನ ಮುಖ ಗಂಟಿಕ್ಕಿದ್ದು ಕಂಡು, 'ನೀವು ತಾಯಿ ಮಗ ಏನೇನು ಮಾತಾಡಿಕೊಳ್ಳುತ್ತೀರಿ, ಯಾವ ಕಾರಣಕ್ಕೆ ಸಿಟ್ಟು ಮಾಡಿಕೊಳ್ಳುತ್ತೀರಿ, ಎಲ್ಲವನ್ನೂ ನಾನು ನನ್ನ ಹಿಂಬದಿಗೆ ನಡೆದಿದ್ದರೂ ಅದನ್ನು ಹೀಗೀಗೇ ಆಗಿದೆ ಅಂತ ಊಹಿಸಬಲ್ಲೆ' ಅಂದಳು. ತಾಯಿ ಮಗ ಇಬ್ಬರೂ ಪುನಃ ಮಾತು ಬೆಳೆಸುವುದು ಬೇಡವೆನಿಸಿ ಸುಮ್ಮನಾದರು. ಸರೋಜಿನಿಗೆ ಈ ಕತ್ತಲು, ಈ ಸಂಜೆಯ ಕಲರವ, ಕೇರಿಯ ಗುಮಟೆ ಪಾಂಗಿನ ಸದ್ದು ಇವೆಲ್ಲ ಒಮ್ಮೆಲೇ ಬಾಲ್ಯದ ದಿನಗಳಿಗೇ ಕರೆದೊಯ್ಯುತ್ತಿದ್ದವು. ಹಾಗೇ ಆರಾಮ ಕುರ್ಚಿಯನ್ನು ಅಂಗಳದಲ್ಲಿ

ಎತ್ತಿಟ್ಟುಕೊಂಡು ಅದರ ಮೇಲೆ ಸುಮ್ಮನೆ ಕಣ್ಣು ಮುಚ್ಚಿ ಕೂತಳು. ಮೇಲೆ ಚಪ್ಪರ ಹಾಕಿದ್ದರಿಂದ ಆಕಾಶ ಕಾಣದೆ ಕೊಂಚ ಅಸಮಾಧಾನವೆನಿಸಿತು.

ಇಷ್ಟು ದಿನಗಳು ಇಲ್ಲಿ ಬಂದಾಗ ತನ್ನದೇ ಆದ ಒಂದು ಸ್ವತಂತ್ರ ಇರುವು ಇರುತ್ತಿತ್ತು, ಇನ್ನು ಮೇಲೆ ಬೇರೊಬ್ಬ ಹುಡುಗಿ ಸೊಸೆಯಾಗಿ ಬರುವುದರಿಂದ ಇದು ಪೂರ್ತಿ ತನ್ನದಾಗಿ ಉಳಿಯುವುದಿಲ್ಲವೆನ್ನಿಸಿತು. ಆದರೂ ಸುಧಾರಿಸಿದ ಮನಸ್ಸಿನವಳು ಆಗಿದ್ದರೆ ಗೆಳತಿಯೂ ಆದಾಳು ಎಂದುಕೊಳ್ಳುತ್ತ ಬೇರೊಂದೇ ಕನಸಿಗೆ ತೆರೆದುಕೊಂಡಳು. ಚಿತ್ತವೆಲ್ಲ ಸವಣೂರಿನ ಬದಿಗೇ ಸೆಳೆಯುತ್ತಿತ್ತು. ಕಣ್ಣು ಮುಚ್ಚಿ ಕುಳಿತ ಕ್ಷಣದಲ್ಲಿ ತನ್ನ ಆ ಜಗತ್ತಿಗೆ ಜಿಗಿದಿದ್ದಳು.

ಅಧ್ಯಾಯ 9

ಈವತ್ತೂ ಸಹ ಸಣ್ಣಿ ತನ್ನ ಪುಟ್ಟ ಗುಡಿಸಲ ಕತ್ತಲಲ್ಲಿ ಹಾಗೆ ಸಹಿಸಲಸಾಧ್ಯವಾಗಿ ಬೀಳುವ ದೇವುವಿನ ವೀರಾವೇಶದ ಬಡಿತದ ನಡುವೆಯೂ ಚೂರಾಗಿ ಉದುರಿ ಬೀಳುವ ತನ್ನ ಬಣ್ಣದ ಬಳೆಗಳ ಸದ್ದನ್ನು ಕರುಣಾಜನಕವಾಗಿ ಆಲಿಸಿದಳು. ದಿನವೂ ಭರಿಸಬೇಕಾದ ಈ ನೋವಿನಿಂದ ಸಣ್ಣಿಗೆ ರೋಷ ಉಕ್ಕುಕ್ಕಿ ಬಂತು. ಹೋದ ಸುಗ್ಗಿಯಲ್ಲಿ ಹೆದ್ದಾರಿಯ ಮಹಾಲೆ ಅಂಗಡಿಯಲ್ಲಿ ಡಜನ್ನುಗಟ್ಟಲೆ ಇರಿಸಿಕೊಂಡು ಬಂದ ಈ ಗಟ್ಟಿಮುಟ್ಟಾದ ಬಣ್ಣ ಬಣ್ಣದ ಗಾಜಿನ ಬಳೆಗಳು, ಈಗ ಎರಡೇ ದಿನಗಳಲ್ಲಿ ಹೀಗೆ ಮೇಲಿಂದ ಮೇಲೆ ಒಡೆದು ಚೆಲ್ಲಾಪಿಲ್ಲಿಯಾಗುತ್ತಿದ್ದದ್ದು ಹಾಗೂ ದೇವೂನ ಹೊಡೆತ ಖಾಯಂ ಬಳೆಯ ಮೇಲೆಯೇ ಬಿದ್ದು ಅವನ ಆನಂದಕ್ಕೆ ಕಾರಣವಾಗುತ್ತಿದ್ದ ಸಂಗತಿಯೊಂದನ್ನು ಹೇಗೆ ಗಪ್ಪಾಗಿಸಬೇಕು ಎಂಬ ಅರಿವು ಕಾಣದೆ ಒದ್ದಾಡತೊಡಗಿದ್ದಳು.

ದೇವು ಅಮಲಿನಲ್ಲೇ ಮೇಲೆದ್ದು, 'ನನ ತಂಗೀಗ ಓಡ್ಸಾಕದ ಮುಂಡೇ ನೀನು, ನಿನ ಹಂಗೇ ಬಿಡೂದಿಲ್ವೇ ಹಲಕಟ ರಂಡೆ' ಎನ್ನುತ್ತ ಎಡಗಾಲಲ್ಲಿ ಅವಳ ತೊಡೆಗೆ ಇನ್ನೊಮ್ಮೆ ಒದ್ದ. ಮೊದಲ ದಿನದ ಮುಟ್ಟಿನ ನೋವಿನಲ್ಲಿದ್ದ ಸಣ್ಣಿ, 'ಅಯ್ಯೋ ನಿನ ತಂಗೆ ಓಡ ಹೋದ್ರ ನಾ ಏನ ಶಾಯ್ವೇ?' ಎಂದು ಬಾಯಿ ಮಾಡುತ್ತಲೇ ಆ ಬದಿ ಕವಚಿ ಬಿದ್ದಳು. ಸಣ್ಣಿ ಎದ್ದೇಳಬೇಕೂ ಅನ್ನುವಷ್ಟರಲ್ಲಿ ಮತ್ತೆ ಅವಳ ಬೆತ್ತಲೆ ಬೆನ್ನಿಗೊಂದು ಮೊಣಕೈಯಲ್ಲೇ ಗುದ್ದಿದ. ಈ ಯಾವ ಪ್ರಸಂಗ ಗೊತ್ತಿಲ್ಲದೆ ಮಾದೇವ ಹೊರಗೆ ಕೋಳಿ ಮುಚ್ಚಲು ಹೋದವ ಒಂದೊಂದೇ ಕೋಳಿಯ ಹಿಂದೆ ಇನ್ನೂ ಓಡಿಯಾಡುತ್ತಲೇ ಇದ್ದ. ಅವೂ ಸಿಕ್ಕಿಸಿಕೊಳ್ಳದೆ ಕತ್ತಲಲ್ಲಿ ಹಾರಿ ಹಾರಿ ಓಡುತ್ತಿತ್ತು. ಕೊನೆಗೂ ಮಾದೇವ ಅದರದೊಂದು ರೆಕ್ಕೆಯನ್ನೇ ಹಿಡಿದು ಬಂಧಿಸಿದ. ಅವನ ಎಳೆಯ ಕೈಯಿಗೆ ಕೋಳಿಯ ನಾಲ್ಕಾರು ಸಣ್ಣ ಸಣ್ಣ ಕರಿ ಬಿಳಿ ಪುಕ್ಕಗಳು ಅಂಟಿಕೊಂಡವು.

ಸಣ್ಣಿಗೆ ಇವತ್ಯಾಕೋ ಇದನ್ನು ತಡೆಯಲಾಗಲಿಲ್ಲ. ಅವಳ ಮೈ ಮೂಳೆ ಮೂಳೆಗಳಲ್ಲೆಲ್ಲ ನೋವು ಒತ್ತರಿಸಿ ಬಂತು. ದೇವು ಅವಳ ಬಿಚ್ಚಿದ ಮುಡಿಗೆ ಕೈ ಹಾಕಿದ ಕೂಡಲೇ ಸಣ್ಣಿ ಅವನ ಹಿಡಿತದಿಂದ ತಪ್ಪಿಸಿಕೊಂಡು ಬಾಗಿಲಿನಿಂದ ಹೊರ ಓಡಿ ಬಂದುಬಿಟ್ಟಳು. ಕೋಳಿಯನ್ನು ಅಲ್ಲೇ ಬಿಟ್ಟು ಮಾದೇವ ಅವ್ವೆಯ ಹಿಂದೆ

ಸುಮಾರು ದೂರ ಓಡಿ, ಅವಳು ಕಾಣದಾದಾಗ ಹಾಗೇ ಮನೆಗೆ ಹಿಂತಿರುಗಿದ್ದ. ಸಣ್ಣಿಯ ಕಿತ್ತ ಎಂಟ್ಹತ್ತು ತಲೆಗೂದಲುಗಳು ದೇವುವಿನ ಮುಷ್ಟಿಯಲ್ಲೇ ಉಳಿದು ಅವನು ಅದರಿಂದ ಬಿಡಿಸಿಕೊಳ್ಳಲು ಹರಸಾಹಸ ಮಾಡಿದರೂ ಕೂದಲು ಅವನ ಕೈ ಬೆರಳಿಗೆ ಮತ್ತೆ ಮತ್ತೆ ಸುತ್ತಿಕೊಂಡವು. 'ನಿನ ಕೂಡ್ಲೇ ಈ ನಮ್ನೀ ಜಿಡ್ಡ ಇರ್ಬೇಕಿದ್ರೆ ನೀ ಎಟ್ ಜಾಬಾಲ ಹೆಣ ಇರ್ವೆ ಹಾದರಗಿತ್ತಿ' ಎನ್ನುತ್ತ ದೇವು ಅಲ್ಲೇ ನಿಂತು ಓಲಾಡಿದ.

ಈ ಅಪ್ಪನ ಜೊತೆ ಮಾತಾಡಿದರೆಲ್ಲಿ ತನಗೂ ಏಟು ಬಿದ್ದಾವೋ ಅಂತ ಹೆದರಿ ಮಾದೇವ ಹೆದರಿದ ಬೆಕ್ಕಿನ ಹಾಗೆ ಕಣ್ಣು ಪಿಳಿಪಿಳಿ ಬಿಡುತ್ತ ಒಂದು ಮೂಲೆಗೆ ಕೂತುಬಿಟ್ಟಿದ್ದ. ಹೊರ ಹೋದ ಸಣ್ಣಿಗೆ ಯಾವ ಬದಿ ಹೆಜ್ಜೆ ಹಾಕಬೇಕೆಂದೇ ತಿಳಿಯದೆ ಅವಳ ಕಾಲುಗಳು ಎದುರು ಸಿಕ್ಕಿದ ಗಿರಿಯಮ್ಮನ ಗುಡ್ಡೆಯನ್ನು ಒಂದೇ ಸಮ ಏರತೊಡಗಿದವು. ಮಳೆಗಾಲದ ಮೆಟ್ಟಿಲುಗಳು ಅಲ್ಲಲ್ಲಿ ಪಾಚಿಗಟ್ಟಿ ಇನ್ನೇನು ಜಾರಿಯೇ ಬಿಡುತ್ತವೆ ಎನ್ನುವಾಗ ಸೊಂಟ ಬಗ್ಗಿಸಿ ಅಲ್ಲೇ ಸುಧಾರಿಸಿಕೊಳ್ಳುತ್ತ ಗಟ್ಟಿಯಾದ ಹೆಜ್ಜೆಗಳನ್ನೂರುತ್ತ ಮಂಡಿ ಹಿಡಿದೇ ಸಣ್ಣಿ ಗುಡ್ಡೆ ಏರತೊಡಗಿದಳು.

ಕರಗತ್ತಲ ಆಕಾಶದಲ್ಲೂ ಒಂದೂ ಬೆಳಕಿನ ಸೆಳಕು ಕಾಣಲಿಲ್ಲ. ಕಿವಿಗೆ ಮುತ್ತುವ ಝ್ಞೀ ಎನ್ನುವ ಜೀರುಂಡೆಗಳ ಸ್ವರ, ಯಾವುದೋ ಹಕ್ಕಿಯ ಗುಟುರು, ಗಂಡ ತನ್ನನ್ನು ಅಟ್ಟಿಸಿಕೊಂಡು ಬರುತ್ತಿದ್ದಾನೆ ಎಂಬ ಭ್ರಮೆಯಲ್ಲೇ ಸಣ್ಣಿ ಆವೇಶದಲ್ಲಿ ಬೆಟ್ಟದ ಒಂದೊಂದೇ ಮೆಟ್ಟಿಲು ಹತ್ತುತ್ತಿದ್ದಳು. ಕಾಲಿನ ಬೆರಳಿಗೆ ಕಲ್ಲೊಂದು ಬಡಿದು ಹೆಬ್ಬೆರಳ ಉಗುರು ತೆರೆದು ರಕ್ತ ಸುರಿದಿದ್ದೂ ಸಹ ಅವಳ ಗಮನಕ್ಕೆ ಬರಲಿಲ್ಲ. ಬೀಸುವ ಗಾಳಿಗೆ ದೇವು ಹೊಡೆದ ಜಾಗದಲ್ಲಿ ಕ್ಷಣ ಹಾಯೆನಿಸುವಂತೆ ತಂಪಾದರೂ ಮರುಕ್ಷಣ ಚುರುಗುಟ್ಟಿದಂತೆ ವೇದನೆಯಾಯಿತು. ಸುಮಾರು ಇನ್ನೂರೈವತ್ತು ಮೆಟ್ಟಿಲು ಗಳಲ್ಲಿ ಸಿಮೆಂಟು ಕಿತ್ತು ಹೋಗಿ ಬರಿ ಗೊಜ್ಜಷ್ಟೇ ಎದ್ದು ನಿಂತಿತ್ತು. ಅದು ಹೇಗೆ ಒಂದೇ ಉಸುರಿಗೆ ಓಡಿ ಓಡಿ ಹಾರುತ್ತ ಏರಿ ಬಂದಳೋ ಅವಳಿಗೇ ನಂಬಿಕೆಯಾಗಲಿಲ್ಲ.

ಮಂಡಿಯತನಕ ಗೇಟಿಗೆ ಗಂಟು ಕಟ್ಟಿ ಉಟ್ಟಿದ್ದ ಸೀರೆ ಇನ್ನಷ್ಟು ಮೇಲೆ ಮೇಲೆ ಸರಿಯುತ್ತಿತ್ತು. ಕತ್ತಿನ ಮಣಿಸರಗಳು ಈಗ ನಿಜಕ್ಕೂ ಭಾರವೆನಿಸಿದವು. ಓಡುವ ರಭಸದಲ್ಲಿ ಒಂದೆರಡು ಸರಗಳು ಹರಿದು ಮಣಿಗಳೆಲ್ಲ ಮೆಟ್ಟಿಲಲ್ಲಿ ಚೆಲ್ಲಾಪಿಲ್ಲಿಯಾಗಿ ಉರುಳಿದ್ದೂ ಸಹ ಸಣ್ಣಿಯ ಗಮನಕ್ಕೆ ಬರಲಿಲ್ಲ. ಆ ಚಳಿಯಲ್ಲೂ ಸಣ್ಣಿಯ ಬೆತ್ತಲೆ ಬೆನ್ನು ಕತ್ತು ಸಳ ಸಳ ನೀರಿಳಿಯುವಷ್ಟು ಬೆವೆತಿತು. ಗೊಜ್ಜು ತುಳಿದ ಪಾದಗಳು ಮಾತ್ರ ವಿಪರೀತ ಉರಿಯಲು ಶುರುವಾದವು. ಇನ್ನಾವುದೋ ಚೂಪುಕಲ್ಲಿನ ಒತ್ತು ಅವಳ ಹಿಮ್ಮಡವನ್ನು ಜೀವ ಹೋದಷ್ಟು ನೋಯಿಸಿತು.

ಹಬ್ಬದಲ್ಲಿ ಮಿಂದ ಗಿರಿಯಮ್ಮ ದೇವಿಯ ಗುಡಿಯ ಬಾಗಿಲು ಸುಮ್ಮನೆ ಮುಂದುಮಾಡಿದಂತಿತ್ತು. ಅವಸರದಲ್ಲಿ ಒಳ ಹೊಕ್ಕವಳೇ ಬಾಗಿಲ ಚಿಲಕ ಹಾಕಿಕೊಂಡು ಬಿಟ್ಟಳು. ಮೆಟ್ಟಿಲು ಏರಿ ಬಂದ ಹೈರಾಣ ಈಗ ಕಾಣಿಸಿಕೊಂಡು ಒಂದೇ ಸಮನೆ ಉಬ್ಬಸ ಬರುತ್ತಿತ್ತು. ದೇವು ತನ್ನ ಹಿಂದೆಯೇ ಎಲ್ಲಿ ಗುಡ್ಡವೇರಿ

ಬಂದುಬಿಟ್ಟಿದ್ದಾನೆಯೇ ಎಂದುಕೊಳ್ಳುತ್ತ ಗುಡಿಯಲ್ಲೇ ಉಸಿರು ಬಿಗಿಹಿಡಿದು ಕೂತು ಅವನ ಸಪ್ಪಳಕ್ಕಾಗಿ ಕಾದಳು.

ತನ್ನ ಉಬ್ಬಸದ ಸದ್ದು ಕೇಳಿ ಬಾಗಿಲು ಮುರಿದಾದರೂ ಒಳಬಂದು ತನ್ನನ್ನು ಮತ್ತೆ ತದಕುತ್ತಾನೆ ಎಂಬ ಭಯದಿಂದ ಕೂತಿದ್ದವಳಿಗೆ, ಸುಮಾರು ಹೊತ್ತಿನ ನಂತರ ಆ ನೀರವದಲ್ಲಿ ತನ್ನ ಗಂಡ ತನ್ನ ಹಿಂದೆ ಬರದೇ ಇದ್ದದ್ದು ಗೊತ್ತಾಗಿಬಿಟ್ಟಿತು. ಎದ್ದು ಬಾಗಿಲು ತೆರೆಯಲು ಭೀತಿಯಾಗಿ ಹಾಗೆಯೇ ಗುಡಿಯ ಮೂರ್ತಿ ನೋಡುತ್ತ ಕೂತೇ ಉಳಿದಳು. ಗಿರಿಯಮ್ಮ ದೇವಿಯ ಮೂರ್ತಿಯ ಎದುರೊಂದು ಸಣ್ಣ ಮಿಣುಕು ದೀಪ ಬೆಳಗುತ್ತಿತ್ತು. ಮುಂದೆ ಮುಂದೆ ಜರಿದು ನೋಡಿದಳು, ಎಣ್ಣೆ ಬತ್ತಿ ಹೋಗಿ ಇನ್ನೇನು ಶಾಂತವಾಗುವ ಹಾಗಿತ್ತು. ಹೊರಗೆ ದೊಡ್ಡದಾಗಿ ಗಾಳಿ ಬೀಸುವ ಸದ್ದು, ಹಕ್ಕಿಗಳು ರೆಕ್ಕೆ ಫಡಫಡಿಸಿ ಪುನಃ ಇನ್ನೊಂದು ಟೊಂಗೆಗೆ ಹಾರಿ ಕೂತ ಸಪ್ಪಳ.

◀◀ ▶▶

ಈ ದೀಪವೂ ಆರಿ ಹೋದರೆ ತನಗೆ ಕತ್ತಲಲ್ಲಿ ಇನ್ನಷ್ಟು ಹೆದರಿಕೆ ಕಾಡಬಹು ದೆಂದು ಹೊರಹೋಗುವ ಮನಸು ಮಾಡಿ ಸಣ್ಣ ಬಾಗಿಲಿನತ್ತ ಜರುಗಿದಳು. ಸಣ್ಣ ಕಿಟಕಿಯಿಂದ ಹೊರ ಕಾಣುತ್ತಿದ್ದ ಕತ್ತಲನ್ನು ನೋಡಿಯೇ ಈಗ ಅವಳಿಗೆ ಎದೆ ನಡುಗಿತು. ಅಯ್ಯೋ ಎಂದುಕೊಳ್ಳುತ್ತ ಸಣ್ಣಗೆ ನಡುಗಿದಳು. ಇದ್ದ ಸಣ್ಣ ಬೆಳಕಿನಲ್ಲೇ ಕಿಟಕಿ ಮೇಲಿನ ಕುಡಿಕೆಯೊಂದು ಕಣ್ಣಿಗೆ ಬಿದ್ದು ಅದರ ಹತ್ತಿರ ಹೋಗಿ ಮುಟ್ಟಿ ಮುಟ್ಟಿ ನೋಡಿ, ಎಣ್ಣೆಯೆಂದು ಗುರುತಿಸಿ, ದೇವಿಯೇ ಕೊಟ್ಟ ವರವೆಂಬಂತೆ ಒಮ್ಮೆ ಕೈ ಮುಗಿದು ದೇವಿಯ ಎದುರು ಹೋಗಿ ನಿಂತು ಕುಡಿಕೆಯಲ್ಲಿಯ ಎಣ್ಣೆಯನ್ನು ದೀಪಕ್ಕೆ ಹನಿಸಿದಳು. ಎಣ್ಣೆ ಹಾಕುವಾಗ ಕೈಲಿದ್ದ ಕುಡಿಕೆಯ ಮುಚ್ಚಳ ನೆಲಕ್ಕೆ ಬಿದ್ದು ಮನೆಯಲ್ಲಿದ್ದಂತೆಯೇ ಒಂದು ರೀತಿಯ ಆಪ್ತ ಸದ್ದಾಯಿತು.

ಎಣ್ಣೆ ನಿಧಾನ ದೀಪಕ್ಕೆ ಸುರಿದಳು. ಅದು ಬತ್ತಿಯನ್ನೆಲ್ಲ ನುಂಗಿ ಹಾಕಿ ಇನ್ನೇನು ದೀಪ ಆರುತ್ತದೆ ಎನ್ನುವಾಗ ಅದರ ತುದಿ ಮೇಲೆತ್ತಿ ಮತ್ತೆ ಮೊದಲಿದ್ದ ಹಾಗೆಯೇ ಉರಿಸುತ್ತ ಅಲ್ಲೇ ಗರ್ಭ ಗುಡಿಯಲ್ಲೇ ಕುಕ್ಕರು ಗಾಲಲ್ಲಿ ಕೂತಳು. 'ನಾನೂ ಹೆಣ ಹೆಂಗ್ಸು ನೀನೂ ಹೆಣ ಹೆಂಗ್ಸು, ಮುಟ್ಟಾದ ಮೈಯಲ್ಲೇ ನಿನ್ನ ಗರ್ಭಗುಡಿಗ ಬಂದ್ಬಿಟ್ಟೆ. ನನ ತಪ್ಪಿದ್ರೆ ಮೊಡ್ಲಲ್ಲ ಹಾಕ್ಕೋ ಅವ್ವೆ' ಎನ್ನುತ್ತ ದೇವಿಯ ಕಲ್ಲು ಮೂರ್ತಿಗೆ ಪುನಃ ಪುನಃ ಕೈ ಮುಗಿದಳು. ಆ ಕತ್ತಲಲ್ಲಿ ಅಲ್ಲಲ್ಲೇ ಸರಸರ ಸದ್ದಾದಂತಾಯಿತು. ಭೀತಳಾಗಿ ಎದ್ದು ನಿಂತು ಮೈ ಝುಂ ಎಂದರೂ ಪಾದ ಎತ್ತೆತ್ತಿ ಇಟ್ಟು ಎಲ್ಲೆಡೆ ದೃಷ್ಟಿ ಹಾಯಿಸುತ್ತ ಪ್ರಾಣ ಭಯದಿಂದ ತತ್ತರಿಸಿದಳು.

ಹೆಂಚಿನಲ್ಲೆಲ್ಲೋ ಕರ್ ಕರಕ್ ಎನ್ನುವ ಸ್ವರ ಮೂಡಿ ಒಮ್ಮೆಲೇ ಬೆಚ್ಚಿ ಬಿದ್ದು

ಎದ್ದು ಸುತ್ತ ಏನನ್ನೋ ಭಯದಿಂದ ಹುಡುಕುತ್ತ ಏನೂ ಇಲ್ಲವೆನಿಸಿ ಮತ್ತೆ ಅಲ್ಲೇ ಕೂತಳು. ಸಮಯವೇ ಸಾಗುತ್ತಿರಲಿಲ್ಲ. ಅಲ್ಲಿ ದೇವುವಿನ ನೆನಪಾಗಲೀ ಅವನ ಹೊಡೆತದ ನೋವಾಗಲೀ ಈಗ ಕಿಂಚಿತ್ತೂ ಕಾಡದೆ ಈ ಕಗ್ಗತ್ತಲಲ್ಲಿ ಬೆಟ್ಟದ ಮೇಲಿನ ಒಂಟಿ ಗುಡಿಯ ಒಳಗೆ ಒಂಟಿಯಾಗಿ ಇರುವ ಈ ಸಂದರ್ಭವೇ ತೀರ ದೊಡ್ಡದೆನಿಸಿ ಉಳಿದೆಲ್ಲ ಕ್ಷುಲ್ಲಕವಾಗಿ ಕಾಣತೊಡಗಿತು. ಏನೂ ಸಂಭವಿಸದೆ ನಾನು ಮುಂಜಾನೆ ಇಲ್ಲಿಂದ ಸುರುಳೀತ ಕೆಳಗಿಳಿದು ಹೋದದ್ದೇ ಆದರೆ ನಾನು ಇನ್ನು ಈ ಭೂಮಿ ಮೇಲಿನ ಯಾರಿಗೂ ಹೆದರಬೇಕಾಗಿಲ್ಲ ಎಂಬ ಧೈರ್ಯ ಅವಳನ್ನು ಇನ್ನಷ್ಟು ಗಟ್ಟಿಯಾಗಿಸಿತು.

ಚೂರೇ ಹೊಯ್ದಾಡುವ ದೀಪದ ಬೆಳಕಿನ ಸನ್ನಿಧಿಯಲ್ಲಿ ಕೂತ ಗಿರಿಯಮ್ಮ ದೇವಿಯ ಕಪ್ಪು ಕಲ್ಲಿನ ವಿಗ್ರಹಕ್ಕೆ ಜೀವವಿದೆ ಅನಿಸಲು ಶುರುವಾಯಿತು ಸಣ್ಣಿಗೆ. ಹಾಗನಿಸತೊಡಗಿದ್ದೇ ತಾನಿಲ್ಲಿ ಒಂಟಿಯಾಗಿಲ್ಲ ಎಂಬ ಧೈರ್ಯ ಅವಳನ್ನು ಮುತ್ತಿಕೊಂಡಿತು. ಬಂಡಿಹಬ್ಬಗಳಲ್ಲಿ ಹೀಗೆ ದೇವಿಗೆ ಕಾಯಿ ಒಡೆಯಲು ಅಕ್ಕಪಕ್ಕದ ಸೋಮಿ ಜಟ್ಟಮ್ಮರ ಜೊತೆ ಬಂದಾಗಲೂ ಈ ಗುಡಿ ಇಷ್ಟು ದೊಡ್ಡದಾಗಿ ಕಂಡಿರಲಿಲ್ಲ. ಅಲ್ಲಲ್ಲಿ ಬಾಡಿದ ಹೂವಿನ ರಾಶಿ, ಮುದ್ದೆ ಮಾಡೊಗೆದ ಕಾಗದ, ಅರ್ಧ ಉರಿದುಳಿದ ಅಗರಬತ್ತಿ, ಮೇಲೆ ಕಟ್ಟಿದ ಬಳ್ಳಿಗೆ ಒಣಹಾಕಿರುವ ಸಣ್ಣ ವಸ್ತ್ರ, ಎಣ್ಣೆಯ ಜಿಗುಟಿನಿಂದ ಕಪ್ಪಾಗಿರುವ ದೀಪವಿಟ್ಟ ಜಾಗೆ, ದೇವಿಯ ಎದುರೇ ಎತ್ತರಕ್ಕೆ ನಿಂತಿರುವ ಗರುಡಗಂಬ ಏನೆಲ್ಲವೂ ಅವಳಿಗೆ ತನ್ನ ಮನೆಯ ಒಂದು ಭಾಗವಾಗಿಯೇ ಕಂಡವು. ಕಾಣೆಯಾದ ಮಾಲಿ ಆ ಕ್ಷಣ ಮರೆತೇ ಹೋಗಿದ್ದಳು.

ಒಮ್ಮೆಲೇ ಹೊರಗೆ ಗಾಳಿ ಬೀಸುತ್ತಿದ್ದದ್ದು ನಿಂತು ಮಳೆಯ ಆರ್ಭಟ ಶುರುವಾಗಿತ್ತು. ಕಿಟಕಿಗಳಿಂದ ಸಣ್ಣಿ ಕೂತಲ್ಲಿಯವರೆಗೆ ನೀರ ಹನಿಗಳು ಸಿಡಿದು ಒಮ್ಮೆಲೆ ಚಳಿ ಚಳಿಯೆನ್ನಿಸಿತು. ಹೊರಗಿನಿಂದ ಬೀಸಿ ಬಂದ ಗಾಳಿಗೆ ಎಲ್ಲಿ ದೀಪ ಆರಿಯೇ ಹೋಗುತ್ತದೋ ಎಂಬಂತೆ ಹೊಯ್ದಾಡಿತು. ಸಣ್ಣಿ ಹಸ್ತ ಮರೆ ಮಾಡಿ ದೀಪ ಆರದಂತೆ ತಡೆದಳು. ಬೆಳಕು ಹರಿಯುವುದರೊಳಗೆ ಐದಾರು ಬಾರಿ ಎಣ್ಣೆ ಹಾಕಿದಳು. ಎಷ್ಟು ಹೊತ್ತಾಗಿದೆ ಅಂತಲೇ ತಿಳಿಯುತ್ತಿಲ್ಲ. ಅದೊಂದು ಸುದೀರ್ಘ ರಾತ್ರಿಯೆನ್ನಿಸಿತು. ಬೆಳಕು ಹರಿಯುವಾಗ ಸಣ್ಣಿ ನೆಲಕ್ಕುರುಳಿಕೊಂಡು ಅವಳ ಅರಿವಿಗೂ ಬಾರದೆ ಅಲ್ಲೇ ಸಣ್ಣ ಜೊಂಪು ಹತ್ತಿ ನಿದ್ದೆ ಮಾಡಿಬಿಟ್ಟಿದ್ದಳು.

ಕಣ್ಣು ಬಿಟ್ಟಾಗ ಹೊರಗೆ ಚುಮುಚುಮು ಬೆಳಕು. ಗಿರಿಯಮ್ಮ ದೇವಿಗೆ ಇನ್ನೊಮ್ಮೆ ಕೈ ಮುಗಿದು ಬಾಗಿಲು ತೆಗೆದು ಹೊರಬಂದಳು. ಅವಳಿಗೆ ಹೀಗೆ ಇಂಥ ಕಾಡು ಬೆಟ್ಟವನ್ನು ಒಬ್ಬಳೇ ಯಾವ ಆವೇಶದಿಂದ ಹತ್ತಿ ಬಂದೆ ಎಂಬುದೇ ನಂಬಿಕೆಯಾಗಲಿಲ್ಲ. ರಾತ್ರಿ ತನಗೆ ಎರಡು ರೆಕ್ಕೆಗಳೇ ಬಂದು ಬಿಟ್ಟಿದ್ದವೇನೋ ಎಂಬ ಭ್ರಮೆಯಾಯಿತವಳಿಗೆ. ತಿರುತಿರುಗಿ ಗಿರಿಯಮ್ಮ ದೇವಿಯನ್ನೆ ನೋಡುತ್ತ ಒಂದೊಂದೇ ಮೆಟ್ಟಿಲನ್ನು ಇಳಿಯುತ್ತ ಕೆಳಗೆ ಬರತೊಡಗಿದಳು. ಸೀರೆಯೆಲ್ಲ ಕೆಂಪು

ರಂಗಿನಿಂದ ಒದ್ದೆಯಾಗಿತ್ತು. ಆಗಲೇ ರಾತ್ರಿ ದೇವು ತನ್ನನ್ನು ಬಡಿದ ಸಂದರ್ಭಗಳೆಲ್ಲ ಒಂದೊಂದೇ ಜ್ಞಾಪಕಕ್ಕೆ ಬರತೊಡಗಿದವು.

ಮೊದಲು ಕಂಡ ಕೊಪ್ಪದವರೆಲ್ಲ ಎಲ್ಲೋ ಬೈಲುಕಡೆಗೆ ಹೋಗಿದ್ದಿರಬೇಕೆಂದು ತಿಳಿದು ಸುಮ್ಮನೆ ನೋಡಿದ್ದರು. ನಂತರ ಕಂಡವರೆಲ್ಲ, 'ಏ ರಾತ್ರೀಗ ಎಲ ಹೋಗೀತ್ಯೇ? ನಿನ ಗಂಡ ಹುಡಕ್ತೆ ಸತ್ತೀತ, ಕೂಸ ತೀಡತೆ ಬಿದ್ದೀತಾ' ಅಂದರು. ದೇವುವಿನ ನಿಶೆ ಇಳಿದ ಮೇಲಿನ ಪೌರುಷ ಗೊತ್ತಿದ್ದ ಸಣ್ಣಿ ಧೈರ್ಯದಿಂದ ತನ್ನ ಹಟ್ಟಿಯೆಡೆಗೆ ಹೆಜ್ಜೆ ಹಾಕಿದಳು. ಒಳಗೆ ಹೆಜ್ಜೆ ಇಡುವುದಕ್ಕಿಂತ ಮುಂಚೆಯೇ ದೇವು, 'ಎಲ ಶತ ಬಿದ ಹೋಗಿತ್ಯೇ? ಬಾರೇ ಸಣ್ಣೀ ನನ ಒಡತಿ, ನೀಯಿಲ್ಲದೇ ನಾ ಹ್ಯಂಗೀರೂನೇ' ಎನ್ನುತ್ತ ಹೋ ಎಂದು ಅತ್ತ.

ತಾನು ಗುಡ್ಡೆ ಏರಿದ್ದು ಹೇಳಲು ಯಾಕೋ ಬಾಯಿ ಕಟ್ಟಿ, 'ನೀಟಮ್ಮೋರ ಮನೀ ಕೂಡ ಬಿದಕಂಡೀದೆ' ಅಂದಳು. 'ಬಾರೇ ನನ ಅರಸೀ' ಎನ್ನುತ್ತ ಹಿಡಿಯಲು ಬಂದ ಗಂಡನನ್ನು, 'ಹೋಗ ಶಾಯೋ ಆ ಬದೀಗೆ, ಕುಡಕಂಡ ಜಪ್ಪತೀ ಆ ನಮನೀ, ನಂಗ ಕಿಟ್ಲೂಕ ಬರ್ಬೇಡ ಹೋಗ' ಎನ್ನುತ್ತ ಅವನಿಂದ ಜುಗುಳಿಕೊಂಡು ಮಗ ಮಾದೇವನನ್ನು ಎಬ್ಬಿಸಿ ನಿನ್ನೆಯ ಅನ್ನಕ್ಕೊಂದಿಷ್ಟು ಒಣ ಮೀನಿನ ಕೊದಿಲು ಹಾಕಿ ಕೊಟ್ಟು, 'ಮಿಂದಕಂಡ ಶಾಲೀಗ ಹೋಗ ಶಾಯ ಅಗಾ, ನಿಮ ಆಪ್ಪನಂಗ ಆಗ ಶಾಯ ಬ್ಯಾಡಾ' ಎನ್ನುತ್ತ ಈಗ ನಿಜಕ್ಕೂ ಬಾಯಕ್ಕನ ಮನೆ ಕಡೆ ತಿರುಗಿದಳು. 'ಅಯ್ಯೋ ಅಯ್ಯೋ ನನ ಸಣ್ಣಿ ನನ ರಾಣಿ' ಅನ್ನುತ್ತ ಅತ್ತಿತ್ತ ಹೊಯ್ದಾಡುತ್ತ ದೇವು ಇನ್ನೂ ಹಾಸಿಗೆ ಮೇಲೆಯೇ ಇದ್ದ.

ಅಧ್ಯಾಯ 10

ನೋಡನೋಡುತ್ತಲೇ ಮದುವೆಯ ದಿನ ಬಂದೇಬಿಟ್ಟಿತು. ಸಣ್ಣಿ ಅಂದು ನಸುಕಿನಲ್ಲೇ ಬಂದು ಮದುವೆ ಮನೆಯ ಇಡೀ ಅಂಗಳಕ್ಕೆ ಸಗಣಿ ಕಲಸಿದ ದಪ್ಪ ನೀರು ಚಿಮುಕಿಸಿ ಅಡಿಕೆ ಕೊಟ್ಟೆಯಲ್ಲಿ ಸಾರಿಸಿ ಕೊಟ್ಟಳು. ಮದುವೆಯ ಮೊದಲ ದಿನದ ದೇವರೂಟದ ಕಾರ್ಯಕ್ರಮಗಳು ಅಂಗಳದಲ್ಲೇ ಶುರುವಾದವು. ಕಳಸಗಿಳಸ ತುಂಬುವ ಶಾಸ್ತ್ರದಲ್ಲಿ ಯಾಕೋ ಸರೋಜಿನಿ ಉತ್ಸಾಹದಿಂದಲೇ ಓಡಾಡಿಕೊಂಡಿದ್ದು ಕಂಡು ಬಾಯಕ್ಕನಿಗೆ ದಿಗಿಲು ಕಮ್ಮಿಯಾಯಿತು. ದೇವರೂಟದ ದಿನವೇ ಬೆಳಿಗ್ಗೆ ಭವಾನಕ್ಕ ತನ್ನ ಗಂಡ ಹಾಗೂ ಹದಿನೈದು ವರ್ಷದ ಮೊಮ್ಮಗಳು ರಶ್ಮಿಯೊಂದಿಗೆ ಬಂದಿಳಿದಳು. 'ಭವಾನಿ ನನ್ನ ಸಣ್ಣವ್ವಿಯ ಮಗಳಾದರೂ ನಮಗಿಬ್ಬರಿಗೂ ಸ್ವಂತಕ್ಕೆ ಅಕ್ಕ ತಂಗಿ ಯಾರೂ ಇಲ್ಲ, ಹಾಗಾಗಿ ನನಗೆ ಇವಳು, ಇವಳಿಗೆ ನಾನು' ಅನ್ನುತ್ತ ಬಾಯಕ್ಕ ಅಂಗಳದಲ್ಲಿ ಕೂತ ಯಾರದೋ ಹತ್ತಿರ ಹೇಳಿಕೊಂಡು ಸಂಭ್ರಮಿಸಿದಳು.

ದಿಗಂಬರ ಹೋಗಿ ಕರೆದು ಬಂದರೂ ವಾಸಂತತ್ತೆ, ತನ್ನ ಮಗಳು ಮತ್ತು ಮೊಮ್ಮಗು ಬೆಂಗಳೂರಿಂದ ಬಂದ ನೆಪ ಹೇಳಿ ದೇವರೂಟಕ್ಕೆ ಬರಲಿಲ್ಲ. 'ವಾಸಂತೀ ಈ ಮದುವೆಗೆ ಹೆಣ್ಣಿನ ಕಡೆಯ ಸಂಬಂಧದಿಂದ ಬರುತ್ತಾಳೋ? ನಮ್ಮ ಕಡೆಯಿಂದಲೋ' ಅಂತ ಕೇಳಿ ಭವಾನಕ್ಕ ನಕ್ಕಿದ್ದಕ್ಕೆ ಬೇರೆ ಯಾರೂ ಸ್ಪಂದಿಸಲಿಲ್ಲ. ಒಂದೆಡೆ ಹೂ ಕಟ್ಟುವ ಹೆಂಗಸರು ಇನ್ನೊಂದೆಡೆ ಸಣ್ಣ ಕರಿಮಣಿ ಪೋಣಿಸುವ ಹುಡುಗಿಯರು ಜಮಖಾನೆ ಚಾಪೆಗಳನ್ನು ಹಾಸಿಕೊಂಡು ಕೂತಿದ್ದರು. ಸಣ್ಣಿ ಹಂಡೆಗೆ ನೀರು ತುಂಬುತ್ತ, ಬೆಂಕಿ ಮುಂದೆ ಮಾಡುತ್ತ, ಮತ್ತೆ ಮತ್ತೆ ಒಂದು ರಾಶಿ ಬೀಳುತ್ತಿದ್ದ ಪಾತ್ರೆ ತಿಕ್ಕುತ್ತ, ಮರದಿಂದ ಮರಕ್ಕೆ ಕಟ್ಟಿದ ದೊಡ್ಡ ಬಳ್ಳಿಯ ಮೇಲೆ ವಸ್ತ್ರ ಒಣಗಿಸುತ್ತ, ಆಗಾಗ ಬಂದು ದೇವರೂಟದ ಕುಶಾಲು ನೋಡಿ ನಗುತ್ತ ಅಲ್ಲೇ ಓಡಾಡಿಕೊಂಡಿದ್ದಳು.

ಸರೋಜಿನಿ ಒಬ್ಬಳೇ ಸಿಕ್ಕಾಗ ತಾನು ನಿನ್ನೆ ರಾತ್ರಿ ಹೀಗೀಗೆ ಗುಡ್ಡೆಯ ಅಮ್ಮನ ಗರ್ಭಗುಡಿಯಲ್ಲಿ ಒಂಟಿಯಾಗಿ ಮುಟ್ಟಿನ ಮೈಯಲ್ಲೇ ಆಶ್ರಯ ಪಡೆದದ್ದನ್ನು ಹೇಳಲು

ಗಂಟಲಿನತನಕ ಬಂದದ್ದನ್ನು ಸಣ್ಣಿ ಅಲ್ಲೇ ತಡೆದಳು. 'ಏಯ್, ಮುಟ್ಟಾಗ ಮೀಯೂ ಹೆಂಗಸೂ ಅದಯಾಕ ಅಲ್ಲಿ ಹೊಕ್ಕಂಡಿಯೆ? ಇನ್ನ ಊರೀಗ ಕೇಡಗಾಲಾನೇ' ಅಂತ ಭವಾನಕ್ಕ ನಂಥವರು ಯಾರಾದರೂ ಹೇಳಿಕೇಳಿ ಮಾಡಿ, ನಂತರ ಊರ ತುಂಬ ಸುದ್ದಿಯಾಗಿ ನಾಳೆ ಗುನುಗರ ತನಕ ಹೋಗಿ ಹೊಲಸು ರಾಡಿಯಾಗುವುದು ಬೇಡವೆಂದುಕೊಳ್ಳುತ್ತ ಅಲ್ಲೇ ಸುಮ್ಮನಾಗಿಬಿಟ್ಟಳು. ಬಾಯಕ್ಕ ಸಣ್ಣಿಯನ್ನು ಕೂಗಿ, 'ನಾಡಿದ್ದು ನಿನಗೊಬ್ಬಳಿಗೆ ಕೆಲಸ ರಾಶಿ ಆದೀತು, ಆ ಗೋಲುಡುಗೆ ಸೋಮಿಯನ್ನೂ ಕರೆದು ತಾ' ಅಂದಳು. 'ಹೇಳೂದ ಹೇಳತಿ, ಅದ ಎದ್ದ ಮೊಖಕ್ಕೇ ದೇಸಾಯರ ಮಿಲ್ಲನ ಕೆಲಸಕ ಹೋತೀದು' ಅಂದಳು.

ಸ್ನಾನಕ್ಕಿಂತ ಮೊದಲೇ ದಿಗಂಬರನನ್ನು ಕೂಡಿಸಿ ಮುತ್ತೈದೆಯರು ಎಣ್ಣೆ ಅರಿಸಿಣ ಹಚ್ಚುವ ಕಾರ್ಯಕ್ಕೆ ಮೊದಲ್ಗೊಂಡರು. ಬಾಯಕ್ಕ ದೂರ ನಿಂತೇ ಎಲ್ಲ ಪದ್ಧತಿಗಳನ್ನೂ ನೆನಪಿಸಿದಾಗ ಭವಾನಕ್ಕ ಅದಕ್ಕೆ ತನ್ನದೂ ಒಂದು ಶಾಸ್ತ್ರ ಸೇರಿಸಿ ಮುಂದೆ ನಿಂತು ಆರಂಭಿಸುತ್ತಿದ್ದಳು. ಅಕ್ಕಪಕ್ಕದ ಮನೆಯ ಹೆಂಗಸರು ಇನ್ನೂ ಕೆಲವು ಸಂಬಂಧಿಕರು ಒಟ್ಟಾದರು. ಅರಿಸಿಣ ತಲೆ ಕೂದಲಿಗೆ ಹಚ್ಚಿದರೆ ಕೂದಲು ಉದುರುತ್ತದೆ ಎಂದು ಯಾರೋ ಹೇಳಿದ್ದೇ, 'ಅಯ್ಯೋ ಹೌದೇ?' ಎನ್ನುತ್ತ ಹಣೆಯ ಕೂದಲಿಗೆ ಬಡಿದ ತುಸು ಅರಿಸಿಣದೆಣ್ಣೆಯನ್ನು ದಿಗಂಬರ ಬೇಗ ಬೇಗ ಒರೆಸಿಕೊಂಡ.

'ನೋಡು ನೋಡು ಕೂದಲ ಬಗ್ಗೆ ಎಂಥ ಕಾಳಜಿ' ಎನ್ನುತ್ತ ಹೆಂಗಸರು ನಕ್ಕರು. ದಿಗಂಬರನ ಹಣೆ ಕೆನ್ನೆ ಕೈ ಕಾಲುಗಳು ಇಳಿಯುತ್ತಿದ್ದ ಅರಿಸಿಣದೆಣ್ಣೆಯಿಂದ ಗುಳುಗಳು ಗುಟ್ಟಿದವು. 'ಅಯ್ಯೋ ಮುಗಿಯಿತೇ?' ಅಂತ ದಿಗಂಬರ ಹುಸಿಮುನಿಸಿನಿಂದ ಚೀರಿದ. 'ಇಲ್ಲ ಇನ್ನೂ ಇದೆ' ಎನ್ನುತ್ತ ತೆಂಗಿನಕಾಯಿಯ ರಸ ತೆಗೆದು ಹೊರತಂದಳು ಭವಾನಕ್ಕ. ಅದನ್ನೂ ಎಲ್ಲ ಹೆಂಗಸರು ಒಳಗೊಂಡು ಅವನ ನೆತ್ತಿಗೆ ಚೂರು ಚೂರೇ ಹಾಕಿ ತಟ್ಟಿದರು.

ಸರೋಜಿನಿ ಮಾತ್ರ ಹೆಂಗಸರು ಅರ್ಧ ಕಟ್ಟಿ ಬಿಟ್ಟಿದ್ದ ಹೂವಿನ ದಂಡೆಯನ್ನು ಹಿಡಿದು ಕೂತು, ಈ ಎಲ್ಲ ಆಟಗಳನ್ನು ನೋಡುತ್ತ ದೂರದಿಂದಲೇ ನಗುತ್ತಿದ್ದಳು. ಸರೋಜಿನಿಯನ್ನು ಕರೆದು ಸೇರಿಸಿಕೊಳ್ಳುವ ಧೈರ್ಯ ಯಾರೂ ಮಾಡಿದಂತಿರಲಿಲ್ಲ. ಬೀಸುಕಲ್ಲಿನ ಮುಹೂರ್ತಕ್ಕೂ ಒರಳುಕಲ್ಲಿನ ಪೂಜೆಗೂ ದಿಗಂಬರ ಭವಾನಕ್ಕನೊಂದಿಗೆ ಸರೋಜಿನಿಯನ್ನು ಕರೆಯುವಂತೆ ಕಣ್ಣು ಸನ್ನೆ ಮಾಡಿಯೇ ಮಾಡಿದ. ಪ್ರತಿ ಸನ್ನೆಗೂ ಭವಾನಕ್ಕ ತಪ್ಪಾಗಿ ಅರ್ಥ ಮಾಡಿಕೊಂಡು ಮರೆತ ಗಂಧ ಹೂವಿನ ಬಟ್ಟಲನ್ನೋ, ಬೀಸುಕಲ್ಲಿನ ಗೂಟ ಹೊಡೆಯುವ ಹಾರೆಯನ್ನೋ ತಂದಿಟ್ಟು ಅವಸರಿಸಿದಳು.

ಹೆಣ್ಣಿನ ಮನೆಯವರು ತಲುಪಿಸಿ ಹೋದ ಉದ್ದಿನ ಕಾಳನ್ನು ಬೀಸುಕಲ್ಲಿನಲ್ಲಿ ಹಾಕಿ ಅಗದೀ ಸಣ್ಣ ಮಾಡಿ ಬೀಸಿಬಿಟ್ಟ ದಿಗಂಬರ. 'ಉದ್ದಿನ ಕಾಳು ಎರಡೇ ಹೋಳಾಗಬೇಕಿತ್ತು, ನಿಧಾನ ಬೀಸು ನಿಧಾನ' ಅಂದಳು ಬಾಯಕ್ಕ. 'ಇಲ್ಲಿ ಬಿಡಿ, ದಿಗಂಬರ ಹೆಂಡತಿಯನ್ನು ಅಷ್ಟೇ ನುಣ್ಣಗೆ ಹದ್ದು ಬಸ್ತಿನಲ್ಲಿಟ್ಟಾನು' ಎಂದರು ನಗುತ್ತ

ಭವಾನಕ್ಕನ ಗಂಡ. ಅಲ್ಲೇ ಕೂತ ದಿಗಂಬರನ ಸೋದರತ್ತೆ ಕಮಲಕ್ಕನ ಗಂಡ ರಾಯ ಶೆಟ್ಟರು, 'ಹಾಗಲ್ಲಾ ಅದು, ಗಂಡ ಹೆಂಡತಿ ಸೇರಿ ಮನೆಯವರನ್ನು ನಾಳೆ ಹೀಗೆಯೇ ಬೀಸುತ್ತೇವೆ ಅಂದುಕೊಳ್ಳಲೂಬಹುದು' ಎನ್ನುತ್ತ ತಿದ್ದಿದರು.

ಮಧುಕರ ಮಧ್ಯಾಹ್ನ ಮೂರರ ಹೊತ್ತಿಗೆ ಪೇಟೆಯಲ್ಲಿ ಎಲ್ಲೋ ತನ್ನ ಗುರುತಿನವರ ಹತ್ತಿರ ಮಾಡಿಸಲು ಕೊಟ್ಟಿದ್ದ ಮುನ್ನೂರು ಲಾಡು ತುಂಬಿದ ಪೆಟ್ಟಿಗೆಯನ್ನು ತನ್ನ ಸ್ಕೂಟರಿನ ಮೇಲಿಟ್ಟುಕೊಂಡು, ಅಂಗಡಿಯಿಂದ ಸೀದಾ ಅಕ್ಕನ ಮನೆಗೇ ಬಂದು ಉಂಡ. ಮರುದಿನ ಮದುವೆಯ ಛತ್ರಕ್ಕೆ ಒಯ್ಯಬೇಕಾದ ಸಾಮಾನುಗಳ ಪಟ್ಟಿ ಮಾಡಿಸಿದ. ಎಲ್ಲ ಸರಿ ಇದ್ದರೂ ಬಹುಮುಖ್ಯವಾದ ಬಾಸಿಂಗವನ್ನೇ ಮರೆತುಬಿಟ್ಟಿದ್ದ ಮಧುಕರ. ತೆಗೆದಿಟ್ಟ ಅಂಗಿಯಲ್ಲಿ ಮತ್ತೆ ಕೈ ಹೊಕ್ಕಿಸುತ್ತ, 'ನನ್ನ ಕೆಲಸ ಅಲ್ಲವಲ್ಲ ಭವಾನಕ್ಕ ಇದು, ಹುಡುಗನ ಭಾವ ಮಾಡುವ ಕೆಲಸ ಇದು, ಹಾಗಾಗಿ ಮರೆತೆ' ಅಂತ ಸಣ್ಣಗೆ ಉಸುರಿದ.

ದೂರದಲ್ಲಿ ಯಾರಿಗೋ ಚಹ ನೀಡುತ್ತಿದ್ದ ಸರೋಜಿನಿಯನ್ನು ವಾರೆಗಣ್ಣಿನಿಂದಲೇ ನೋಡಿ, 'ಇಲ್ಲಿ ಚಾ, ಇಲ್ಲಿ ಚಾ ಬರಲಿ' ಅಂತ ದೊಡ್ಡ ಬಾಯಲ್ಲಿ ಹೇಳಿದ. ಭವಾನಕ್ಕ, 'ಮದುವೆಯ ಹುಡುಗನೇ ಎಷ್ಟೂ ಅಂತ ಓಡಾಡಲಾಗತದೆ, ನೀನು ಬಂದದ್ದು ಚೊಲೋದಾಯ್ತು, ನಮ್ಮ ಮನೆಯವರಿಗೂ ಮೊದಲಿನ ಹಾಗೆ ಕೈ ಕಾಲು ಆಡೂದಿಲ್ಲ' ಅಂದಳು. ಭವಾನಕ್ಕನ ಗಂಡನೊಡನೆ ಮಾತಾಡುತ್ತಲೇ ಮಧುಕರ ಚಹ ಕುಡಿಯುತ್ತ ಆ ಬದಿಯ ಬೀಗರೂ ತಮ್ಮಲ್ಲೇ ಜವಳಿಗೆ ಬಂದ ವಿಷಯ ಹೇಳಿದ. ಸರೋಜಿನಿ ಮಾತ್ರ ಮಾವನೊಡನೆ ಹ್ಞು ಹ್ಞಾ ಅಷ್ಟೇ ಮಾತಾಡಿ ಸುಮ್ಮನಾದಳು. ಮಧುಕರನೂ ಅವಳೆಡೆಗೆ ಸ್ವಲ್ಪ ನಿರ್ಲಕ್ಷ್ಯವನ್ನೇ ತಾಳಿದ. ರಾತ್ರಿಯ ಮೇಲೆ ಅಕ್ಕ ಪಕ್ಕದ ಮೂರ್‍ನಾಲ್ಕು ಹುಡುಗರು ಬಂದು ಸಣ್ಣ ಪ್ಲಾಸ್ಟಿಕ್ಕಿನ ಚೀಲದಲ್ಲಿ ಎರಡೆರಡು ಲಾಡು ಹಾಕಿ ಪಿನ್ನು ಮಾಡುವ ಕೆಲಸಕ್ಕೆ ಕೂತು ನಂತರ ಉಂಡು ಹೋದರು. ಸರೋಜಿನಿ ಸುಸ್ತಾಗಿ ಆಗಲೇ ಮಲಗಿ ಬಿಟ್ಟದ್ದರಿಂದ ಆ ಮಕ್ಕಳಿಗೆ ದಿಗಂಬರನೇ ಬಡಿಸಿದ.

ಸಣ್ಣಿ ಮುಸುರೆ ಎಲೆ ತೆಗೆದು ಗೋಮೆ ಸಾರಿಸಿ ಕೊನೆಯ ಪಂಕ್ತಿಯಲ್ಲಿ ಕಡೆಯವಳು ಆಗಿ ಕೂತಾಗ ಬಾಯಕ್ಕನಿಗೆ ದೇವು ಹಾಗೂ ಮಾದೇವನ ನೆನಪಾಗಿ, 'ಅಯ್ಯೋ ಧ್ಯಾನೇ ಸರೀ ಇಲ್ಲವೇ ನಂದು, ನಿನ್ನ ಗಂಡ ಮಗನಿಗೆ ಬಂದು ಉಂಡು ಹೋಗಲು ಹೇಳು' ಅನ್ನುತ್ತ ಸಣ್ಣಿಗೆ ಇನ್ನಷ್ಟು ವಟಾಣಿ ಕಾಳಿನ ಬಾಜಿ ಬಡಿಸಿದಳು. 'ಅವ್ರ ಈ ದಾತರೀಗ ಎಲ್ಲ ಬರೂರ್‍ರಾ? ಚಂಬನಲ ತೊಡೆ ಪಾಯಸಾ ಹಾಕ ಕೊಡಿ ಶಾಕು' ಅಂದಳು. ಆದರೆ ಕೈತೊಳೆದು ಹೊರಗೆ ಎಷ್ಟೊತ್ತು ನಿಂತರೂ ಮನೆಯವರ್‍ಯಾರೂ ಹೊರ ಕಾಣದೇ ಬರಿಗೈಯಲ್ಲೇ ಮನೆಗೋಡಿದಳು.

◀◀ ▶▶

ಬೆಳಿಗ್ಗೆ ವಾದ್ಯದವರು ಮನೆಯತನಕ ಬರಲು ಒಪ್ಪದೇ ಇದ್ದುದರಿಂದ ಹಾಗೆಯೇ ಮೊದಮೊದಲು ಮಿಂದು ತಯಾರಾದವರೆಲ್ಲ ಟೆಂಪೊ ಏರಿ ಕೂತರು. ಮಧುಕರ ನಸುಕಿನಲ್ಲೇ ಹಾಜರಾಗಿ ಗಡಿಬಿಡಿ ಮಾಡಿ, ಮಲಗಿದವರನ್ನೆಲ್ಲ ಎಬ್ಬಿಸಿ ಸ್ನಾನಕ್ಕೆ ಕಳಿಸುತ್ತ, ಒಂದೇ ಟೆಂಪೋದೊಳಗೆ ಎಲ್ಲರನ್ನೂ ತುಂಬಲು ಯತ್ನಿಸಿದ. 'ಮದುಮಗನ ಪಕ್ಕ ಮುತ್ತೈದೆಯೇ ಕೂಡು' ಎಂದು ಬಾಯ್ತಪ್ಪಿ ಹೇಳಿ ಭವಾನಕ್ಕನನ್ನೇ ಕೂಡಿಸಿಬಿಟ್ಟ. ಸರೋಜಿನಿ ತಯಾರಾಗಿ ಬಂದಿದ್ದರೂ ಟೆಂಪೊ ಹತ್ತದೆ ಕೆಳಗಡೆಯೇ ನಿಂತಿದ್ದಳು. ಮಧುಕರ ಅವಳೆಡೆಗೆ ನೋಡಿ, 'ಅವಳು ನನ್ನ ಸ್ಕೂಟರಲ್ಲಿ ಬರತಾಳೆ ಬಿಡು' ಅಂದದ್ದೇ ತಡ ಸರೋಜಿನಿ, ತಟ್ಟನೆ ಟೆಂಪೊ ಹತ್ತಿ ಸಿಕ್ಕ ಸಣ್ಣ ಜಾಗೆಯಲ್ಲಿ ಕೂತುಬಿಟ್ಟಳು. ಬಾಯಕ್ಕ ದೆಣಪೆಗೆ ಬಂದು ನಿಂತು, 'ಟೆಂಪೋ ಇನ್ನೊಂದು ಸಲ ಕಳಿಸೋ, ಊರವರು ಕೆಲವರು ಬರೋರಿದ್ದಾರೆ, ನಾನು ಮತ್ತು ಸಣ್ಣಿ ಅವರ ಸಂಗಡ ಬರತೇವೆ' ಅಂದಳು. ಮುಂದಿನ ಸೀಟಿನ ಕಿಟಕಿಯಿಂದಲೇ ದಿಗಂಬರ, 'ಆಯ್ತು, ಆಯ್ತು ಇನ್ನೊಂದು ಟ್ರಿಪ್ಪು ಹೊಡೆಯಲು ಹೇಳತೇನೆ' ಅಂದ.

ಟೆಂಪೊ ಹೋಗಿ ಛತ್ರದ ಎದುರು ರಸ್ತೆಯಲ್ಲಿ ನಿಂತ ಕೂಡಲೇ ಹೆಣ್ಣಿನವರ್‍ಯಾರೂ ಎದುರುಗೊಳ್ಳಲು ಬರಲಿಲ್ಲ ಎಂದು ಭವಾನಕ್ಕನ ಗಂಡನಿಗೆ ತುಸು ಕಸಿವಿಸಿಯಾಗಿ, 'ಛೆ ಛೆ ಎಂಥಾ ಜನ' ಎನ್ನುತ್ತ ಗುಸುಗುಸು ಮಾಡಿದ. 'ಸುಮ್ಮನೆ ಬರ್‍ರಿ, ಏನೋ ಗಡಿಬಿಡಿಯಲ್ಲಿದ್ದಾರು' ಎನ್ನುತ್ತ ಭವಾನಕ್ಕ ಗಂಡನನ್ನು ಎಳೆದೊಯ್ದಳು. ಒಳಗಡಿಯಿಟ್ಟ ನಂತರ ಅವಸರದಲ್ಲಿ ಕೈ ಮುಗಿಯುತ್ತ ಬಂದ ನೀಲಕಂಠ ಶೆಟ್ಟರು, 'ಮೊದಲು ತಿಂಡಿ ತಿನ್ನಲು ಬಂದು ಬಿಡಿ ಎಲ್ಲರೂ' ಅಂತ ಸರೋಜಿನಿಯನ್ನೇ ನೋಡಿ ಕರೆದು ಹೋದರು. ವರಪೂಜೆಯ ತಯಾರಿಗೆಂದು ಅರುಂಧತಿಯ ಅಣ್ಣ ವೇಣುವೇ ಓಡಾಡುತ್ತಿದ್ದ. ಗಡಿಬಿಡಿಯಲ್ಲೇ ಸ್ಕೂಟರು ಇಳಿದು ಓಡಿ ಬಂದ ಮಧುಕರ, 'ಬಾಸಿಂಗ ಕಟ್ಟಿಕೊಂಡೇ ಕರೆದೊಯ್ಯೋಣ, ನಂತರ ಮುಹೂರ್ತಕ್ಕೆ ತಡವಾದೀತು' ಎನ್ನುತ್ತ ಅವಸರಿಸಿದ.

'ಹೀಗೆ ಅವಸರಿಸುವವರು ಒಬ್ಬರಾದರೂ ಇರ್ಲೇಬೇಕು' ಅಂದ ಕಮಲಕ್ಕ ಸರೋಜಿನಿಯ ಮುಖ ನೋಡಿ ನಕ್ಕಳು. 'ನಮ್ಮ ಮಾವನದೇನು ಕೇಳುತ್ತಿ' ಅನ್ನುತ್ತ ಬಿಡಿ ಹೂಗಳನ್ನು ಕಟ್ಟಲು ಕೂತಳು ಸರೋಜಿನಿ. ಹತ್ತಿರದ ಮತ್ತು ದೂರದ ಸಂಬಂಧಿಕ ಹೆಂಗಸರೆಲ್ಲ ಗಂಡಿನ ಖೋಲಿಯೊಳಗೆ ಬಂದು ಸೀರೆ ಉಡುತ್ತಿದ್ದುದರಿಂದ ಮದುಮಗನಾದ ದಿಗಂಬರನೇ ಅರ್ಧಗಂಟೆ ಹೊರಗೆ ಬಂದು ನಿಲ್ಲಬೇಕಾಯಿತು. ಆಗ ಎದುರೇ ಇದ್ದ ಹೆಣ್ಣಿನ ಖೋಲಿಯಿಂದ ಹಲವು ಹೆಂಗಸರ ಕಣ್ಣುಗಳು ದಿಗಂಬರನನ್ನೇ ಅಳೆದವು. 'ಹುಡುಗನ ಭಾವನೇ ಬಾಸಿಂಗ ಕಟ್ಟುವ ಶಾಸ್ತ್ರ, ಭಾವನಿಲ್ಲದಿದ್ದರೆ ಅವನ ಬದಲು ಸೋದರಮಾವ ಕಟ್ಟಬಹುದು ನಡೆಯುತ್ತದೆ' ಎಂದು ವೇಣು ಹೇಳಿದ್ದೆಲ್ಲಿ ಅಕ್ಕನಿಗೆ ಕೇಳಿಬಿಟ್ಟಿತೋ ಎಂದು ದಿಗಂಬರ ಕ್ಷಣ ವಿಚಲಿತನಾದ.

ಮಧುಕರನ ಮಗಳು ಆಶಾ, ತನ್ನ ಸಣ್ಣ ಕೂಸನ್ನು ಸಂಭಾಳಿಸಲು ತಾಯಿ ವಾಸಂತಿಯ ಹತ್ತಿರ ಬಿಟ್ಟು ಹೆಣ್ಣಿನ ಖೋಲಿಗೆ ಹೋಗಿ ಅರುಂಧತಿಗೆ ಹೂ ಮುಡಿಸುವ ಸೀರೆ ಉಡಿಸುವ, ಅಲ್ಲಲ್ಲಿ ಪಿನ್ನು ಹಾಕಿ ಭದ್ರಪಡಿಸುವ ಸಂಭ್ರಮದಲ್ಲಿದ್ದಳು. ಬೆಳ್ಳನೆಯ ದುಂಡು ದುಂಡಾದ ತುಸು ಹೆಚ್ಚೇ ಮುದ್ದಾಗಿರುವ ಐದಾರು ತಿಂಗಳ ಅವಳ ಕೂಸು ಮದುವೆ ಮನೆ ಗದ್ದಲಕ್ಕೆ ಹೆದರಿ ಒಂದೇ ಸಮ ಕಿರುಚುತ್ತಿತ್ತು. ವಾಸಂತಿ ಮೊಮ್ಮಗುವನ್ನು ಹೆಗಲ ಮೇಲೆ ಹಾಕಿಕೊಂಡು ನೆತ್ತಿ ಊದುತ್ತ ಸೆರಗಿನಲ್ಲೇ ಗಾಳಿ ಹಾಕುತ್ತ ಅತ್ತಿಂದಿತ್ತ ತಿರುಗುತ್ತಿದ್ದಳು. ಸಿಕ್ಕ ಸಿಕ್ಕವರೆಲ್ಲ, 'ಕೂಸು ಯಾರದು?' 'ಹಸಿವಾಗಿದೆಯೋ ಏನೋ ಪಾಪ' 'ಸೆಖೆಗೆ ಇರಬೇಕು ನೋಡಿ' 'ಇಷ್ಟು ದಪ್ಪ ಅಂಗಿ ಯಾಕೆ ಹಾಕಿದ್ದೀರಿ?' 'ತೆಗೆದು ಬಿಡಿ, ಗಾಳಿ ಆಡಲಿ' ಅಂತೆಲ್ಲ ಸಲಹೆಗಳನ್ನು ಕೊಡುತ್ತ ದಾಟಿ ಹೋಗುತ್ತಿದ್ದರು.

ವೇಣುವಿನ ಮಕ್ಕಳು ಸೀಮಾ ನೀಮಾ ಮಾತ್ರ ಪಾಪುವನ್ನು ಬಿಟ್ಟು ಸರಿದಿರಲಿಲ್ಲ. ನಂತರ ವಾಸಂತಿ, 'ನಿಮ್ಮ ಹೊಸ ಮಾವನನ್ನು ಒಮ್ಮೆ ಮಾತಾಡಿಸಿ ಬನ್ನಿ ಹೋಗಿ' ಎಂದು ಗಂಡಿನ ಖೋಲಿಯ ಕಡೆ ಅವರನ್ನು ಅಟ್ಟಿಬಿಟ್ಟಳು. ಬಾಯಕ್ಕ ಮತ್ತು ಸರೋಜಿನಿ ತನ್ನ ಮೊಮ್ಮಗುವನ್ನು ನೋಡುತ್ತಾರೋ ಅಂತ ವಾಸಂತಿ ಕಾದೇ ಕಾದಳು. ಬಾಸಿಂಗ ಕಟ್ಟಿಕೊಂಡು ಕುರ್ಚಿಯಲ್ಲಿ ಕೂತ ಮಾವನನ್ನು ಹುಡುಕಿ ಹೋದ ಸೀಮಾ ನೀಮಾ ಇಬ್ಬರೂ ಒಮ್ಮೆ ದಿಗಂಬರನನ್ನು ನೋಡಿ ನಗಿಸಿ, ಓಡಿ ಬಂದು ಬಿಟ್ಟರು. 'ಯಾರ ಮಕ್ಕಳವರು? ಅಂತ ಯಾರೋ ಕೇಳಿದ್ದಕ್ಕೆ ಇನ್ನಾರೋ ಮದುಮಗಳ ಅಣ್ಣನ ಮಕ್ಕಳು' ಅಂದಿದ್ದು ದಿಗಂಬರನಿಗೆ ಕನಸಿನಲ್ಲೆಂಬಂತೆ ಕೇಳಿತು.

ಮದುವೆಯ ವೇಳೆ ಬಾಯಕ್ಕ ಗಂಡಿನ ಖೋಲಿಯಲ್ಲೇ ಕೂತು ಲಾಡು ಡಬ್ಬವನ್ನೂ ರವಿಕೆ ಪೀಸು ತುಂಬಿದ ಚೀಲವನ್ನೂ ಕಾದಳು. ಕಲ್ಯಾಣ ಮಂಟಪದಲ್ಲಿ ಅಲ್ಲಿ ಇಲ್ಲಿ ಬಿದ್ದ ಕಸವನ್ನ ಆಯುತ್ತ ಓಡಾಡುತ್ತಿದ್ದ ಸಣ್ಣಿಯನ್ನು ಕೂಗಿದ ಬಾಯಕ್ಕ, 'ಇಲ್ಲಿ ಎಲ್ಲ ಹೆಣ್ಣಿನ ಕಡೆಯವರದೇ ಕೆಲಸ, ಅವರ ಬದಿಯ ಕೆಲಸದವರು ಮಾಡಲಿ ಅದೆಲ್ಲ, ನೀನು ಇವತ್ತಾದರೂ ಒಂದು ಕುರ್ಚಿ ಹಿಡಿದು ಕೂತು ಆರಾಮಾಗಿ ಬೇಕಾಗಿದ್ದನ್ನು ಹಾಕಿಸಿಕೊಂಡು ಉಂಡು ಮನೆಗೆ ನಡೆ' ಅಂತ ಅಕ್ಕರೆ ತೋರಿದಳು. ಮಾಲೆ ಹಾಕುವಾಗ ಯಾರೋ ಬಂದು ದಿಗಂಬರನ ಕಿವಿಯಲ್ಲಿ, 'ಮಾಲೆ ಹಾಕಿಸಿಕೊಳ್ಳುವಾಗ ತಲೆ ಬಾಗಿಸಬೇಡ' ಅಂತ ಪಿಸುಗುಟ್ಟಿದರು. ಅರುಂಧತಿ ಎತ್ತರಕ್ಕಿರುವುದರಿಂದ ದಿಗಂಬರನಿಗೆ ಮಾಲೆ ಹಾಕಲು ಅಂಥ ಕಷ್ಟವೇನೂ ಪಡಬೇಕಾಗಲಿಲ್ಲ. ಧಾರೆಯ ನಂತರ ಖೋಲಿಯಲ್ಲಿದ್ದ ಕುಲದೇವಿ ಫೋಟೋಗೆ ಕೈ ಮುಗಿಯಲು ಬಂದ ವಧೂವರರ ಹತ್ತಿರ ಭಟ್ಟರು, ತಾಯಿಯ ಕಾಲಿಗೆ ನಮಸ್ಕಾರ ಮಾಡಲು ಹೇಳಿ, ಮದುಮಕ್ಕಳಿಗೆ ಹಾಕಲು ಬಾಯಕ್ಕನ ಕೈಯಲ್ಲಿ ಅಕ್ಷತೆ ಕೊಟ್ಟರು.

ಬಾಯಕ್ಕ ಸೆರಗಿನಿಂದ ಬಾಯಿ ಒತ್ತಿ ಹಿಡಿದು ಅಳುವ ಮುಖದಲ್ಲಿಯೇ ಅಕ್ಷತೆ ಹಾಕಿದ್ದನ್ನು ಕಂಡು ಸಂಬಂಧಿಕರು, 'ಬಾಯಕ್ಕನಿಗೆ ಗಂಡನ ನೆನಪಾಗಿರಬೇಕು'

ಎಂದು ಗುಟ್ಟಾಗಿ ಮಾತಾಡಿಕೊಂಡರು. ಸರೋಜಿನಿ ಮಾತ್ರ ಕಳಸಗಿತ್ತಿಯಾಗಿ ಮದುಮಕ್ಕಳ ಜೊತೆ ಹಿಂದೆ ಮುಂದೆ ತಿರುಗಾಡಲು ಹೋಗದೆ ಕಳಸದ ತಟ್ಟೆಯ ಜವಾಬ್ದಾರಿಯನ್ನು ಭವಾನಕ್ಕನ ಮೊಮ್ಮಗಳು ರಶ್ಮಿಗೆ ಒಪ್ಪಿಸಿ, ಎಂದೋ ಸಿಕ್ಕ ತನ್ನ ಹಳೆಯ ಗೆಳತಿಯರೊಡನೆ, ಅವರ ಮುದ್ದು ಮುದ್ದು ಮಕ್ಕಳ ಕೆನ್ನೆ ಸವರುತ್ತ ನಿಶ್ಚಿಂತೆಯಿಂದ ಹರಟೆ ಹೊಡೆಯುತ್ತಿದ್ದಳು.

ಮದುಮಗಳು ಹೊರ ಬಂದು ಎಷ್ಟು ಹೊತ್ತಾದರೂ ತಾನವಳ ಮುಖವನ್ನೇ ಸರಿಯಾಗಿ ನಿರುಕಿಸಲಿಲ್ಲ ಅನ್ನಿಸಿದ ಸರೋಜಿನಿ, ಅರುಂಧತಿಯನ್ನೇ ಒಂದು ನಿಮಿಷ ಸುಮ್ಮನೆ ನೋಡಿದಳು. ಮದುವೆಗೆ ಬಂದ ಹೆಣ್ಣಿನ ಕಡೆಯ ಕೆಲವರು 'ಅರುಂಧತಿಗೆ ಒಬ್ಬಳು ಮದುವೆಯಾಗದ ನಾದಿನಿ ಇರುವಳಂತೆ, ಯಾರವಳು?' ಎಂದು ತಮ್ಮತಮ್ಮಲ್ಲೇ ಕೇಳುತ್ತ ಹುಡುಕಾಡಿ ಕದ್ದು ಕದ್ದು ಸರೋಜಿನಿಯನ್ನು ನೋಡಿದರು. ಇನ್ನು ಕೆಲವರು ಕಳಸಗಿತ್ತಿಯಾಗಿ ಮದುಮಕ್ಕಳ ಜೊತೆಗಿದ್ದ ರಶ್ಮಿಯನ್ನೇ ನೋಡಿ ದಿಗಂಬರನ ತಂಗಿಯೆಂದು ತಿಳಿದು, 'ಅಯ್ಯೋ ಇನ್ನೂ ಸಣ್ಣವಳು, ಪಾಪ' ಎನ್ನುತ್ತ ರಶ್ಮಿಯ ಕೆನ್ನೆ ಹಿಂಡಿ ಹಿಂಡಿ ಹೋದರು.

ವೇದಿಕೆಯಲ್ಲಿ ಯಾರ‍್ಯಾರೋ ಬಂದು ಶುಭ ಹಾರೈಸಿ ಹೋಗುವಾಗ, ಫೋಟೋಗೆ ನಿಂತ ಒಬ್ಬ ತುಸು ಕಪ್ಪಗೆ ದಪ್ಪಗೆ ಎತ್ತರಕ್ಕಿರುವ ಸ್ವಲ್ಪ ಹೆಚ್ಚೇ ಹೊಟ್ಟೆ ಬಂದಿರುವ ವ್ಯಕ್ತಿಯನ್ನು, ಸರೋಜಿನಿಯ ಹಿಂದಿನ ಕುರ್ಚಿಯಲ್ಲಿ ಕೂತ ಇಬ್ಬರು ಹೆಂಗಸರು, 'ಮದುಮಗಳ ಚಿಕ್ಕಮ್ಮನದೋ ದೊಡ್ಡಮ್ಮನದೋ ಮಗ, ಉಪ್ಪಿನ ದಂದೆ, ಇನ್ನೂ ಹೆಣ್ಣು ಹುಡುಕುತ್ತಿದ್ದಾರೆ' ಅಂತೇನೋ ಅಂದಿದ್ದು ಇವಳ ಕಿವಿಗೂ ಅಕಸ್ಮಾತಾಗಿ ಬಿತ್ತು.

ದಿಗಂಬರನ ಪಕ್ಕ ಉಡುಗೊರೆ ಪಡೆಯಲು ರಶ್ಮಿಯೇ ನಿಂತಿದ್ದಳು. ಮಧುಕರ ಒಮ್ಮೆ ಅವಳ ಬಳಿ ಬಂದು ಕಿವಿಯಲ್ಲಿ, 'ಯಾರಾದರೂ ದುಡ್ಡಿನ ಪಾಕೀಟು ಕೊಟ್ಟರೆ, ಜೋಪಾನವಾಗಿ ಇದರಲ್ಲೇ ಹಾಕು' ಎನ್ನುತ್ತ ಒಂದು ಸಣ್ಣ ಕೈಚೀಲ ನೀಡಿದ. ದಿಗಂಬರನ ಸಂಬಂಧಿಗಳು ಬಂದರೆ ಅವನೂ, ಅರುಂಧತಿಯ ಬಳಗದವರು ಬಂದರೆ ಅವಳೂ, ಸಣ್ಣಗೆ ಪರಿಚಯ ಹೇಳಿಕೊಂಡದ್ದು ಅರ್ಥವಾಗದಿದ್ದರೂ ಇಬ್ಬರೂ ಹ್ಞೂ ಹ್ಞೂ ಹಾಕಿದರು. ಬಂದವರಲ್ಲಿ ಕೆಲವರು ಅರುಂಧತಿಯನ್ನು, 'ಸರಿಯಾಗಿ ಪರಿಚಯ ಮಾಡಿಸು' 'ಚೂರು ದೊಡ್ಡದಾಗಿ ಹೇಳು' ಅಂತೆಲ್ಲ ಕೆಣಕಿದರು.

ಮಾಸ್ತಿಕಟ್ಟೆಯಲ್ಲಿ ದೊಡ್ಡ ಪ್ರಮಾಣದ ಹೋಲ್‌ಸೇಲ್ ಕೋಲ್ಡ್‌ಡ್ರಿಂಕ್ಸ್ ಅಂಗಡಿ ಯಿಟ್ಟುಕೊಂಡ ವೇಣು, ತಂಗಿಯ ಮದುವೆಯಲ್ಲಿ ಮಾಝಾ ಬಾಟಲಿಗಳನ್ನೇ ಹಂಚಿದ. ಅದರ ಜೊತೆ ಐಸ್ಕ್ರೀಮ್ ಕೂಡ ಇತ್ತು. ಸೀಮಾ ಅಮ್ಮನ ಹತ್ತಿರ ಓಡಿ ಬಂದು ತಂಗಿ ನೀಮಾ ಕುರಿತು ಚಾಡಿ ಹೇಳುತ್ತ, 'ಅಮ್ಮಾ ಇವಳು ಮೂರು ಐಸ್ಕ್ರೀಮು ತಿಂದಳು' ಅಂದದ್ದು ಕೇಳಿ ದಿನದಂತೆ ಗದರಿಸುವ ವ್ಯವಧಾನವೇ ಶಶಿಕಲಾಗೆ ಇರಲಿಲ್ಲ.

ಸಭಾಭವನದ ಕೊನೆಯಲ್ಲೆಲ್ಲೋ, 'ತಮಗೆ ಕೋಲ್ಡ್‌ಡ್ರಿಂಕ್ಸೇ ಸಿಗಲಿಲ್ಲ' ಎಂದು ಗದ್ದಲವಾದಂತಾಗಿ ಅಲ್ಲೇ ತಣ್ಣಗಾಯಿತು. ಹೊರಗೆ ಜೋರು ಮಳೆಯ ಸದ್ದು ಒಳಗಿನ ಮದುವೆ ಮನೆ ಗದ್ದಲದಲ್ಲಿ ಸೇರುತ್ತ ಒಂದು ರೀತಿಯ ಜುಗಲ್‌ಬಂದಿ ಯೊದಗಿಸಿತ್ತು. 'ಹೀಗೆ ಮಾಲೆ ಬಿದ್ದ ಕೂಡಲೇ ಮಳೆ ಹೊಯ್ದರೆ, ಅಂಥ ಹೆಣ್ಣು ಗಂಡನ ಮನೆಗೆ ಅದೃಷ್ಟ ತರುತ್ತಾಳೆ ಎಂದರ್ಥ' ಎಂದೇನೋ ಅಜ್ಜಿಯೊಬ್ಬಳು ಹೇಳುತ್ತಿದ್ದದ್ದು ನೀಲಕಂಠ ಶೆಟ್ಟರ ಕಿವಿಯಲ್ಲಿ ಪುನಃ ಪುನಃ ಮಾರ್ದನಿಗೊಳ್ಳುತ್ತಿತ್ತು.

ಉಂಗುರ ಆಡುವ ಶಾಸ್ತ್ರಕ್ಕೆಂದು ದಿಗಂಬರ ಹಾಗೂ ವೇಣು ಎದುರು ಬದುರು ಮಣೆಯಲ್ಲಿ ಕೂತರು. ವರಪೂಜೆಯಲ್ಲಿ ನೀಲಕಂಠ ಶೆಟ್ಟರು ತೊಡಿಸಿದ ಡಿ ಅಕ್ಷರ ಮಾಟವಾಗಿ ಬರೆಸಿಕೊಂಡ ದಿಗಂಬರನ ಉಂಗುರವನ್ನು ತೆಗೆಸಿ ಭಟ್ಟರು ನೀರು ತುಂಬಿದ ಒಂದು ಪಾತ್ರೆಯಲ್ಲಿ, ಮೊದಲು ಉಂಗುರವೆಂದು ಹೇಳಿ ಅಡಿಕೆ ಒಗೆದರು, ಅದನ್ನು ದಿಗಂಬರ ಹೆಕ್ಕಿ ಭಟ್ಟರ ಕೈಗೆ ಕೊಟ್ಟ, ಇನ್ನೊಮ್ಮೆ ಅಡಿಕೆಯೆಂದು ಹೇಳಿ ಉಂಗುರ ಒಗೆದರು, ವೇಣು ಅವಸರದಲ್ಲಿ ಪಾತ್ರೆಯ ತಳಕ್ಕೆ ಕೈ ಹಾಕಿ ಉಂಗುರ ಹುಡುಕಿ ಕೊಟ್ಟ, ಇಬ್ಬರ ಹುಡುಕುವಿಕೆಯಲ್ಲಿ ಪಾತ್ರೆಯ ನೀರು ತುಳುಕಾಡಿ ಅತ್ತಿತ್ತ ಚೆಲ್ಲಿತು. ಕ್ಯಾಮರಾ ಸಭಾಭವನದಲ್ಲಿ ಎತ್ತೆತ್ತಲೋ ಇದ್ದು, ನಂತರ ಓಡಿಬಂದು ಈ ಉಂಗುರದ ಆಟವನ್ನು ಅರ್ಧ ಮಾತ್ರ ಸೆರೆಹಿಡಿಯಿತು. ಉಂಗುರವನ್ನು ಭಟ್ಟರು, 'ಮಂಟಪದಲ್ಲಿ ಕೂತ ನಿನ್ನ ತಂಗಿಗೆ ಹಾಕಿ ಬಾ, ನಂತರ ಆ ಉಂಗುರ ಯಾರಿಗೆ ಅಂತ ಅವರಿಬ್ಬರೇ ಮಾತಾಡಿಕೊಳ್ಳಲಿ' ಅಂದರು.

ದಿಗಂಬರನ ದೊಡ್ಡ ಉಂಗುರ ಅರುಂಧತಿಯ ಸಪೂರ ಬೆರಳಿಗೆ ಸರಿ ಕೂಡದೆ, ಅವಳು ಅದನ್ನು ಹಾಗೇ ಹಿಡಿದುಕೊಂಡು, ದಿಗಂಬರ ಎದ್ದು ಮಂಟಪದಲ್ಲಿ ಬಂದು ಕೂತ ಕೂಡಲೇ ಆ ಉಂಗುರವನ್ನು ಅವನಿಗೇ ಹಿಂತಿರುಗಿಸಿದಳು. ಅದನ್ನು ಕಂಡ ಭವಾನಕ್ಕ, 'ಹಾಗೆ ಒಮ್ಮೆಲೇ ಹಿಂದಕ್ಕೆ ಕೊಟ್ಟು ಬಿಡಬಾರದು, ತುಸು ಸತಾಯಿಸಬೇಕು ಗಂಡನನ್ನು' ಅಂದಳು. ಬದಿಗಿದ್ದವರೆಲ್ಲ ವಧೂವರರನ್ನು ನೋಡಿ ನಕ್ಕರೆ, ಅರುಂಧತಿ ನಸು ನಾಚಿದಳು. ದಿಗಂಬರ ಹೆದರಿಕೊಂಡವನಂತೆ ಯಾವುದಕ್ಕೂ ನಗುತ್ತಿರಲಿಲ್ಲ. ಹೊಸ ಅಂಗಿಯ ಮೇಲೆ ಮಾಝಾ ಚೆಲ್ಲಿಕೊಂಡು ಮಂಟಪದ ಹತ್ತಿರವೇ ನಿಂತ ನೀಮಾಳನ್ನು ಎಳೆದು, 'ಬೇರೆ ಅಂಗಿ ಹಾಕಿಕೋ ಓಡು' ಎಂದಳು ಅರುಂಧತಿ.

ಕಂದನ ತೂಗುವ ಪದ್ಧತಿಯಿದ್ದುದರಿಂದ ಒಂದು ಬಿಳೀ ಬಟ್ಟೆಯಲ್ಲಿ ಮಧ್ಯ ಒಂದು ತೆಂಗಿನಕಾಯನ್ನಿಟ್ಟು ಆ ಈ ಬದಿ ಹಿಡಿದು ಐದು ಜನ ಮುತ್ತೈದೆಯರು ವಧೂವರರ ಎದುರು ತೂಗಿಸಿದರು. ದಿಗಂಬರ ಅರುಂಧತಿ ಆ ಸಂದರ್ಭದಲ್ಲಿ ಯಾಕೋ ತುಸು ಹೆಚ್ಚೇ ಗಂಭೀರರಾದಂತೆ ಕಂಡರು. ಭಟ್ಟರು, 'ಹಾಡು ಹೇಳುತ್ತ ಕಂದನ ತೂಗಬೇಕು, ಏನು ಹೆಂಗಸರು ನೀವು? ಒಂದು ಜೋಗುಳದ ಹಾಡು ಬರುವುದಿಲ್ಲವೆಂದರೆ' ಎನ್ನುತ್ತ ಗದರಿದರು. ಈ ವೇಳೆಯಲ್ಲಿ ಕ್ಯಾಮರಾದವ ಎಲ್ಲೋ ಆಚೆ ಬದಿ ಹೋಗಿಬಿಟ್ಟಿದ್ದ. ಆದ್ದರಿಂದ ಅವನಿಗಾಗಿ ಹೆಂಗಸರೆಲ್ಲ ನಿಂತು ಇನ್ನೊಂದು

ಸಲ ಪೋಸು ಕೊಡಬೇಕಾಯಿತು. ಸರೋಜಿನಿ ದೂರದಿಂದಲೇ, 'ಎಂಥ ಮಳ್ಳ ವೇಷ' ಅಂದುಕೊಳ್ಳುತ್ತ ತಲೆಯಾಡಿಸುತ್ತ ತನ್ನೊಳಗೇ ನಸುನಕ್ಕಳು.

ಕ್ಯಾಮರಾದವನ ಕಣ್ಣು ಬರೀ ಹುಡುಗಿಯರು ಕೂತಲ್ಲೇ ಹೋಗಿ ಗಿರಕಿ ಹೊಡೆಯುತ್ತಿತ್ತು. ಭಟ್ಟರು ಎದುರು ಯಾರೇ ಹೆಂಗಸರು ಕಂಡರೂ ಅವರಿಗೊಂದು ಹೊಸ ಕೆಲಸ ಹೇಳುತ್ತ ಮಾತಿಗೆ ನಿಂತು ಬಿಡುತ್ತಿದ್ದರು. ಇದನ್ನು ಕಂಡ ಭವಾನಕ್ಕ, 'ಭಟ್ಟರೇ ಬೇಗ ಬೇಗ ಮುಗಿಸಿ ಕೊಡಿ, ಎಲ್ಲರಿಗೂ ಹಸಿವಾಗತಿದೆ' ಅಂತ ನೆನಪಿಸುತ್ತಲೇ ಉಳಿದಳು. ರಶ್ಮಿಯನ್ನು ಹೆಣ್ಣಿನ ಕಡೆಯ ಒಂದೆರಡು ಹರೆಯದ ಹುಡುಗರು ಪದೇಪದೆ ನಗಿಸುತ್ತ, 'ಯಾವ ಕ್ಲಾಸು?' 'ಯಾವ ಊರು?' ಅಂತೆಲ್ಲ ಸಿಕ್ಕ ಒಂದೇ ಕ್ಷಣದಲ್ಲೂ ವಿಚಾರಿಸಿಕೊಂಡರು.

ವೇಣುವನ್ನು ಕೂಗಿದ ಭಟ್ಟರು ಹೋಮದ ಕುಂಡಕ್ಕೆ ತಂಗಿ ಹಾಗೂ ಭಾವನ ಚಾಚಿದ ಹಸ್ತದಲ್ಲಿ ಭತ್ತದ ಹೊದಲು ಹೊಯ್ಯಲು ಹೇಳಿದರು. ದಿಗಂಬರನಿಗೆ ಒಮ್ಮೆಲೇ ಸರೋಜಿನಿಯ ಮದುವೆಯಾದರೆ ತಾನೂ ಹೀಗೇ ಹೊದಲು ಹೊಯ್ಯುತ್ತಿದ್ದೆ ಎಂಬ ನೆನಪು ಒತ್ತರಿಸಿ ಬಂತು. ಇಂಥ ಕನಸನ್ನು ತಾನು ಸಣ್ಣವನಿದ್ದಾಗಿನಿಂದಲೂ ಕಂಡಿದ್ದು, ಇದೊಂದು ತನ್ನ ಭಾಗ್ಯವೆಂದೇ ಆಗೆಲ್ಲ ಭಾವಿಸಿದ್ದ. ಹೋಮದ ಬೆಂಕಿಯಲ್ಲಿ ಬಿದ್ದ ಹೊದಲಿಗೆ ಮಂಟಪವೆಲ್ಲ ಹೊಗೆಯಿಂದ ತುಂಬಿಹೋಯಿತು.

ಮದುಮಕ್ಕಳಿಬ್ಬರ ಬಾಸಿಂಗವೂ ಸಡಿಲವಾಗಿ ಹಣೆಯವರೆಗೆ ಜಾರಿ ಜಾರಿ ಬರುತ್ತಿತ್ತು. ದಿಗಂಬರ ಹಾಗೂ ಅರುಂಧತಿ ಮೇಲೆ ಮೇಲೆ ಏರಿಸಿಕೊಂಡೇ ಹಣ್ಣಾದರು. ಎದುರು ಕೂತು ನೋಡುತ್ತಿದ್ದ ಜನರು, 'ಪಾಪ, ಸಡಿಲ ಕಟ್ಟಿದ್ದಾರೆ, ಯಾರಾದರೂ ಹೋಗಿ ಬಿಗಿ ಮಾಡಬೇಕಿತ್ತು, ಪಾಪ' ಅಂತ ಮರುಗಿದರು. ಸಣ್ಣಿ ಮದುವೆಯ ಗದ್ದಲದಲ್ಲಿ ಕಳೆದೇ ಹೋಗಿದ್ದಳು. ದೇವು ಮಗನ ಜೊತೆ ಎರಡು ಕುರ್ಚಿ ಹಿಡಿದುಕೊಂಡು ಕೂತುಬಿಟ್ಟಿದ್ದ.

ಕುಂಕುಮ ಕೊಟ್ಟು ರವಿಕೆ ಪೀಸಿನ ಮೇಲೆ ಎರಡೆರಡು ಲಾಡುಗಳುಳ್ಳ ಪಾಕೀಟನ್ನು ಇಟ್ಟು ಬಾಯಕ್ಕ, ತನ್ನನ್ನು ಮಾತಾಡಿಸಿ ಹೋಗಲು ಬಂದ ಮುತ್ತೈದೆ ಹೆಂಗಸರಿಗೆ ಭವಾನಕ್ಕನ ಹತ್ತಿರವೇ ಕೊಟ್ಟು, ಕೊಡಿಸಿದಳು. ಬಾಯಕ್ಕ ಯಾಕೋ ಊಟ ಸೇರಲಿಲ್ಲ ಎಂದು ಎಲೆ ಬಿಟ್ಟೆದ್ದ ಕಾರಣ, ಅರುಂಧತಿಯ ಅಣ್ಣ ವೇಣು ಪಾಯಸವನ್ನೇ ಒಂದು ಬಟ್ಟಲಲ್ಲಿ ಹಾಕಿಕೊಂಡು ಖೋಲಿಗೇ ತಂದು ಕೊಟ್ಟು ಹೋದ. ಸರೋಜಿನಿ ಉಣ್ಣಲಿಲ್ಲ ಅಂತ ಯಾರೋ ಬಂದು ದಿಗಂಬರನ ಹತ್ತಿರ ಹೇಳಿದ್ದಕ್ಕೆ, ದಿಗಂಬರ ತಾವು ಊಟಕ್ಕೆ ಕೂಡುವ ವೇಳೆಯಲ್ಲಿ ಅಕ್ಕನನ್ನು ಕರೆಯಲು ಹೋಗಿ, 'ಯಾರು ಹೇಳಿದ್ದು? ಏನಪ್ಪಾ ಇದು, ಸುಳ್ಳು ಸುಳ್ಳೇ ಹೀಗೆ ನನ್ನ ಜೀವ ತಿನ್ನುವುದು, ನನ್ನದು ಆಗಲೇ ಆಯಿತು' ಅಂತ ಅವಳ ಹತ್ತಿರವೇ ಗದರಿಸಿಕೊಂಡ ದಿಗಂಬರ ಸಪ್ಪೆ ಮುಖ ಹೊತ್ತು ಹೆಂಡತಿಯ ಪಕ್ಕ ಹೋಗಿ ಕೂತ. ಇದನ್ನು ಗಮನಿಸಿದ, ಅಲ್ಲೇ ಓಡಾಡಿಕೊಂಡಿರುವ ಕೆಲವರ ದೃಷ್ಟಿ ಈ ಅಕ್ಕ ತಮ್ಮನ ಮೇಲೆಯೇ

ನಿಂತಿತ್ತು. ಊಟದೆಲೆಯಲ್ಲಿಯ ಜಿಲೇಬಿಗಳನ್ನು ಪರಸ್ಪರ ತಿನ್ನಿಸುವ ಫೋಟೋಕ್ಕಾಗಿ ಇಬ್ಬರೂ ನಾಚಿಕೊಳ್ಳುತ್ತಲೆ ಒಬ್ಬರ ಬಾಯಿಗೆ ಇನ್ನೊಬ್ಬರು ಜಿಲೇಬಿ ಹಚ್ಚಿದ ಶಾಸ್ತ್ರ ಮಾಡಬೇಕಾಯಿತು.

ಅಷ್ಟರಲ್ಲಿ ಪಂಕ್ತಿಗೆ ಬಂದ ವಾಸಂತಿ ತನ್ನ ಮೊಮ್ಮಗಳನ್ನೆತ್ತಿಕೊಂಡೇ ಊಟಕ್ಕೆ ಕೂತಳು. ಅವಳ ಪಕ್ಕ ಖಾಲಿಯಿದ್ದ ಎಲೆಯಲ್ಲಿ ಆಶಾಳೂ ಕೂತಳು. ತುಸು ಹೊತ್ತಿನಲ್ಲಿ ಅದು ಕುಸು ಕುಸು ಮಾಡುತ್ತ ಮತ್ತೆ ಹೋ ಎಂದು ರಾಗ ಶುರು ಮಾಡಿತು. ಆಗ ಸರೋಜಿನಿಯೇ ಹೋಗಿ ಎತ್ತಿಕೊಂಡು ಬಂದು ಅವರ ಊಟ ಮುಗಿವವರೆಗೆ ಅಲ್ಲಿ ಇಲ್ಲಿ ಸುತ್ತಾಡಿ ಆಟವಾಡಿಸಿದಳು. ವಾಸಂತಿ ಮಗಳ ಕಿವಿಯಲ್ಲಿ, 'ಇವಳು ತಾಯಿಯ ಥರಾ ಅಲ್ಲ ನೋಡು' ಅಂತ ಮೊಣಕೈ ಸವರಿ ಸನ್ನೆ ಮಾಡಿದಳು. ರಶ್ಮಿಯ ಬಳಿಯಿದ್ದ ಹಣದ ಪಾಕೀಟಿನ ಚೀಲವನ್ನು ಮಧುಕರ ಒಯ್ದು ಬಾಯಕ್ಕನ ಹತ್ತಿರ, 'ಇದು ಜೋಪಾನ' ಎಂದು ಎರಡೆರಡು ಬಾರಿ ಹೇಳಿ ಕೊಟ್ಟ.

ಅಲ್ಲೇ ಸನಿಹದ ಇನ್ನೊಂದು ಕಲ್ಯಾಣ ಮಂಟಪದಲ್ಲಿ ನೀಲಕಂಠ ಶೆಟ್ಟರ ದೂರದ ಸಂಬಂಧಿಕರೊಬ್ಬರ ಮಗನ ಮದುವೆ ಇದೇ ದಿನ ನಡೆಯುತ್ತಲಿತ್ತು. ಹಾಗಾಗಿ ಕೆಲವರು ಮದುಮಕ್ಕಳಿಗೆ ಶುಭ ಹಾರೈಸಿ ಉಣ್ಣದೆ ಹಾಗೇ ಆ ಮದುವೆ ಮನೆಗೆ ಹೊರಟಿದ್ದನ್ನು ಕಂಡ ನೀಲಕಂಠ ಶೆಟ್ಟರು, ಊಟಕ್ಕೆ ಬರದೇ ಕಲ್ಯಾಣ ಮಂಟಪದ ಗೇಟಿನಲ್ಲಿ ಹೊರ ಹೋಗುವವರನ್ನೆಲ್ಲ ಹಿಡಿದು, 'ಊಟವಾಯಿತೇ?' ಅಂತ ಕೇಳುತ್ತ, 'ಹೌದು ಆಯಿತು' ಅಂದವರನ್ನು, 'ಎಲ್ಲಿ ಕೈ ತೋರಿಸಿ' ಅಂತ ಅವರ ಹಸ್ತವನ್ನು ಮೂಸಿ ಪರಿಮಳ ನೋಡಿಯೇ ಹೊರಬಿಡುತ್ತಿದ್ದರು. ಯಾರೋ ಈ ವಿಷಯ ತಂದು ವೇಣುವಿಗೆ ಹೇಳಿದ್ದೇ ಅವನು ಅಪ್ಪನನ್ನು ಬೈದು ಎಲೆ ಇಟ್ಟು ಊಟಕ್ಕೆ ಕೂಡಿಸಿದ.

ಸಂಜೆ ನಾಲ್ಕರಿಂದ ಆರು ಗಂಟೆಯವರೆಗೆ ರಾಹುಕಾಲವಿದೆಯೆಂದು ಭಟ್ಟರು ಹೇಳಿದ್ದಕ್ಕೆ, ಆರರ ನಂತರ ದಿಬ್ಬಣ ಹೊರಡುವುದೆಂದು ತೀರ್ಮಾನವಾಯಿತು. ಬಂದ ಉಡುಗೊರೆಯನ್ನೆಲ್ಲ ಗಂಡಿಗೆ ಬಂದದ್ದು ಬೇರೆ, ಹೆಣ್ಣಿಗೆ ಬಂದದ್ದು ಬೇರೆಯಾಗಿ ಬಿಚ್ಚಿ ಪ್ರದರ್ಶನಕ್ಕಿಡಲಾಯಿತು. ಆಯರು ಅರುಂಧತಿಯ ಬದಿಗೇ ಸ್ವಲ್ಪ ಜಾಸ್ತಿ ಕಾಣುತ್ತಿತ್ತು. ಅರುಂಧತಿಯ ಚಿಕ್ಕಮ್ಮನೋ ಯಾರೋ, 'ನಮ್ಮ ವಜನೇ ಹೆಚ್ಚಿಗಿದೆ' ಎಂದು ಸಣ್ಣಗೆ ಕಡ್ಡಿ ಮಾಡಿದಳು. ದಿಗಂಬರ ಆ ಹೆಂಗಸನ್ನು ಸುಮ್ಮನೆ ಒಮ್ಮೆ ನೋಡಿದ. ನೀಲಕಂಠ ಶೆಟ್ಟರು ಆಕೆಗೆ ಹಾಗೆಲ್ಲ ಹೇಳಬಾರದೆಂಬಂತೆ ಸೂಕ್ಷ್ಮವಾಗಿ ಕೈಸನ್ನೆ ಕಣ್ಣುಸನ್ನೆ ಮಾಡಿದರು. ದುಡ್ಡು ಮನೆಗೆ ಹೋಗಿ ಎಣಿಸಿದರಾಯಿತೆಂದು ಪಾಕೀಟುಗಳ ಚೀಲವನ್ನು ಒಡೆಯದೆ ಟ್ರಂಕಿನಲ್ಲಿಡಲಾಯಿತು. ಹುಡುಗರು ಎಲ್ಲಿಂದಲೋ ಒಂದು ಗೋಣೀಚೀಲ ತಂದು ಎಲ್ಲ ಪಾತ್ರೆ ಪಗಡವನ್ನೂ ಒಂದೇ ಕಡೆ ಹಾಕಿ ನೀಟಾಗಿ ತುಂಬಿ, ಮೂರು ಜನ ಎತ್ತಿ ಹಿಡಿದುಕೊಂಡು ಟೆಂಪೊ ಕ್ಯಾರಿಯರ್ ಮೇಲೆ ಹತ್ತಿ ಭದ್ರಪಡಿಸಿದರು.

ಅನಾರೋಗ್ಯದಿಂದಿದ್ದ ಅರುಂಧತಿಯ ತಾಯಿಯನ್ನು ಹೆಣ್ಣಿನ ಖೋಲಿಯಲ್ಲಿ ಮಲಗಿಸಿಯೇ ಇಟ್ಟಿದ್ದರು. ಹೆಣ್ಣು ಒಪ್ಪಿಸಿಕೊಡುವಾಗ ಭಟ್ಟರು ಹೇಳುವ ಸಾಂಸಾರಿಕ ಹೊಂದಾಣಿಕೆಯ ಮಾತುಗಳನ್ನು ಕೇಳಿ ಮಲಗಿದಲ್ಲಿಂದಲೇ ಅವಳು ಕಣ್ಣೀರಾದಳು. ಅರುಂಧತಿ ತಾಯಿಯನ್ನು ಹಿಡಿದುಕೊಂಡು ಅಳುವಾಗ ಮಾತ್ರ ಇಡೀ ಮದುವೆ ಮನೆಯೇ ಭಾವೋದ್ವೇಗಗೊಂಡಿತ್ತು. ಸುದ್ದಿ ಕೇಳಿದ ಸಂಬಂಧಿಕರು ಬಂದು ಹಣಕಿ ಹಾಕಿ ಕನಿಕರಿಸಿದರು. ಎರಡೂ ಬದಿಯವರು ದುಂಡಾಗಿ ಕೂತು, ಹಣ್ಣು ಹೂ ತುಂಬಿದ ತಟ್ಟೆಯನ್ನು ಅದಲು ಬದಲು ಮಾಡಿಕೊಳ್ಳುವಾಗ, ಶಾಸ್ತ್ರದಂತೆ ಮರುದಿನ ದಿಗಂಬರನ ಮನೆಗೆ ಬೀಗರೂಟಕ್ಕಾಗಿ ಹೆಣ್ಣಿನ ಕಡೆಯವರನ್ನು ಆಹ್ವಾನಿಸಲಾಯಿತು. 'ಎಷ್ಟು ಜನ ಬರುತ್ತೀರೆಂದು ನಿಖರ ಹೇಳಿದರೆ, ಅವರಿಗೆ ಅಡಿಗೆ ಮಾಡಲು ಸುಲಭವಾಗ್ತದೆ' ಅಂತ ಮಧುಕರನೇ ಎದ್ದು ನಿಂತು ಗಂಡಿನ ಕಡೆಯವನಾಗಿ ಮಾತಾಡಿದ.

ಅರುಂಧತಿ ಉಟ್ಟ ಧಾರೆಯ ಸೀರೆಯನ್ನು, 'ಒಳ್ಳೆಯ ಬಣ್ಣ' ಎನ್ನುತ್ತ ಯಾರೋ ತಾರೀಫು ಮಾಡಿದರು. ಅದನ್ನು ಕೇಳಿದ ದಿಗಂಬರ ಒಮ್ಮೆ ತಿರುಗಿ ಅವಳೆಡೆ ನೋಡಿದ. ಅತಿ ಸಣ್ಣ ಪ್ಲಾಸ್ಟಿಕ್ಕಿನ ಲೋಟದಲ್ಲಿ ಅರ್ಧ ಚಹ ಬಂತು. ದಿಗಂಬರ ಎರಡು ಲೋಟ ತೊಗೊಂಡು ಕುಡಿದ. ಅದನ್ನು ಕಂಡ ಎದುರು ಕೂತವರ್‍ಯಾರೋ, 'ಅರುಂಧತಿಗೆ ಚಹ ಮಾಡಲು ಬರುವುದಿಲ್ಲ, ಯಾಕೆಂದರೆ ಅವಳು ಚಹವನ್ನೇ ಕುಡಿಯುವುದಿಲ್ಲ' ಅನ್ನುತ್ತ ಅವನನ್ನು ಕೀಟಲೆ ಮಾಡಿದರು. ನೀಲಕಂಠ ಶೆಟ್ಟರು, 'ಏಹೇ, ಚಹ ಕುಡಿಯದಿದ್ದರೂ ಅವಳು ಫಸ್ಟ್‌ಕ್ಲಾಸಾಗಿ ಚಹ ಮಾಡ್ತಾಳೆ' ಅಂತ ಅಲ್ಲೇ ಸರಿ ಮಾಡಲು ನೋಡಿದರು. ಅರುಂಧತಿ ನೆಲವನ್ನೇ ನೋಡುತ್ತಿದ್ದಳು. ಸೀಮಾ ನೀಮಾ ಇಬ್ಬರೂ ಅಲ್ಲೇ ತಟ್ಟೆಯಲ್ಲಿ ಇನ್ನೂ ಉಳಿದ ಅಕ್ಷತೆಯನ್ನು ಎಲ್ಲರ ತಲೆಯ ಮೇಲೂ ಎರಡೆರಡೇ ಕಾಳು ಹಾಕುತ್ತ ಆಟವಾಡಿಕೊಳ್ಳುತ್ತಿದ್ದರು.

ಮಧುಕರ ಆಗಲೇ ಪೇಟೆಯ ತನ್ನ ಅಂಗಡಿ ಬದಿಗೆ ಒಂದು ಸುತ್ತು ನಡೆದುಬಿಟ್ಟಿದ್ದ. ವಧೂವರರ ಹತ್ತಿರ ಕೈ ಮುಗಿಸಲು ಸೋದರಮಾವನೆಲ್ಲಿ? ಮಾವನೆಲ್ಲಿ? ಅಂತ ಕೆಲವರು ಹುಡುಕಾಡಿದರು.

ಮೊದಲ ಟ್ರಿಪ್ಪಿನ ಟೆಂಪೋದೊಳಗೆ ಬಾಯಕ್ಕ ಸರೋಜಿನಿಯರೂ, ಮದುವೆಗೆ ಬಂದ ಕೆಲ ಊರ ಜನರೂ ಹೋಗಿಯಾಗಿತ್ತು. ಸಣ್ಣಿ ಮತ್ತು ಅವಳ ಮಗನಿಗೆ ಅಲ್ಲಿ ಹತ್ತಲೇ ಜಾಗವಿರಲಿಲ್ಲ. 'ಓಹೋಹೋ' ಅನ್ನುತ್ತ ನಿಂತ ಅವಳನ್ನು ಟೆಂಪೋದಲ್ಲಿದ್ದ ಕೆಲವರು, 'ಮ್ಯಾಲ ಹತ್ತೇ ಸಣ್ಣಿ, ಬಾಲ್ಕನಿ ಈತು ಬಾಲ್ಕನಿ' ಅನ್ನುತ್ತ ತಮಾಷೆ ಮಾಡಿದರು. ಬಾಯಕ್ಕ, 'ಬಸ್ಸಿಗೇ ಬಂದು ಬಿಡೆ ಸಣ್ಣಿ' ಎನ್ನುತ್ತ 'ಬೇಗ ಬಾ ಏನಾದರೂ ಕೆಲಸವಿರ್ತದೆ ಅಲ್ಲಿ' ಅಂತಲೂ ಸೇರಿಸಿದಳು. 'ಶಾಯಲಪ್ಪ ಬಂಧನ' ಎನ್ನುತ್ತ ಸಣ್ಣಿ ಮತ್ತು ಮಾದೇವ ಬಸ್ಟ್ಯಾಂಡಿಗೆ ನಡೆದದ್ದೇ ಅಲ್ಲಿ ದೇವು ಸಹ ಕಂಡ.

ಮಾದೇವನಿಗೆ ಮದುವೆ ಟೆಂಪೋದಲ್ಲೇ ಮನೆಗೆ ಹೋಗುವ ಮನಸ್ಸಿದ್ದುದರಿಂದ

ಮುಖ ಸಣ್ಣ ಮಾಡಿದ್ದ. ಗಂಡನ ಬಗೆಗಿನ ಸಿಟ್ಟನ್ನು ಇನ್ನೂ ಮರೆತಿರದ ಸಣ್ಣಿ ದೇವೂನ ಮುಖ ನೋಡಲೂ ಇಲ್ಲ ಮಾತಾಡಲೂ ಇಲ್ಲ. ಪೋರ ಮಾತ್ರ, 'ಅಪ್ಪಾ ಐಸ್ಕ್ಯಾಂಡಿ' ಅನ್ನುತ್ತ ಒಂದು ತೆಗೆಸಿಕೊಂಡು ತಿಂದ. 'ಟೆಂಪೋದಲ್ಲಿ ಜಾಗಿಲ್ಲಾಯ್ತು?' ಅಂತ ಹೆಂಡತಿಯ ಮುಖ ನೋಡಿ ಕೇಳಿದರೂ ಸಣ್ಣಿ ಕೇಳದಿದ್ದವಳಂತೆ ಎಲ್ಲೋ ನೋಡುತ್ತ ನಿಂತಳು. ಪೋರ ಕ್ಯಾಂಡಿ ಮೆಲ್ಲುತ್ತಲೇ, 'ಇಲ್ಲ ಇಲ್ಲ' ಅಂತ ಕೈ ಸನ್ನೆ ಮಾಡಿದ. 'ಟೆಂಪೋದಲ್ಲಿ ಜಾಗ ಸಿಕ್ರೆ ನಿಂಗ ಇಲ್ಲಿ ಐಸ್ಕ್ಯಾಂಡಿ ಹ್ಯಾಂಗ ಸಿಗ್ತೀತು' ಎಂದು ಮಗನನ್ನು ಅಕ್ಕರೆಯಿಂದ ತಲೆಯ ಮೇಲೆ ಹೊಡೆದು ಮುದ್ದು ಮಾಡಿದ ದೇವು.

ಕಳಸದಗುಡ್ಡೆಯ ಬಸ್ಸಿಗಾಗಿ ಕಾಯುತ್ತ ನಿಂತಾಗಲೆ, ಪಕ್ಕದಲ್ಲಿ ನಿಂತ ಯಾರೋ 'ಕರಾವಳಿ ನಸುಕು' ಪತ್ರಿಕೆಯಲ್ಲಿ ಬಂದ ಸುದ್ದಿ ಮಾತಾಡುತ್ತಿದ್ದದ್ದು ಸಹಜವಾಗಿಯೇ ದೇವು ಕಿವಿಯ ಮೇಲೆ ಬಿತ್ತು, ಅವರ ಮಾತಿನ ಮಧ್ಯೆ ನುಸುಳಿದ, ಹಟ್ಟಿಕೇರಿ ಕತ್ರಿಯಲ್ಲಿ ಸಿಕ್ಕ ಹುಡುಗಿಯನ್ನು ಒಂದೆರಡು ದಿನದ ನಂತರ ಅದರ ವಾರಸುದಾರರ್‍ಯಾರೂ ಬರದೆ, ಆಸ್ಪತ್ರೆಯವರೇ ಕೆಲಸ ಮುಗಿಸಿದರೆಂಬ ತುಂಡು ತುಂಡು ಸಂಗತಿಯನ್ನು ಕೇಳಿ ಇನ್ನಷ್ಟು ದಂಗಾದ. ತಲೆಯಲ್ಲಿ ಏನೋ ಗೊಂದಲವುಂಟಾಗಿ ಕೂದಲು ಹಿಡಿಹಿಡಿದು ಎಳೆದುಕೊಂಡ. ಬಸ್ಸು ಬಂದಾಗ ಹತ್ತಿ ಕೂತವನೇ ಸಿಕ್ಕ ಸೀಟಿನಲ್ಲಿ ತಲೆ ಹಿಡಿದುಕೊಂಡು ಮಲಗಿಬಿಟ್ಟ. ಸಣ್ಣಿ ಗಂಡನ ಬಳಿ ಲಕ್ಷ್ಯವನ್ನೇ ಕೊಡದೆ ತಾನೇ ತಿಕೀಟು ತೆಗೆಸಿದಳು.

ಇತ್ತ ಮೊದಲ ಟ್ರಿಪ್ಪು ಮುಗಿಸಿ ಹಿಂತಿರುಗಿದ ಟೆಂಪೋದ ಮುಂಭಾಗದ ಗಾಜಿಗೆ ಹೆಣ್ಣಿನ ಕಡೆಯವರ್‍ಯಾರೋ ತಮ್ಮ ಟೆಂಪೋದಿಂದ ಕಿತ್ತ, 'ಅರುಂಧತಿ ಜೊತೆ ದಿಗಂಬರ' ಎಂಬ ಬಣ್ಣದ ಕಾಗದದ ಅಕ್ಷರಗಳನ್ನು ಅಂಟಿಸಿ ಅಲ್ಲಲ್ಲಿ ಕೆಂಪು ಗುಲಾಬಿ ಹೂಗಳನ್ನು ಹಚ್ಚಿದ್ದರು. ಶೃಂಗಾರಗೊಂಡ ಟೆಂಪೊ ಛತ್ರದ ಗೇಟಿನಲ್ಲಿ ದಿಬ್ಬಣದ ಬರವನ್ನೇ ಕಾಯುತ್ತ ನಿಂತಿತ್ತು.

◀◀ ▶▶

ಆ ಹೊತ್ತಿಗೆ, ಅರುಂಧತಿಯ ಚಿಕ್ಕಪ್ಪನ ಮಗ, ಅತ್ತೆಯ ಮಗಳು, ಮಾವನ ಮಗ ಮತ್ತು ಅರುಂಧತಿಯ ಅತ್ತಿಗೆಯ ತಂಗಿ ಹೀಗೆ ಮೂರ್‍ನಾಲ್ಕು ಹರೆಯದ ಮಕ್ಕಳು ಸೇರಿ ಮಾತಾಡಿಕೊಂಡು ದಿಗಂಬರನ ಕೋಣೆಯಲ್ಲಿದ್ದ ಅವನ ಹೊಸ ಚಪ್ಪಲಿಯನ್ನು ಯಾರಿಗೂ ಸಂಶಯ ಬರದಂತೆ ತಮ್ಮ ವಶಕ್ಕೆ ತೆಗೆದುಕೊಂಡು, ಅಡಗಿಸಿಟ್ಟು, ಏನೂ ಗೊತ್ತಿಲ್ಲದವರಂತೆ ಉಳಿದುಬಿಟ್ಟರು.

ಆರು ಗಂಟೆಯ ಗಡಿ ದಾಟಿದ್ದೇ ಎಲ್ಲ ತಯಾರಾದ ನಂತರ ದಿಗಂಬರ ಧರಿಸಲು ತನ್ನ ಹೊಸ ಚಪ್ಪಲಿ ಹುಡುಕಿದ. ಅವನ ಜೊತೆ ಮಧುಕರನೂ ಭವಾನಕ್ಕನ ಗಂಡನೂ

ಹುಡುಕಿದರು. ಸೀಮಾ ಯಾರ್ಯಾರದೋ ಚಪ್ಪಲಿ ತಂದು ದಿಗಂಬರನಿಗೆ ತೋರಿಸುತ್ತ ಅಪ್ಪ ವೇಣು ಹತ್ತಿರ ಬೈಸಿಕೊಂಡಳು. ಆಗ ಭವಾನಕ್ಕನ ಮೊಮ್ಮಗಳು ರಶ್ಮಿ, ಅಜ್ಜನ ಹತ್ತಿರ ದಿಗಂಬರ ಕಾಕಾನ ಹೊಸ ಚಪ್ಪಲಿ ಜೋಡನ್ನು ಹೊತ್ತೊಯ್ದ ಹುಡುಗರನ್ನು ತೋರುತ್ತ, 'ಅವರೇ ಎತ್ತಿಕೊಂಡು ಹೋಗಿದ್ದು, ನನ್ನ ಬಳಿ ಯಾರಿಗೂ ಹೇಳಬೇಡ ಅಂದಿದ್ದಾರೆ' ಅಂತ ಮುಖ ಸಣ್ಣದು ಮಾಡಿ ಹೇಳಿದಳು.

ಅವರನ್ನು ಕರೆದು ವಿಚಾರಿಸಲಾಗಿ, 'ನಾನೇನೂ ನೋಡಿಲ್ಲಪ್ಪ, ನೀನೇನಾದರೂ ಕಂಡಿದ್ಯೇನೋ' ಎನ್ನುತ್ತ ಅವರವರೊಳಗೇ ಮಾತಾಡುತ್ತ, ಸ್ವಲ್ಪ ಹೊತ್ತು ಸತಾಯಿಸಿದರೂ, ಆಮೇಲೆ ತಮಗೇನಾದರೂ ಖುಷಿ ಕೊಟ್ಟರೆ ಹುಡುಕಿ ಕೊಡುವುದಾಗಿ ಹೇಳುತ್ತ, ತಮ್ಮ ತಮ್ಮೊಳಗೇ ತಮಾಷೆ ಮಾಡಿಕೊಂಡರು. ಆ ಹುಡುಗರ ಮೇಲೆ ಸಿಟ್ಟು ಬಂದಂತೆ ನಾಟಕವಾಡುತ್ತ ವೇಣು, ದಿಗಂಬರನ ಕಡೆ ನೋಡುತ್ತ ಹುಬ್ಬೇರಿಸಿ, 'ಹೋಗಲಿ, ಖುಷಿಗೆ ಎಷ್ಟರ ನೋಟು ಬೇಕು ಅಂತ ಕೇಳಿಬಿಡಿ ಭಾವ' ಎನ್ನುತ್ತ ಏರಿಸಿಕೊಟ್ಟ. ಅದಕ್ಕೆ ದಿಗಂಬರ, 'ನಾಳೆ ಮನೆಗೇ ಬನ್ನಿ ಐಸ್ಕ್ರೀಮು ಕೊಡಿಸುತ್ತೇನೆ, ಈಗ ನನ್ನ ಚಪ್ಪಲಿ ಕೊಟ್ಟುಬಿಡಿ ದಯಮಾಡಿ' ಅಂತ ತಪ್ಪಿಸಿಕೊಳ್ಳಲು ಯತ್ನಿಸಿದ. ಎಲ್ಲರೂ ಹೋ ಎಂದು ನಕ್ಕರು. ನಂತರ ಉಪಾಯವಿಲ್ಲದೆ, 'ಆಯ್ತು ಆಯ್ತು, ಎಷ್ಟು ನಿಮ್ಮ ಡಿಮ್ಯಾಂಡು?' ಅನ್ನುತ್ತ ಕಿಸೆಗೆ ಕೈ ಹಾಕಿದ.

ನಾಲ್ವರೂ ಖುಷಿಯಿಂದ ಒಬ್ಬರ ಮುಖ ಒಬ್ಬರು ನೋಡಿಕೊಂಡು ತಲೆಕೆರೆಯುತ್ತ, 'ಐದು ಸಾವಿರ' ಅಂದರು. ಆಗಿನಿಂದ ಸುಮ್ಮನೆ ಕೂತು ಇವರ ಆಟವನ್ನು ನೋಡುತ್ತಿದ್ದ ನೀಲಕಂಠ ಶೆಟ್ಟರು ಒಮ್ಮೆಲೇ ಆವೇಶದಿಂದೆದ್ದು ಆ ಮಕ್ಕಳನ್ನು ಅಟ್ಟಿಸಿಕೊಂಡು ಓಡಿ ಕಿವಿ ಹಿಂಡಿ ಒಬ್ಬೊಬ್ಬರನ್ನೂ ತದಕುತ್ತ, 'ಚಪ್ಪಲಿ ಎಲ್ಲಿ ಅಡಗಿಸಿಟ್ಟಿದ್ದೀರಿ, ಸರೀ ಮಾತಲ್ಲಿ ಹೇಳಿಬಿಡಿ, ಐದು ಸಾವಿರವಂತೆ ಐದು ಸಾವಿರ, ಇನ್ನೂ ಸರಿಯಾಗಿ ಚಡ್ಡಿ ಹಾಕಿಕೊಳ್ಳಲು ಬರುವುದಿಲ್ಲ' ಅಂತ ಜೋರು ಮಾಡಿದ್ದೇ, ಎಲ್ಲರೂ ಬಿದ್ದು ಬಿದ್ದು ನಗಹತ್ತಿದರು. ಇನ್ನು ತಮ್ಮ ಮರ್ಯಾದೆ ಚಡ್ಡಿಗಿಂತ ಕೆಳಗೆ ಇಳಿಯುವುದು ಬೇಡವೆಂದು ಕೊಳ್ಳುತ್ತ, ಒಬ್ಬ ಹುಡುಗ ಅಲ್ಲಿಂದ ಓಡಿ ಅಡಗಿಸಿಟ್ಟ ಚಪ್ಪಲಿಯನ್ನು ತಂದು ದಿಗಂಬರನ ಎದುರು ಇಟ್ಟ. ದಿಗಂಬರ ಅವನ ಬೆನ್ನು ಸವರುತ್ತ ಕಿಸೆಯಿಂದ ನೂರು ರೂಪಾಯಿಯ ನೋಟು ತೆಗೆದು, 'ಯಾರು ನಿಮ್ಮ ಗ್ಯಾಂಗಿನ ಲೀಡರ್ರು?' ಕೇಳಿದ. ಅದನ್ನು ಕಸಿದು ಓಡಿದ ಅದೇ ಹುಡುಗ ಮೆಲ್ಲಗೆ, 'ಕಂಜೂಸ್ ಭಾವಾ' ಅನ್ನುತ್ತ ಅರುಂಧತಿಯೆಡೆಗೆ ನೋಡಿ ನಕ್ಕಿದ್ದೇ ನೀಲಕಂಠ ಶೆಟ್ಟರು ಅವನನ್ನೂ ಅಲ್ಲಿ ನಿಲ್ಲಗೊಡದೆ ಮತ್ತೊಮ್ಮೆ ಅಟ್ಟಿಸಿಕೊಂಡು ಓಡಿದರು.

ಮದುಮಗಳನ್ನು ಗಂಡನ ಮನೆಗೆ ಕಳಿಸುವ ಆತಂಕದಲ್ಲಿ ವಿಷಾದದ ಕಾರ್ಮೋಡ ಅದುಮಿಟ್ಟುಕೊಂಡ ಮದುವೆ ಮನೆ, ಕ್ಷಣ ನಗೆಯ ಸ್ವರವನ್ನು ಹೊಮ್ಮಿಸಿ ಎಲ್ಲರ ಮುಖದ ಗೆರೆಗಳೂ ಇದ್ದಲ್ಲೇ ಸಡಿಲಾದವು. ವೇಣು, 'ಇದಕ್ಕೆಂದೇ ಏನೇನೋ ಪದ್ಧತಿಗಳು, ಸಂಪ್ರದಾಯಗಳು' ಅನ್ನುತ್ತ ದಿಬ್ಬಣದೊಂದಿಗೆ ಹೊರಗೆ

ಹೆಜ್ಜೆ ಹಾಕಿದ. ಆಗಲೇ ಹೊತ್ತಾಗಿತ್ತು, ಭವಾನಕ್ಕನೇ ಅರುಂಧತಿಯಿದ್ದಲ್ಲಿಗೆ ಬಂದು ಬೆನ್ನು ಬಳಸಿ ಹಿಡಿದು ನಡೆಸುತ್ತ ತಾನೂ ಹನಿಗಣ್ಣಾಗಿ, 'ಅದೇನು ದೂರದ ಊರೇ? ಮುಕ್ಕಾಲು ತಾಸಿನ ದಾರಿ, ನೆನಪಾದಾಗಲೆಲ್ಲ ಬಂದು ಅಮ್ಮನನ್ನು ನೋಡಿಕೊಂಡು ಹೋಗಬಹುದಪ್ಪ' ಅನ್ನುತ್ತ ಕರೆದೊಯ್ದಳು.

ಟೆಂಪೊ ಎದುರು ಸೀಟಿನಲ್ಲಿ ವಧೂವರರು ಕೂತರು. ಉಳಿದವರೆಲ್ಲರೂ ಹಿಂದುಗಡೆ ಹತ್ತುತ್ತ ಗದ್ದಲವೆಬ್ಬಿಸಿದರು. ಅಂದಿನ ಕಳಸಗಿತ್ತಿಯ ಪಟ್ಟ ರಶ್ಮಿಯ ಸೊತ್ತೇ ಆಗಿಬಿಟ್ಟಿತ್ತು. ಭವಾನಕ್ಕ ಕಳಸದ ಕನ್ನಡಿ ಎಲ್ಲಿಯಾದರೂ ಬಿದ್ದುಗಿದ್ದು ಒಡೆದೀತೆಂದು ಅದನ್ನೆತ್ತಿ ಜೋಪಾನವಾಗಿ ತನ್ನ ತೊಡೆಯ ಮೇಲಿರಿಸಿಕೊಂಡಳು. ಮದುಮಗಳ ಜೊತೆ ಮೊದಲ ದಿನ ಯಾರಾದರೂ ಹೋಗಬೇಕಾದುದರಿಂದ ಶಾಸ್ತ್ರಕ್ಕಿರಲಿ ಅಂತ ವೇಣುವಿನ ದೊಡ್ಡ ಮಗಳು ಸೀಮಾಳೇ ಅರುಂಧತಿಯ ಜೊತೆ ಹೋಗಲು ತಯಾರಾದಳು. ಅಕ್ಕನ ಜೊತೆ, 'ನಾನೂ ಅರುಮಾಮಿಯ ಮನೆಗೆ ಹೋಗುತ್ತೇನೆ' ಎಂದು ಟೆಂಪೊ ಹತ್ತಿದ ನೀಮಾಳನ್ನು ಅವಳ ತಾಯಿ ಶಶಿಕಲಾ ಕೆಳಗಿಳಿಸಿಕೊಳ್ಳುತ್ತ, 'ನಾವು ನಾಳೆ ಹೋಗೋಣ ನಾಳೆ' ಎನ್ನುತ್ತ ರಮಿಸಿದಳು.

◂◂ ▸▸

ವೇಣು ಹೆಂಡತಿ ಶಶಿಕಲಾ ಕೂಡ ನಾದಿನಿಯನ್ನು ಹಿಡಿದುಕೊಂಡು ಬಿಕ್ಕಿದ್ದು ನೀಲಕಂಠ ಶೆಟ್ಟರಿಗೆ ಸೊಸೆಯ ಮೇಲೆ ಎಂದಿಲ್ಲದ ಅಕ್ಕರೆ ಉಕ್ಕಿಬಂತು. ಅವಳೇ ಒಂದು ರೀತಿಯಲ್ಲಿ ಎಲ್ಲ ಜವಾಬ್ದಾರಿ ಹೊತ್ತು ಕಾರ್ಯವನ್ನು ಸಾಂಗವಾಗಿ ನೆರವೇರಿಸಿದ ಆದರಕ್ಕೆ ಪಾತ್ರಳಾಗಿದ್ದಳು. ಇಂತಹ ಹೊಣೆಗಾರಿಕೆಯೇ ಅವಳಿಗೊಂದು ದೊಡ್ಡತನವನ್ನೂ ದಯಪಾಲಿಸಿದಂತಿತ್ತು. ಇನ್ನೇನು ಟೆಂಪೊ ಹೊರಡಿಸಬೇಕೆನ್ನುವಷ್ಟರಲ್ಲಿ ಎಲ್ಲೋ ಇದ್ದ ವೇಣು ಕಿಟಕಿಯಲ್ಲಿ ಬಂದು ನಿಂತು ಮೆತ್ತಗೆ ತಂಗಿಯ ಕೈ ಕುಲುಕಿ, ಆ ಬದಿ ಮುಖ ಹಾಕಿ ಚಾಳೀಸು ತೆಗೆದು ಕಣ್ಣೊರೆಸಿಕೊಂಡ. ಅರುಂಧತಿ ಇನ್ನೊಮ್ಮೆ ಸಂಕಟದಿಂದ ಬಿಕ್ಕಿದಳು. ನೀಲಕಂಠ ಶೆಟ್ಟರು ಮುದ್ದಾಂ ಟೆಂಪೊ ಬದಿಗೆ ಬರುವ ಧೈರ್ಯ ತೋರಲಿಲ್ಲ. ಟೆಂಪೊ ಧೂಳೆಬ್ಬಿಸುತ್ತ ಹೋಯಿತು. ಇತ್ತ ಎಲ್ಲರ ಮನಸ್ಸಿನಲ್ಲೂ ಎಂಥದೋ ಶೂನ್ಯ ಆವರಿಸಿತ್ತು.

ದಾರಿಯುದ್ದಕ್ಕೂ ಹಿಂದಿನ ಸೀಟಿನಲ್ಲಿ ಕೂತಿದ್ದವರು ದಿಗಂಬರ ಹಾಗೂ ಅರುಂಧತಿಯನ್ನು ಗೋಳು ಹುಯ್ದುಕೊಳ್ಳುತ್ತಲೇ ಇದ್ದರು. 'ಇನ್ನೂ ಮಾತೇ ಆಡುತ್ತಿಲ್ಲ' ಅಂತ ಒಬ್ಬರೆಂದರೆ, ಇನ್ನೊಬ್ಬರು, 'ಅರುಂಧತಿಗೆ ಚೊಲೋ ಹಾಡಲು ಬರ್ತದಂತೆ, ನಿಂಗೆ ಗೊತ್ತಿದೆಯೋ ಇಲ್ಲವೋ ದಿಗಂಬರಾ?' ಅಂತ ಹಿಂದಿನಿಂದ ಬಂದ ಸ್ವರಕ್ಕೆ ಕೂತಲ್ಲೇ ದಿಗಂಬರ ಅರುಂಧತಿಯ ಬದಿ ತಿರುಗಿ 'ಹೌದೇ?' ಎಂಬಂತೆ ನೋಡಿದ. ಅವಳು ಇಲ್ಲವೆಂಬಂತೆ ಚೂರೇ ತಲೆಯಾಡಿಸಿ ನಾಚಿ ತಲೆ ತಗ್ಗಿಸಿದಳು.

ದಾರಿ ಮಧ್ಯದಲ್ಲಿ ಒಂದು ಹಳ್ಳದ ಸೇತುವೆ ದಾಟಿ ಹೋಗಬೇಕಾಗಿರುವುದರಿಂದ, ಪದ್ಧತಿಯಂತೆ ಭವಾನಕ್ಕ ಒಂದು ತೆಂಗಿನ ಕಾಯಿ ಹಾಗೂ ವೀಳ್ಯದೆಲೆಯನ್ನು ದಿಗಂಬರನ ಹತ್ತಿರ ಕೊಡುತ್ತ, ಹಳ್ಳದಲ್ಲಿ ಎಸೆಯಲು ಹೇಳಿದಳು.

ದಿಬ್ಬಣ ಮನೆ ತಲುಪಿತು. ಸಣ್ಣಿ ಹಾಗೂ ದೇವು ಕೂಡ ಬಸ್ಸಿನಲ್ಲಿ ಆಗಲೇ ಬಂದಿಳಿದಿದ್ದರು. ದೇವು ತಲೆ ಹಿಡಿದುಕೊಂಡು ಕೊಪ್ಪದ ಕಡೆ ಹೋಗಲು ಅವಸರಿಸುತ್ತಿದ್ದ. 'ಎಂಥಾ ಧಾಡಿ ಆಗೀದು? ಇಸಾ ಕುಡೂಕ ಹೋಗೂಕ ಹೊತ್ತಾಯ್ತು?' ಅಂತೊಮ್ಮೆ ಗಂಡನನ್ನು ಝಾಡಿಸಿಯೇಬಿಟ್ಟಳು. ದೇವು ಸಣ್ಣ ಮಕ್ಕಳಂತೆ ತಲೆ ಹಣಕಿ ಅಲ್ಲಿ ಇಲ್ಲಿ ನಿಂತ. ಅಂಗಳದಲ್ಲಿ ಎರಡು ಕುರ್ಚಿಗಳನ್ನಿಟ್ಟು ವಧೂವರರಿಬ್ಬರನ್ನೂ ಕೂಡಿಸಲಾಯಿತು. ಮದುವೆಗೆ ಬರಲು ಸಾಧ್ಯವಾಗದ ಊರ ಜನ ಗುಂಪು ಗುಂಪಾಗಿ ಬಂದು ದಿಗಂಬರನನ್ನು ಮಾತಾಡಿಸಿಕೊಂಡು ಕೈಯಲ್ಲಿ ಮುಚ್ಚಿ ಹಿಡಿದುಕೊಂಡಿದ್ದ ಪಾತ್ರೆಯ ಆಯರನ್ನೋ ದುಡ್ಡಿನ ಪಾಕೀಟನ್ನೋ ದಿಗಂಬರನ ಕೈಯಲ್ಲಿ ಬೇಡಬೇಡವೆಂದರೂ ತುರುಕಿ ಹೋದರು.

'ಟೆಂಪೋದಿಂದ ಉಡುಗೊರೆ ಸಾಮಾನಿನ ಚೀಲ ಇಳಿಸಿಕೊಂಡಿರೇನೋ' ಎಂದು ಕೇಳುತ್ತಲೇ ಬಂದ ಮಧುಕರ. ನೆನಪಿಲ್ಲದೆ ಅಲ್ಲೇ ಬಿಟ್ಟದ್ದನ್ನು ದೇವು ಹೋಗಿ ಒಬ್ಬನೇ ತಲೆಯ ಮೇಲೆ ಹೊತ್ತು ತಂದು ಒಳಕೋಣೆಯಲ್ಲಿಟ್ಟ. ಮದುಮಕ್ಕಳಿಗೆ ಆರತಿ ಮಾಡಲು ತಯಾರು ಮಾಡಿಕೊಂಡು ಬಂದ ಭವಾನಕ್ಕ ಒಬ್ಬಳೇ ಯಾಕೆ ಮಾಡುವುದೆಂದು ಕಟ್ಟೆಯಲ್ಲಿ ಕಾಲಾಡಿಸುತ್ತ ಕೂತ ಸರೋಜಿನಿಯನ್ನು ಕೂಗಿದಳು. ಆದರೆ ಸರೋಜಿನಿ ತನ್ನ ಪಕ್ಕ ಕೂತ ರಶ್ಮಿಯನ್ನು ತಳ್ಳುತ್ತ, 'ನೀನೇ ಹೋಗೇ' ಎನ್ನುತ್ತ ಎದ್ದು ಒಳಹೋದಳು.

ಅಧ್ಯಾಯ 11

ಆರತಿ ಮಾಡಿದ ನಂತರ ಮದುಮಕ್ಕಳು ಒಳಗೆ ಪ್ರವೇಶಿಸುವಾಗ ಬಾಗಿಲು ತಡೆವ ಕಾರ್ಯಕ್ರಮದಲ್ಲಿ ಭವಾನಕ್ಕ, 'ಗಂಡನ ಹೆಸರು ಹೇಳು, ಇಲ್ಲದಿದ್ದರೆ ದಾರಿ ಬಿಡುವುದಿಲ್ಲ' ಅಂತ ಬಾಗಿಲಲ್ಲೇ ನಿಂತುಬಿಟ್ಟಳು. ಆ ವೇಳೆಯಲ್ಲೇ ಕಳಸಗಿತ್ತಿ ಬಾಗಿಲು ತಡೆದು ನಿಂತು ಸೋದರನ ಹತ್ತಿರ ಹೆಣ್ಣು ಕೇಳುವ ಪದ್ಧತಿಯಿದ್ದರೂ ಯಾರೂ ಅದರ ಸುದ್ದಿ ತೆಗೆಯಲಿಲ್ಲ. ಅರುಂಧತಿಯೂ ಗಂಡನ ಹೆಸರು ಹೇಳಲು ಸುಮಾರು ಹತ್ತು ನಿಮಿಷ ಸತಾಯಿಸಿ, ನಂತರ ಅದೂ ಪಕ್ಕದಲ್ಲಿದ್ದವರಿಗಷ್ಟೇ ಕೇಳುವಂತೆ ಕ್ಷೀಣ ಸ್ವರದಲ್ಲಿ, 'ದಿಗಂಬರ' ಅಂತ ಹೇಳಿ ಎಲ್ಲರೂ, 'ನಂಗೆ ಕೇಳಲಿಲ್ಲ ನಿಂಗೆ ಕೇಳಲಿಲ್ಲ' ಅಂತ ತಕರಾರು ಮಾಡುವಾಗಲೇ ಮಧುಕರ ಎಲ್ಲರನ್ನೂ ಗದರಿಕೊಂಡೇ ಬಂದ. ಅಂತೂ 'ದಿಗಂಬರನಿಗಷ್ಟೇ ಕೇಳುವಂತೆ ಹೇಳಿದಳು' ಎಂದು ಎಲ್ಲರೂ ನಕ್ಕರು. ಅದಕ್ಕೆ ದಿಗಂಬರ, 'ಹೌದಪ್ಪ ನನಗಂತೂ ಕೇಳಿಸಿದೆ' ಅಂದದ್ದೇ ಭವಾನಕ್ಕ ಸರಿದು ನಿಂತು ದಾರಿಕೊಟ್ಟಳು.

ಪ್ರಧಾನ ಬಾಗಿಲಲ್ಲಿ ಹಳೆಯ ಕಾಲದ ಅಕ್ಕಿ ಅಳೆಯುವ ಗೋಲಾದ ಕಟ್ಟಿಗೆಯ ಸಿದ್ದೆಯಲ್ಲಿ ಅಕ್ಕಿಯನ್ನು ತುಂಬಿಟ್ಟಿದ್ದರು. ಅರುಂಧತಿ ಬಲಗಾಲಲ್ಲಿ ಒದ್ದು ಒಳಬರಲು ಅಲ್ಲಿದ್ದ ಹೆಂಗಸರೇ ಸೂಚನೆ ನೀಡಿದರು. ಹಾಗೆ ಚೆಲ್ಲಿದ ಅಕ್ಕಿ ಮತ್ತೆ ಆ ಸಿದ್ದೆಯಲ್ಲಿ ತುಂಬಿದಾಗ ಅದು ತುಂಬಿ ಚೆಲ್ಲುವಷ್ಟು ಇರಬೇಕು ಅಂತೇನೋ ಅಲ್ಲೇ ಕೂತವಳೊಬ್ಬಳು ಆಚಾರ ನುಡಿದಳು. ಎಲ್ಲರೂ ಹೌದಂತೆ ಅಂದರೂ ಅದನ್ನು ಅಳೆಯುವ ಗೋಜಿಗೆ ಯಾರೂ ಹೋಗಲಿಲ್ಲ. ಸಣ್ಣಿ, 'ಮಂಟಪದಲ್ಲಿ ಕಂದನ ತೂಗಸಿದ್ದು ಮಜಾ ಆಗಿತ್ತು' ಅಂತ ಯಾರೊಂದಿಗೋ ಹೇಳುತ್ತಿದ್ದದ್ದು ಸರೋಜಿನಿ ಕಿವಿಗೆ ಬಿತ್ತು.

ತನ್ನ ಪಕ್ಕದಲ್ಲಿ ಸುಮ್ಮನೆ ಬಂದು ಕೂತಿದ್ದ ಸೀಮಾಳನ್ನು ಸರೋಜಿನಿ, 'ಹೆಸರೇನು?' ಅಂತ ತಲೆ ಸವರಿದಳು. ಅವಳು ಸಣ್ಣಗೆ, 'ಸೀಮಾ' ಅಂದಿದ್ದಕ್ಕೆ 'ಸೀಮಾ ಅಂದರೆ ಅರ್ಥವೇನೆಂದು ಗೊತ್ತೇ?' ಕೇಳಿದಳು ಸರೋಜಿನಿ. 'ಇಲ್ಲ' ಎಂದಿದ್ದೇ 'ಆಮೇಲೆ

ಹೇಳುತ್ತೇನೆ' ಅಂತ ಸುಮ್ಮನಾದ ಸರೋಜಿನಿಯನ್ನು 'ಈಗಲೇ ಹೇಳು ಆಂಟೀ' ಎಂದು ಗಂಟು ಬಿದ್ದಳು ಸೀಮಾ. ಅಲ್ಲೇ ನಿಂತ ದಿಗಂಬರನ ಅತ್ತೆ ಕಮಲಕ್ಕನ ಮಗಳು ಶಾಲಿನಿ, 'ಅವರು ಟೀಚರು, ಹಾಗೆಲ್ಲ ಅವರ ಬಳಿ ಹಟ ಮಾಡಬಾರದು, ಅವರು ಹೇಳಿಕೊಟ್ಟಾಗ ಕಲಿತುಕೊಳ್ಳಬೇಕು' ಅಂದಳು. ಸರೋಜಿನಿ ಟೀಚರು ಅಂತ ಗೊತ್ತಾದದ್ದೇ ತಕ್ಷಣ ಸೀಮಾ ಮಾರು ದೂರ ಸರಿದು ಕೂತಳು.

ದೇವರ ಖೋಲಿಯ ಒಳಗೆ ಹೆಂಡತಿಯ ಜೊತೆ ಅಕ್ಕಿ ಮೂಡೆಯ ಮೇಲೆ ಕೂತು ದಿಗಂಬರ ಈ ಹೊಸ ಹುಮ್ಮಸ್ಸಿನ ಗಳಿಗೆಯಲ್ಲಿ ಕೈ ಬೆರಳ ಚಿನ್ನದ ಉಂಗುರ ತೆಗೆದು, ಭವಾನಕ್ಕ ತಂದು ಹಿಡಿಸಿದ ತಾಟಿನ ತುಂಬ ಹರಡಿಸಿರುವ ಅಕ್ಷತೆ ಕಾಳಿನಲ್ಲಿ, ಮೊದಲಿದ್ದ ಹೆಸರನ್ನೇ ಮತ್ತೆ, 'ಅರುಂಧತಿ' ಎಂದು ಐದು ಬಾರಿ ಬರೆಯುತ್ತಿದ್ದಾಗ, ಅರುಂಧತಿಯ ಧ ಅಕ್ಷರಕ್ಕೆ ಬಾಲವಿದೆಯೋ ಇಲ್ಲವೋ ಎಂದು ಕ್ಷಣ ಸಂಶಯ ಕಾಡಿ, ಅವಳ ಹತ್ತಿರ ಈ ಹೊತ್ತಿನಲ್ಲಿ ವಿಚಾರಿಸುವುದೂ ಸೂಕ್ತವಲ್ಲವೆನ್ನಿಸಿ, ಅದನ್ನೆಲ್ಲಿ ಅರುಂಧತಿ ನೋಡಿ ಏನಂದುಕೊಳ್ಳುವಳೋ ಅನಿಸುತ್ತ ಅಲ್ಲೇ ಅಕ್ಕಿಯ ರಾಶಿಯಲ್ಲಿ ಗೀಚಿದಂತೆ ಚಿತ್ರ ತೆಗೆದಂತೆ ಮಾಡುತ್ತ ಹೆಸರು ಇಡುವ ಕೆಲಸ ಮುಜುಗರದಿಂದಲೇ ಮುಗಿಸಿದ್ದ.

'ಈಗ ಯಾರು ಬೇರೆ ಹೆಸರಿಟ್ಟು ಗಲಿಬಿಲಿ ಮಾಡಿಕೊಳತಾರೆ? ಇದ್ದ ಹೆಸರು ಚಂದ ಇಲ್ಲದಿದ್ದರೆ ಆ ಮಾತು ಬೇರೆ' ಅಂತ್ಯಾರೋ ರಾಗ ತೆಗೆದರು. ಬಾಯಕ್ಕ ಮಾತ್ರ ತನ್ನ ತವರಿನ ಕುಲದೇವಿಯಾದ ಕಾತ್ಯಾಯಿನಿಯ ಹೆಸರನ್ನೇ ತನ್ನ ಸೊಸೆಗೆ ಇಟ್ಟು ಆ ಹೆಸರು ಹಿಡಿದೇ ದಿನವೂ ಕರೆಯುವುದಾಗಿಯೂ, ಅದನ್ನೇ ಹೇಳಿ ಮಗನ ಬಳಿ ಇನ್ನೊಮ್ಮೆ ಬರೆಸಿದ್ದಳು. ಆ ಮೂಲಕ ತಾನು ಮರೆತೇ ಬಿಟ್ಟ ಕುಲದೇವಿಯ ಸ್ಮರಣೆ ಮಾಡಿದಂತಾಗುವುದೆಂದು ಹೇಳುತ್ತ ಖುಷಿಗೊಂಡಳು.

ರಾತ್ರಿ ಊಟಕ್ಕೆ ಪದ್ಧತಿಯಂತೆ ಪುರಿ ಪಾಯಸ ಮಾಡಲಾಯಿತು. ಅರುಂಧತಿಯನ್ನೂ ಕರೆದು ಶಾಸ್ತ್ರಕ್ಕೆ ಒಂದೆರಡು ಪುರಿ ಕರೆಯಲು ಎಣ್ಣೆಯ ಬಾಣಲೆಯ ಎದಿರು ಕೂಡಿಸಲಾಯಿತು. 'ಮೇಲೆ ಕೋಳುಗಂಬಕ್ಕೆ ಕಟ್ಟಿದ್ದ ಈಗಷ್ಟೇ ಬಿಚ್ಚಿದ ಬಾಸಿಂಗಕ್ಕೆ, ಇವಳು ಪುರಿ ಕರೆದ ಹೊಗೆ ಹೋಗಿ ಬಡಿಯಬೇಕಂತೆ' ಎಂದು ಭವಾನಕ್ಕ ತನಗಷ್ಟೇ ಗೊತ್ತಿದ್ದ ಹೊಸ ಶಾಸ್ತ್ರ ಹೇಳಿ ಎಲ್ಲರನ್ನೂ ತಲೆದೂಗಿಸಿದಳು. 'ಈ ಬಿಣಗೆ ಅಮ್ಮೋರಿಗೆ ಮಾತ್ರ ಎಲ್ಲಾ ಶಾಸ್ತ್ರಾನೂ ಗುತ್ತು' ಎನ್ನುತ್ತ ಸಣ್ಣಿ ಅಂಗಳದಲ್ಲಿ ಬಿದ್ದ ಅಕ್ಷತೆಯನ್ನು ವಸ್ತ್ರದಲ್ಲೇ ಗುಡಿಸಿ ಒಟ್ಟಾಗಿಸುತ್ತಿದ್ದಳು. 'ಏನೇ ಸಣ್ಣೀ, ಗಂಡಾ ಹೆಣತೀಗ ಜಗಳಾಗಿಗಳಾ ನಡದೀದೇನೆ, ಇಬ್ರೂ ಮಾತಾಡಿದ್ದೇ ಕಾಣೂದಿಲ್ಲಾ' ಅಂತ ಕೂತವರ್‍ಯಾರೋ ಹೇಳಿದರು.

ಸಣ್ಣಿ ರಾತ್ರಿ ಹತ್ತರ ಸುಮಾರಿಗೆ ಬೇಗ ಬೇಗ ಕೆಲಸ ಮುಗಿಸಿ, 'ಇಲ್ಲೇ ಬಿದ್ದಕೋಳೆ, ಚಾಪೆ ಕೊಡತೆ' ಎಂದ ಬಾಯಕ್ಕನ ಮಾತನ್ನು ಕೇಳಿಸಿಕೊಳ್ಳದವಳಂತೆ, 'ಕೆಲಸಾ ಈತರಾ ಮನೀಕೂಡೇ' ಎನ್ನುತ್ತ ಅವಸರದಲ್ಲೇ ಎದ್ದು ಬಿದ್ದು ಓಡಿದಳು.

ಹೋಗುವಾಗ, 'ಸರಜಮ್ಮಾ ನೀಮು ಹೇಳದ್ದು ಶರೀ ನಡಸತೇ ಈಮೆ' ಅಂದಳು. ಸರೋಜಿನಿ ಸಣ್ಣಿಯತ್ತ ಸರಿದು, 'ಅದೇ ಪಚ್ಚನ ವಿಚಾರವೆ?' ಕೇಳಿದಳು. 'ಇಂದ ಮಾಡತೀ ಅಂವಗೆ, ನಾಳೆ ಯಾರರೂ ಬಂದ ಕೇಳದರೆ ನಾ ಇಲ್ಲೇ ಮನೀಕಂಡೀತೆ ಅಂದೇ ಹೇಳಿ' ಅಂದಳು. 'ಆಯ್ತು ಹೋಗೆ' ಅಂದಳು ಸರೋಜಿನಿ.

ರಾತ್ರಿ ಕೋಣೆಯಲ್ಲಿ ಹಾಸಿಗೆ ಮೇಲೆ ಕೂಡಿಸಿ ಮದುಮಕ್ಕಳಿಗೆ ಆರತಿ ಮಾಡಿದ ಭವಾನಕ್ಕ ಬಾಗಿಲು ಹಾಕಿಕೊಳ್ಳಲು ಹೇಳಿ ಈ ಬದಿ ಬಂದದ್ದೇ ದಿಗಂಬರ ಹೊರಬಂದು, 'ಫ್ಯಾನಿಲ್ಲದೇ ಆ ಕತ್ತಲ ಕೋಣೇಲಿ ಹ್ಯಾಂಗೆ ಬೆಳಗು ಮಾಡುವುದು?' ಅಂತ ಹಠ ಮಾಡಿದ. ತನಗೆ ಹೊರಗೇ ಹಾಸಲು ಹೇಳುತ್ತ ಎಲ್ಲರಿಂದ ತಮಾಷೆ ಮಾಡಿಸಿಕೊಂಡು ನಕ್ಕು ನಗಿಸಿಕೊಳ್ಳುತ್ತಿರುವ ಸಂದರ್ಭದಲ್ಲಿ ಮಾತ್ರ ಸರೋಜಿನಿ ಮುಖದಲ್ಲಿ ಉಂಟಾದ ಸಣ್ಣ ಗಾಂಭೀರ್ಯದ ಛಾಯೆಯನ್ನು ಭವಾನಕ್ಕ ಸೂಕ್ಷ್ಮವಾಗಿ ಗುರುತಿಸಿ ಅಲ್ಲೇ ಸನ್ನೆ ಮಾಡಿ ಎಲ್ಲರನ್ನೂ ಸುಮ್ಮನುಳಿಸಲು ಯತ್ನಿಸಿದಳು. ಬಾಯಕ್ಕ, 'ಅಬ್ಬಾ, ಮಳೆ ಹೊಯ್ಯುವ ರಾತ್ರಿಯಲ್ಲೂ ಅವ ನೆಲಕ್ಕೆ ಮಲಗಿಕೊಳ್ಳುವ ಭೂಪ' ಎನ್ನುತ್ತ ತಾನೂ ನಕ್ಕಳು. ಅಂತೂ ಪಕ್ಕದ ತಿಮ್ಮಣ್ಣ ನಾಯ್ಕರ ಮನೆಗೆ ಬೇಲಿ ಜಿಗಿದು ಹೋಗಿ ಟೇಬಲ್ ಫ್ಯಾನೊಂದನ್ನು ತಂದು ಹಚ್ಚಿಕೊಂಡು ದಿಗಂಬರ ಕೋಣೆ ಒಳ ಹೋಗಿ ಮಲಗಿದ.

ಬಾಗಿಲು ಹಾಕಿಕೊಂಡು ಬಂದ ಅರುಂಧತಿಗೆ ಗಂಡನ ಮುಖ ನೋಡಲೇ ನಾಚಿಕೆ. ಆದರೂ ಸುಧಾರಿಸಿಕೊಳ್ಳುತ್ತ, 'ಮದುವೆ ದಿನ ಹಾಗೆ ಬೇಲಿ ಹಾರಿ ಹೋಗ ಬಾರದಂತೆ' ಎನ್ನುತ್ತಿದ್ದವಳನ್ನು ದಿಗಂಬರ, 'ನನಗೆ ಯಾವಾಗಲೂ ಸೆಖೆ ಹೆಚ್ಚು, ನಾನು ಚಳಿಗಾಲದ ಎಂಥಾ ಚಳಿಯಲ್ಲೂ ಹೊದಿಕೆಯಿಲ್ಲದೇ ಹೊರ ಕಟ್ಟೆಯ ಮೇಲೆ ಮಲಗುತ್ತಿದ್ದವ' ಅಂದ. ಅರುಂಧತಿ ನಕ್ಕಳು. ಯಾಕೆ ನಕ್ಕಿದ್ದು? ಅಂತ ಕೇಳುತ್ತಲೇ ಟೇಬಲ್ ಫ್ಯಾನನ್ನು ತಾನು ಮಲಗಿದ ಬದಿಗೇ ಗಾಳಿ ಬರುವಂತೆ ತಿರುಗಿಸಿದ. 'ನಂಗೆ ಚಳಿಯಾಗತದೆ, ಒಂದು ನಂಬರು ಸಣ್ಣ ಮಾಡಿ' ಅಂದದ್ದಕ್ಕೆ ದಿಗಂಬರ, 'ಯಾಕೆ ಮಾಸ್ತಿಕಟ್ಟೆಯಲ್ಲಿ ಗಾಳಿ ಬೀಸುವುದಿಲ್ಲವೇ?' ಅಂತೇನೋ ಒಂದಕ್ಕೊಂದು ಸಂಬಂಧಪಡದ ಪ್ರಶ್ನೆ ಎತ್ತಿದ. 'ಅಂದರೆ?' ಅರುಂಧತಿ ಅವನ ಪಕ್ಕವೇ ಒರಗಿಕೊಂಡು ಅರ್ಥವಾಗದವಳಂತೆ ಕೇಳಿದಳು.

ದಿಗಂಬರ 'ನಮ್ಮನ್ನು ಹೀಗೆ ಈ ಕತ್ತಲ ಕೋಣೆಯಲ್ಲಿ ತುಂಬಿ ಹಾಕುತ್ತಾರೆಂಬ ಕಲ್ಪನೆಯೇ ಇರಲಿಲ್ಲ, ಹೀಗಂತ ಗೊತ್ತಿದ್ದರೆ, ನಾನು ಇಲ್ಲಿ ಗೋಡೆ ಒಡೆಸಿ ಒಂದು ಕಿಟಕಿಯನ್ನೋ ಮೇಲೆ ಒಂದು ಬೆಳಕಿಂಡಿಯನ್ನೋ ಅಥವಾ ಹೊರಗಿದ್ದಂತೆ ಒಂದು ಫ್ಯಾನನ್ನೋ ಹಾಕಿಸುತ್ತಿದ್ದೆ' ಅನ್ನುತ್ತ ಅರುಂಧತಿಯ ಬೆನ್ನು ಬಳಸಲು ಬಂದ. ಹಾಗೆ ಮುಂದೆ ಬಂದ ಅವನ ಕೈಯನ್ನೇ ದೂಡುತ್ತ ಅರುಂಧತಿ, 'ಈವತ್ತು ಏನೂ ಬೇಡ, ನನಗೊಂಥರ ಹೆದರಿಕೆಯಾಗತಿದೆ' ಅಂದಳು. ದಿಗಂಬರ ಸರಿದು ಮಲಗುತ್ತ, 'ಹಾಗಾದರೆ ನಾಳೆಯೆ?' ಅಂತ ಅವಳ ಕತ್ತು ಸವರಿದ. ಆ ಕೈಯನ್ನೂ ದೂಡುತ್ತ

ಅರುಂಧತಿ ಅವನಿಗೂ ಕೇಳದ ಸ್ವರದಲ್ಲಿ ಹ್ಞೂ ಅಂದಳು. ಆ ನಂತರ ಎದುರುಬದುರು ಪವಡಿಸಿಯೇ ಇಬ್ಬರೂ ರಾಶಿ ಹೊತ್ತು ಮಾತಾಡಿದರು. ಸುತ್ತ ಕತ್ತಲು. ತಲೆಯಡಿ ಸಣ್ಣಗೆ ಉರಿಯುತ್ತಿದ್ದ ನೀಲಾಂಜನ. ಫ್ಯಾನಿನ ಗಾಳಿಗೆ ಬಳುಕಾಡುತ್ತಿದ್ದ ನೆರಳುಗಳು, ಗಾಳಿಗೋ ಅಥವಾ ಎಣ್ಣೆ ಮುಗಿಯಿತೋ ತುಸು ಹೊತ್ತಿಗೆಲ್ಲ ನೀಲಾಂಜನವೂ ಶಾಂತವಾಗಿತ್ತು.

ಭವಾನಕ್ಕನ ಹಾಡಿನ ಬಗ್ಗೆ, ಅಮ್ಮನ ಮರೆವಿನ ಬಗ್ಗೆ, ಸರುಅಕ್ಕನ ನಡೆಯದ ಮದುವೆ ಬಗ್ಗೆ, ಮಧುಮಾವನ ಗಡಿಬಿಡಿಯ ಬಗ್ಗೆ, ಆಶಾಳ ಮಗುವಿನ ಅಳುವಿನ ಬಗ್ಗೆ, ಮದುವೆಗೆ ಬಂದ ತನ್ನ ಗೆಳತಿಯರ ಬಗ್ಗೆ, ಅವರೆಲ್ಲ ಹಾಕಿದ ಉಡುಗೊರೆಯ ಬಗ್ಗೆ, ಮಾಸ್ತಿಕಟ್ಟೆಯ ತನ್ನ ಶೀಕಾದ ಅಮ್ಮನ ಬಗ್ಗೆ, ಅಣ್ಣಅತ್ತಿಗೆಯರ ಇಬ್ಬರು ಹೆಣ್ಣು ಮಕ್ಕಳಾದ ಸೀಮಾ ನೀಮಾರ ಬಾಲಲೀಲೆಗಳ ಬಗ್ಗೆ, ಅರುಂಧತಿ ಬಾಗಿಲು ತಡೆದಾಗ ದಿಗಂಬರನ ಹೆಸರನ್ನು ಸಣ್ಣಕ್ಕೆ ಉಸುರಿದ ಬಗ್ಗೆ, ಕೊನೆಯಲ್ಲಿ ಕೆಲಸಕ್ಕೆ ಬರುವ ಸಣ್ಣಮ್ಮನ ಬಗ್ಗೆ ಊರಲ್ಲಿ ಕುಡುಕರ ಕಾಟ ಜಾಸ್ತಿಯಾದದ್ದರ ಬಗ್ಗೆ ಹೀಗೆಲ್ಲ ಮಾತು ಸಾಗಿದಾಗಲೆ ಬೆಳಿಗ್ಗೆಯಿಂದ ಭಟ್ಟರ ಶಾಸ್ತ್ರಗಳಲ್ಲಿ ಸುಸ್ತಾದ ಇಬ್ಬರಿಗೂ ಹಗೂರಕ್ಕೆ ಅವರಿಗರಿಯದೆ ಜೊಂಪು ಹತ್ತಿತ್ತು.

ಸಣ್ಣಿ ತಿಕ್ಕಿ ತೊಳೆದು ಮಾಡಿಯೇ ನಿತ್ರಾಣಳಾಗಿ ಹಟ್ಟಿ ಸೇರಿ ಆಗಷ್ಟೇ ಮಲಗಿದ್ದಳು. ತೂರಾಡುತ್ತ ಬಂದ ದೇವು, 'ನನ ತಂಗೀನ ಓಡಸದೋಳ ನೀನು, ಅವ್ರ ದೋಸ್ತೀ ಕಣ್ಣಾರೆ ನೋಡಕಂಡೂ ಸುಮ್ಮನ ಉಳದೆ ಅಲಾ? ನನ ಮರ್ಯಾದಿ ತೆಗದೆ ಅಲಾ?' ಅನ್ನುತ್ತ ಮಣೆಕೊಯಟು ಚಂಬು ಪ್ಯಾಲೆ ಹೀಗೆ ಸಿಕ್ಕ ಸಿಕ್ಕದ್ದರಲ್ಲಿ ಸಣ್ಣಿಯನ್ನು ಬಡಿಯ ಹತ್ತಿದ. ಅವಳು ಹೊಡೆತದ ನೋವು ತಡೆಯಲಾರದೆ ತಪ್ಪಿಸಿಕೊಳ್ಳುತ್ತ ಹಟ್ಟಿಯಿಂದ ಹೊರಬಂದು, ಅದ್ಯಾವುದೋ ಕೆಚ್ಚಿನಿಂದ ಮತ್ತೆ ಹಟ್ಟಿ ಹೊಕ್ಕು ಒಲೆಯ ಬಳಿಯಲ್ಲಿದ್ದ ಬೆಂಕಿಪೆಟ್ಟಿಗೆಯನ್ನು ಹಿಡಿದು ಸೀದಾ ಪಚ್ಚನ ಗಡಂಗನ್ನು ಹಿಂಬದಿಯಿಂದ ಸಮೀಪಿಸಿದಳು.

◂◂ ▸▸

ಆ ಎಷ್ಟೋ ಹೊತ್ತು ರಾತ್ರಿಯಲ್ಲಿ ಹಾಗೆ ಕೊಪ್ಪದಿಂದ ಒಂಟಿಯಾಗಿ ನಡೆದು ಬರುವಾಗ ಊರ ನಾಯಿಗಳೆಲ್ಲ ಬೊಳ್ಳು ಕೂಗುತ್ತಿದ್ದವು. ಬಾಯಕ್ಕನ ಮನೆಯ ಹೊರಕಟ್ಟೆಗೆ ಚಳಿಯಿಂದ ಕಿವಿ ಮುಚ್ಚಿ ಬಿದ್ದುಕೊಂಡ ಸಣ್ಣಿಗೆ ಹಾಗೇ ಕಣ್ಣು ಕೂಡಿತ್ತು. ನಸುಕಿನಲ್ಲಿಯೇ ಎಚ್ಚರವಾಗಿ ಇನ್ನೂ ಯಾರೂ ಏಳದ್ದನ್ನು ಕಂಡು ಅಲ್ಲೇ ಬಿದ್ದ ಕಸಬರಿಗೆಯಿಂದ ಅಂಗಳದ ಕಸ ಹೊಡೆಯತೊಡಗಿದಳು. ಆ ಸರಬರ ಸದ್ದು ಒಳಗೆ ಮಲಗಿದ್ದ ಅರೆನಿದ್ದೆಯಲ್ಲಿದ್ದವರ ಕಿವಿಯಲ್ಲಿ ದೂರದ ಲೋಕವೊಂದರ ಸ್ವರದಂತೆ ಪ್ರತಿಧ್ವನಿಸುತ್ತಿತ್ತು.

ಬೆಳಿಗ್ಗೆ ಸ್ನಾನಕ್ಕಿಂತ ಮುಂಚೆ ಮದುಮಕ್ಕಳಿಗೆ ಬಣ್ಣದ ಓಕುಳಿಯಿತ್ತು. ಅತ್ತ ಚಹ ಅವಲಕ್ಕಿ ತಯಾರಾಗುವುದರೊಳಗೆ ಭವಾನಕ್ಕ ಅಂಗಳದಲ್ಲಿ ಎದುರು ಬದುರು ಎರಡು ಮಣೆಗಳನ್ನಿಟ್ಟಳು. ಎರಡರ ಮುಂದೆಯೂ ಕುಂಕುಮ ಹಾಗೂ ಅರಿಸಿಣಗಳನ್ನು ನೀರಿನಲ್ಲಿ ಗರಡಿದ ಎರಡೆರಡು ಬಟ್ಟಲುಗಳನ್ನಿಟ್ಟಳು. ಇಬ್ಬರೂ ಕೂತು ಬಣ್ಣದ ನೀರನ್ನು ಇನ್ನೊಬ್ಬರ ತಲೆಯ ಮೇಲೆ ಬೀಳುವಂತೆ ಸೋಕಬೇಕು. ಹಳೆಯ ಸೀರೆ ಉಟ್ಟುಕೋ ಅರಿಸಿಣದ ಕಲೆ ಹೋಗುವುದಿಲ್ಲ ಎಂದು ಅರುಂಧತಿಗೆ ನೆರೆದವರ್‍ಯಾರೋ ಬುದ್ಧಿ ಹೇಳಿದರು. ಓಕುಳಿಯಲ್ಲಿ ದಿಗಂಬರ ಮಾತ್ರ ಸರಿಯಾಗಿ ಅರುಂಧತಿಯ ತಲೆಯ ಮೇಲೆಯೇ ಹೋಗಿ ಬೀಳುವಂತೆ ಎರಚಿದ.

ಅರುಂಧತಿ ಎರಚಿದ ಬಣ್ಣ ಅವನನ್ನು ಹೋಗಿಯೇ ತಲುಪದೇ ಇಬ್ಬರಿಗೂ ಇನ್ನಷ್ಟು ಹತ್ತಿರ ಸರಿದು ಕೂಡಲು ಸಲಹೆ ಕೊಡಲಾಯಿತು. ಆದರೂ ಅರುಂಧತಿ ಎರಚಿದ್ದು ದಿಗಂಬರನ ಮುಖಕ್ಕೇ ಬಿದ್ದು ಅವನ ಮೂಗು ಕಣ್ಣಿನಲ್ಲೆಲ್ಲ ಸೇರಿ ಅವನು ಅಲ್ಲಿಂದ ಎದ್ದೇ ಬಿಟ್ಟಿದ್ದ. ಅಂತೂ ಒಬ್ಬರಿಗೊಬ್ಬರು ತಲೆಯ ಮೇಲೆ ಐದ್ಯೆದು ತಂಬಿಗೆ ನೀರು ಸುರಿಯುವ ಶಾಸ್ತ್ರ ಮುಗಿಸಿ, ಹೊಸ ಬಟ್ಟೆ ತೊಟ್ಟರು. ಆ ಹೊತ್ತಿಗೆ, ಸಣ್ಣಿಗೆ ಅಂಗಳದಲ್ಲಿ ಕಸ ಹೊಡೆಯುವುದು, ಹಂಡೆಗೆ ನೀರು ಸುರಿಯುವುದು, ರಾಶೆ ರಾಶೆ ಬಿದ್ದ ವಸ್ತ್ರ ಹಿಂಡುವುದು ಹೀಗೇ ಭರ್ತಿ ಕೆಲಸವಾಯಿತು.

ಪಚ್ಚ, ಮೊಕ್ಕ ಮತ್ತು ಗೋವಿದು ಮೂವರೂ ಕೊಪ್ಪದಲ್ಲೆಲ್ಲ ಸಣ್ಣಿಯನ್ನು ಹುಡುಕಿ ಇತ್ತ ಬಾಯಕ್ಕನ ಮನೆ ದೆಣಪೆಗೆ ಬಂದು ನಿಂತು ಕೂಗಾಡುತ್ತಿದ್ದರು. ಸಣ್ಣಿಗೆ ಒಳಗೆಲ್ಲೋ ಮೈ ಚಳಕು ಬಿಟ್ಟಂತೆನಿಸಿತು. 'ಯೇ ಸಣ್ಣೀ ಇಲ ಬಾರೇ' ಎಂದು ಒದರುವುದನ್ನು ಕಂಡು ಆ ಗದ್ದಲಕ್ಕೆ ಎಲ್ಲರೂ ದೆಣಪೆಗೆ ಬಂದು ನಿಂತಿದ್ದರು. ದಿಗಂಬರ ಮೂವರನ್ನೂ ವಿಚಾರಿಸಲಾಗಿ ರಾತ್ರಿ ಅವನ ಸರಾಯಿ ಅಂಗಡಿಗೆ ಯಾರೋ ಬೆಂಕಿ ಹಾಕಿದ್ದು, ಅದು ಸಣ್ಣಿಯೇ ಅಂತ ಹೇಳುವ ಅವರ ಮಾತು ಕೇಳಿ ದಿಗಂಬರ ಕೋಪದಿಂದ, 'ಅಲ್ವೋ ಪಚ್ಚಾ, ಸಣ್ಣೀಗೇನು ತಲೆ ಕೆಟ್ಟಿದೆಯೆನೋ, ಅದು ಮೂರ್‍ನಾಲ್ಕು ದಿನದಿಂದ ಇಲ್ಲೇ ದುಡಿಯುತ್ತ ಬಿದ್ದಿದೆ, ನಿಮ್ಮ ಕೊಪ್ಪಕ್ಕೆ ಹೋಗಲೇ ಇಲ್ಲ, ಇಲ್ಲಿ ಇದ್ದ ಯಾರ ಹತ್ತಿರವಾದರೂ ಕೇಳು' ಎನ್ನುತ್ತ ಸರೋಜಿನಿಯನ್ನೇ ಕರೆದ.

ಸರೋಜಿನಿ ಬಾಯಿ ಮಾಡುತ್ತ, 'ಸಣ್ಣಿ ಬೆಂಕಿ ಹಚ್ಚಿದ್ದನ್ನು ಯಾರಾದರೂ ನೋಡಿದಿರೇನೋ?' ಅನ್ನುತ್ತ ಅವರನ್ನೆಲ್ಲ ದಬಾಯಿಸಿಕೊಂಡೇ ಬಂದಳು. ಸಣ್ಣಿ, 'ಕುಡಕಂಡ ಬೀಡಿ ಹಚಕಂಡ ಏನಾರೂ ಮಾಡಕಂಬೂದೂ, ನನ ತಲೇ ಮ್ಯಾನ ಹಾಕೂದು' ಎನ್ನುತ್ತ ಗೊಣಗಿಕೊಳ್ಳುತ್ತಲೇ ಹಂಡೆಗೆ ನೀರು ತುಂಬಿಸುತ್ತಿದ್ದಳು.

ಅರ್ಧ ಅಂಗಡಿ ಸುಟ್ಟು ಇಪ್ಪತ್ತು ಇಪ್ಪತ್ತೈದು ಸಾವಿರದಷ್ಟು ಹಾನಿಯಾದ ಪಚ್ಚ ಏನು ಮಾಡಬೇಕೆಂದು ತಿಳಿಯದೆ, 'ಹೊಲಸ ರಂಡೆ, ನಂಗ ಅದರ ಮ್ಯಾನೇ ಸಂಶಯಾ, ಅದೇ ಬೆಂಕೀ ಹಾಕದ್ದು, ನನ ಕೈಯೀಗ ಹ್ಯಂಗ ಶಿಗೂಕಲಾ ಅದು ಅಂತೀ' ಅನ್ನುತ್ತ 'ಕಂಪ್ಲೆಂಟೇ ಕೊಡ್ತೀ, ಪೋಲೀಸ್ರು ನಾಕ ಭಾರಸದರೆ ಬಾಯ ಬಿಡೂದು'

ಅನ್ನುತ್ತ ಉಟ್ಟ ಬಟ್ಟೆಯಲ್ಲೇ ಪೊಕ್ಕ ಗೋವಿದು ಇಬ್ಬರನ್ನೂ ಹಿಂದೆ ಬಿಟ್ಟು ಅಂಕೋಲೆ ಪೇಟೆಯ ಕಡೆ ದಾಪುಗಾಲು ಹಾಕಿದ. ಸರೋಜಿನಿ ಕಣ್ಣಲ್ಲೇ ಸಣ್ಣಿಯನ್ನೊಮ್ಮೆ ಸುಮ್ಮನೆ ಅಳೆದಳು. ಸಣ್ಣಿ ಮುಖ ತಪ್ಪಿಸಿ ಬಿಂದಿಗೆಯೊಂದಿಗೆ ಪುನಃ ಬಾವಿಗೆ ಹೋಗಿಯಾಗಿತ್ತು.

ಇತ್ತ ಹತ್ತೂವರೆ ಹನ್ನೊಂದಕ್ಕೆಲ್ಲ ಬೀಗರು ಬಂದಿಳಿದರು. ಬಂದವರೇ ಹೆಂಗಸರೆಲ್ಲ, 'ಓಕುಳಿ ಹೇಗಿತ್ತು?' ಅಂತ ಇಲ್ಲಿದ್ದವರಲ್ಲಿ ವಿಚಾರಿಸಿದರು. ಹೊರಬಂದ ಅರುಂಧತಿಯನ್ನು ಅಕ್ಕರೆಯ ಕಣ್ಣಿನಿಂದ ನೋಡುತ್ತ, 'ಅಬ್ಬಾ, ಒಂದೇ ದಿನದಲ್ಲಿ ಎಷ್ಟು ಲಕ್ಷಣ ಬಂದಿದೆ' ಎಂದು ಅಚ್ಚರಿ ಪಟ್ಟರು. ಸರೋಜಿನಿ ಕೂತಲ್ಲೇ ಮುಗುಳು ನಕ್ಕಳು. ಪೂಜೆಯ ನಂತರ ಊಟದ ಹೊತ್ತಿನಲ್ಲಿ ಮದುಮಕ್ಕಳಿಬ್ಬರನ್ನೂ ಐದೈದು ಎಲೆಗೆ ಪಾಯಸ ಬಡಿಸುವಂತೆ ಹೇಳಲಾಯಿತು.

'ಮದುಮಗಳದು ಕೈ ಮುಂದೋ ಹಿಂದೋ ಪರೀಕ್ಷೆ ಮಾಡಲು ಈ ಶಾಸ್ತ್ರ' ಅಂದರು ಒಬ್ಬರು. 'ಅವೆಲ್ಲ ಈಗ ನೋಡಿ ಏನಾಗಬೇಕು?' ಅಂದರು ಇನ್ನೊಬ್ಬರು. ಅರುಂಧತಿ ಸೌಟು ತುಂಬಿ ಮಾವಿನಹಣ್ಣಿನ ಪಾಯಸ ಬಡಿಸಿದ್ದು ಕಂಡು, 'ತುಸು ತುಸು ಬಡಿಸು, ಮುಂದೆ ಉಣ್ಣುವವರಿದ್ದಾರೆ' ಎಂದು ಎಚ್ಚರಿಸಿದ ಅರುಂಧತಿಯ ಸೋದರ ಮಾವ. ಹೆಂಡತಿಯ ಅನಾರೋಗ್ಯದ ನೆಪ ಹೇಳಿ ನೀಲಕಂಠ ಶೆಟ್ಟರು ಈ ಬೀಗರೂಟಕ್ಕೆ ಬಂದಿರಲಿಲ್ಲ.

ಬೀಗರೂಟಕ್ಕೆಂದು ಮಾವಿನ ಹಣ್ಣಿನ ಪಾಯಸ ಮಾಡಿಸಿದ್ದು ಕೊನೆಯ ಪಂಕ್ತಿಗೆ ಖಾಲಿಯಾಗಿ ನಂತರ ಕಡ್ಲೆಬೇಳೆಯ ಪಾಯಸವಷ್ಟೇ ಉಳಿದು ಅದನ್ನೇ ಬಡಿಸುತ್ತ, ದಿಗಂಬರ ಬೇಸರದಿಂದ ಹೇಳಿಕೊಂಡ. ಊಟಕ್ಕೆ ಕೂತ ವೇಣು, 'ಮಗೂ ನಾಮಕರಣಕ್ಕೆ ಇವರನ್ನೆಲ್ಲ ಕರೆದು ತರುವೆ, ಆಗ ಮಾವಿನಹಣ್ಣಿನ ಪಾಯಸವನ್ನೇ ಮಾಡಿಸಿ ಭಾವಾ' ಅನ್ನುತ್ತ ಎಲ್ಲರನ್ನೂ ನಗಿಸುತ್ತ ವಾತಾವರಣ ತಿಳಿಗೊಳಿಸಿದ್ದ. ಸಣ್ಣಿ ಉಂಡವರ ಎಲೆ ಎತ್ತಿಎತ್ತಿಯೇ ಸುಸ್ತಾದಳು. ಎಲೆಯಲ್ಲಿ ಪದಾರ್ಥ ಹಾಕಿಸಿಕೊಂಡು ಹಾಗೇ ಬಿಟ್ಟ ಜನವನ್ನು ಮನಸ್ಸಿನಲ್ಲೇ ಬೈದುಕೊಳ್ಳುತ್ತ ಎಲೆಗಳನ್ನು ರಸ್ತೆಯ ಅಂಚಿನ ಮೋರಿಗೆ ಬಿಸಾಕಿದಳು.

ಊರ ದನವೆಲ್ಲ ಬಂದು ನಿಂತು ಎಲೆಯನ್ನು ಎಳೆಎಳೆದು ಅಲ್ಲೆಲ್ಲ ಇನ್ನಷ್ಟು ರಾಡಿಯೆಬ್ಬಿಸಿತು. ಅಂಗಳದಲ್ಲಿ ನೆರೆದ ಸೊಸೆಯ ದೊಡ್ಡ ಬಳಗದ ಎದುರು, 'ಉಣ್ಣು ಕಾತ್ಯಾಯಿನಿ ಬಾ ಕಾತ್ಯಾಯಿನಿ ಕೂಡು ಕಾತ್ಯಾಯಿನಿ' ಅಂತೆಲ್ಲ ಬಾಯಕ್ಕ ಓಡಾಡಿದ್ದನ್ನು ಕಣ್ತುಂಬಿ ನೋಡಿದ ಅವರ ಸಂಬಂಧಿಗಳೆಲ್ಲ, 'ಅರು ನಸೀಬು ಚೊಲೋ ಉಂಟು, ಒಳ್ಳೆಯ ಅತ್ತೆ ಸಿಕ್ಕಿದಳು' ಅಂತೆಲ್ಲ ಬಾಯಕ್ಕನನ್ನು ಬಾಯ್ತುಂಬ ಹೊಗಳುತ್ತ ಹೋದರು.

ಸಂಜೆ ಮೂರರ ಹೊತ್ತಿಗೆ, ಆಯರು ಬಂದ ಸಾಮಾನುಗಳನ್ನು ನಿನ್ನೆ ಗಡಿಬಿಡಿ ಯಲ್ಲಿ ಯಾರೂ ಸರಿಯಾಗಿ ನೋಡಲಿಲ್ಲ ಎಂಬ ಕಾರಣ ಒಡ್ಡಿ ಮತ್ತೊಮ್ಮೆ ಎಲ್ಲರ ಮಧ್ಯೆ ಒಂದು ಜಮಖಾನೆ ಹಾಸಿ ಉಡುಗೊರೆಯ ಚೀಲವನ್ನು ಬಿಚ್ಚಿಡಲಾಯಿತು. ಬಹಳಷ್ಟು ಹೊಸ ಪಾತ್ರೆ ಪಗಡೆ ಕಂಡು ಬಾಯಕ್ಕನಿಗೆ ನಿಜಕ್ಕೂ ಖುಷಿಯಾಗಿತ್ತು,

ಅವಳು ಮುಟ್ಟಿ ಮುಟ್ಟಿ ನೋಡುವುದನ್ನು ಎಲ್ಲರೂ ನೋಡುತ್ತ, 'ಬಾಯಕ್ಕ, ಇನ್ನು ಮುಂದೆ ನಿನ್ನ ತಾಮ್ರ ಹಿತ್ತಾಳೆಯ ಪಾತ್ರೆಗಳನ್ನೆಲ್ಲ ಬದಿಗಿಟ್ಟುಬಿಡು' ಅಂತ ಒಬ್ಬರೆಂದರೆ, 'ಈ ಸ್ಟೀಲಿನ ಪಾತ್ರೆಗೆಲ್ಲ ಗ್ಯಾಸೇ ಬೇಕು, ಒಲೆಯ ಮೇಲೆ ಎತ್ತಿ ಮಸಿ ತಿಕ್ಕಿದರೆ ತೂತಾಗುವುದೇ ಗ್ಯಾರಂಟಿ' ಅಂದರು ಇನ್ನೊಬ್ಬರು. ಬಾಯಕ್ಕ ಇನ್ನೂ ಗಂಜಿಗೊಂದು ಅನ್ನಕ್ಕೊಂದು ಮೀನು ಸಾರಿಗೊಂದು ಮಣ್ಣಿನ ಮಡಿಕೆಗಳನ್ನೇ ಇರಿಸಿಕೊಂಡಿದ್ದಳು.

ಅವಳ ಸಂದಿಗ್ಧ ಗಮನಿಸಿದ ಕೆಲವರು, 'ಮಣ್ಣಿನ ಮಡಿಕೆಯಲ್ಲಿ ಮಾಡಿದ ಅಡುಗೆಯ ರುಚಿ ಈ ಸ್ಟೀಲಿನ ಪಾತ್ರೆಯಲ್ಲಿ ಎಲ್ಲಿ ಬರಬೇಕು' ಎನ್ನುತ್ತ ಬಾಯಕ್ಕನ ಪರ ಮಾತಾಡಿದರು. ಚಪ್ಪರದ ಹೊರಗೆ ಹಳೆಯ ದೋಸ್ತನೊಬ್ಬನನ್ನು ಕಳಿಸಿ ಬರುತ್ತ ದಾರಿಯಲ್ಲಿ ನಿಂತ ಸಣ್ಣಿಗೆ ದಿಗಂಬರ, 'ಸಣ್ಣಮ್ನೋರು ಹ್ಯಾಂಗಿವರೆ?' ಅಂತ ತುಂಟತನದಲ್ಲೇ ಕೇಳಿದ. 'ಲೈಕ ಇವ್ರು, ಶರೀ ಇವ್ರು, ಜೋಡಿ ಮಸ್ತ ಈತು' ಅನ್ನುತ್ತ ನಕ್ಕು ತಾನೂ ಬಳುಕಿದಳು. ಅದೇ ವೇಳೆಗೆ ಅಲ್ಲಿಂದಲೇ ಹಾಯುತಿದ್ದ ಪಕ್ಕದ ತಿಮ್ಮಣ್ಣ ನಾಯಕರ ಮಗ ಶೇಖರ, ಮದುವೆಗೆ ಬರಲಾಗದಿದ್ದುದಕ್ಕೆ ದಿಗಂಬರನೊಡನೆ ಕ್ಷಮೆ ಕೇಳುತ್ತ, 'ಎಲ್ಲಾ ಸರೀ ಆಯ್ತೋ? ನೈಟ್‌ಷೋವರೆಗೆ' ಅನ್ನುತ್ತ ಕೀಟಲೆ ಮಾಡಿದ. ಅದಕ್ಕೆ ದಿಗಂಬರ, 'ಏ.. ಹೇ' ಎಂದು ನಾಚುತ್ತ ಮುಖ ಈ ಬದಿ ಹಾಕಿ ಬಂದುಬಿಟ್ಟ.

ಬೀಗರು ಊಟ ಮುಗಿಸಿ ಹೋಗುವಾಗ ಮಗಳು ಅಳಿಯನನ್ನು ತಮ್ಮ ಮನೆಗೆ ಕರೆದೊಯ್ಯುವ ಪದ್ಧತಿ ಇತ್ತು. ಹಾಗಾಗಿ ದಿಗಂಬರ ಅರುಂಧತಿ ಇಬ್ಬರೂ ತಯಾರಾದರು. ಕಾಲಿಗೆ ಬಿದ್ದ ಸೊಸೆಗೆ ಲಾಡು ತುಂಬಿದ ದೊಡ್ಡ ಸ್ಟೀಲಿನ ಡಬ್ಬ ಕೈಯಲ್ಲಿ ಹಿಡಿಸುತ್ತ, 'ಡಬ್ಬ ಮರೆಯದೆ ವಾಪಸ್ಸು ತಾ' ಅನ್ನುವುದನ್ನು ಮಾತ್ರ ಬಾಯಕ್ಕ ಮರೆಯಲಿಲ್ಲ. ಸಣ್ಣ ಹೊಸ ಸೂಟುಕೇಸಿನಲ್ಲಿ ಹೊಸದೇ ಆದ ಒಂದೆರಡೇ ಬಟ್ಟೆಗಳು, ಶೇವಿಂಗ್ ಸೆಟ್ಟು ಎಲ್ಲ ತೆಗೆದು ಹಾಕಲು ಅರುಂಧತಿಯ ಬಳಿಯೇ ಕೊಡುತ್ತ ತಾನೂ ಮದುವೆಯ ತಿಳಿ ಹಳದಿ ಬಣ್ಣದ ಕುರ್ತಾ ಧರಿಸಿದ ದಿಗಂಬರ. ಅವರೆಲ್ಲ ಟೆಂಪೊ ಏರುವಾಗ ಸರೋಜಿನಿ ಕಾಂಪೌಂಡಿಗೆ ಆನಿಸಿ ನಿಂತು ಟೆಂಪೊ ಕಿಟಕಿಯಲ್ಲಿ ಕಾಣುವ ಅರುಂಧತಿಯ ಮುಖ ನೋಡಿ ಒಂದೇ ಒಂದು ಸಲ ಮುಗುಳು ನಕ್ಕು ಕೈಬೀಸಿದಳು. ಸಣ್ಣಿ 'ಬ್ಯಾಗ ಬಂದ ಬಿಡರಾ ಮದವಳತೀರು' ಅಂದಳು. ಅರುಂಧತಿ ಅಮ್ಮನನ್ನು ನೋಡಲು ಹೋಗುವ ಸನ್ನಾಹದಲ್ಲಿ ಇವರನ್ನೆಲ್ಲ ಬರೀ ತನ್ನ ಮನಃಪಟಲದ ಹೊರಗಿನ ರೇಖೆಗಳಂತೆ ಭಾವಿಸಿದ್ದಳು. ಭವಾನಕ್ಕ, 'ಬೇಗ ನಿಮ್ಮ ಅಮ್ಮನನ್ನು ಅಜ್ಜಿ ಮಾಡಪ್ಪ' ಅಂತ ದಿಗಂಬರನ ಕಿವಿಯಲ್ಲಿ ಸೂಕ್ಷ್ಮ ಉಸುರಿದಳು. ದಿಗಂಬರ ಕೇಳದಿದ್ದವನಂತೆ ಎರಡೆರಡು ಬಾರಿ ಹ್ಞಾ ಹ್ಞಾ ಎನ್ನುತ್ತ ನಕ್ಕು ಸುಮ್ಮನಾದ.

ಅಧ್ಯಾಯ 12

ದಿಗಂಬರ ಮಾಸ್ತಿಕಟ್ಟೆಯ ಮಾವನ ಮನೆ ಸೇರಿದ್ದೇ ಅಲ್ಲಿಯ ಸಂಭ್ರಮ ಹೇಳತೀರದು. ಕೈ ಕೈಯಲ್ಲಿ ಚಹವನ್ನೋ ನೀರನ್ನೋ ಕೈ ಒರೆಸಿಕೊಳ್ಳಲು ಟವೆಲ್ಲನ್ನೋ ತಂದು ಹಿಡಿಸುವವರೇ. ಅಲ್ಲಿ ಕೂಡು ಇಲ್ಲಿ ಕೂಡು ಎನ್ನುತ್ತ ಈ ಅಳಿಯ ನಿಂತಿದ್ದರೆಲ್ಲಿ ಕಾಲು ನೋಯುವುದೋ ಎಂದು ಭಾವಿಸಿದ್ದವರಂತೆ ವರ್ತಿಸುವ ಎಲ್ಲರ ನಡವಳಿಕೆಗಳು ದಿಗಂಬರನಿಗೆ ಮೊದಮೊದಲು ಮುಜುಗರವನ್ನೇ ತರಿಸಿತ್ತು. ಊಟಕ್ಕೆ ಕೂತಾಗಲೂ ಅಷ್ಟೇ, ತಾಟಿನಲ್ಲಿ ಖಾಲಿಯಾದದ್ದನ್ನೆಲ್ಲ ತಂದು ಬಡಿಸುವ ಹೆಂಗಸರು, ನೀಲಕಂಠ ಶೆಟ್ಟರಂತೂ ತಾವೇ ಮುಂದಾಗಿ ಕೈ ತೊಳೆಯಲು ಡ್ರಮ್ಮಿನಿಂದ ನೀರು ಅಚ್ಚಿ ಕೊಟ್ಟಾಗಂತೂ ಇಷ್ಟು ಹಿರಿಯರೊಡನೆ ಸೇವೆ ಮಾಡಿಸಿಕೊಳ್ಳುತ್ತಿದ್ದೇನಲ್ಲಾ ಎಂಬ ಕಸಿವಿಸಿ ಕಾಡುವ ತನಕ ಉಪಚಾರ ಮುಂದುವರೆದಿತ್ತು.

ನೀಲಕಂಠ ಶೆಟ್ಟರ ಆ ಬಿಳಿ ಧೋತರ ಆ ನೆಹರೂ ಶರ್ಟು ನೋಡಿದರೆ ದಿಗಂಬರನಿಗೆ ತನ್ನ ತಂದೆಯದೇ ಜ್ಞಾಪಕ ಬರುತ್ತಿತ್ತು. ಇವರು ಕಪ್ಪು ಬಣ್ಣದ ಟೊಪ್ಪಿಗೆಯನ್ನು ಧರಿಸುತ್ತಿದ್ದರೆ, ಅಪ್ಪನ ಬಳಿ ಬಣ್ಣದ ಟೊಪ್ಪಿಗೆಯಿತ್ತು. ಅಪ್ಪ ಬಾಜಾರಕ್ಕೋ ದೇವಸ್ಥಾನಗಳಿಗೋ ಹೋಗುವಾಗಷ್ಟೇ ಹಾಗೆ ಟೊಪ್ಪಿಗೆಯನ್ನು ಧರಿಸುತ್ತಿದ್ದ ಅಂತೆಲ್ಲ ಕ್ಷಣದಲ್ಲೇ ದಿಗಂಬರನಿಗೆ ತನ್ನ ಅಪ್ಪನ ಸನ್ನಿಧಾನ ಮಿಂಚಿ ಮರೆಯಾಯಿತು.

ವೇಣುವೂ ಅಷ್ಟೇ, ಮನೆಯ ಎದುರೇ ಇರುವ ಅಂಗಡಿಗೆ ಕರೆದೊಯ್ದು ತನ್ನ ವ್ಯಾಪಾರ ವಹಿವಾಟುಗಳ ಪರಿಚಯ ಮಾಡಿಕೊಟ್ಟ. ದಿನದ ಹನ್ನೆರಡು ಗಂಟೆಯೂ ಬಸ್ಸು ಲಾರಿಗಳೂ ಓಡಾಡುವ ಹೆದ್ದಾರಿಯಾದ್ದರಿಂದ ವ್ಯಾಪಾರ ಜಬರದಸ್ತಾಗೇ ಇತ್ತು. ಮೂರ್‍ನಾಲ್ಕು ಜನ ಆಳು ಮಕ್ಕಳೂ ಇದ್ದರು. ದಿಗಂಬರನಿಗೆ ಒಮ್ಮೆಲೇ ಇಂಥ ಮಾವನ ಮನೆ ದೊರೆತಿದ್ದೇ ತನ್ನ ಅದೃಷ್ಟವೆಂದು ಅನಿಸಿಹೋಯಿತು. ಆ ವೈಭವ ಆ ಸರಭರಾಟ ಆ ಬೆಲೆಬಾಳುವ ಪೀಠೋಪಕರಣಗಳು ತಾನು ಎಷ್ಟು ಹಿಂದೆ ಇದ್ದೇನೆ ಎಂಬುದು ಮನವರಿಕೆಯಾಗುತ್ತಿದ್ದಂತೆಯೇ ಇದ್ದಲ್ಲೇ ಅರುಂಧತಿಯ ಮೇಲೂ ಕೊಂಚ ಗೌರವ ಹೆಚ್ಚಿತು.

ರಾತ್ರಿ ಬಚ್ಚಲು ಪಾಯಿಖಾನೆ ಹೊಂದಿಕೊಂಡೇ ಇರುವ ದೊಡ್ಡ ಕೋಣೆಯಲ್ಲಿ ಮಧ್ಯೆ ಇರಿಸಿದ ಅಗಲ ಮಂಚ, ಅದಕ್ಕೆ ಕಟ್ಟಿದ್ದ ಮಚ್ಚರದಾನಿ, ಮೇಲೆ ತಿರುಗುವ ಫ್ಯಾನುಗಳನ್ನು ನೋಡಿ ತಮ್ಮ ಮನೆಯಲ್ಲಿ ನಿನ್ನೆ ರಾತ್ರಿ ಆದ ಪ್ರಮಾದಕ್ಕೆ ತನ್ನಷ್ಟಕ್ಕೇ ತನಗೆ ನಾಚಿಕೆಯೆನ್ನಿಸಿತು ದಿಗಂಬರನಿಗೆ. ರಾತ್ರಿ ಬೆಳ್ಳಿಯ ಲೋಟದಲ್ಲಿ ಬೆಚ್ಚಗಿನ ಹಾಲು ತಂದ ಹೆಂಡತಿಯನ್ನು, 'ನೀನು ಕುಡಿದೆಯ?' ಅಂತ ಕೇಳುತ್ತ ಅರ್ಧ ಕುಡಿದು ಉಳಿದರ್ಧ ಅರುಂಧತಿಗೆ ಕೊಡುತ್ತ ದಿಗಂಬರ, 'ಎಷ್ಟು ದೊಡ್ಡದಿದೆ ನಿಮ್ಮ ಮನೆ, ನೀ ಹ್ಯಾಗೆ ನಮ್ಮ ಹಳ್ಳಿಗೆ ಬರಲು ಒಪ್ಪಿಕೊಂಡೆ?' ಅಂತೇನೋ ಕೇಳಲು ಮೊದಲು ಮಾಡಿದ ಗಂಡನಿಗೆ, ಅರುಂಧತಿ, 'ಮತ್ತೇನು ಮಾಡಲಿ?' ಎನ್ನುತ್ತ ಬೇರೆ ಮಾತು ತೆಗೆದಳು.

'ಇದು ಅಣ್ಣನ ಕೋಣೆ, ನಮಗೇ ಅಂತ ಈವತ್ತು ಬಿಟ್ಟುಕೊಟ್ಟಿದ್ದಾನೆ' ಅಂದಳು. 'ಅತ್ತಿಗೆ ಒಳ್ಳೆಯವರ ಹಾಗೆ ಕಾಣುತ್ತಾರೆ' ಅಂದವನಿಗೆ, 'ಕಾಣುತ್ತಾರೆ ಏನು? ಒಳ್ಳೆಯವರೇ' ಎಂದು ಅಲ್ಲೇ ಸರಿ ಮಾಡಿದಳು ಅರುಂಧತಿ. ಇವರ ಮನೆಯಲ್ಲಿ ಎಲ್ಲರೂ ಹಾಗೇ, ಗುಟ್ಟು ಬಿಟ್ಟುಕೊಡದೆ ಏನೂ ಹುಳುಕು ಇಲ್ಲ ಎಂದೇ ತೋರಿಸುತ್ತ ಒಳ್ಳೆಯದನ್ನಷ್ಟೇ ಮಾತಾಡಿಕೊಂಡು ಇರುತ್ತಾರೆ ಅನಿಸಿತು ದಿಗಂಬರನಿಗೆ. ತಮ್ಮ ಊರಲ್ಲಾದರೆ ಯಾರದೋ ವಿಷಯ ಮಾತಾಡುತ್ತ, ಇನ್ನಾರಿಗೋ ಬೈಯುತ್ತ, ಸುಮ್ಮನೆ ಎಗರಾಡುತ್ತ, ಮೂರನೇಯವರ ಸಂಬಂಧಕ್ಕೆ ನಾವು ನಾವೇ ಕಚ್ಚಾಡುತ್ತ ಇರುತ್ತೇವೆ ಅನಿಸತೊಡಗಿತು.

ಬಚ್ಚಲಿಗೆ ಹೋಗಿ ಬಂದು ಪವಡಿಸಿದ ಅರುಂಧತಿಯ ಮುಖ ನೋಡಿ ನಗಿಸುತ್ತ, 'ಮಚ್ಚರದಾನಿ ಇಲ್ಲದಿದ್ದರೆ ಸೊಳ್ಳೆ ಕಚ್ಚುತ್ತದೆಯೇ' ಕೇಳಿದ. 'ಇಲ್ಲ, ಆದರೂ ಒಂದೊಂದು ಸೊಳ್ಳೆ ಇರಬಹುದು' ಅಂದಳು. 'ಇವತ್ತೇನೂ ಅದು ನಮ್ಮ ತಂಟೆಗೆ ಬರದು' ಎನ್ನುತ್ತ ಮೊಣಕೈ ನೇವರಿಸಿದವನನ್ನು ಅರುಂಧತಿ ಅವನ ಕೈ ಹಿಮ್ಮೆಟ್ಟಿಸುತ್ತ 'ನಾಳೆ' ಅಂದಳು. ದಿಗಂಬರನ ಉತ್ಸಾಹವೆಲ್ಲವೂ ಜರ್ರನೆ ಇಳಿದುಹೋಗಿತ್ತು. ಅಲ್ಲೇ ಸುಧಾರಿಸಿ ಕೊಳ್ಳುತ್ತ ದಿಗಂಬರ, 'ಯಾಕೆ, ಅದನ್ನೂ ನಿಮ್ಮ ಅಣ್ಣನ ಹತ್ತಿರ ಕೇಳಬೇಕೇ ಮತ್ತೆ?' ಅಂತ ನಕ್ಕವನಿಗೆ ಮುನಿಸಿನಿಂದಲೇ, 'ಅದೇನು ಹಾಗೆ ಮಾತನಾಡಿದರೆ?' ಅಂದಳು. ದಿಗಂಬರ, 'ಇಲ್ಲ ಬಿಡು, ನಾಳೆ ಪುನಃ ನಾಳೆ ಅನ್ನಬಾರದು' ಎನ್ನುತ್ತ ಅರುಂಧತಿಯ ಕೈ ಬೆರಳು ಸವರುತ್ತ, 'ನಿಮ್ಮ ತಂದೆಯನ್ನು ಕಂಡರೆ ನನ್ನ ಅಪ್ಪನದೇ ನೆನಪಾಗುತ್ತದೆ' ಎನ್ನುತ್ತ ಮರುಗಿದ.

ಸುಮ್ಮಸುಮ್ಮನೆ ಹ್ಞು ಹ್ಞಾ ಅನ್ನುತ್ತಲೇ, 'ಹೆದರಿಕೆ ಏನೂ ಇಲ್ಲ ಬಾ' ಎನ್ನುತ್ತ ಒಮ್ಮೆಲೇ ಅವಳನ್ನೆಳೆದು ಅಪ್ಪಿಕೊಂಡ. ಸಿಟ್ಟು ಮಾಡಿ ಎದ್ದು ಕೂತ ಅರುಂಧತಿ, 'ನೋಡಿ ನಂಗೆ ಹೇಗೆ ಒಮ್ಮೆಲೆ ಜಗ್ಗಿಬಿಟ್ಟಿರಿ, ನನ್ನ ಕುತ್ತಿಗೆ ಉಳುಕಿದಂತಾಯಿತು' ಎಂದು ಕತ್ತು ತಿಕ್ಕಿಕೊಳ್ಳತೊಡಗಿದಳು. 'ಓಹ್, ಏನಾಯ್ತು? ಕತ್ತು ಹೀಗೆ ತಿರುಗಿಸು, ಹಾಗೆ ತಿರುಗಿಸು, ನಂಗೆ ಗೊತ್ತೇ ಆಗ್ಲಿಲ್ಲ' ಅಂತೆಲ್ಲ ಮಿದುವಾಗಿ, 'ಅಮೃತಾಂಜನವಿದ್ದರೆ

ಕೊಡು ಹಚ್ಚುವೆ' ಅಂದ. 'ಏನೂ ಬೇಡ' ಎನ್ನುತ್ತ ಉಲ್ಟಾ ಮಲಗಿಕೊಂಡಳು ಅರುಂಧತಿ. 'ಅಬ್ಬಾ ಇಷ್ಟು ನಾಜೂಕು ನೀನು ಅಂತ ನಂಗೆ ಗೊತ್ತೇ ಇರಲಿಲ್ಲ' ಅನ್ನುವಾಗ ದಿಗಂಬರನ ಧಾಟಿಯಲ್ಲಿ ಆ ಕುರಿತೂ ಹೆಚ್ಚುಗಾರಿಕೆಯೇ ಇದ್ದದ್ದು ಅರುಂಧತಿ ಗುರುತಿಸಿ ಖುಷಿಗೊಂಡಳು. ದಿಗಂಬರ ಹೆಂಡತಿಯ ಕತ್ತು ನೀವುತ್ತ ಸುಮ್ಮನೆ ತಿರುಗುವ ಫ್ಯಾನು ನೋಡುತ್ತಿದ್ದ.

ಇಷ್ಟು ಒಳ್ಳೆಯವನಿಗೆ ಜಾಸ್ತಿ ಸತಾಯಿಸುವುದು ಬೇಡ ಅಂತ ಒಮ್ಮೆ ಅನ್ನಿಸಿತು ಅರುಂಧತಿಗೆ. ಇದೇ ಸರಿಯಾದ ಸಮಯವೆನಿಸಿದ್ದೇ ದಿಗಂಬರ ಎದ್ದುಕೂತು ಅವಳ ತೊಡೆ ಮೇಲೆ ಮಲಗಿದ. ಅರುಂಧತಿ ಸುಮ್ಮನುಳಿದುಬಿಟ್ಟರು. ಯಾವಾಗಲೋ ಒಂದು ದಿನ ಆಗಲೇ ಬೇಕಾದ್ದಿದು, ಈಗಲೇ ಆಗಿ ಹೋಗಲಿ ಅಂದುಕೊಳ್ಳುತ್ತ ಸಹಕರಿಸುವ ಮನಸ್ಸು ಮಾಡಿದಳು. ಕನಸು ಕಲ್ಪನೆಯಲ್ಲಿ ಸವಿದಂತೆ ನವಿರಿಲ್ಲ ಮಿದುವಿಲ್ಲ ರೋಮಾಂಚನವಿಲ್ಲ, ಬರೀ ಬೆವರ ಗಂಧ, ಮುತ್ತಿಟ್ಟಾಗ ಎಂಜಲಿನ ಪರಿಮಳ, ಗಡಸು ಸ್ಪರ್ಶ, ಜೋರು ಒತ್ತು, ಬಿಗಿ ಹಿಡಿತ, ರಾಶಿ ಭಾರ, ಎಷ್ಟು ಹೊತ್ತಾದರೂ ಸರಿ ಒಂದು ಸಹ್ಯದ ಹಂತಕ್ಕೆ ಬರಲೇ ಇಲ್ಲ. ಎಲ್ಲ ಮೌನದಲ್ಲೇ ನಡೆವಾಗ ದಿಗಂಬರ, 'ಕಾಲು ಸಡಿಲ ಬಿಡು' ಅಂತ ಒಂದೇ ಮಾತು ಹೇಳಿದ್ದು ಕೇಳಿತು. ಅರುಂಧತಿಗೆ ಇವೆಲ್ಲ ಒಂದು ಬಾರಿ ಮುಗಿದು ಹೋದರೆ ಸಾಕೆನಿಸಿಬಿಟ್ಟಿತು.

ಎದ್ದು ಕೂತು ವಸ್ತ್ರ ಸರಿ ಮಾಡಿಕೊಳ್ಳುವಾಗ ಎಂಥದೋ ಖಾಸಗೀಯಾದಂಥ ದನ್ನು ಹಂಚಿಕೊಂಡ ಮುಜುಗರ. ಮತ್ತೆ ಸರೀ ಮಲಗಿದ ದಿಗಂಬರ ಒಂದು ಕೈಯನ್ನು ಅರುಂಧತಿಯ ಹೊಟ್ಟೆಯ ಮೇಲಿಟ್ಟು 'ಏನಾಯ್ತು?' ಅಂತ ಕೇಳಿದ್ದಕ್ಕೆ ಅರುಂಧತಿ ಸಣ್ಣಗೆ 'ಏನೂ ಆಗಲಿಲ್ಲ' ಅಂದಳು. 'ಮೊದಲ ಸಲ ಆಗಿದ್ದಕ್ಕೆ ಇಬ್ಬರೂ ಹೆದರಿದೆವು' ಅಂದ. ಇಬ್ಬರೂ ಒಬ್ಬರಿಗೊಬ್ಬರು ಅಂಟಿಕೊಂಡು ನಿದ್ದೆ ಹೋದರು. ಆದರೆ ಬೆಳಿಗ್ಗೆ ಎದ್ದು ಹೊರಬಂದಾಗ ಯಾರು ಮುಖ ನೋಡಿ ನಗಿಸಿದರೂ, ಆ ವಿಷಯಕ್ಕೇ ಇರಬೇಕು ಅನ್ನಿಸಿ ಅರುಂಧತಿ ಒಂದೆರಡು ತಾಸು ಎಲ್ಲರ ಮುಖ ತಪ್ಪಿಸಿ ಅಡ್ಡಾಡಿದಳು. ಸ್ನಾನಕ್ಕೆ ಹೋಗಿ ನಿಂತು, 'ಬನಿಯನ್ನು ನಿಕ್ಕರು ತಂದು ಕೊಡೆ' ಅಂತ ಸಲೀಸಾಗಿ ಹೇಳುವಷ್ಟು ದಿಗಂಬರನಿಗೂ 'ಈವತ್ತು ಯಾವ ಸೀರೆ ಉಡಲಿ?' ಅಂತ ವಿಚಾರಿಸುವಷ್ಟು ಅರುಂಧತಿಗೂ ಪರಸ್ಪರ ನಿನ್ನೆಗಿಂತ ಹತ್ತಿರವಾಗಿದ್ದೇವೆ ಅನ್ನಿಸಿತು.

ಅಂದೇ ಸಂಜೆ, ಬಾಗಿಲಿಗೆ ಹಾಕಿದ್ದ ತೋರಣದ ಪೂಜೆ ಇರುವುದರಿಂದ ಅಮ್ಮ 'ಬಂದು ಬಿಡೊ' ಎಂದು ಹೇಳಿದ್ದು ನೆನಪಾಗಿ ದಿಗಂಬರ ಹೋಗಲು ಅವಸರಿಸಿದ. ನೀಲಕಂಠ ಶೆಟ್ಟರು, 'ನಾಲ್ಕನೇ ದಿನಕ್ಕೆ ಬೆಳಿಗ್ಗೆಯೇ ಹೊರಟು ಬಿಟ್ಟರೆ ಆಗುತ್ತಿತ್ತು' ಅಂದರೂ ತನ್ನ ಅಮ್ಮನ ಮಾತನ್ನು ಅಳಿಯ ಮದುವೆಯ ಹೊಸತರಲ್ಲೇ ಮೀರುವುದು ಬೇಡ ಅನ್ನಿಸಿ, 'ಹಾಗಾದರೆ ಮುಂದಿನ ವಾರ ಇನ್ನೊಮ್ಮೆ ಬಂದು ಹೋಗಿ, ಇಲ್ಲೆಲ್ಲ ಸಂಬಂಧಿಗಳು ನಿಮ್ಮನ್ನು ಊಟಕ್ಕೆ ಕರಿಯುವವರಿದ್ದಾರೆ' ಅಂದರು. ವೇಣು ಮಾತ್ರ ಊಟಕ್ಕೆ ಕೂತ ಹೊತ್ತಿನಲ್ಲಿ, 'ಮನೆಯಲ್ಲಿ ಹೊರಗಿನ ಕೆಲಸಕ್ಕೆ ಯಾರಾದರೂ

ಇದ್ದಾರೆಯೇ?' ಎಂದು ಭಾವನ ಮುಖ ನೋಡಿ ಚೌಕಾಸಿ ಮಾಡಿದ. ದಿಗಂಬರ, 'ಹೌದು, ಸಣ್ಣಿ ಅಂತ ಮದುವೆಯಲ್ಲಿ ಕೆಲಸ ಮಾಡಿದ್ದಳಲ್ಲ, ಅವಳೇ ಇದ್ದಾಳೆ ರಾಶಿ ವರ್ಷದಿಂದ' ಅಂದ.

◀◀ ▶▶

ದಿಗಂಬರ ಮಾಸ್ತಿಕಟ್ಟೆಗೆ ಹೋದ ಈ ಸಂದರ್ಭದಲ್ಲೇ ಸುಮ್ಮನೆ ತಿರುಗಾಡುತ್ತ ಅಕ್ಕನ ಮನೆ ಕಡೆ ಬಂದು ಕೂತ ಮಧುಕರನನ್ನು ಸರೋಜಿನಿ ಮಾತಿಗೆ ಎಳೆದು, 'ನಿನ್ನ ಅಂಗಡಿಯಲ್ಲಿ ಎರಡೂ ಕಡೆಯವರ ಮದುವೆ ಜವಳಿ ಭರ್ಜರಿಯಾಗಿ ಖರ್ಚಾಗಿರ ಬೇಕಲ್ಲ ಮಾವ?' ಅನ್ನುತ್ತ ಕೊಂಕು ಮಾತನಾಡಿದಳು. ಅಲ್ಲೇ ಹೊರಕಟ್ಟೆಗೆ ಕೂತ ಬಾಯಕ್ಕ ಸುಮ್ಮನೆ ಕೇಳಿಸಿಕೊಂಡಳು. ಇತ್ತ ಮಧುಕರ ಒಂದು ರೀತಿಯ ಅವಮಾನದಿಂದ ಕೂತಲ್ಲೇ ತತ್ತರಿಸಿ ಹೋದ. ಸುಮ್ಮನೆ ಎದ್ದು ದೆಣಪೆಗೆ ನಡೆದ. ಅಲ್ಲೇ ಅಂಗಳದಲ್ಲೇ ಪೂಜೆಯ ಹಿತ್ತಾಳೆ ಪಾತ್ರೆಗೆ ಹುಣಸೆ ಹಣ್ಣು ಹಾಕಿ ಥಕಥಕ ತೊಳೆಯುತ್ತ ಕೂತ ಸಣ್ಣಮ್ಮ, 'ಸರಜಮ್ಮಾ, ನಿಮ್ಮ ಮಾವಗೆ ಬ್ಯಾಜಾರಾಯ್ತು ಆಗೂದ್ರಾ, ಕರೀರ್ರಾ' ಎನ್ನುತ್ತ ಸನ್ನೆ ಮಾಡಿದರೂ ಅಮ್ಮ ಮಗಳು ಇಬ್ಬರೂ ಅವಳು ಕರೆಯಲಿ ಎಂದು ಇವಳೂ, ಇವಳು ಕರೆಯಲಿ ಎಂದು ಅವಳೂ ಸುಮ್ಮನುಳಿದುಬಿಟ್ಟಿದ್ದರು.

'ಅಬ್ಬಾ, ನಾನು ಎತ್ತಿ ಆಡಿಸಿದ ಹುಡುಗಿ, ಹೆಗಲಲ್ಲಿ ಹತ್ತಿಸಿಕೊಂಡು ಬಂಡಿಹಬ್ಬದಲ್ಲಿ ತಿರುಗುವಾಗ ಮಿಠಾಯಿ ಬೇಡುತ್ತಿದ್ದವಳು, ಕಾಲೇಜಿನ ಐದು ವರ್ಷಗಳೂ ಓಡೋಡಿ ಬಂದು ನನ್ನ ಸ್ಕೂಟರಲ್ಲೇ ಹತ್ತಿ ಕೂಡುತ್ತಿದ್ದವಳು, ಬಿಎಡ್ಡಿಗೆ ಹೋಗುವಾಗ ನನ್ನಲ್ಲೇ ಬಂದು ವಿಚಾರಿಸಿದವಳು, ಅಂಥ ಸರೋಜಿನಿ ಇಂದು ಎಲ್ಲಿ ಕಳೆದು ಹೋದಳೆಂದೇ ಅರ್ಥವಾಗದೆ, ಇತ್ತ ಅಕ್ಕನೂ, ಬಾ ಕೂಡು, ಅವಳದು ತಪ್ಪಾಗಿದೆ, ಅವಳು ಸಣ್ಣವಳು, ಇಂಥ ಯಾವ ಮಾತೂ ಆಡದೆ, ಎಷ್ಟೋ ವರ್ಷದ ದ್ವೇಷ ಸಾಧಿಸಿಬಿಟ್ಟಳು ಎಂದು ದಿಗ್ಭ್ರಾಂತನಾಗುತ್ತ ಮಧುಕರ ಚಡಪಡಿಸಿದ. ಇದನ್ನು ಹೆಂಡತಿ ವಾಸಂತಿಯ ಬಳಿಯೇನಾದರೂ ಹೇಳಿಬಿಟ್ಟರೆ, 'ಊರ ಮಂದಿಯ ಹೇಲು ತೊಳೆಯಲು ಹೋಗಿ, ಈಗ ಹೇಗಾಯ್ತು ನೋಡಿ, ತೊಳೆಸಿಕೊಂಡವರು ಅದನ್ನೇ ಎತ್ತಿ ನಿಮ್ಮ ಮುಖಕ್ಕೇ ಬೀಸಿ ಒಗೆದರಲ್ಲ' ಅಂತ ಮಾತು ಮಾತಿಗೂ ಹಂಗಿಸಬಹುದು ಅನ್ನಿಸಿತು.

ಆದರೆ ಸರೋಜಿನಿಗೆ ಕಾಲೇಜು ದಿನಗಳಲ್ಲಿ ಈ ಮಾವನ ಸ್ಕೂಟರಿನಲ್ಲಿ ಹೋಗುವಾಗಲೇ ಒಂದು ರೀತಿಯ ಅಸಮಾಧಾನ ಬೆಳೆಯಲು ಶುರುವಾಗಿತ್ತು. ಮಧುಕರ ತನ್ನ ಹಳೆಯ ಸ್ಕೂಟರ್ ಬಿಟ್ಟುಕೊಂಡು ಅಂಕೋಲೆ ಪೇಟೆಯಲ್ಲಿರುವ ಜವಳಿ ಅಂಗಡಿಯ ಬಾಗಿಲು ತೆರೆಯಲು ಹೋಗುತ್ತಿದ್ದ. ಹೀಗೆ ಸೋದರಮಾವನ ಸ್ಕೂಟರಿನಲ್ಲಿ ದಿನವೂ ಕೂತು ಹೋಗುವುದು ಅಂಥ ದೊಡ್ಡ ಅಪಚಾರ ಅಂತ ಸರೋಜಿನಿಗೂ ಗೊತ್ತಿರಲಿಲ್ಲ. ಐದು ವರ್ಷಗಳ ಅವಧಿಯಲ್ಲಿ ಹೀಗೆ ಐದು ಮೈಲುಗಳ

ದೂರ ಇರುವ ಆ ಕಾಲೇಜಿಗೆ ನಡೆದು ಹೋಗುವುದೇನೂ ಸುಲಭವಾಗಿರಲಿಲ್ಲ. ಊರಲ್ಲಿ ಆ ಕಾರಣಕ್ಕೇ ಕೆಲವು ಹುಡುಗಿಯರು ಕಲಿಯುವ ಮನಸ್ಸಿದ್ದರೂ ಮ್ಯಾಟ್ರಿಕ್ಕಿನ ನಂತರ ವಿದ್ಯಾಭ್ಯಾಸ ಮುಂದುವರೆಸದೆ ಬಿಟ್ಟುಬಿಟ್ಟಿದ್ದರು.

ಸುಂಕಸಾಳೆ ಮತ್ತು ಕಳಸದಗುಡ್ಡೆ ಎರಡರ ತಿರುವುಗಳೂ ಕಂತ್ರೀಹಳ್ಳದ ಸಂಕದಲ್ಲೇ ಒಂದೆಡೆ ಸೇರಿ ಅದು ಮುಂದಕ್ಕೆ ಒಂದೇ ರಸ್ತೆಯಾಗಿ ಅಂಕೋಲೆಗೆ ಹೋಗುತ್ತಿತ್ತು. ಹಾಗಾಗಿ ಸರೋಜಿನಿಗೆ ಬಿಸಿಲಲ್ಲಿ ನಡೆದು ಹೋಗುವ ತೊಂದರೆ ತಪ್ಪಿಸಲು ಮಧುಕರ ತನ್ನ ಅಂಗಡಿಗೆ ಹೋಗುವ ವೇಳೆಯನ್ನೇ ತುಸು ಹಿಂದೆ ಮುಂದೆ ಮಾಡಿಕೊಂಡು ಸರೋಜಿನಿಯ ಕಾಲೇಜಿನ ಸಮಯಕ್ಕೆ ಹೊಂದಿಸಿಕೊಂಡು ಬಿಟ್ಟಿದ್ದ. 'ಹಾಗೆ ನನಗಾಗಿ ಕಾದು ನಿಂತು ಕರೆದೊಯ್ಯುವಂಥದ್ದು ಏನಿರತದೆ? ನಾನು ನಡೆದೇ ಹೋಗತಿದ್ದೆ, ಅಕಸ್ಮಾತ್ ಮಾವ ಸಿಕ್ಕೇ ಬಿಟ್ಟರೆ ಹತ್ತತೇನೆ ಅಷ್ಟೇ' ಅಂತೆಲ್ಲ ಸುಮಾರು ಸಲ ಅವಳು ಅಮ್ಮನೊಡನೆ ಹಠ ಮಾಡಿದ್ದಿದೆ.

ಹಾಗೆ ನಡೆದು ಬರುತ್ತಿದ್ದವಳನ್ನು ಮಾವನೇ ತನಗಿಂತ ಹೆಚ್ಚು ಆಸಕ್ತಿ ತೋರಿಸಿ ತನ್ನ ಸ್ಕೂಟರಿನಲ್ಲಿ ಕರೆದೊಯ್ಯುತ್ತಾನೆ ಅಂತ ಇವಳಿಗ್ಯಾಕೋ ಅನಿಸಿಬಿಟ್ಟಿತ್ತು. ನಂತರ ಗೌಡರ ಕೇರಿಯಲ್ಲಿ ಯುಗಾದಿ ಹಬ್ಬದ ಹಗರಣ ಕಾರ್ಯಕ್ರಮದ ಸಂದರ್ಭದಲ್ಲಿ ಕೊಪ್ಪದ ಜನ, ಹೀಗೆ ಮಾವ ಸೊಸೆ ಸ್ಕೂಟರಲ್ಲಿ ಹೋಗುವ ಸನ್ನಿವೇಶದ ಹಗರಣ ಕಟ್ಟಿದಾಗಲೂ ಅವಳು ಮಾವನನ್ನೇ ಅದಕ್ಕೆ ಹೊಣೆಯನ್ನಾಗಿ ಮಾಡಿ ಅಮ್ಮನ ಬಳಿ ಕೂಗಾಡಿದ್ದಳು. ಬಾಯಕ್ಕ ಅದ್ಯಾವುದನ್ನೂ ತಲೆಯಲ್ಲಿ ಹೊಕ್ಕಿಸಿಕೊಳ್ಳದೇ, 'ಮಾವ ಅಂದರೆ ಅಪ್ಪನ ಸ್ಥಾನದಲ್ಲಿರುವವ, ಅವನ ಬಗ್ಗೆ ಹಾಗೆಲ್ಲ ತಪ್ಪು ಮಾತಾಡಬಾರದು' ಎನ್ನುತ್ತ ಅದನ್ನು ಅಲ್ಲೇ ಮರೆಸಿ ಹಾಕಿದ್ದಳು.

ಇದೀಗ ಸರೋಜಿನಿ ಕೊಂಕು ನುಡಿದ ವಿಷಯದಲ್ಲಿ ಮಧುಕರನಿಗೆ ದಿಗಂಬರನ ಮೇಲೆಯೇ ಸಿಟ್ಟು ಉಕ್ಕಿತು. ತಾನು ತಪ್ಪಿಸಿಕೊಳ್ಳಲೋಸುಗ ನನ್ನ ಮೇಲೆ ಇನ್ನೂ ಏನೇನು ಗೂಬೆ ಕೂರಿಸಿದ್ದಾನೋ, ಈಗ ಕೇಳಿದರೆ, 'ತಪ್ಪಾಯಿತು ಮಾವ, ನಂಗೆ ಬೀಸುವ ದೊಣ್ಣೆ ತಪ್ಪಿಸಿಕೊಳ್ಳುವ ಭರದಲ್ಲಿ ಹೊಳೆದದ್ದು ಇದೊಂದೇ' ಅಂದಾನು ಅಂತೆಲ್ಲ ಮಧುಕರ ಒಳಗೊಳಗೇ ಸಂಕಟ ಪಡುತ್ತ ನಂತರ ಅಕ್ಕನ ಮನೆ ಬದಿಗೆ ಬರುವುದನ್ನೇ ಪೂರಾ ನಿಲ್ಲಿಸಿ ಬಿಡಬೇಕೆಂದು ಯೋಚಿಸಿದ.

◀◀ ▶▶

ಮಾರನೇ ದಿನ ಸುಂಕಸಾಳೆಯ ಬದಿಗೆ ಯಾವುದೋ ಕೆಲಸಕ್ಕೆ ಬಂದ ದೇವುನನ್ನು ಮೊದಲೇ ಕರೆದು ಹೊರನಿಲ್ಲಿಸಿಕೊಂಡ ಮಧುಕರ ವಾಸಂತಿಯನ್ನು ಕರೆದು, 'ಏ ಇವಳೇ, ಎಲ್ಲಿದೆ ದಿಗಂಬರನ ಮದುವೆಯಲ್ಲಿ ಎರಡೂ ಬದಿಯವರು ಕೊಟ್ಟ ಸೀರೆ ಧೋತರ ಹೊರತೆಗಿ, ಹೇಗಿದೆ ನೋಡುವ' ಅಂತ ತೆಗೆಸಿಕೊಂಡ. ಅದದೇ ಪ್ಲಾಸ್ಟಿಕ್

ಚೀಲದಲ್ಲಿ ಅವುಗಳನ್ನು ತುರುಕಿ, ದೇವೂನ ಕೈಯಲ್ಲಿ ಸೀದಾ ಒಯ್ದು ಕೊಟ್ಟು ಕೊಂಚ ನೆಮ್ಮದಿಯಿಂದ ವಿರಮಿಸಿದ. ಎರಡೆರಡು ಬಾರಿ ಹೊಸಸೀರೆಯನ್ನು ನೋಡಿ ನೋಡಿ ಒಳಗಿಟ್ಟುಕೊಂಡ, ವಾಸಂತಿ ಹೀಗೆ ಇದ್ದಕ್ಕಿದ್ದಂತೆ ಆಯರು ವಾಪಸ್ಸು ಮಾಡಿದ ಕುರಿತು ಗಂಡನ ಬಳಿ ಹೇಗೆ ಕೇಳುವುದೆಂದೇ ಗೊತ್ತಾಗದೆ ಸುಮ್ಮನುಳಿದಳು.

ಆದರೂ ಏನೋ ದೊಡ್ಡದೇ ನಡೆದಿದೆ, ಎಲ್ಲ ಸ್ವಲ್ಪ ತಣ್ಣಗಾದ ಮೇಲೆ ಕೆದಕಿದರೆ ಆಯಿತೆಂದು ಸುಮ್ಮನಿದ್ದಳು. ಆದರೂ ಆಗಾಗ, 'ಯಾಕೆ ಇತ್ತೀಚೆ ರಾಯರು ಅಕ್ಕನ ಮನೆ ಕಡೆ ತಲೆಯನ್ನೂ ಹಾಕಿ ಮಲಗುತ್ತಿಲ್ಲ?' ಎಂದು ಕೇಳಿ ಹಳಿಯುತ್ತಿದ್ದಳು. 'ಅದು ಹಾಗೇ, ಎಲ್ಲ ಮಾಡಿದವರು ನಂತರ ಬೈಸಿಕೊಳ್ಳುವ ವ್ಯಾಪಾರವೇ' ಅಂತ ವಾಸಂತಿ ಅಂದಿದ್ದಕ್ಕೆ, 'ಏನಾಯ್ತು ಈಗ?' ಎಂದು ಸಿಟ್ಟಿನಲ್ಲೇ ಕೇಳಿದ. 'ಏನಿಲ್ಲ ಬಿಡಿ, ಎಲ್ಲರಿಗೂ ಹಾಗೇ, ಅಲ್ಲದಿದ್ದುದನ್ನು ಹೇಳಿಸಿಕೊಳ್ಳಲು ಸೋದರ ಮಾವನೊಬ್ಬನೇ ಬಿಟ್ಟಿಯಾಗಿ ಸಿಗುತ್ತಾನೆ' ಎನ್ನುತ್ತ ಎದ್ದು ಹೋದ ಹೆಂಡತಿಯನ್ನೇ ಮಧುಕರ ಪುನಃ ದುರುಗುಟ್ಟಿದ್ದ.

ಇದ್ದಕ್ಕಿದ್ದಂತೆ ದೇವು ತಂದುಕೊಟ್ಟ ಪ್ಲಾಸ್ಟಿಕ್ ಚೀಲವನ್ನು ಕುತೂಹಲದಿಂದ ಬಿಚ್ಚಿ ನೋಡಿದ ಬಾಯಕ್ಕ, 'ಈ ಇವನ ಸಿಟ್ಟು ನೋಡು, ಏನೋ ಸಣ್ಣವಳು ತಿಳಿಯದೇ ಒಂದು ಮಾತಾಡಿದಳು ಅಂತ ಕ್ಷಮಿಸುವದು ಬಿಟ್ಟು' ಎನ್ನುತ್ತ ಮತ್ತೂ ಮಗಳ ಬದಿಗೇ ಮಾತಾಡಿ, ತಮ್ಮ ಕಳಿಸಿದ ಸೀರೆ ದೋತರವನ್ನು ಕಪಾಟಿನ ಕೆಳ ಭಾಗದಲ್ಲಿ ತುರುಕಿ, 'ಅಂಗಡಿಯೇ ಇದ್ದವನಿಗೆ ವಸ್ತ್ರದ್ದೇನು ದರಕಾರು, ನಮ್ಮ ಭವಾನಿಗಾದ್ರೂ ಕೊಟ್ಟಿರಾಯ್ತು, ಮದುವೆಯಲ್ಲಿ ಅಷ್ಟು ಓಡಾಡಿದರೂ ತಾನು ಅವಳಿಗೊಂದು ಸೀರೆ ಕೊಡಲಿಲ್ಲ' ಅಂತ ಮನಸ್ಸಲ್ಲೇ ಲೆಕ್ಕ ಹಾಕುತ್ತ, ಬೇರೆ ಕೆಲಸದಲ್ಲಿ ತೊಡಗಿಕೊಂಡಳು. ಸರೋಜಿನಿಗೆ ಮಾತ್ರ ತಾನು ಕೊಟ್ಟ ಚುಚ್ಚುಮದ್ದು ಮಾವನಿಗೆ ಸರೀ ಜಾಗದಲ್ಲಿ ನಾಟಿದೆ ಎಂದೆನಿಸಿ ಅದೇಕೋ ತನ್ನ ಮೇಲೆ ತಾನೇ ಬೇಸರಗೊಂಡಳು. ಆದರೆ ಕ್ಷಮೆಗಿಮೆ ಕೇಳಲು ಅವಳ ಮನಸ್ಯಾಕೋ ಒಪ್ಪಲಿಲ್ಲ.

ಮಧುಮಾವನಿಗೆ ಅಕ್ಕ ಹೀಗೇನೋ ಅವಮಾನ ಮಾಡಿದ ಸಂಗತಿ ದಿಗಂಬರನಿಗೆ ನಂತರದ ದಿನಗಳಲ್ಲಿ ಸಣ್ಣಿಯಿಂದ ಚೂರು ಚೂರೇ ತಿಳಿದರೂ ದಿಗಂಬರ ಆ ಕ್ಷಣವೇ ಮಾವನ ಮುಖ ನೋಡಲು ಅಂಜಿದ. ಸಂಬಂಧಿಗಳೆಲ್ಲ ತಮ್ಮನ್ನು ಮನೆಗೆ ಕರೆದು ಹೊಸ ಮದುಮಕ್ಕಳಿಗೆ ಊಟಕ್ಕೆ ಬಡಿಸುವ ಶಾಸ್ತ್ರ ಇಟ್ಟುಕೊಂಡರೆ, ಮಧುಕರ ಮಾತ್ರ ಒಂದು ಊಟಕ್ಕೂ ಕರೆಯದೆ ಮನೆಯ ಕಡೆ ಒಮ್ಮೆ ಸುಮ್ಮನೆ ಬಂದೂ ಹೋಗದೆ ಇದ್ದುದಕ್ಕೆ ಅರುಂಧತಿಯೇ ಹಲವಾರು ಬಾರಿ ಗಂಡನೊಡನೆ ವಿಚಾರಿಸಿದ್ದಳು.

ಸರಜಮ್ಮನನ್ನು ಸಣ್ಣಿಯೇ ಬಸ್ಸಿನ ತನಕ ಹೋಗಿ ಬಸ್ಸು ಬರುವವರೆಗೆ ಹೋಗಿ ಕಾದು ನಿಂತಳು. 'ಮತ್ಯಾವಾಗ ಬತ್ತೀರಿ ಸರಜಮ್ಮಾ?' ಅಂತ ಕೇಳಿದ್ದಕ್ಕೆ, 'ನೋಡತೇನೆ' ಒಂದೇ ಶಬ್ದ ಮಾತಾಡಿ ಸರೋಜಿನಿ ಬಸ್ಸು ಏರಿದಳು.

◀◀ ▶▶

ರಾತ್ರಿ ಸಣ್ಣಿ ಹಟ್ಟಿಗೆ ಹೋಗಿ ಅಂಬಲಿ ಕುದಿಸಿ ಮಾದೇವನಿಗೆ ಊಟಕ್ಕಿಕ್ಕಿ ತಾನೂ ತುಸು ತೆಳಿ ಕುಡಿದು ಗಂಡನನ್ನು ಮನಸ್ಸಿನಲ್ಲೆ ಶಪಿಸುತ್ತ ಅಲ್ಲೇ ಅಡ್ಡಾಗಿದ್ದಳೋ ಇಲ್ಲವೋ ದೇವೂ ಸವಾರಿ ತಟ್ಟಿ ಗೋಡೆ ತಳ್ಳಿಕೊಂಡು ಬಂದೇ ಬಿಟ್ಟಿತು. ಇಂದು ತೂರಾಡುತ್ತ ಬಂದಿದ್ದರೂ ಹೊಡೆಯಲು ಕೈಯೆತ್ತದೆ ಅವಳನ್ನು ಹಿಡಿದುಕೊಂಡವನೇ ಒಮ್ಮೆಲೇ ಬಿಕ್ಕಳಿಸುತ್ತ, 'ಕೊಂದಾಕಬಿಟ್ಟರೇ ಸಣ್ಣಿ ನನ ತಂಗೀನ, ಗುಡ್ಡೇ ಮ್ಯಾನಿಂದ ದೂಡಾಕಬಿಟ್ಟರೇ' ಅಳುತ್ತ ಕೆಲೆಯುತ್ತ ಬಿದ್ದು ಬಿದ್ದು ಹೊರಳಾಡಿದ.

'ಹಂಗ್ಯಾಂಗ ಆಗೂದು? ಆ ದಿನ ಆ ಮೋಗೀನ ನೋಡ್ಕಂಡ, ನಮ್ಮ ಮಾಲಿ ಅಲ್ಲಾ ಮಾಡ್ಕ ಬಂದಾಂವ ನೀನೇ ಅಲಾ?' ಅನ್ನುತ್ತ ಸಣ್ಣಿ ಸಮಾಧಾನ ಮಾಡಲು ಯತ್ನಿಸಿದಳು. 'ಹೌದೇ, ಅಲ್ಲಾ ಮಾಡ್ಕ ಬಂದೀನೇ, ನಾನೇ ಅಲ್ಲಾ ಮಾಡಕ ಬಂದೀನೇ, ಸಣ್ಣಿ ಹೌದೇ' ಅಂತೆಲ್ಲ ದೇವು ಗಲಿಬಿಲಿಗೊಂಡರೂ ಸಣ್ಣಿಗೆ ಏನೊಂದೂ ಅರ್ಥವಾಗದೆ, 'ಹಂಗಾರ ಸುಮ್ಮನ ಮನೀಕಾ, ಎಲ್ಲರೂ ಆರಾಂ ಇರೂದು' ಅನ್ನುತ್ತಿರುವಾಗಲೇ ದೇವು ಕುಡಿದದ್ದನ್ನೆಲ್ಲ ಬಕಬಕ ವಾಂತಿಮಾಡಿಕೊಂಡ. ಆ ಸದ್ದಿಗೆ ಪಕ್ಕ ಮಲಗಿದ ಮಾದೇವನೂ ಎದ್ದು ಕೂತು ಬಿಟ್ಟ. ಕೊನೆಯ ವಾಕರಿಕೆಯಲ್ಲಿ ಎಲ್ಲೋ ನೆತ್ತರಿನ ಅಂಶ ಕಂಡವಳೇ ಸಣ್ಣಿ ಥರಥರ ನಡುಗಿಹೋದಳು. ಇತ್ತೀಚೆಗಂತೂ ತನ್ನ ಗಂಡನಿಗೆ ಏನೇ ಆದರೂ ಅದಕ್ಕೆಲ್ಲ ಕಾರಣ ಪಚ್ಚ ಮತ್ತು ಅವನ ಸಾರಾಯಿ ಅಂಗಡಿಯೇ ಎನ್ನಿಸುತ್ತಿತ್ತು.

ಅದೇ ಗಾಬರಿಯಲ್ಲಿ ಎದ್ದವಳೆ ಸೀದಾ ಪಚ್ಚನ ಅಂಗಡಿಗೆ ಓಡಿ 'ನನ ಗಂಡನ ಪಿರಾಣ ತೆಗೂಕೆ ಕೂತಿ ನೀನು, ನನ್ನೂ ನನ್ನ ಮಗನ್ನೂ ಬೇವರ್ಸಿ ಮಾಡೂಕ ಕೂತಿ ನೀನು' ಎನ್ನುತ್ತ ಕೂಗಾಡಿದಳು. ಅದೇ ಆವೇಶದಲ್ಲೇ ಗಂಡಂಗಿಗೆ ಹೊಕ್ಕಿ ಅಲ್ಲಿ ದೊಡ್ಡ ಡ್ರಮ್ಮಿನಲ್ಲಿ ತುಂಬಿಟ್ಟ ಸಾರಾಯಿ ಪಾಕೀಟುಗಳನ್ನು ನೆಲಕ್ಕೆ ಬಿಸಾಕಿ ಕಾಲಲ್ಲಿ ಮೆಟ್ಟಿಮೆಟ್ಟಿ ಒಡೆದು ಮಣ್ಣಿನಲ್ಲಿ ಒಂದಾಗಿಸಿಬಿಟ್ಟಳು.

ಹೊಡೆಯಲು ಬಂದ ಪಚ್ಚನನ್ನು, 'ಬ್ಯಾರೆ ಹೆಂಗಸಿನ ಮ್ಯಾನೆ ಕೈ ಹಾಕದ ಹೇಳ ಕಂಪ್ಲೀಟ ಕೊಡತೀ' ಎನ್ನುತ್ತ ಹುಲಿಯ ಹಾಗೆ ಅವನನ್ನು ತಳ್ಳಿಕೊಂಡೇ ಮನೆಗೆ ಬಂದಳು. 'ಅದಕ ಇಂದ ಉಳ್ಳೂದಿಲ್ಲಾ ನಾ ಮೆಟ್ಟೇ ಸಾಯಸ್ತೀ ಅದಕೆ' ಎನ್ನುತ್ತ ಹಾರಾಡುತ್ತಿದ್ದವನನ್ನು ಅವನ ದೋಸ್ತರೆಲ್ಲ ಹಿಡಿದು, 'ಆವೇಶ ಪಡ್ಬೇಡವೊ, ಅದಕ ಕಿಟ್ಟರ ಸಾಕು, ಅತ್ಯಾಚರ ಮಾಡೂಕ ಬಂದ ಅಂದ ಕಂಪ್ಲೀಟ ಕೊಟ್ಟರೆ, ನಿನ್ನ ಹೊತಕಂಡ ಹೋಗ ಒಳಗ ತುಂಬಾಕೂರು' ಅಂತೆಲ್ಲ ಅಂದದ್ದೇ ಪಚ್ಚ ಹೆದರಿ ಕೆಟ್ಟ ಬೈಗುಳಕ್ಕಷ್ಟೇ ಸಣ್ಣಿಯನ್ನು ನಿಲ್ಲಿಸಿ ಪುನಃ ಸಂಜೆ ಕಾಲೆಳೆಯುತ್ತ ಬರುವ ದೇವುವನ್ನೇ ಹಿಡಿದುಕೊಳ್ಳಲು ಕಾಯಹತ್ತಿದ.

ದೇವುಗೆ ಈ ಯಾವ ವಿಷಯವೂ ಗೊತ್ತಿಲ್ಲದೆ ದಿನದಂತೆ ಎದ್ದು ಬೀರಣ್ಣ ನಾಯಕರ ಮನೆ ಕಟ್ಟಿಗೆ ಒಡೆದು ಕೊಟ್ಟು, ಅವರ ಮಗ ಕೊಟ್ಟ ಐವತ್ತರ ನೋಟನ್ನು ಕಿಸೆಗಿಳಿಸಿ, ಪುನಃ ಏನೇನೋ ಯೋಚನೆಗಳು ಬರುತ್ತಲೆ, ತಲೆ ಹಾಳಾಗಿ ತುಸು ಏರಿಸಿಯೇ ಹೋದರಾಯಿತೆಂದು ಪಚ್ಚನ ಗಡಂಗಿನೆಡೆ ತಿರುಗಿದ. ಅವನ ಬರುವಿಕೆಯನ್ನೇ ಕಾಯುತ್ತಿದ್ದ ಪಚ್ಚ ಹಾನಿಯ ಸಂಕಟದಲ್ಲಿ ಮಿಂದೆದ್ದು ಬಂದವನಂತೆ ಒಮ್ಮೆಲೇ ಧಾವಿಸಿ ಬಂದು ತನ್ನ ಪೌರುಷವನ್ನೆಲ್ಲ ದೇವುವಿನ ಮೇಲೆ ತೋರಿಸಿಬಿಟ್ಟ. ಮತ್ತೆ ಹೀಗೆ ನಡೆಯಲಾರದು ಅಂದುಕೊಂಡವಗೆ ಒಮ್ಮೆಲೇ ದಿಗಿಲಾಗಿ 'ಸಾಯ್ಲೋ ಇಂವ ಸಾಯ್ಲೋ' ಎನ್ನುತ್ತ ಕುಸಿದು ಕೂತು, 'ಏ ಹೊಡಿಯಾಂವ ಬಗೇಲ ಯಾಕ ಹೊಡೀತೀ ಅಂದ ಹೇಳಕಂಡರೂ ಹೊಡಿಯೋ' ಎಂದು ಚೀರಿದ.

'ಹೇಳ್ಬೇಕ ನಿಂಗೆ? ಏಂಥಾ ಹೇಳ್ಲೋ ಭೋದಿ ಮಗನೇ, ಹೆಣತೀಗ ಊರಮ್ಯಾನ ಬಿಟ್ ಮಜಾ ಮಾಡ್ತೀ, ನನ್ನ ಪಾಕೀಟ್ ಮಣ್ಣೀಗ ಹಾಕಸ್ತೀ' ಅನ್ನುತ್ತ ಗುದ್ದಿದಲ್ಲೇ ಗುದ್ದಿದ. ಒದ್ದಲ್ಲೇ ಒದ್ದ. 'ಏನು? ಏನು? ಮತ್ತ ನಂ ಹೆಂಗ್ಸು ಬಂದ ಗೌಜಿ ಹಾಕ್ತು? ಅದಕ ಉಳ್ಸೂದಿಲ್ಲಾ ನಾ ಇಂದೆ' ಅನ್ನುತ್ತ ಏಳುತ್ತ ಬೀಳುತ್ತ ಮನೆ ಕಡೆ ಓಡಿದ ದೇವು. ಅಲ್ಲಿ ಮನೆಯನ್ನೆಲ್ಲ ಜಾಲಾಡಿ ಹುಡುಕಿದ. ಸಣ್ಣಿಯನ್ನು ಎಲ್ಲೂ ಕಾಣದೆ ಬದಿಯ ಬೀರಪ್ಪನ ಗುಡಿಸಲಲ್ಲಿ ಹೇಳದೆ ಕೇಳದೆ ಹೊಕ್ಕಿ ಹೊರಬಿದ್ದು ಸೋಮಿಯೊಂದಿಗೆ ಬೈಸಿಕೊಂಡ. 'ಸಿಕ್ಕು ಕೈಯೀಗ ಸಿಕ್ಕು ಕೊಲೇ ಮಾಡ್ಬಿಡ್ತೀ ಕೊಲೆ' ಅನ್ನುತ್ತ ಕೊಪ್ಪದ ತುಂಬ ಬಿರುಸಿನಿಂದ ತಿರುಗಿದ ದೇವುವನ್ನು ಕೊಪ್ಪದ ಹೆಂಗಸರೆಲ್ಲ ವಾರೆಗಣ್ಣಿಂದ ನೋಡಿ ನಸು ನಕ್ಕರು.

ಮೊದಲೇ ಇಂಥದನ್ನು ಊಹಿಸಿದ ಸಣ್ಣಿ ಬಾಯಕ್ಕನ ಮನೆಗೆ ಬಂದು ದಿಗಂಬರನ ಹತ್ತಿರ ನಡೆದಿದ್ದನ್ನು ಹೇಳಿ ಒಳ ಜಗಲಿಯ ಮೇಲೆ ಆಶ್ರಯ ಪಡೆದಿದ್ದಳು. ದಿಗಂಬರನೂ ಬೇಸರದಿಂದ, 'ನೀ ಈವತ್ತ ಇಲ್ಲೇ ಇರೇ ಸಣ್ಣಿ, ಬರ್ಲಿ ಅಂವಾ, ನಾ ನೋಡ್ಕೋತೇನೆ' ಎನ್ನುತ್ತ ಅಂಗಡಿಯಲ್ಲಿ ಕೂತಿದ್ದ. ಅಲ್ಲಿ ಕೊಪ್ಪದಲ್ಲೆಲ್ಲ ಹುಡುಕಿ ಗಿರಿಯಮ್ಮನ ಗುಡ್ಡೆ ಹತ್ತಿ ಇಳಿದು ಎಲ್ಲೂ ಹೆಂಡತಿಯ ಸುಳಿವು ಸಿಗದೆ ಯಾಕೋ ಅನುಮಾನದಿಂದ ಅವನ ಸವಾರಿ ಬಾಯಕ್ಕನ ಮನೆಗೆ ಬಂತು.

ಅಂಗಡಿ ಗೇಟಿನಲ್ಲೇ ತಡೆದ ದಿಗಂಬರ, 'ಏ ಯಾಕೋ ಕುಡಕ ಬಡ್ಡೀ ಮಗನೆ, ಅಲ್ಲೆ, ಅಲ್ಲೇ ನಿಂತುಕೊ, ಒಂದ ಹೆಜ್ಜೆ ಮುಂದ್ಹಾಕದ್ರೆ ಕಾಲೇ ಮುರೀತು ಅಂತ ತಿಳಕೊ' ಎನ್ನುತ್ತ ಮೈಮೇಲೆ ಏರಿಯೇ ಬಂದ ಒಡೇದಿರನ್ನು ಮತ್ತು ಅವರ ಹಿಂದೆಯೇ ಇರುವ ಅರುಂಧತಿಯನ್ನೂ ನೋಡಿ ತುಸು ಸಂಕೋಚದಿಂದಲೇ, 'ಏನಿಲ್ರಾ ಒಡೆಯಾ, ನಂ ಹೆಂಡ್ರು ಇಲ್ಲೀಗ್ ಬಂದೀತ್ರೋ ನೋಡೂಕ ಬಂದಿತ್ತೆ' ಅಂದ. ಅವನನ್ನು ಅಂಗಡಿಯಲ್ಲೇ ಕೂಡಿಸಿಕೊಂಡು, 'ಅಬಾಬಾಬಾ ಬಹುವಚನ ಬೇರೆ ಹೆಂಡತಿಗೆ, ಕೈಯೀಗ ಸಿಕ್ಕದ್ರೆ ದನಾ ಬಡ್ದಂಗೆ ಬಡೂದು ಅಲ್ವೇನೋ?' ಅಂತ ಕೇಳಿದ.

'ಹಾಂಗಲ್ರಾ, ಯಾವ ಹೆಂಗಸಾದ್ರೂ ಮನೇಲ ಮರ್ಯಾದಿಯಾಗ ಬಿದ್ದೀರೂದ ಬಿಟ್ಟಿ, ಅಲ್ಲಿ ಆ ಸಾರಾಯ ಅಂಗಡೀಗ ಹೋಗ ಗಂಡಸ್ತನಾ ತೋರಸೂರೇನರಾ?' ಅಂದದ್ದೇ ದಿಗಂಬರನೂ ಬಿಡದೆ, 'ನೀ ಹೀಗೆ ಕುಡದು ಹೊಡೀದೇ ಮರ್ಯಾದಿಯಾಗಿ ಬಿದ್ದು ಉಳಿ ಮುಂಚೆ, ಕಡೇಗೆ ಅದಕ್ಕೆ ಬುದ್ಧೀ ಹೇಳು' ಎನ್ನುತ್ತ ಇವರೂ ಹೆಂಡತಿಯ ಬದಿಗೆ ಆಗಿದ್ದು ನೋಡಿ ದೇವು, 'ಆಯತರಾ ಒಡೆಯಾ, ಮತ್ತೆ ಆ ಬದಿ ಹೋಗೂದಿಲರಾ, ತಪ್ಪಾಯತರಾ' ಅನ್ನುತ್ತ ಒಳಗೆ ಬಂದು, 'ಏ ಬಾರೆ, ಹೊಡೂದಿಲ್ಲ ಬಾರೆ' ಎಂದು ಕರೆಯುತ್ತ ಬಂದರೂ ಸಣ್ಣಿ ಹೆದರಿಕೊಂಡು ಹೋಗಲೊಪ್ಪದೇ ಅಲ್ಲೇ ಏನೋ ಕೆಲಸ ಮಾಡುತ್ತ ಉಳಿದುಕೊಂಡಿದ್ದು, ಸುಮಾರು ಹೊತ್ತಿನ ಮೇಲೆ ಎದ್ದು ಹೋದಳು. ಅರುಂಧತಿಗೆ ಇವರ ಜಗಳದ ವಿವರವನ್ನು ದಿಗಂಬರ ಸೂಕ್ಷ್ಮವಾಗಿ ನೀಡಿದ. ಅವಳಿಗೆ ಪ್ರಥಮ ಬಾರಿ ಸಣ್ಣಿಯನ್ನು ಕುರಿತಾಗಿ ವಿಶೇಷ ಅಚ್ಚರಿ ಹುಟ್ಟಿತು.

ಅಧ್ಯಾಯ 13

ಮದುವೆಯಾದ ಹದಿನೈದು ದಿನದಲ್ಲಿ ಅರುಂಧತಿ ಗಂಡನೊಡನೆ ಪಕ್ಕದ ಅಜ್ಜೀಕಟ್ಟೆಯ ಸೋದರತ್ತೆ ಕಮಲಕ್ಕನ ಮನೆಗೆ ಹೋಗಿದ್ದಳು. ಅಲ್ಲಿ ಊಟಕ್ಕೆ ಕೂತಾಗ, ಬೇಕೂ ಅಂತಲೇ ಏನೋ 'ಹೇಗೆ ನಿಮ್ಮ ಅತ್ತೆ? ತುಸು ಬಾಯಿ ದೊಡ್ಡದು ಇರಬೇಕಲ್ಲ?' ಎಂದು ಗುಟ್ಟಾಗಿ ಕಮಲಕ್ಕ ವಿಚಾರಿಸಿದ್ದರು. ಅರುಂಧತಿ ಆಗ ಆಕಾಶದ ಮೇಲೆಯೇ ವಿಹರಿಸುತ್ತ, 'ಅಯ್ಯೋ, ನಮ್ಮ ಅತ್ತೆ ಅಂದರೆ ನಂಗೆ ಅಮ್ಮನಿದ್ದಂತೆ, ನಾವು ಯಾವಾಗಲೂ ಪ್ರೀತಿಯಿಂದ ಇರುತ್ತೇವೆ' ಅಂತೆಲ್ಲ ಹೇಳಿಕೊಳ್ಳುವಾಗ ಕಮಲಕ್ಕನ ಗಂಡ ರಾಯಣ್ಣ ಕುಹಕದ ನಗೆ ಬೀರುತ್ತ, 'ಓಹೋಹೋಹೋ ಆಯ್ತು ಹಾಗಾದರೆ, ಅತ್ತೆಯ ತೊಡೆಯ ಮೇಲೆ ಮಲಗಿ ಚುಕ್ಕು ತಟ್ಟಿಸಿಕೊಳ್ಳುವುದೇ, ಹ್ಹ ಹ್ಹ ಹ್ಹ ನಮ್ಮ ಅಂಬರಕೊಡ್ಲ ಲಲಿತಕ್ಕನ ಸಣ್ಣ ಸೊಸೆಯ ಹಾಗೇ' ಅಂತ ಒಂದು ಥರಾ ಮಾಡಿ ನಕ್ಕು ಬಿಟ್ಟಿದ್ದ. ತಾನು ಅತ್ತೆಯ ಕುರಿತು ಹೇಳಿದ ಬೊಬಕಾ ತುಸು ಹೆಚ್ಚಾಯಿತೇನೋ ಎಂದು ಅರುಂಧತಿಗೇ ಆ ಕ್ಷಣ ಪಿಚ್ಚೆನಿಸಿತ್ತು.

ಅರುಂಧತಿ ಮದುವೆಯಾಗಿ ಬಂದ ಇಪ್ಪತ್ತೆರಡು ದಿನಗಳ ಮೇಲೆ ಮೊದಲ ಸಲ ಮುಟ್ಟಾದಳು. ಬೆಳಿಗ್ಗೆ ಬೆಳಿಗ್ಗೆ ಅತ್ತೆಯ ಬಳಿ ಹೇಗೆ ಹೇಳುವುದೆಂದು ತಿಳಿಯದೆ ದಿಗಂಬರನನ್ನು ಎಬ್ಬಿಸಿ, 'ನಾನು ಹೀಗೆ' ಅನ್ನುತ್ತ ಮುಗುಳ್ನಕ್ಕಳು. ನಿದ್ದೆಗಣ್ಣಿನಲ್ಲೇ ಎದ್ದು ಕೂತ ದಿಗಂಬರ ಅರ್ಥವಾಗದವನಂತೆ, 'ಅಂದರೆ?' ಅಂದ. 'ಹೊರಗೆ' ಅಂದಳು. 'ತಥ್ ನಿನ' ಅಂದ. ಚಿಂತಾಕ್ರಾಂತಳಾಗಿ 'ಏನು ಮಾಡಲಿ?' ಅಂದಳು. 'ಅಲ್ಲಿ ಇಲ್ಲಿ ಮುಟ್ಟಬೇಡ, ಅಮ್ಮನಿಗೆ ಆಗುವುದಿಲ್ಲ, ಆಮೇಲೆ ಸುಮ್ಮನೆ ಕಿರಿಕಿರಿ ಮಾಡುತ್ತಾಳೆ' ಅಂದ. ಹೊರಗೇ ನಿಂತುಳಿದಳು. ದಿಗಂಬರ ಆಗಷ್ಟೇ ಎದ್ದು ಬಾಳೆಯ ಗಿಡದ ಬುಡದಲ್ಲಿ ಬಾಯಿ ಮುಕ್ಕಳಿಸುತ್ತಿರುವ ಅಮ್ಮನ ಬಳಿ ಹೋಗಿ, 'ಅಮ್ಮ, ಅವಳು ಹೊರಗಂತೆ' ಅನ್ನುತ್ತ ಮೈಮುರಿದ. 'ಅಯ್ಯೋ ಹೌದೇ? ಇಷ್ಟು ಬೆಳಿಗ್ಗೆಯೇ' ಅನ್ನುತ್ತ ಮುಖ ಒಂದು ಥರಾ ಮಾಡಿದಳು. ಅದನ್ನು ನೋಡಿದ ಅರುಂಧತಿಗೆ 'ಮುಟ್ಟಾಗುವ ಹೊತ್ತು ನಮಗೆ ಹೇಳಿ ಕೇಳಿ ಬರುತ್ತದೋ?' ಅನಿಸಿ ಮುಖ ಸಣ್ಣದಾಯಿತು.

ಅಂದು ಸಣ್ಣಿಯ ಮೇಲೆ ಸುಮ್ಮ ಸುಮ್ಮನೆ ರೇಗುತ್ತ ಬಾಯಕ್ಕ ಒಳಗೆ ಕೆಲಸ ಮಾಡಿದಳು. ಬೆಳಿಗ್ಗೆ ಬರಿ ಅವಲಕ್ಕಿ ಕಲಸಿದ್ದಳು. ಹಾಗೇ ಗಂಜಿಗೆ ಇಟ್ಟಳು. ಗಂಜಿಗೂ ಆಯಿತು ಅನ್ನಕ್ಕೂ ಆಯಿತು ಅಂತ ಒಂದು ಬಟಾಟೆಯ ಪಲ್ಯಕ್ಕೆ ಮಸಾಲೆ ಅರೆದು ಹಾಕಿ ಜಾಸ್ತಿಯೇ ಮಾಡಿಟ್ಟಳು. ಸಣ್ಣಮ್ಮ ಪಾತ್ರೆ ತೊಳೆಯುತ್ತ ಕುಕ್ಕರುಗಾಲಲ್ಲಿ ತೆಂಗಿನ ಮರದ ಹಾಳೆಯಲ್ಲಿ ಕೂತವಳು ಅರುಂಧತಿಗೆ ಸನ್ನೆಯಲ್ಲೇ, 'ಮನೆ ಕೆಲಸಾ ಒಬ್ಬಳೇ ಮಾಡಬೇಕೂ ಅಂದಹೇಳಿ ದೊಡ್ಡಅಮ್ಮೋರು ಗರಂ ಆಗೀರು' ಎಂದು ಕಿಕ್ಕಿಕ್ಕಿಕ್ಕಿ ನಕ್ಕಳು.

ಕೊಪ್ಪದ ಗಿರಾಕಿಗಳಿಂದ ಅಂಗಡಿಯಲ್ಲಿ ಕೇಳಿದ ಅರೆಬರೆ ಸ್ವಾರಸ್ಯಕರ ಸಂಗತಿಗಳನ್ನು ಸಣ್ಣಿಯ ಹತ್ತಿರ ಪುನಃ ಕೇಳಿ ದಿಗಂಬರ ತಮಾಷೆ ಮಾಡಿದ. 'ಏನೇ ಸಣ್ಣಿ, ನಿಮ್ಮ ಕೊಪ್ಪದಲ್ಲಿ ಆ ಎಂಕಟ ಎಣ್ಣೆ ಹಾಕಿಕೊಂಡು ಬಂದು ಹೆಣತೀ ಅಂದಕೊಂಡ ತಿಳಿದು, ತನ್ನ ತಮ್ಮ ಅಮಾಸಿ ಹೆಣತೀ ಪಾರತೀನ ಹೊಡೆದನಂತೆ ಹೌದೆ?' ಅಂತ ಕೇಳಿದ. ಸಣ್ಣಿ ನಗುತ್ತ, 'ಎಲ್ಲಾ ಗುತ್ತಿದಕಂಡ ನಂಕೂಡ ಕೇಳತೀರು' ಅಂತ ಮುಖ ಸೊಣೆದಳು. 'ಅಷ್ಟೇ ಹೊತ್ತಿಗೆ ಪಾರತಿ, ನಾನರಾ ಭಾವನೋರೇ, ನಾನರಾ ಅಂತ ಗೌಜಿ ಹಾಕಿದ ನಂತರ ಬಿಟ್ಟನಂತೆ' ಅಂತ ಪುನಃ ಬಿಡಿಸಿ ಕೇಳಿದ. 'ಅದಕೇ ಮೂವತ್ತು ವರ್ಷನ ಕಾಲ ಒಂದಕಡೆ ಇದ್ದ ಅಣ್ಣ ತಮ್ಮ, ಮುಂದ ಮೂರದಿನಕೇ ಯಾಡ ಒಲೆ ಹೂಡದ್ರು' ಅಂತ ಸಣ್ಣಿ ಇನ್ನಷ್ಟು ವಿವರ ಕೊಟ್ಟಿದ್ದೇ ದಿಗಂಬರ, 'ಇದು ಗುತ್ತಿಲ್ಲಾಗಿತ್ತು ನೋಡು' ಅನ್ನುತ್ತ ಅಂಗಡಿ ಬದಿ ತಿರುಗಿದ. ಈ ವಿಷಯವನ್ನು ಮತ್ತೆ ಒಯ್ದು ದಿಗಂಬರ, ತಮ್ಮದೇ ಕೊಪ್ಪದ ಗಿರಾಕಿಗಳ ಹತ್ತಿರ ಹೇಳುವುದು ಕೇಳುವುದು ಮಾಡುತ್ತಾ ನೆಂದು ಸಣ್ಣಿಗೆ ಸಣ್ಣ ಅಸಮಾಧಾನವಿತ್ತು.

'ಈ ಒಡೆದಿರೀಗ ಕಷ್ಟಾನೇ ಗುತ್ತಿಲ್ಲಾ, ಆ ಹಾಳ ಸಾರಾಯಿ ಅಂಗಡಿ ಬಂದ ಮ್ಯಾನೇ, ಕೊಪ್ಪದ ಎಲ್ಲಾ ಹಟ್ಟಿ ಮಾನಾ ಮರ್ವಾದೇನೂ ಬೀದಿ ಪಾಲಾಯ್ತು, ಊರೆಲ್ಲಾ ಆಡಕಂಬೂಗಾಯ್ತು' ಅಂತ ಸಣ್ಣಿ ಮನಸ್ಸಿನಲ್ಲೇ ಮರುಗುತ್ತ ಪಾತ್ರೆ ತೊಳೆದಳು. ಅರುಂಧತಿಗೆ ಗಂಡನ ಇಂಥ ಸ್ವಭಾವ ಸೇರಿ ಬರದೇ, 'ಅದೆಂಥಾ ಕೆಟ್ಟ ಗುಣಾ ನಿಮ್ಮದು? ಸಣ್ಣಿಗೆ ಬೇಸರವಾಯಿತು ನೋಡಿ' ಅಂತ ಆಗಾಗ ಬೈಯಲು ಶುರು ಮಾಡಿದ್ದಳು. ಹಾಗಾಗಿ ಸಣ್ಣಿ, 'ಒಡೆದೀರಕಿಂತಾ ಅವರ ಹೆಂಡರೇ ಗನೋರು' ಅಂತ ಬಾಯಕ್ಕನ ಎದುರೇ ಯಾರದೋ ಮುಂದೆ ಹೇಳುತ್ತ ಕ್ಷಣ ಬಾಯಕ್ಕನನ್ನು ಸಿಟ್ಟಿಗೇಳಿಸಿದ್ದಳು. ಅದೇ ಸಿಟ್ಟಿನಲ್ಲೇ ಬಾಯಕ್ಕ, 'ಕಡೆಗೆ ನಿಮ್ಮ ಮಾಲೀದು ಎಲ್ಲಾದ್ರೂ ಸುದ್ದೀ ಉಂಟೋ?' ಅಂತ ಕೇಳಿ ಸಣ್ಣಿಯನ್ನು ಕಟುಕಿದಳು.

ಅರುಂಧತಿ ಅಂದು ಮನೆಯ ಹಿಂದಿನ ಪಾಗಾರಂಚಿನ, ಹೆಣೆದು ನಿಲ್ಲಿಸಿದ ಮೂರು ಮಡಲಿನ ಮರೆಯಲ್ಲಿ ಒಂದು ಗಲೀಜಾದ ಕಲ್ಲಿನ ಮೇಲೆ ಹೇಸಿಗೆ ಪಡುತ್ತ ಮುಟ್ಟಿನ ಬಟ್ಟೆ ಶೆಳೆದಳು. ಬಾಯಕ್ಕನ ಮಾರ್ಗದರ್ಶನದಂತೆ, ದಿಗಂಬರ ತೋಡಿಕೊಟ್ಟ ಬಿಸಿ ನೀರಿನ ಬಕೇಟು ಒಯ್ದು ಅಲ್ಲೇ ಮಿಂದು ಬಂದಳು. ಎಲ್ಲೆಡೆ ಗಲೀಜು

ಗಲೀಜೆನಿಸಿತು. ದಿಗಂಬರ ಹಂಡೆಯಿಂದ ನೀರು ತೋಡುವಾಗಲೇ 'ಶೀ ನನಗೆ ಎಲ್ಲ ಹೇಸಿಗೆಯೆನಿಸುತ್ತಿದೆ. ನಮ್ಮ ಮನೆಯಲ್ಲಿ ಬಚ್ಚಲಲ್ಲೇ ಮೀತೇವೆ, ಆನಂತರ ಫಿನೈಲ್ ಹಾಕಿ ತೊಳೀತೇವೆ' ಅಂದಿದ್ದಳು. ಬೇಸರದ ಮುಖ ಮಾಡಿದ ದಿಗಂಬರ, 'ಇದಕ್ಕೆಲ್ಲ ಒಂದು ವ್ಯವಸ್ಥೆ ಮಾಡತೇನೆ' ಅಂತ ಯೋಚನೆಗೆ ಬಿದ್ದಿದ್ದ. ಅಲ್ಲಿಇಲ್ಲಿ ತಿರುಗಾಡುತ್ತ ಅರುಂಧತಿ ಭಾಗಾಯತವನ್ನೆಲ್ಲ ಒಮ್ಮೆ ಸುತ್ತಿ ಬಂದಳು. ಪಕ್ಕದ ತಿಮ್ಮಣ್ಣ ನಾಯಕರ ಹೆಂಡತಿ ಚೂರೇ ನಗಿಸಿದಳು. ಊಟದ ಹೊತ್ತಿಗೆ ದಿಗಂಬರನೇ 'ಬಾಯಿಸಾಬ್, ಬನ್ನಿ' ಅಂತ ಕರೆದ.

ಅಡುಗೆ ಮನೆಯ ಒಂದು ಮೂಲೆಯಲ್ಲಿ ಬಾಳೆ ಎಲೆಯಲ್ಲಿ, ಅದೂ ಅತೀ ಮೇಲಿನಿಂದ ಬಾಯಕ್ಕ ಬಡಿಸಿದಳು. 'ಎಲೆಯ ಮೇಲೆ ಗಂಜಿ ಹಾಕುವುದು ಹೇಗೆ? ಅದಕ್ಕೇ ಅನ್ನವನ್ನೇ ಉಣ್ಣಲಿ ಅವಳು' ಅಂತ ದಿಗಂಬರನ ಮುಖ ನೋಡುತ್ತಲೇ ಅಂದಳು. ಅನ್ನದ ಮೇಲೆ ಸಾರು ಹಾಕುವಾಗ ಬಿಸಿ ಹನಿ ಅರುಂಧತಿಯ ಕೈಯಿಗೆ ಸಿಡಿದು ತಟ್ಟನೆ ಕೈ ಹಿಂದಕ್ಕೆ ಎಳೆದುಕೊಂಡಳು. ದಿಗಂಬರ ಅಮ್ಮನಿಗೆ ತಾನೂ ತಾಟಿಡುವುದೋ ನೀರಿಡುವುದೋ ಮಣೆಯಿಡುವುದೋ ಮಾಡುತ್ತ ಸಹಾಯ ಮಾಡುತ್ತಿದ್ದ. ದಿನವೂ ಕೆಲಸ ಮಾಡಿಯೇ ಉಣ್ಣುವವಳು, ಇಂದಾದರೂ ಕೂತು ಉಣ್ಣುತ್ತಿದ್ದಾಳಲ್ಲಾ ಅನ್ನಿಸಿ ದಿಗಂಬರ ಹೆಂಡತಿಯನ್ನು ಆಗಾಗ ನೋಡುತ್ತ ನಗಿಸುತ್ತ ಒಂದು ರೀತಿಯ ಲಹರಿಯಲ್ಲೇ ಉಣ್ಣುತ್ತಿದ್ದ.

ಅಂತೂ ಕುಡಿಯಲು ನೀರನ್ನು ಬಾಯಕ್ಕ, ಸಣ್ಣಿ ಅಪರೂಪಕ್ಕೆ ತಣ್ಣೆ ಅಡುಗೆ ಮನೆಗೊಯ್ಯುತ್ತಿದ್ದ ಸರಿಯಾಗಿ ತಿಕ್ಕದೆ ಕಪ್ಪು ಹಿಡಿದು ಬಿದ್ದ ನುಜ್ಜುಗುಜ್ಜಾದ ಸಣ್ಣ ತಂಬಿಗೆಯಲ್ಲಿ ಕೊಟ್ಟಾಗ ಮಾತ್ರ ಅರುಂಧತಿಗೆ ಹುಬ್ಬು ಗಂಟಾಯಿತು. ದಿಗಂಬರನ ಮುಖ ಮುಖ ನೋಡಿದಳು ಅರುಂಧತಿ. ದಿಗಂಬರ ಅಮ್ಮನ ಅಡುಗೆ ಸವಿಯುತ್ತ, 'ಏನು ಬೇಕು?' ಅನ್ನುವವನಂತೆ ಸನ್ನೆ ಮಾಡಿದ. ಏನೂ ಹೇಳದೆ ಸುಮ್ಮನೆ ಉಂಡೆದ್ದಳು ಅರುಂಧತಿ. ನೀರು ಮಾತ್ರ ಕುಡಿಯದೇ ಅಲ್ಲೇ ಬಾಳೆ ಬುಡಕ್ಕೆ ಹೊಯ್ದು ಹಾಕಿದಳು.

ನಾಲ್ಕು ಗಂಟೆಯ ತನಕ ಅಲ್ಲೇ ಹೊರಕಟ್ಟೆಯ ಮೇಲೆ ತೂಕಡಿಸಿ ಎದ್ದು ದಿಗಂಬರ ಮುಖ ತೊಳೆದು ಅಂಗಡಿ ಬಾಗಿಲು ತೆರೆಯಲು ಹೋದ. ಕಟ್ಟೆಯ ಇನ್ನೊಂದು ಮೂಲೆಗೆ ಕೂತೇ ಇದ್ದ ಅರುಂಧತಿಗೆ ದುಃಖ ಉಕ್ಕುಕ್ಕಿ ಬರುತ್ತಿತ್ತು. ಯಾಕೋ ಅಮ್ಮನ ನೆನಪಾಯಿತು. ಬಾಯಕ್ಕ ಎದ್ದು ಚಹ ಮಾಡಿಕೊಂಡು ಅಲ್ಲೇ ಕೊಟ್ಟುಬಂದಳು. ಅರುಂಧತಿ ಚಹ ಕುಡಿಯುತ್ತಿರಲಿಲ್ಲವಾದ್ದರಿಂದ ಅವಳ ಬದಿಗೂ ನೋಡಲಿಲ್ಲ. ಅರುಂಧತಿ ಎದ್ದು ಅಂಗಡಿಯ ಬದಿಗೆ ಸುಮ್ಮನೆ ಸುಳಿದಾಡಿದಳು. ಮದುವೆಯಾಗಿ ಬಂದು ಇಷ್ಟು ದಿನವಾದರೂ ಇಷ್ಟೊಂದು ಪುರುಸೊತ್ತು ಅವಳಿಗೆ ಒಂದಿನವೂ ಸಿಕ್ಕಿರಲಿಲ್ಲ. ಅಂಗಡಿಯನ್ನು ಕೂಲಂಕಷವಾಗಿ ನೋಡುತ್ತ ಹೊರಗೇ ನಿಂತಿದ್ದನ್ನು ನೋಡಿ ಚಹ ಹೀರುತ್ತಲೇ ದಿಗಂಬರ, 'ಏನು, ತಪಾಸಣೆನೋ? ಒಳಗೆ

ಬಂದು ಕೂಡ್ರಿ ಮ್ಯಾಡಂ' ಎನ್ನುತ್ತ ಅಲ್ಲೇ ಇದ್ದ ಒಂದು ಸ್ಟೂಲು ಎಳೆದು ಕೊಟ್ಟ. 'ಅದರ ಮೇಲೆ ಕೂತರೆ ನಡೆಯುತ್ತದಂತೋ?' ಅನ್ನುತ್ತ ಮುಖ ಗಂಟು ಹಾಕಿದಳು. 'ಹೋಗಲಿ ಬಿಡು, ನೀನಾದರೂ ಹೀಗೆ ಆರಾಮು ತೊಗೋಳ್ಳೋದು ಯಾವಾಗ?' ಅಂದವನನ್ನು ಸಿಟ್ಟಿನಲ್ಲಿ ನೋಡುತ್ತ, 'ನಂಗೆ ನೀರು ಕುಡಿಯಲು ಒಂದು ಸ್ವಚ್ಛ ಲೋಟ ಬೇಕು' ಅಂದಳು.

'ಯಾಕೆ ಮಧ್ಯಾಹ್ನ ಊಟಕ್ಕೆ ಕೂತಾಗ ಕುಡಿಯಲಿಲ್ಲವೆ?' ಅಂತ ಕೇಳಿದವಗೆ, 'ಅಂಥ ಹೊಲಸು ತಂಬಿಗೆಯಲ್ಲಿ ಹೇಗೆ ಕುಡಿಯಲಿ?' ಸಿಡುಕಿದಳು. 'ರಾತ್ರಿ ಊಟಕ್ಕೆ ನಿಂಗೆ ಒಂದು ಸ್ಟೀಲಿನ ಲೋಟ ತಾಟು ಕೊಡಿಸತೇನೆ, ಮಿಂದ ನಂತರ ಬೇರೆ ಕಡೆ ಅದನ್ನು ಎತ್ತಿಟ್ಟುಕೊಂಡು ಬಿಡು, ಮುಂದಿನ ತಿಂಗಳು ಅದೇ ಬಳಸಬಹುದು' ಅಂದ. ಅರುಂಧತಿ ಅಂಗಡಿಯ ಮೆಟ್ಟಿಲ ಮೇಲೆಯೇ ಕೂತು ದಿಗಂಬರನೊಡನೆ ಅದೂ ಇದೂ ಮಾತಾಡುತ್ತ ಚೂರು ಕಣ್ಣು ಮುಚ್ಚಿಕೊಂಡು ಅಲ್ಲೇ ತೂಕಡಿಸಿ ಎದ್ದಳು. ಮೂರ್ನಾಲ್ಕು ಸಲ ಬಾಯಕ್ಕ ಮನೆಯಿಂದ ಹೊರಬಂದು ಅಂಗಡಿಯ ಬದಿ ಹಣಕಿ, ಮಗ ಸೊಸೆಯನ್ನು ನೋಡಿ ನೋಡಿ ಒಳ ಹೋದದ್ದನ್ನು ಅರುಂಧತಿ ಬೇಸರದಿಂದಲೇ ನಿರುಕಿಸಿದಳು.

ಅರುಂಧತಿಯನ್ನು ಕಂಡ ಕಳಸದ ಗುಡ್ಡೆಯ ಸ್ನೇಹಿತರು, 'ಸರೀ ಜೋಡಿ' 'ಹೇಳಿ ಮಾಡಿಸಿದ ಜೋಡಿ' 'ತಡವಾದರೂ ಒಳ್ಳೆಯ ಹುಡುಗಿ ಸಿಕ್ಕಳು' ಅಂತೆಲ್ಲ ಹೇಳಿಸಿಕೊಂಡ ನಂತರ ದಿಗಂಬರನಿಗೂ ಹೆಂಡತಿಯ ಮೇಲೆ ಒಂದು ರೀತಿಯ ಅಭಿಮಾನ ಉಕ್ಕಿತು. ಮದುವೆಯಾದ ಒಂದೇ ತಿಂಗಳು ಅರುಂಧತಿ ಅತ್ತೆ ಅತ್ತೆ ಅನ್ನುತ್ತ ಜೊತೆಜೊತೆಯಲ್ಲಿ ಮನೆಗೆಲಸ ಮಾಡುತ್ತ ಜೆಟಗ ದೇವಸ್ಥಾನಕ್ಕೋ ಕಳಸದ ಗುಡ್ಡೆಗೋ ಹೋಗಿಬಂದಿದ್ದಳು.

◀◀ ▶▶

ಆಷಾಢ ಹಬ್ಬಕ್ಕೆ ಮಾಸ್ತಿಕಟ್ಟೆಗೆ ಒಂದೇ ದಿನ ಹೋಗಿ ಬಂದದ್ದಾಗಿತ್ತು. ಅಲ್ಲಿಯ ವಾತಾವರಣ, ತನ್ನ ಮದುವೆಯ ನಂತರ ಇದ್ದಲ್ಲೇ ತುಸು ಬದಲಾದದ್ದನ್ನು ಅರುಂಧತಿ ಸೂಕ್ಷ್ಮವಾಗಿ ಅನುಭವಿಸಿದ್ದಳು. ಅತ್ತಿಗೆ ಇದ್ದುದರಲ್ಲೇ ಕೊಂಚ ನಯವಾಗಿ ಮಾತಾಡಿಸಿದ್ದು ಅರುಂಧತಿಗೆ ಸಮಾಧಾನವೆನಿಸಿತ್ತು. ಅಣ್ಣ ಈಗ ಅಮ್ಮನ ಪೂರಾ ಕೆಲಸ ಮಾಡಲು ಕೇರಿಯ ಸರಸ ಎಂಬ ಒಬ್ಬ ಕೆಲಸದವಳನ್ನು ನೇಮಿಸಿದ್ದ. ಅವಳು ನಾಲ್ಕೈದು ವರ್ಷಗಳ ಹಿಂದೆ ಎಲ್ಲಿಗೋ ಮದುವೆ ಮಾಡಿಕೊಟ್ಟು, ಅವ ಕುಡಿದು ಹೊಡೆದನೆಂಬ ಕಾರಣಕ್ಕೆ ಅವನನ್ನು ಬಿಟ್ಟು ಬಂದು ತನ್ನ ತವರಿನ ಒಂದು ಪಕ್ಕೆಯಲ್ಲೇ ಉಳಿದು ಕೂಲಿ ನಾಲಿ ಮಾಡಿಕೊಂಡು ಇದ್ದವಳಂತೆ. ಹಿತ್ತಿಲ ಬಾಗಿಲಿನಾಚೆ ಸರಸ ಮಧ್ಯಾಹ್ನ ಬಟ್ಟೆ ಒಣಗಿಸುತ್ತಿದ್ದಾಗ ಅರುಂಧತಿ ಅವಳ ಕೈಯನ್ನು

ಹಿಡಿದುಕೊಂಡು ಮೆಲ್ಲಗೆ ಅವಳಿಗಷ್ಟೇ ಕೇಳುವಂತೆ, 'ಅದು ನನ್ನ ಅಮ್ಮನಲ್ಲ, ಇನ್ನು ಮೇಲೆ ನಿನ್ನದೇ' ಎನ್ನುತ್ತ ಕಣ್ಣಲ್ಲಿ ನೀರು ತುಂಬಿಕೊಂಡಿದ್ದಳು. ಅದಕ್ಕೆ ಸರಸ, 'ಬಿಡೀ ನೀವು, ನಂಗಾದ್ರೂ ಯಾರಿವ್ರು?' ಎನ್ನುತ್ತ ಅವಸರದಲ್ಲೇ ಕೈ ಬಿಡಿಸಿಕೊಂಡಿದ್ದಳು.

ಅರುಂಧತಿ ವಾಪಸ್ಸು ಕಳಸದಗುಡ್ಡೆಯಲ್ಲಿ ಬಸ್ಸು ಇಳಿದಾಗ ಅವಳ ಜೊತೆ ಬಿಣಗೆಯ ಭವಾನಕ್ಕ ಕೂಡ ಇಳಿದಿದ್ದಳು. ಮದುವೆಗೆ ಬಂದು ಹೋದ ಅವಳು ಈ ಕಡೆ ಬರದೇ ತುಂಬ ದಿನವಾಗಿತ್ತು. ಅರುಂಧತಿ ಅವಳನ್ನು ಭವಾನಕ್ಕ ಅಂತಲೇ ಸಂಬೋಧಿಸಿದಳು. ಬಾಯಕ್ಕ ತನ್ನ ಹೊಸ ಸೊಸೆಯನ್ನು ಆ ತಂಗಿಯ ಎದುರು ಖುಷಿ ಖುಷಿಯಾಗೇ ನಡೆಸಿಕೊಳ್ಳುತ್ತ, 'ಕಾತ್ಯಾಯಿನಿ, ನಿಮ್ಮ ಮದುವೆಯಲ್ಲಿ ಇವಳೇ ಬಂದು ಓಡಿಯಾಡಿದ್ದು, ನಿನ್ನ ಸಣ್ಣತ್ತೆ ಆಗಬೇಕು ಇವಳು, ಅವಳನ್ನು ದಿಗಂಬರ ಕರೆಯುವಂತೆ ಭವಾನಕ್ಕ ಎಂದು ಕರೀಬೇಡ, ಅವಳನ್ನೂ ಅತ್ತೆ ಅಂತಲೇ ಕರಿ' ಅಂತೆಲ್ಲ ವಿವರ ನೀಡುತ್ತ ತನ್ನ ಅತ್ತೆತನದ ಸ್ವಾಭಿಮಾನ ಮೆರೆದಿದ್ದಳು. ಅಕ್ಕ ತಂಗಿಯರಿಬ್ಬರೂ ಹುರಿದ ಬಂಗಡೆ ಮತ್ತು ಶಟ್ಲಿ ಪಳದಿಯ ಗಡದ್ದು ಊಟದ ನಂತರ ಹೊರ ಥೆಣೆಯಲ್ಲಿ ಮಧ್ಯಾಹ್ನ ಸುಮ್ಮನೆ ಒರಗಿ ಮಾತಾಡುವಾಗ ಮಾತಿಗೆ ಮಾತು ಬೆಳೆದಿತ್ತು.

ಅದು ಹಾಗೇ ಸಾಗಿ ದಿಗಂಬರನ ಮದುವೆಯ ಧಾರೆಯ ಹೊತ್ತಿಗೆ ಅರುಂಧತಿ ಕುತ್ತಿಗೆಯಲ್ಲಿ ಭವಾನಕ್ಕ ಒಂದು ಕಂಠೀ ಹಾರ ನೋಡಿದ್ದ ವಿಷಯಕ್ಕೆ ಬಂದು ನಿಂತಿತ್ತು. 'ಅರುಂಧತಿಗೆ ಧಾರೆಯ ಸಮಯದಲ್ಲಿ ಅವಳ ಲಕ್ಷ್ಮೀಹಾರ ಕುತ್ತಿಗೆಯಲ್ಲಿ ಇರಲಿಲ್ಲ, ಲಕ್ಷ್ಮಿಯನ್ನು ಧಾರೆಯೆರೆದು ಕೊಟ್ಟ ಹಾಗಾಗುತ್ತದೆಂದು ಆನಂತರ ಮಂಟಪದಲ್ಲಿ ಹಾಕಿದರೋ ಏನೋ' ಅಂದಿದ್ದಕ್ಕೆ ಅಲ್ಲೇ ಮಲಗಿದ ಬಾಯಕ್ಕ ಅಚ್ಚರಿಯಿಂದ ತಲೆಯನ್ನಷ್ಟೇ ಎತ್ತಿ, 'ಹೌದೇ? ನಾ ಕಂಡಿಲ್ಲ ಬಿಡು, ಆದರೆ ಆ ಕಂಠೀ ಹಾರ ಈಗ ಇವಳ ಹತ್ತಿರ ಇದೆಯೋ ಇಲ್ಲವೋ ಇವತ್ತೇ ಇಚಾರಿಸಬೇಕು, ನೀ ಹೇಳಿದ್ದು ಗನಾದಾಯ್ತು, ಯಾಕೆಂದರೆ ಧಾರೆಯ ಹೊತ್ತಿಗೆ ಹಾಕಿದ್ದು ಅದು ನಮ್ಮದೇ ಅಲ್ಲವೇ' 'ಹೌದೌದು ಅದು ಅವಳಿಗೇ' ಎಂಬ ತೀರ್ಮಾನಕ್ಕೆ ಇಬ್ಬರೂ ಬಂದರು.

ಸಂಜೆ ಚಹ ಮಾಡಿ ತಂದಿಟ್ಟ ಅರುಂಧತಿಯನ್ನು ಅಕ್ಕ ತಂಗಿಯರಿಬ್ಬರೂ ಪರಸ್ಪರ ಮುಖ ಮುಖ ನೋಡಿಕೊಳ್ಳುತ್ತ ಬಾಯಕ್ಕನೇ ಬಾಯ್ಬಿಟ್ಟು ಹೇಗೆ ಕೆದಕುವುದೆಂದು ತಿಳಿಯದೆ ಸುತ್ತಿ ಬಳಸಿ, 'ಬರೀ ಕರಿಮಣಿಯಲ್ಲಿದ್ದರೆ ಹೊಸ ಮದುವಳತಿ ನಿಂಗೆ ಚಂದ ಕಾಣೂದಿಲ್ಲ, ಆಭರಣ ಏನೇನು ಹಾಕಿದ್ದಾರೆ ಅಂತ ಎಲ್ಲರಿಗೂ ಅದರ ಮೇಲೆಯೇ ಕಣ್ಣು, ಒಳಗಿಟ್ಟ ಲಕ್ಷ್ಮೀಹಾರ ತೆಗೆದು ಲಕ್ಷಣವಾಗಿ ಕುತ್ತಿಗೆಯಲ್ಲಿ ಹಾಕ್ಕೋ ಕಾತ್ಯಾಯಿನೀ' ಎಂದು ಕಕ್ಕುಲಾತಿಯಿಂದ ಹೇಳುತ್ತ ಮೊದಲ ಮಾತಿಗೆ ಪೀಠಿಕೆ ಹಾಕಿದಳು.

ಅದಕ್ಕೆ ಅರುಂಧತಿ, 'ನನಗದು ದಿನವೂ ಮೈ ಮೇಲೆ ಇಟ್ಟುಕೊಳ್ಳಲು ಸರಿಯಾಗೂ ದಿಲ್ಲ, ಅಲ್ಲಿ ಇಲ್ಲಿ ಕತ್ತಿಗೆ ಕಚ್ಚುತದೆ ಅದು' ಅನ್ನುತ್ತಿದ್ದವಳನ್ನು ವಾರೆಗಣ್ಣಿಂದ ವೀಕ್ಷಿಸುತ್ತ

ಬಾಯಕ್ಕ, 'ಹಾಗಾದ್ರೆ ಒಂದು ಕಂಠಿಚೈನೋ ಏನೋ ಇತ್ತಲ್ಲ ನಿಂದು? ಮದುವೆಯ ದಿನ ಹೂಮುಡಿಸುವಾಗ ಕತ್ತಿನಲ್ಲಿ ನೋಡಿದ ಹಾಗಿತ್ತು, ಅದನ್ನೇ ಹೊರತೆಗೆದು ಮನೆಯಲ್ಲಿ ಹಾಕು' ಎನ್ನುತ್ತ, 'ಹ್ಯಾಗಿದೆ ನನ್ನ ತಲೆ?' ಎಂಬಂತೆ ಹೆಮ್ಮೆಯಿಂದ ಒಮ್ಮೆಲೇ ತಂಗಿಯ ಮುಖ ನೋಡಿದಳು. ಭವಾನಕ್ಕನಿಗೆ ಇವೆಲ್ಲ ದಗಲಬಾಜಿಗೆ ತಾನು ಹೊಣೆಯಾಗಬಾರದೆಂದು ಅನಿಸಿದ್ದೇ, ಯಾಬದಿಗೋ ನೋಡುವಂತೆ ನಟಿಸುತ್ತ, ಈ ಯಾವುದಕ್ಕೂ ತನಗೂ ಸಂಬಂಧವಿಲ್ಲದ ಬೇರೆ ಮಾತು ತೆಗೆದಳು.

ಅರುಂಧತಿಗೆ ಇವರ ಒಳಕುಹಕ ಅರ್ಥವಾಗಿ, 'ಅದು ತುಂಡಾಗಿತ್ತು, ಅಲ್ಲೇ ಉಂಟು' ಅಂದಳು. 'ಅದನ್ನ ಯಾಕೆ ಅಲ್ಲಿಟ್ಟು ಬಂದಿ? ತುಂಡಾದರಾಗಲೀ, ಧಾರೆಯ ಸಮಯದಲ್ಲಿ ಹಾಕಿದ್ದು ಏನೇ ಚಿನ್ನದ ಚೂರು ಇದ್ದರೂ ನಮ್ಮ ಮನೆಗೇ ಸಲ್ಲಬೇಕು ಅದು, ಈ ಸಲ ಹೋದಾಗ ನಿನ್ನ ಅತ್ತಿಗೆಯ ಹತ್ತಿರ ಹೇಳಿ ತೆಗೆದುಕೊಂಡು ಬಾ' ಅಂದಳು. ಅರುಂಧತಿಯ ಮುಖ ಇದ್ದಲ್ಲೆ ಬಿಳಿಚಿಕೊಂಡು ಹಾಗೇ ಒಳ ಸರಿದಳು. ಇವೆಲ್ಲ ಪ್ರಸಂಗ ದಿಗಂಬರನ ಕಣ್ಣೆದುರೇ ನಡೆದಿದ್ದರೂ ಆ ಸಮಯದಲ್ಲಿ ಒಮ್ಮೆಲೇ ಅಮ್ಮನನ್ನು ಅವ ಅಲ್ಲಗಳೆಯಲಾರದವನಾಗಿದ್ದ. ಇನ್ನೊಮ್ಮೆ ಹೌದಲ್ಲ, ಆ ಕಂಠೀಹಾರ ಇವಳದೆಂದ ಮೇಲೆ ಇವಳಿಗೇ ಸೇರಬೇಕಲ್ಲವೇ, ಅದೇನು ನನಗಾಗಿ, ನನ್ನ ಅಮ್ಮನಿಗಾಗಿ ಕೇಳಿದೆವೇ, ಅಮ್ಮ ಹೇಳಿದ್ದರಲ್ಲಿ ತಪ್ಪೇನಿದೆ ಅಂತಲೂ ಅನಿಸುತ್ತ ಹೋಗಿ, ಅವನು ಅದನ್ನಲ್ಲೇ ಮರೆತುಬಿಟ್ಟ.

ರಾತ್ರೆ ಒಂದೂ ಮಾತೂ ಆಡದೇ ಬಡಿಸುತ್ತಿದ್ದ ಅರುಂಧತಿ, ಉರಿ ಉರಿ ಮುಖ ಹೊತ್ತು ತನ್ನೊಳಗೇ ತಾನು ಸುರುಗುಡುತ್ತಿದ್ದುದನ್ನು ದಿಗಂಬರ ಕಂಡಿದ್ದ. ಆಗ ಬಾಯಕ್ಕನೆ, ಎಲ್ಲ ಸರಿ ಮಾಡಿಬಿಡುವೆ ಎಂಬ ಹುಮ್ಮಸ್ಸಿನಿಂದ, 'ನಿನ್ನ ಸಣ್ಣತ್ತೆಗೆ ಮಜ್ಜಿಗೆಯಿಲ್ಲದೇ ಉಂಡೇ ಗೊತ್ತಿಲ್ಲ, ಬಾಟಲಿಯಲ್ಲಿಯ ಮಜ್ಜಿಗೆಯನ್ನು ಚೂರು ಹಿಂದೆ ಮುಂದೆ ಆಡಿಸಿ ಅದೇ ಸ್ವಲ್ಪ ಕೊಡು ಅವಳಿಗೆ' ಎಂದಳು ಶಾಂತಳಾಗಿ. ಅಲ್ಲದಿರುವುದನ್ನು ಏನಾದರೂ ಹೇಳಿದ ನಂತರ ಅತ್ತೆ ತನಗೆ ತಾನೇ ಶಾಂತಳಾಗುವುದನ್ನು ಅರುಂಧತಿ ಇತ್ತೀಚಿನ ದಿನಗಳಲ್ಲಿ ನಿರುಕಿಸಿದ್ದಳು. ಅರುಂಧತಿಗೂ ಕಂಠೀಹಾರದ ವಿಷಯದಲ್ಲಿ, 'ಅತ್ತಿಗೆಯ ಹತ್ತಿರ ಹೇಗೆ ಕೇಳುವುದು?' ಎಂದು ಒಳಗೊಳಗೇ ಕಸಿವಿಸಿಯಾಗತೊಡಗಿತ್ತು.

ಅರುಂಧತಿಗೆ ಆ ಇಡೀ ರಾತ್ರಿ ನಿದ್ದೆಯೇ ಬೀಳದೆ ಬಾಯಿ ಮುಚ್ಚಿಕೊಂಡು ಗಂಡ ಮಲಗಿದ ವಿರುದ್ಧ ದಿಕ್ಕಿನಲ್ಲಿ ಮುಸುಕು ಹಾಕಿ ಮಲಗಿದಳು. ನಡುನಡುವೆ ಎಚ್ಚರವಾದಾಗಲೆಲ್ಲ ದಿಗಂಬರ, ಹೆಂಡತಿಯನ್ನು ಅವಳ ತೋಳು ಕೆನ್ನೆ ಸವರುತ್ತ ರಮಿಸುವಂತೆ ಹರಸಾಹಸ ಮಾಡಿದ, ಅವಳು ಇನ್ನಷ್ಟು ಕ್ರೋಧದಿಂದ ಅವನ ಕೈಯನ್ನು ಎತ್ತಿ ಎತ್ತಿ ಸೊಣೆದಳು. ಬೆಳಿಗ್ಗೆ ಹೋಗಲು ತಯಾರಾದ ಭವಾನಕ್ಕನಿಗೆ, ಅತ್ತೆ ಕಪಾಟಿನ ಕೆಳಗಿನ ಖಾನೆಯಿಂದ ಒಂದು ಪ್ಲಾಸ್ಟಿಕ್ಕಿನ ಚೀಲದಲ್ಲಿ ಏನನ್ನೋ ಹಾಕಿ ಕದ್ದು ಮುಚ್ಚಿ ಕೊಟ್ಟಂತೆ ಅರುಂಧತಿಗೆ ಅನಿಸಿತು.

◀◀ ▶▶

ದಿನಾಲೂ ತನ್ನ ತಂದೆಯ ಮನೆಯ ಪದ್ಧತಿಯಂತೆ ತಾನೂ ಬೆಳಿಗ್ಗೆ ಚಹ ತಿಂಡಿ ಮುಗಿದ ನಂತರ ತಲೆ ಬಾಚಿಕೊಂಡು ಪಾಯಿಖಾನೆಗೆ ಹೋಗಿ ಬಂದು, ಹಂಡೆಯ ನೀರು ಕಾದಿರುವ ಹೊತ್ತಿಗೆ ಸ್ನಾನ ಮುಗಿಸಿಯೇ ಅಡುಗೆಗೆ ತಯಾರಿ ನಡೆಸುತ್ತಿದ್ದಳು. ಆದರೆ ಅಂದು ತಲೆ ಬಾಚಿಕೊಂಡ ನಂತರ ಮೀಯಲು ಹೋಗಬೇಕು ಎಂದರೆ, ಬಾಯಕ್ಕ ನಾಣಿಗೆಯ ಕಲ್ಲಿನ ಮೇಲೆ ತನ್ನ ವಸ್ತ್ರವೆಂಥದೋ ಶೆಳಿಯುತ್ತ ಕೂತು ಬಿಟ್ಟಿದ್ದನ್ನು ಕಂಡು ಅರುಂಧತಿ ಅಡುಗೆ ಮನೆಗೆ ನುಗ್ಗಿ ಒಡೆಯಬೇಕಾದ ಕಾಯನ್ನು ತೆಗೆದಿಡುತ್ತ, ಹೆಚ್ಚಬೇಕಾದ ತರಕಾರಿ ಹೀರೇಕಾಯನ್ನು ಮುಂದಿಟ್ಟು ಕೊಂಡು ಪುನಃ ನಾಣಿಗೆಗೆ ಹೋಗಿ ಹಣಕಿದಳು.

ಅರೆ, ಅಲ್ಲಿ ಬಾಯಕ್ಕ ಮೀಯುತ್ತಿದ್ದಳು. ಯಾವಾಗಲೂ ಅದೂ ಇದೂ ಬೆಂಕಿ ಮುಂದೆ ಮಾಡುವ ಸಣ್ಣಿಯೊಂದಿಗೆ ಮಾತಾಡಿಕೊಳ್ಳುತ್ತ ಅಂಗಡಿಯ ಬಳಿ ದಿಗಂಬರನೊಂದಿಗೆ ಕಾಡು ಹರಟೆಯಲ್ಲಿ ತಲ್ಲೀನಳಾಗಿ ತಲೆ ಬಾಚಿಕೊಳ್ಳುವ ನೆವದಲ್ಲಿ ತಾಸುಗಟ್ಟಲೆ ನಿಂತು, ಅರುಂಧತಿ ಮಿಂದು ಅಡುಗೆಗಿಡುವಾಗ ಮೀಯಲು ಹೋಗಿ ಅಡುಗೆ ಮುಗಿಯುತ್ತ ಬಂದಾಗ ದೇವರ ಖೋಲಿಯಲ್ಲಿ ಬಾಯಕ್ಕನ ಸದ್ದು ಕೇಳುತ್ತಿತ್ತು. ಆದರೆ ಈವತ್ತು ಮಾತ್ರ ತಾನೇ ಮೊದಲು ಮೀಯಲು ಹೋದದ್ದು ಕಂಡು ಅರುಂಧತಿಗೆ ಅಚ್ಚರಿಯಾಗಿತ್ತು.

ಅಷ್ಟು ಹೊತ್ತು ಏನು ಮಾಡುವುದೆಂದು ತಿಳಿಯದೆ ಈಳಿಗೆ ಮಣೆಯಲ್ಲಿ ಹೀರೇಕಾಯಿ ಹೆಚ್ಚಲು ಕೂತುಬಿಟ್ಟಳು. ಹೀರೇ ಕಾಯಿ ಕೊಚ್ಚಿ ಮುಗಿದಾಗ ಮಿಂದು ತಲೆಗೆ ಪಂಚೆ ಕಟ್ಟಿಕೊಂಡು ಬಂದ ಬಾಯಕ್ಕ ಮೆಡಗತ್ತಿಯ ಮೇಲೆ ಕೂತಿದ್ದ ಅರುಂಧತಿಯನ್ನು ನೋಡಿ, 'ಅಯ್ಯೋ ಮೀಯದೇ ಹೀರೇಕಾಯಿ ಕೊಚ್ಚಿಬಿಟ್ಟೆಯೋ? ಮತ್ತೇನೇನು ಮಾಡಿದೆ?' ಕೇಳಿದಳು. ಅರುಂಧತಿ, 'ಇಲ್ಲ ಇದೊಂದೇ ಕೊಚ್ಚಿದ್ದು' ಅಂದಳು. 'ಹಾಗಾದರೆ ಊಟಕ್ಕೆ ನನಗದನ್ನು ಬಡಿಸಬೇಡ' ಅಂದಳು.

ಅರುಂಧತಿಗೆ ತಲೆ ಗಿರ್ ಅಂತು. ನಿನ್ನೆ ನೋಡಿದರೆ ತಾನು ಮೀಯುವ ಮುಂಚೇ ಬಸಲೆಯನ್ನು ಕುಯ್ದಿಟ್ಟಳು, ನನಗಾದರೆ ಹೀಗೆ, ರೀತಿ ನೀತಿಗಳು ತನಗೊಂದು ನನಗೊಂದು, ಅಂತೆಲ್ಲ ಅನಿಸಿ ಕೇಳಿಯೇ ಬಿಡಬೇಕೆಂದು ಅನಿಸಿದರೂ ಅಲ್ಲೇ ಬಾಯಿ ಮುಚ್ಚಿಕೊಂಡಳು. ಹೀರೇಕಾಯಿ ಪಲ್ಯ ಆವತ್ತು ಬಾಯಕ್ಕ ತಿಂದಿರಲಿಲ್ಲ. ಜೊತೆಯಲ್ಲಿ ಊಟಕ್ಕೆ ಕೂತ ದಿಗಂಬರನಿಗೆ ಅಚ್ಚರಿಯಾದರೂ ಕೇಳದೆ ಸುಮ್ಮನುಳಿದುಬಿಟ್ಟ. ಅರುಂಧತಿ ಆವತ್ತು ಸ್ನಾನ ಮಾಡಿ ಹಾಗಲದ ಪಲ್ಯವನ್ನೂ ಸಹ ಮಾಡಿದ್ದಳು. ಬಾಯಕ್ಕ ಅದನ್ನೇ ಹಾಕಿಕೊಂಡು ಉಂಡಳು.

ರಾತ್ರಿ ಮಲಗುವ ಹೊತ್ತಿನಲ್ಲಿ ಅರುಂಧತಿ, 'ಅತ್ತೆ ಈವತ್ತು ಹೀರೆಕಾಯಿಯ ಪಲ್ಯ ಯಾಕೆ ತಿನ್ನಲಿಲ್ಲ ಗೊತ್ತೇ?' ಕೇಳಿದಳು. 'ಹೌದಲ್ಲ, ನಾನೂ ನೋಡಿದೆ

ಆಗ, ಯಾಕಂತೆ?' ಅಂತ ಕುತೂಹಲದಿಂದಲೇ ಕೇಳಿದ. 'ಈವತ್ತು ಹೊತ್ತಿಗೆ ಮುಂಚೇ ನನಗಿಂತ ಮೊದಲೇ ಅತ್ತೆ ಮೀಯಲು ಹೋದಳು. ನನಗೆ ಅಡುಗೆಗೆ ತಡವಾಗುತ್ತದೆಂದು ನಾನು ಮೀಯದೇ ಹೀರೆಕಾಯಿ ಕೊಚ್ಚಿಬಿಟ್ಟಿದ್ದೆ. ನಾನು ಮೀಯದೆ ಮುಟ್ಟಿದ್ದಕ್ಕಾಗಿ ಅದನ್ನು ತನಗೆ ಬಡಿಸಬೇಡ ಅಂತ ಮೊದಲೇ ಹೇಳಿದ್ದಳು' ಅಂದಳು. 'ಅವಳು ಮೊದಲಿಂದಲೂ ಹಾಗೇ, ಎಲ್ಲ ಮಿಂದೇ ಆಗಬೇಕವಳಿಗೆ' ಅನ್ನುತ್ತ ಹೆಂಡತಿಯ ಸೊಂಟ ಬಳಸಿದವನನ್ನು ಅರುಂಧತಿ ದೂಡುತ್ತ, 'ಹಾಗಾದರೆ ನಿನ್ನೆ ತಾನು ಮೀಯುವ ಮುಂಚೇ ಬಸಲೆ ಸೊಪ್ಪು ಕೊಚ್ಚಿದ್ದಳಲ್ಲ?' ಅಂತ ಕೇಳಿದ ಹೆಂಡತಿಗೆ ಉತ್ತರ ಕೊಡಲಾರದೆ ದಿಗಂಬರ ಚಡಪಡಿಸುತ್ತ ಒಂದು ರೀತಿಯ ಗೊಂದಲದಿಂದಲೇ ಹೆಂಡತಿಯ ರಟ್ಟೆ ನೇವರಿಸತೊಡಗಿದ.

◂◂ ▸▸

ಸಣ್ಣಿ ಮೊದಲಿನಂತೆ ಹೆಚ್ಚು ಮಾತಾಡದೆ ಏನನ್ನೋ ಚಿಂತಿಸುತ್ತ ಇರುತ್ತಿದ್ದುದನ್ನು ಅರುಂಧತಿ ಗಮನಿಸಿದ್ದಳು. ಒಂದೊಂದು ದಿನ ಅವಳು ಕೆಲಸ ಮುಗಿಸಿ ಹೋದದ್ದೇ ಗೊತ್ತಾಗುತ್ತಿರಲಿಲ್ಲ. ಯಾವಾಗ ನೋಡಿದರೂ ದೆಣಪೆಯ ಬಳಿ ಬೇಲಿಯ ಅಂಚಿನಲ್ಲಿ ಮೂರ್ನಾಲ್ಕು ಹೆಂಗಸರನ್ನು ಕಟ್ಟಿಕೊಂಡು ಏನೋ ಗುಸುಗುಸು ನಡೆಸಿಯೇ ಇರುತ್ತಿದ್ದಳು. ಯಾವುದೋ ಧ್ಯಾನದಲ್ಲಿ ಒಮ್ಮೊಮ್ಮೆ ಅಂಗಳದ ಕಸವನ್ನೂ ಸಹ ಹೊಡೆಯದೆ ಹಾಗೇ ಹೋಗಿಬಿಡುತ್ತಿದ್ದಳು.

ಸಣ್ಣಿ ಆ ದಿನ ಬಾಯಕ್ಕನ ಮನೆಯಿಂದ ಕೆಲಸ ಮುಗಿಸಿ ಹೋಗುವಾಗ ಕೊಪ್ಪದ ಗುಮಟೆ ಪಂಗು ಬಾರಿಸುವ ನಿಂಗು, ಜೊತೆಯಲ್ಲೇ ನಡೆದು ಬಂದ. ದೇವೂನ ಇತ್ತೀಚಿನ ಪ್ರಲಾಪದ ಬಗ್ಗೆ ಕೇಳಿದವನು, 'ಮುಂಚೆಲ್ಲಾ ಕುಡೂ ಚಟ ಇಲ್ಲಾಗಿತು ನಮ ದೇವೂಗೆ, ತಂಗೀ ಹ್ವಾದ ಮ್ಯಾನ ಶುರೂ ಆಯತಬಲ ಅಂತೀ' ಅಂತೇನೋ ಹೇಳುತ್ತ, 'ಲಾಯಕಂದ ಚಟಾ ಅಲ್ಲಾ ಸಣ್ಣಿ ಅದು, ಈಗೇ ಹ್ಯಾಂಗರೂ ಮಾಡ ಬಿಡಸಹಾಕು' ಅಂತೆಲ್ಲ ಮಾತಾಡುತ್ತ ಹೆದ್ದಾರಿ ದಾಟಿ ಕೊಪ್ಪದ ಮುರ್ಕಿ ಏರುವತನಕ ಜೊತೆ ನಡೆದಿದ್ದ. ಅದನ್ನು ನೋಡಿದ ಯಾರೋ ದೇವೂನ ಕಿವಿಯೂದಿ, ಅದೇ ದಿನ ರಾತ್ರಿ ತೂರಾಡುತ್ತ ಬಂದವನೇ, 'ಗುಮಟೆ ನಿಂಗು ಕುಡೂಕಲಾ ಅಂದಕ ನೀ ಅವನ ಬೆನ್ನೀಗ ಬಿದ್ದೀ?' ಎನ್ನುತ್ತ ದೇವು ಇಲ್ಲದ ರಂಪ ಎಬ್ಬಿಸಿದಾಗ ಸಣ್ಣಿ ತಡೆಯದಾದಳು.

ಎಲ್ಲ ಸಹನೆಯೂ ಒಮ್ಮೆಲೇ ಇಳಿದು ಹೋದಂತೆ ಎಲ್ಲಿತ್ತೋ ಶಕ್ತಿ ಎಂಬಂತೆ ಹೊಡೆಯಲು ಬಂದ ಅವನನ್ನು ಮೊಣಕೈಯಲ್ಲೇ ಗೋಡೆಗೆ ಒತ್ತಿ ಹಿಡಿದು, 'ಇಲ್ಲಾದ್ದ ರಗಳೆ ತೆಗೀತಿ ನೀನು, ಎಟ ದಿನಾ ಅಂದ ಶುಮ್ಮನಿರಬೇಕ ನಾ, ಕೊಂದೇ ಬಿಡತಿ ನಿನ್ನ' ಎನ್ನುತ್ತ ಆರ್ಭಟ ಮಾಡಿದ್ದೇ ದೇವು ಅಯ್ಯಯ್ಯೋ ಹಾಕುತ್ತ, 'ಇದಕೇನ

ಇಂದ ದೆವ್ವ ಮೆಟಕಂಡಿದೇನೆ' ಕೂಗುತ್ತ ಕೈಕಾಲೆಲ್ಲ ಥರಗುಟ್ಟಿದಂತಾಗಿ ನಿಶ್ಯಕ್ತಿಯಿಂದ ಅಲ್ಲೇ ಬಿದ್ದು ಬಿಟ್ಟ.

ಯಾವುದೋ ಯಾರದೋ ಮರಿ ಪುಢಾರಿಗಳ ಗುರುತಿನ ಮೇಲಿಂದ ಲೈಸನ್ಸು ತಂದಿದ್ದ ಪಚ್ಚ, 'ಯಾರ ಏನ ಹರ್ಕಂಬೂಕು ಬರೂಕಲಾ, ಪೊಲೀಸ್ರು ನನ ಬದೀಗೆ ಇವ್ರು' ಅಂತ ರೋಪು ಹಾಕಿದ. ಪಚ್ಚ ಕಂಪ್ಲೇಂಟು ಕೊಟ್ಟ ದಿನ ಸಣ್ಣಿ ಇದ್ದಲ್ಲೇ ಮಾಯವಾಗಿಬಿಟ್ಟಿದ್ದಳು. ಬೆತ್ತ ಹಿಡಿದೇ ಬಂದ ಪೊಲೀಸರ ಖಾಕಿ ಬಣ್ಣದ ವಸ್ತ್ರ, ಮರೆಯಲ್ಲಿ ನೋಡಿಯೇ ಸಣ್ಣಿಗೆ ಭಯವಾಗಿತ್ತು. ಗುಡ್ಡೆಯನ್ನೆಲ್ಲ ಜಾಲಾಡಿದ ನಂತರ ಪೊಲೀಸರು ಪಚ್ಚನ ಮಾತು ಕೇಳಿ ಬಾಯಕ್ಕನ ಮನೆಗೂ ಹುಡುಕಲು ಬಂದರು.

'ಸಣ್ಣಿ ಒಳಗಿದ್ದರೆ ದಯವಿಟ್ಟು ಹೊರಗೆ ಕಳಿಸಿ, ಅವಳಿಗೆ ವಾರನಿಂಗು ಕೊಡುತ್ತೇವಷ್ಟೆ, ಮತ್ತೇನೂ ಮಾಡುವುದಿಲ್ಲ' ಅಂದರು. ದಿಗಂಬರ ಅಂಗಡಿಯಿಂದ ಓಡಿಬಂದು, 'ಸಣ್ಣಿ ನಮ್ಮ ಮನೆಯಲ್ಲಿ ಕೆಲಸಕ್ಕಷ್ಟೇ ಬರುವುದು, ಅವಳು ಹಾಗೆಲ್ಲ ನಮ್ಮ ಮನೆಯಲ್ಲಿ ಉಳಿದುಕೊಳ್ಳುವುದಿಲ್ಲ' ಅನ್ನುತ್ತ ವಾಪಸು ಕಳಿಸಲು ಯತ್ನಿಸಿದ. ಆದರೂ ಅವರು, 'ಒಮ್ಮೆ ನೋಡಿ ಬಿಡತೇವೆ, ಇದು ನಮ್ಮ ಡ್ಯೂಟಿ ಅಷ್ಟೇ' ಅನ್ನುತ್ತ ಅಲ್ಲಿ ಇಲ್ಲಿ ಹುಡುಕಿದ ಶಾಸ್ತ್ರ ಮಾಡಿ, ಭಾಗಾಯತ, ಮಾಡು, ನಾಣಿಗೆ ಎಲ್ಲ ಕಡೆಯೂ ನೋಡಿ, ಸುಮ್ಮನೆ ದೇವುವನ್ನು ಹೆದರಿಸಿ, 'ಎಲ್ಲಿ ಅಡಗಸಿಟ್ಟಿದಿಯೋ? ಸ್ಟೇಷನ್ನಿಗೆ ಅವಳನ್ನೇ ಕರೆ ತಂದು ಎಲ್ಲ ನಿಖಾಲಿ ಮಾಡಿಕೊಂಡು ಹೋಗು' ಅನ್ನುತ್ತ ತೆರಳಿದರು.

ಸಣ್ಣಿ ಎಲ್ಲಿ ಅಡಗಿಕೊಂಡಿದ್ದಳೆಂದೇ ಕೊನೆಗೂ ಯಾರಿಗೂ ತಿಳಿದಿರಲಿಲ್ಲ. ಆದರೆ ಮಾರನೇ ದಿನ ಹಂಡೆಗೆ ನೀರು ತುಂಬುವಾಗ ಸಣ್ಣಿ ಕೊಡಗಟ್ಟಲೇ ನೀರು ಹೊಯ್ದು ಹಂಡೆಯನ್ನು ತೊಳೆದಳು. 'ನನ್ನ ಕಾಪಾಡಿದ ಹಂಡೆಯಿದು' ಎನ್ನುತ್ತ, 'ಬಾಯಕ್ಕಗೆ ಹೇಳಬೇಡಿ, ಅವ್ರ ಬಾಯಿ ಬೊಂಬಾಯಿ' ಎನ್ನುವಂತೆ ಅರುಂಧತಿಗೆ ಸನ್ನೆ ಮಾಡಿದಳು. 'ಅಷ್ಟು ಸಪೂರಕ್ಕೆ ಇದ್ದದ್ದು ನಿಂಗೆ ಈಗ ಪ್ರಯೋಜನಕ್ಕೆ ಬಂತು ನೋಡು' ಅನ್ನುತ್ತ ಅರುಂಧತಿ ನಸುನಕ್ಕಳು. ಆದರೆ ಪಚ್ಚನ ಬಳಿ ದೇವೂನೇ ಮಾತಾಡಿ, 'ಕಂಪ್ಲೆಂಟು ಹಿಂತೊಕೋ, ಮತ್ತೆ ಸಣ್ಣಿ ನಿನ್ನ ಅಂಗಡಿ ಬದಿ ಸುಳೀದಿದ್ದಂಗೆ ನಾ ನೋಡಕಂತಿ' ಅಂದ ನಂತರ ಅವನೂ ಸ್ವಲ್ಪ ಸಡಿಲಾದ. ಸಣ್ಣಿ ಸ್ವಲ್ಪ ದಿನ ಯಾರ ಆತಂಕವಿಲ್ಲದೆ ಓಡಾಡಿಕೊಂಡಿದ್ದಂತೆ ಕಾಣುತ್ತಿದ್ದರೂ ಒಳಗಿಂದೊಳಗೇ ಕುದಿಯುತ್ತಲೇ ಇದ್ದಳು.

'ನಂಗೆ ಪೊಲೀಸರೀಗೆ ಹಿಡಕೊಡತ್ಯಾ? ನಿನ ಹಿಂಗೇ ಬಿಡೂಕಲಿ' ಎನ್ನುತ್ತ ಅವಡುಗಚ್ಚಿ ಇನ್ನಷ್ಟು ರೋಷಗೊಂಡಿದ್ದಳು. ಅಲ್ಲಿಂದ ಮೂರ್‍ನಾಲ್ಕು ಮೈಲುಗಳ ಅಂತರದ ಬೆಳಸೆಯಲ್ಲಿ ಅವಳ ಅಣ್ಣ ಚೇಪ ತುಂಡು ಗದ್ದೆ ಮಾಡಿಕೊಂಡು ಹೆಂಡತಿ ಬರಮಿ ಹಾಗೂ ಒಬ್ಬ ಮಗಳು ಮತ್ತು ತಾಯಿ ಲಕ್ಷ್ಮಿಯೊಂದಿಗೆ ಇದ್ದ. ಅಷ್ಟೇ ಸಣ್ಣ ಗದ್ದೆಯಾದರೂ ಬೀಜನೆಟ್ಟಿ ಕುಯ್ಲು ಕುತ್ತರಿ ಹುಲ್ಲುಕಟ್ಟು ಅಂತೆಲ್ಲ ತೊಡಗಿಕೊಂಡು ಆರಾಮಾಗಿದ್ದ.

ಸಣ್ಣಿ ಮದುವೆಯಾಗಿ ಬರುವಾಗ ಅವಳ ಧಾರೆಯ ನೀರು ಸುರಿದ ಕೆಂಧೂಳಿ ತೆಂಗಿನ ಕಾಯಿಯ ಮರಕ್ಕೆ ಕಾಯಿಬಿಟ್ಟು, ಅದನ್ನು ಕೊಯ್ದು ದಿನ ಚೇಪ ತೆಂಗನ್ನು ಒಂದು ಕೊತ್ತಲ ಚೀಲದಲ್ಲಿ ತುಂಬಿಕೊಂಡು ಮಗಳೊಂದಿಗೆ ಕಳಸದ ಗುಡ್ಡೆಗೆ ಬಂದು ಹೋಗುತ್ತಿದ್ದ. ಈ ಗದ್ದಲದಲ್ಲೇ ಸಣ್ಣಿ ಈ ವಿಷಯವನ್ನು ಅವನ ಕಿವಿಯ ಮೇಲೆ ಹಾಕುತ್ತ, 'ಎಲ್ಲಾದರೂ ಕಳಭಟ್ಟಿ ಸಿಗೂವಂಗಿದ್ದರೆ ನಂಗೆ ಒಂದೆರಡು ಕ್ಯಾನು ಬೇಕಾಗಿತ್ತು' ಅಂದಳು. ಅವನೂ ಒಮ್ಮೆಲೇ ಹೆದರಿದ. 'ಯಾರೀಗಾದರೂ ಗುತ್ತಾದರೆ ನನ್ನ ಮುಂಚೆ ಹಿಡಕಂಡು ಹೋಗೂರು' ಅನ್ನುತ್ತ, 'ಇಲ್ಲದ್ದೆಲ್ಲಾ ಮಾಡೂಕ ಹೋಗಬೇಡವೇ ತಂಗೀ, ನಿನ್ನಟಕ ನೀ ಸುಮ್ಮನ ಇದ್ದ ಬಿಡೇ' ಉಪದೇಶ ಮಾಡುತ್ತ ಹೋಗಿಬಿಟ್ಟಿದ್ದ.

ಕೆಲದಿನ ಬಿಟ್ಟು ಸಣ್ಣಿ ಅವ್ವಿಗೆ ಆರಾಮಿಲ್ಲ ಎನ್ನುತ್ತ ದೇವೂನ ಹತ್ತಿರ ಸುಳ್ಳೇ ಹೇಳಿ ಬೆಳಸೆಗೆ ಹೋದಳು. ಅಲ್ಲಿ ಅಣ್ಣನ ಹತ್ತಿರ, 'ನೀ ಕಳಭಟ್ಟೀ ಕೊಡಸೂ, ಬಾಕೀ ಎಲ್ಲಾ ನಾ ನೋಡಕಂತೀ' ಅಂತೆಲ್ಲ ಅವನನ್ನು ಒಪ್ಪಿಸಿದಳು. ಚೇಪ ಮೂರ್‍ನಾಲ್ಕು ದಿನಗಳ ಮೇಲೆ ತನ್ನ ಯಾವುದೋ ದೋಸ್ತನ ಹತ್ತಿರ ಎಲ್ಲೆಲ್ಲಿಯೋ ಹುಡುಕಿಸಿ ಸಣ್ಣಿಗೆ ಒಂದು ಕ್ಯಾನು ಭಟ್ಟೀ ಸಾರಾಯಿ ಕಳಿಸಿದ. ಬಂದವ, 'ಚಿಮಣೆಣ್ಣಿ, ನಿಮ್ಮ ಅಣ್ಣ ನಿಂಗೇ ಕೊಟ್ಟಾಕಂಬಾ ಅಂದ್ಯ' ಅನ್ನುತ್ತ ಬಾಯಕ್ಕನ ದೆಣಪೆಯಲ್ಲೇ ಸಣ್ಣಿಯ ಕೈಯಲ್ಲಿ ಹಿಡಿಸಿ ಹೋದ.

ಒಂದಿನ ಸಣ್ಣಿ ಗೋಲುಡುಗೆ ಸೋಮಿಯ ಆರೇಳು ವರ್ಷದ ಮಗ ಅರುಣನಿಗೆ ಅವನಪ್ಪ ಬೀರಪ್ಪ, ಪಚ್ಚನ ಅಂಗಡಿಗೆ ಹೋಗಿ ಕುಡಿಯುತ್ತ ಕೂತಾಗ ಕತ್ತಲಲ್ಲಿ ಅಪ್ಪನನ್ನು ಕರೆವ ನೆಪ ಮಾಡಿ ಹೋಗಿ ತನ್ನ ಬಳಿ ಇರುವ ಕಳ್ಳಬಟ್ಟಿಯ ಸಣ್ಣ ಕ್ಯಾನನ್ನು ಅಲ್ಲಿ ಬಿಟ್ಟು ಬರಲು ಹೇಳಿದಳು. ಅಪ್ಪನನ್ನು ಕರೆಯಲು ಹೋದ ಅರುಣ, ಕ್ಯಾನನ್ನೇನೋ ಎತ್ತೊಯ್ದು, ಆದರೆ ಅದನ್ನು ಎದುರುಗಡೆಯೇ ಇಟ್ಟು ಬಂದುಬಿಟ್ಟಿದ್ದ. ಅತ್ತ ಪೊಲೀಸರೂ ಆ ದಿನ ಬರದೇ ಅದು ಪಚ್ಚನ ಕೈಗೆ ಸಿಕ್ಕು, ಯಾರೋ ದೊಡ್ಡವರೇ ಎಲ್ಲಿಂದಲೋ ತಂದು ಇಲ್ಲಿ, 'ಕುಡದ ಅಮಲನಲಿ ಮರೆತ ಹೋಗಿರು' ಅಂದುಕೊಳ್ಳುತ್ತ ಆ ಕ್ಯಾನನ್ನ ಮನೆಗೆ ಸಾಗಿಸಿಬಿಟ್ಟ.

ಕಾಸು ಕಮ್ಮಿ ತಂದ ಹಮ್ಮು ಅಂಥವರಿಗೆ ಅಂದೇ ಅದನ್ನು ಕುಡಿಸಿ ರುಚಿ ಹತ್ತಿಸಿದ. ಆಗ ಇದ್ದಕ್ಕಿದ್ದಂತೆ ಅದರ ಬೇಡಿಕೆ ಹೆಚ್ಚಿ, ಹಾರವಾಡೆ ಬದಿಯ ಒಂದು ಬೆಟ್ಟದಲ್ಲಿ ಬಟ್ಟಿ ಇಳಿಸುತ್ತಿದ್ದ ಹೆಂಡವನ್ನು ತಂದು ಮನೆಯಲ್ಲಿರಿಸಿಕೊಂಡೇ ಮಾರತೊಡಗಿದ. ಸರಕಾರಿ ಸಾರಾಯಕ್ಕಿಂತ ಇದರ ಅಮಲೇ ಹೆಚ್ಚು ಖುಷಿಕೊಡುತ್ತದೆಂಬ ಕೆಲವರ ಬೇಡಿಕೆಗಳು ಅದನ್ನೇ ಬಯಸಿದವು. ಮನೆಯಲ್ಲಿ ಸಂಜೆಯಾದೊಡನೆ ಅದರದೇ ಗದ್ದಲ ಶುರುವಾಯಿತು. ತುಳಸಿ ತಗಾದೆ ತೆಗೆದದ್ದಕ್ಕೆ, 'ಆ ಸರಕಾರದ ಸಾರಾಯಕ್ಕಿಂತ ಇದರಿಂದ ಬರೋ ಲಾಭವೇ ಹೆಚ್ಚು' ಅಂತ ಅವಳ ಬಾಯನ್ನೇ ಮುಚ್ಚಿಸಿದ.

◀◀ ▶▶

ಒಂದಿನ ದಿಗಂಬರನ ಮನೆಯಲ್ಲಾದ ರಾಶೆ ಅಬ್ಬಲಿಗೆ ಹೂವನ್ನು ಜಡೆ ಕಟ್ಟಿಕೊಂಡು ಮಾರಿಬರುತ್ತೇನೆಂದು ಸಣ್ಣಿ ಅಂಕೋಲೆ ಪೇಟೆಗೆ ಹೋದಳು. ಅಲ್ಲಿ ಅಬಕಾರಿ ಇಲಾಖೆಯೆಂದು ಬರೆದ ಕಚೇರಿಯ ಎದುರು ನಿಂತೇ ತುಸು ಹೊತ್ತು ಕಾದಳು. ಅಲ್ಲಿ ಯಾರೂ ಇವಳನ್ನು ಗಮನಿಸಲಿಲ್ಲ. 'ಹೂಂಗ್ಯಾರೂ ಇಲ್ ತಗಂಬೂದಿಲ್ಲಾ ಹೋಗೇ' ಅನ್ನುತ್ತ ಕೆಲವರು ಅಟ್ಟಲು ನೋಡಿದರು. ಆದರೂ ಸಣ್ಣಿ, 'ಇಲ್ ಸಾಯಬ್ರ ಕೂಡ ಸಲ್ಪ ಮಾತಾಡೂ ಕೆಲ್ಸೀತು' ಅನ್ನುತ್ತ ಕೇಳಿದವರಿಗೆಲ್ಲ ಹತ್ತತ್ತು ಸಲ ಹಾಗೇ ಹೇಳುತ್ತ ನಿಂತಳು. ಕೊನೆಗೂ ಅಲ್ಲಿಯ ಒಬ್ಬ ಪೊಲೀಸ್ ಇವಳನ್ನು ಸರೀ ಕರೆದು ವಿಚಾರಿಸಿಕೊಂಡ. ಇವಳು ಇವಳ ಭಾಷೆಯಲ್ಲಿ ಹೇಳಿದ ಕೆಲವು ವಿಷಯ ಅವನಿಗೆ ಅರ್ಥವಾಗಲೇ ಇಲ್ಲ. ಅವನೂ ಇನ್ನೊಬ್ಬನಿಗೆ ಕರೆದು ಅಂತೂ ಮೂರ್ನಾಲ್ಕು ಜನ ಸೇರಿ ಇವಳ ಅಹವಾಲನ್ನು, 'ಅದೇನಿದ್ದರೂ ಲೇಖಿಯಲ್ಲಿ ಕೊಡಬೇಕಮ್ಮ' ಅನ್ನುತ್ತ ಕಳಿಸಿಬಿಟ್ಟರು.

ಹೂವಿನ ದಂಡೆ ಹಿಡಿದು ಅಲ್ಲೇ ಬಾಜಾರಿನಲ್ಲಿ ಮಾರುತ್ತ ಕೂತ ಇನ್ನೊಬ್ಬ ಹೆಂಗಸಿಗೆ ಅದನ್ನು ಕಡಿಮೆ ದುಡ್ಡಿಗೆ ಮಾರಿ ಊರಿಗೆ ನಡೆದು ಬಂದಳು. ಯಾರ ಹತ್ತಿರ ಏನು ಬರೆಸಬೇಕೂ ಎಂಬುದೇ ಅವಳ ತಲೆಯನ್ನು ಇಡೀ ದಿನ ಕೊರೆಯುತ್ತಿತ್ತು. ಕೆಲಸ ಮುಗಿಸಿ ಹೋಗುವಾಗ ದಿಗಂಬರನ ಅಂಗಡಿಯಲ್ಲಿ ಹಣಕಿ ಹಾಕಿ, 'ನಿಮ್ಕೂಡ ಬಗೇಲ ಮಾತಾಡೂದಿತ್ರಾ' ಅಂದಳು.

ದಿಗಂಬರ ತಲೆಯೆತ್ತಿ, 'ಮತ್ತೇನು ರಾಡಿ ಮಾಡಿಕೊಂಡ್ಯೇ ಸಣ್ಣಿ, ಮೊದಲೇ ಡೆಂಜರ ಹೆಂಗಸು ನೀನು' ಅನ್ನುತ್ತ ಅನುಮಾನಿಸುತ್ತಲೇ ನಿಂತ. ವಿಷಯ ತಿಳಿದದ್ದೇ ದಿಗಂಬರ, 'ನಿನ ರಾಡೀಯೊಳಗೆ ನನ್ನ ಕೆಡಗಬೇಡವೇ ಸಣ್ಣಿ, ಅಕ್ಷರ ಗುತ್ತಾಗತದೆ ಅವರಿಗೆ, ಆ ದಿನ ನೋಡು, ನಿನ್ನನ್ನ ನಮ್ಮ ಮನೆ ಹತ್ತಿರ ಬಂದು ಹುಡುಕಿದ್ದು, ಮರ್ಯಾದಸ್ತರು ನಾವು, ಹಾಗೆಲ್ಲ ಪೊಲೀಸರು ಪದೇಪದೇ ಮನೆಗೆ ಬಂದರೆ ನನ್ನ ಹೆಂಡತಿಯಾದರೂ ಏನು ತಿಳಕೊಳ್ಳತಾಳೆ? ನಿನ್ನ ತಾಪತ್ರಯ, ನೀನು ಏನಾದರೂ ಮಾಡಿಕೊ' ಎನ್ನುತ್ತ ಅಂಗಡಿ ಬಾಗಿಲು ಹಾಕಲು ಅವಸರಿಸಿದ. ಪತ್ರವನ್ನು ಬರೆಯಲು ತನ್ನ ಮಗನೇ ಸರಿಯೆಂದು ಅಂದುಕೊಂಡ ಸಣ್ಣಿ ಒಂದಿನ ಪಟ್ಟಿ ಹಾಳೆ ಹರಿದು ಕೊಟ್ಟು, ತಾನು ಹೇಳಿದ ಹಾಗೆಯೇ ಪೆನ್ನಿಂದ ಬರೆಯಲು ಹೇಳಿದಳು.

ಅವನು ತನ್ನ ಹರಿದ ಪಟ್ಟಿ ಹಾಳೆಗಾಗಿ ತಕರಾರು ಮಾಡಿದರೂ ನಂತರ ಅವ್ವ ಏನೋ ಘನಂದಾರಿ ಕೆಲಸ ಮಾಡುತ್ತಿದ್ದಾಳೆಂದು ಅರಿವಿಗೆ ಬಂದು ಬರೆಯಲು ಕೂತ. ಅಬಕಾರಿ ಸಾಹೇಬರಿಗೆ ಅಂತ ಮೇಲೆ ಬರೆಯಲು ಹೇಳಿದಳು. ನಂತರ, 'ಹೀಂಗೆ ನಮ್ಮ ಊರಿನಲ್ಲಿ ಪಚ್ಚನ ಸಾರಾಯಿ ಅಂಗಡಿ ಈತು, ಹೀಂಗೆ ಅಲ್ಲಿ ನಮ್ಮ ಊರಿನ ಗಂಡಸರೆಲ್ಲ ಕುಡಿದೂ ಕುಡಿದೂ ಹಾಳಾತೆ ಬಿದ್ದೀರು. ಹೀಂಗೆ

ಅವನು ಅಂಗಡಿಯಲ್ಲಿ ಕಳ್ಳ ಭಟ್ಟಿ ಸಾರಾಯವನ್ನೂ ಮಾರಿ ಮೋಸದಿಂದ ದುಡ್ಡು ಹೊಡೀತ್ಯಾ. ಹೀಂಗೆ ನೀವು ಬಂದು ಕ್ರಮ ತೊಗೊಳ್ಳೂದು ಉತ್ತಮ. ಇತಿ ನಿಮ್ಮ ಹಿತೈಷಿ' ಅಂತ ಬರೆದು ಕೆಳಗೆ ಬೇರೆ ಯಾರದಾದರೂ ಹೆಸರು ಹಾಕೆಂದು ಮಗನ ಬಳಿ ಹೇಳಿದಳು. ಅವನು ಯಾರ ಹೆಸರು ಬರೆಯಬಹುದೆಂದು ಯೋಚಿಸಿ ಕೊನೆಗೆ ಲಕ್ಷ್ಮಿ ಅಂತ ಬರೆದ. ಪತ್ರವನ್ನು ಮಡಚಿ ಹಿಡಿದು ಸಣ್ಣಿ ಪುನಃ ಬಾಯಕ್ಕನ ಮನೆ ಬಾಗಿಲಿಗೆ ಹೋಗಿ ಅಬ್ಬಲಿಗೆಯ ಹೂ ಕುಯ್ದು ಮಾರಿ ಬರುವುದಾಗಿ ಹೇಳಿ ಹೂದಂಡೆ ಕಟ್ಟಿಕೊಂಡು ಮತ್ತೆ ಹೊರಟಳು.

ಈ ಸಲ ಆ ಕಚೇರಿಯ ಸೀದ ಒಳಗೇ ಹೋಗಿ ಚೀಟಿ ಕೊಟ್ಟಳು. ಅವರು ಓದಿ ನೋಡಿ ಬರೆದದ್ದು ಯಾರು ಅಂತ ಕೇಳುತ್ತ ನಕ್ಕರು. 'ಸಣ್ಣವನ್ರಾ ಇನ್ನೂ ನಾಕನೇತ್ತಿ, ತಪ್ಪಾದ್ರೆ ಒಪ್ಪಸ್ಕೊಳ್ಳಿ' ಅಂದಳು. ಅವರು, 'ಊರ ಹೆಸರೇ ಇಲ್ಲಾ, ಯಾವೂರು?' ಅಂತ ಕೇಳಿ ಬರೆದು ಕೊಂಡರು. 'ಯಾವ ತಾಲೂಕು?' ಅಂತ ಕೇಳಿದವರಿಗೆ ಹೇಳಲು ಬರದೇ, 'ಅಲ್ಲೇ ಅವರ್ಸೆ ಮತ್ತ ಸುಂಕಸಾಳೆ ಎರಡರ ನೆಡೂಗೇ ಈತ್ರಾ' ಅಂದಳು. 'ಆಯ್ತು, ಲಕ್ಷ್ಮಿ ಅಲ್ವೇ ನಿನ್ ಹೆಸ್ರು?' ಅಂತ ಕೇಳಿದ್ದಕ್ಕೆ ಪಕ್ಕನೆ, 'ಇಲ್ಲಾ ಅದು ನಮ್ ಅವ್ವೆ ಹೆಸ್ರು' ಅಂದವಳೇ ಒಮ್ಮೆಲೇ ಎಚ್ಚರಾಗಿ ತಕ್ಷಣ, 'ಹೌದೌದು ನಂದೇ, ನಮ್ ಅವ್ವೆ ಮನೀ ಹೆಸ್ರು' ಅಂದಳು.

ಎಷ್ಟು ದಿನವಾದರೂ ಪೊಲೀಸರು ತಪಾಸಣೆಗಾಗಿ ಬಂದದ್ದು ಸಣ್ಣಿಗಂತೂ ಕಾಣಲಿಲ್ಲ. ಸಣ್ಣಿ ಅಣ್ಣನಿಗೆ ಮತ್ತೆ ಒತ್ತಾಯ ತಂದಳು. ಅವ ತನ್ನ ಯಾವುದೋ ದೋಸ್ತರಿಂದ ಪೊಲೀಸರಿಗೆ ಇನ್ನೊಮ್ಮೆ ಹೇಳಿಸಿದ. ಈ ಕಳಸದ ಗುಡ್ಡೆಯ ಪಚ್ಚನ ಮೇಲೆ ಎಲ್ಲ ಬದಿಯಿಂದ ಮತ್ತೆ ಮತ್ತೆ ಕಂಪ್ಲೇಂಟು ಬಂದದ್ದೇ ಅವರೂ ಎಚ್ಚರಾದರು.

ಅಧ್ಯಾಯ 14

ದಿಗಂಬರನ ಸೋದರತ್ತೆಯ ಗಂಡ ಅಜ್ಜಿಕಟ್ಟೆಯ ರಾಯಣ್ಣ ಊರಲ್ಲಿ ಎಲ್ಲೂ ಇಲ್ಲದ ತಿಪಟೂರು ತೆಂಗಿನ ತಳಿಯನ್ನು ಪೇಟೆಯ ತೋಟಗಾರಿಕೆ ಇಲಾಖೆಯಿಂದ ತಂದು ತಮ್ಮ ಮನೆಯೆದುರಿನ ಜಾಗದಲ್ಲಿ ಹಚ್ಚಿಸಿದ್ದ. ಅದು ಎಲ್ಲರೂ ಅಚ್ಚರಿ ಪಡುವಂತೆ ಮೂರೇ ವರ್ಷಕ್ಕೆ ಫಲವನ್ನೂ ಬಿಟ್ಟು ಬಿಟ್ಟಿತು. ಅದರ ಎತ್ತರ ಒಬ್ಬ ಆರು ಘೂಟಿನ ಮನುಷ್ಯ ನಿಂತು ಕೈ ಮೇಲೆತ್ತಿದರೆ ಅದರ ಕಾಯಿಗಳು ನಿಲುಕುವಷ್ಟು ಸನಿಹದಲ್ಲಿದ್ದವು. ತೆಂಗಿನ ಮರ ಹತ್ತುವುದನ್ನು ಕಲಿಯದವನೂ ಸಹ ತೆಂಗಿನ ಕಾಯಿ ಕೊಯ್ಯಬಹುದಿತ್ತು. ಆದರೆ ಕಾಯಿ ಬಿಟ್ಟ ನಂತರ ಅದು ಸೀಯಾಳವಾಗಿದ್ದಾಗಲೇ ಕಳ್ಳರು ಅದನ್ನು ಲಪಟಾಯಿಸಹತ್ತಿದರು. ಸುತ್ತ ಒಕ್ಕಲ ಕೊಪ್ಪ. ಸಂಜೆಯಾದೊಡನೆ ಕುಡಿಯಲು ಒಕ್ಕಲು ತಮ್ಮ ಮನೆಯ ತೆಂಗಿನ ಕಾಯಿಗಳನ್ನು ಕಳೆಯುತ್ತಾರೆ ಅಂತ ರಾಯಣ್ಣನಿಗೆ ಸಂಶಯ ಉಂಟಾಗತೊಡಗಿತ್ತು. ಆಗ ಅವರು ತಮ್ಮ ತೆಂಗಿನ ಕಾಯಿಗಳ ರಕ್ಷಣೆಗೆ ಬಿದ್ದರು.

ಕೆಲವರಂತೂ ಆ ತೆಂಗಿನ ಮರವನ್ನು ನೋಡಲೆಂದೇ ಬರುತ್ತಿದ್ದರು. ಮೂರ್‍ನಾಲ್ಕು ಅಂತಸ್ತಿನಷ್ಟು, ಅಂದರೆ ಅರವತ್ತೆಪ್ಪತ್ತು ಘೂಟಿನಷ್ಟು ಎತ್ತರದ ಹಾಗೂ ಕಸಿ ಮಾಡಿ ಇಪ್ಪತ್ತೋ ಮೂವತ್ತೋ ವರ್ಷಗಳಿಗೆ ಫಲ ಕೊಡುವ ತೆಂಗಿನ ಮರಗಳನ್ನೇ ನೋಡಿ ರೂಢಿಯಿದ್ದ ಕೇರಿಯ ಜನ ರಾಯಣ್ಣನ ಮನೆಯ ಈ ಪುಟಾಣಿ ಗಿಡ ಮೂರೇ ವರ್ಷದಲ್ಲಿ ಕಣ್ಣಿಗೇ ಕಾಣುವಂತೆ ಹೀಗೆ ಕೈಗೆ ಸಿಗುವಂತೆ ಫಲ ಬಿಟ್ಟು ನಿಂತಾಗ ಆ ಕಡೆ ಹೋದವರೆಲ್ಲ ತಾವೂ ನೋಡಿ ಉಳಿದವರಿಗೂ ತೋರಿಸಿ ಖುಷಿಪಟ್ಟು ಬರುತ್ತಿದ್ದರು. ಶಾಲೆ ಮಕ್ಕಳನ್ನು ಸಮುದ್ರ ಬೇಲೆಗೆ ಪ್ರವಾಸಕ್ಕೆಂದು ಕರೆದೊಯ್ದ ಮಾಸ್ತರು ಕೂಡ ಮಕ್ಕಳನ್ನು ಈ ಬದಿ ತಿರುಗಿಸಿ, 'ನೋಡಿ ಎಷ್ಟು ಕೆಳಗಡೆ ತೆಂಗಿನಕಾಯಿ ಬಿಟ್ಟಿದೆ, ಇದೂ ಒಂದು ಪವಾಡ' ಅಂತೆಲ್ಲ ಹೇಳುತ್ತ ರಾಯಣ್ಣನ ಮನೆ ದಾಟಿ ಹೋಗುವ ತನಕ ದೃಷ್ಟಿಯನ್ನು ತೆಂಗಿನ ಗಿಡಗಳ ಮೇಲಿಟ್ಟೇ ನಡೆಯುತ್ತಿದ್ದರು.

ಕಿಟಕಿಯಿಂದ ನೋಡುತ್ತ ವರಾಂಡದ ಒಳಗೆ ಕುರ್ಚಿಯಲ್ಲಿ ಕೂಡುವ ರಾಯಣ್ಣ ಈ ಎಲ್ಲ ದೃಶ್ಯವನ್ನು ನೋಡಿ ಮೊದಮೊದಲು ಖುಷಿಪಡುತ್ತಿದ್ದ. ಆನಂತರದಲ್ಲಿ ಗಿಡಗಳಿಗೆ ಬೊಂಡೆಕಾಯಿ ಬಿಡಲು ಶುರುವಾದ ಕೂಡಲೇ ಅದಕ್ಕೆ ಗೋಣಿತಟ್ಟಿನ ಮರೆಯನ್ನು ಕಟ್ಟಿಸತೊಡಗಿದ, ಯಾಕೆಂದರೆ ಹೋಗಿ ಬರುವವರ ನಿದಿರು ತಮ್ಮ ಗಿಡಗಳ ಮೇಲೆ ಬಿದ್ದು, ಜಾಸ್ತಿ ಬೊಂಡೆಕಾಯಿಗಳೇ ಉದುರುತ್ತವೆ ಎಂಬ ಸಂಶಯ ಅವನನ್ನು ಕಾಡಲು ಶುರುವಾಯಿತು. ಕಾಯಿಗಳು ದೊಡ್ಡದಾಗುತ್ತ ಬಂದ ಹಾಗೆ ಅದನ್ನು ಕಾಯುವುದೇ ರಾಯಣ್ಣನಿಗೆ ಒಂದು ಪೇಚಾಟವೆನಿಸಿತು. ಯಾಕಾದರೂ ಇಂಥ ಗಿಡಗಳನ್ನು ಬೆಳೆಸಿದೆನೋ ಎಂಬಷ್ಟು ತಲೆ ಕೆಡಿಸಿಕೊಂಡ.

ಊರ ಬಯಲಿನಲ್ಲಿ ಬಯಲಾಟವಾದಾಗ ಕೂಹೂಯ್ ಹಾಕುತ್ತ ಹೋಗುವ ಕೆಲವು ಜನ ಒಂದೊಂದು ಕಲ್ಲನ್ನೂ ಸಹ ಗಿಡದ ತೆಂಗಿನ ಕಾಯಿಗೆ ಹೊಡೆದಿಟ್ಟು ಹೋಗುತ್ತಿದ್ದರು. ರಾಯಣ್ಣ ಸಿಟ್ಟಿನಿಂದ ಒಂದೆರಡು ಬಾರಿ ಕೆಟ್ಟ ಶಬ್ದ ಬಳಸಿ ಕೂಗಾಡಿದ್ದಕ್ಕೆ ಈಗ ಕಲ್ಲುಗಳು ಒಮ್ಮೊಮ್ಮೆ ಮನೆಯ ಕಿಟಕಿಗೂ ಬಿದ್ದು ಒಂದೆರಡು ಕಡೆ ಗಾಜುಗಳು ಒಡೆದಿದ್ದವು. ಯುಗಾದಿಯ ಹಗರಣ ದೀಪಾವಳಿಯ ಕಟ್ಟೆ ಪೂಜೆಯ ದಿನಗಳಲ್ಲಂತೂ ಕಣ್ಣಲ್ಲಿ ಕಣ್ಣಿಟ್ಟು ಕಾಯಬೇಕಾಯಿತು.

ರಾಯಣ್ಣ ಈ ತೆಂಗಿನ ಗಿಡಗಳ ಕಾರಣಕ್ಕಾಗೇ ಊರ ಜನರ ಮಧ್ಯೆ ದ್ವೇಷ ಕಟ್ಟಿಕೊಳ್ಳಬೇಕಾಯಿತು. ಪಕ್ಕ ಗಿರಣಿ ನಡೆಸುವ ಸ್ವಂತ ತಮ್ಮನೇ ತನ್ನ ಮೇಲೆ ಊರವರನ್ನು ಎತ್ತಿ ಕಟ್ಟುತ್ತಿದ್ದಾನೆಯೆ ಅಂತಲೂ ಅವನಿಗೆ ಅನಿಸತೊಡಗಿತು. ಯಾಕೆಂದರೆ ಗಿರಣಿಗೆ ಅಕ್ಕಿ ಮಾಡಿಸಲು ಬಂದ ಗಿರಾಕಿಗಳ ಕಣ್ಣು ಈ ಬದಿಗೇ ಇರುತ್ತಿದ್ದುದನ್ನು ರಾಯಣ್ಣ ಗಮನಿಸಿದ್ದ. ಮತ್ತು ಅವರೆಲ್ಲ ಸಹಜವಾಗಿ ಈ ಬದಿ ನೋಡಿದರೂ ಅವನಿಗೆ ಹಾಗೆನಿಸಿಬಿಡುತ್ತಿತ್ತು.

ದಿನವೂ ಹೊರಕಟ್ಟೆಯಲ್ಲಿ ಮಲಗಿಕೊಂಡು ತೆಂಗು ಕಾಯುವುದು ಅವನಿಗೆ ಈ ವಯಸ್ಸಿನಲ್ಲಿ ಕಠಿಣದ ಕೆಲಸವೇ ಆಯಿತು. ಹೊರಗೆ ಮಲಗಿದಾಗ ಯಾರಾದರೂ ಕಲ್ಲಲ್ಲಿ ಹೊಡೆದು ದ್ವೇಷ ಸಾಧಿಸಿಕೊಂಡರೆ ಎಂದು ಅವನ ಹೆಂಡತಿ ಬೇರೆ ದಿನವೂ ಹೆದರಿಸಿಬಿಟ್ಟಿದ್ದಳು. ಹಾಗಾಗಿ ಅವನು ಮರವನ್ನು ಯಾರೂ ಮುಟ್ಟದಂತೆ ಮುಳ್ಳಿನ ಕಂಠಿಯಿಂದ ಶೃಂಗರಿಸಿಬಿಟ್ಟಿದ್ದ. ಆದರೂ ಆ ಮುಳ್ಳನ್ನು ಕಿತ್ತು ಬಿಸಾಕಿ ಯಾವುದೋ ಮಾಯದಲ್ಲೆಂಬಂತೆ ಸೀಯಾಳದ ಕಾಯನ್ನೂ ಬಿಡದೆ ಕಳ್ಳರು ಹರಿದುಬಿಡುತ್ತಿದ್ದರು. ರಾಯಣ್ಣನಿಗೆ ಶಿರಸಿ ಸಿದ್ದಾಪುರದ ಕಡೆಯಿಂದ ಬಂದ ಅವರ ಭಾವನೆಂಟನೊಬ್ಬ ತಮ್ಮ ತೋಟದಲ್ಲಿ ಹೀಗೆಯೇ ಕಳ್ಳತನವಾಗುತ್ತಿದ್ದು ತಾವೀಗ ಐಬೆಕ್ಸ್ ತಂತಿ ಬೇಲಿಯೆಂಬುದನ್ನು ಎಲ್ಲ ಗಿಡಗಳಿಗೂ ಹಾಕಿಸಿದ್ದು ಕಳ್ಳತನ ಕಮ್ಮಿಯಾದ ಕುರಿತು ಹೇಳಿದ್ದೇ ರಾಯಣ್ಣಗೆ ಅದರದೇ ಯೋಚನೆ ಹತ್ತಿತು.

ಮಾರನೇ ದಿನವೇ ಹಿಂತಿರುಗುವ ಭಾವನೆಂಟನೊಡನೆ ತಾನೂ ಶಿರಸಿಗೆ ಹೋಗಿ ಅಂಥ ಐಬೆಕ್ಸ್ ತಂತಿಯನ್ನು ತಂದು ಎಲ್ಲ ತೆಂಗಿನ ಮರಗಳಿಗೂ ಸುತ್ತಿಸಿದರು. ಕೇರಿಯ

ಕೆಲವರನ್ನು ಕರೆದು ಈ ವಿಷಯವನ್ನು ಹೇಳುತ್ತ, 'ಇನ್ನು ಮುಟ್ಟಲಿ ನೋಡುವಾ ನಮ್ಮ ಮರಗಳನ್ನ, ಅಲ್ಲೇ ನೆಗೆದು ಬಿದ್ದು ಸಾಯುವದೆ' ಅಂತ ಸ್ವತಃ ರಾಯಣ್ಣನೇ ಟಾಂಟಾಂ ಹೊಡೆದರು. ಹಾಗಾಗಿ ಈ ಕರೆಂಟು ತಂತಿ ಬೇಲಿಯ ಪ್ರತಾಪ ಎಲ್ಲೆಡೆ ಹರಡಿತು.

ರಾತ್ರಿ ಒಡೆದೀರ ಮಾಳ ಕಾಯುವುದಕ್ಕೆಂದು ಸುಳ್ಳು ಹೇಳಿ ಹೋಗುವ ತನ್ನ ಗಂಡ ಊರಲ್ಲಿ ಕಳ್ಳತನಕ್ಕಿಳಿಯುತ್ತಾನೆ ಅಂತ ತಿಳಿದ ಊರ ಹೆಂಗಸರು ತಮ್ಮ ತಮ್ಮ ಗಂಡಂದಿರಿಗೆ ಈ ಕರೆಂಟು ಶಾಕಿನ ವಿಷಯ ತಿಳಿಸಿ, 'ಕಳೂಕ ಹೊಕ್ಕಂಡ ಶತ್ತಬಿತ್ತ ಹೋಗೂರಿ, ಶಾಯ್ಲಿ' ಅಂತೆಲ್ಲ ತಿವಿದರೂ ಗಂಡಂದಿರು ತಮ್ಮ ಮರ್ಯಾದೆ ಮುಚ್ಚಿಕೊಳ್ಳಲು, 'ನಾ ಎಲ್ಲ ಆ ಬದೀ ಹೋತೀನೇ? ಒಂದೊಂದೇ ಹೇಳ್ಬೇಡಾ ನೀನು' ಎಂದರೂ ಹೆಂಗಸರು ಬಿಡದೆ, 'ಅದಕೇ ದಿನ ದಿನಾ ಕೋಳಿ ತಿಂಬೋಟ್ಟು ದುಡ್ಡ ಎಲ್ಲಿಂದ ಬತ್ತೀದು ನೋಡ್ತಿ, ಬರೀ ಮಾಳ ಕಾದರೆಲ್ಲಾ ಅಟ್ಟಟ್ಟ ದುಡ್ಡ ಕೊಡತೀರು' ಎಂದು ಗಂಡಂದಿರ ಕಳ್ಳತನದ ಬುಡಕ್ಕೇ ಕೈ ಹಾಕಿ ಅಲ್ಲಾಡಿಸಿದರು.

ದಿನವೂ ರಾತ್ರಿ ಮಲಗುವಾಗ ತುಂಬ ಆಸ್ತೆಯಿಂದ ಆ ತೆಂಗಿನ ವಾಯರಿನ ಸ್ವಿಚ್ಚನ್ನು ಚಾಲೂ ಮಾಡಿ ಮಲಗಿಕೊಳ್ಳುತ್ತಿದ್ದ ರಾಯಣ್ಣನಿಗೆ ರಾತ್ರಿಯಲ್ಲಿ ಒಳಕೋಣೆಯಲ್ಲೀಗ ಹೆಂಡತಿಯೊಡನೆ ನಿಶ್ಚಿಂತೆಯಿಂದ ನಿದ್ದೆ ಮಾಡುವಂತಾಯಿತು. ಆದರೂ ಅವ ಹಲವು ದಿನಗಳ ರೂಢಿಯಂತೆ ರಾತ್ರಿ ಅಷ್ಟಷ್ಟು ಹೊತ್ತಿಗೆ ಎದ್ದು ಹೊರ ಬಂದು ತಮ್ಮ ತೆಂಗಿನ ಮರಗಳೆಡೆ ದೃಷ್ಟಿ ಹಾಯಿಸುತ್ತ ಹೆಂಡತಿಯೊಡನೆ ಬೈಸಿಕೊಳ್ಳುತ್ತಿದ್ದ. 'ಕಳ್ಳ ಗುಲಾಮರದು ಹೇಳಲೂ ಬರುವುದಿಲ್ಲ, ಕುಡದ ಅಮಲಿನಲ್ಲಿ ವಾಯರು ಹರಿದು ಬಿಸಾಕಿ ಕದ್ದರೂ ಕದ್ದರೇ' ಎಂದು ಗೊಣಗಾಡುತ್ತ ಕರೆಂಟಿನ ಸ್ವಿಚ್ಚು ಪದೇಪದೆ ಅಮುಕಿ ನೋಡುತ್ತಿದ್ದ.

◀◀ ▶▶

ಅಂದೇ ಕಳಸದಗುಡ್ಡೆಯ ಹಮ್ಮು ಕಿಸೆಯಲ್ಲಿ ಬರಿ ಆರೇ ರೂಪಾಯಿ ಇದೆಯೆಂದು ಎರಡೆರಡು ರೂಪಾಯಿಯ ಎರಡು ಹಾಗೂ ಒಂದೊಂದು ರೂಪಾಯಿಯ ಎರಡು ನಾಣ್ಯವನ್ನು ಪುನಃ ಪುನಃ ಎಣಿಸಿದ. 'ಯಾಡು ಯಾಡು ನಾಕು, ಒಂದು ಐದು, ಒಂದು ಆರು' ಅಂತ ಆ ಹಸ್ತದಿಂದ ಈ ಹಸ್ತಕ್ಕೂ ಈ ಹಸ್ತದಿಂದ ಆ ಹಸ್ತಕ್ಕೂ ಬದಲಾಯಿಸುತ್ತ ಬಾಯ್ಬಿಟ್ಟೇ ಎಣಿಸಿ ಅಷ್ಟನ್ನೂ ಪಚ್ಚನಿಗೆ ಕೊಟ್ಟು, 'ಇಟ್ಟರಲೇ ಇಂದ ಸೊರ್ಗ ಕಾಣಸೋ ಪಚ್ಚಣ್ಣ' ಅಂದಿದ್ದ. ಹಮ್ಮುವಿನ ಅವ್ವೆ ಕರಿಯಮ್ಮ ಸಾರಾಯಿ ಅಂಗಡಿಗೆ ಬಂದು ಗೌಜಿ ಹಾಕಿ, 'ಏ ಪಚ್ಚ ಗೊಚ್ಚ, ಉದ್ರಿ ಸಾರಾಯ ಕೊಟಕೊಟ ನನ್ನ ಮಗನ ಹಾಳಮಾಡ ತೆಗದಿ, ಮತ ನಂಕೂಡ ಪಿರ್ಯಾದಿ ಕೊಡತಿ? ಇನಮ್ಯಾನ ಪುಕ್ಕಟ ಸಾರಯ ಕೊಟ್ರ ನಿನ ತಲೆ ಬುಯಡೆ ಒಡದ ಹಾಕತಿ, ಅಂವನೀಗ ಕುಡೂಕ ದುಡ್ಡ ಬೇಕಾರ ಅಂವ ದುಡೀಲಿ, ಶಾಯ್ಲಂವ, ಅವ್ನ ಸಾಲಾ ನಂಕೂಡ ಕೇಳೂಕಿಲ್ಲ'

ಅಂತೆಲ್ಲ ಜಗಳ ಮಾಡಿ ಹೋದ ನಂತರ ಪಚ್ಚ ಹಮ್ಮುವಿಗೆ ಮಾತ್ರ, 'ದುಡ್ಡಿದ್ದರೆ ಮಾತ್ರ ಕುಡಿ' ಎಂಬ ಫರ್ಮಾನು ಹೊರಡಿಸಿದ್ದ.

ಹಸ್ತದಲ್ಲಿ ಹಮ್ಮು ಕೊಟ್ಟ ನಾಣ್ಯಗಳನ್ನು ಹಿಡಿದ ಪಚ್ಚ, ಹಮ್ಮುವಿನ ಕಿವಿಯಲ್ಲಿ, 'ತೊಳಚಕ್ಕ ಇದ್ದಲ್ಲಿ ಮನೆಗ ಹೋಗು' ಅಂದದ್ದೇ ಹಮ್ಮುವಿಗೆ ಸರ್ರನೆ ನಿಂತಲ್ಲೇ ತಲೆತಿರುಗಿಬಿಟ್ಟಿತು. 'ಯಂತಾಕ್ ಹಂಗಂತ್ಯೋ ಪಚ್ಚಣ್ಣ, ತೊಳಚಕ್ಕ ನನ ಅವ್ವೆ ಹಡದವ್ವೆ' ಎಂದೆಲ್ಲ ಸಂಶಯಗೊಂಡು ತಲೆಕೆರೆದುಕೊಳ್ಳುತ್ತ ನಿಂತ ಹಮ್ಮುವಿನ ಬೆನ್ನಿಗೆ, ರಬ್ಬನೆ ಬಡಿದು, 'ಹೋಗ್ತಾಯೋ ಮುಂಚೇ, ಅಲ ಸೋವೀ ಸರಾಯ ತಂದ ಇಟ್ಟಿಕ್ಕಿ, ಯಾರಕೂಡ ಬಾಯ್ಬಿಡಬ್ಯಾಡ, ನಾ ಜೈಲೀಗ ಹೋಗ ಕುಳಬೇಕಾಗೂದ ಹ್ಞ' ಎನ್ನುತ್ತ ಹಮ್ಮುವನ್ನು ಸದ್ದಿಲ್ಲದೆ ಮನೆಗೆ ಅಟ್ಟಿದ.

ಅಂಗಡಿಯ ಹಿಂದೇ ಇರುವ ಮನೆಯಲ್ಲಿ ತೊಳಚಕ್ಕ ಮುಖ ಗಂಟು ಹಾಕಿಕೊಂಡೇ ಬಂದು, 'ಶತ್ತಂವನೇ ನೀ ಶಾಯೂಕೆ, ನಿಮವ್ವೆ ಬಂದ ಆ ದಿನ ಅಟ ಗೌಜಿ ಹಾಕಹೋಗೀದು, ಮತ ಕುಡೂಕ ಬಂದೀ? ಹುಳು ಆದವನೇ, ನೀ ಶಾಯೂಕ ನೀನು' ಅಂತೆಲ್ಲ ಶಪಿಸುತ್ತಲೇ ಕತ್ತಲ ಮೂಲೆಗಿಟ್ಟಿರುವ ಮಣ್ಣಿನ ಮಡಕೆಯಲ್ಲಿರುವ ತಣ್ಣನೆ ಕಳ್ಳನ್ನು ಒಂದು ಗ್ಲಾಸಿನಲ್ಲಿ ಅಚ್ಚಿ ಅವನ ಮುಂದೆ ತಂದು ಜರಿದಳು.

ಅದರ ಹತ್ತಿರ ಕೂತು ಹಮ್ಮು ಎರಡೂ ಕೈಯಲ್ಲಿ ಅದನ್ನೆತ್ತಿ ಮೇಲ್ಮುಖ ಮಾಡಿ ಗಂಟಲುಬ್ಬಿಸಿಕೊಳ್ಳುತ್ತ ಗಟಗಟ ಕುಡಿದ. ಪಚ್ಚ ಮನೆ ಕಡೆ ಓಡಿ ಬಂದು ಹೆಂಡತಿಯ ಕಿವಿಯಲ್ಲಿ ಏನೋ ಉಸಿರಿದ್ದೇ ತೊಳಚಕ್ಕ ಹಮ್ಮುವನ್ನು, 'ಆರ ರೂಪಾಯ ಕೊಟ್ಟೀ, ಅಟ್ಟೇ ಬರೂದು, ಇನ ಎದ್ದ ಹೋಗ ಮನೀಗೆ' ಎನ್ನುತ್ತ ಒಳಸೇರಿಕೊಂಡುಬಿಟ್ಟಳು. 'ತೊಳಸಕ್ಕಾ ನನ ತೊಳಚಕ್ಕಾ ನನ ಉಳಸೇ ತಾಯಿ ಮತ್ತೊಂದ ಗ್ಲಾಸ ಹಾಕೆ' ಎನ್ನುತ್ತ ಎಷ್ಟು ಗೋಗರೆದರೂ ತುಳಸಿ ಹೊರಗಿಣುಕಿರಲಿಲ್ಲ.

ಆಗಲೇ ಹಮ್ಮು ಎದ್ದು ಹೊರಬಂದಿದ್ದ. 'ಕುಡೂಕ ಹಕೂಕಲಾ ಯಾರೂ, ಬರೀ ದುಡ್ಡು ದುಡ್ಡು ದುಡ್ಡು ಅಂತೀರಿ? ಮಾಡತಿ ನಿಮಗೆ' ಅನ್ನುತ್ತ ಕಾಲು ಒಯ್ಯುತ್ತ ನಡೆದ. ಅಜ್ಜಿಕಟ್ಟೆಯ ಹೆದ್ದಾರಿಯಲ್ಲಿ ಸುಳಿದಾಡಿದವಗೆ ಈ ರಾಯಣ್ಣನ ತೆಂಗಿನ ಗಿಡದ ಮೇಲೆ ಕಣ್ಣು ಬಿದ್ದು ಬಿಟ್ಟಿತು. ಅಲ್ಲಿ ಇಲ್ಲಿ ಸುತ್ತಾಡಿ ಅವರಿವರಲ್ಲಿ ಆ ತೆಂಗಿನ ಮರಕ್ಕೆ ಹಾಕಿಸಿರುವ ಕರೆಂಟು ವಾಯರಿನ ಬಗ್ಗೆ ವಿಚಾರಿಸಿದ. ಕತ್ತಲಾಗುವುದನ್ನೇ ಕಾಯುತ್ತ, 'ಎಲ್ಲ ನಮ್ಮಂಥವರೀಗ ಹೆದ್ರಸೂಕ ಕರೆಂಟು ಗಿರೆಂಟು ಅಂಬೂದು, ಈ ರಾಯಣ್ಣ ಶಾವ್ಕಾರಗ ಇಂದ ಮಾಡತಿ ಶರೀ' ಎಂದುಕೊಳ್ಳುತ್ತ ಹಮ್ಮು ಅಲ್ಲೇ ಅವಿತುಕೊಂಡ. ರಾಯಣ್ಣನ ಮನೆಯ ಕೈಗೆಟಕುವ ಸಣ್ಣ ತೆಂಗಿನ ಸಸಿಯ ದೊಡ್ಡ ಕಾಯ್ಗಳು ಅವನಲ್ಲಿ ಉತ್ಕಟ ಬಯಕೆಯೊಂದಕ್ಕೆ ಪ್ರಚೋದಿಸಿ, ಅವನನ್ನು ಬರಿಗೈಯಲ್ಲಿ ಕೊಪ್ಪಕ್ಕೆ ಹೋಗಗೊಡದೆ ಅಲ್ಲೇ ನಿಲ್ಲಿಸಿಕೊಂಡಿತು.

ಅಲ್ಲೇ ಕೆಲಸಿ ಪಾಂಡುವಿನ ಅಂಗಡಿ ಕಟ್ಟೆಯ ಮೇಲೆ ಮಲಗಿದ ಹಮ್ಮುವಿಗೆ ತೊಳಚಕ್ಕ ಸುರಿದ ಆ ಹುಳೀ ಕಳ್ಳು ಅಲ್ಲೇ ನಿದ್ದೆ ಹತ್ತಿಸಿ ಬಿಟ್ಟಿತ್ತು. ರಾತ್ರಿ ಎಚ್ಚರಾದಾಗ

ಅವನಿಗೆ ಎಷ್ಟು ಹೊತ್ತಾಗಿದೆ ಎಂದೇ ತಿಳಿಯಲಿಲ್ಲ, ಎದ್ದು ಕೂತವಗೆ ತಾನು ಈ ಅಜ್ಜಿಕಟ್ಟೆಗೆ ಬಂದ ಉದ್ದೇಶ ಥಟ್ಟನೆ ನೆನಪಾಗಿಬಿಟ್ಟಿತ್ತು. ಧಡಗ್ಗನೆ ಎದ್ದು ಕೂತು ಎಂಥದೋ ಕೆಟ್ಟ ಧೈರ್ಯ ತುಂಬಿಕೊಳ್ಳುತ್ತ ಶೆಟ್ಟರ ಮನೆ ಕಡೆ ಹೆಜ್ಜೆ ಹಾಕಿದ. ಅವರ ಕಲ್ಲಿನ ಎತ್ತರ ಪಾಗಾರವನ್ನು ಹತ್ತಿ ಆ ಬದಿ ಸದ್ದಾಗದಂತೆ ಇಳಿದ.

ಒಂದೊಂದೇ ಮರವನ್ನು ಮುಟ್ಟುತ್ತ ಹೋದ. ಎಂಥದೂ ಅನಿಸಲಿಲ್ಲ. 'ಮಾತ್ರಂಗ ಶಾಕ ಹೊಡೀತೀದು ಅಂದಿತ್ರು, ಇದ್ನೋಡದ್ರೆ ಎಂಥಾದೂ ಇಲ್ಲ' ಅಂತ ಮನಸ್ಸಿನಲ್ಲೇ ಅಂದುಕೊಳ್ಳುತ್ತ ಪಾಗಾರದ ಹತ್ತಿರವಿರುವ ಕಟ್ಟ ಕಡೆಯ ಮರವನ್ನು ಹಿಡಿದು ಏರಲು ತೊಡಗಿದ ಹಮ್ಮು. ಮೊದ ಮೊದಲು ಸಣ್ಣ ಶಾಕ್ ಹೊಡೆದಂತೆ ಮೈಯೆಲ್ಲ ಝುಂ ಅಂತು. ಕೊಂಚ ಭಯವೂ ಆಯ್ತು. ಹಾಗಾಗುತ್ತದೆಂದು ಸಂಜೆ ಸಿಕ್ಕ ದೋಸ್ತರೆಲ್ಲ ಹೇಳಿದ್ದರಿಂದ ಮತ್ತೂ ಧೈರ್ಯ ಮಾಡಿ ಇನ್ನೆರಡು ಅಂಗುಲ ಏರಿದ, ಎಲ್ಲಿಯೋ ಮೇಲಿದ್ದ ತಂತಿ ಕೈಗೆ ಒಂಚೂರು ಬಡಿದಂತಾದದ್ದಷ್ಟೇ ಯಾರೋ ಝಾಡಿಸಿ ಒದ್ದು ಎತ್ತಿ ಬಹಳ ದೂರ ಎಸೆದಂತಾಯಿತು. ಅವನಿಗೆ ಮತ್ತೇನೂ ಗೊತ್ತಾಗದೆ ಪಾಗಾರದ ಕಲ್ಲಿಗೆ ತಲೆ ಬಡಿದು ಒಂಚೂರು ನರಳಿಕೆಯೂ ಇಲ್ಲದೆ ಅಲ್ಲೇ ಬಿದ್ದು ಬಿಟ್ಟ.

ಒಳಗೆ ರಾಯಣ್ಣನ ಮನೆ ಫ್ಯೂಸ್ ಹೋಗಿ ಕತ್ತಲಾಗಿಬಿಟ್ಟಿತು. ಹೊರಗೆ ಎಂಥದೋ ಸದ್ದಾಯಿತೆಂದು ರಾಯಣ್ಣ ಕಿಟಕಿಯಲ್ಲೇ ಹಣಕಿ ಹೊರ ಖೋಲಿಗೆ ಬಂದು ಪುನಃ ಫ್ಯೂಸಿನ ಸ್ವಿಚ್ ಚಾಲೂ ಮಾಡಿ ಫ್ಯಾನ್ ತಿರುಗುತ್ತಿರುವುದನ್ನೇ ನೋಡುತ್ತ ಹೋಗಿ ಮಲಗುವಾಗ ಹೆಂಡತಿಯ ಬಳಿ, 'ಫ್ಯೂಸಿನ ಸ್ವಿಚ್ ಸಡಿಲವಾಗಿದೆಯೋ ಏನೋ, ತನ್ನಿಂದ ತಾನೇ ಬಂದಾಗಿಬಿಟ್ಟಿತ್ತು' ಅಂದ. ಅವಳು ಮಗ್ಗಲು ಬದಲಾಯಿಸಿದಳು.

ನಸುಕಿನಲ್ಲೇ ಹಮ್ಮುವಿನ ವಿಚಾರ ಆ ದಾರಿಯಲ್ಲಿ ಹೋಗಿ ಬರುವವರಿಗೆಲ್ಲ ಗೊತ್ತಾಗಿ ಒಬ್ಬರಿಂದ ಒಬ್ಬರಿಗೆ ಹರಡಿ ನೂರಾರು ಬಗೆಯ ಬಣ್ಣಗಳನ್ನು ಹಚ್ಚಿಕೊಂಡು ಬೆಳಕು ಹರಿಯುವುದರೊಳಗೆ ಆ ರಸ್ತೆಯಲ್ಲಿ ಜನ ಜಾತ್ರೆ ಸೇರಿಬಿಟ್ಟಿತು. ಮೊದಮೊದಲು ಕಳಸದ ಗುಡ್ಡೆಯ ಕೊಪ್ಪದ ಹಮ್ಮುವೆಂದು ಯಾರೂ ಗುರುತಿಸಲಿಲ್ಲ. ತಲೆಯಿಂದ ಇಳಿದ ನೆತ್ತರು ಮುಖದ ಮೇಲೆಲ್ಲ ಹರಿದು, ಮುಖವೇ ಕಾಣದಂತೆ ಕರಿಗಟ್ಟಿಬಿಟ್ಟಿತ್ತು. ಆ ಗುಂಪಿನಲ್ಲೇ ಒಬ್ಬ ನಿನ್ನೆ ರಾತ್ರಿ ಇದೇ ಅಂಗಿ ಲುಂಗಿಯಲ್ಲಿ ಹೆದ್ದಾರಿಯ ಮೇಲೆ ಕೆಳಗೆ ತಿರುಗಾಡುತ್ತಿದ್ದ ಗುಡ್ಡೆಯ ಕೊಪ್ಪದ ಹಮ್ಮುವೇ ಅಂತ ಗುರುತಿಸಿದ್ದೇ ತಡ ಕಳಸದ ಗುಡ್ಡೆಗೆ ಅದು ಹೇಗೋ ಐದೇ ಮಿನಿಟಿನಲ್ಲಿ ಸುದ್ದಿ ಮುಟ್ಟಿ ಕೊಪ್ಪದ ಪ್ರತಿ ಗಂಡಸೂ ಇದ್ದ ಬಿದ್ದ ಉಡಿಗೆಯಲ್ಲೇ ಹೆದ್ದಾರಿಯತ್ತ ಕಾಲಿಗೆ ಮೆಟ್ಟು ತೊಡದೆ ಅವಸರಕ್ಕೆ ಬಿದ್ದು ಓಡಿ ಬಂದು ಹಮ್ಮುವಿನ ಸ್ಥಿತಿ ನೋಡಿ ಭಯದಿಂದಲೂ ಅಚ್ಚರಿಯಿಂದಲೂ ಅಯ್ಯೋ ಅಯ್ಯೋ ಅನ್ನುತ್ತ ತಮ್ಮಷ್ಟಕ್ಕೇ ತಾವು ಮಾತಿಲ್ಲದೆ ನಿಂತುಬಿಟ್ಟರು.

ದಿಗಂಬರನೂ ಲುಂಗಿ ಕಟ್ಟಿಕೊಳ್ಳುತ್ತ ನಿಂತ ನಿಲುವಿನಲ್ಲೇ ಓಡಿ ಹೋದ. ಹಮ್ಮುವನ್ನು ಆ ಸ್ಥಿತಿಯಲ್ಲಿ ನೋಡಿಯೇ ಎದೆ ನಡುಗಿಬಿಟ್ಟಿತು. ರಾಯಣ್ಣನ

ಪಾಗಾರದ ಕಲ್ಲಿಗೆ ಬಡಿದ ಅವನ ತಲೆ ಅಲ್ಲಿ ಕೆಂಪು ಕಲೆ ಮೆತ್ತಿಟ್ಟೇ ಈ ಬದಿ ಉರುಳಿಕೊಂಡಿತ್ತು. ಹಮ್ಮು ಕರೆಂಟು ಶಾಕಿನಿಂದಲೇ ಹೀಗೆ ಸೆಟೆದು ಬಿದ್ದಿರಬಹುದಾಗಿ ಕೆಲವರು ಮಾತಾಡಿ ಕೊಂಡರೆ, ಇನ್ನು ಕೆಲವರು ಕುಡಿದು ಕುಡಿದೇ ಕರುಳು ಗಿರುಳು ಸುಟ್ಟು ಹೀಗೆ ಸತ್ತೇ ಹೋಗಿರಬೇಕೆಂದು ಗುಜುಗುಜು ನಡೆಸಿದರು. ಏನೇನೋ ಊಹೆಗಳಲ್ಲೇ ವೇಳೆ ಕಳೆದು ಹೋಗಿ, ಬೆಳಿಗ್ಗೆ ಏಳರ ಹೊತ್ತಿಗೆ ರಾಯಣ್ಣ ತಮ್ಮ ಪಾಗಾರದ ಬಳಿ ಎಂಥದೋ ಗೌಜಿ ಕೇಳಿ ಕಣ್ಣೊರೆಸುತ್ತ ಎದ್ದು ಬಂದು, ಪಾಗಾರದ ಆಚೆ ಹಣಕಿ ಹಾಕಿ ಏನಾಯ್ತೆಂದು ನಿಂತ ಜನರಲ್ಲಿ ವಿಚಾರಿಸುವಾಗ, ಅರ್ಧಕ್ಕಿಂತ ಹೆಚ್ಚು ಜನ ರಾಯಣ್ಣನ ಮೇಲೆಯೇ ಅಪವಾದದ ಹಂತ ತಾಳಿಯಾಗಿತ್ತು.

◂◂ ▸▸

ಅಲ್ಲೇ ನಮ್ಮೆದುರೇ ತಿರುಗಾಡಿಕೊಂಡಿದ್ದ ಹಮ್ಮು, ಎಷ್ಟು ಹೊತ್ತಿನಲ್ಲಿ ಇಲ್ಲಿಗೆ ಬಂದು ಆಹುತಿಗೆ ಬಿದ್ದನೋ ಎಂದೆಲ್ಲ ತಳಮಳಿಸುತ್ತ, ಹಮ್ಮುವನ್ನು ಯಾರಿಗೂ ಮುಟ್ಟಗೊಡದೆ ಕೊಪ್ಪದ ಜನ ಅವನ ಸುತ್ತ ಧರಣಿ ಕೂಡಲು ಮಾತಿಗೆ ತೊಡಗಿದ್ದರು. ಕಳಸದ ಗುಡ್ಡೆಯ ಕೊಪ್ಪದ ಗಂಡಸರೆಲ್ಲ ಅಜ್ಜಿಕಟ್ಟೆಯ ಹೆದ್ದಾರಿಯಲ್ಲೇ ನೆರೆದಿದ್ದರು. ಬಡಗೇರಿ ಕಂಡೂಗದ್ದೆಗಳ ಊರ ಗೌಡರೆಲ್ಲ ಬಂದು, 'ಹೋದ ಜೀವ ಮರಳುವಂಗಿಲ್ಲ, ಪೊರ ಮ್ಯಾನ ಮುಖದಲ ಹೋಗಾಯ್ತು, ಎತ್ತೇ ಬಿಡೂನಿ' ಅಂತೆಲ್ಲ ಹೇಳುವ ಮಾತಿಗೆ ಯಾರೂ ಬೆಲೆ ಕೊಡದೇ ಒಂದೇ ಸಮ, 'ಅನ್ಯಾಯ ಆಗೀತ್ರಾ' ಅನ್ನುತ್ತ ಹಟ ಮಾಡತೊಡಗಿದರು.

'ಇವ್ರ ಕಾಯ್ಮರಾ ಈ ಭೂಮೀ ಮ್ಯಾನೇ ಇದ್ದದ್ದು, ದ್ಯಾವಲೋಕದಲ್ಲಿಲ್ಲಾ' 'ಅದ ಕಿಟ್ಟದರ ಶಾಯೂದಿಲ್ಲ, ಶಾಕಷ್ಟೇ ಹೊಡೀತೀದು ಅಂತಿದ್ರಲಾ ಮತ್ತೆ?' 'ನಮ ಮಕ್ಕಳೂ ಮರಿ ಆಟಾಡ್ತೇ ಗುತ್ತಾಗ್ದೇ ಆ ಬದಿ ಹೋದ್ರ ಏನಗತೀರಾ?' 'ಹೀಂಗೇ ಒಬ್ಬೊಬ್ಬರೇ ಶತ್ತೊದ್ರ ಏನ ಮಾಡಬೇಕ್ರ?' 'ನಾವ್ ಬಾಯ್ಮುಚ್ಕಂಡ್ ಕುಳಬೇಕಂತೀರಿ?' 'ನಮಕೂಡಾಗಾ ನಮಗ ನ್ಯಾಯಾ ಬೇಕರಾ' ಎನ್ನುತ್ತ ಒಬ್ಬೊಬ್ಬರು ಒಂದೊಂದು ಮಾತಾಡಿದರು.

ರಾಯಣ್ಣ ಇವೆಲ್ಲ ಏನೂ ಅರಿಯದೆ ಎಲ್ಲರಂತೆ ತಾನೂ ಕುತೂಹಲದಿಂದ ಗೇಟು ದಾಟಿ ಬಂದು ಎಲ್ಲ ಜನರೊಡನೆ ನೋಡುತ್ತ ನಿಂತ. ಅಲ್ಲಿ ಸೇರಿದ ಜನವೆಲ್ಲ ಗಿಡಕ್ಕೆ ಹಾಯಿಸಿಟ್ಟ ಕರೆಂಟು ಶಾಕಿಗೇ ಹಮ್ಮು ಸತ್ತಿದ್ದು ಎಂದು ಒಂದು ತೀರ್ಮಾನಕ್ಕೆ ಬರುತ್ತಿದ್ದುದು ಮನವರಿಕೆಯಾಗುತ್ತಿದ್ದಂತೆಯೇ ಅಲ್ಲೇ ನಿಂತಿದ್ದ ರಾಯಣ್ಣನಿಗೆ ಈಗ ಎಂಥದೋ ಭೀತಿ ಶುರುವಾಯಿತು. ಒಮ್ಮೆಲೇ ಅವನು, 'ಏಹೇ, ಹಾಗೆಲ್ಲ ಒಬ್ಬನನ್ನು ಸಾಯಿಸುವ ಮಟ್ಟದಲ್ಲಿ ಕರೆಂಟು ಇರುವುದಿಲ್ಲ ಅದಕ್ಕೆ, ಅದಿರಲಿ, ಅವನು ಕುಡಿದು ಬಂದು ಇಲ್ಲಿ ನಮ್ಮ ಗಿಡದ ಬಳಿ ಸತ್ತು ಬಿದ್ದರೆ ಅದು ಕರೆಂಟಿನ ಶಾಕಿನಿಂದಲೇ

ಅಂತ ತೀರ್ಪು ಕೊಡುತ್ತೀರಲ್ಲ? ನೀವೇನು ಡಾಕ್ಟರೇ ಅಥವಾ ವಕೀಲರೇ?' ಅಂತೆಲ್ಲ ರಾಯಣ್ಣ ವಾಪಸ್ಸು ಬಾಯಿ ಮಾಡತೊಡಗಿದ್ದೇ ಅಲ್ಲಿದ್ದ ಎಲ್ಲರೂ ಒಮ್ಮೆಲೇ ಅವನ ಮೈಮೇಲೇ ಏರಿ ಹೋದಂತೆ ಗದ್ದಲವೆಬ್ಬಿಸಿದ್ದರು. ದಿಗಂಬರ ರಾಯಣ್ಣನನ್ನು ಹಿಡಿದುಕೊಂಡು ಹೋಗಿ ಮನೆಯ ಒಳಸೇರಿಸಿ ಬಿಟ್ಟ.

ರಸ್ತೆಯಲ್ಲೇ ಕಾಲು ಬಿಟ್ಟು ಕೂತಿದ್ದ ಪಚ್ಚ, 'ನಿನ್ನೆಗ ಅವನು ಕುಡದೇ ಇರನೀಲ' ಅಂತ ಬೇರೆಯದೇ ವರಸೆ ಶುರು ಮಾಡಿದ. 'ಅವನು ಕುಡುಕನೇ ಆದರೂ ಭಾಳ ನಿಯತ್ತಿನ ಮನಿಷ್ಯ' ಅಂದ ಪೊಕ್ಕ. 'ಕುಡಕುಡದು ಹಸೀ ಜೀವಾ ತೆಕ್ಕಂಡಾ' ಎಂದು ಬಾಳಾಚಾರಿ ವರಲಿದರೆ, ಕೆಲಸಿ ಪಾಂಡು, 'ನಿನ್ನೆ ನಾ ಅಂಗಡಿ ಮುಚ್ಚಿ ಹೋಗುವಾಗ ಇಲ್ಲೇ ಅಂಗಡಿ ಕಟ್ಟೆಗೆ ಕೂತಿದ್ದ ಛೇ' ಅಂತ ಮರುಗಿದ.

ದಿಗಂಬರ ರಾಯಣ್ಣನ ಮನೆಯಿಂದ ಹೊರಬಂದು ಗಂಭೀರ ಮುಖಮುದ್ರೆ ಧರಿಸಿ ಮಧ್ಯಸ್ತಿಕೆ ವಹಿಸುತ್ತ, 'ನಾವೇ ಪೊಲೀಸರಿಗೆ ಹೇಳಿ ಕಳಿಸಿದ್ದೇವೆ, ಕುಡಿಯದೇ ಇದ್ದರೆ ಅದು ಅಷ್ಟು ಶಾಕು ಹೊಡೀತಿರಲಿಲ್ಲ, ಅವನು ಕುಡಿದದ್ದಕ್ಕೇ ಸತ್ತದ್ದು, ಹೆಚ್ಚಿನ ರಗಳೆ ಬೇಡ, ಕುಡಿದು ಸತ್ತ ಅಂತಲೇ ಬರೆಸಿಬಿಟ್ಟರೆ ಅವರಿಗೂ ನಿಮಗೂ ಇಬ್ಬರಿಗೂ ಸುರಳೀತ' ಅಂತ ನ್ಯಾಯ ತೀರ್ಮಾನ ಮಾಡಲು ಅವಸರಿಸಿದ. ಅಲ್ಲೇ ಎರಡು ಪಂಗಡವಾಗಿ ಒಡೆದು ನಿಂತ ಗುಡ್ಡೆಯ ಜನ, 'ಶೆಟ್ಟರೇ, ನಿಮ್ಮದ ಇದ ಅನ್ಯಾಯಾನೇ, ನಿಮ್ಮ ಜಾತಿ ಸಂಬಂಧ ಹಾಳಬಿದ್ದಹೋಗಲ್ರಾ, ನಮ್ಮ ಬಗ್ಗೂ ತೊಡೇ ಇಚಾರ ಮಾಡಿ, ಹಮ್ಮು ಅವ್ವೆ ಸಾಪ ಮುದುಕಿ, ಈಗ ಅದ ಯಂಥಾ ಮಣ್ಣ ತಿನಬೇಕೇನ್ರಾ?' ರೋಷದಿಂದಲೇ ವಾದಕ್ಕೆ ಇಳಿದರು.

ಹಮ್ಮುವಿನ ಅವ್ವೆ ಕರಿಯಮ್ಮನನ್ನು ಕಳಸದಗುಡ್ಡೆಯಿಂದ ಸಣ್ಣಿ ಮತ್ತು ಸೋಮಿ ಸೇರಿ ಎರಡೂ ಬದಿ ಹಿಡಿದುಕೊಂಡು ಅಲ್ಲಿಗೇ ಕರೆತಂದರು. ಗಂಡಸರೆಲ್ಲ ಎದ್ದು ಸಣ್ಣಿಯನ್ನು, 'ಆ ಮುದುಕಿಗ್ಯಾಕ ಇಲ ತರೂಕಹೋದರಿ' ಎಂದು ಬೈದರು. 'ಅಯ್ಯೋ ಬಿದಬಿದ ಹೊಯಡೂದೊಂದೇ ಸಮ, ನಮಕೂಡ ಹಿಡಕಂಬೂಕ ಆಗನೀಲಾ' ಎನ್ನುತ್ತ ದೂರದಲ್ಲಿ ಬಿದ್ದ ಹಮ್ಮುವನ್ನು ನೋಡಿ, 'ನಾ ನೋಡಬೇಕ ನನ್ನ ಮಗನ್ನ, ಕರಕ ಹೋಗಿ ಅಂಬೂದೊಂದೇ' ಎನ್ನುತ್ತ ಅಲ್ಲೆ ರಸ್ತೆ ಬದಿ ಕೂಡಿಸುತ್ತ ತಾವೂ ಅವಳೊಡನೆ ಸಮನಾಗಿ ರೋದಿಸಿದರು.

ಅಂಕೋಲೆ ಪೇಟೆಗೆ ಸುದ್ದಿ ಮುಟ್ಟಿ ಇಬ್ಬರು ಪೊಲೀಸರು ಸೈಕಲ್ ಹೊಡೆದು ಕೊಂಡು ಬಂದು ಎಲ್ಲರನ್ನೂ ಹಿಂದೆ ಸರಿಸುತ್ತ, 'ಅವನನ್ನು ಯಾರಾದರೂ ಮುಟ್ಟಿದ್ದೀರೇನು?' ಅಂತ ವಿಚಾರಿಸಿಕೊಂಡರು. ಹೆದ್ದಾರಿಯಲ್ಲಿ ಸಮುದ್ರ ಬೇಲೆಗೆ ಹೋಗುವ ರಸ್ತೆಗೆ ತಂಪು ಪಾನೀಯದ ಅಂಗಡಿ ಇಟ್ಟುಕೊಂಡ ಚಂದ್ರು ಮುಂದೆ ಬಂದು, 'ನಾ ನಾಕ ಗಂಟೆಗೇ ಎದ್ದ ಹಾಲನ ಗಾಡೀಕೂಡ ಬಂದಿತ್ತೆ, ಆಗ ಯಾರೋ ಕುಡಕ ಬಿದ್ಯಾ ಅಂದ ಲಕ್ಷೆ ಕೊಡನೀಲಾ, ಕಡೇಗ ಐದ ಗಂಟೇ ಆದ್ರೂ ಮಿಸಕಾಡೂದಿಲಾ ಅಂದಕ ಡೌಟ್ ಬಂದ ಅಂವನ ಹಂದಾಡಸದೆ, ಒಂದೇ ಸಲಾ

ಹೆದರಕ ಗೌಜಿ ಹೊಡದೆ' ಎನ್ನುತ್ತ ಅವನ ಹೆಗಲನ್ನು ಮುಟ್ಟಿದ್ದಾಗಿ ಹೇಳಿದ.

ಪೊಲೀಸರು ಚಂದ್ರುವನ್ನೇ ಹಿಡಿದುಕೊಂಡು, 'ಸಾಕ್ಷಿ ಹೇಳಲಿಕ್ಕೆ ನೀನು ಸ್ಟೇಷನ್ನಿಗೆ ಬರಬೇಕಾಗತದೆ' ಅಂದರು. ಚಂದ್ರು ಸ್ವಲ್ಪ ಭಯದಿಂದ, 'ನಂಗ ಅಂದ್ರ ಅಂಗಡಿ ಯಾಪಾರ ಬಿಟಹಾಕ ಹ್ಯಾಂಗ ಬರೂಕಾಗೂದ್ರಾ' ಎನ್ನುತ್ತ ಬೇಸರಿಸಿದ್ದೇ ಪೊಲೀಸನೊಬ್ಬ, 'ಬಡ್ಡೀ ಮಗನೇ, ನೀನೇ ಕೊಲೆ ಮಾಡ ಬಿಸಾಕಿ ಅಂದಕ ಬರಕ ಹೋತಿ ನಾ' ಎನ್ನುತ್ತ ಚಂದ್ರುವನ್ನು ಇನ್ನಷ್ಟು ಹೆದರಿಸಿಬಿಟ್ಟ. ಸರ್ಕಾರಿ ಆಸ್ಪತ್ರೆಯ ವ್ಯಾನು ಅದರಲ್ಲಿ ಒಂದಿಷ್ಟು ಬಿಳಿಯ ಸಮವಸ್ತ್ರದಲ್ಲಿರುವವರು ಇಳಿದು ಹಮ್ಮುವನ್ನು ನೀಟಾಗಿ ಮಲಗಿಸಿ ಸೀಮೆ ಸುಣ್ಣದಲ್ಲಿ ಗೆರೆ ಹಾಕಿ, ಅಲ್ಲಿ ನಿಂತವರೆಲ್ಲರ ಸಹಿ ಪಡೆದು ಎಲ್ಲರೊಂದಿಗೆ ಹಮ್ಮುವಿನ ಊರು ತಂದೆ ತಾಯಿ ಹೆಸರು ಅವನ ಉದ್ಯೋಗ ಅವನ ಗುಣ ಸ್ವಭಾವ ಇತ್ಯಾದಿಗಳನ್ನು ಬರೆದುಕೊಂಡು ಹಮ್ಮುವನ್ನು ಎತ್ತಿ ವ್ಯಾನಿನೊಳಗೆ ಹಾಕಿಕೊಂಡ ಕೂಡಲೇ ಕರಿಯಮ್ಮನ ರೋದನ ಇದ್ದಲ್ಲೇ ಮುಗಿಲು ಮುಟ್ಟಿ ಎಲ್ಲರ ಗಮನ ಅವಳತ್ತ ಸೆಳೆಯಿತು.

ಪೊಲೀಸರು ಆಗ ಅವಳು ಯಾರೆಂದು ಅಲ್ಲೇ ನಿಂತ ನಿಂಗುವಿನ ಬಳಿ ವಿಚಾರಿಸಿ ಹಮ್ಮುವಿನ ಅವ್ವೆಯೆಂದು ತಿಳಿದೊಡನೆ ಅವಳ ಬಳಿ ಬಂದು ಅವಳು ಕೂತಲ್ಲೇ ತಾವೂ ಕುಕ್ಕರುಗಾಲಲ್ಲಿ ಕೂತರು. ಅವಳ ಹೆಸರು ಕೇಳಿ ಬರಕೊಳ್ಳುತ್ತ, 'ಹಮ್ಮು ಕುಡಿದು ಸತ್ತ ಅನಿಸುತ್ತದೋ ಅಥವಾ ಯಾರಾದರೂ ಕೊಲೆ ಗಿಲೆ ಮಾಡಿದ್ದಾರೆ ಅನಿಸುತ್ತದೆಯೋ' 'ಯಾರಿಗಾದರೂ ಅವನ ಮೇಲೆ ದ್ವೇಷವಿದ್ದದ್ದು ನಿಂಗೆ ಗುತ್ತಿತ್ತೇ?' ಏನೇ ಕೇಳಿದರೂ ಕರಿಯಮ್ಮ ಎದೆ ಬಡಿದುಕೊಂಡು ಅಳುವುದೊಂದನ್ನು ಬಿಟ್ಟು ಬೇರೆ ಏನೂ ಮಾತಾಡುವ ಸ್ಥಿತಿಯಲ್ಲಿರಲಿಲ್ಲ.

ಅವಳನ್ನು ಮುತ್ತಿಕೊಂಡ ಊರ ಜನರೇ, 'ಅಂವ ಕಾಯಿ ಕಳೂಕ ಆ ರಾಯಶೆಟ್ಟರ ಮನೀ ತೆಂಗಿನ ಮರ ಹತ್ತೀದಾ ಹೇಳ ಸಂಶಾ ನಮ್ಗೆ, ಅವರ ಕರೆಂಟು ಶಾಕ ಹೊಡಸ ಕಂಡೇ ಸತ್ಯಾ ಅಂದ ನಮ ಕಂಪ್ಲೆಂಟು' ಎನ್ನುತ್ತ ನಿಂತವರೆಲ್ಲ ಏನೋ ಸಮಸ್ಯೆಯಿದೆಯೆಂದು ಹೇಳುವ ಧಾಟಿ ನೋಡಿ ಪೊಲೀಸರು ಒಂದು ಬಾರಿ ರಾಯಶೆಟ್ಟರನ್ನೂ ವಿಚಾರಿಸಿದರಾಯಿತೆಂದು ಅವರ ಮನೆ ಗೇಟಿಗೆ ಹೋಗಿ ಬೆತ್ತದಲ್ಲೇ ಧಣಧಣ ಬಡಿದರು. ಅತ್ತ ರಾಯಣ್ಣ ಪೊಲೀಸರು ಬಡಿಯುತ್ತಿದ್ದ ಗೇಟಿನ ಸದ್ದಿಗೆ ಕಿಟಕಿಯಿಂದಲೇ ಹೊರಗಿಣುಕಿದರೂ ಅವನಲ್ಲಿ ಒಮ್ಮೆಲೇ ಎಂಥದೋ ಭಯದ ಛಳಕು ಎದ್ದು ನಿಂತಿತ್ತು. 'ನನ್ನಂಥ ಮರ್ಯಾದಸ್ತನಿಗೆ ಕರೆಯುವ ರೀತಿಯೊ ಇದು?' ಅಂತ ಹೆಂಡತಿಯೊಡನೆ ಫಿರ್ಯಾದು ಕೊಡುತ್ತ ತಂಬಿಗೆ ತುಂಬ ನೀರನ್ನಿಳಿಸಿದುಕೊಂಡು ಗಟಗಟ ಕುಡಿದ. ಹೊರ ಬರಲು ಬೇಕಂತಲೇ ತುಸು ತಡ ಮಾಡಿದ.

ಕರಿಯಮ್ಮ ಎಚ್ಚರ ತಪ್ಪಿ ಬಿದ್ದು ಬಿಟ್ಟಳು. ಎಲ್ಲರೂ ಅವಳಿಗೆ ಅಲ್ಲೇ ಸನಿಹದ ಚಂದ್ರು ಅಂಗಡಿಯಿಂದ ನೀರು ತಂದು ಕುಡಿಸಿ ತಲೆಯನ್ನೆಲ್ಲ ತಟ್ಟುತ್ತ ಪಾಂಡುವಿನ

ಅಂಗಡಿ ಕಟ್ಟೆಯ ಮೇಲೆ ಕೂಡಿಸಿಕೊಂಡು ಕೂತರು. ಆಗಲೇ ಹೆದ್ದಾರಿಯಲ್ಲಿ ಬೇಲೇಕೇರಿಯ ಬದಿಗೆ ಹೋಗುವ ಬಳ್ಳಾರಿಯಿಂದ ಬಂದ ಮ್ಯಾಂಗನೀಸ್ ಲಾರಿಗಳು ಧೂಳೆಬ್ಬಿಸುತ್ತ ಸರಭರ ಓಡಾಡಲು ಶುರು ಮಾಡಿದ್ದವು. ನೆತ್ತಿಯಲ್ಲಿ ಮಧ್ಯಾಹ್ನ ಹನ್ನೊಂದೂವರೆಯ ಬಿಸಿಲು ಸುಡುತ್ತಿದ್ದುದರಿಂದ ಅಲ್ಲಿ ಬಂದ ಎಲ್ಲರಿಗೂ ಹೈರಾಣ ವೆನಿಸಿತ್ತು. ದಿಗಂಬರ ಚಂದ್ರು ಅಂಗಡಿಗೆ ಹೋಗಿ ಏನಾದರೂ ಕುಡಿಯೋಣವೆಂದರೆ, ಒಬ್ಬನೇ ಹೋಗಲೂ ಮನಸ್ಸಾಗಲಿಲ್ಲ.

ಬೆಳಿಗ್ಗೆ ಒಂದು ಹನಿ ನೀರನ್ನೂ ಕುಡಿಯದೆ ಒಂದು ಪೈರಾಣವನ್ನೋ ಅದರ ಮೇಲೆ ಒಂದು ಶರ್ಟನ್ನೋ ಮಾತ್ರ ಸಿಕ್ಕಿಸಿಕೊಂಡು ಬಂದ ಗಂಡಸರ ಬಳಿ ಒಂದು ಪೈಸೆಯೂ ಇಲ್ಲದ್ದು ಗಮನಿಸಿದ ದಿಗಂಬರ ಎಲ್ಲರನ್ನೂ ಕರೆದು ಒಂದೊಂದು ಸೀಯಾಳ ಕುಡಿಸಿ ತಾನೂ ಕುಡಿದ. ಎಲ್ಲರೂ, 'ಈ ಶಾವಕಾರೀಗ ಶರೀ ಹಿಡದ ಮೊದ್ಲು ಒಳಗಹಾಕಬೇಕ್ರಾ' ಅಂತೆಲ್ಲ ಮಾತಾಡುತ್ತ ಕುಡಿದರು. ಮನೆಗೆ ಬರುವ ಮನಸ್ಸಾಗದೆ ಎಲ್ಲ ಗಂಡಸರೂ ಅಲ್ಲಿಂದಲೇ ಅಂಕೋಲೆ ಪೇಟೆಯ ಸರ್ಕಾರಿ ಆಸ್ಪತ್ರೆಗೆ ತೆರಳಿದರು. ದಿಗಂಬರ, 'ಗುಡ್ಡೆಗೆ ಹೋಗಿ ನನ್ನ ಲೂನಾ ತೊಗೊಂಡು ಬರುವೆ, ನೀವು ಮುಂದೆ ಹೋಗಿರಿ' ಎನ್ನುತ್ತ ಹಿಂದಿನ ಬಾಗಿಲಿಂದ ರಾಯಣ್ಣನ ಮನೆಯ ಕಡೆ ತಿರುಗಿದ. ಇಬ್ಬರೂ ಗಪ್ಪಚುಪ್ಪಿನಲ್ಲಿ ಮಾತಾಡಿಕೊಂಡು ಎಲ್ಲಿಯೋ ಹೊರಡುವ ತಯಾರಿ ಮಾಡಿಕೊಂಡರು. ದಿಗಂಬರ ಕೊನೆಗೂ ರಾಯಣ್ಣನನ್ನೇ ಉಳಿಸಲು ನಿಂತದ್ದು ಕೊಪ್ಪದ ಕೆಲವರ ದೃಷ್ಟಿಯಲ್ಲಿ, 'ಎಂಥಾ ನಾಲಾಯಕ ಜನಾ ನೋಡು' ಅನಿಸಿಕೊಂಡ. ಎಲ್ಲರೂ ಸಣ್ಣಿ ಅವರ ಮನೆಗೆಲಸಕ್ಕೆ ಹೋಗುತ್ತಿದ್ದುದರಿಂದ ಅವಳನ್ನೇ ಗುರಿ ಮಾಡಿ ಮಾತಾಡಿದರು. ಸಣ್ಣಿಯಂತೂ ದಿಗಂಬರನ ಇಂಥ ಸಣ್ಣತನಕ್ಕೆ ಕೂತಲ್ಲೇ ನಾಚಿಕೆ ಪಟ್ಟುಕೊಂಡಳು.

ಹೆಂಗಸರೆಲ್ಲ ಕರಿಯಮ್ಮನನ್ನು ಪೂರ್ತಿ ಎತ್ತಿಕೊಂಡಂತೆಯೇ ನಡೆದು ಕಳಸದ ಗುಡ್ಡೆಯ ಕತ್ತರಿ ಸೇರಿದಾಗ, ಹೆದ್ದಾರಿಗೆ ಹೋಗಿ ಹಮ್ಮುವನ್ನು ನೋಡಲು ಸಿಗದ ಹೆಂಗಸರು ತಂತಮ್ಮ ದೆಣಪೆಗೆ ಬಂದು ನಿಂತು ಕರಿಯಮ್ಮನ ಎದುರು ಆ ವಿಷಯ ಕೇಳಲಾಗದೆ ಸಣ್ಣಿಯೊಡನೆ ಸನ್ನೆಯಲ್ಲೇ ವಿಚಾರಿಸಲು ಹೆಣಗಿದರು. ಕರಿಯಮ್ಮ ಎಚ್ಚರ ತಪ್ಪಿ ಬಿದ್ದು ಎದ್ದು ಕೂತ ಮೇಲೆ ಒಂದೂ ಮಾತಾಡದೆ ಬಾಯಿಲ್ಲದವರಂತೆ ಕೈಸನ್ನೆ ಮಾಡಿದ್ದೇ ಎಲ್ಲರೂ ಹೆದರಿ, 'ನಾಲಗಿಬೀಲಗಿ ಬಿದ್ದೋಯ್ತು ಮಡಿಯೇ' ಎನ್ನುತ್ತ ಪುನಃ ಅದನ್ನು ಖಾತ್ರಿ ಪಡಿಸಿಕೊಳ್ಳಲು ಕರಿಯಮ್ಮನನ್ನು ಮಾತಾಡಿಸುತ್ತ ಸಮಾಧಾನ ಹೇಳುತ್ತ ದಾರಿ ಸಾಗಿಸಿದರು. ಒಂದು ಹಟ್ಟಿಯಲ್ಲಿ ಈ ಸಮಯದಲ್ಲಿ ಒಬ್ಬಳೇ ಇರುವುದು ಬೇಡವೆಂದು ಸಣ್ಣಿ ಕರಿಯಮ್ಮನನ್ನು ತನ್ನ ಹಟ್ಟಿಗೇ ಕರೆದುಕೊಂಡು ಹೋದಳು.

ಗಂಡಸರೆಲ್ಲ ಸೇರಿ ಸಂಜೆ ಸುಮಾರು ಆಸ್ಪತ್ರೆಯಿಂದ ತಂದ ಹಮ್ಮುವಿನ ದೇಹವನ್ನು ಬಡಗೇರಿಯ ಸ್ಮಶಾನದಲ್ಲೇ ಮಣ್ಣು ಮಾಡಿ ಬಂದೆವೆಂದು ಹೇಳಿಕೊಂಡರು.

ನಂತರದ ಮೂರ್‍ನಾಲ್ಕು ದಿನ ದುಡಿಯಲು ಹೋಗದೆ ಕುಡಿಯಲು ಅವರ ಬಳಿ ದುಡ್ಡಿದ್ದದ್ದು ಕಂಡು ಹೆಂಗಸರೆಲ್ಲ ಅಚ್ಚರಿಪಟ್ಟರು. ಮುಂದೆ ಏನಾಯಿತೆಂದು ಯಾರಿಗೂ ಗೊತ್ತಾಗದೆ ಪ್ರಕರಣ ಅಲ್ಲೇ ನೆಂಚಿಹೋಯಿತು. ಸಣ್ಣಮ್ಮ ಬಾಯಕ್ಕನ ಮನೆಯಲ್ಲಿ ಕೆಲಸ ಮಾಡುವವಳಾದ್ದರಿಂದ ದಿಗಂಬರನನ್ನು ಆ ಕುರಿತು ಇನ್ನೊಮ್ಮೆ ವಿಚಾರಿಸಿದಳು. ದಿಗಂಬರ, 'ಕೇಸು ಬಿದ್ದು ಹೋಯ್ತು ಸಣ್ಣಿ, ಯಾಕೆಂದರೆ ಕುಡುಕರ ಪರ ವಕಾಲತ್ತು ಯಾರು ವಹಿಸುತ್ತಾರೆ?' ಅಂತ ಬೇರೇನೋ ಮಾತು ತೆಗೆದ. ಆದರೆ ರಾಯಣ್ಣ ಬಂದು ಕರಿಯಮ್ಮನ ಹತ್ತಿರ ಒಂದು ಹಾಳೆಯಲ್ಲಿ ಸಹಿ ಪಡೆದು ಐದು ಸಾವಿರ ರೂಪಾಯಿ ಕೊಟ್ಟು ಹೋದನೆಂದು ಸಣ್ಣಿಗೆ ನಂತರ ಗೊತ್ತಾಗಿ, 'ಒಂದ ಮನಷ್ಯಾಗೆ ಎಟ ದೊಡ ಬೆಲೀ ನೋಡೆ ಕರಿಯಮ್ಮಕ್ಕ' ಎಂದು ಸಣ್ಣಿ ಏನೂ ಮಾಡಲು ದಾರಿ ತೋರದೆ, ಹಮ್ಮುವಿನ ಬಟ್ಟೆ ಬರೆಯನ್ನೆಲ್ಲ ಒಂದು ಚೀಲದಲ್ಲಿ ತುಂಬಿ ಅದನ್ನೇ ತಲೆದಿಂಬು ಮಾಡಿ ಹಾಕಿಕೊಂಡು ಮಲಗಿದ ಕರಿಯಮ್ಮನ ಬಳಿ ಕೂತು ಅಲವತ್ತುಕೊಂಡದ್ದಷ್ಟೇ ಬಂತು. ಊರು ಹಮ್ಮುವನ್ನು ಆಗಲೇ ಅರ್ಧ ಮರೆತುಬಿಟ್ಟಿತ್ತು.

ಸಣ್ಣಿ ಈ ಬಗ್ಗೆ ಬೇರೆ ಬೇರೆಯವರ ಹತ್ತಿರ, 'ಹೋದಾಂವ ಹೋದ, ದುಡ್ಡರೂ ಹೆಚ್ಚ ಕೇಳಬೇಕಾಗಿತ್ತೋ ಏನೊ?' ಅಂತೆಲ್ಲ ಚೌಕಾಸೀ ಮಾಡುತ್ತಿರುವುದನ್ನು ತಿಳಿದ ದಿಗಂಬರ ಒಂದಿನ ಸಣ್ಣಿಗೆ 'ಏ ಸಣ್ಣಿ, ಉಂಡ ಮನೆ ಗಳಾ ಎಣಿಸಬೇಡವೇ' ಎನ್ನುತ್ತ ಟಾಂಟು ಹೊಡೆದ. 'ಏನರಾ ಒಡೆಯಾ ಇದು? ನ್ಯಾಯಾ ಅಂದರ ನ್ಯಾಯಾ ಅಲ್ಲೇನರಾ?' ಎನ್ನುತ್ತ ಜೋರುಬಾಯಿ ಮಾಡಿಕೊಂಡೇ ಬಂದಳು. ದಿಗಂಬರ ಕೊಪ್ಪದ ಜನರೊಡನೆ ಹಮ್ಮುವಿನ ಸುದ್ದಿಯೊಂದನ್ನು ಬಿಟ್ಟು ಬೇರೆಲ್ಲ ಸಂಗತಿ ಕೆದಕುತ್ತಿದ್ದ. ಸಣ್ಣಿ, 'ಜೀಂಮ ಎಲ್ಲಾ ಪೈಕಿಯೋರದೂ ಒಂದೇಯ ಅಂದಕ ನಿಮಗೂ ಗುತ್ತಾಗನೀಲಾ ಅಲ ಒಡೆಯಾ?' ಅನ್ನುತ್ತ ಆಗಾಗ ಬಿರುಸಿನ ಬಾಣ ಎಸೆದು ದಿಗಂಬರನನ್ನು ತಣ್ಣಗಾಗಿಸುತ್ತಿದ್ದಳು. 'ಹಸಿ ಹಸಿ ಜೀಂಮಕೂ ಕಿಮ್ಮತ್ತೇ ಇಲ್ಲದೇ ಹೋಯತಲಾ ಅಂತೀ' ಎಂದು ಎಲ್ಲರೊಡನೆ ಹೇಳಿಕೊಳ್ಳುತ್ತ ಸಣ್ಣಿ ಹಮ್ಮುವಿನ ಕೇಸನ್ನು ಕರಿಯಮ್ಮನಿಗಿಂತ ಹೆಚ್ಚು ಹಚ್ಚಿಕೊಂಡಳು. ದಿಗಂಬರ ಆ ದಿನವೇ ಸಾವಕಾಶ ಈ ಸುದ್ದಿಯನ್ನು, 'ಸ್ವಲ್ಪ ಹುಷಾರಿ ಇರಿ' ಅಂತ ರಾಯಣ್ಣಗೆ ಮುಟ್ಟಿಸಿದ.

ಅಧ್ಯಾಯ 15

ಒಂದೊಂದೇ ತಿಂಗಳು ದಾಟುತ್ತ ಹೋದ ಹಾಗೆ ಅರುಂಧತಿಗೆ ಯಾಕೋ ಅಮ್ಮನ ನೆನಪು ರಾಶಿ ಕಾಡಲು ಶುರುವಾಗಿತ್ತು. ಅಮ್ಮ ಸಣ್ಣವಳಿದ್ದಾಗ ಮಾಡಿಕೊಡುತ್ತಿದ್ದ, ಅವಲಕ್ಕಿಗೆ ತೆಂಗಿನಕಾಯಿ ಸುಳಿ ಹಾಕಿ, ಒಣ ಮೆಣಸೊಂದನ್ನು ಸುಟ್ಟು ತಿರುಚಿ ಗಟ್ಟಿ ಹಿಡಿದು ಕಲಸಿ ತಿನ್ನಬೇಕು ಎನ್ನುವ ಆಸೆಯಾಗುತ್ತಿತ್ತು. ಅದನ್ನೊಂದು ದಿನ ದಿಗಂಬರ ನೊಂದಿಗೆ ಹೇಳಿ, ಅವನು ಅದಕ್ಕೆ ಸಮ್ಮತಿಸಿ, 'ಅವಲಕ್ಕಿ ಕಲಸು ನನಗೂ ಬೇಕು' ಅಂತ ಹೇಳಿದ್ದೇ ಸಡಗರದಿಂದ ಅವಲಕ್ಕಿ ತೆಗೆದು ಕಾಯಿ ಕೆರೆಯುತ್ತಿರುವಾಗಲೇ ಬಾಯಕ್ಕ, 'ಅಷ್ಟೊಂದು ಯಾಕೆ ಅವಲಕ್ಕಿ ತೆಗೆದಿದ್ದೀ, ಅವ ಅಷ್ಟೊಂದು ತಿನ್ನುವುದಿಲ್ಲ, ಸುಮ್ಮನೆ ಆಮೇಲೆ ದಾರಿಯಲ್ಲಿ ಹೋಗುವ ಕುಡುಕರಿಗೆ ಕರೆದು ದಾನ ಮಾಡುತ್ತಾನೆ ಸಲ್ಪೇ ಹಾಕು, ತೆಗಿ ಅದನ್ನ' ಅಂತ ಹೇಳಿ, ಅರ್ಧಕ್ಕರ್ಧ ತೆಗೆಸಿ, ತುಸುವೇ ಅವಲಕ್ಕಿಯನ್ನು ಕಲಸಿ ದಿಗಂಬರನಿಗೆ ಒಯ್ದು ಮುಟ್ಟಿಸುವವರೆಗೆ ಅಲ್ಲೇ ಕಣ್ಣಲ್ಲಿ ಕಣ್ಣಿಟ್ಟು ನೋಡುತ್ತ ನಿಂತುಳಿದಳು ಬಾಯಕ್ಕ.

ಅರುಂಧತಿಗೆ, 'ನನಗೂ ಸ್ವಲ್ಪ ಬೇಕು' ಅಂತ ಹೇಳಲು ಬಾಯಿ ಬರಲಿಲ್ಲ. ಗಂಡನ ಬಟ್ಟಲಿನದೇ ಒಂದು ಚೂರು ತೆಗೆದು ಅರುಂಧತಿ ಬಾಯಿಗೆ ಹಾಕಲು ಸಹ ಆಸ್ಪದವಿಲ್ಲದೇ ಆ ಅವಲಕ್ಕಿ ಪ್ರಕರಣ ಅಲ್ಲಿಗೆ ಮುಗಿದುಹೋಗಿತ್ತು. ಈ ವಿಷಯ ಆಗಿಂದಾಗ ದಿಗಂಬರನಿಗೆ ಗೊತ್ತಾಗದೆ ರಾತ್ರಿ ಪವಡಿಸಿದಾಗ ತಿಳಿಯುತ್ತಲೇ ಅಮ್ಮನ ಮೇಲೆ ಅಸಮಾಧಾನವಾದರೂ, 'ನಿಂದೇ ತಪ್ಪು, ನೀನು ಬಾಯಿ ಬಿಟ್ಟು ನನಗೂ ತಿನ್ನುವ ಬಯಕೆಯಾಗಿದೆ, ಸಣ್ಣವಳಿದ್ದಾಗ ನನ್ನ ಅಮ್ಮ ಹೀಗೇ ಕಲಸಿಕೊಡುತ್ತಿದ್ದಳು ಅಂತೇನಾದರೂ ಹೇಳಬೇಕಿತ್ತು, ಬಾಯಿ ಮುಚ್ಚಿಕೊಂಡಿದ್ದರೆ ಅದು ನಿನ್ನದೇ ತಪ್ಪು' ಅಂತೆಲ್ಲ ಸಿಡುಕಿದ. 'ಹಂಗೆಲ್ಲ ತಿನ್ನುವ ಆಸೆಗೀಸೆ ಅಂತೆಲ್ಲ ಹೇಗೆ ಹೇಳುವುದು?' ಎಂದು ಬೇಸರಿಸಿದಳು ಅರುಂಧತಿ. 'ಹೋಗಲಿ, ನಾಳೆ ನನ್ನಿದುರೇ ಅವಲಕ್ಕಿ ಕಲೆಸು, ನಾನು ಹೇಳುವೆ' ಅಂತ ದಿಗಂಬರ ರಮಿಸಲು ನೋಡಿದ.

ಮಾರನೇ ದಿನ ಬೆಳಿಗ್ಗೆ ದೋಸೆಯ ಸಮಾರಾಧನೆ ಇತ್ತು. ಅರುಂಧತಿ ಬೇಕಂತಲೇ ದೋಸೆ ತಿನ್ನಲಿಲ್ಲ. ಒಂಬತ್ತು ಗಂಟೆಯ ಸುಮಾರಿಗೆ ದಿಗಂಬರನಿಗೆ ಅಂಗಡಿಯಿಂದ ಮನೆಗೆ ಬರಲು ಸನ್ನೆಯಲ್ಲೇ ಕರೆದಳು. ದಿಗಂಬರ ಬಂದು ಅಮ್ಮನ ಎದುರೇ, 'ಅವಲಕ್ಕಿ ಕಲೆಸು ನಿನ್ನೆಯ ಹಾಗೆಯೇ ಆಗಲಿ, ನೀನೂ ದೋಸೆ ತಿಂದಿಲ್ಲವಲ್ಲ, ಸ್ವಲ್ಪ ಜಾಸ್ತಿಯೇ ಕಲೆಸು, ನಿನಗೂ ಆಯಿತು' ಅಂದದ್ದು ಕೇಳಿದ್ದೇ ಬಾಯಕ್ಕ ಎಲ್ಲಿದ್ದಳೋ ಓಡಿ ಬಂದು, 'ಅವಲಕ್ಕಿ ಬಸುರಿ ಹೆಂಗಸಿಗೆ ಒಳ್ಳೆಯದಲ್ಲ, ಹೊಟ್ಟೆ ಒಣಗಿಸುತ್ತದೆ ಅದು, ಅವಳು ದೋಸೆಯನ್ನೇ ತಿನ್ನಲಿ' ಎಂದು ಖಡಾಖಂಡಿತವಾಗಿ ಹೇಳಿಬಿಟ್ಟಳು.

ದಿಗಂಬರ ಅಮ್ಮನನ್ನು ಜೋರುಬಾಯಲ್ಲಿ, 'ನೀನೇನು ಡಾಕ್ಟರೇನು? ಅವಳಿಗೆ ತಿನ್ನುವ ಆಸೆಯಾಗಿದೆಯಂತೆ, ತಿನ್ನಲಿ ಅವಳು' ಅಂತ ಒತ್ತಿ ಹೇಳಿದ. 'ಅವಲಕ್ಕಿ ತಿನ್ನಬಾರದೋ, ನಿನಗೆ ಗೊತ್ತಿಲ್ಲ, ಅವಲಕ್ಕಿ ನಂಜು, ಹೊಟ್ಟೆ ಒಣಗಿಸಿ ಜಂತಿನ ಹುಳು ಆಗಿ ಭಾಳ ತ್ರಾಸಾಗತದೆ' ಅಂತೆಲ್ಲ ವರವರ ಹಚ್ಚಿದ್ದೇ ಅರುಂಧತಿಗೆ ಅವಲಕ್ಕೀನೂ ಬೇಡ ಏನೂ ಬೇಡವೆನ್ನಿಸಿ, ಎರಡು ದೋಸೆಯನ್ನೇ ಹಾಕಿಕೊಂಡು ತಿಂದು ಸುಮ್ಮನಾಗಿ ಬಿಟ್ಟಳು. ಒಂದು ಕಾಗದದಲ್ಲಿ ಹಾಕಿಕೊಂಡ ಅವಲಕ್ಕಿ ಮೆಲ್ಲುತ್ತ ಅಂಗಡಿ ಬದಿಗೆ ಹೋದ ಹಾಗೆ ಮಾಡಿದ ದಿಗಂಬರ ಅದನ್ನು ಹಾಗೇ ಕಟ್ಟಿ ಗಲ್ಲೆಯ ಟೇಬಲ್ಲಿನ ಒಳಗಿಟ್ಟುಬಿಟ್ಟ. ಮಧ್ಯಾಹ್ನ ಊಟದ ನಂತರ ಹೆಂಡತಿಯ ಕಿವಿಯಲ್ಲಿ, 'ಗಲ್ಲೆಯ ಟೇಬಲ್ಲಿನಲ್ಲಿ ನೀನು ಬೆಳಿಗ್ಗೆ ಕಲೆಸಿಕೊಟ್ಟ ಅವಲಕ್ಕಿ ಇಟ್ಟಿದ್ದೇನೆ, ಹೋಗಿ ತಿಂದು ಬಾ' ಅಂದ. 'ಹೌದೇ? ಸಂಜೆ ತಿನ್ನುವೆ ಬಿಡಿ' ಅಂದಳು ಅರುಂಧತಿ.

ನಾಲ್ಕರ ಸುಮಾರಿಗೆ ಎದ್ದು ಚಹ ಕುಡಿದ ದಿಗಂಬರ ಅಂಗಡಿಗೆ ಹೊರಡುವಾಗ ಅರುಂಧತಿಯನ್ನು ಸನ್ನೆಮಾಡಿ ಕರೆದ. ಅರುಂಧತಿ ಹತ್ತು ನಿಮಿಷ ಬಿಟ್ಟು ಸುಮ್ಮನೇ ಅಂಗಡಿ ಬದಿ ಹೋದಳು. ದಿಗಂಬರ ತೆಗೆದು ಹಿಡಿದುಕೊಂಡ ಅವಲಕ್ಕಿ ಪೊಟ್ಟಣದ ತುಂಬ ಇರುವೆಗಳು ಮುತ್ತಿಕೊಂಡಿದ್ದವು. ಅದನ್ನೇ ಬದಿಬದಿಗೆ ಸರಿಸುತ್ತ ಆಸೆಯಿಂದ ತುಸು ಬಾಯಿಗೆ ಹಾಕಿದಳು, ಹುಳಿ ಹುಳಿಯಾದಂತಾಗಿ ಹೊರಹೋಗಿ ಉಗುಳಿ ಬರುವಾಗ ಅರುಂಧತಿಗೆ ದುಃಖ ಉಕ್ಕುಕ್ಕಿ ಬಂತು. 'ಅಮ್ಮ ಪಕ್ಕದ ತಿಮ್ಮಣ್ಣ ನಾಯಕರ ಹೆಂಡತಿ ಹತ್ತಿರ ಮಾತು ಹಚ್ಚಿಕೊಂಡು ನಿಂತರೆ ಒಂದು ತಾಸಾದರೂ ಮನೆಗೆ ಬರುವುದಿಲ್ಲ, ಆಗ ಕಲೆಸಿ ತಿನ್ನುವಿಯಂತೆ' ಎನ್ನುತ್ತ ದಿಗಂಬರ ಸಮಾಧಾನಪಡಿಸಲು ಯತ್ನಿಸಿದ.

ನಡುವೆ ಹೊಸ ಪಂಚಮಿ ಹಬ್ಬಕ್ಕೆ ಮಾಸ್ತಿಕಟ್ಟೆಗೆ ಹೋದಾಗ, ಅರುಂಧತಿ ಅತ್ತಿಗೆಯ ಹತ್ತಿರ ಹೇಳಿ ಅವಳಿಗೆ ಬೇಕಾದ ಹಾಗೆ ಅವಲಕ್ಕಿ ಕಲೆಸಿ ಮಕ್ಕಳಿಗೂ ಅಣ್ಣನಿಗೂ ಅತ್ತಿಗೆಗೂ ಕೊಟ್ಟಿದ್ದಳು. ಶಶಿಕಲಾ ಒಂದೇ ಒಂದು ಸಲ ಬಾಯಿಗೆ ಹಾಕಿದ ಶಾಸ್ತ್ರ ಮಾಡಿ, 'ನನಗೆ ಬೇಡ ನೀನೇ ತಿನ್ನು' ಅನ್ನುತ್ತ ಅರುಂಧತಿಗೇ ಕೊಟ್ಟು ಬಿಟ್ಟಳು. ಶಶಿಕಲಾ ಆವತ್ತು, 'ಅದ್ಯಾವ ರೀತಿ ನೀತಿ ನಿಮ್ಮ ಮನೆಯಲ್ಲಿ?

ತನ್ನ ತಾಯಿಗೆ ಅವಳ ನಂಬಿಕೆಗಳಲ್ಲಿ ಸರಿ ಯಾವುದು ತಪ್ಪು ಯಾವುದು ಅಂತ ತಿಳಿಸಿ ಹೇಳುವ ಗಡಸು ಈ ಮಗನಿಗೂ ಇರಬೇಕು' ಎನ್ನುತ್ತ ದಿಗಂಬರನ ಕುರಿತೇ ಆಕ್ಷೇಪವೆತ್ತಿದ್ದಳು.

ಇನ್ನೊಂದು ದಿನ ಮೊದಲ ದಿನದ ಉಳಿದ ಸ್ವಲ್ಪ ಬೇರುಹಲಸು ಕಾಯಿಯ ಪಲ್ಯವನ್ನು ಸಣ್ಣಿಗೆ ಒಂದು ಸಣ್ಣ ಪಾತ್ರೆಯಲ್ಲಿ ಹಾಕಿ ಅವಳನ್ನು ಸನ್ನೆಯಲ್ಲೇ ಹಿತ್ತಿಲಿಗೆ ಕರೆದು ಕೊಡಲು ನಿಂತಾಗ ಅದೇನೆಂದು ಬಾಯಕ್ಕ ಅರುಂಧತಿಯ ಕೈಯಲ್ಲಿರುವುದನ್ನೇ ಮಿಕಿಮಿಕಿ ನೋಡಿದಳು. ಅರುಂಧತಿಗೆ ಯಾಕೋ ಮೈಯೆಲ್ಲ ಉರಿದುಹೋಯಿತು. ಸಣ್ಣಿ ಒಯ್ದ ಮೇಲೂ ಬಾಯಕ್ಕನಿಗೆ ಕುತೂಹಲ ಇನ್ನೂ ಉಳಿದುಕೊಂಡು ಕೇಳಿಯೇ ಬಿಡೋಣ ಎಂದುಕೊಳ್ಳುತ್ತ ಅನ್ನಕ್ಕೆ ಅಕ್ಕಿ ಅಳೆದು ತೆಗೆಯುತ್ತಿದ್ದ ಸೊಸೆಯ ಬಳಿ ಬಂದು, 'ಆಗೇನೋ ಸಣ್ಣಿಗೆ ಕೊಟ್ಟೆಯಲ್ಲ, ಏನದು?' ಅಂದಳು.

ಅರುಂಧತಿಗೆ ಸಿಟ್ಟು ನೆತ್ತಿಗೇರಿ ಬಂದರೂ ತಡೆದುಕೊಳ್ಳುತ್ತ ಗಡುಸಾಗಿ, 'ನಿನ್ನೆಯ ಪಲ್ಯ' ಅಂದಳು. 'ಯಾವ ಪಲ್ಯ ಆಗಿತ್ತದು, ಓ ಬೇರು ಹಲಸಿನ ಕಾಯೀದು, ನಿನ್ನೆಯದೇ ಹೆಚ್ಚು ರುಚಿ ಅದು, ಇಂದು ಚೂರು ಚೂರು ಹಾಕಿಕೊಂಡು ಖಾಲಿ ಮಾಡಬಹುದಿತ್ತು' ಅಂದಳು. ಎಷ್ಟೇ ಮಾತಾಡಬಾರದೆಂದು ಸುಮ್ಮನಿರಬೇಕೆಂದು ಒಳಗೇ ಕುದಿಯುತ್ತಿದ್ದರೂ ತಡೆಯಲಾರದೆ, 'ನನಗೆ ನಿನ್ನೆಯದು ತಿಂದು ಅಭ್ಯಾಸವಿಲ್ಲ' ಅಂದುಬಿಟ್ಟಳು. 'ಹ್ಞಾ, ಅಬ್ಬಾ ನಿನಗ್ಯಾರು ತಿನ್ನಲು ಹೇಳಿದ್ದು? ನಾನು ನನ್ನ ಮಗ ತಿನ್ನುತ್ತಿದ್ದೆವು' ಅಂದಳು ಬಾಯಕ್ಕ. ಆವತ್ತಿನಿಂದ ನಿನ್ನೆಯದು ಏನೇ ಇದ್ದರೂ ಅರುಂಧತಿ ಸಣ್ಣಿಯನ್ನು ಕರೆಯದೆ ಹಾಗೇ ಮುಚ್ಚಿಡುತ್ತಿದ್ದಳು.

'ನಿಮ್ಮ ಅಮ್ಮನಿಗೆ ನಿನ್ನೆಯದನ್ನೂ ಇನ್ನೊಬ್ಬರಿಗೆ ಕೊಟ್ಟು ಗೊತ್ತಿಲ್ಲ, ಪಾಪ ಬಡವರು, ಈವತ್ತಿನದು ಬಿಸಿ ಬಿಸಿಯದು ಕೊಡುವುದು ಬೇಡ, ನಿನ್ನೆಯದೂ ಕೊಡುವ ಕೈಯಿಲ್ಲವೆಂದರೆ? ನಮ್ಮ ಮನೆಯಲ್ಲಿ ಅಮ್ಮ ಅತ್ತಿಗೆ ಎಲ್ಲ ಕೆಲಸದವರಿಗೆ ಕೊಡುವುದಕ್ಕೆ ಉಳಿಸಬೇಕೆಂದೇ ಮುದ್ದಾಂ ಜಾಸ್ತಿ ಜಾಸ್ತಿ ಮಾಡತಾರೆ' ಅಂತೆಲ್ಲ ಕುರು ಕುರು ಮಾಡಿದ್ದೇ ದಿಗಂಬರ ಮೇಲ್ಮುಖ ಮಾಡಿ ಸುಮ್ಮನೆ ಕೇಳುತ್ತ ಮಲಗಿದವ, 'ಅದು ಹಾಗಲ್ಲ, ಅಮ್ಮ ಮೊದಲಿಂದಲೂ ಹಾಗೇ, ಮದುವೆಯಾಗಿ ಬಂದಾಗ ರಾಶಿ ಬಡತನವಿತ್ತಂತೆ. ಆಗ ನಾಜೂಕು ಮಾಡಿದ ಕೈ ಅದು' ಅಂದ.

'ಮತ್ತೆ ತಾನಾದರೆ ಉಳಿದ ಸಾರನ್ನೋ ತಾಲಿಪಟ್ಟನ್ನೋ ಎತ್ತಿತ್ತಿ ಕೊಡತಾಳೆ, ನಾನು ಕೊಟ್ಟಾಗ ಮಾತ್ರ ಈ ಕಿರಿಕಿರಿ' ಅಂದಳು. 'ಹೋಗಲಿ ಸುಮ್ಮನಿದ್ದು ಬಿಡು, ಅವಳು ಬೇಕಾದರೆ ಕೊಟ್ಟುಕೊಳ್ಳಲಿ, ನೀನು ತಣ್ಣೆ ಅಡಿಗೆಯ ವಿಷಯದಲ್ಲಿ ಇನ್ನು ಮುಂದೆ ತಲೆ ಹಾಕಲು ಹೋಗಬೇಡ' ಅನ್ನುತ್ತ ಎದ್ದು ಅವಳ ಹೊಟ್ಟೆಯ ಮೇಲೆ ಕೆನ್ನೆಯಿಟ್ಟು ಮಲಗಿದ. ಅರುಂಧತಿ ಎಲ್ಲ ಮರೆತು ಅವನ ತಲೆಯನ್ನು ಬಳಸಿ ಗಟ್ಟಿಯಾಗಿ ಹಿಡಿದುಕೊಂಡಳು.

◀◀ ▶▶

ಅರುಂಧತಿ ಮಸಾಲೆ ಅರೆಯುತ್ತ ಕೂತಿದ್ದರೆ, ಬಾಯಕ್ಕ ಮಿಂದು ಬಂದ ಕೂಡಲೇ ಅಲ್ಲೇ ಕೂತು ಲಿಂಬೆ ಹಣ್ಣು ಕತ್ತರಿಸಿ ಒಂದಿಷ್ಟು ಉಪ್ಪು ಹಾಕಿ ಲಿಂಬೆ ಕಡಿ ಹಿಂಡುತ್ತ ಒಂದು ಲೋಟ ಶರಬತ್ತು ಮಾಡಿ ಕುಡಿಯಲು ಸುಮಾರು ಅರ್ಧ ಗಂಟೆ ತೆಗೆದುಕೊಳ್ಳುತ್ತಿದ್ದಳು. ಅಷ್ಟೂ ಹೊತ್ತು ಅವಳು ಅರುಂಧತಿಯನ್ನೇ ಮಿಕಿ ಮಿಕಿ ನೋಡುತ್ತಿರುತ್ತಿದ್ದಳು. ಅರುಂಧತಿ ಒಂದೆರಡು ಸಲ ಅವಳ ಬದಿ ದೃಷ್ಟಿ ಹಾಯಿಸಿ ನೋಡಿದಳು. ಯಾವಾಗ ನೋಡಿದರೂ ಬಾಯಕ್ಕನ ಕಣ್ಣು ಅರುಂಧತಿಯ ಮೇಲೆ.

ಅರುಂಧತಿಗೆ ಹಾಗೆ ಯಾರಾದರೂ ತನ್ನನ್ನು ಮಿಕಿಮಿಕಿ ನೋಡಿದರೆ ಮೈಯೆಲ್ಲ ಉರಿಯುತ್ತಿತ್ತು. ಹಾಗೆ ನೋಡಲು ಕಾರಣವಾದರೂ ಇರಬೇಕಲ್ಲ? ನೋಡುತ್ತ ಏನಾದರೂ ಹೇಳುವುದು ಕೇಳುವುದು ಮಾಡಿದರೆ ಆ ಮಾತು ಬೇರೆ, ಇದೇನಿಲ್ಲ, ಸುಮ್ಮನೆ ಕಣ್ಣು ಮುಚ್ಚದೆ ಎವೆಯಿಕ್ಕದೆ ನೋಡುತ್ತ ಇರುವುದು, ಅರುಂಧತಿ ಅಕಸ್ಮಾತು ನೋಡಿಯೇ ಬಿಟ್ಟಳೆಂದರೆ ಅವಸರದಿಂದ ಆ ಬದಿ ತಿರುಗಿಬಿಡುವುದು. ಅರುಂಧತಿ ಹಾಗೆ ತನ್ನನ್ನೇ ನೋಡುತ್ತಿರುತ್ತಾಳೆ ಎಂದು ಗೊತ್ತಾದದ್ದೇ ಅತ್ತೆಯ ಬಳಿ ನೋಡುವುದನ್ನೇ ಬಿಟ್ಟುಬಿಟ್ಟಳು. ಅತ್ತಿಗೆ ಶಶಿಕಲಾ ಕೂಡ ಒಮ್ಮೆ ಮನೆಗೆ ಬಂದಾಗ, 'ನಿಮ್ಮ ಅತ್ತೆ ಯಾಕೆ ಹಾಗೆ ಸುಮ್ಮನೆ ಏನೂ ಇಲ್ಲದೆ ಮುಖ ಮುಖ ನೋಡುತ್ತಾಳೆ, ನನಗೆ ಒಂದು ಥರಾ ಅನಿಸುತ್ತದಪ್ಪ' ಅಂದಿದ್ದಳು.

ಅಮ್ಮನ ಇತ್ತೀಚಿನ ಕಿರಿಕಿರಿ ದಿಗಂಬರನಿಗೆ ಅರ್ಥವಾಗುತ್ತಿದ್ದರೂ ಯಾವ ಬದಿ ಮಾತಾಡಬೇಕೆಂದೇ ತಿಳಿಯದ ಒತ್ತಡದಲ್ಲಿ ಅವನಿರುತ್ತಿದ್ದ. ಆಚೀಚೆಯವರೆಲ್ಲ, 'ಮದುವೆ ಸಂಭ್ರಮ ಮುಗಿದು ಬರೀ ಎರಡೇ ತಿಂಗಳಾಯ್ತು ನೋಡು, ಎಷ್ಟೊಂದು ದಿನಗಳಾದಂತೆ ಕಾಣತಿದೆ' ಅನ್ನಬೇಕಾದರೆ, ಅರುಂಧತಿ ಅತ್ತೆಯೊಂದಿಗಿನ ವಿರಸದಲ್ಲಿ ಹಣ್ಣಾಗಿ ಹೋಗಿದ್ದಳು. 'ನಿನಗೆ ಜಾಲೆ ಮೀನಿನ ಕವಚ ಮತ್ತು ಅದರೊಳಗಿನ ಹೊಲಸು ತೆಗೆಯಲು ನಿಮ್ಮ ಅಮ್ಮ ಕಲಿಸಲೇ ಇಲ್ಲ ಅಂತ ಕಾಣತದೆ' 'ಅದು ಯಾವಾಗ ಕಲಿಸೀತು ಪಾಪ, ಒಳ್ಳೇ ರೋಗಿಷ್ಟರ ಸಹವಾಸವಾಯ್ತು' 'ಮಸೀಅರಿವೆಯನ್ನು ರಾತ್ರಿ ಸೊಚ್ಚಾಗಿ ಶೆಳೆದಿಟ್ಟೇ ಮಲಗುತ್ತಿದ್ದೆ ನಾನು' 'ಹಾಗೆ ಹಂಡೆಯ ಬಳಿ ಖಾಲಿ ಚಂಬು ಯಾವಾಗೂ ಇಡಬಾರದು, ಬಳಸಿದ ಮೇಲೆ ಅರ್ಧವಾದರೂ ನೀರು ತುಂಬೇ ಇಡಬೇಕು ಅದು ಶಾಸ್ತ್ರ, ಸತ್ತ ಪಿತೃಗಳು ರಾತ್ರಿ ಬಂದು ಕೈ ಕಾಲು ತೊಳಕೊಂಡು ಹೋಗುತ್ತವಂತೆ' ಹೀಗೆ ಈ ಇಲ್ಲದ ಶಾಸ್ತ್ರ ಸಂಪ್ರದಾಯ ನಂಬಿಕೆಗಳಲ್ಲಿ ಅರುಂಧತಿ ಮಾತಿಲ್ಲದೆ ಸೊರಗಿಹೋಗಿದ್ದಳು.

'ಹಲ್ಲು ತಿಕ್ಕುವ ಪೇಸ್ಟು ಕೆಳಗಿಂದ ಒತ್ತುತ್ತ ಬರಬೇಕು, ಅಲ್ಲಿ ಇಲ್ಲಿ ಒತ್ತಿಟ್ಟರೆ ದಿಗಂಬರನಿಗೆ ಸಿಟ್ಟು ಬರತದೆ' 'ಟೇಬಲ್ಲಿನ ಮೇಲೆ ಉಪ್ಪಿಟ್ಟಿನ ರವೆ ಹಾಗೇ ಇದೆ, ಒಂದು ಸೊಚ್ಚಾಗಿ ಒರೆಸಲು ಕಲಿತಿಲ್ಲ' 'ಮೂವತ್ತು ವರ್ಷವೆಂದರೆ, ನಂಗೆ ಮಕ್ಕಳಿಬ್ರೂ

ಶಾಲೆಗೆ ಹೋಗತಿದ್ರು' 'ಏನದು ಹಾಗೆ ಕೋಳಿ ಹೆಕ್ಕಿದ ಹಾಗೆ ನಿಧಾನ ಉಣ್ಣೋದು, ಸಡಸಡೀ ಉಣ್ಣಬೇಕು ಜಟಾಪಟ್ ಕೆಲಸಾ ಮಾಡ್ಬೇಕು' 'ನಮ್ಮ ಕಾಲದಲ್ಲಿ ಹೀಗೆ ಮಾಡಿದರೆ ಮುಗಿದೇ ಹೋಗಿತ್ತು' 'ಇವರಿಗೆ ಸವಲತ್ತು ಹೆಚ್ಚಾದ ಹಾಗೆ ಆಲಸೀತನ ಹೆಚ್ಚಾಗತದೆ' 'ಹಾಲಿನ ತೋಪು ತಿಕ್ಕಿದ್ದು ಚೊಕ್ಕಾಗಲೇ ಇಲ್ಲ ನೋಡು' ಎಂಬೆಲ್ಲ ತಕರಾರುಗಳನ್ನು ಕೇಳಿ ಕೇಳಿ ಅರುಂಧತಿಗೆ ಒಳಗೆಲ್ಲೋ ಒಂದು ರೀತಿಯ ಆವೇಶ ಹುಟ್ಟಲು ಶುರುವಾಗಿತ್ತು.

ಇತ್ತೀಚೆಗೆ ಬಾಯಕ್ಕನ ಗಾಳಿ ಬೀಸಿದರೆ ಅರುಂಧತಿಗೆ ನಡುಕ ಬಂದ ಹಾಗಾಗುತ್ತಿತ್ತು. ಇನ್ನು ಅವಳ ಪ್ರತಿಮಾತು, ಪದಗಳನ್ನು ಎಳೆದು ಹೇಳುವ ಅದರ ಧಾಟಿ ಎಲ್ಲವೂ ವಿಚಿತ್ರ ವೇದನೆಯಿಂದ ಸೈರಿಸಲಾರದ ಕೋಪದಿಂದ ಉರಿದುಕೊಳ್ಳುವಂತಾಗುತ್ತಿತ್ತು.

ಬೆಳಿಗ್ಗೆ ಎದ್ದವನೆ ಮುಖ ತೊಳೆದು ಒಂದು ಖಾಲಿ ಚಾ ಕುಡಿದು ದಿಗಂಬರ ಅಂಗಡಿ ಬಾಗಿಲು ತೆಗೆದು ಕೂತು ಬಿಡುತ್ತಿದ್ದ. ಒಮ್ಮೊಮ್ಮೆ ತಿಂಡಿಯನ್ನೂ ಅಲ್ಲೇ ತಂದು ಕೊಡಲು ಹೇಳುತ್ತಿದ್ದ. ಇಷ್ಟು ದಿನ ಬರೀ ಹಾಲು ಪೇಪರು ಬೀಡಿ ಎಲೆ ಅಡಿಕೆ ಅಂತೆಲ್ಲ ದಂಧೆ ನಡೆಸುತ್ತಿದ್ದ ಎದುರಿಗಿದ್ದ ಬಾಳಾಚಾರಿ ಈಗ ಸಣ್ಣಗೆ ಕಿರಾಣಿಯನ್ನೂ ಶುರುಮಾಡಿದ್ದು ಮತ್ತು ಇಲ್ಲಿಗೆ ಬರುವ ಗಿರಾಕಿಗಳನ್ನು ದಿಗಂಬರ ಕಾಣದೇ ಇದ್ದಾಗ ಹಗೂರಕ್ಕೆ ಕೈಸನ್ನೆ ಮಾಡಿ ತನ್ನ ಅಂಗಡಿ ಬಳಿ ಕರೆಯುವುದೂ ಅದಕ್ಕೆ ಕಾರಣವಾಗಿತ್ತು. ಇಂಥದ್ದರಲ್ಲಿ ಅತ್ತೆಯ ಸಂಗತಿ ಗಂಡನ ಬಳಿ ಹೇಳುವ ಹಾಗೂ ಇಲ್ಲ ಹೇಳದೇ ಇರುವ ಹಾಗೂ ಇಲ್ಲ. ಹೇಳಿದರೂ ಅವನು ಏನನ್ನೂ ಮಾಡುವ ಹಾಗಿರಲಿಲ್ಲ. ತನ್ನ ಹಿಂದೆ ಅವ್ವಿ ಮಗ ಒಂದೇ. ಅಮ್ಮನನ್ನು ಏರಿಸಲು ತನ್ನ ಬಗ್ಗೆಯೇ ಯಕಶ್ಚಿತ್ತಾಗಿ ಮಾತಾಡುವ ಚಟ ದಿಗಂಬರನಿಗಿದ್ದದ್ದು ಅದು ಹೇಗೋ ಅರುಂಧತಿಗೆ ಮನವರಿಕೆಯಾಗಿತ್ತು.

ಒಂದಿನ ರಾತ್ರಿ ಮಲಗಲು ತುಸು ಮೊದಲು, 'ನಿಮ್ಮ ಅಮ್ಮ ಎಲ್ಲಿಯೂ ಕೂಡದ ಜಾತಕವಾಗಿತ್ತು ನನ್ನದು ಅನ್ನುತ್ತಾಳೆ, ನಿಮ್ಮ ಎದುರೇ ಹೇಳಿದಳು, ನೀವು ಕೇಳದವರ ಹಾಗೆ ಸುಮ್ಮನೆ ಇದ್ದುಬಿಟ್ಟಿರಿ' ಎಂದು ತರಾಟೆಗೆ ತೆಗೆದುಕೊಂಡಿದ್ದಳು. ಆಗ ದಿಗಂಬರ ಹೆಂಡತಿಯನ್ನು ರಮಿಸುತ್ತ, 'ಯಾವಾಗ ಹೇಳಿದಳು? ಅಮ್ಮ, ಹಾಗೆ ಹೇಳುವವಳಲ್ಲ' ಅಂತ ಹಾರಿಸಿಹಾಕಲು ನೋಡುತ್ತ ಎದ್ದು ಕೂತು, ಅರುಂಧತಿಯ ತೊಡೆಯ ಮೇಲೆ ಕೆನ್ನೆಯಿಟ್ಟು ಮಲಗಲು ನೋಡಿದವನ ತಲೆ ಎತ್ತಿ ದೂಡುತ್ತ ಕೋಪದಿಂದ, 'ನನ್ನ ಕೈಯಲ್ಲಿಯ ಚಹದ ಲೋಟ ಕೆಳಗೆ ಬಿತ್ತಲ್ಲ ಆಗಲೇ ಹೇಳಿದಳು, ನಾನೂ ಸಿಟ್ಟಿನಲ್ಲಿ ಬೇಕಂತಲೇ ಲೋಟ ಕೈ ತಪ್ಪಿ ಬೀಳಿಸಿದ್ದೆ' ಅಂತ ಅಂದು ಬಿಟ್ಟಿದ್ದಳು. ಮಾರನೇ ದಿನ ಅರುಂಧತಿ ಪಾಯಖಾನೆಗೆ ಹೋದಾಗ ಅಮ್ಮ ಮಗನಿಗೆ ಏನು ಮಾತಾಯಿತೋ ದಿಗಂಬರ ಹೆಂಡತಿ ಕೈ ಕಾಲು ತೊಳೆಯುತ್ತಿರುವಲ್ಲಿ ಬಂದು, 'ಅಮ್ಮನಿಗೆ ಎಲ್ಲ ಹೇಳಿದ್ದೇನೆ, ಇನ್ನು ಮೇಲೆ ಅವಳು ಹಾಗೆಲ್ಲ ಹೇಳುವುದಿಲ್ಲ' ಎನ್ನುತ್ತ ಅಂಗಡಿಗೆ ನಡೆದಿದ್ದ.

ಅವ ಆ ಕಡೆ ಹೋದದ್ದೇ ಬಾಯಕ್ಕ ಸೊಸೆಯನ್ನು, 'ನೀನು ಬೇಕು ಬೇಕಂತಲೇ ಚಾ ಲೋಟ ಕೈ ಬಿಟ್ಟು ನನಗೆ ಹೆದರಿಸುವುದು ಬೇಡ, ನಿನ್ನಂಥ ಭಾಳ ಮಂದಿ ನಾನು ಕಂಡಿದ್ದೇನೆ' ಅಂತೆಲ್ಲ ಬೇರೆಯದೇ ರೀತಿಯಲ್ಲಿ ಶೌರ್ಯ ತೋರಲು ಆರಂಭಿಸಿದಾಗ, ಇದಕ್ಕೆ ಕಾರಣನಾದ ಗಂಡನ ಕುರಿತೇ ವಿಶ್ವಾಸ ಹೊರಟು ಹೋಗಿ ಅರುಂಧತಿ ಇನ್ನಷ್ಟು ಒಂಟಿಯಾಗಿ ಇದ್ದಲ್ಲೇ ಮೂಕಿಯಾಗಿಬಿಟ್ಟಿದ್ದಳು. ತನ್ನ ಇಲ್ಲಿಯ ಅವಸ್ಥೆ ಕಂಡು ಅಲ್ಲಿ ಅತ್ತಿಗೆಯೊಂದಿಗೂ ಸದಾ ಹೀಗೆ ಬಾಯಿ ಸತ್ತವಳಂತೆ ಇರಬೇಡ ಅಂತ ಅಪ್ಪ ಪದೇಪದೆ ಹೇಳುತ್ತಿದ್ದದ್ದು ಅರುಂಧತಿಗೆ ನೆನಪಾಗುತ್ತಿತ್ತು.

ಅಂದಿನಿಂದ ಅನ್ನ ಚೂರು ಕಮ್ಮಿಯಾದರೂ ಬಾಯಕ್ಕ, 'ಬೇಕೆಂದೇ ಮಾಡತಾರೆ ಇಲ್ಲಿ ಕೆಲವರು' ಅನ್ನುವುದು, ಅನ್ನ ಸ್ವಲ್ಪ ಹೆಚ್ಚಾದರೂ 'ಬೇಕೆಂದೇ ಅನ್ನಕ್ಕೆ ಹೆಚ್ಚು ಅಕ್ಕಿ ಹಾಕೋರಿದ್ದಾರೆ ಇಲ್ಲಿ' ಅನ್ನುವುದು, 'ಬೇಕೆಂದೇ ನನ್ನ ಮಗನ ಆಸ್ತಿ ತೊಳೆಯಲು ಬಂದಿದ್ದಾರೆ ಇಲ್ಲಿ' ಅನ್ನುವುದು ಮಾಡುತ್ತ ಅದು ಎಲ್ಲಿಯವರೆಗೆ ಹೋಯಿತೆಂದರೆ, ಒಂದು ದಿನ ಅರುಂಧತಿ ಮಿಂದು ಬರುವಾಗ ಕಾಲಿಗೆ ಎಂಥದೋ ಕಟ್ಟಿಗೆ ತುಂಡು ತಡಿಸಿ ಬಿದ್ದು ಮೊಣಕೈಗೆ ತರಚಿದ ಗಾಯವಾಗಿ ರಕ್ತ ಸುರಿದಾಗಲೂ ಬಾಯಕ್ಕ, 'ಬೇಕಂತಲೇ ಬಿದ್ದು ನನ್ನ ಹೆದರಿಸುವವರಿದ್ದಾರೆ ಇಲ್ಲಿ' ಅಂದು ಬಿಟ್ಟಿದ್ದಳು.

ಅರುಂಧತಿ ತಡೆಯಲಾರದೆ, 'ಅಯ್ಯೋ' ಎಂದು ಚೀರಿ ಧಡ್ಡನೆ ನೆಲಕ್ಕೆ ಬಿದ್ದು ಹಲ್ಲು ಮುಟ್ಟಿಗೆ ಕಚ್ಚಿಕೊಳ್ಳುತ್ತ ನಾಲಿಗೆ ಕಡಿದುಕೊಂಡು ಬಾಯಿ ತುಂಬ ರಕ್ತ ಸುರಿಸುತ್ತ ಒದ್ದಾಡುವಾಗ, ಅವಾಜು ಕೇಳಿದ ಅಂಗಡಿಯಲ್ಲಿದ್ದ ದಿಗಂಬರನೂ, ಸದ್ದು ಆಲಿಸಿದ ಆಚೀಚೆ ಮನೆಯವರೂ ಎಲ್ಲ ಓಡಿ ಬಂದು, 'ಪೀಟ್ಸು ಇರಬೇಕು' ಅಂತ ಒಬ್ಬರೆಂದರೆ, 'ದೆವ್ವಗಿವ್ವದ ಶಕ ಇರಬೇಕು, ಮಂಡಕ್ಕಾದರೂ ಒಮ್ಮೆ ಹೋಗಿ ಬಾ ಬಾಯಕ್ಕ' ಎನ್ನುತ್ತ ಇನ್ನು ಕೆಲವರು ತಲೆಗೊಂದರರಂತೆ ಮಾತಾಡಿ ಹೊರಟು ಹೋಗಿದ್ದರು. ಆ ಪ್ರಕರಣ ನಡೆದಾಗಲಿಂದ ಯಾರೊಡನೆಯೂ ಒಂದೂ ಮಾತಾಡದೆ ಅರುಂಧತಿ, ಮಾತು ನಗು ಮರೆತಂತೆ ತಲೆಹಣಕಿಕೊಂಡು ಸುಮ್ಮನೆ ತನ್ನ ಕೆಲಸವಷ್ಟೇ ಮಾಡಿಕೊಂಡು ಇರುತ್ತಿದ್ದಳು.

ಇಂದು ಬೇಕೆಂತಲೇ ಸೊಸೆಯನ್ನು ಪರೀಕ್ಷೆ ಮಾಡುವುದಕ್ಕೋಸ್ಕರವೇ ತಾನೇ ಒಗೆದು ಹಿಂಡಿದ ತನ್ನ ಸೀರೆಯೊಂದನ್ನು ನಾಣಿಗೆ ಬಳ್ಳಿಯ ಮೇಲೆಯೇ ಬಿಟ್ಟು ಬಂದಿದ್ದಳು ಬಾಯಕ್ಕ. ಸೊಸೆ ಅರುಂಧತಿ ತನ್ನ ಬಟ್ಟೆಗಳ ಜೊತೆ ಇವತ್ತೂ ಅದನ್ನು ಒಣ ಹಾಕಿಲ್ಲವೆಂದು ಕಾಣುತ್ತಲೇ ಅವಳಿಗೆ ಒಳಗೆಲ್ಲೋ ಚೇಳು ಕುಟುಕಿದಂತಾಯಿತು. ಎರಡು ಮೂರು ದಿನದಿಂದ ಹಾಗೆಯೇ ಇಟ್ಟ ಸೀರೆ ಇಟ್ಟಲ್ಲೇ ಇರುತ್ತಿತ್ತು. ಮೊದ ಮೊದಲು ಎಂಥದೋ ಕೆಲಸದ ಧ್ಯಾನದಲ್ಲಿ ಮರೆತಳೋ ಅಥವಾ ಲಕ್ಷ್ಯ ಕೊಡಲಿಲ್ಲವೋ ಅಂತೆನ್ನಿಸಿದರೂ ಇವತ್ತೂ ಸಹ ತನ್ನ ಬಗೆಗಿನ ಇದೇ ರೀತಿಯ ಉಪೇಕ್ಷೆ ಗಮನಿಸಿದಳು ಬಾಯಕ್ಕ.

ಕುಡಿ ಬಂದು ಕಟ್ಟಿ ನಂದಿ ಹೋದ ದೇವರದೀಪವನ್ನು ಕುಡಿ ಒರೆಸಿ ದೊಡ್ಡದು ಮಾಡಿ ಕಡ್ಡಿ ಗೀರಿ ದೀಪ ಹಚ್ಚುತ್ತಲೇ ಸೊಸೆಗೆ ಕೇಳಿಸುವಂತೆ ವಟಗುಟ್ಟಿದಳು. 'ದ್ಯಾವರ ದೀಪ ನೆಂಚಿ ಹೋದ್ರೂ ಹಚ್ಚಬೇಕಂದೇ ತಿಳಿಯೂದಿಲ್ಲ, ಒಂದು ರೀತಿ ನೀತಿ, ಹ್ಞು, ಅವ್ವಿ ಇದೇ ಕಲಿಸಿದ್ದೇನೋ' ಎಂಬ ತಾಯಿಯ ಮೊಟ್ಟ ಮೊದಲ ಕೊಂಕು ನುಡಿ ಕಿವಿಯ ಮೇಲೆ ಬಿದ್ದ ಮಗ ದಿಗಂಬರ ಅಸಹಾಯಕನಾಗಿ, ಅಮ್ಮನನ್ನು ಗದರಿಕೊಳ್ಳಲೂ ಆಗದೇ, ಆದದ್ದು ಏನೆಂದು ಪಿಸಿಪಿಸಿದು ಕೇಳಿ ಆ ಪ್ರಕರಣವನ್ನು ಇನ್ನಷ್ಟು ದೊಡ್ಡದು ಮಾಡಲೂ ಮನಸ್ಸಾಗದೆ ಹಾಗೇ ಒಳಗಿಂದ ಹೊರಗೆ ಹೊರಗಿಂದ ಒಳಗೆ ಒಂದೇ ಸಮ ತಿರುಗಿದ.

ಅಂಗಡಿ ದೆಣಪೆಯ ಬಾಯಿಗೆ ಇದ್ದ ಮುಳ್ಳಿನ ಬೇಲಿಯನ್ನು ರಿಪೇರಿ ಮಾಡುವ ನೆಪದಲ್ಲಿ, ಅಡುಗೆ ಕಟ್ಟೆಯ ಕೆಳಗೆ ಒಮ್ಮೆಲೇ ಕೈಗೆ ಸಿಕ್ಕ ಕಾಯಿ ಒಡೆವ ಮೊಂಡುಗತ್ತಿ ಯೊಂದನ್ನು ಹೊರ ತಂದು, ಬಿಚ್ಚಿದ ಲುಂಗಿಯನ್ನು ಮೇಲಕ್ಕೆ ಕಟ್ಟಿಕೊಂಡು ಸುಮ್ಮನೆ ಹೊರಕಟ್ಟೆಯಲ್ಲಿ ಕೂತು ಕಲ್ಲೊಂದಕ್ಕೆ ತಿಕ್ಕಿ ತಿಕ್ಕಿ ಸಾಣೆ ಹಿಡಿಯಲಾರಂಭಿಸಿದ. ತನ್ನ ದೂರು ಕೇಳಿದ ಮಗ ಸಿಟ್ಟಿನಿಂದ ಏನಾದರೂ ಹೆಂಡತಿಗೆ ಕತ್ತಿ ಹಿಡಿದು ಜೋರು ಮಾಡಲು ಹೋದನೋ ಎಂದು ಗಾಬರಿಗೆ ಬಿದ್ದ ಬಾಯಕ್ಕ ಹೊರ ಓಡಿ ಬಂದು ಕಟ್ಟೆಗೆ ಹಣಕಿ ಮತ್ತೆ ವಾಪಸ್ಸು ಹಿಂತಿರುಗಿದ್ದನ್ನು ದಿಗಂಬರ ಅಸಹನೆಯಿಂದಲೇ ನೋಡಿದ. ಇತ್ತೀಚಿನ ಒಂದೆರಡು ದಿನಗಳಲ್ಲಿ ತಾನೇ ಇಟ್ಟ ಸೊಸೆಯ ಹೆಸರನ್ನೂ ದಿನಕ್ಕೊಂದು ಸಲವೂ ಕರೆಯದೆ ದ್ವೇಷ ಸಾಧಿಸುತ್ತಿರುವ ಅಮ್ಮನ ನಡವಳಿಕೆ ಯಾಕೋ ಸರಿಯೆನಿಸದೆ, ಹೇಗಾದರೂ ಮಾಡಿ ಇಬ್ಬರನ್ನೂ ಸರಿ ತೂಗಿಸುವ ಉಪಾಯವನ್ನೇ ಮತ್ತೆ ಮತ್ತೆ ಯೋಚಿಸತೊಡಗಿದ.

ಒಮ್ಮೆ ತೆಂಗಿನ ಮಡಲು ಕೊಳ್ಳಲು ಬಂದ ಗೋಲುಡುಗೆ ಸೋಮಿ, ಕುದಿಸಿದ ಸೊಪ್ಪನ್ನೇ ಇನ್ನೊಮ್ಮೆ ಹಾಕಿ ಬಾಯಕ್ಕ ಮಾಡಿ ಕೊಟ್ಟ ಚಹ ಕುಡಿಯುತ್ತ ಕೂತು, 'ಮನೆ ಹೆಣಮಕ್ಕಳು ಕುಲದೇವಿ ಇದ್ದಂಗಪ್ಪ, ನೀಮ ಎಂಥಾದ್ರಾ ಅಮ್ಮಾ, ಹೋಗಿ ಹೋಗಿ ಹೊರಗಿಂದ ಬಂದವರಿಗೆ ಕುಲದೇವಿ ಹೆಸರಿಟ್ಟಿರೀ?' ಅಂತ ಹೇಳುತ್ತಿದ್ದಳು. ಅದನ್ನು ಅರುಂಧತಿ ಕೇಳಿಸಿಕೊಂಡು ಒಂದಿನ ದಿಗಂಬರನ ಬಳಿ ಹೇಳಿದ್ದಳು. ಅತ್ತೆಯ ಬಗೆಗಿನ ಇಂಥದೇ ವರದಿಗಳನ್ನು ಕೇಳಿ ಕೇಳಿ ದಿಗಂಬರನಿಗೂ ದಿಗಿಲು. ಒಬ್ಬರ ಬದಿ ಮಾತಾಡಿದರೆ ಇನ್ನೊಬ್ಬರಿಗೆ ಉರಿ. ದಿನವಿಡೀ ಸಂಬಂಧಗಳನ್ನು ಸುಧಾರಿಸು ವುದರಲ್ಲೇ ಅವನು ಸೋತು ಹೋಗಿದ್ದ. ದಿಗಂಬರನಿಗೆ ಮೊದಮೊದಲು ಊಟದ ನಂತರ ಮಾತ್ರ ಒಂದೊಂದು ಕವಳ ಹಾಕುವ ಚಟವಿತ್ತು. ಈಗ ಖಾಯಂ ಬಾಯಲ್ಲಿ ಕವಳ ಹಾಕಿಕೊಂಡು ಇಬ್ಬರ ನಡುವೆಯೂ ಸೇತುವೆಯಾಗದೆ ಯಾರೊಬ್ಬರ ಬದಿಗೂ ಮಾತಾಡದೆ ಸುಮ್ಮನೆ ಅವರು ಹೇಳಿದ್ದೆಲ್ಲ ಕೇಳಿಕೊಂಡು ಇದ್ದುಬಿಡಲು ರೂಢಿಸಿಕೊಂಡ. ದಿಗಂಬರ ಇತ್ತೀಚೆಗೆ ಕವಳ ತಿನ್ನುವುದು ಯಾಕೆ ಜೋರಾಯಿತು ಎಂಬುದಕ್ಕೆ ಊರಲ್ಲಿ ಬೇರೆ ಬೇರೆ ಸ್ವಾರಸ್ಯಕರವಾದ ಕತೆಗಳೇ ಹುಟ್ಟಿಕೊಂಡವು.

ವೇಣು ಸಹ ಹೆಂಡತಿ ತುಂಬ ಕಿರಿಕಿರಿ ಮಾಡಿದರೆ, 'ನಮ್ಮ ಭಾವನ ಹಾಗೆ ಕವಳ ಹಾಕಿಕೊಳ್ಳುವುದೇ ಸರಿ' ಎಂದು ತಮಾಷೆ ಮಾಡುವಷ್ಟು ದಿಗಂಬರನ ಕವಳದ ಮಹಾತ್ಮೆ ಪ್ರಸಿದ್ಧಿ ಪಡೆಯಿತು.

◂◂ ▸▸

ಈ ಮಧ್ಯೆ ಮಾಸ್ತಿಕಟ್ಟೆಯಲ್ಲಿ ತನ್ನ ಅಮ್ಮನಿಗೆ ಸ್ವಲ್ಪ ಶೀಕು ಹೆಚ್ಚಾಗಿದೆಯೆಂದು ಫೋನು ಬಂದಾಗ ಅರುಂಧತಿ ಗಾಬರಿಯಾಗಿ ದುಃಖ ಉಮ್ಮಳಿಸಿ ಬಂದು, ತವರಿಗೆ ಹೋಗಲು ಅವಸರಿಸಿದಳು. ಕರೆದೊಯ್ಯಲು ಅವಸರಿಸಿದ ಮಗನನ್ನು ಕುರಿತು ಬಾಯಕ್ಕ, 'ಬೇಗ ವಾಪಸ್ಸು ಕರಕೊಂಡು ಬಂದಬಿಡು, ಅಲ್ಲಿ ಬಳಿಯಲು ನಿಮ್ಮ ನೆಂಟನ ಹೆಂಡತಿಯಾದರೂ ಇದ್ದಾಳೆ, ಇಲ್ಲಿ ಯಾರಿದ್ದಾರೆ?' 'ಶೀಕಿದ್ದವಳನ್ನು ನೋಡಲು ಬಂಗಾರವನ್ನೆಲ್ಲ ಮೈಮೇಲೆ ಹೇರಿಕೊಂಡು ಹೋಗೋದೇನೂ ಬೇಡ' 'ನಾಕೇ ದಿನಕ್ಕೆ ಬಂದುಬಿಡಿ' 'ವಾರಗಟ್ಟಲೆ ಅಲ್ಲೇ ಝಾಂಡಾ ಊರಬೇಡಿ' ಅಂತೆಲ್ಲ ಹೇಳುತ್ತಿದ್ದ ಬಾಯಕ್ಕನ ಮಾತುಗಳು ಅರುಂಧತಿಯ ಕಿವಿಯ ಮೇಲೆಯೇ ಬೀಳಲಿಲ್ಲ. ಅತ್ತೆಯೊಂದಿಗೆ ಮಾತಾಡದೇ ಎದ್ದು ಬಂದ ಅರುಂಧತಿಯನ್ನು, 'ಅಮ್ಮನಿಗೆ ಹೋಗಿ ಬರುವೆ ಅಂತ ಹೇಳದೇ ಬಂದೆಯಲ್ಲ' ಅಂತ ದಿಗಂಬರ ಹೆಂಡತಿಯನ್ನೇ ಗದರಿದ್ದ. ಅದಕ್ಕೆ ಸಿಟ್ಟಿನಿಂದ ಗಂಡನ ಮುಖ ನೋಡದೆ ಸುಮ್ಮನಾದಳು ಅರುಂಧತಿ.

ಅತ್ತ ಹೋದ ದಿನವೇ ಅರುಂಧತಿಯ ಅಮ್ಮ ಈ ಮಗಳ ಹತ್ತಿರ ನೀರು ಕುಡಿದವಳೇ ಒಮ್ಮೆ ಅವಳೆಡೆ ಕಣ್ಣಿಟ್ಟು ದೀರ್ಘವಾಗಿ ನೋಡಿ, ವೇಣು ಅಮ್ಮನನ್ನು ಕರೆದು, 'ನೋಡು ಯಾರು ಬಂದಿದ್ದಾರೆ' ಅಂತ ಹೇಳುತ್ತಿದ್ದರೂ, ಕುಡಿದ ನೀರು ಗಂಟಲಲ್ಲಿ ಸಿಕ್ಕಿಕೊಂಡಂತಾಗಿ ನಾಲ್ಕೈದು ಬಾರಿ ಬಿಕ್ಕಳಿಕೆ ಬಂದು ನಂತರ ಕಣ್ಣು ತಿರುಗಿಸಿ ದೊಡ್ಡದಾಗಿ ಉಬ್ಬಸ ತೆಗೆದು ಗೊರಗೊರ ಸದ್ದಾದಂತಾಗಿ, ಅರುಂಧತಿ ಗಾಬರಿಯಿಂದ, 'ಡಾಕ್ಟ್ರನ್ನಾದರೂ ಕರಿಯಣ್ಣಾ' ಅಂತ ಬಡಬಡಿಸುವಾಗಲೇ, ಅಲುಗಾಡುತ್ತಿದ್ದ ಕೈ ಕಾಲು ನಿಧಾನ ನಿಂತದ್ದನ್ನು ಅರುಂಧತಿ ಕಣ್ಣಾರೆ ಕಂಡಳು. ನೆರೆದವರೆಲ್ಲ ಅವಳನ್ನೇ ಸಮಾಧಾನ ಪಡಿಸುತ್ತಿದ್ದಾಗ ಅರುಂಧತಿಯ ತಂದೆ, ಹೆಂಡತಿಯ ಪಾದ ಹಸ್ತಗಳನ್ನು ಒಂದೇ ಸಮ ತಿಕ್ಕುತ್ತ, 'ಬಿಸಿ ಇದೆ ಬಿಸಿ ಇದೆ' ಎಂದು ಗದ್ಗದಿತರಾಗಿ ಆಸೆ ಕಂಗಳಿಂದ ಎಲ್ಲರನ್ನೂ ನಂಬಿಸುತ್ತಿದ್ದ ದೃಶ್ಯ ನೋಡಿದ ನೆರೆದವರೆಲ್ಲರ ಕಣ್ಣು ಒದ್ದೆಯಾಗಿಸಿತ್ತು. 'ಮಗಳ ಮದುವೆಯೊಂದು ಆಗಲಿ ಎಂದು ಕಾಯುತ್ತಿದ್ದಳೇನೋ' ಅಂದರು ನೋಡಲು ಬಂದವರಲ್ಲೊಬ್ಬರು.

ಅರುಂಧತಿ ದುಃಖದ ಭರದಲ್ಲಿ, 'ಎಂಥಾ ಮನೆಗೆ ಹೋಗಿಬಿಟ್ಟೆನಮ್ಮಾ ನಾನು, ಮದುವೆಯಾಗ್ದೇ ಹಾಂಗೇನಾದ್ರೂ ಇದ್ದು ಇನ್ನಷ್ಟು ದಿನ ನಿನ್ನ ಸೇವೆ ಮಾಡ್ತಿದ್ದೆ, ಅಲ್ಲಿಯ ನರಕ ಏನು ಹೇಳಲಿ ಅಮ್ಮಾ' ಅಂತ ಅಮ್ಮನ ಮೈ ಮೇಲೆ ಬಿದ್ದು ಅಳುತ್ತ

ಅರುಂಧತಿ ರೋದಿಸುವಾಗ, ಅಲ್ಲಿ ಕೂತವರೆಲ್ಲ ಪ್ಯಾಂಟು ಬಿಚ್ಚದೇ ಕೂತ ದಿಗಂಬರ ನನ್ನೇ ಮುಖ ಮುಖ ನೋಡುತ್ತ ಉಳಿದುಬಿಟ್ಟರು. ದಿಗಂಬರನಿಗೆ ಅದೇ ದೊಡ್ಡ ಅವಮಾನವೆನ್ನಿಸಿ, ಅತ್ತೆಯ ಸಂಸ್ಕಾರ ಆಗುವವರೆಗೆ ಹೇಗೋ ಕೂತು ನಂತರ ಒಂದು ಗಳಿಗೆಯೂ ಅಲ್ಲಿ ನಿಲ್ಲದೇ, ತಾನು ಮನೆಗೆ ಹೋಗುತ್ತಿರುವ ಸಂಗತಿ ಹೆಂಡತಿಯ ಬಳಿ ಹೇಳಲು ಸಹ ಹೋಗದೆ ಎದುರು ಸಿಕ್ಕಿದ ಭಾವನೆಂಟ ವೇಣುವಿನ ಹತ್ತಿರವಷ್ಟೇ ಅದೂ ಸನ್ನೆಯಲ್ಲೇ ಹೇಳಿ ಕಳಸದ ಗುಡ್ಡೆಗೆ ಬಂದುಬಿಟ್ಟ.

ದುಃಖದ ಪರವಶತೆಯಲ್ಲಿ ಅದೇನೂ ದೊಡ್ಡದೆನ್ನಿಸದ ಅರುಂಧತಿಗೆ, ಅಮ್ಮನಂಥ ಅಮ್ಮನೇ ತೀರಿಹೋಗಿರುವಾಗ ಮತ್ತೆಲ್ಲ ಗೌಣವೆನ್ನಿಸಿ, ಅವಳೂ ಅದರ ಕುರಿತು ಗಂಭೀರವಾಗಿ ಯೋಚಿಸದೆ ಸುಮ್ಮನುಳಿದುಬಿಟ್ಟಳು. ಇತ್ತ ಅತ್ತೆಯ ಅಂತ್ಯ ಸಂಸ್ಕಾರ ಮುಗಿಸಿ ಬಂದ ಮಗನನ್ನು ತರಾಟೆಗೆ ತೆಗೆದುಕೊಂಡ ಬಾಯಕ್ಕ, 'ನಾನು ಬದುಕಿರುವಾಗ ನೀನು ಹ್ಯಾಗೆ ಸ್ಮಶಾನಕ್ಕೆ ಹೋದಿ? ಅಲ್ಲಿ ಹಿರಿಯರ್‍ಯಾರೂ ಹೇಳಿಲ್ಲವೇ? ತಾಯಿಯಿದ್ದವರು ಹೆಣ ಸುಡಲು ಹಾಗೆಲ್ಲ ಹೋಗಬಾರದು. ಅವರಿಗೇನು, ತಮ್ಮದು ಚೋಲೋದಾದರೆ ಮುಗಿಯಿತು, ಇನ್ನೊಬ್ಬರ ವಿಚಾರ ಅವರಿಗೆ ಹ್ಯಾಗೆ ಬಂದೀತು?' ಅಂತ ಯಾವ್ಯಾವುದೋ ಶಾಸ್ತ್ರ ಹೇಳುತ್ತಿದ್ದಾಗ ದಿಗಂಬರನೇ, 'ಅವರೆಲ್ಲ ಬರುವುದು ಬೇಡ ಅಂದಿದ್ದರು, ನಾನೇ ಹೋದೆ' ಅನ್ನುತ್ತ ಆ ವಿಷಯವನ್ನು ಅಲ್ಲೇ ಬಿಟ್ಟುಬಿಟ್ಟ.

ಯಾರ್‍ಯಾರೋ ಮನೆಗೆ ಬರುವವರು, ಮಾತಾಡಿಸುವವರು, ಅಮ್ಮನ ಕುರಿತು, ಆರೋಗ್ಯ ಸರಿ ಇದ್ದಾಗಿನ ಅವಳ ಒಳ್ಳೆಯ ಸ್ವಭಾವದ ಕುರಿತು ಹೇಳುವವರು, ಹನ್ನೊಂದು ಹನ್ನೆರಡು ಹದಿಮೂರನೇ ದಿನದ ಕ್ರಿಯಾ ಕರ್ಮದ ಶಾಸ್ತ್ರಗಳು, ಹೀಗೆ ದಿನ ದಾಟಿದ್ದೇ ಅರುಂಧತಿಗೆ ತಿಳಿಯಲಿಲ್ಲ. ಆದರೆ ಹನ್ನೆರಡನೇ ದಿನ ದಿಗಂಬರ ತನ್ನ ಭಾವನೆಂಟ ವೇಣುವಿನ ಕೇಶಮುಂಡನ ಮಾಡಿದ ತಲೆ ಕಟ್ಟುವ ಶಾಸ್ತ್ರಕ್ಕಾಗಿ ಒಂದು ಬಿಳಿ ವಸ್ತ್ರ ತಂದುಕೊಡುವ ಪದ್ಧತಿಯಿತ್ತಂತೆ. ದಿಗಂಬರ ಬರದೇ ಇದ್ದುದರಿಂದ ಅರುಂಧತಿಯ ಹಟ್ಟೀಕೇರಿಯ ಸೋದರತ್ತೆಯ ಗಂಡ ಅಲ್ಲೇ ಇದ್ದವರು ಆ ಪದ್ಧತಿ ಸಾಗಿಸಿಕೊಟ್ಟರು.

ಆದರೆ ಅಷ್ಟೇ ಹೊತ್ತಿಗೆ ಅರುಂಧತಿಯ ಅಪ್ಪನನ್ನು ಮಾತಾಡಿಸಲು ಬಂದು ಕೂತ ಅವರ ದೊಡ್ಡಪ್ಪನ ಮಗ ಅನಂತಣ್ಣ ಎಂಬುವವರೊಬ್ಬರು ದಿಗಂಬರನ ಬೇಜವಾಬ್ದಾರಿಯ ಕುರಿತು ಅರುಂಧತಿಯ ಎದುರೇ ಹಳಿಯುತ್ತ, 'ನಿಮ್ಮ ಅತ್ತೆಗಾದರೂ ಈ ಶಾಸ್ತ್ರ ಗೊತ್ತಿಲ್ಲದ್ದೇ? ಅವಳು ಮಾಡಿದ್ದೇ ಶಾಸ್ತ್ರ ಇರ್ಬೇಕು, ಬೇರೆಯವರು ತಮಗೇನಾದರೂ ಮಾಡುವುದಿದ್ದರೆ ಅದನ್ನವರು ಸರಿಯಾಗಿ ಮಾಡಬೇಕು, ಅದೇ ತಾವೇನಾದರೂ ಬೇರೆಯವರಿಗೆ ಮಾಡುವುದಿದ್ದರೆ ಅದು ಅವಳ ದೃಷ್ಟಿಯಲ್ಲಿ ಹ್ಯಾಗೋ ನಡೆಯುತ್ತದೆ, 'ಅವೆಲ್ಲ ಶಾಸ್ತ್ರ ಎಲ್ಲಿದೆ ಈಗ' ಅನ್ನುವವಳು, ನಿಮ್ಮ ಮದುವೆಯಲ್ಲೇ ನೋಡಿದೆನಲ್ಲ, ತಮಗೇನಾದರೂ ಹೆಚ್ಚುಕಮ್ಮಿಯಾದರೆ, ಅಯ್ಯೋ ಹುಯ್ಯೋ ಅಂತ ಗದ್ದಲವನ್ನೇ ಎಬ್ಬಿಸಿ ಮೈ ಮೇಲೆ ದೇವರು ಬಂದ ಹಾಗೆ ಮಾಡಿ, ಎಲ್ಲ ಉಪಚಾರ

ಪಡೆಯುತ್ತಿದ್ದಳು' ಅಂತೆಲ್ಲ ಹೇಳುತ್ತ ಮಧ್ಯೆ ಅರುಂಧತಿಗೆ ಎಲ್ಲಿ ಬೇಸರವಾಯಿತೋ ಎಂದುಕೊಳ್ಳುತ್ತ, ಅದೇ ವ್ಯಕ್ತಿ ನಂತರ ತಮಾಷೆ ಮಾಡುತ್ತ ತನಗೆ ತಿಳಿದ ಬಾಯಕ್ಕನ ಇನ್ನೊಂದೇ ಕತೆಯನ್ನು ಹೇಳಲು ಶುರು ಮಾಡಿದ್ದ.

'ಅರುಂಧತಿ, ನಮ್ಮ ಕಡೆ ನಿಮ್ಮ ಅತ್ತೆಯ ಕುರಿತು ಇನ್ನೊಂದು ತಮಾಷೆಯ ವಿಷಯವಿದೆ, ಹೋಗಿ ಅತ್ತೆ ಬಳಿ ಕೇಳಿಗೀಳಿಯೆ ಮತ್ತೆ, ನಿಮ್ಮ ಅತ್ತೆಯ ತಮ್ಮ ಮಧುಕರನ ಮದುವೆಯಲ್ಲಿ, ಕಳಸಗಿತ್ತಿ ಎಂದು ನಿಮ್ಮ ಅತ್ತೆಗೆ ಒಂದು ಒಳ್ಳೆಯದೇ ಸೀರೆ ತೆಗೆದಿದ್ದರಂತೆ, ಮದುಮಗಳ ಧಾರೆ ಸೀರೆಯೆಂದು ವಾಸಂತಿಗೆ ಒಳ್ಳೇ ಬನಾರಸ್ಸಿನ ಪತ್ತಲ. ಮದುವೆಯ ದಿನ ಬೆಳಿಗ್ಗೆ ಆ ಧಾರೆ ಸೀರೆ ಕಂಡು ಮುಟ್ಟಿ ನೋಡಿದ್ದೇ ನಿಮ್ಮ ಅತ್ತೆಗೆ ಬಂತು ನೋಡು ಮೈ ಮೇಲೆ ದೇವರು, ಅಬ್ಬಾ, ಹಾರಾರಿ ಬೀಳುವುದೇನು, ಎದ್ದೆದ್ದು ಕುಣಿಯುವುದೇನು, ಅಯ್ಯೋ ಅಯ್ಯೋ ದಾಹ ದಾಹ ಎನ್ನುತ್ತಿದ್ದವಳಿಗೆ ಮುಂದೇನು ಮಾಡಬೇಕೆಂದೇ ತಿಳಿಯದೆ ದನಕ್ಕೆ ಹುಯ್ಯಲೆಂದು ಬಕೇಟಿನಲ್ಲಿ ತುಂಬಿಟ್ಟಿದ್ದ ಕಲಗಚ್ಚನ್ನೇ ಎತ್ತಿ ಗಟ ಗಟ ಕುಡಿದುಬಿಟ್ಟಳಂತೆ, ಆಗ ಎಲ್ಲರೂ ಇವಳಿಗೆ ದೇವರು ಮೈ ಮೇಲೆ ಬಂದದ್ದು ನೂರಕ್ಕೆ ನೂರರಷ್ಟು ಖರೆ ಎಂದು ನಂಬಿ ಅವಳನ್ನು ಕೂಡಿಸಿ ಗಂಧ ಹೂ ಹಾಕಿ, ತಲೆಗೊಂದಿಷ್ಟು ಹಾಲಾಭಿಷೇಕ ಮಾಡಿ, 'ಏನು ಬೇಕು ಮಾತಾಯಿ? ಹೇಳು ನಮ್ಮೊಡತಿ, ನಡೆಸಿಕೊಡತೇವೆ' ಅಂದದ್ದೇ ಬಾಯಿ ಬಿಟ್ಟ ನಿಮ್ಮತ್ತೆ ಕೇಳಿದ್ದು, 'ಆ ಸೀರೆ ಆ ಬನಾರಸ್ ಸೀರೆ' ಎಂದು ಅದನ್ನು ತಂದು ಕೈಯಲ್ಲಿ ಹಿಡಿಸಿದ ಮೇಲೆ ಶಾಂತಳಾಗಿದ್ದಳು.

'ನಿಮ್ಮತ್ತೆ ಮದುಮಗಳ ನೀಲಿ ಬನಾರಸ್ ಪಟ್ಟೆ ಸೀರೆಯನ್ನೇ ಉಟ್ಟು ಆ ದಿನ ಕಳಸಗಿತ್ತಿಯಾದದ್ದು. ನಂತರ ಮಧುಕರ, ಮುಚ್ಚಿದ ಜವಳಿ ಅಂಗಡಿ ಬಾಗಿಲು ತೆಗೆಸಿ, ತನ್ನ ಮದುಮಗಳಿಗೆ ಬೇರೆ ಸೀರೆ ತರಿಸಿ ಧಾರೆಸೀರೆಯಾಗಿ ವೀಳ್ಯದೆಲೆಯೊಂದಿಗೆ ಇಟ್ಟು ಕೊಟ್ಟಾಯಿತಂತೆ' ಅಂತೆಲ್ಲ ಕತೆ ಹೇಳುವಾಗ, ಕೇಳಿದವರೆಲ್ಲ ಇದು ಸತ್ತ ಮನೆಯೆಂದೂ ಮರೆತು ಹೋಹೋಹೋ ಎಂದು ನಗುತ್ತಿರುವಾಗ, 'ಏ ಏನದು? ಕರ್ಮ ನಡೆವ ಮನೆಯಲ್ಲಿ ನಗು ನಿಷೇಧ' ಅಂತ ಭಟ್ಟರ ಹತ್ತಿರ ಬೈಸಿಕೊಂಡು ಸುಮ್ಮನಾಗಿದ್ದರು. ಆಮೇಲೆ ಅರುಂಧತಿಯ ಅಪ್ಪನೇ, 'ಆ ದಿನ ನಡೆದದ್ದು ಇಷ್ಟು ಸ್ವಾರಸ್ಯವಾಗಿರಲಿಕ್ಕಿಲ್ಲ, ನೀನೂ ಬಿಡು, ಒಂದಕ್ಕೆ ಇನ್ನೊಂದು ಸೇರಿಸುತ್ತ ಕತೆಯನ್ನೇ ಕಟ್ಟಿಬಿಡುತ್ತಿ' ಅನ್ನುತ್ತ ತಾವೂ ಹೆಂಡತಿಯನ್ನ ಕಳೆದುಕೊಂಡ ದುಃಖವನ್ನು ಕ್ಷಣ ಮರೆತು ಹಸನ್ಮುಖಿಯಾಗಿದ್ದರು.

ಬೋಳು ತಲೆಯ ಮೇಲೆ ಕೈಯಾಡಿಸುತ್ತ ಕೂತ ವೇಣು ಮಾತ್ರ ತಂಗಿಯ ಮುಖವನ್ನು ಒಮ್ಮೆ ಸುಮ್ಮನೆ ನೋಡಿ ತಲೆಯಾಡಿಸಿದ.

◀◀ ▶▶

ಹದಿನಾಲ್ಕನೇ ದಿನದ ವೈಕುಂಠ ಸಮಾರಾಧನೆಗೆ ಬಂದಾಗಲೂ ದಿಗಂಬರ ತನ್ನ ಹತ್ತಿರ ಮುಖ ಗಂಟು ಹಾಕಿಕೊಂಡು ಇದ್ದುದನ್ನು ನೋಡಿಯೇ ಅರುಂಧತಿಗೆ ಚಿಂತೆಯಾಗಲು ಶುರುವಾಯ್ತು. ಮಾತಾಡಿಸಿದರೂ ಮಾತನಾಡದೆ ಕೂತದ್ದನ್ನು ಮತ್ತು ಅವಳು ತಾನಾಗಿಯೇ ಅವನನ್ನು ಮಾತನಾಡಿಸಲು ಹೋದದ್ದನ್ನೆಲ್ಲ ಕಂಡ ವೇಣುಗೋಪಾಲ, ತಂಗಿಯನ್ನು ದೂರ ಕರೆದು, 'ಭಾವನಿಗೆ ಅವಮಾನವಾಗೋ ಹಾಗೆ ನೀನು ಅವನ ಎದರಾಎದುರೇ ಹೇಳಿದ್ದು ತಪ್ಪು, ಅವನೂ ಮನುಷ್ಯನೇ' ಅಂತೆಲ್ಲ ವಿವರಿಸಿದ್ದನ್ನು ನೀಲಕಂಠ ಶೆಟ್ಟರು ಸಪ್ಪೆ ಮುಖ ಹೊತ್ತು ಸುಮ್ಮನೆ ನೋಡಿದರು.

ದಿಗಂಬರ ಪೂಜೆಗೀಜೆ ಮುಗಿಸಿದವನೇ ಸಂಜೆ ಮೂರರ ಹೊತ್ತಿಗೆ ಹೆಂಡತಿಯ ಬಳಿ ತಿರುಗದೆ, 'ಹೋಗತೇನೆ' ಎಂಬ ದನಿ ಹೊರಡಿಸಿದ್ದೇ ಅರುಂಧತಿಗೆ ಅಚ್ಚರಿಯಾಯ್ತು. ಆಗ ಅರುಂಧತಿ ಕಣ್ಣು ಬಾಯಿ ಬಿಟ್ಟು, 'ಮತ್ತೆ ನಾನು' ಅಂದಳು. 'ಮನಸ್ಸಿಗೆ ಕಂಡ ಹಾಗೆ ಮಾಡು' ಅಂದ ಮುಖ ಗಂಟುಹಾಕಿಕೊಂಡೇ. ಅರುಂಧತಿಗೆ ಗೊಂದಲವಾಯಿತು. 'ನಾನೂ ಇಂದೇ ಬರುವಾ ಅಂದುಕೊಂಡಿದ್ದೆ' ಅಂದಳು. ಅಲ್ಲೇ ಬದಿಯಲ್ಲಿ ಕೂತ ಅವಳ ಚಿಕ್ಕಮ್ಮ, 'ಇವತ್ತು ಬೇಡವೇ ಅರೂ, ಇದೀಗ ಅಷ್ಟು ಶಾಸ್ತ್ರೋಕ್ತ ಪೂಜೆಗೀಜೆ ಆಗಿದೆ, ನೀನು ನಾಳೆ ಹೋಗು, ನಿನ್ನ ಗಂಡನನ್ನೂ ಬೇಕಾದರೆ ಇವತ್ತು ಇರಿಸಿಕೋ' ಎನ್ನುತ್ತಿರುವಾಗಲೇ ದಿಗಂಬರ ಬಾಗಿಲು ದಾಟಿ ದೆಣಪೆಗೆ ಹೋಗಿಯಾಗಿತ್ತು.

ಇದನ್ನು ವೀಕ್ಷಿಸುತ್ತಿದ್ದ ಅರುವಿನ ಅಪ್ಪ ಕೂತಲ್ಲಿಂದ ಎದ್ದು ದೋತರದ ಚುಂಗು ಹಿಡಿದು ಅಳಿಯನ ಬಳಿ ಓಡಿ, 'ನಾಳೆ ನಮ್ಮ ವೇಣು, ಅರುವನ್ನು ಕರೆದುಕೊಂಡು ಬರತಾನೆ, ನೀನೂ ಇದ್ದು ನಾಳೆ ಹೋದರೆ ಆಗತಿರಲಿಲ್ವೇ?' ಎನ್ನುತ್ತ ಅನುಮಾನಿಸಿದ್ದೇ ದಿಗಂಬರ, 'ಇಲ್ಲಿಲ್ಲ ಅಮ್ಮ ಒಬ್ಬಳೇ ಇದ್ದಾಳೆ, ಮತ್ತೆ ಅವಳಿಗೆ ತುಸು ಆರಾಮ ಬೇರೆ ಇಲ್ಲ' ಎನ್ನುತ್ತ, 'ಬಸ್ಸು ಇಲ್ಲಿಂದ ಈಗ ಮೂರೂವರೆಗೊಂದು ಇದೆಯಲ್ಲವೇ?' ಎಂದು ಗದ್ದ ನೀವಿಕೊಳ್ಳುತ್ತ ಸರಳ ಮಾತಾಡಿದ.

ಆದರೂ ನೀಲಕಂಠ ಶೆಟ್ಟರು ಅಳಿಯನ ಸಿಟ್ಟನ್ನು ತಾಳೆಹಾಕುತ್ತ, 'ನಾಳೆ ನೀನೇ ಬೇಕಾದರೆ ಬಂದು ಅರುವನ್ನು ಕರೆದುಕೊಂಡು ಹೋಗಲಡ್ಡಿಯಿಲ್ಲ' ಅಂದರು. 'ಇಲ್ಲ ಇಲ್ಲ ನನಗೆ ಬೇರೆ ಕೆಲಸವಿದೆ' ಎನ್ನುತ್ತ ಸರಸರನೆ ಬಸ್ಟಾಪಿನತ್ತ ನಡೆದ ದಿಗಂಬರನ ಸ್ವಾಭಿಮಾನವನ್ನು ಒಂದು ರೀತಿಯ ಆತಂಕದಲ್ಲೇ ನೋಡುತ್ತ ಅವರು ತಳಮಳಿಸಿದರು. ನೀಲಕಂಠಣ್ಣನನ್ನು ಮಾತನಾಡಿಸಲೆಂದೆ ಆಗಲೇ ಬಂದು ಕೂತಿದ್ದ ಮಧುಕರ ಅವನನ್ನು ರಮಿಸುವ ಧಾಟಿಯಲ್ಲಿ, 'ಅವೆಲ್ಲ ಅಷ್ಟೇ ಹೊತ್ತು, ಗಂಡ ಹೆಂಡತಿ ಜಗಳ ಅನ್ನುತ್ತಾರಲ್ಲ, ನೀನು ಮನಸ್ಸಿಗೆ ಹಚ್ಚಿಕೊಳ್ಳಬೇಡ' ಅಂದ.

ಅರುಂಧತಿ ತಾನೂ ಮಧುಕರನ ಹತ್ತಿರ ಬಂದು ಕೂತು, 'ಯಾಕೆ ಮಾವ, ಮನೆಯ ಬಳಿ ಬರಲೇ ಇಲ್ಲ?' ಎಂದು ಅಕ್ಕರೆಯಿಂದ ಕೇಳಿದ್ದಕ್ಕೆ ಮಾತು ಮರೆಸುವ

ಬೇರೆ ವಿಷಯ ತೆಗೆದು, 'ಏನು ವಿಶೇಷವೇನಾದರೂ? ನೀಲಕಂಠಣ್ಣನಿಗೆ ಬೇಗ ಮೊಮ್ಮಗುವನ್ನು ನೋಡುವುದಿದೆಯಂತೆ' ಎನ್ನುತ್ತ ತಮಾಷೆ ಮಾಡಲು ನೋಡಿದ. ಆದರೆ ಅದರ ಹಿಂದಿರುವ ಮಧುಕರನ ನೋವನ್ನು ಗುರುತಿಸಿದ ಅರುಂಧತಿ, 'ನೀವು ಏನನ್ನೋ ಮುಚ್ಚಿಡುತ್ತಿದ್ದೀರಿ, ಏನಾಯ್ತು ಹೇಳಿ' ಎಂದು ದುಂಬಾಲು ಬಿದ್ದದ್ದಕ್ಕೆ, 'ಇಲ್ಲಮ್ಮಾ ನಿನ್ನ ಮದುವೆ ನನಗೂ ನನ್ನ ಅಕ್ಕನ ಮನೆಗೂ ಋಣಾನುಬಂಧ ಮುಗಿಸಿ ಬಿಟ್ಟಿತು' ಅಷ್ಟೇ ಹೇಳಿ ಮಧುಮಾವ, 'ನೀನು ಆರಾಮಿದ್ದರೆ ನನಗಷ್ಟೇ ಸಾಕು' ಅಂದ.

ಅಷ್ಟೇ ಹೊತ್ತಿಗೆ ಅಲ್ಲೇ ಕೂತ ಅರುಂಧತಿಯ ಸೋದರ ಮಾವನ ಹೆಂಡತಿಯಾರೋ ಸಣ್ಣಗೆ ಶಶಿಕಲಾಳ ಹತ್ತಿರ, 'ಇನ್ನೂ ಮೀಯುತ್ತಾ ಇದ್ದಾಳೆಯೇ?' ಅಂತ ಕೇಳಿದಂತೆನಿಸಿತು. ಅದಕ್ಕೆ ಶಶಿಕಲಾ, 'ಈಗ ಮದುವೆಯಾಗಿ ಇನ್ನೂ ಮೂರು ತಿಂಗಳೂ ಆಗಿಲ್ಲ, ಸ್ವಲ್ಪ ದಿನ ಆರಾಮ ಇರಲಿ, ಆಮೇಲೆ ಇದ್ದದ್ದೇ ಇದೆ' ಎನ್ನುತ್ತ ಒಳಸೇರಿಕೊಂಡಿದ್ದಳು.

ಶಶಿಕಲಾ ಮಾತ್ರ ತನ್ನ ಹತ್ತು ವರ್ಷಗಳ ಅತ್ತೆಯ ಸೇವೆಯಿಂದ ವಿಮುಖಳಾದ ಹೊಸ ಭಾವದಿಂದ ಮಿಂದವಳಂತಿದ್ದಳು. ಅವಳು ಅಂದು ಬಂದ ಸಂಬಂಧಿಕರೊಡನೆ ತನ್ನಮ್ಮನ ಬಗ್ಗೆ ತುಸು ಜಾಸ್ತಿಯಾಗೇ ಹೇಳುವ ಹೊಗಳಿಕೆಗಳೆಲ್ಲ ಅರುಂಧತಿಗೆ ಕೃತಕವೆನ್ನಿಸುತ್ತಿದ್ದವು. ನೀಲಕಂಠ ಶೆಟ್ಟರು ಮಾತ್ರ ಬದುಕು ಸೋತು ಹೋದವರಂತೆ, ನಿಧಾನವಾಗಿ ತೊಡೆಗೆ ಹಸ್ತ ತಟ್ಟಿಕೊಳ್ಳುತ್ತ ಏನೋ ಗುನುಗುನಿಸುತ್ತ ಕೂತಲ್ಲೇ ಕೂತಿದ್ದರು. ಸಂಜೆ ದೀಪ ಹಚ್ಚುವ ಸಮಯದಲ್ಲಿ ಅರುಂಧತಿಯೊಡನೆ ಕ್ಷೀಣ ಸ್ವರದಲ್ಲಿ, 'ಅರೂ, ನಿನ್ನ ಅಮ್ಮ ಹಾಸಿಗೆಯಲ್ಲಿದ್ದಳೆಂದು ನಾನೂ ಜೀವ ತೊಗೊಂಡು ದಿನಗಳೆಯುತ್ತಿದ್ದೆ, ಈಗ ನಿಶ್ಚಿಂತೆಯಾಯ್ತು, ನಾನೂ ಯಾವ ಚಿಂತೆ ಇಲ್ಲದೆ ಹೋಗಿಬಿಡಬಹುದು' ಅಂದರು. ಅರುಂಧತಿ ಬಾಯಿಗೆ ಕರವಸ್ತ್ರ ಒತ್ತಿ ಮುಸಿ ಮುಸಿ ಅತ್ತಳು.

ಅತ್ತ 'ಇವತ್ತೂ ಬರಲಿಲ್ಲವೇ ನಿನ್ನ ಹೆಂಡತಿ? ಅಲ್ಲೇ ಉಳಿಯುತ್ತಾಳಂತೇನು?' ಅಂತೆಲ್ಲ ಅಮ್ಮ ಕೇಳಿದ ಪ್ರಶ್ನೆಗಳಿಗೆ ದಿಗಂಬರ ಉತ್ತರಿಸುವ ಗೋಜಿಗೆ ಹೋಗದೆ ಸುಮ್ಮನೆ ಒಳನಡೆದು, ಕಾಲು ತೊಳೆದು ಹೊರಬರುತ್ತ ಇದೇ ಸರಿಯಾದ ಸುಸಂಧಿ ಎಂದುಕೊಳ್ಳುತ್ತ, 'ನಿನಗೆ ನಾಜೂಕು ಮಾತು ಗೀತು ಆಡಿಯೇ ಗೊತ್ತಿಲ್ಲ, ಅವಳು ಈಸಲ ಬಂದಾಗಲಾದರೂ ಅವಳನ್ನು ಇಲ್ಲಿ ಉಳಿಯಗೊಡು' ಅನ್ನುತ್ತ ಸಿಡುಕಿದ.

ಮಗ ಅಲ್ಲೇ ಟೇಬಲ್ಲಿನ ಮೇಲಿಟ್ಟ ವೈಕುಂಠದ ಪಂಚಗಜ್ಜೆ ಮೋದಕವನ್ನು ಬಾಯಕ್ಕ ಮುಟ್ಟಲು ಹೋಗಲಿಲ್ಲ. 'ಅತ್ತೆಯ ಗತ್ತು ನಿನಗೆ, ಅವಳು ಸುಮ್ಮನೆ ಇದ್ದು ಇದ್ದು ಆನಂತರ ಒಮ್ಮೆಲೇ ಅಲ್ಲಿ ಎಲ್ಲರ ಮುಂದೆ ನನ್ನ ಮಾನ ಕಳೆಯುತ್ತಾಳೆ, ಇಬ್ಬರ ನಡುವೆ ಸಿಕ್ಕು ನಾನು ಹೆಣವಾಗುವುದೊಂದು ಬಾಕಿ' ಎಂದು ದಿಗಂಬರ ಮತ್ತೆ ಬಾಯಿ ಮಾಡಿದ್ದಕ್ಕೆ ಬಾಯಕ್ಕ, 'ಅಯ್ಯೋ ಅಯ್ಯೋ ಅಯ್ಯೋ ನಾನೇನು ತ್ರಾಸುಕೊಟ್ಟೆ ನಿನ್ನ ಹೆಂಡತಿಗೆ? ಬರ್ಲಿ ಅವಳು, ಕೇಳಿಯೇ ಬಿಡುವೆ, ಎರಡರಲ್ಲಿ

ಒಂದು ಆಗೇ ಹೋಗ್ಲಿ' ಅಂತೆಲ್ಲ ಒದರಾಡಿ ಅತ್ತು ಕರೆದು ಮಾಡಿದ ಅಮ್ಮನ ಬಳಿ ಈ ವಿಷಯ ಯಾಕಾದರೂ ಹೇಳಲು ಹೋದೆನೋ ಎಂದು ಮರುಗುತ್ತ ದಿಗಂಬರ ಅಂಗಡಿಗೆ ಹೋಗಿ ಕೂತ.

ಒಂದಿನ ತನ್ನ ಅಂಗಡಿ ಬಾಗಿಲು ಮುಚ್ಚಿದ್ದಕ್ಕೆ ಕಡ್ಡಿಪಟ್ನ, ಎಲೆ ಅಡಿಕೆ, ಬೀಡಿ ತಂಬಾಕಿನ ಚಿಲ್ಲರೆ ಗಿರಾಕಿಗಳಾದ ಬೀರಪ್ಪ ಹಮ್ಮು ಗೋವಿದು ಎಲ್ಲರೂ ಎದುರು ಬಾಳಾಚಾರಿಯ ಅಂಗಡಿ ಕಟ್ಟೆಗೆ ಕೂತು ಹರಟೆಯಲ್ಲಿ ತೊಡಗಿದ್ದನ್ನು ವಾರೆಗಣ್ಣಲ್ಲೇ ವೀಕ್ಷಿಸಿ, ಚಾಕಲೇಟಿನ ಡಬ್ಬದ ಮೇಲೆ ಕೂತ ಧೂಳು ಹೊಡೆವವರಂತೆ ನಟಿಸಿದ. ಸಣ್ಣಿ ಹಂಡೆಯ ನೀರು ಕಾಸಿ ಬಂದು, 'ಹೋತೀನ್ರಾ ಅಮಾ' ಅನ್ನುವಾಗ ಬಾಯಕ್ಕ, 'ಹಿಡಿಯೇ' ಅನ್ನುತ್ತ ದಿಗಂಬರ ತಂದಿಟ್ಟ ಪ್ರಸಾದದ ಪೊಟ್ಲೆಯನ್ನು ಅವಳ ಒಡ್ಡಿದ ಹಸ್ತಕ್ಕೆ ಎಸೆದಳು.

ಅಧ್ಯಾಯ 16

ಅರುಂಧತಿ ಅಣ್ಣನ ಜೊತೆ ಮಾರನೇ ದಿನ ಕಳಸದ ಗುಡ್ಡೆಗೆ ಬರುವಾಗ ಮೌನವಾಗಿಯೇ ಇದ್ದಳು. ತಾನು ಅಮ್ಮ ಹೋದ ದುಃಖದಲ್ಲಿ ಏನಾದರೂ ಬಾಯಿ ತಪ್ಪಿ ಹೇಳಿದ್ದಿರಬಹುದು. ಎಂದೂ ಹೀಗಾಡದ ಇವರಿಗೆ ಈಗ ಯಾಕಿಷ್ಟು ಸಿಟ್ಟು ಬಂದಿರಬಹುದು ಅಂತಲೇ ತಿಳಿಯದೆ ತಪ್ಪಾಯ್ತು ಅಂತ ಕೇಳಿಕೊಂಡು ಬಿಡೋಣ ಅನಿಸುತ್ತಿದ್ದ ಹಾಗೆಯೇ ಅತ್ತೆಯ ನೆನಪಾಗಿ ಒಮ್ಮೆಲೇ ಭಯದ ಒತ್ತಡ ಶುರುವಾಗಿ, ಪಾಯ್ಖಾನೆಗೆ ಹೋಗಿ ಬರಬೇಕೆನಿಸಿತು. ಹೋಗುವುದಂತೂ ಹೋಗುವದೇ. ಇಲ್ಲಿ ಅಮ್ಮನಂತೂ ಇಲ್ಲ. ಇದ್ದರೂ ಅಪ್ಪ ನನ್ನನ್ನು ಇಲ್ಲಿರಲು ಬಿಡುತ್ತಿದ್ದಿಲ್ಲ. ಏನೇ ಆದರೂ ಅದೇ ನನ್ನ ಮನೆ, ಅಲ್ಲಿ ಬೈಸಿಕೊಂಡಾದರೂ ಅತ್ತು ಕರೆಯುತ್ತ ಕುನ್ನಿಯ ಹಾಗೆ ಬಿದ್ದಿರಬೇಕು.

ಅಪ್ಪ ಅಣ್ಣನಿಗೆ ನನ್ನ ಪರಿಸ್ಥಿತಿ ಹೇಳಿದರೂ ಅರ್ಥವಾಗದು, 'ನಿನ್ನ ಅತ್ತಿಗೆ ನೋಡು, ಹೀಗೆ ಗಂಡನ ಮನೆಯಲ್ಲಿ ಹೊಂದಿಕೊಂಡು ಅದೂ ನಿನ್ನ ಅಮ್ಮ ಹಾಗೆ ಹತ್ತು ವರ್ಷದಿಂದ ಹಾಸಿಗೆ ಹಿಡಿದ ಮನೆಯಲ್ಲಿ ಅವಳು ಹೇಗೆ ಜೀವನ ಮಾಡಿದ್ದಾಳು ನೀನೇ ನೋಡಿದ್ದೀಯಲ್ಲ?' ಅನ್ನಬಹುದು, ಅದೂ ನಿಜ. ಅತ್ತಿಗೆ ಒಂದು ರಾತ್ರಿಯನ್ನೂ ಅವಳ ಅಪ್ಪನ ಮನೆಗೆ ಹೋಗಿ ಕಳೆದಿದ್ದಿಲ್ಲ, ಹೋದರೂ ಬೆಳಿಗ್ಗೆ ಹೋಗಿ ಸಂಜೆ ಬಂದು ಬಿಡುತ್ತಿದ್ದಳು. ಅತ್ತಿಗೆಯ ಮೇಲೆ ಯಾಕೋ ಅರುಂಧತಿಗೆ ಅಕ್ಕರೆ ಉಕ್ಕಿ ಬಂತು. ಅವಳ ಕಾಲಿಗೆ ನಮಸ್ಕರಿಸಿ, 'ನಮ್ಮ ಮನೆಗೆ ಎಂದು ಬರುತ್ತೀ?' ಅಂತ ಕೇಳಿ ಗೋಳೋ ಎಂದು ಅಳುತ್ತಿದ್ದ ನಾದಿನಿಯನ್ನು ಶಶಿಕಲಾ ಹಿಡಿದುಕೊಂಡು, 'ನಾನೇನು ಬರುವುದು ಇದ್ದೇ ಇರತದೆ, ನೀನು ತಿಂಗಳಿಗೊಮ್ಮೆಯಾದರೂ ಬರುವ ರೂಢಿ ಇಟ್ಟುಕೋ, ನಿಮ್ಮ ಅತ್ತೆಯ ಕುರಿತು ಇವರು ಹೇಳಿದರು, ಆಗಲಿ, ನಂತರ ಎಲ್ಲ ಇದ್ದಲ್ಲೇ ಸರಿಹೋಗುತ್ತದೆ' ಅಂದಳು.

ಇದೇ ಅತ್ತಿಗೆ ನಾದಿನಿಯರು ಒಬ್ಬರ ಮುಖ ಒಬ್ಬರು ನೋಡದಂತೆ ಹ್ಯಾಗೆ ನನ್ನ ಸಹನೆ ಕೆಣಕುತ್ತಿದ್ದರು ಎಂದು ಮನಸ್ಸಿನಲ್ಲೇ ನೆನಪು ಮಾಡಿಕೊಂಡ ನೀಲಕಂಠ ಶೆಟ್ಟರು ಸೊಸೆಯನ್ನು ಕುರಿತು, 'ನೀನೂ ವೇಣುವಿನ ಜೊತೆ ಹೋಗಿ ಅವಳನ್ನು

ಬಿಟ್ಟು ಬರುತ್ತಿಯೋ ನೋಡು, ಯಾಕೆಂದರೆ ನಿಮಗೂ ಅವರು ಈ ಸಂದರ್ಭದಲ್ಲಿ ಒಂದಿನ ಊಟಕ್ಕೆ ಕರೆವ ಶಾಸ್ತ್ರವಿದೆ, ಅದೂ ಈ ನೆಪದಲ್ಲೇ ಮುಗಿದು ಹೋಗಲಿ' ಅಂದರು. ವೇಣು ಅದಕ್ಕೆ, 'ಆ ಶಾಸ್ತ್ರ ಅವರ ಬದಿಗೆಲ್ಲ ಉಂಟೋ ಇಲ್ಲವೋ?' ಎನ್ನುತ್ತ ಸಣ್ಣಗೆ ನಕ್ಕ.

ಅರುಂಧತಿಗೆ ಒಂದು ರೀತಿಯ ಧೈರ್ಯವೆನ್ನಿಸಿತು. ಹೋಗಿ ಹೊಕ್ಕುವಾಗಲಾದರೂ ಜೊತೆಯಲ್ಲಿ ಅತ್ತಿಗೆ ಇದ್ದರೆ, ಇವರ ನೆವದಿಂದಲಾದರೂ ದಿಗಂಬರ ನಗುತ್ತ ಎಲ್ಲ ಮರೆತು ಮಾತಾಡಿಯಾನು ಅಂತೆಲ್ಲ ಅನ್ನಿಸಿ, ಅತ್ತಿಗೆಯನ್ನು ತನ್ನ ಜೊತೆ ಬರಲು ಅವಳೂ ಬಲವಂತ ಮಾಡಿದಳು. ಅಂತೂ ಹೊರಡುವ ತಯಾರಿ ಆಯಿತು.

ಅಪ್ಪ ಹೊರಕಟ್ಟೆಯಲ್ಲಿ ಮಗಳನ್ನು ಕರೆದು ಹತ್ತಿರ ಕೂಡಿಸಿಕೊಂಡು, 'ನೋಡು ನಿನ್ನ ಅತ್ತಿಗೆ ಹೇಗೆ ಇದೇ ತನ್ನ ಮನೆ ಅಂತ ಭಾವಿಸಿ ಅವಳಪ್ಪನ ಮನೆಯ ಧ್ಯಾನವಿಲ್ಲದಂತೆ ಅತ್ತು ಕರೆದು ಮಾಡದೆ ಯಾವುದಕ್ಕೂ ಹೆದರದೆ ಹೇಗಿರುತ್ತಾಳೆ ನೋಡು, ನೀನೂ ಹಾಗೆ ಆಗುವುದು ಯಾವಾಗ? ಎಲ್ಲ ಸರಿ ಹೋಗುತ್ತದೆ. ನಿನಗೂ ಮುಂದೊಂದು ದಿನ ಅಂತಹ ದಿನಗಳು ಬರುತ್ತವೆ, ಅಲ್ಲಿಯತನಕ ಸಹನೆ ಕಳೆದುಕೊಳ್ಳದೆ ಏನು ಬಂದರೂ ಅಮ್ಮನ ನೆನಪು ಮಾಡುತ್ತ ಗಟ್ಟಿಯಾಗಿದ್ದುಬಿಡು' ಅಂತನ್ನುತ್ತ ಕಣ್ಣುಕೆಂಪಗಾಗಿಸಿದ್ದನ್ನು ಅರುಂಧತಿ ಸಂಕಟದಿಂದಲೇ ನಿರುಕಿಸಿದಳು. ನೀಮಾ ಸೀಮಾ ಇಬ್ಬರೂ ತಾವೂ ಬರುತ್ತೇವೆಂದು ಹಟ ತೆಗೆದುಬಿಟ್ಟಿದ್ದರು.

ಹೊರಟ ಕ್ಷಣ, ಮೊದಲ ದಿನವೇ ಕಟ್ಟಿಸಿ ಗೋಡೆಗೆ ಹಾಕಿಸಿದ್ದ ಅಮ್ಮನ ದೊಡ್ಡ ಕುಂಕುಮದ ಫೋಟೋವನ್ನು ನೋಡುತ್ತ ಅರುಂಧತಿ ಇನ್ನೊಮ್ಮೆ ಕೈ ಮುಗಿದಳು. ಅಳು ಉಕ್ಕಿ ಬಂತು. ಕಳಸದಗುಡ್ಡೆಗೆ ಹೋಗುವುದೆಂದರೆ ಅರುಂಧತಿ ಬೆವರತೊಡಗಿದ್ದು ಮನೆಯಲ್ಲಿ ಎಲ್ಲರ ಗಮನಕ್ಕೂ ಬಂತು. ತಾವು ಅವಸರ ಮಾಡಿ ಮಗಳನ್ನು ಮಧುಕರ ಹೇಳಿದನೆಂದು ಹಿಂದೆ ಮುಂದೆ ವಿಚಾರಿಸದೆ ಆ ಕಾಡಿಗೆ ಕೊಟ್ಟುಬಿಟ್ಟೆವೇ ಎಂದು ನೀಲಕಂಠ ಶೆಟ್ಟರು ಮರುಗಿದರು. 'ಮಾಮಿಯನ್ನು ಮುಟ್ಟಿಸುವುದು ಹಾಗೇ ಬಂದು ಬಿಡುವುದು, ಅಜ್ಜನಿಗೆ ತ್ರಾಸು ಕೊಡಬೇಡಿ' ಅಂತೆಲ್ಲ ಶಶಿಕಲಾ ಮಕ್ಕಳಿಗೆ ತಿಂಡಿಯ ಡಬ್ಬವನ್ನು ತೋರಿಸಿಟ್ಟು, 'ಬಾವಿಯ ಬಳಿ ಹೋಗಬೇಡಿ' 'ಗೇಟು ದಾಟಿ ರಸ್ತೆಗೆ ಹೋಗಿ ಆಡಬೇಡಿ' ಮುಂತಾದ ಎಚ್ಚರಿಕೆಯನ್ನು ಸಾವಧಾನದಿಂದಲೇ ಕೊಡುತ್ತಿದ್ದಳು.

ಆ ಮಕ್ಕಳನ್ನು ಎತ್ತಿಕೊಂಡು ಮುದ್ದಿಸಿದ ಅರುಂಧತಿ ತಂದೆಗೂ ಅಣ್ಣ ಅತ್ತಿಗೆಯರಿಗೂ ನಮಸ್ಕಾರ ಮಾಡಿ ತನ್ನ ಚೀಲವನ್ನೆತ್ತಿ ಮುಂದೆ ಮುಂದೆ ಹೋಗುತ್ತಿದ್ದ ಅಣ್ಣನ ಹಿಂದೆ ಹಿಂದೆ ಹೆಜ್ಜೆ ಹಾಕಿದಳು. ಇವರು ಬಸ್ಟಾಪಿಗೆ ಹೋಗಿ ನಿಲ್ಲುವಷ್ಟರಲ್ಲಿ, ಮಾವನಿಗೆ ಮನೆಯ ದೇಖರೇಕೆಯನ್ನು ಒಪ್ಪಿಸುತ್ತ ಏನೇನೋ ತೋರಿಸಿ ಎಲ್ಲೆಲ್ಲಿ ಏನೇನಿದೆ ಎಂಬೆಲ್ಲ ವಿಷಯ ಹೇಳುತ್ತ, ಅತ್ತಿಗೆಯೂ ಇವರ ಬಳಿ ಬರುವಷ್ಟರಲ್ಲಿ ಬಸ್ಸು ಬಂತು. ವೇಣು ತಡಮಾಡಿದ್ದಕ್ಕಾಗಿ ಹೆಂಡತಿಯನ್ನೊಮ್ಮೆ

ಕಣ್ಣು ಕೆಕ್ಕರಿಸಿ ನೋಡಿದ. 'ಹ್ಞಾ ಹ್ಞಾ ಬಂದೆ ಬಂದೆ' ಎನ್ನುತ್ತ ಅಣ್ಣನ ಕೆಟ್ಟ ಕಣ್ಣು ನೋಡಿದರೂ ನಗುತ್ತಲೇ, 'ಸಾಕು ಸಾಕು, ಈ ಕಣ್ಣು ನೋಡಲು ಶುರು ಮಾಡಿ ಭಾಳ ವರ್ಷವಾಯ್ತು' ಅಂತೇನೋ ಹಂಗಿಸುತ್ತ ಓಡಿ ಬಂದು ತಮ್ಮೊಡನೆ ಬಸ್ಸನ್ನೇರಿದ ಅತ್ತಿಗೆಯನ್ನು ತುಸು ಬೆರಗಿನಿಂದಲೇ ನೋಡಿದಳು ಅರುಂಧತಿ.

ಬಸ್ಸು ಹತ್ತಿದ ನಂತರವೂ ದೂರದಿಂದ ಕಾಣುತ್ತಿದ್ದ ಮನೆಯ ದೇಣಪೆಯನ್ನು ಹೊರನಿಂತ ಅಪ್ಪನನ್ನೂ ಅಣ್ಣನ ಮಕ್ಕಳನ್ನೂ ಹಾಗೇ ಒಮ್ಮೆ ದೀರ್ಘವಾಗಿ ನೋಡಿದಳು ಅರುಂಧತಿ, ಯಾಕೋ ಅಮ್ಮನಿಲ್ಲದ ಮನೆಯನ್ನು ಊಹಿಸಿಕೊಳ್ಳಲೂ ಸಹ ಒಂದು ಥರಾ ಅನಿಸಿತು. ಹಾಸಿಗೆಯಲ್ಲಿ ಮಲಗಿದ್ದರೂ ಅಮ್ಮನಿದ್ದ ಮನೆಗೆ ಬೇರೆಯದೇ ಲಕ್ಷಣವಿತ್ತು. ಅಮ್ಮ ಹೋದ ನಂತರ ಈ ಹದಿನೈದು ದಿನಗಳಲ್ಲಿ ಅತ್ತಿಗೆ ಎಲ್ಲದಕ್ಕೂ ಹೊಂದಿಕೊಂಡು ಏನು ಹೇಳಿದರೂ ಸಿಟ್ಟು ತೋರದೆ ಎಲ್ಲರನ್ನೂ ಸಂಭಾಳಿಸಿಕೊಂಡು ಹೋದದ್ದನ್ನು ನೋಡಿ ಅತ್ತಿಗೆಯ ದೊಡ್ಡಗುಣಕ್ಕೆ ಅರುಂಧತಿ ಮನಸ್ಸಿನಲ್ಲೇ ಮಿಡಿದಿದ್ದಳು.

ಬಸ್ಸಿನಲ್ಲಿ ಅಣ್ಣ ಹಿಡಿದ ಒಂದೇ ಸೀಟನ್ನು ತೋರುತ್ತ ಅವನು ಅರುಂಧತಿಗೇ ಕರೆದು ಕೂಡಲು ಹೇಳಿದ, ಆದರೆ ತನಗಿಂತ ಹಿರಿಯಳಾದ ಅತ್ತಿಗೆಯನ್ನು ಹಾಗೆ ಎದ್ದು ನಿಲ್ಲಿಸಿ ತಾನು ಕೂಡುವುದು ಯಾಕೋ ಸರಿಬರದೆ ಅರುಂಧತಿ ಆ ಸೀಟಿನ ಮೇಲಿಟ್ಟಿದ್ದ ತನ್ನ ಚೀಲವನ್ನು ಹಿಡಿದೆತ್ತಿ ಅತ್ತಿಗೆಯನ್ನೇ ಕೂಗಿ, ಕೂಡಲು ಹೇಳಿದಳು. ಶಶಿಕಲಾ, 'ಬೇಡ ಬೇಡ ನೀನೇ ಕೂಡು' ಎಂದು ಎಷ್ಟು ಒತ್ತಾಯಿಸಿದರೂ ಕೇಳದೆ ಅರುಂಧತಿ ಹಟ ಹಿಡಿದು ಅತ್ತಿಗೆಯನ್ನೇ ಕೂಡಿಸಿ ಸಮಾಧಾನಪಟ್ಟಳು. ಹಾವು ಮುಂಗುಸಿಯರಂತಿದ್ದ ಅತ್ತಿಗೆ ನಾದಿನಿಯರನ್ನು ಅಚ್ಚರಿಯಿಂದ ವೇಣು ವಾರೆಗಣ್ಣಲ್ಲೇ ನೋಡಿ ಸಣ್ಣಗೆ ನಕ್ಕ.

ಹೆದ್ದಾರಿಯಲ್ಲಿ ಇಳಿದು ಕಳಸದ ಗುಡ್ಡೆಗೆ ಎರಡು ಮೈಲುಗಳಷ್ಟು ನಡೆಯಬೇಕಿತ್ತು. ಬಸ್ಸಿಳಿದವರೇ ಯಾವುದೋ ಒಂದು ಅಡ್ಡದಾರಿ ಹಿಡಿದು ಹೊರಟಾಗ ಮೂವರಿಗೂ ತಾವು ನಡೆಯುತ್ತಿದ್ದ ದಾರಿ ಕಳಸದ ಗುಡ್ಡೆಗೇ ಹೋಗುತ್ತದೆಂಬ ಖಾತ್ರಿಯಿಲ್ಲದೇ, ಅಲ್ಲೇ ಹುಲ್ಲಿನ ಹೊರೆ ಹೊತ್ತು ನಡೆದಿದ್ದ ಗಂಡಸೊಬ್ಬನನ್ನು ಕೇಳಿದ್ದೇ ಇವರು ಹೊರಟ ವಿರುದ್ಧ ದಿಕ್ಕನ್ನು ಅವ ತೋರಿಸಿದ್ದ. ಇವರು ಹೊರಟ ದಾರಿ ಸುಂಕಸಾಳೆಗೆ ಹೋಗುವುದಾಗಿ ತಿಳಿಸಿದ. ಮೂವರೂ ಸರಿ ದಾರಿಯಲ್ಲಿ ನಡೆದರು.

ಆಗ ವೇಣುವಿಗೆ ಸುಂಕಸಾಳೆಯಲ್ಲಿರುವ ಆ ಮಧುಮಾವನ ನೆನಪಾಗಿ, ಅವನು ಅಪ್ಪನಿಗೆ ಏನೋ ಉಪಕಾರ ಮಾಡಿದ ನೆಪ ಮಾಡಿ ನಮ್ಮನ್ನು ಈ ಕಾಡಿಗೆ ಬರುವಂತೆ ಮಾಡಿದ ಎಂದು ಹೇಳುತ್ತಿದ್ದವನನ್ನು ಅಲ್ಲೇ ಕಣ್ಣಸನ್ನೆಯಿಂದಲೇ ತಡೆದು ಶಶಿಕಲಾ, 'ಕಾರವಾರದಂತಹ ಪಟ್ಟಣದಲ್ಲಿದ್ದವಳನ್ನು ಹೀಗೆ ಯಾವುದೋ ಕೇರಿಗೆ ತಂದು ಹಾಕಿದ್ದರಲ್ಲ ನನ್ನನ್ನು, ಅಷ್ಟು ವರ್ಷಗಳ ಹಿಂದೆಯೇ, ಅವೆಲ್ಲ ಒಂದು ನಿಮಿತ್ತ ಅಷ್ಟೇ, ನಮ್ಮ ನಮ್ಮ ಹಣೇಬರಹ ಅದು' ಎನ್ನುತ್ತ ಸರಳವಾಗಿ ನಕ್ಕಳು.

ಅತ್ತಿಗೆಯಂತೆ ಗಂಡ ಹಾಗೂ ಗಂಡನ ಮನೆಯವರೊಡನೆ ಹೀಗೆ ಸರಳವಾಗಿ ಮಾತಾಡುವುದು ಯಾವಾಗೋ ಏನೋ. ಏನು ಮಾತಾಡಿದರೆ ಯಾರಿಗೆ ಸಿಟ್ಟು ಬರುತ್ತದೋ, ಯಾರಿಗೆ ಯಾವ ರೀತಿಯ ಅವಮಾನವಾಗುತ್ತದೋ ಎಂದೇ ತಿಳಿಯದ ಸಂದಿಗ್ಧ. ಹೆಜ್ಜೆ ಮುಂದೆ ಮುಂದೆ ಎತ್ತಿಡುತ್ತ ಅರುಂಧತಿ ಕ್ಷಣ ಕ್ಷಣಕ್ಕೂ ಸಣ್ಣಗಾಗುತ್ತ ನಡೆದಳು. ಉತ್ಸಾಹವೆಲ್ಲ ಒಮ್ಮೆಲೇ ಇಳಿದುಹೋದಂತೆ.

ದಾರಿಯಲ್ಲಿ ಸಿಗುವ ಎಲ್ಲ ಭೂತಾಯಿ, ಸಿದ್ಧಿ ಗಣಪತಿ, ಬಿಂದು ಮಾಧವ ಹಾಗೂ ಹೊಲೆಟ್ರ ದೇವ ಮತ್ತು ಕಳಸದ ಗುಡ್ಡೆಯ ಮೇಲೆಯೇ ಇರುವ ಸಣ್ಣಮ್ಮ ದೇವಿಯನ್ನು ಮನಸ್ಸಿನಲ್ಲೇ ಧ್ಯಾನಿಸುತ್ತ, ಯಾವ ರೀತಿಯ ನೋವನ್ನೂ ಕೊಡಬೇಡ ತಾಯೇ ಎಂದು ಬೇಡಿಕೊಳ್ಳುತ್ತ ಬಾಯಕ್ಕನ ಬಳಿಯಲ್ಲಿದ್ದ ಮೂರೇ ಮೂರು ತಿಂಗಳ ನೆನಪೆಲ್ಲವೂ ಒಂದು ಮುಳ್ಳಿನ ನೆಲದ ಮೇಲೆ ನಿಂತಂತಹ ಹಿಂಸೆಯೇ ಅನ್ನಿಸಿ, ಆ ಮನೆಯ ಕತ್ತಲು, ಬೆಳಕು, ವಾತಾವರಣ, ಕೋಣೆಯ ಕಿಟಕಿ, ಗಾಳಿ ಬೀಸುವ ಸದ್ದು, ಎಲ್ಲವೂ ಏನೋ ಒಂದು ರೀತಿ ಭಯ ಭೀತಿಯದೆನ್ನಿಸಿ ಮುಂದೆ ಹೆಜ್ಜೆ ಇಡಲೂ ಆಗದೆ ಇಡದಿರಲೂ ಆಗದೆ ಅರುಂಧತಿ ತಳಮಳಿಸಿ ಬಂದಂತಾಗಿ, ಅಲ್ಲೇ ತುಸು ರಸ್ತೆ ಪಕ್ಕ ಜರುಗಿ, ಉಂಡು ಬಂದದ್ದನ್ನೆಲ್ಲ ಬಖಬಖಾ ವಾಂತಿಮಾಡಿಕೊಂಡುಬಿಟ್ಟಳು.

ಶಶಿಕಲಾ ಬಾಟಲಿಯಲ್ಲಿ ತಂದ ನೀರನ್ನು ಕೊಟ್ಟು ಬಾಯಿತೊಳಕೊಳ್ಳಲು ಹೇಳಿ ಕುಶಾಲಿನಿಂದಲೇ, 'ನನಗೂ ಇದೇ ರೋಗ ಇತ್ತು, ಮೊದಮೊದಲು ಹೀಗೇ, ಆಮೇಲಾಮೇಲೆ ಎಲ್ಲ ಸರಿ ಹೋಗ್ತದೆ' ಅನ್ನುತ್ತ ಗಂಡನ ಮುಖ ನೋಡಿದಳು. ವೇಣು, 'ಪಾಪ, ಗಾಬರಿಯಾಗಿದ್ದಾಳೆ ಅವಳು, ನೀನು ಇನ್ನಷ್ಟು ಹೆದರಿಸಬೇಡ' ಅಂತ ನಿಟ್ಟುಸಿರು ಬಿಟ್ಟ. ಮೂವರೂ ಸ್ವಲ್ಪ ಹೊತ್ತು ಮೌನವಾಗೇ ನಡೆದರು. ನಂತರ ವೇಣುವೇ ತಂಗಿಯ ಮುಖ ದಿಟ್ಟಿಸಿ, 'ಏನು ಮಾಡೋದು, ಹೋಗಲೇ ಬೇಕಲ್ಲ' ಎಂದು ಸಂತೈಸುವವನಂತೆ ನುಡಿದ. ಮನೆ ಹತ್ತಿರತ್ತಿರ ಬಂದಂತೆ ಅರುಂಧತಿಗೆ ಪಾಯ್ಖಾನೆಗೆ ಹೋಗುವ ಒತ್ತಡವಾದಂತಾಯಿತು.

ದೆಣಪೆ ಹತ್ತಿದವಳೇ ಅಣ್ಣ ಅತ್ತಿಗೆ ಇಬ್ಬರೂ ಮನೆಯ ಒಳಗೆ ನಡೆದರೆ ಅರುಂಧತಿ ಅಲ್ಲೇ ನಾಣಿಗೆ ಬದಿಗಿರುವ ಪಾಯಖಾನೆಗೆ ಓಡಿದಳು. ಅಂಗಡಿ ಗಲ್ಲೆಯ ಮೇಲೆ ಸಣ್ಣ ರೇಡಿಯೊ ಹಚ್ಚಿಕೊಂಡು ಕೂತ ದಿಗಂಬರ ಇವರ ಬರವನ್ನು ಕಂಡದ್ದೆ, ರೇಡಿಯೋ ಬಂದು ಮಾಡಿ, ಲುಂಗಿ ಕಟ್ಟಿಕೊಳ್ಳುತ್ತ ಮನೆಯ ಬದಿಗೆ ಬಂದ. ವೇಣು ಮುಖ ಗಂಟು ಹಾಕಿಕೊಂಡೇ, 'ಅವಳಿಗೆ ಸ್ವಲ್ಪ ಆರಾಮ ಇಲ್ಲ, ಡಾಕ್ಟರ್ರು ಮನಸ್ಸಿಗೆ ನೋವಾಗದ ಹಾಗೆ ನೋಡಿಕೊಳ್ಳಲು ಹೇಳಿದ್ದಾರೆ' ಗಂಭೀರವಾಗಿಯೇ ಅಂದ ದಿಗಂಬರನ ಮುಖ ನೋಡುತ್ತ.

ಹೊರಕಟ್ಟೆಯಿಂದೆದ್ದು ಜಗಲಿಗೆ ಬಂದ ಬಾಯಕ್ಕ, 'ಯಾಕೆ ಏನು ಬಯಕೆಯೇ ಮತ್ತೆ?' ಅಂತ ಅವಸರವಸರದಲ್ಲೇ ಕೇಳಿದಳು. 'ಬಯಕೆ ಗಿಯಕೆ ಆಮೇಲೆ, ಅವಳು ಪೂರಾ ನಿಶ್ಯಕ್ತಿಯಾಗಿ ಬಿಟ್ಟಿದ್ದಾಳೆ, ಹೀಗೇ ಮುಂದುವರೆದರೆ ಅಪಾಯವಿದೆ

ಅಂದಿದ್ದಾರೆ ಡಾಕ್ಟ್ರು' ಅನ್ನುತ್ತ ಇರುವ ಒಂದೇ ಮರದ ಕುರ್ಚಿಯಲ್ಲಿ ಕೂತ. ಬದಿಗಿರುವ ಆರಾಮ ಕುರ್ಚಿಯಲ್ಲಿ ತಾನು ಕೂತರೆ ನಡೆಯುತ್ತದೋ ಇಲ್ಲವೋ ಅಂತ ಸಂಶಯಗೊಂಡ ಶಶಿಕಲಾ ಎಲ್ಲಿ ಕೂಡಬೇಕೆಂದು ತಿಳಿಯದೆ ಹೊರಬಂದು ನಿಂತು ಭಾಗಾಯತದಲ್ಲಿಯ ಮರಗಳನ್ನು ನೋಡುತ್ತ ಅರುಂಧತಿ ಪಾಯಿಖಾನೆಯಿಂದ ಬರುವ ದಾರಿ ಕಾದಳು.

ಅಲ್ಲೇ ಅಂಗಳದ ಮೂಲೆಯಲ್ಲಿ ಇಟ್ಟಿರುವ ಮುಸುರೆ ಬಕೇಟನ್ನು ಕಂಡ ಶಶಿಕಲಾಗೆ ನಗು ತಡೆಯಲಾರದೆ ಕಿಸಕ್ ಅಂತ ನಕ್ಕುಬಿಟ್ಟಿದ್ದಳು. ವೇಣು ಎದ್ದು ಹೊರಬಂದು, 'ಏನೇ?' ಅಂತ ಕಣ್ಣಲ್ಲೇ ವಿಚಾರಿಸಿದ, ಶಶಿಕಲಾ ಮುಸುರೆ ಬಕೆಟ್ಟು ತೋರಿಸುತ್ತ, 'ಅನಂತಣ್ಣ ಹೇಳಿದ್ದರಲ್ಲ, ಅರುವಿನ ಅತ್ತೆಗೆ ಮೈ ಮೇಲೆ ದೇವರು ಬಂದಾಗ ಕುಡಿದದ್ದು' ಅಂತ ಸಣ್ಣಗೆ ಅಂದಳು. 'ನಿಂಗೆ ತಲೆ ಕೆಟ್ಟಿದೆ' ಅಂತ ಹೆಂಡತಿಯನ್ನು ಬೈದರೂ ವೇಣುವಿಗೂ ನಗು ಉಕ್ಕಿ ಬಂತು.

'ಮನಸ್ಸಿಗೆ ನೋವಾಗುವಂತೆ ನಾವೇನು ಹೇಳಿದ್ದೇವೆ ನಿನ್ನ ತಂಗಿಗೆ' ಎಂದು ಸಿಡುಕುತ್ತ ಬಾಯಕ್ಕ, 'ನಾವು ನಮ್ಮ ನಮ್ಮದೇ ಧ್ಯಾನದಲ್ಲಿರುತ್ತೇವೆ, ಯಾರಿಗೆ ಬೇಕಾಗಿದೆ, ಇಷ್ಟು ಸರಿಯಾಗಿ ನಡೆಸಿಕೊಂಡು ಹೋಗಿಯೂ ಮತ್ತೆ ಹೇಳಿಸಿಕೊಳ್ಳುವ ನಸೀಬು, ಕಂಡಿದ್ದು ಕಂಡ ಹಾಗೆ ಹೇಳಿದರೆ ಹಾಗೆ ಎಲ್ಲರಿಗೂ, ಒಟ್ಟಿನ ತಲೆಯ ಮೇಲೆ ನಾನು ಕೆಟ್ಟವಳು' ಎನ್ನುತ್ತ ಕಣ್ಣೀರು ತುಂಬಿಕೊಂಡಳು. 'ಬಂದು ಹೊಕ್ಕಿದ ಕೂಡಲೇ ಶುರು' ಎಂದು ಮನಸ್ಸಿನಲ್ಲೆ ಅಂದುಕೊಳ್ಳುತ್ತ ಅರುಂಧತಿ ಮೆಟ್ಟಿಲು ಹತ್ತಿ ಒಳಗೆ ಬಂದು ನಿಶ್ಶಕ್ತಿಯಿಂದಲೇ ಜೋಲಾಡುತ್ತ ಕೂತಳು. 'ನೆಂಟರ ಹಾಗೆ ನೀನೂ ಅವರ ಸರಿ ಸರಿಯಾಗಿ ಕೂಡಬಾರದು' ಎನ್ನುತ್ತ ಎಬ್ಬಿಸಿದಳು ಬಾಯಕ್ಕ. ದಿಗಂಬರ ಅಮ್ಮ ಮಾಡಿದ ಚಹವನ್ನು ಬೀಗರಿಗೆ ತಂದು ಕೊಟ್ಟ. ಶಶಿಕಲಾಗೆ ಒಂದು ರೀತಿಯ ಉಸಿರುಗಟ್ಟಿಸುವ ಆ ಮನೆಯಿಂದ ಬೇಗ ಹೋದರೆ ಸಾಕು ಅನ್ನಿಸತೊಡಗಿತ್ತು.

ಸೀರೆ ಬದಲಿಸಲು ತನ್ನ ಕೋಣೆಗೆ ಹೋದ ಅರುಂಧತಿ ಒಮ್ಮೆಲೇ ಕಿಟಾರನೆ ಕಿರುಚಿದ್ದು ಕೇಳಿ ಎಲ್ಲರೂ ಒಳ ಕೋಣೆಗೆ ಓಡಿದರು. ತೆಗೆದ ಬಾಯಿ ತೆಗೆದಂತೆ ನಿಂತು ಬಿಟ್ಟಿದ್ದ ಅರುಂಧತಿ ಹಾ..ವು..ಹಾ.. ಅಂತ ಕೈ ತೋರಿಸಿ, ಅಲ್ಲೇ ತಲೆ ಸುತ್ತಿ ಬಂದು ದೊಪ್ಪನೆ ಬಿದ್ದುಬಿಟ್ಟಳು. ಶಶಿಕಲಾ ಅವಳನ್ನು ಹೊರಗಿನ ಥೆಣೆಗೆ ಎಳೆದೊಯ್ಯುತ್ತ ಅಲ್ಲೇ ಇದ್ದ ನೀರಿನ ಲೋಟದಿಂದ ಕಣ್ಣಿಗೊಂದಿಷ್ಟು ನೀರು ಸವರಿ, ಚೂರು ನೀರು ಕುಡಿಯುವಂತೆ ಒತ್ತಾಯಿಸುತ್ತ ಬಾಯಿಗೆ ಹಿಡಿದರೆ, ಅರುಂಧತಿ ಏನು ಮಾಡಿದರೂ ಬಾಯಿ ತೆರೆಯದೇ ನಂತರ, ಹಾವು ನೋಡಲು ಬಂದು ನಿಂತ ಪಕ್ಕದ ತಿಮ್ಮಣ್ಣ ನಾಯ್ಕರ ಮನೆಯ ಮೀನಾಕ್ಷಿಯೂ ಹಿಡಿದು ಅರುಂಧತಿಯ ಬಾಯಿ ತೆರೆಸಲು ಮಾಡಿದ ಕಸರತ್ತೆಲ್ಲವೂ ವ್ಯರ್ಥವಾಯಿತು.

ಅಷ್ಟೇ ಹೊತ್ತಿಗೆ ಅಲ್ಲಿ ಬಂದ ಬಾಯಕ್ಕ ಭಯ ಮತ್ತು ಕುತೂಹಲದಿಂದ, 'ಕಚ್ಚಿಗಿಚ್ಚಿತೇ ಮತ್ತೆ?' ಅಂತ ಕೇಳಿದ್ದಕ್ಕೆ ಶಶಿಕಲಾಗೆ ಕೋಪ ಬಂದು, 'ಯಾಕೆ

ಕಚ್ಚಬೇಕಾಗಿತ್ತೇ?' ಅಂತ ಕೇಳಲು ಗಂಟಲವರೆಗೆ ಬಂದದ್ದನ್ನು ಅಲ್ಲೇ ತಡೆದುಕೊಳ್ಳುತ್ತ, 'ಅರುಂಧತಿ ಬಾಯಿತೆಗಿ, ಚೂರು ನೀರು ಕುಡಿ' ಅನ್ನುತ್ತಲೇ ಅವಳನ್ನು ಅಲುಗಾಡಿಸ ತೊಡಗಿದಳು. ನಿಧಾನಕ್ಕೆ ತುಟಿ ಸಡಿಲಿಸಿದ ಅರುಂಧತಿಯ ಬಾಯಿ ತುಂಬ ರಕ್ತ ತುಂಬಿಕೊಂಡು ಎಲ್ಲರೂ ಹೆದರಿಬಿಟ್ಟರು. ಅಲ್ಲೇ ಉಗುಳಲು ಹೇಳಿ ಆತಂಕದಿಂದ ಗಂಡನನ್ನು ಕೂಗಿದಳು ಶಶಿಕಲಾ.

ವೇಣು ತಕ್ಷಣ ಎಲ್ಲ ಬಿಟ್ಟು ಇನ್ನಷ್ಟು ಗಾಬರಿಯಿಂದ ಓಡಿಬಂದ. ತಂಗಿಯ ಬಾಯಿ ತೆರೆಸಿ ನೋಡಿದ. ನಾಲಿಗೆಯನ್ನು ಹಲ್ಲಿನಲ್ಲಿ ಕಡಿದುಕೊಂಡು ಬಿದ್ದು ಬಿಟ್ಟಿದ್ದಳು. 'ಏನಾಯ್ತು ಅರು ಅರೂ' ಎಂದು ಕರೆಯುತ್ತಲೇ ವೇಣು ನೆತ್ತರಿನಿಂದ ಅಲ್ಲಲ್ಲಿ ನೆಂದ ನೆಲವನ್ನು ತನ್ನ ಕರವಸ್ತ್ರದಿಂದಲೇ ಒರೆಸಿದ. ಅರುಂಧತಿ ಏನಾಯಿತೆಂದೇ ಬಾಯಿಬಿಡಲು ಆಗದೇ ಆ..ಆ.. ಎನ್ನುತ್ತ ಮಾತನಾಡಲು ಕಷ್ಟಪಡತೊಡಗಿದಳು.

ಅದನ್ನು ಕಂಡ ಶಶಿಕಲಾ ಹೆದರಿ, 'ಏನಾಗಿದೆ? ಅರುಂಧತಿ ಏನಾಗಿದೆ?' ಎನ್ನುತ್ತ ಅವಳನ್ನು ಹಿಡಿದುಕೊಂಡೇ ಮತ್ತೆ ವೇಣುವನ್ನು ಕರೆದರೂ ಅವನು ಓಡಿ ಬಂದು ನೋಡಿ ಅಲ್ಲೇ ಮೂಲೆಗಿರುವ ಚಾಪೆಯೊಂದನ್ನು ಬಿಚ್ಚಿಕೊಟ್ಟು, 'ಸ್ವಲ್ಪ ಇಲ್ಲೇ ಮಲಗಿಸು' ಎನ್ನುತ್ತ ಪುನಃ ಹಾವು ಹುಡುಕಲು ಕೋಣೆಗೆ ಹೋಗಿಬಿಟ್ಟ. ಶಶಿಕಲಾ, 'ಅರುಂಧತಿ ಮಾತಾಡು ಮಾತಾಡು ಅರುಂಧತಿ' ಎಂದು ಕರೆಯುತ್ತಲೇ ಇದ್ದಳು. ಅರುಂಧತಿ ಮಾತಾಡಲು ಯತ್ನಿಸಿ ನಾಲಿಗೆ ಹೊರಡಲಾಗದೆ ಭಯಗೊಂಡು ಅತ್ತಿಗೆಯನ್ನು ಹಿಡಿದು ಬಿಕ್ಕಿ ಬಿಕ್ಕಿ ಅಳುತ್ತಿದ್ದಳು.

◀◀ ▶▶

ಅಂಗಡಿ ಬಾಗಿಲು ತೆಗೆದಿಟ್ಟೇ ಬಂದ ಮಗನನ್ನು ಬಾಯಕ್ಕ, 'ಬಾಗಿಲನ್ನಾದರೂ ಹಾಕಿಕೊಂಡು ಬಾರೋ, ಅಂಗಡಿ ಕಟ್ಟೆಯಲ್ಲಿ ಯಾವನೋ ಕುಡಿದು ಬಿದ್ದಿದ್ದಾನೆ' ಅಂತ ಗೋಗರೆಯುತ್ತಲೆ ಇದ್ದಳು. ಚಿಮಣಿ ದೀಪವನ್ನೋ ಮೇಣದ ಬತ್ತಿಗಳನ್ನೋ ಹಚ್ಚಿಕೊಂಡು ಓಣಿಯ ಹುಡುಗರು ಕೋಣೆಯಲ್ಲಿದ್ದ ಎಲ್ಲ ಸಾಮಾನುಗಳನ್ನೂ ಹೊರ ಹಾಕುವ ನಿಶ್ಚಯ ಮಾಡಿ ಒಂದೊಂದೇ ಸಾಮಾನನ್ನು ಹೊರ ವರಾಂಡದಲ್ಲಿ ತಂದು ಹರಡಿದರು. ಎಲ್ಲರೂ ಹುಡುಕುತ್ತ ಕೋಣೆಯೆಲ್ಲ ಜಾಲಾಡುತ್ತಿದ್ದರು. ಕತ್ತಲ ಕೋಣೆಯಾದುದರಿಂದ ಹಳೆಯ ಸಾಮಾನುಗಳ ಪೆಟ್ಟಿಗೆಗಳು ತುಂಬಿಹೋಗಿರುವುದರಿಂದ ಒಂದು ಬದಿಯಿಂದ ತೆಗೆದರೆ ಆ ಹಾವೆಲ್ಲಿ ಇನ್ನೊಂದು ಬದಿ ಸೇರಿಕೊಂಡು ಬಿಡುವುದೋ ಎಂದು ಅಂಜುತ್ತಲೇ ಹುಡುಕಲು ಬಿದ್ದರು.

ಕೋಣೆಯಲ್ಲಿ ಬಲ್ಬು ಸುಟ್ಟು ಹೋಗಿ ಕತ್ತಲಾಗಿತ್ತು. ದಿಗಂಬರ ಅಡುಗೆ ಮನೆಯ ಬಲ್ಬು ತೆಗೆದು ತರುತ್ತ ವೇಣುವಿನ ಹತ್ತಿರ ಬ್ಯಾಟರಿ ಬಿಡಲು ಹೇಳುತ್ತ ಬಲ್ಬು ಸಿಕ್ಕಿಸಿದ. ಆದರೆ ಆ ಹೊತ್ತಿಗಾಗಲೇ ಕರೆಂಟು ಹೋಗಿದ್ದು ಬಲ್ಬು ಹಾಕಿದ್ದು ಪ್ರಯೋಜನ

ವಾಗಲಿಲ್ಲ. ಆ ಓಣಿಯ ತುಂಬ ದಿಗಂಬರನ ಮನೆಯಲ್ಲಿ ಹಾವು ಬಂದಿದೆಯಂತೆ ಎಂದು ಸುದ್ದಿ ಮುಟ್ಟಿದ್ದೇ ಹರೆಯದ ಕೆಲ ಹುಡುಗರು ಬೆತ್ತ ಕೈಯಲ್ಲಿ ಹಿಡಿದು ಹೊಡೆಯಲು ಬಂದು ಕೇಕೆ ಹಾಕುತ್ತ ಓಡಾಡಿದರು.

ದಿಗಂಬರ, 'ಏ ಹಾಗೆ ಗೌಜಿ ಹಾಕಿದರೆ ಅದು ಓಡಿ ಹೋಗತದೆ, ಛೆ, ಸುಮ್ಮನಿರಿ ನೋಡುವಾ' ಎನ್ನುತ್ತ ಏನು ಮಾಡಬೇಕೆಂದು ತೋರದೆ ಚಿಂತೆಯಿಂದಲೇ ತಾನೂ ಮಾಡಿಗೆ ಸಿಕ್ಕಿಸಿಟ್ಟಿದ್ದ ಬೆತ್ತವನ್ನು ತಂದು ಅದರಲ್ಲೇ ಆಡಿಸುತ್ತ ಧೈರ್ಯದಿಂದ ಮುನ್ನುಗ್ಗಿದ. ಹುಡುಕುತ್ತಿರುವಾಗ ಕಾಲಿಗೆ ಏನೋ ತಾಗಿದಂತಾಗಿ ವೇಣು ಒಮ್ಮೆಲೇ ಭಯದಿಂದ ಹಾರಿ ಬಿದ್ದ. ಬಿದ್ದಲ್ಲೇ ಬಿದ್ದುಕೊಂಡ ಆ ವಸ್ತುವನ್ನು ಸರಿಯಾಗಿ ಬ್ಯಾಟರಿ ಬಿಟ್ಟು ನೋಡುತ್ತ, ಅಬ್ಬಾ ಹಗ್ಗದ ತುಂಡು ಎಂದುಕೊಳ್ಳುತ್ತ ಕೈಯಲ್ಲಿ ಹಿಡಿದು ಕಿಟಕಿಯಿಂದ ಹೊರಗೆ ಬಿಸಾಕಿದ. ಯಾಕೋ ಅರುಂಧತಿ ಹೆದರಿದ್ದು ಈ ಹಗ್ಗದ ತುಂಡಿಗೇ ಇರಬಹುದು ಅನ್ನಿಸಿದರೂ ಅದನ್ನು ಎಲ್ಲರೊಡನೆ ಹೇಳಲು ಮನಸ್ಸಾಗದೆ, 'ಇಲ್ಲೇ ಕಾಲಿಗೇನೋ ಮೆತ್ತಗೆ ತಾಗಿದಂತಾಗಿ ಆ ಬದಿ ಹೋಯಿತು, ನೀವು ಆ ಬದಿ ಹೋಗಬೇಡಿ ಭಾವಾ' ಎನ್ನುತ್ತ ವೇಣು ಮತ್ತಿಷ್ಟು ಎಲ್ಲರಿಗೂ ಹಾವು ಬಂದದ್ದು ಖಾತ್ರಿಯಾಗುವ ಹಾಗೆ ನಂಬಿಸಿದ.

ಕೋಣೆಗೆ ಎರಡು ಕಿಟಕಿಯಿರುವುದರಿಂದ ಆ ಕಿಟಕಿಯಿಂದೇನಾದರೂ ಹೊರ ಹೋಯಿತೇ ಎಂದು ಬಂದ ಹುಡುಗರೆಲ್ಲ ಅನುಮಾನಿಸಿದರು. ಅಂತೂ ಇಡೀ ಕೋಣೆಗೆ ಕೋಣೆಯೇ ಖಾಲಿಯಾದರೂ ಹಾವು ಯಾರ ಕಣ್ಣಿಗೂ ಬೀಳದೆ ವೇಣು ಮಾತ್ರ ತಾನೊಬ್ಬನೇ ಕಂಡವನಾಗಿ, 'ಇಷ್ಟು ದೊಡ್ಡ ಇತ್ತು, ಇಷ್ಟು ದಪ್ಪ ಇತ್ತು' ಎನ್ನುತ್ತ ಸುಮ್ಮಸುಮ್ಮನೆ ಕಾಣದ ಹಾವಿನ ವರ್ಣನೆ ಮಾಡುತ್ತಿದ್ದ. ಅದೇ ಹೊತ್ತಿಗೆ ಹೊರಗೆ ನಿಂತವರ್‍ಯಾರೋ, 'ಅದೆ ಅದೆ ಇಲ್ಲಿಂದ ಹೋದಂತಾಯಿತು ನೋಡಿ' ಎನ್ನುತ್ತ ಗೌಜಿ ಹಾಕಿದ್ದೇ ಒಳಗಿದ್ದ ಎಲ್ಲರೂ ಹೊರಗೆ ಓಡಿ ಬಂದು ಬೇಲಿ ಬದಿಯಲ್ಲಿ ಅವಸರದಿಂದ ಸುರು ಸುರು ಸರಿದು ಹೋಗುತ್ತಿದ್ದ ಕೆರೆ ಹಾವೊಂದನ್ನು ನೋಡುತ್ತ, 'ಅಯ್ಯೋ ತಪ್ಪಿಸಿಕೊಂಡೇ ಹೋಯಿತಲ್ಲ' ಎಂದು ಪುಕ್ಕಟೆ ಸಿಕ್ಕ ಹಾವೊಂದನ್ನು ಅನಾಯಾಸ ಹೊಡೆಯಲು ಬಂದಿದ್ದ ಅಕ್ಕಪಕ್ಕದ ಹುಡುಗರೆಲ್ಲ ಕೈಯಲ್ಲಿ ತಂದಿದ್ದ ಬೆತ್ತವನ್ನು ಹಿಡಿದು ನಿರಾಸೆಯ ಮುಖ ಹೊತ್ತು, 'ಛೆ ಛೆ' ಎನ್ನುತ್ತ ತಮ್ಮ ತಮ್ಮ ಮನೆಗೆ ತೆರಳಿದರು.

ವೇಣು ತಾನು ನೋಡಿದ್ದು ಮತ್ತು ಎತ್ತಿ ಕಿಟಕಿ ಹೊರಗೆ ಬಿಸಾಕಿದ್ದು ಇದೇ ಹಾವನ್ನೆ ಮತ್ತೆ? ಎಂದುಕೊಳ್ಳುತ್ತ ಮನಸ್ಸಿನಲ್ಲೇ ಹೆದರಿದ. ಕಿಟಕಿಯ ಹೊರಹೋಗಿ ಹಣಕಿದರೆ ಆ ಹಗ್ಗದ ತುಂಡು ಅಲ್ಲೇ ಬಿದ್ದುಕೊಂಡಿತ್ತು. ಅಂತೂ ಮನೆಯಿಂದ ಹೊರಹೋಗಿದೆಯಲ್ಲ ಎಂಬ ಸಮಾಧಾನ ತಾಳುತ್ತ ದಿಗಂಬರ ಈಗ ಹೆಂಡತಿಯ ಕುರಿತು ಯೋಚಿಸುತ್ತ, 'ಏ ಏನಾಯ್ತೇ?' ಅಂತ ತೋಳು ತಟ್ಟುತ್ತ ಕೇಳಿದ. ಅರುಂಧತಿ ಗಂಡನ ಕೈಯನ್ನೂ ಗಟ್ಟಿಯಾಗಿ ಹಿಡಿದುಕೊಂಡು ಆ..ಆ..' ಎನ್ನುತ್ತ

ನಾಲಿಗೆ ತೋರಿಸಿದಳು. 'ಓಹೋ ನಾಲಿಗೆ ಕಚ್ಚಿಕೊಂಡಿದ್ದಾಳೆ, ಮೊದಲೂ ಒಮ್ಮೆ ಹೀಗೇ ಆಗಿತ್ತು' ಎನ್ನುತ್ತ ಒಳಹೋಗಿ ಸಕ್ಕರೆ ತಂದು ಹೆಂಡತಿಯ ಬಾಯಿ ತೆರೆಸಿ ಗಾಯವಿದ್ದಲ್ಲಿ ಹಚ್ಚಿದ.

'ಮದುವೆಗೆ ಮೊದಲು ಇವಳಿಗೆ ಹೀಗಾಗುತ್ತಿತ್ತೇ?' ಅಂತ ಕೇಳಿದ ಭಾವನನ್ನು ವೇಣು, 'ಮದುವೆಗೆ ಮೊದಲು? ಛೆ, ಎಂಥದೂ ಇಲ್ಲ, ಯಾವ ಶೀಕೂ ಇಲ್ಲದೇ ಒಂದು ದಿನವೂ ಹಾಸಿಗೆಯಲ್ಲಿ ಮಲಗದೆ ಇದ್ದವಳೆಂದರೆ ನಮ್ಮ ಮನೆಯಲ್ಲಿ ಇವಳೇ' ಎಂದ ಬೇಸರದಿಂದ. ಅರುಂಧತಿ ಪುನಃ ಅಣ್ಣನ ಬದಿಗೆ ಕೈ ಮಾಡಿ ಕರೆಯುತ್ತ, 'ಆ..ಆ..' ಎನ್ನುತ್ತ ಏನನ್ನೋ ಹೇಳಲು ಯತ್ನಿಸುತ್ತ ಹೇಳಲಾಗದೆ ಒದ್ದಾಡುತ್ತ ಕಷ್ಟಪಡುತ್ತಿರುವ ಹಾಗೆ ಕಂಡು ವೇಣುವೇ ಎದ್ದು ಬಂದು ತಂಗಿಯ ಬಳಿ ಕೂತು, 'ಅರು, ಏನು? ಹೇಳು ಹೇಳು' ಎನ್ನುತ್ತ ತಲೆ ಸವರಿದ.

ಮತ್ತೂ ಅವಳು ದನಿಯೇ ಹೊರಡದೇ ಆ.. ಆ.. ಅನ್ನುತ್ತಿರುವಾಗಲೇ ದಿಗಂಬರನೂ ಪಕ್ಕ ಕೂತು, 'ಅದು ಕಚ್ಚಿಗಿಚ್ಚಿತು ಅಂತ ಹೇಳುತ್ತಿದ್ದಾಳೊ ನೋಡಿ ಮತ್ತೆ' ಅಂದದ್ದಕ್ಕೆ ವೇಣು, 'ಛೆ ಛೆ ಹಾಗೇನಿಲ್ಲ, ಯಾಕೋ ಮಾತಾಡಲು ಬರುತ್ತಿಲ್ಲ ಅಂತ ಹೇಳುವ ಹಾಗಿದೆ' ಅಂದ. 'ಅಯ್ಯೋ ಏನಾಯ್ತು ಹಾಗಾದರೆ? ಆಸ್ಪತ್ರೆಗಾದರೂ ಕರೆದೊಯ್ಯಬೇಕೋ ಏನೋ' ಅಂತ ಶಶಿಕಲಾ ಅವಸರಿಸಿದಳು. 'ಅದೇನೂ ಬೇಡವೆನಿಸುತ್ತದೆ, ಹೆದರಿಕೊಂಡಿದ್ದಾಳೆ, ಸ್ವಲ್ಪ ಸುಧಾರಿಸಿಕೊಂಡರೆ ಸರಿಹೋಗಬಹುದು' ಅಂದ ದಿಗಂಬರ.

ವೇಣು ಅಲ್ಲೇ ಚಾಪೆ ಬಿಚ್ಚಿ ತಂಗಿಯನ್ನು ಒರಗಿಸಿದ. ಮತ್ತೂ ಅವಳು ಗಾಬರಿಯ ಮುಖ ಹೊತ್ತು ಆ..ಆ.. ಎನ್ನುತ್ತ ಹಸ್ತ ಆಡಿಸಿ ಸನ್ನೆ ಮಾಡುತ್ತ ಮುಸು ಮುಸು ಅಳಲು ಶುರು ಮಾಡಿದ್ದಳು. ಬಾಯಕ್ಕ ಬಂದು ಬಂದು ಸೊಸೆಯನ್ನು ಮೂರ್‍ನಾಲ್ಕು ಬಾರಿ ನೋಡಿ ನೋಡಿ ಶಶಿಕಲಾ ಹತ್ತಿರ, 'ಒಂದು ತಟ್ಟೆಯಲ್ಲಿ ಕುಂಕುಮ ಕರಡಿ ತುಸು ಕೆಂಪು ನೀರು ಮಾಡಿ ಅವಳಿಗೆ ತೋರಿಸಿ ಹೊರಗೆ ಚೆಲ್ಲಿಬಿಡು, ಹೆದರಿದ್ದು ಬೆಚ್ಚಿದ್ದು ಇದ್ದರೆ ಹೋಗಿಬಿಡತದೆ' ಅಂದಳು. ಶಶಿಕಲಾ ಒಳಗೆದ್ದು ಹೋದಳು. ಅಲ್ಲಲ್ಲೇ ಬಿದ್ದಿರುವ ಚಹ ಕುಡಿದ ಲೋಟಗಳನ್ನು ಎತ್ತಿ ದಿಗಂಬರ ಒಟ್ಟಾಗಿ ಸೇರಿಸಿ ಒಳಗಿಟ್ಟು ಬಂದ.

'ಕಚ್ಚಿಕೊಂಡ ನೋವಿಗೆ ನಾಲಿಗೆ ತಿರುಗುತ್ತಿಲ್ಲ, ನೋವು ಕಮ್ಮಿಯಾದ ನಂತರ ಸರಿ ಹೋಗಬಹುದು' ಅಂದ ವೇಣು ಕೆಂಪು ನೀರಿನ ತಟ್ಟೆ ಹಿಡಿದು ಹೊರಬಂದ ಹೆಂಡತಿಯೊಂದಿಗೆ. ಆಗ ಅಲ್ಲೇ ಗೋಡೆಗೆ ಆನಿಕೆ ಮಾಡಿಕೊಂಡು ಕಾಲು ಉದ್ದಕ್ಕೆ ಬಿಟ್ಟು ಹಸ್ತದಿಂದ ತಿಕ್ಕಿಕೊಳ್ಳುತ್ತ ಕೂತ ಬಾಯಕ್ಕ, 'ಗಾಳಿ ಶಕವೇನಾದರೂ ಹೊಡೆಯಿತೇ ಮತ್ತೆ?' ಅಂತ ಅನುಮಾನಿಸುತ್ತ ಮಗನ ಮುಖ ನೋಡಿದಳು. ಅವನು ಏನೂ ಹೇಳಲು ತೋಚದೇ ವೇಣುವಿನ ಬದಿಗೆ ತಿರುಗಿದ. ವೇಣು ಅದಕ್ಕೆ ತುಸು ಕೋಪದಿಂದಲೇ, 'ಛೆ, ಇಲ್ಲದಿರುವುದನ್ನೆಲ್ಲ ನಾವೇ ಊಹಿಸಿಕೊಳ್ಳುವುದು ಯಾಕೆ?

ಒಮ್ಮೆ ಆಸ್ಪತ್ರೆಗೆ ತೋರಿಸುವುದೇ ಒಳ್ಳೆಯದು ಹಾಗಾದರೆ' ಎಂದು ಕಿಡಿಕಿಡಿಯಾದದ್ದಕ್ಕೆ ಬಾಯಕ್ಕ, 'ಅಲ್ಲಾ, ಅವಳ ತಾಯಿಗೂ ಹಾಗೇ ಆಗಿತ್ತಲ್ಲ, ಅದಕ್ಕೇ ಕೇಳಿದೆ' ಅಂತ ಯಾವ ಬಿಢೆಯೂ ಇಲ್ಲದೇ ಹೇಳುವುದು ನೋಡಿ ವೇಣುವಿಗೆ ಮೈಯೆಲ್ಲ ಉರಿದು ಹೋಯಿತು.

'ಅದೇನೂ ಆನುವಂಶಿಕ ರೋಗವಲ್ಲ, ಅಮ್ಮನದು ಮಗಳಿಗೆ ಬರಲು' ತುಸು ಸಿಟ್ಟಿನಿಂದ ಅಂದವನೇ ಅಲ್ಲಿ ಕೂತಿರಲಾಗದೆ ಎದ್ದು ಹೊರ ಬಂದು ನಿಂತ. ಶಶಿಕಲಾಳೂ ಅವನ ಹಿಂದೆಯೇ ಹೊರಬಂದು, 'ಏನು ಮಾಡುವುದು? ಆಸ್ಪತ್ರೆಗೆ ಕರೆದೊಯ್ಯುವುದೇ?' ಅಂತ ಗಂಡನನ್ನೇ ತಿವಿಯುತ್ತ ಸಣ್ಣಗೆ ಕೇಳಿದಳು. ಅದಕ್ಕವನು, 'ಮೊದಲು ಊರಿಗೇ ಕರೆದೊಯ್ಯುವಾ, ಅವಳು ಸುಧಾರಿಸಿಕೊಂಡ ಮೇಲೆ ಬಂದು ಬಿಟ್ಟು ಹೋದರಾಯಿತು' ಅಂದ. ಅದಕ್ಕೆ ಅವಳೂ ಒಪ್ಪಿ, 'ಕೇಳಿ ನೋಡುವಾ' ಅಂತ ಕಣ್ಣಲ್ಲೇ ಇಬ್ಬರೂ ಸನ್ನೆ ಮಾಡಿಕೊಂಡು ಒಳಬಂದರು.

ಅಧ್ಯಾಯ 17

ಶಶಿಕಲಾ ಅರುಂಧತಿಯ ಬಳಿ ನೆಲಕ್ಕೆ ಕೂತು ದಿಗಂಬರನ ಮುಖ ನೋಡುತ್ತ, 'ನಾವು ಈಗ ಪುನಃ ಕರೆದೊಯ್ದು ಆರಾಮಾದ ನಂತರ ತಂದು ಬಿಡತೇವೆ' ಅಂದಳು. ತುಂಬ ದಿನದ ಮೇಲೆ ಹೆಂಡತಿ ಬಂದ ಎಂಥದೋ ಹುರುಪಿನಲ್ಲಿದ್ದ ದಿಗಂಬರ ಹೊರಗಿಟ್ಟ ಕೋಣೆಯ ಹಳೆಯ ಸಾಮಾನುಗಳನ್ನು ಬಿಚ್ಚುತ್ತ, 'ಮತ್ತೆ ಯಾಕೆ ಸುಮ್ಮನೆ, ನೀವೇ ಈವತ್ತಿದ್ದು ನಾಳೆ ಹೋಗಿ, ನಾಳೆಯವರೆಗೆ ಗ್ಯಾರಂಟಿ ಅವಳಿಗೆ ಆರಾಮಾಗತದೆ' ಎಂದು ಎಲ್ಲ ಸರಿ ಮಾಡಲು ನೋಡಿದ. 'ಹೋಗಿ ಬರಲೋ' ಅಂತ ದನಿ ತೆಗೆದ ಅಮ್ಮನಿಗೆ, 'ಯಾಕೆ ಅಂತ?' ಗದರಿದ. ವೇಣು ದಿಗಂಬರ ಹೇಳಿದ್ದೇ ಸರಿಯೆಂದು ಹೆಂಡತಿಯ ಮುಖ ನೋಡಿ ತಲೆಯಾಡಿಸಿದ. ಅರುಂಧತಿ ಸ್ವಲ್ಪ ನಿದ್ದೆ ಹತ್ತಿದಂತೆ ಮಲಗಿದ್ದಳು.

ವೇಣು ಎದ್ದು ಹೊರಗೆ ಗಿಡ ಮರ ನೋಡಲು ಹೋದದ್ದೇ ಶಶಿಕಲಾಳೂ ಅವನ ಹಿಂದೆಯೇ ಹೊರ ಹೋದಳು. ಬಾಯಕ್ಕ, 'ಇವರನ್ನೂ ಕರೆದು ಒಂದು ಸಿಹಿ ಮಾಡಿ ಹಾಕುವ ಶಾಸ್ತ್ರವಿತ್ತು, ಊಟದ ಜೊತೆ ಶಿರಾ ಮಾಡಿದರಾಯಿತು, ರವೆ ಸಕ್ಕರೆ ತೊಗೊಂಡು ಬಾರೋ' ಅಂದಳು. ಸುಮ್ಮನೆ ಸಾಮಾನನ್ನು ಸರಿಸಿಡುತ್ತ ಧೂಳು ಹೊಡೆಯುತ್ತ, ಅವಶ್ಯವಿದ್ದ ಸೂಟುಕೇಸುಗಳನ್ನು ಒಳಸಾಗಿಸುವ ಕೆಲಸದಲ್ಲಿದ್ದ ದಿಗಂಬರ ಒಮ್ಮೆಲೆ ಹೌದೇ ಎನ್ನುತ್ತ ಕೀಲಿ ಹಾಕಿ ಬಂದ ಅಂಗಡಿಯ ಬಾಗಿಲು ತೆಗೆಯಲು ಹೊರಟ. ಅಲ್ಲಿಗೇ ಬಂದ ವೇಣು, 'ವ್ಯಾಪಾರ ಹೇಗಿದೆ ಈಗ?' ಅಂತ ವಿಚಾರಿಸಿದ. 'ಇದೆ ಸಾಧಾರಣ, ಅಡ್ಡಿಯಿಲ್ಲ, ಅಲ್ಲಿ ಅವರು ಎದುರಿಗೆ ಒಂದು ಪೆಟ್ಟಿಗೆ ಅಂಗಡಿ ತೆಗೆದ ಮೇಲೆ ಸ್ವಲ್ಪ ಚಿಲ್ಲರೆ ವ್ಯಾಪಾರ ಕಮ್ಮಿಯಾಗಿದೆ ಅಷ್ಟೇ, ಯಾಕೆಂದರೆ ಹೆಚ್ಚು ಲಾಭವಿರುವುದೇ ಆ ಚಿಲ್ಲರೆಯಿಂದಾಗಿತ್ತು' ಅಂದ ದಿಗಂಬರ.

ವೇಣು ಅಂಗಡಿಯೊಳಗಡಿಯಿಟ್ಟು, 'ಹ್ಞೂ ಸುಮಾರು ದೊಡ್ಡದೇ ಇದೆ' ಅನ್ನುತ್ತ, 'ಇಲ್ಲಿ ಕೋಲ್ಡ್ರಿಂಕ್ಸ್ ಇಟ್ಟರೆ ಹೋಗಬಹುದೋ?' ಕೇಳಿದ. 'ಅಷ್ಟೇನೂ ಆಗದು

ಅನಿಸುತ್ತದೆ, ಯಾಕೆಂದರೆ ಈ ಹಳ್ಳಿಯಲ್ಲಿ ಹುಡುಗರು ಹಾಗೆ ದಿನಾ ಎಂಟ್ಹತ್ತು ರೂಪಾಯಿ ಖರ್ಚು ಮಾಡಿ ಕೋಲ್ಡ್ರಿಂಕ್ಸ್ ಕುಡಿಯುತ್ತಾರೆಂದು ಹೇಳಲುಬಾರದು' ಅನ್ನುತ್ತ ಬಟ್ಟಲಲ್ಲಿ ಒಂದಿಷ್ಟು ರವೆಯನ್ನೂ ಇನ್ನೊಂದು ಬಟ್ಟಲಲ್ಲಿ ಸಕ್ಕರೆಯನ್ನೂ ತೆಗೆದುಕೊಂಡ. ಅದನ್ನು ಗಮನಿಸಿದ ವೇಣು, 'ಅವೆಲ್ಲ ಯಾಕೀಗ? ನಾವಂತೂ ಸಿಹಿ ಜಾಸ್ತಿ ತಿನ್ನುವುದಿಲ್ಲ' ಅಂದ. 'ಅಮ್ಮ ಅದೇನೋ ಶಾಸ್ತ್ರವಿದೆ ಅಂತ ಹೇಳುತ್ತಿದ್ದಳು' ಅಂದ ದಿಗಂಬರ.

ವೇಣು, 'ಸಿಹಿ ಮಾಡುವವಳೇ ಹೀಗೆ ಮಲಗಿದ್ದಾಳೆ' ಅನ್ನುತ್ತ ರವೆ ಸಕ್ಕರೆಯನ್ನು ತಾನೇ ಎತ್ತಿಕೊಂಡು, ತೂಗಿ ಬಿದ್ದ ಯಾಲಕ್ಕಿಯ ಪಾಕೀಟಿನ ಸರದಲ್ಲಿ ಒಂದು ಪಾಕೀಟು ಹರಿದುಕೊಂಡು ಹೊರನಿಂತ ವೇಣು, 'ಕೀಲಿ ಹಾಕಿಬಿಡಿ ನೀವು, ಆದರೂ ಒಂದು ಫ್ರಿಜ್ ಇಟ್ಟುಕೊಂಡರೆ ಒಳ್ಳೆಯದಿತ್ತು' ಅನ್ನುತ್ತ, 'ಇಲ್ಲೇನು ಕಳ್ಳಕಾಕರ ಭಯ ವಿದೆಯೇ?' ಅಂತ ಕೇಳಿದ. 'ಇಲ್ಲ ಇಲ್ಲ ಬಾಗಿಲು ತೆರೆದಿಟ್ಟರೂ ಎಲ್ಲ ಇದ್ದಲ್ಲೇ ಇರುತ್ತದೆ, ಆದರೆ ಊರಲ್ಲಿ ಸಾರಾಯಿ ಅಂಗಡಿ ಶುರುವಾದ ನಂತರ ಕುಡುಕರು ಜಾಸ್ತಿಯಾಗಿದ್ದಾರೆ, ಎಷ್ಟು ಹೊತ್ತಿಗೆ ಏನು ಮಾಡುತ್ತಾರೆ ಅಂತ ಹೇಳಲು ಬರುವುದಿಲ್ಲ' ಅಂದ ದಿಗಂಬರ ಬಾಗಿಲು ಹಾಕಿ ಚಾವಿ ಜಡಿದ.

'ಒಂದು ಎಸ್ಟಿಡಿ ಬೂತು ಹಾಕುವಾ ಅಂದುಕೊಂಡಿದ್ದೇನೆ, ಹೇಗೂ ಅಂಗಡಿ ಮುಂದೆ ಜಾಗೆಯುಂಟಲ್ಲ' ಅನ್ನುತ್ತ ದಿಗಂಬರ ತಾನೇ, 'ಅಕ್ಕ ದೂರವಿರುತ್ತಾಳೆ, ಅಮ್ಮನ ಬಳಿ ಮಾತಾಡಬೇಕೆಂದರೆ ಅವಳು ಎದುರು ಅಂಗಡಿಯ ಆಚಾರಿಯ ಮನೆಗೆ ಫೋನು ಮಾಡ್ತಾಳೆ, ಅಲ್ಲಿ ಹೊತ್ತುಗೊತ್ತಿಲ್ಲದೆ ಓಡುವುದೇ ಬೇಜಾರು, ಮನೆಗೂ ಹೊರಗಿನವರಿಗೂ ಇಬ್ಬರಿಗೂ ಆಯ್ತು' ಅಂದ. ಬೂತಿನ ಮಳಿಗೆ ಬೇಕಿದ್ದರೆ ನಾನೇ ಕಳಿಸಿಕೊಡುವೆ, ನಮ್ಮಲ್ಲೂ ಎರಡೆರಡು ಇದ್ದು ಒಂದನ್ನು ಹಾಗೇ ಬೀಗ ಹಾಕಿಟ್ಟಿದ್ದೇವೆ' ಅಂದ.

◀◀ ▶▶

ಶಶಿಕಲಾಳೇ ಗಂಡನ ಕೈಯಿಂದ ಸಾಮಾನು ತೆಗೆದುಕೊಂಡು, 'ನಾನೇ ಮಾಡುವೆ' ಅನ್ನುತ್ತ ಅಡುಗೆ ಮನೆಗೆ ಹೋದಳು. ಬಾಯಕ್ಕ ಆಗಲೇ ಅನ್ನಕ್ಕೆ ನೀರಿಟ್ಟದ್ದಳು. ಇನ್ನೊಂದು ಒಲೆಯಲ್ಲಿ ಶಶಿಕಲಾ ಒಂದು ಹೆಂಚಿನಲ್ಲಿ ರವೆ ಹುರಿಯಲು ಹಾಕಿದಳು. ಬೆಂಕಿ ಸರಿಯಾಗಿ ಆಗದೆ ನಂದಿ ನಂದಿ ಹೋಯಿತು. ಬಾಯಕ್ಕ, 'ನಿಮ್ಮ ಮನೆಯಲ್ಲಿ ಬೆಂಕಿ ಒಟ್ಟುವುದೇ ಇಲ್ಲ ಇರಬೇಕು' ಅಂತ ಕೇಳಿದ್ದಕ್ಕೆ, 'ಬೆಂಕಿ ಒಟ್ಟುವುದೇ ಮರೆತಿದೆ, ಅಲ್ಲೆಲ್ಲ ಗ್ಯಾಸು ಬಂದು ಮೂರ್ನಾಲ್ಕು ವರ್ಷವೇ ಆಯ್ತು' ಅಂದಳು.

ಬಾಯಕ್ಕ, 'ನಮ್ಮ ಶಕೂ ಮನೆಯಲ್ಲೂ ಅದೇ, ಆದರೆ ನನಗೆ ಅದನ್ನು ಬಳಸಲು ಬರುವುಲ್ಲವೆಂದು ಬೇಡವೆಂದಿದ್ದೆ ಈಗ ಅದೇ ತೊಗೊಳ್ಳಬೇಕು, ನಿನ್ನ ನಾದಿನಿಗೆ

ಬೆಂಕಿಯಲ್ಲಿ ಅಡಿಗೆ ಮಾಡಲೇ ಬರೂದಿಲ್ಲ, ಒಂದಿನ ಉಕ್ಕಿಹೋಯಿತು ಇನ್ನೊಂದಿನ ಹೊತ್ತಿ ಹೋಯಿತು ಹೀಗೇ' ಅಂದಳು ಬೆಂಕಿ ಮುಂದೆ ಮಾಡುತ್ತ. 'ಬೇಕಾಗ್ತದೆ ಬೇಕಾಗ್ತದೆ' ಎಂದಳು ಶಶಿಕಲಾ ರವೆಯಲ್ಲಿ ಬಿಸಿನೀರು ಹಾಕಿ ತಿರುವುತ್ತ. 'ನಿನ್ನ ಹತ್ತಿರವೇ ಕೆಲಸ ಮಾಡಿಸಿದ ಹಾಗಾಯಿತು, ನನ್ನ ಬಳಿಯಂತೂ ಈಗ ಏನೂ ಆಗುವುದಿಲ್ಲ, ಇತ್ತೀಚೆಗೆ ಕಣ್ಣು ಬೇರೆ ಸರಿಯಾಗಿ ಕಾಣುವುದಿಲ್ಲ' ಅಂತ ಬಾಯಕ್ಕ ಬೇಸರಿಸಿದಳು.

ಶಶಿಕಲಾ, 'ಯಾಕೆ ಕಣ್ಣಿನ ಆಪರೇಷನ್ ಏನಾದರೂ ಆಗಬೇಕಿತ್ತೇನೋ, ತೋರಿಸಿ ಬಿಡಬೇಕಿತ್ತು ಒಮ್ಮೆ' ಅಂದಳು. 'ಹ್ಞು ಒಮ್ಮೆ ಹೋಗಬೇಕು' ಅಂತೆಲ್ಲ ಮಾತಾಡುತ್ತ ಇಬ್ಬರೂ ಅಡುಗೆ ಮುಗಿಸಿದ್ದರು. ಅಡುಗೆ ಮನೆಯಿಂದ ಇನ್ನೇನು ಹೊರಬರಬೇಕು ಎನ್ನುವಷ್ಟರಲ್ಲಿ ಗಂಗಬಾಯಕ್ಕನಿಗೆ ಮನಸ್ಸು ತಡೆಯದೇ, 'ಹೀಗೆ ಕೇಳುತ್ತೇನೆಂದು ಏನೂ ತಿಳಿಯಬೇಡ, ನಿಮ್ಮ ನಾದಿನಿಯ ಕುತ್ತಿಗೆಯಲ್ಲಿ ಧಾರೆಯ ವೇಳೆ ಒಂದು ಚೈನು ಇತ್ತಂತೆ, ಅದನ್ನು ನೀವು ತೆಗೆದಿಟ್ಟುಕೊಂಡಿದ್ದು ನನಗೇನೂ ಸರಿಕಾಣಲಿಲ್ಲ, ಭಟ್ಟರು ಗಿಟ್ಟರು ಏನಾದರೂ ಆ ತರಹ ಹೇಳಿದ್ದಾರೆಯೇ? ಹಾಗೆ ಧಾರೆಯ ವೇಳೆ ಹಾಕಿದ್ದು ಅದು ಅವಳ ಕತ್ತಿನಲ್ಲೇ ಇರಬೇಕು' ಎಂದೇನೋ ಹೇಳತೊಡಗಿದ್ದೇ ಶಶಿಕಲಾ ಇದ್ದಲ್ಲೇ ತಣ್ಣಗಾಗಿ, 'ಅದು ನಮ್ಮ ಮಾವನವರ ಹತ್ತಿರ ಕೇಳುವೆ' ಅಂದಷ್ಟೆ ಹೇಳಿ ಸುಮ್ಮನಾಗಿಬಿಟ್ಟಳು.

ಅರುಂಧತಿ ಕಣ್ಣು ತೆರೆದು ಅತ್ತಿಗೆ ಹತ್ತಿರ ಪುನಃ ಆ ಆ ಎನ್ನುತ್ತ ಬಾಯಿ ತೆರೆದು ತೋರಿಸುತ್ತ ಮತ್ತೆ ಅತ್ತಳು. 'ನಾಳೆ ಆಸ್ಪತ್ರೆಗೆ ಹೋಗಿ ಬಂದರಾಯಿತು ಎಲ್ಲ ಸರಿಹೋಗುತ್ತದೆ' ಅಂದಳು ಶಶಿಕಲಾ. ಎಲ್ಲರೂ ಎದ್ದು ಊಟಕ್ಕೆ ಹೋಗುವಾಗ ಅರುಂಧತಿಯನ್ನೂ ವೇಣು ಹಿಡಿದೆಬ್ಬಿಸಿ ಒಳ ಕರೆದೊಯ್ದ. ದಿಗಂಬರ ತಟ್ಟೆಗಳನ್ನಿಟ್ಟು ಚಾಪೆ ಹಾಸುತ್ತಿದ್ದ. ಶಶಿಕಲಾಳೇ ಎಲ್ಲರಿಗೂ ಬಡಿಸಿದಳು. ಗಂಗಕ್ಕನೂ ತನಗೆ ಕಾಲು ಸೆಳೆತವೆಂದು ಕೂತಲ್ಲಿಯೇ ಪಾತ್ರೆ ಎಳೆದೆಳೆದು ಮುಂದಕ್ಕೆ ಕೊಟ್ಟಳು. ಅರುಂಧತಿಗೆ ಬಾಯಿ ತೆಗೆಯಲೇ ಆಗದೆ ಊಟವನ್ನೇ ಮಾಡಲಿಲ್ಲ. ದಿಗಂಬರ, 'ಸ್ವಲ್ಪಾದರೂ ಉಣ್ಣು, ಏನೂ ಆಗುವುದಿಲ್ಲ, ಸುಮ್ಮನೇ ಹೆದರಿದ್ದೀ, ಅದು ಹೋಗಿಯಾಯಿತು' ಅನ್ನುತ್ತ ನಕ್ಕ. ತಾನು ಉಣ್ಣದಿದ್ದರೂ ಅರುಂಧತಿ ಪಾತ್ರೆಯೆಲ್ಲ ಬದಿಗಿಟ್ಟು ಮುಸುರೆ ಒರೆಸಿದಳು.

ದಿಗಂಬರ ಹೊರಕೋಣೆಯಲ್ಲೇ ಕಪಾಟಿನಿಂದ ಹೊಸ ಬೆಡ್‌ಶೀಟ್ ತೆಗೆದು ವೇಣು ಮತ್ತು ಶಶಿಕಲಾಗೆ ಹಾಸಿ ಕೊಟ್ಟ. ಅರುಂಧತಿ ಕೋಣೆಯಲ್ಲಿ ಆಗಲೇ ಹಾಸಿಗೆ ಜಾಡಿಸುತ್ತ, ಆ..ಆ.. ಎನ್ನುತ್ತ ದೀಪ ಆರಿಸದಿರಲು ಸನ್ನೆಯಲ್ಲೇ ಹೇಳಿದಳು. ಬಾಗಿಲು ಮುಂದೆ ಮಾಡಿದ ದಿಗಂಬರ ಹೆಂಡತಿಯನ್ನು ದೀರ್ಘವಾಗಿ ನೋಡುತ್ತ, 'ಯಾಕೆ ಅಷ್ಟು ಹೆದರಿಕೊಂಡುಬಿಟ್ಟೆ?' ಎಂದು ಕೇಳಿದ. ಏನನ್ನು ಉತ್ತರಿಸಲೂ ಬಾಯಿ ಬರದೇ ನಾಲಿಗೆಯೇ ಹೊರಳದೆ ಮತ್ತೆ ಬರೀ ಕೈ ಅಲುಗಿಸುತ್ತ ಅಳಲು ಶುರು ಮಾಡಿದ

ಅರುಂಧತಿಯನ್ನು ದಿಗಂಬರ ಎದೆಗೆ ಒರಗಿಸಿಕೊಂಡು ಸಂತೈಸಿದ. 'ನಾಳೆ ನಿಮ್ಮ ಅಣ್ಣ ಅತ್ತಿಗೆ ಹೋಗುತ್ತಾರಲ್ಲ, ಅವರ ಸಂಗಡವೇ ಹೋಗಿ ಆಸ್ಪತ್ರೆಗೆ ತೋರಿಸುವಾ, ಈಗ ಸುಮ್ಮನೆ ಮಲಗು' ಎನ್ನುತ್ತ ಅವಳನ್ನು ಮಲಗಿಸಿ ಚಾದರ ಹೊದೆಸಿದ. ಅವಳು ಹಾವಿನಂತೆ ಹಸ್ತ ಬಿಚ್ಚಿ ತೋರಿಸುತ್ತ ಗಂಡನ ಬದಿಗೇ ತಿರುಗಿ ಅವನನ್ನು ಗಟ್ಟಿಯಾಗಿ ಹಿಡಿದುಕೊಂಡು ಮಲಗಿದಳು.

ಬೆಳಿಗ್ಗೆ ಎಲ್ಲರಿಗಿಂತ ಮೊದಲೇ ಅರುಂಧತಿ ಎದ್ದು ಹಂಡೆಗೆ ನೀರು ತುಂಬಿದ್ದರೂ ಮುಸಿ ಮುಸಿ ಅಳುತ್ತಲೇ ಒಳಗಿನ ಒಲೆ ಸಾರಿಸಿ ರಂಗೋಲಿಯಿಡುತ್ತಿದ್ದುದನ್ನು ಬಾಯಕ್ಕ ಅಡುಗೆ ಮನೆಯಲ್ಲಿ ಬಗ್ಗಿ ಬಗ್ಗಿ ನೋಡಿದಳು. ಅಷ್ಟು ಹೊತ್ತಿಗೆ ಎದ್ದು ಬಂದ ಶಶಿಕಲಾ, 'ಏನಾಯ್ತು ಅರು, ಆರಾಮಾಯ್ತೇ?' ಅಂತ ಕೇಳಿದ್ದೇ ತಡ ಅರುಂಧತಿ ಬಾಯಿ ಕೈ ತೋರಿಸುತ್ತ ಆ.. ಆ.. ಎಂದಷ್ಟೇ ದನಿ ಹೊರಡಿಸುತ್ತ ದೊಡ್ಡದಾಗಿ ಅಳಲು ಸುರು ಮಾಡಿದಳು.

ಶಶಿಕಲಾನೂ ಸಹಾಯ ಮಾಡಿ ಅವಲಕ್ಕಿ ಕಲೆಸಿ ಚಾ ಮಾಡಿ ಬೇಗ ತಿಂದು ಎಲ್ಲರೂ ತಯಾರಾದರು. ದಿಗಂಬರ ಗಾಬರಿಯಿಂದ, 'ಅವಳಿಗೆ ಮಾತಾಡಲೇ ಬರುತ್ತಿಲ್ಲವಂತೆ, ಪಂಡಿತ ಡಾಕ್ಟರಲ್ಲಿ ತೋರಿಸಿ ಬರುತ್ತೇನೆ' ಅಂದ. ಹ್ಞಾ ಎನ್ನುತ್ತ ಬಾಯಕ್ಕ ತೋರಿಸದೆ ಇದ್ದರೂ ನಡೆಯುತ್ತಿತ್ತು, ಇಷ್ಟು ಸಣ್ಣದಕ್ಕೆಲ್ಲ ಆಸ್ಪತ್ರೆ ಯಾಕೆ ಎಂದು ಅನಿಸಿದ್ದನ್ನು ಹೇಳಿದರೆ ಎಲ್ಲಿ ತನ್ನ ತಪ್ಪಾಗಿ ಬಿಡುತ್ತದೋ ಎಂಬ ಭಾವವನ್ನು ಮುಖದಲ್ಲೇ ಹುದುಗಿಸುತ್ತ, 'ನಿಮ್ಮ ಅತ್ತಿಗೆಗೆ ಗಂಧ ಹೂಂಗು ಕೊಡು' ಎಂದು ಸೊಸೆಗೆ ಹೇಳಿದಳು.

ಬಾಯಕ್ಕ ಒಳಹೋಗಿ ಒಂದು ಸುಲಿದ ತೆಂಗಿನ ಕಾಯನ್ನೂ ಕಪಾಟಿನಲ್ಲಿದ್ದ ಒಂದು ರವಿಕೆ ವಸ್ತ್ರವನ್ನೂ ಸೊಸೆಯ ಕೈಯಲ್ಲೇ ತಂದುಕೊಟ್ಟಳು. 'ಅದೇನೂ ಬೇಡ, ಬರೀ ಕುಂಕುಮವಷ್ಟೇ ಕೊಡು' ಎನ್ನುತ್ತ ಶಶಿಕಲಾ ಬಾಯಕ್ಕನ ಕಾಲಿಗೂ ಬಿದ್ದಳು. ಗಂಡ ವೇಣುವಿಗೂ ಸನ್ನೆ ಮಾಡಿ ಬಾಯಕ್ಕನಿಗೆ ನಮಸ್ಕಾರ ಮಾಡಲು ಹೇಳಿದಳು. ಬಾಯಕ್ಕನಿಗೆ ತನ್ನ ಕಾಲಿಗೆ ಯಾರಾದರೂ ಬಿದ್ದದ್ದೇ ಆದರೆ ತುಂಬ ಖುಷಿಯಾಗಿ ಬಿಡುತ್ತಿತ್ತು. ವೇಣುವೂ ಕಾಲಿಗೆ ಬೀಳಲು ಬಂದದ್ದೇ ಆಸೆಗಣ್ಣಿನಿಂದ ಪಾದ ಮುಂದೆ ಮಾಡಿ ಹರಸಿದಳು. ಈಗ ಸರೋಜಿನಿ ಎದುರಿಗಿದ್ದರೆ, 'ಯಾರಾದರೂ ಕೈ ಮುಗಿಯಲು ಬಂದರೆ, ಬೇಡ ಬೇಡ ಎಂದು ಸಂಕೋಚವನ್ನಾದರೂ ತೋರಿಸಬೇಕಮ್ಮ, ಅದೆಂಥ ಕೈ ಮುಗಿಸಿಕೊಳ್ಳುವ ಕೆಟ್ಟ ಚಟ ನಿನಗೆ' ಎಂದು ತನ್ನದೇ ವಾದ ಹಚ್ಚಿ ಬೈದು ಬಿಡುತ್ತಿದ್ದಳು ಅನ್ನಿಸಿತು ಬಾಯಕ್ಕನಿಗೆ.

ನಾಲ್ವರೂ ಬಸ್ಸಿನ ದಾರಿ ಕಾದೇ ಸುಸ್ತಾಗಿ ಇನ್ನೇನು ನಡೆದೇ ಹೋಗಬೇಕು ಅನ್ನುವುದರೊಳಗೆ ಬಸ್ಸು ಬಂತು. ಪಂಡಿತ ಡಾಕ್ಟರಲ್ಲಿ ಬೆಳಗಿನ ಹೊತ್ತಾದ್ದರಿಂದ ಅಷ್ಟೇನೂ ಗದ್ದಲವಿರಲಿಲ್ಲ. ಪೂರ್ತಿ ವಿವರ ಕೇಳಿ ತಪಾಸಣೆ ಮಾಡಿದ ಡಾಕ್ಟರು, 'ಒಂದು ಒಳ್ಳೆಯ ಸುದ್ದಿ ಇದೆ, ಅವರಿಗೆ ಒಂದೂವರೆ ತಿಂಗಳು, ಇಷ್ಟು ಮೊದಲೇ

ಯಾರಿಗೂ ಹೇಳುವುದು ಬೇಡ, ಆದರೆ ಹಾವು ನೋಡಿ ಶಾಕ್ ಆಗಿದೆ, ನಿಧಾನ ಸರಿಹೋದೀತು' ಅನ್ನುತ್ತ ಒಂದು ಇಂಜೆಕ್ಷನ್ನು ಎರಡು ಮೂರು ನಮೂನೆಯ ಗುಳಿಗೆ ಕೊಟ್ಟು ಕಳಿಸಿದರು. ಡಾಕ್ಟರ್ ಬಿಲ್ಲನ್ನು ದಿಗಂಬರ ಎಷ್ಟು ಬೇಡವೆಂದರೂ ವೇಣುವೇ ಕೊಟ್ಟ.

ಒಂದೆಡೆ ಖುಷಿ ಪಡಬೇಕೋ ಅವಳಿಗೆ ಮಾತಾಡಲು ಆಗದಿದ್ದುದಕ್ಕೆ ಬೇಸರ ಪಡಬೇಕೋ ಗೊತ್ತಾಗದೆ ಮೂವರೂ ಗೊಂದಲದಲ್ಲೇ ನಿಂತರು. ವೇಣು, 'ಆರಾಮ ತೊಗೋ' ಅಂತ ತಂಗಿಗೆ ಮತ್ತೆ ಮತ್ತೆ ಹೇಳಿದ. ಶಶಿಕಲಾ, 'ಏನೂ ಚಿಂತೆ ಮಾಡಬೇಡ, ನಾಳೆ ನಿನ್ನ ನೋಡಿ ಬರಲು ಅಪ್ಪನನ್ನು ಕಳಿಸುತ್ತೇನೆ' ಅಂದಳು. ಅರುಂಧತಿ ಎಲ್ಲದಕ್ಕೂ ಮುಖ ಅಲುಗಿಸುವುದೇ ಆಯಿತು. ಮನೆಗೆ ಹೋಗಿ ಬಸ್ಸು ಹತ್ತಿಸಿ ಅವರು ಆ ಬದಿ ಇವರು ಈ ಬದಿ ಬಂದಾಗ ಆಗಲೇ ಒಂದು ಗಂಟೆಯ ಮಧ್ಯಾಹ್ನವಾಗಿತ್ತು. ಬಾಯಕ್ಕ, 'ಏನಂದರು?' ಅಂತ ಕೇಳಿದ್ದಷ್ಟೇ. 'ಹಾವು ನೋಡಿದ ಶಾಕು' ಅಂದ ದಿಗಂಬರ. ಬೇರೇನೂ ಹೇಳಲು ಅವನಿಗೆ ಮನಸ್ಸಾಗಲಿಲ್ಲ. ಅರುಂಧತಿ ಒಳ ಹೋಗಿ ಹೊಸ ಸೀರೆ ಬದಲಿಸಿ ಮನೆ ಸೀರೆ ಉಟ್ಟಳು.

ಅಧ್ಯಾಯ 18

ಬಾಯಕ್ಕ ಮೊದಮೊದಲು, 'ನನ್ನ ಹತ್ತಿರವೇ ಸೇವೆ ಮಾಡಿಸಿಕೊಳ್ಳತಾರೆ, ಕುಂಡಿ ತೊಳೆಸಿದರೂ ಬೇಕು ಇವರಿಗೆ' ಅಂತ ವಟಗುಡುವುದು ನಿಂತಿತ್ತು. ಸೊಸೆಯ ಪುಟ್ಟ ಬಸಿರು ಹೊಟ್ಟೆ ಬಾಯಕ್ಕನಿಗೆ ತನ್ನ ಬಸಿರು ಬಾಣಂತನದ ನೆನಪನ್ನು ತರುತ್ತಿತ್ತು. ಅರುಂಧತಿ ತಾನು ಏನು ಹೇಳಿದರೂ ಸುಮ್ಮನಿರುವುದು ನೋಡಿ ಜಗಳ ಕಾಯಲು ಎದುರಾಳಿಗಳೇ ಇಲ್ಲದಂತೆ ಬಾಯಕ್ಕನ ವಾಗ್ಯುದ್ಧಗಳು ಅಲ್ಲೇ ಮುರುಟಿಕೊಳ್ಳುತ್ತಿದ್ದವು. ಹಾಗಾಗಿ ಅರುಂಧತಿಯ ಬಾಯಿ ಹೋದ ನಂತರ ಮನೆಯಲ್ಲಿ ಜಗಳವೇ ಕಮ್ಮಿಯಾಗಿ ಬಿಟ್ಟಿತು. ಇಬ್ಬರೂ ತಮ್ಮ ತಮ್ಮ ಕೆಲಸವನ್ನು ಮೌನವಾಗಿ ಮಾಡಿ ತಮ್ಮ ತಮ್ಮ ಜಾಗದಲ್ಲಿ ಕೂತಿರುವುದನ್ನೋ ಅಥವಾ ಮಲಗಿರುವುದನ್ನೋ ದಿಗಂಬರ ದಿನವೂ ಸುಮ್ಮನೆ ನೋಡುತ್ತಿದ್ದ.

ಆದರೆ ಅರುಂಧತಿಗೆ, ಕಂಡಿದ್ದು ಹೇಳುವಹಾಗಿಲ್ಲ, ನೋಡಿದ್ದು ಮಾತಾಡುವ ಹಾಗಿಲ್ಲ, ಅನಿಸಿದ್ದು ವ್ಯಕ್ತಪಡಿಸುವ ಹಾಗಿಲ್ಲ. ಈ ಬಂಧನದಿಂದ ಎಂದು ಬಿಡುಗಡೆ ಯೆಂದೇ ತೋಚಲಿಲ್ಲ. ಪ್ರತಿ ತಿಂಗಳು ಆಸ್ಪತ್ರೆಗೆ ಚಿಕಿತ್ಸೆಗೆ ಹೋದಾಗಲೂ ಅಲ್ಲಿ ಕೂತವರೆಲ್ಲ, 'ಹೀಗಂತೆ ನೋಡಿ, ಪಾಪ' ಎಂದು ಮಾತಾಡಿಕೊಳ್ಳುವಾಗ ಒಂದು ಥರಾ ಹಿಂಸೆಯಾಗುತ್ತಿತ್ತು. ಪಂಡಿತ ಡಾಕ್ಟರಂತೂ ಹುಬ್ಬಳ್ಳಿಯ ಇಎಂಟಿ ತಜ್ಞರಾದ ಲೋಕಾಪುರರ ವಿಳಾಸ ಕೊಟ್ಟು, 'ಒಮ್ಮೆ ಪೂರ್ತಿಯಾಗಿ ಚಿಕಿತ್ಸೆ ಮಾಡಿಕೊಂಡು ಬನ್ನಿ' ಅಂತ ಒತ್ತಾಯ ಹೇರುತ್ತಲೇ ಇದ್ದರು.

◂◂ ▸▸

ಆಗಸ್ಟ್ ತಿಂಗಳಲ್ಲಿ ಅರುಂಧತಿಗೆ ಎರಡು ತುಂಬಿದಾಗ ದಿಗಂಬರನೂ ವೇಣುವೂ ಸೇರಿಕೊಂಡು ಟ್ಯಾಕ್ಸಿ ಮಾಡಿಕೊಂಡು ಹುಬ್ಬಳ್ಳಿಗೆ ಕರೆದುಕೊಂಡು

ಹೋಗುವ ಯೋಚನೆ ಮಾಡಿದರು. ಎಷ್ಟು ಮಿದುವಾಗಿ ಮಾತಾಡುತ್ತ ಎಲ್ಲರೊಡನೆ ಬೆರೆಯುವ ಮಗಳು ಹೀಗೆ ಮೂಕಿಯಾಗಿ ಹಿಂಸೆ ಅನುಭವಿಸುವುದು ನೀಲಕಂಠ ಶೆಟ್ಟರಿಗಂತೂ ಹೇಳಲೂ ಆಗದ ಹೇಳದಿರಲೂ ಆಗದ ಸಂದಿಗ್ಧವಾಗಿ ಕಾಡುತ್ತಿತ್ತು. ಯಾವ ನೋವನ್ನೂ ಖುಷಿಯನ್ನೂ ಇನ್ನೊಬ್ಬರೊಡನೆ ಹಂಚಿಕೊಳ್ಳಲು ಆಗದ ಇಂಥ ಸ್ಥಿತಿಯನ್ನು ಅವರು ಊಹಿಸಿಕೊಳ್ಳಲೂ ಹೆದರುತ್ತಿದ್ದರು.

ಇಎಂಟಿ ತಜ್ಞ ಲೋಕಾಪುರ ಡಾಕ್ಟರು ವಿಶ್ರಾಮದಲ್ಲಿ ಕೂತು ಸ್ನೇಹಿತನ ಚೀಟಿ ಓದಿದರು. ಎಲ್ಲ ಅರ್ಥವಾಯಿತು. 'ಚಿಕಿತ್ಸೆ ಮಾಡೋಣ ಬಿಡಿ' ಅಂದರು. ನಾಲಿಗೆ ಗಂಟಲು ಎಲ್ಲದರ ಸ್ಕ್ಯಾನಿಂಗು ಮುಗಿಯಿತು. ನಂತರ ತಮಗೆ ತಿಳಿದ ಬೇರೆ ಬೇರೆ ರೀತಿಯ ಚಿಕಿತ್ಸೆಯನ್ನೂ ನೀಡಿ ಅರುಂಧತಿಗೆ ಹೀಗೆ ಮಾತಾಡಲು ಬಾರದೆ ಇರುವ ಕಾರಣವನ್ನು ಕಂಡು ಹಿಡಿಯಲು ಬಹಳ ಶ್ರಮವಹಿಸಿ ಅದಕ್ಕಿಂತ ಹೆಚ್ಚು ಆಸಕ್ತಿವಹಿಸಿ ಚಿಂತಿಸಿದರು. ಮೂಗು ಗಂಟಲು ಕಿವಿ ಎಲ್ಲ ರೀತಿಯ ಪೂರ್ಣ ಹಂತದ ಚೆಕಪ್ಪಿಗೂ ಅವರಿಗೆ ಈ ರೋಗದ ಕಾರಣ ಕಂಡು ಹಿಡಿಯಲು ಆಗಲಿಲ್ಲ. ಬೆಂಗಳೂರಿನ ನಿಮ್ಹಾನ್ಸ್‌ನಲ್ಲಿರುವ ತಮ್ಮ ಸ್ನೇಹಿತರೊಬ್ಬರ ವಿಳಾಸ ನೀಡುತ್ತ, 'ಭಯದ ಕಾರಣವೇನೂ ಇಲ್ಲ, ಆದರೂ ನಿಮ್ಮ ಸಮಾಧಾನಕ್ಕೆ ಅವರಲ್ಲಿ ಒಮ್ಮೆ ತೋರಿಸುವುದೊಳಿತು' ಎಂದು ಧೈರ್ಯ ಹೇಳಿದರು. 'ತಾಂತ್ರಿಕವಾಗಿ ಯಾವ ದೋಷವೂ ಇಲ್ಲ, ಹೆರಿಗೆಯ ನಂತರ ಯಾವುದೇ ಕಾರಣಕ್ಕೂ ಮಾತು ಬರಲೇಬೇಕು' ಎಂಬ ಆಶಾವಾದದೊಂದಿಗೆ ಕಳಿಸಿಕೊಟ್ಟರು.

ಆದರೆ ವೇಣುವನ್ನೇ ಪ್ರತ್ಯೇಕ ತನ್ನ ಖೋಲಿಗೆ ಕರೆದ ಡಾಕ್ಟರು, ಅರುಂಧತಿಯ ಗಂಡ ಅತ್ತೆ ಮನೆ ವಾತಾವರಣ ಅಂತೆಲ್ಲ ವಿಚಾರಿಸಿಕೊಂಡು, 'ತನ್ನನ್ನು ತಾನು ಉಳಿಸಿಕೊಳ್ಳುವುದಕ್ಕೋಸ್ಕರ ಹೀಗೆ ಮೂಕಿಯಾಗಿರುವ ಹಿಂಸೆಗೆ ಒಡ್ಡಿಕೊಂಡಿರಲೂ ಬಹುದು. ಅದೂ ಶೇಕಡಾ ಐವತ್ತು ಚಾನ್ಸಸ್ ಇದೆ' ಅಂತ ಹೇಳಿದ್ದನ್ನು ಮಾತ್ರ ವೇಣು ಯಾರೊಂದಿಗೂ ಹೇಳಲು ಹೋಗಲಿಲ್ಲ.

ಟ್ಯಾಕ್ಸಿಯಲ್ಲಿ ಬರುವಾಗ ವೇಣು, 'ಹೆರಿಗೆ ತನಕ ಕಾಯೋಣ, ಮುಂದೆಯೂ ಹೀಗೇ ಮುಂದುವರೆದರೆ ಅಲ್ಲಿಯೂ ಒಮ್ಮೆ ಕರೆದೊಯ್ದು ತೋರಿಸಿಬಿಟ್ಟರಾಯಿತು' ಅಂತ ದಿಗಂಬರನ ಹತ್ತಿರ ಸಣ್ಣಗೆ ಮಾತು ತೆಗೆದ. ಅರುಂಧತಿ ಸುಮ್ಮನೆ ಇಬ್ಬರ ಮುಖವನ್ನೂ ಮಿಕಿಮಿಕಿ ನೋಡಿದಳು. ದಿಗಂಬರ, 'ಬೇರೇನಾದರೂ ತ್ರಾಸು ಅನಿಸುತ್ತಿದೆಯೇ?' ಅಂತ ಹೆಂಡತಿಯನ್ನು ಅಕ್ಕರೆಯಿಂದಲೇ ವಿಚಾರಿಸಿಕೊಂಡ. ಅರುಂಧತಿ ಎಂದಿನ ಶಾಂತ ಮುಖಮುದ್ರೆಯಲ್ಲಿ, ಇಲ್ಲವೆಂಬಂತೆ ತಲೆಯಾಡಿಸಿದಳು.

ಸೀದಾ ಮಾಸ್ತಿಕಟ್ಟೆಯ ಮೇಲಿಂದಲೇ ಬಸ್ಸು ಹಾಯ್ದರೂ ದಿಗಂಬರ ಇಳಿಯಲೊಪ್ಪದೆ ಅವನ ಜೊತೆ ಅರುಂಧತಿಯೂ ಕಳಸದ ಗುಡ್ಡೆಗೇ ಬರಬೇಕಾಯಿತು. 'ಮನೆಯ ಇಷ್ಟು ಪಕ್ಕದಿಂದಲೇ ಮಗಳು ಕೂತ ಬಸ್ಸು ಹಾದು ಹೋದರೂ ಅವಳು ಇಳಿದು ಒಂದು ಊಟ ಮಾಡಿ ಹೋಗುವಂತಿಲ್ಲ' ಅನ್ನುತ್ತ ಮನಸ್ಸಿನಲ್ಲೇ ಮಿಡಿದರು.

ಇಲ್ಲಿ ಬಾಯಕ್ಕನೂ, 'ಅವಳಿಗೊಂದು ಮಾತು ಬಂದರೆ ಸಾಕಪ್ಪ, ನಾಳೆ ಮಕ್ಕಳು ಮರಿ ಆದ ನಂತರ ಅವರ ಬೇಕು ಬೇಡ ಎಲ್ಲ ಹ್ಯಾಗೆ ಗೊತ್ತಾಗಬೇಕು ಹೀಗೆ ಮೂದೇವಿಯಂತೆ ಎಲ್ಲದಕ್ಕೂ ತಲೆಹಾಕುತ್ತ ಕೂತರೆ, ಥೇ' ಅಂತೆಲ್ಲ ಬೆಳಿಗ್ಗೆಯಿಂದ ಸಣ್ಣಿಯೊಂದಿಗೆ ಅವಳನ್ನು ಕೆಲಸ ಮಾಡಲೂ ಬಿಡದೆ ಒಂದೇ ಸಮ ಹಚ್ಚಿಬಿಟ್ಟಿದ್ದಳು.

ಎರಡೇ ದಿನದ ನೂಲಹುಣ್ಣಿಮೆಯ ರಜೆಗೆಂದು ಸರೋಜಿನಿ ಮನೆಗೆ ಬಂದಳು. ಬರುವಾಗ ದೊಡ್ಡ ಪ್ಯಾಕೇಟಿನಲ್ಲಿ ತನ್ನ ಗ್ಯಾಸ್ ಸ್ಟೋವನ್ನು ಕಟ್ಟಿ ತಂದಿದ್ದಳು. ಬೆಳಿಗ್ಗೆಯೇ ರಿಕ್ಷಾ ಇಳಿದ ಸರೋಜಿನಿಯನ್ನು ಅಂಗಡಿಯಲ್ಲಿ ಕೂತಲ್ಲಿಂದಲೇ ದಿಗಂಬರ, 'ಎಷ್ಟು ತೊಗೊಂಡ ರಿಕ್ಷಾದವ?' ಅಂತ ಕೇಳಿದ್ದಕ್ಕೆ ಸರೋಜಿನಿ, 'ಎಂಬತ್ತು' ಅಂದಳು. 'ಅರವತ್ತಕ್ಕೆ ಬರತಿದ್ದರು' ಅನ್ನುತ್ತಲೇ ಸಾಮಾನು ಎತ್ತೊಯ್ಯಲು ತಾನೇ ಎದ್ದು ಬಂದು ಕೈ ಹಾಕಿದ. ಬಾಯಕ್ಕನಿಗೆ ಅಚ್ಚರಿಯಾಗಿ, 'ಅಯ್ಯೋ ನಿಂಗೆ ರಜೆ ಇರುವುದು ಗೊತ್ತೇ ಇರಲಿಲ್ಲವಲ್ಲೆ' ಖುಷಿಖುಷಿಯಿಂದ ಸಂಭ್ರಮಿಸಿದಳು.

ಸರೋಜಿನಿ ಅಮ್ಮನ ಬದಿ ಒಮ್ಮೆ ಗಂಭೀರವಾಗಿ ನೋಡಿ ಸುಮ್ಮನೆ ಬ್ಯಾಗನ್ನೆಲ್ಲ ತೆಗೆದಿರಿಸಿ, ಗ್ಯಾಸನ್ನು ಬಿಚ್ಚಿ ಅಡುಗೆ ಮನೆಗೆ ಸಾಗಿಸಿದಳು. ಅಲ್ಲಿಯೇ ಇದ್ದ ಅರುಂಧತಿ ಆ.. ಆ.. ಎನ್ನುತ್ತ ದನಿ ತೆಗೆದರೂ ಸರೋಜಿನಿ ಸ್ವಲ್ಪ ಹೊತ್ತು ಅವಳತ್ತ ಲಕ್ಷ್ಯ ಕೊಡದೆ ಬ್ಯಾಗು ತಡಕುತ್ತ ಏನೋ ಕಳಕೊಂಡವರಂತೆ ಒಳಗೇ ಹೊರಗೇ ಓಡಾಡಿದಳು. ದಿಗಂಬರ, 'ಮಾತು ಬರದಿದ್ದರೆ ಸುಮ್ಮನಿದ್ದು ಬಿಡು, ಹಾಗೆ ಆ ಉ ಅಂತೆಲ್ಲ ಸದ್ದು ಮಾಡಲು ಹೋಗಬೇಡ, ಒಂದು ಥರಾ ಅನಸತದೆ' ಅಂದಿದ್ದು ಅರುಂಧತಿಗೆ ಒಳಗೆಲ್ಲೋ ಮರ್ಮಾಘಾತವಾದಂತೆ ನೋವಾಯಿತು. ತಮ್ಮನಿಗೆ ದೊಡ್ಡ ದೊಡ್ಡ ಕಣ್ಣು ಬಿಟ್ಟು ಮೌನದಲ್ಲೆ ಹೆದರಿಸಿದ ಸರೋಜಿನಿ, 'ಯಲ್ಲಾಪುರ ಬಸ್ಟ್ಯಾಂಡಿನಲ್ಲಿ ಇಳಿದು ಎರಡು ಹೋಳಿಗೆ ಪ್ಯಾಕೇಟು ತೊಗೊಂಡಿದ್ದೆ, ಬಸ್ಸಿನಲ್ಲೇ ಬಿಟ್ಟೆ ಅನಿಸುತ್ತದೆ' ಅಂತ ಹೈರಾಣಾಗಿ ಕುರ್ಚಿಯಲ್ಲಿ ಕೂತುಬಿಟ್ಟಳು.

ಬಾಯಕ್ಕ ಮಿಂದ ತಲೆ ಒಣಗಿಸಿಕೊಳ್ಳುತ್ತ, 'ಲಿಂಬೆ ಹಣ್ಣಿತ್ತು, ಒಂದು ಶರಭತ್ತಾದರೂ ಮಾಡಿದ್ದಾಳೋ ನೋಡು' ಎಂದು ಮಗಳಿಗೂ ಸೊಸೆಗೂ ಕೇಳುವಂತೆ ಹೇಳಿದಳು. ಅದು ಅರುಂಧತಿಯ ಕಿವಿಗೆ ಬಿದ್ದು ಬೇಗ ಬೇಗ ಮಾಡುತ್ತಿರುವ ಕೆಲಸ ಬಿಟ್ಟು ನಿಂಬೆ ಹಣ್ಣು ಕುಯ್ದು ತಂಬಿಗೆಯಲ್ಲಿ ಹಿಂಡುತ್ತ ನಿಂತಾಗಲೇ ದಿಗಂಬರ ಅಕ್ಕನೊಡನೆ, 'ನಿನ್ನೆ ನಮ್ಮ ಕೋಣೆಯೊಳಗೊಂದು ಹಾವು ಸೇರಿಕೊಂಡಿತ್ತಕ್ಕ, ಎಲ್ಲಿಂದ ಬಂತೋ ಹೇಗೆ ಹೋಯ್ತೋ ಒಂದೂ ಗೊತ್ತಾಗಲಿಲ್ಲ' ಅಂದ.

'ಅದು ನಿಮ್ಮ ಜಾತಿಯದೇ ಇರಬೇಕು' ತಣ್ಣಗೆ ಅಂದಳು ಸರೋಜಿನಿ. ತಮ್ಮನ ಮಾತನ್ನು ಮುಂದೆ ಕೇಳುವ ಆಸಕ್ತಿಯಿಲ್ಲದೆ ತನ್ನ ಚೀಲ ಜಾಲಾಡಿ ಹಳೆಯದೊಂದು ರೆಗ್ಯುಲೇಟರ್ ಹೊರತೆಗೆದು ಕೈಯಲ್ಲಿರಿಸುತ್ತ, 'ಅಂಕೋಲೆಯಲ್ಲಿ ಯಾವ ಗ್ಯಾಸಿನ ಏಜೆನ್ಸಿ ಉಂಟು?' ಕೇಳಿದಳು. ದಿಗಂಬರ ಯಾವುದೋ ಒಂದು ಹೆಸರು ಹೇಳಿದ. 'ನೀನು ಹೊಸದು ತೊಗೊಂಡಿದ್ದಿಯೋ' ಅಂದದ್ದಕ್ಕೆ ಜೋರಿನಲ್ಲೇ, 'ಹ್ಞೂ' ಅಂದಳು.

ರೆಗ್ಯುಲೇಟರ್ ಇದ್ದ ಚೀಲದಲ್ಲೇ ಪುನಃ ಕೈ ಹಾಕಿದರೆ ಆ ಹೋಳಿಗೆ ಪ್ಯಾಕೇಟು ಅದರಲ್ಲೇ ಸಿಕ್ಕಿತು. ಒಳ ಹೋದ ಸರೋಜಿನಿ ಅದನ್ನು ಅರುಂಧತಿಯ ಕೈಯಲ್ಲಿಟ್ಟು, 'ಇನ್ನೇನು ತ್ರಾಸಿದೆಯೆ?' ಅಂತ ಕೇಳುವಾಗಲೇ ಅವಳು ಶರಭತ್ತಿನ ಲೋಟವನ್ನು ಸರೋಜಿನಿ ಕೈಯಲ್ಲಿ ಹಿಡಿಸಿದ್ದಳು.

'ಡಾಕ್ಟರು ಇನ್ನೇನಂದರು?' ಅಂತ ತಮ್ಮನನ್ನು ಗದರಿಕೊಂಡೇ ಹೋದವಳಿಗೆ, 'ಶಾಕ್‌ನಿಂದ ಅನ್ನುತ್ತಾರವರು, ಆದರೆ ಅವಳ ಅಮ್ಮ ಹೋದದ್ದು ನಿನಗೆ ಗೊತ್ತಿದೆಯೆ?' ಅಂದ. ಅರುಂಧತಿಯ ಮುಖ ನೋಡಲೂ ಸಹ ಬೇಸರವಾಗಿ ಸರೋಜಿನಿ ದಿಗಂಬರನ ಹತ್ತಿರವೇ, 'ಯಾವಾಗ? ಹೇಗಾಯ್ತು?' ಅಂತೆಲ್ಲ ವಿಚಾರಿಸಿ, ಒಳ ಹೋಗಿ, 'ನಿಮ್ಮ ಅಮ್ಮನ ಸುದ್ದಿ ಕೇಳಿ ಬೇಸರವಾಯಿತು' ಅಂದಳು. ಅರುಂಧತಿ ಕಣ್ಣೀರು ಹಾಕುತ್ತ ಆ.. ಆ.. ಅಂದಳಷ್ಟೇ. 'ನಿನಗೆ ಕಿವಿ ಕೇಳಿಸುತ್ತದಲ್ಲ?' ಅಂತ ಕಾಳಜಿ ತೋರುತ್ತಲೇ ಅರುಂಧತಿ ತಲೆಯಾಡಿಸುವುದಕ್ಕೆ ಮೊದಲೇ ಸರೋಜಿನಿ ಸ್ನಾನಕ್ಕೆ ಹೋಗಿಬಿಟ್ಟಳು. ಅಲ್ಲಿ ನಿಂತೇ ಬಾಯಕ್ಕ ಮಗಳನ್ನು ಕುರಿತು, 'ಆ ಸಣ್ಣಿ ಈವತ್ತು ಬರಲೇ ಇಲ್ಲಪ್ಪ, ಊರ ಉದ್ಧಾರ ಮಾಡಲು ಹೊರಟಿದ್ದಾಳವಳು, ನೀನು ವಸ್ತ್ರ ಇಂದು ನೀರಿಗೆ ಹಾಕಬೇಡ, ನಾಳೆ ಅವಳು ಬಂದ ಮೇಲೆಯೇ ನೆನೆ ಹಾಕಿದರಾಯಿತು' ಅಂದಳು.

ಬಾಯಕ್ಕ ಒಳ ಬಂದು, 'ಗ್ಯಾಸು ಬಂದಿದೆ, ಇದಕ್ಕೆ ಸಿಲೆಂಡರೋ ಅದೆಂಥದೋ ಅನ್ನುತ್ತಾರಲ್ಲ, ಅದೊಂದು ಜೋಡಿಸಿದರೆ ಆಯಿತೇನೋ' ಕುತೂಹಲದಿಂದ ವಿಚಾರಿಸಿದ್ದಕ್ಕೆ, 'ಹ್ಞು' ಅನ್ನುತ್ತಲೇ ದಿಗಂಬರ, 'ಅದಕ್ಕೊಂದು ಕುಕ್ಕರು ತೊಗೋಬೇಕು. ಒಲೆಯ ಮೇಲೆ ಅನ್ನ ಮಾಡಿದ ಹಾಗೆ ತಾಸುಗಟ್ಟಲೆ ಇದರ ಮೇಲೆ ಇಟ್ಟು ಕುದಿಸಿದರೆ, 75 ರೂಪಾಯಿಯ ಸಿಲೆಂಡರು ಮೂರೇ ದಿನ' ಅಂದ. 'ಅದನ್ನೂ ಅವಳು ಹೊಸದು ತೊಗೊಂಡಾಗ ಹಳೆಯದು ಇಲ್ಲಿ ತರುತ್ತಾಳೇನೋ' ಅಂತ ಬಾಯಕ್ಕನೆಂದರೆ, 'ಏನೂ ಉಪಯೋಗವಿಲ್ಲ, ಅವಳದು ಒಬ್ಬರೇ ಅನ್ನ ಮಾಡಿಕೊಳ್ಳುವ ಇಷ್ಟೇ ಸಣ್ಣ ಕುಕ್ಕರು, ನಾವು ಬೇರೆಯದೆ ತೊಗೊಳ್ಳುವ' ಅಂತ ಅರುಂಧತಿಯ ಮುಖ ನೋಡಿ, 'ಆಯಿತಲ್ಲ?' ಅನ್ನುವವರಂತೆ ತಲೆಯಾಡಿಸಿದ. ಅರುಂಧತಿಗೆ ಈ ಹಿಡಿಯದ ಬೆಂಕಿಯ ಕಾಟಕ್ಕೆ ಅಡುಗೆಯೆಂದರೆ ಅರ್ಧ ಹೆಚ್ಚೇ ಹಿಂಸೆಯಾಗುತ್ತಿತ್ತು. ಇದ್ದಕ್ಕಿದ್ದಂತೆ ಎದುರಾದ ಈ ಬದಲಾವಣೆಯಿಂದ ಅವಳಿಗೆ ಒಂದು ರೀತಿಯ ಖುಷಿಯೇ ಆಯಿತು.

ಇತ್ತ ಸರೋಜಿನಿ ಮಿಂದು ಒಳ ಬರುವುದಕ್ಕೂ ಅತ್ತ ರಸ್ತೆಯ ದೆಣಪೆಯಲ್ಲಿ ನೀಲಕಂಠ ಶೆಟ್ಟರು ಅನುಮಾನಿಸುತ್ತ ಬಂದು ನಿಲ್ಲುವುದಕ್ಕೂ ಸರಿಯಾಗಿತ್ತು. ದಿಗಂಬರ ಕಿಟಕಿಯಿಂದಲೇ ಕಂಡು ದೆಣಪೆಗೆ ಓಡುತ್ತ, 'ಹ್ಞಾ, ಈಗ ಮುಚ್ಚಿದೆ ಅಂಗಡಿ ಬಾಗಿಲು, ಇಷ್ಟು ಹೊತ್ತು ಇಲ್ಲೇ ಇದ್ದೆ' ಅನ್ನುತ್ತ ಮಾವನವರನ್ನು ಬರಮಾಡಿಕೊಂಡ. ಅರುಂಧತಿ ಹೊರಬಂದು ಅಪ್ಪನಿಗೆ ನೀರು ಕೊಟ್ಟಳು. ಅವರು, 'ಹೆಂಗಿದ್ದೀ?' ಅಂತ

ಮಗಳನ್ನು ಕೇಳುವುದಕ್ಕೆ ಮೊದಲೇ ದಿಗಂಬರ, 'ಅದೇ, ಶಾಕ್‌ನಿಂದ ಹೊರ ಬಂದ ಮೇಲೆ ನಿಧಾನ ಮಾತು ಬರತದೆ ಅಂತಾರೆ ಡಾಕ್ಟರು' ಅಂದ. ಕೈಯಲ್ಲಿ ತಂದ ಬಾಳೆ ಹಣ್ಣಿನ ಪ್ಲಾಸ್ಟಿಕ್ ಚೀಲವನ್ನು ಅಲ್ಲೇ ನಿಂತ ಮಗಳ ಹತ್ತಿರ ಕೊಡುತ್ತ ಅವರು ಚಾಳೀಸು ತೆಗೆದು ಕಣ್ಣೊರೆಸಿಕೊಂಡರು.

ಎಲ್ಲರೂ ಊಟಕ್ಕೆ ಕೂಡುವಾಗ, 'ಸರೋಜಿನಿಯವರು ಯಾವಾಗ ಬಂದಿದ್ದು?' ಅಂತ ಕೇಳಿದ್ದಕ್ಕೆ ಬಾಯಕ್ಕನೆ, 'ಈಗಷ್ಟೇ ಬಂದಳು, ನೀವು ಬರುವುದಕ್ಕೆ ಸ್ವಲ್ಪ ಮೊದಲು' ಅಂದಳು. ಅವಳು ತಂದ ಗ್ಯಾಸಿನ ಕುರಿತು ಮತ್ತು ತಾವು ಸಿಲೆಂಡರು ತೊಗೋ ಬೇಕಾಗಿರುವ ಕುರಿತು ವಿವರ ನೀಡಿದ ದಿಗಂಬರ. ನೀಲಕಂಠ ಶೆಟ್ಟರು, 'ಸಿಲೆಂಡರು ಬೇಕಾದರೆ ನಮ್ಮಲ್ಲಿತ್ತು, ನಿಮ್ಮದು ಬರುವತನಕ' ಎನ್ನುತ್ತ ಮಗಳ ಮುಖ ನೋಡಿದರು. ಅವಳು ಎಲ್ಲರಿಗೂ ಸಾರು ಬಡಿಸುತ್ತ ಸುಮ್ಮನಿದ್ದಳು. 'ಮೀನಾದರೂ ತರಬಹುದಿತ್ತು, ನೀವು ಮತ್ತು ಇವಳು ಬರುವುದು ಗೊತ್ತೇ ಇರಲಿಲ್ಲ' ಅಂದಳು ಬಾಯಕ್ಕ. 'ಛೆ ಛೇ ಅವಳು ಹೋದ ಮೇಲೆ ನಾನು ವಿಶೇಷ ಮೀನುಗೀನು ತಿನ್ನುವುದಿಲ್ಲ' ಅಂದರು ಅವರು. ಊಟದ ನಂತರ ಹೊರ ಕಟ್ಟೆಗೆ ಗಾಳಿಗೆ ಕೂತಾಗ ನೀಲಕಂಠ ಶೆಟ್ಟರು ದಿಗಂಬರನ ಹತ್ತಿರಕ್ಕಿಂತ ಸರೋಜಿನಿ ಹತ್ತಿರವೇ ಹೆಚ್ಚು ಆತ್ಮೀಯವಾಗಿ ಮಾತಾಡಿದರು.

'ಸ್ವಲ್ಪ ಅಡ್ಡಾಗುತ್ತೀರ?' ಅಂತ ಕೇಳಿದ ಅಳಿಯನಿಗೆ ಕೈಯಾಡಿಸಿ ಇಲ್ಲವೆಂದು ಸನ್ನೆ ಮಾಡುತ್ತ ಸರೋಜಿನಿ ಬಳಿ ಅವಳ ಶಾಲೆಯ ಬಗ್ಗೆ, ಪ್ರಮೋಷನ್ನಿನ ಕುರಿತು, ಸವಣೂರಲ್ಲಿ ಅವಳಿದ್ದ ಏರಿಯಾದ ಬಗ್ಗೆ ಮಾತಾಡುತ್ತ ಕೇಳುತ್ತ ಎಷ್ಟೋ ಹೊತ್ತು ಕೂತಿದ್ದರು. ಅರುಂಧತಿಯ ಚಿಕಿತ್ಸೆಯ ಕುರಿತೂ ಮಾತು ಹೊರಳಿತು. 'ನರ ದೌರ್ಬಲ್ಯದಿಂದ ಇದ್ದರೂ ಇರಬಹುದು, ಏನೇ ಇದ್ದರೂ ನಿಮ್ಹಾನ್ಸಿನಲ್ಲೂ ಒಮ್ಮೆ ತೋರಿಸಿಕೊಂಡು ಬರುವುದೇ ಚೊಲೋ ಆಗಿತ್ತು' ಎಂದು ಸರೋಜಿನಿ ಸಲಹೆಕೊಟ್ಟಳು. 'ಮೊದಲು ಹೆರಿಗೆಯೊಂದು ಆಗಿಹೋಗಲಿ, ನಂತರ ನೋಡುವಾ, ಯಾಕೆಂದರೆ ಹೀಗೆ ಆದ ಕೇಸುಗಳಲ್ಲಿ ಹಲವರಿಗೆ ಹೆರಿಗೆಯಲ್ಲಿ ಮಾತು ಬಂದಿದೆಯಂತೆ' ಅಂತೆಲ್ಲ ಮಾತು ಮುಂದುವರೆದದ್ದನ್ನು ಅರುಂಧತಿ ಒಳಗೆ ಮಲಗಿದಲ್ಲಿಂದಲೇ ಸುಮ್ಮನೆ ಕೇಳಿಸಿಕೊಂಡಳು. ಒಳಗೆ ಬಾಯಕ್ಕ ದಿಗಂಬರರು ಸಣ್ಣದೊಂದು ನಿದ್ದೆ ಮಾಡಿ ಎದ್ದರು. ಚಹಕ್ಕಿಡಲು ಅರುಂಧತಿ ಒಳಹೋದಾಗ ತಾವೂ ಎದ್ದು ಒಳಹೋದ ನೀಲಕಂಠ ಶೆಟ್ಟರು, 'ನಾನು ಹೋಗಿಬರತೇನೆ' ಅಂದದ್ದಕ್ಕೆ ಅರುಂಧತಿ ಆ.. ಆ.. ಎನ್ನುತ್ತ ಕೈಯಲ್ಲೇ ನಾಳೆ ಹೋಗಿ ಎನ್ನುವವಳಂತೆ ಸನ್ನೆ ಮಾಡಿದಳು. ತಮ್ಮ ಮುದ್ದು ಮಗಳನ್ನು ದೀರ್ಘವಾಗಿ ನೋಡುತ್ತ ಅವರಿಗೆ ದುಃಖ ಉಕ್ಕಿಬಂತು.

ಕಣ್ಣನ್ನಷ್ಟೇ ಕೆಂಪು ಮಾಡಿಕೊಂಡರು. ಅರುಂಧತಿಯೂ ಸೊರಸೊರ ಮಾಡಿದಳು. ಮಗಳನ್ನು ಮಾತಿನಿಂದ ಸಮಾಧಾನ ಹೇಳಲೂ ಅವರಿಗೆ ಬಾಯಕ್ಕ ಹಾಗೂ ದಿಗಂಬರನ ಎದುರು ಒಂದು ಥರಾ ಆಯಿತು. 'ನೂಲಹುಣ್ಣಿಮೆಗೆ

ಕರೆಯುವ ಶಾಸ್ತ್ರವಿತ್ತು' ಅಂದರು ಮೆತ್ತನೆ ದನಿಯಲ್ಲಿ. 'ಇಲ್ಲಿ ಸರು ಬಂದಿದ್ದಾಳೆ, ಅವಳಿಗೂ ಇಲ್ಲಿ ಅತ್ತಿಗೆಯಿಲ್ಲದೆ ಭಣಭಣ ಅನ್ನಿಸಬಹುದು' ಅಂತೇನೋ ಹೇಳಿ ಬಾಯಕ್ಕ ಅವರ ಆಹ್ವಾನವನ್ನು ಹಾರಿಸಿ ಹಾಕಿದಳು.

ಚಹ ಕುಡಿದು ಹಿಂದೆ ತಿರುಗಿ ನೋಡದೆ ಹೊರಟರು. ದಿಗಂಬರ ಬಸ್ಟಾಪಿನವರೆಗೆ ಬಿಟ್ಟು ಬಂದ. ಅವರು ಜಾಸ್ತಿ ಏನೂ ಮಾತಾಡದೆ ಊರಿನ ಕುರಿತು ಏನನ್ನೋ ಕೇಳಿದರು. ಅಪ್ಪ ಅತ್ತ ಹೋದದ್ದೇ ಅರುಂಧತಿ ಹಿತ್ತಿಲಲ್ಲಿ ವಾಂತಿ ಮಾಡಿಕೊಂಡಳು. ಬಾಯಕ್ಕ, 'ಸರಿಯಾಗಿ ನೋಡಿದ್ದಾರೋ ಡಾಕ್ಟರು? ಬಯಕೆಗಿಯಕೆ ಏನೋ' ಒಳಬಾಯಲ್ಲಿ ಸಣ್ಣಗೆ ಅಂದಳು. ಅದಕ್ಕೆ ಉತ್ತರವಾಗಿ ಯಾರೊಬ್ಬರೂ ಮಾತಾಡಿದಂತೆ ಕಾಣಲಿಲ್ಲ. ಬಾಯಕ್ಕನೂ ಹಾಗೇನಾದರೂ ಇದ್ದರೆ ಹೇಳದೆ ಇರುತ್ತಿದ್ದರೇ ಅಂದುಕೊಳ್ಳುತ್ತ ಸುಮ್ಮನುಳಿದುಬಿಟ್ಟಳು.

ಅಧ್ಯಾಯ 19

ಸಂಜೆ ಕಳಸದ ಗುಡ್ಡೆಗೆ ಸರೋಜಿನಿ ಅರುಂಧತಿಯನ್ನೂ ಎಬ್ಬಿಸಿಕೊಂಡು ಹೋದದ್ದನ್ನು ದಿಗಂಬರ ಅಂಗಡಿಯಲ್ಲಿದ್ದೇ ನೋಡಿದ. ಗುಡ್ಡವನ್ನು ಏರಿದ್ದು ಗೊತ್ತಾಗದ ಹಾಗೆ ಕಾಲುದಾರಿಯಲ್ಲೇ ನಡೆದು, 'ಏರಬೇಕು ಆದರೆ ಏರಿದ ಸುಸ್ತು ನಮಗೆ ಗೊತ್ತಾಗಿರಬಾರದು, ಇಲ್ಲಿಂದಲೇ ಹತ್ತಿ ಬಾ ನೀನೂ, ಎರಡು ರೆಕ್ಕೆ ಬಂದ ಹಾಗಿರುತ್ತದೆ' ಅಂತ ದಿಗಂಬರನಿಗೆ ಹೇಳಿದ ಮಾತನ್ನೇ ಅರುಂಧತಿಗೂ ಹೇಳಿದಳು. ಅರುಂಧತಿಗೆ ಅರ್ಥವಾಗಲಿಲ್ಲ.

ಗುಡ್ಡೆಯ ಕೊನೇ ಮೆಟ್ಟಿಲಿಗೆ ಸಿಗುವ ಗಿರಿಯಮ್ಮದೇವಿಗೆ ಹೊರಗಿಂದಲೇ ಕೈಮುಗಿದ ಶಾಸ್ತ್ರ ಮಾಡಿ, ದೇವಸ್ಥಾನದ ಹಿಂಬದಿಗಿರುವ ಆ ಅದೇ ಕಪ್ಪು ಕಲ್ಲಿನ ಮೇಲೆ ಇಬ್ಬರೂ ಸುಮಾರು ಹೊತ್ತು ಸುಮ್ಮನೆ ಕುಳಿತರು. ಸರೋಜಿನಿ ಅರುಂಧತಿಯ ಬದಿ ತಿರುಗಿ ಸರಿಯಾಗಿ ಕೂತು, 'ನಿನ್ನನ್ನು ಅರು ಅಂತಲೇ ಕರೆಯುವೆ' ಅಂದಳು. 'ಹ್ಞು' ಅನ್ನುತ್ತ ನಸುನಕ್ಕಳು ಅರುಂಧತಿ. ಅದರ ಹಿಂದೆಯೇ, 'ನಾನು ಒಂದು ಹೆಣ್ಣು ಮಗುವನ್ನು ದತ್ತಕ ತೊಗೊಳ್ಳೋಣ ಅಂತ ಯೋಚನೆ ಮಾಡುತ್ತಿದ್ದೇನೆ' ಸರೋಜಿನಿ ಯಾವ ತಡೆಯೂ ಇಲ್ಲದಂತೆ ಹೇಳಿದ್ದು ಕೇಳಿ ಅರುಂಧತಿಗೆ ಅಚ್ಚರಿ ಕಾಡುತ್ತ, 'ಹ್ಞಾ ಹ್ಞಾ ಯಾಕೆ?' ಅನ್ನುವಂತೆ ಕೈಯಲ್ಲೇ ಸನ್ನೆ ಮಾಡಿದಳು. 'ಯಾಕೆ ಅಂದರೆ, ಒಂದು ಮಗೂನ ತಾಯಿ ಆಗಬೇಕು ಅನಿಸಿತಪ್ಪ' ಅನ್ನುತ್ತ ಸರೋಜಿನಿ, ದೂರದಲ್ಲಿ ಊರಾಚೆ ಗುಡ್ಡಬೆಟ್ಟಗಳಾಚೆ ಕಾಣುವ ನೀಲಿ ಸಮುದ್ರ ನೋಡಿದಳು. ಅರುಂಧತಿ, 'ಮದುವೆಯಾಗು' ಅನ್ನುವಂತೆ ಬಾಸಿಂಗ ತೋರಿಸಿದಳು. 'ನಿನಗೆ ಹೇಗೆ ಹೇಳುವುದು? ಹೇಳಿದರೆ ಅರ್ಥವೂ ಆಗುವುದಿಲ್ಲ' ಅಂತೇನೋ ಅಂದುಕೊಳ್ಳುತ್ತ ಸರೋಜಿನಿ ಸುಮ್ಮನಾಗಿಬಿಟ್ಟಳು.

ಅರುಂಧತಿಗೆ ಸರೋಜಿನಿಯ ಗುಣ ವರ್ತನೆ ಎಲ್ಲವೂ ವಿಚಿತ್ರವಾಗಿ ಕಂಡರೂ ಅವಳ ಸ್ವಭಾವ ಇಷ್ಟವಾಗುತ್ತ ಹೋಯಿತು. ಸರೋಜಿನಿ ಅಲ್ಲೆಲ್ಲ ಹಾರಾಡುವ ಬಣ್ಣಬಣ್ಣದ ಪಾತರಗಿತ್ತಿಗಳನ್ನು ತೋರಿಸಿದಳು. ಬಂಡಿ ಹಬ್ಬದ ಸಮಯದಲ್ಲಿ ತಾವು ಗೆಳತಿಯರೆಲ್ಲ ಸೇರಿ ಆಚೆ ಇರುವ ತುಳಸಿಬೆಟ್ಟವನ್ನು ಹತ್ತಿದ ಸಾಹಸ ಹೇಳಿಕೊಂಡಳು. 'ನಿಮ್ಮೂರಲ್ಲೂ ಬಂಡಿಹಬ್ಬ ಆಗ್ತಿರಬೇಕಲ್ಲ?' ಅಂತ ಕೇಳಿದಕ್ಕೆ ಆ..ಆ.. ಎನ್ನುತ್ತ

ಅರುಂಧತಿ ಇಲ್ಲವೆಂಬಂತೆ ತಲೆಯಾಡಿಸಿದಳು. ದೂರ ಕಾಣುವ ಸಮುದ್ರದಲ್ಲಿ ದಂಡೆಗೆ ಒಂದು ನಾವೆ ಬಂದು ನಿಂತಿದ್ದನ್ನು ಅರುಂಧತಿಗೆ ತೋರಿಸುತ್ತ ಇಬ್ಬರೂ ಪರಸ್ಪರ ಆ ಮನೋಹರ ನೋಟಕ್ಕೆ ಸ್ಪಂದಿಸಿದರು. ಅರುಂಧತಿ ಯಾಕೋ ಹೊಟ್ಟೆ ತೊಳೆಸಿಕೊಂಡು ಬಂದಂತಾಗಿ ಗುಡ್ಡದಲ್ಲೇ ವಾಂತಿ ಮಾಡಿಕೊಂಡಳು. ಸರೋಜಿನಿ ಎದ್ದು ಅವಳನ್ನು ಹಿಡಿದುಕೊಳ್ಳುತ್ತ ಸನ್ನೆಯಲ್ಲೇ ಎರಡೂ ಹಸ್ತದಲ್ಲಿ ಪಾಪುವಿನಂತೆ ತೋರಿಸಿ ನಕ್ಕಳು. ಅರುಂಧತಿ ತುಸುವೇ ನಾಚಿಕೊಂಡಳು.

ಗುಡ್ಡೆಯಿಳಿದು ನಿಧಾನ ಮನೆಗೆ ಬರುತ್ತ ಅರುಂಧತಿ ಪುನಃ ದೇಣಪೆಯಲ್ಲೇ ವಾಂತಿ ಮಾಡಿದಳು. ಅದನ್ನು ನೋಡಿದ ದಿಗಂಬರ, 'ನನ್ನ ಮರ್ಯಾದೆ ತೆಗೆಯುತ್ತೀಯಲ್ಲ, ರಸ್ತೆಯಲ್ಲಿ ವಾಂತಿಗೀಂತಿ ಮಾಡಿ' ಎಂಬ ತಮಾಷೆಯಲ್ಲೇ ಒಳಗೆ ಕರೆದೊಯ್ದ. ಸರೋಜಿನಿ ಮತ್ತು ಬಾಯಕ್ಕ ಇಬ್ಬರೂ ಮುಖ ಮುಖ ನೋಡಿಕೊಂಡರು. 'ಪಿತ್ತವಾಗಿರಬೇಕು' ಅನ್ನುತ್ತ ಬಾಯಕ್ಕ ಮಗಳ ಬದಿ ತಿರುಗಿ, 'ನೀನಾದರೂ ಮಾತಾಡಿಸಿ ನೋಡಬೇಕಿತ್ತು' ಅಂದಳು. 'ಏನೋ ಧ್ವನಿಪೆಟ್ಟಿಗೆಯ ಸಮಸ್ಯೆ ಇರಬೇಕು, ಬೇರೆ ಯಾವುದಾದರೂ ಒಳ್ಳೆ ಸ್ಪೆಶಲಿಸ್ಟರ ಹತ್ತಿರವೇ ತೋರಿಸೋದು ಚೊಲೊ ಅಂತ ಕಾಣತದೆ' ಅಂದಳು.

ಅಕ್ಕನಿಂದಲೇ ಅಮ್ಮನಿಗೆ ಬುದ್ಧಿ ಹೇಳಿಸಲು ದಿಗಂಬರ ಪ್ರಯತ್ನಪಟ್ಟ. ಸರೋಜಿನಿ ಬಾಯಿ ತೆಗೆವುದಕ್ಕೇ ಮುನ್ನವೇ, 'ಮನೆಯಲ್ಲಿ ಮಾತಂತೂ ಯಾರೂ ಆಡರು. ನಾನು ಆಡಿದರೂ ಯಾರೂ ಉತ್ತರಿಸರು ಅಂದರೆ ಯಾಕೆ ಬದುಕಿದ್ದೇನೆ ಅನಿಸಿಬಿಟ್ಟಿದೆ, ಇವರು ಕಲಿತವರು, ನಾನು ಮಾತಾಡಲೇ ತಿಳಿಯದಿದ್ದವಳು, ಸರೂ ನೀನೂ ಹೀಗೆಯೇ ಹೇಳುತ್ತೀಯಲ್ಲ, ನನಗೂ ಆ ದೇವರು ಮೂಕಿಯಾಗುವ ಭಾಗ್ಯ ಕೊಟ್ಟರೆ ನಾನೂ ಬಾಯಿ ಮುಚ್ಚಿಕೊಂಡು ಕೂತು ಬಿಡುತ್ತಿದ್ದೆ. ರಂಡೆ ಮಗನ ಬಾಯಿ, ಏನಾದರೂ ಮಾತಿಗೆ ವಸ್ತು ಬೇಕಾಗತದೆ, ಮೊದಲಿಂದ ಹೀಗೇ ನಮ್ಮ ಅತ್ತೆಯ ಕಾಲದಿಂದಲೂ, ನಾಕು ಮಾತು ಹೆಚ್ಚಿಗೆ ಆಡಿಕೊಂಡೇ ಬಂದವಳು, ಈಗ ಬಾಯಿ ಹೊಲಿದುಕೊಂಡಿರು ಅಂದರೆ, ನನಗೂ ಇಲ್ಲಿ ನಿಲ್ಲಲೂ ಆಗುತ್ತಿಲ್ಲ, ಕೂಡಲೂ ಆಗುತ್ತಿಲ್ಲ' ಎಂತೆಲ್ಲ ಅನ್ನುತ್ತ ಬಾಯಕ್ಕನಂತಹ ಬಾಯಕ್ಕನೂ ಮಗಳ ಹತ್ತಿರ ತನ್ನ ಅಳಲು ತೋಡಿಕೊಂಡಳು. ಸರೋಜಿನಿಗೂ ಅಮ್ಮನ ಮೇಲೆ ಒಳಗೆಲ್ಲೋ ಕರುಳು ಚುರ್ ಅಂತು.

ಸರೋಜಿನಿ ಮಾರನೇ ದಿನವೇ ಸಂಜೆ ಇನ್ನೊಮ್ಮೆ ಆಸ್ಪತ್ರೆಗೆ ಕರೆದೊಯ್ದಳು. ಡಾಕ್ಟರಲ್ಲಿ ಏನೇನೋ ವಿಚಾರಿಸಿದಳು. ಅವರು, 'ಕೆಲವರಿಗೆ ಹಾಗಾಗತದೆ. ಅಥವಾ ಏನಾದರೂ ಮಾನಸಿಕ ಕಾರಣವಿದ್ದರೂ ಇರಬಹುದು' ಅಂದರು. ಪೇಟೆಯಿಂದ ವಾಪಸ್ಸು ಬರುವಾಗ ಅರುಂಧತಿಗೆ ಹತ್ತು ಲೀಟರಿನ ಪ್ರೆಷರ್ ಕುಕ್ಕರೊಂದನ್ನು ಕೊಡಿಸಿದಳು. ಮನೆಗೆ ಬಂದು, 'ನಿಮ್ಮ ತಾಯಿ ಮಗನ ನಡವಳಿಕೆಯೇ ವಿಚಿತ್ರ, ಇವಳು ನಿಮ್ಮ ಜೊತೆ ಬದುಕುವ ದುರಾದೃಷ್ಟ ಪಡೆದಿದ್ದಾಳಲ್ಲ, ಅದಕ್ಕೇ ನನಗೆ

ಬೇಸರ' ಅಂತ ತಮ್ಮನ ಮುಖಕ್ಕೆ ಹೊಡೆದಂತೆ ಹೇಳಿ ಕೋಪಿಸಿಕೊಂಡಳು. 'ಇಲ್ಲ ಇಲ್ಲ, ಪಂಡಿತ ಡಾಕ್ಟರು ಇನ್ನೂ ಒಂದೆರಡು ತಿಂಗಳು ನೋಡುವ ಅಂದಿದ್ದಾರೆ' ಅಂದ. 'ಮುಂದೆ ಹದಿನೈದೇ ದಿನದಲ್ಲಿ ಚೌತಿ, ಬಂದು ಹೋಗು, ಹಬ್ಬಕ್ಕೆ ಹಾಗೆಲ್ಲ ಬೆನ್ನು ಹಾಕಿ ಹೋಗಬಾರದು' ಅಂತ ಅಮ್ಮನ ಮಾತು ಆಲಿಸುತ್ತ, 'ನೋಡತೇನೆ' ಅಂದಷ್ಟೇ ಹೇಳಿ ಮಾರನೇ ದಿನ ಸರು ಹೊರಟಳು.

ಅವಳು ಹೋದ ಬೆನ್ನಿಗೇ ದಿಗಂಬರ, 'ನಿಮ್ಮ ಅಣ್ಣ ಆ ದಿನ ಎಸ್ಟಿಡಿ ಬೂತಿನ ಮಳಿಗೆ ತನ್ನ ಬಳಿ ಎರಡಿದೆ, ನಮಗೊಂದು ಕೊಡುತ್ತೇನೆಂದಿದ್ದ. ಕೇಳಿ ನೋಡುತ್ತಿಯಾ?' ಅಂತ ಹೆಂಡತಿಯನ್ನು ರಮಿಸುತ್ತ ಅಂದ. 'ಉಹ್ಞೂ' ಅನ್ನುತ್ತ ಒಳನಡೆದಳು ಅರುಂಧತಿ. 'ಅಣ್ಣನ ಬಳಿ ಅದನ್ನು ಯಾವ ಭಾಷೆಯಲ್ಲಿ ಅವಳು ಹೇಳಿಯಾಳು? ಒಳ್ಳೇ ಮೂಕರ ಸಹವಾಸವಾಯ್ತು' ಎನ್ನುತ್ತ ಬಾಯಕ್ಕ ತಲೆ ಸೋಣಿಯುತ್ತ, 'ಹೊಟ್ಟೆಯಲ್ಲಿ ಒಂದು ಕೂಸಾದ್ರೂ ಆದರೆ, ಅದರ ಹತ್ತಿರವಾದರೂ ನನ್ನ ವೇಳೆ ಹೋಗುತ್ತಿತ್ತು' ಎಂದು ಮಿಡುಕಿದಳು. ಅದನ್ನು ಆಲಿಸಿದ ಸಣ್ಣಿ ತೆಂಗಿನಕಾಯಿಯ ಸಿಪ್ಪೆ ಸುಲಿದು ಕೊಡುತ್ತಲೇ ಬಾಯಕ್ಕನಿಗೆ, 'ಅಮ್ಮನೋರೇ, ಸಣ್ಣಮ್ಮನೋರು ಗರ್ಭಿಣಿಯಿದ್ದ ಹಾಗೇ ಕಾಣತಿದಪ್ಪ' ಅಂದದ್ದೇ ಬಾಯಕ್ಕನಿಗೂ ಸಂಶಯ ಬಂತು. ಅವಳ ಉಣ್ಣದೇ ಇರುವ, ಅಲ್ಲಲ್ಲೇ ಕೂಡುವ ಮಲಗುವ, ಉಂಡಿದ್ದೆಲ್ಲ ವಾಕರಿಸುವ ವಿರೂಪ ಒಂದೆರಡು ದಿನ ಗಮನಿಸಿದ್ದೇ, ಎಂಥದೋ ಖುಷಿಯ ಜೊತೆ ತನಗೆ ಹೇಳಲಿಲ್ಲವೆಂಬ ಸಿಟ್ಟೂ ಎದ್ದೆದ್ದು ಕುಣಿಯಿತು.

'ನಾನೇನು ಮಾಡಿದ್ದೆನೋ ದಿಗಂಬರ ನಿಂಗೆ? ಅವಳು ಬಸುರಿಯೆನ್ನುವ ಸುದ್ದಿ ನಾನು ಬೇರೆಯವರಿಂದ ತಿಳಿದುಕೊಳ್ಳ ಬೇಕಾಯಿತಲ್ಲ?' ಅಮ್ಮ ದೊಡ್ಡ ಸ್ವರದಲ್ಲಿ ರೋದಿಸುವುದಕ್ಕೆ ಶುರು ಮಾಡಿದ್ದೇ ದಿಗಂಬರ, 'ಹಾಗಲ್ಲಮ್ಮ, ಡಾಕ್ಟರು ಯಾರಿಗೂ ಇಷ್ಟು ಮುಂಚೇ ಹೇಳಬೇಡಿ, ಒಮ್ಮೊಮ್ಮೆ ಇದ್ದಲ್ಲೇ ಸುಳ್ಳೆನಿಸಿ ಹೋಗಿಬಿಡುವುದುಂಟು, ಮೂರು ತಿಂಗಳು ಭರ್ತಿಯಾದ ನಂತರ ಹೇಳಿ ಅಂದಿದ್ದರು' ಅಂದ. 'ಊರ ಮೇಲಿನ ಜನರಿಗೆಲ್ಲ ಈಗಾಗಲೇ ಗುತ್ತಾಗಿದೆ, ನಾನು ನಿನ್ನ ತಾಯಿಯಾಗಿದ್ದೆ' ಅನ್ನುತ್ತ ಕಣ್ಣೀರು ಸುರಿಸುತ್ತ ದೇವರ ಖೋಲಿಗೆ ಹೋಗಿ ಬಿದ್ದು ಬಿದ್ದು ಅಳತೊಡಗಿದಳು.

ದಿಗಂಬರ, 'ಯಾಕಮ್ಮಾ? ನಮ್ಮದು ತಪ್ಪಾಗಿದೆ, ಆಯ್ತು, ಏಳು ಬಾ, ಚಾ ಕುಡಿಯೋಣ' ಅಂತ ಕರೆದರೂ ಬರದೆ ಬಾಯಕ್ಕ, 'ಅವಳೇ ಬಂದು ತಪ್ಪಾಯಿತು ಅಂತ ಕೇಳಿಕೊಳ್ಳಲಿ' ಅಂತನ್ನುವುದನ್ನು ಆಲಿಸಿ ದಿಗಂಬರ, 'ಅವಳಿಗೆ ಮಾತೇ ಬಾರದು, ಹ್ಯಾಗಮ್ಮಾ ಅವಳ ಹತ್ತಿರ ಹೇಳಿಸಲಿ?' ಅಂದದ್ದೇ, 'ಬಂದು ಕಾಲಿಗೆ ಬೀಳಲಿ, ಹಿರಿಯರೆಂದರೆ ಈ ಮನೆಯಲ್ಲಿ ಕಿಮ್ಮತ್ತೇ ಇಲ್ಲ' ಅಂತೆಲ್ಲ ಸೊರ ಸೊರ ಮಾಡಿದ್ದೇ ದಿಗಂಬರ ಹೆಂಡತಿಯ ಬಳಿ ಹೋಗಿ ಈ ವಿಷಯ ಅರುಹಿದ್ದ.

ಅರುಂಧತಿಗೆ ಮೈಯೆಲ್ಲ ಬೆಂಕಿಯಾಗುವಂತಹ ಸಿಟ್ಟು ಏರಿ, 'ಉಹ್ಞೂ ಉಹ್ಞೂ' ಹಟ ಮಾಡತೊಡಗಿದ್ದೇ ದಿಗಂಬರ ಅವಳನ್ನು ಅಕ್ಷರಶಃ ಎಳೆದುಕೊಂಡು

ಬಂದಂತೆಯೇ ರಟ್ಟೆ ಹಿಡಿದು ತಂದು, 'ಹಿರಿಯರಿಗೆ ಒಮ್ಮೆ ಕಾಲಿಗೆ ಬಿದ್ದರೆ ನಿನ್ನ ಯಾವ ಗಂಟೂ ಮುಳುಗಿ ಹೋಗುವುದಿಲ್ಲ' ಎನ್ನುತ್ತ ತಾಯಿಯ ಕಾಲ ಬಳಿ ದೂಡಿಬಿಟ್ಟಿದ್ದ. ಅರುಂಧತಿ ಆಗೆಲ್ಲ ಮನುಷ್ಯಳೇ ಆಗಿರಲಿಲ್ಲ. ಸಿಟ್ಟು ಕ್ರೋಧ ಒಟ್ಟೊಟ್ಟಿಗೇ ಉಕ್ಕಿ ಬಂದು ಕೈ ಮುಷ್ಟಿ ಕಟ್ಟಿ ಕಟಕಟನೆ ಹಲ್ಲು ಕಡಿಯುತ್ತಿದ್ದರೂ ಬೇರೆ ಏನನ್ನೂ ಮಾಡಲಾಗದೆ ಅತ್ತೆಯ ಕಾಲು ಮುಟ್ಟಿ ಎದ್ದವಳೆ ಬಚ್ಚಲಿಗೆ ಹೋಗಿ ಕೂತುಬಿಟ್ಟಳು. ಅಲ್ಲಿ ದೊಡ್ಡದಾಗಿ ಒಮ್ಮೆ ಚೀರಿದ ಸದ್ದು ಬಂದದ್ದೇ ದಿಗಂಬರ ಗಾಬರಿಯಿಂದ ಬಚ್ಚಲ ಬಾಗಿಲನ್ನು, ಉದ್ದ ಕೋಲು ಹಾಕಿ ಚಿಲಕ ಸರಿಸಿ, ಹರಸಾಹಸ ಮಾಡಿ ತೆಗೆದ.

ತಲೆ ಸುತ್ತಿ ಬಂದು ಬಚ್ಚಲ ಒಲೆಯ ಬಳಿ ಬಿದ್ದವಳನ್ನು ಎತ್ತಿ ಒಳ ತರುವಾಗ ಮೊಣಕಾಲಿನವರೆಗೆ ಮೇಲೆ ಸರಿದ ಸೀರೆಯಿಂದ ಒಳ ಮೊಣಕಾಲಲ್ಲಿ ಸಣ್ಣದೊಂದು ಬಿಳಿಯ ಮಚ್ಚೆ ಇದ್ದದ್ದು ದಿಗಂಬರನ ಕಣ್ಣಿಗೆ ಬಿದ್ದು ಬಿಟ್ಟಿತು. ದೇವೂನ ಹಣೆಯಲ್ಲಿ ಕಂಡಂಥದೇ ಬಿಳೀ ಕಲೆ, ಅವನಿಗೆ ಒಮ್ಮೆಲೇ ಶಾಕ್ ಹೊಡೆದ ಅನುಭವ. ಯಾರ ಬಳಿ ಏನು ಕೇಳುವುದೆಂದೇ ತಿಳಿಯದೆ ಅಮ್ಮನ ಬಳಿ ಹೇಳಿದರೆ ಅದೇ ದೊಡ್ಡ ಪ್ರಕರಣ ಮಾಡಿ ಬಿಡುತ್ತಾಳೆಂದು ಅಲ್ಲೇ ಗಪ್ಪಾಗಿಬಿಟ್ಟ. ಹೆಂಡತಿಯಿಂದ ದೂರ ಹೋಗಿ ದೆಣಪೆಯಲ್ಲೋ ಅಂಗಡಿ ಕಟ್ಟೆಯಲ್ಲೋ ಹೋಗಿ ನಿಂತು ಒಂದೇ ಸಮ ಯೋಚಿಸತೊಡಗಿದ.

ಆ ಬಿಳಿಯ ಕಲೆ ನೋಡಿದಾಗಿನಿಂದ ವಿಚಿತ್ರ ಗೊಂದಲಕ್ಕೆ ಬಿದ್ದಿದ್ದ. ರಾತ್ರಿ ಮಲಗಿದಾಗ ಅರುಂಧತಿಯನ್ನು ಒಮ್ಮೆಲೆ ಕೇಳಲು ಒಂದು ಥರಾ ಆಗಿ ಕಾಲಿನಲ್ಲಿ ಒಂದು ಸಣ್ಣ ಕಲೆ ಇದೆಯಲ್ಲ? ಅದು ಮೊದಲೇ ಇದ್ದದ್ದೇ ಅಥವಾ ಆ ನಂತರ ಆಗಿದ್ದೇ? ಅನ್ನುತ್ತ ಸಹಜ ವಿಚಾರಿಸಿದಂತೆ ಕೇಳಿದ. ಅವಳು ಕಷ್ಟಪಟ್ಟು ನೋಡಿಕೊಂಡರೆ ಮಾತ್ರ ಕಾಣುವ ಹಿಂಬದಿಯ ಮೊಣಕಾಲಿನ ಆ ಕಲೆಯನ್ನು ಅವಳು ಎಷ್ಟೋ ವರ್ಷಗಳಿಂದ ಮರೆತೇ ಬಿಟ್ಟಿದ್ದಳು.

ಪದೇಪದೆ ಅದರ ಕುರಿತು ಅವಳ ಬಳಿಯೆ ವಿಚಾರಿಸಿ, 'ಯಾವಾಗ ಕಾಣಿಸಿಕೊಂಡದ್ದದು? ದಿನಾ ಹೋದ ಹಾಗೆ ದೊಡ್ಡದಾಗುತ್ತಿದೆಯೋ ಹೇಗೆ?' ಅಂತೆಲ್ಲ ಕಿರಿ ಕಿರಿ ಮಾಡಿದ್ದಕ್ಕೆ ಅರುಂಧತಿಗೂ ತಲೆ ಚಿಟ್ಟು ಹಿಡಿದು ಹೋಯಿತು. ಪುನಃ ದಿಗಂಬರ ಆ ವಿಷಯ ತೆಗೆದರೆ ಕೇಳಿಸದೆ ಇದ್ದವಳಂತೆ ಸುಮ್ಮನಿದ್ದುಬಿಡಲು ಕಲಿತಳು. ಅಂದಿನಿಂದ ಗಂಡ ಹೆಂಡತಿಯರ ನಡುವೆ ಅಷ್ಟಕಷ್ಟೇ ಆಯಿತು. ದಿಗಂಬರ ಯಾವುದೋ ದುಗುಡದಲ್ಲಿ ದಿನಾ ಆಚೆ ಬದಿ ತಿರುವಿಕೊಂಡು ಮಲಗಿಕೊಳ್ಳತೊಡಗಿದ.

ಸಣ್ಣಿಯನ್ನು ಕರೆದು ಗುಟ್ಟಾಗಿ ದೇವೂನ ಹಣೆಯ ಮೇಲಿರುವ ಬಿಳಿಯ ಕಲೆಯ ಕುರಿತು ವಿಚಾರಿಸಿದ. ಅದನ್ನು ಅಷ್ಟೇ ಗುಟ್ಟಾಗಿ ಸಣ್ಣಿ ಅರುಂಧತಿಯೊಡನೆ ಹೇಳಿಬಿಟ್ಟಿದ್ದಳು. 'ಹೀಗೆ ಕಲೆಯಿದ್ದುದರಿಂದಲೇ ಈ ಹಳ್ಳಿಗೆ ಕೊಡಲು ನಿನ್ನ ಅಣ್ಣ ಒಪ್ಪಿಕೊಂಡದ್ದೇನೋ' ಅಂತಲೂ ಮಾತು ಮಾತು ಆಡುತ್ತ ಒಮ್ಮೆ ಹೇಳಿಬಿಟ್ಟ ದಿಗಂಬರ. ಅರುಂಧತಿ

ಹೊಸದೊಂದೇ ದುರ್ವಿಧಿಯ ಅಧ್ಯಾಯ ಶುರುವಾದಂತೆ ಆತಂಕಗೊಂಡಳು. ಹೀಗೆ ನನ್ನ ಈ ಬಿಳಿ ಕಲೆ ಕಂಡ ಮೇಲೆ ರಾತ್ರಿ ನನ್ನನ್ನು ಮುಟ್ಟುವುದೂ ಬಿಟ್ಟಿದ್ದಾನೆ ಅನಿಸಲು ಶುರುವಾದದ್ದೇ ಅರುಂಧತಿಯಲ್ಲಿ ಎಂಥದೋ ಶೌರ್ಯ ಗಟ್ಟಿಗೊಳ್ಳಲು ತೊಡಗಿತು. ಅತ್ತೆ ಎಷ್ಟು ದಿನದವಳು ಅಂತ ಸಮಾಧಾನ ಮಾಡಿಕೊಂಡರೆ, ಇಂಥ ಸಣ್ಣತನ ಒಳಗಿಟ್ಟುಕೊಂಡ ಈ ಮನುಷ್ಯನ ಹತ್ತಿರವೂ ಜೀವನ ಪರ್ಯಂತ ಇರಬೇಕಲ್ಲ ಎಂಬ ಅಸಹ್ಯವೊಂದು ಅರುಂಧತಿಯನ್ನು ಕಂಗೆಡಿಸಿತು.

ಮತ್ತೆ ತಿಂಗಳ ಚೆಕಪ್ಪಿಗೆಂದು ಅಂಕೋಲೆಯ ಪಂಡಿತ ಡಾಕ್ಟರ ಹತ್ತಿರ ಕರೆದೊಯ್ದ ದಿಗಂಬರ ಅವರ ಹತ್ತಿರ ಅಂದು ಕೇಳಿದ ಮೊದಲ ಸಮಸ್ಯೆ ಎಂದರೆ ಈ ವಿಷಯಕ್ಕೆ ಸಂಬಂಧಪಟ್ಟಿದ್ದೇ. ಡಾಕ್ಟರು ಆ ಕಲೆಯನ್ನು ಉಜ್ಜಿ ನೋಡಿ ನಗುತ್ತ, 'ಸಾದಾ ಮಚ್ಚೆ ಅದು, ನಮಗೆಲ್ಲ ಕಪ್ಪು ಮಚ್ಚೆ ಇರುತ್ತಲ್ಲ, ಹಾಗೇ ಅವರಿಗೆ ಬಿಳಿಯ ಮಚ್ಚೆ ಇದೆ' ಅನ್ನುತ್ತ ಪುನಃ ಆ ಸಂಗತಿಯನ್ನೇ ತೆಗೆಯದೆ ಡಾಕ್ಟರು, ಬಸುರಿಯರು ಇಷ್ಟು ಅನಿಮಿಕ್ ಆಗಿರಬಾರದಾಗಿಯೂ ಹಸಿರು ತರಕಾರಿ ಮೊಳಕೆ ಕಾಳುಗಳನ್ನು ತಿನ್ನಲು ಸೂಚನೆ ನೀಡಿ ಹೊರ ಕಳಿಸಿದ್ದರು.

ದಿಗಂಬರ ಹೆಂಡತಿಯ ಮುಖ ಮುಖ ನೋಡಿ, 'ಅದೊಂದು ಅಪಾಯದ್ದಲ್ಲ ಅಂತ ಹೇಳಿದರಲ್ಲ, ಅಷ್ಟೇ ಸಾಕು' ಅಂತೇನೋ ಹೇಳಿದ. ಅರುಂಧತಿ, 'ಅಪಾಯದ್ದು ಅಂದಿದ್ದರೆ ನನ್ನ ಬಿಟ್ಟೇ ಬಿಡುತ್ತಿದ್ದನೇನೋ' ಎಂದು ಮನಸ್ಸಿನಲ್ಲೇ ಅಂದುಕೊಂಡು ದುಃಖ ಒತ್ತರಿಸುತ್ತ, 'ಛೇ ಈ ಜನ್ಮಕ್ಕಿಷ್ಟು' ಅಂತ ಗಂಡನನ್ನು ತನ್ನನ್ನು ಇಬ್ಬರನ್ನೂ ಸೇರಿಸಿಯೇ ಶಪಿಸಿಕೊಂಡಳು. ರಾತ್ರಿ ತನ್ನ ಮೈಮೇಲೆ ಬಿದ್ದ ದಿಗಂಬರನ ಕೈಯನ್ನು ಶಕ್ತಿ ಹಾಕಿ ಎತ್ತಿ ಧಡ್ಡನೆ ಎಸೆದುಬಿಟ್ಟಳು. ಪಕ್ಕ ಗೋಡೆಗೆ ಅಂಗೈ ಬಡಿದು ಹಾಯ್ ಎಂದು ನೋವು ತಡೆದುಕೊಂಡ ದಿಗಂಬರ ಎದ್ದು ಕೂತು, 'ಯಾಕೆ?ಯಾಕೆ ಏನಾಯ್ತು ನಿಂಗೆ?' ಅನ್ನುತ್ತ ಜೋರು ಮಾಡಿಕೊಂಡೇ ಬಂದ. ಅರುಂಧತಿ ಅವನ ಮುಖ ನೋಡಲು ಮನಸ್ಸಿಲ್ಲದವಳಂತೆ ಗೋಡೆ ಬದಿ ತಿರುಗಿ ಮುಖ ಮುಚ್ಚಿಕೊಂಡು ನಿದ್ದೆ ಹೋದಳು.

ಇಷ್ಟು ಚಿಕ್ಕ ಸಂಗತಿಗೆ ಹೆಂಡತಿಯ ಮೇಲೆ ತಾನು ತೋರಿದ ಅನಾದರ ಅರ್ಥ ವಾದವನಂತೆ ದಿಗಂಬರ ಸ್ವಲ್ಪ ದಿನ ತನ್ನಷ್ಟಕ್ಕೇ ತಾನು ಮೌನವಾಗೇ ಉಳಿದ. ಅರುಂಧತಿಯೂ ಸ್ವಲ್ಪ ದಿನ ಗಂಡನ ಮುಖ ನೋಡುವುದನ್ನೇ ನಿಲ್ಲಿಸಿಬಿಟ್ಟಿದ್ದಳು. ದಿಗಂಬರ ಇದ್ದಕ್ಕಿದ್ದಂತೆ ಒಂದು ದಿನ ರಾತ್ರಿ, 'ನನ್ನ ತಪ್ಪಾಗಿದೆ, ಬೇಸರವಾಯ್ತೇ? ಅದಕ್ಕೆ ಇಷ್ಟು ದೊಡ್ಡ ಶಿಕ್ಷೆ ಕೊಡಬೇಡ' ಅಂತೆಲ್ಲ ಹೇಳಿ ಮುದ್ದುಗರೆಯುತ್ತ ಈ ಪ್ರಕರಣವನ್ನು ರಾಜಿ ಮಾಡಿಕೊಂಡ. ಮಾರನೇ ದಿನ ಏನೋ ಮಾತಾಡುತ್ತ ಸಣ್ಣಿ ಯೊಂದಿಗೂ, 'ಡಾಕ್ಟರು ಬೈದೇ ಬಿಟ್ಟರು, ನನ್ನದೇ ತಪ್ಪು' ಅಂತೇನೋ ಹೇಳಿ, ದೇವು ಕಂಡ ಕೂಡಲೇ ತಾನು ಯಾವುದೋ ಗೊಂದಲದಿಂದ ನಡುಗುವುದನ್ನು ನಿಲ್ಲಿಸಿ ಇದ್ದಲ್ಲೇ ಅದರಿಂದ ಬಿಡುಗಡೆಗೊಂಡ.

ಆದರೆ ಸೊಸೆಯಿಂದ ಕೈ ಮುಗಿಸಿಕೊಳ್ಳುವ ಅವತಾರ ಆಗಾಗ ತಾಳುತ್ತಿದ್ದ ಬಾಯಕ್ಕನ ಚಟ ಎಷ್ಟು ವಿಕೋಪಕ್ಕೆ ಹೋಯಿತೆಂದರೆ, ಅತ್ತೆಯನ್ನು ಊಟಕ್ಕೆ ಕರೆಯದೆ ಇವಳು ಉಂಡೇ ಬಿಟ್ಟರೂ ತನ್ನ ಕಾಲಿಗೆ ಬಿದ್ದು ಕ್ಷಮಾಪಣೆ ಕೇಳಲಿ ಎಂಬಷ್ಟರ ಮಟ್ಟಿಗೆ ಅರುಂಧತಿಗೆ ಹಿಂಸೆಯಾಗತೊಡಗಿತು. ಅರುಂಧತಿಗೆ ಮೂಕಿಯಾದದ್ದಕ್ಕೆ ಇದು ತಣ್ಣನೆ ಕೊರೆಯುವ ಹೊಸದೊಂದೇ ಶಿಕ್ಷೆಯಾಗಿ ಕಾಡತೊಡಗಿತು.

◀◀ ▶▶

ಅರ್ಜಿ ಕೊಟ್ಟು ಬಂದ ಎರಡೇ ತಿಂಗಳಿಗೆ ಫೋನಿನ ಕನೆಕ್ಷನ್ ಬಂತು. ದಿಗಂಬರ ಅಂಗಡಿಯಲ್ಲೇ ಇರಿಸಿಕೊಂಡ. ಒಂದು ರೂಪಾಯಿ ಹಾಕಿ ಒಂದು ನಿಮಿಷ ಮಾತಾಡ ಬಹುದೆಂದು ತಿಳಿದದ್ದೇ ಊರಿನ ಕೆಲ ಮಂದಿ ದಿನವೂ ಯಾರ್‍ಯಾರದೋ ನಂಬರು ಹಿಡಿದು ಬಂದು, ದಿಗಂಬರನ ಹತ್ತಿರವೇ ನಂಬರು ಹಚ್ಚಿಸಿಕೊಂಡು ಫೋನ್ ಮಾಡಿ ಅದೂ ಇದೂ ಮಾತಾಡಿ ಬೇಕಾದ ವಸ್ತುವನ್ನೂ ಕೊಂಡೊಯ್ಯುತ್ತಿದ್ದರು.

ದಿನವೂ ಅರುಂಧತಿಯ ಆರೋಗ್ಯ ವಿಚಾರಿಸಿ ಮಾಸ್ತಿಕಟ್ಟೆಯಿಂದ ನೀಲಕಂಠ ಶೆಟ್ಟರ ಫೋನು ಬರುತ್ತಿತ್ತು. ಅಪ್ಪನ ಫೋನು ಬಂದಾಗ ಅರುಂಧತಿ ಅಂಗಡಿಯ ಬಳಿಗೇ ಇದ್ದರೂ ಅವಳ ಹತ್ತಿರ ಮಾತಾಡಲಿಕ್ಕಾಗುತ್ತಿರಲಿಲ್ಲ, ಹಾಗಾಗಿ ಅವಳಿಗೆ ಅಳುವೇ ಬಂದು ಬಿಡುತ್ತಿತ್ತು. ವೇಣು ಶಶಿಕಲಾ ಎಲ್ಲರೂ ಅರುಂಧತಿಯನ್ನು ದಿಗಂಬರನ ಬಳಿಯೇ ವಿಚಾರಿಸಿ ತೃಪ್ತಿ ಪಡಬೇಕಾಗಿತ್ತು. ವೇಣುವೇ ಹಾಗೊಂದು ದಿನ ತನ್ನ ಟೆಲಿಫೋನ್ ಮಳಿಗೆಯ ಕುರಿತು ಪ್ರಸ್ತಾಪಿಸುತ್ತ ಈ ಕಡೆ ಬರುವ ಲಾರಿಯೊಂದಕ್ಕೆ ಹಾಕಿ ಕಳಿಸಿಕೊಡುತ್ತೇನೆಂದು ನೆನಪಿಸಿದ.

ಅರುಂಧತಿ ನೀರು ಕುಡಿದರೂ ಹೊರ ಹಾಕುವ ದಿನಗಳು ಮುಗಿದು ಈಗ ಕೊಂಚ ಚಿಗುರಿಕೊಂಡಿದ್ದಳು. ಊಟಕ್ಕೆ ಕೂತಾಗ ಹೋಗಲಿ ಸಾರು ಕುದಿಯುವಾಗಲೂ ಅವಳು ತಳಮಳಿಸಿ ಹೊರ ಓಡಿ ವಾಂತಿ ಮಾಡಿಕೊಳ್ಳುವುದನ್ನು ನೋಡಿದ ದಿಗಂಬರ ಈಗ ಸರಿಯಾಗಿ ಉಂಡು ತಿಂದು ಓಡಾಡಿಕೊಂಡಿರುವ ಹೆಂಡತಿಯನ್ನು, ಈ ಅಮ್ಮನ ಕಾಲದಲ್ಲಿ ಅವಳು ಮೂಕಿಯಾದದ್ದೇ ಒಳ್ಳೆಯದು ಅನ್ನಿಸಲು ಶುರುವಾಗಿತ್ತು. ಇಲ್ಲದಿದ್ದರೆ ಇಬ್ಬರೂ ಹುಟ್ಟಿಸುವ ರಾದ್ಧಾಂತಗಳಿಗೆ ಕೊನೆ ಮೊದಲೇ ಇಲ್ಲ ಎಂಬಂತಾ ಗಿತ್ತು. ಅದರಲ್ಲಿ ಇಬ್ಬರೂ ಕಮ್ಮಿಯಿರಲಿಲ್ಲ. ತಾನು ಯಾರ ಪರವಾಗಿ ಮಾತಾಡಲಿ ಎಂದೇ ಗೊತ್ತಾಗದೆ ದಿಗಂಬರ ಮುದ್ದಾಂ ತನ್ನ ಅಂಗಡಿಯಲ್ಲೇ ಹೆಚ್ಚು ಹೊತ್ತು ಕಳೆಯತೊಡಗಿದ್ದ.

ಇತ್ತೀಚೆಗೆ ಅರುಂಧತಿ ತನಗೆ ಕಿವಿಯೂ ಕೇಳುವುದಿಲ್ಲ, ಎಂಬ ಸೂಚನೆ ಅವಳಿಗರಿ ವಿಲ್ಲದಂತೆ ಕೊಟ್ಟಿದ್ದಳು. ಆಸ್ಪತ್ರೆಗೆ ತಿಂಗಳೂ ಅಂಕೋಲೆಯ ಪಂಡಿತ ಡಾಕ್ಟರಿದ್ದಲ್ಲಿಗೇ ತಪಾಸಣೆಗೆ ಹೋಗಿ ಬರುತ್ತಿದ್ದರು. ಎಲ್ಲ ತಪಾಸಣೆ ಮಾಡಿ, ಒಬ್ಬಳನ್ನೇ ಕರೆದು

ಕೂಡಿಸಿಕೊಂಡ ಡಾಕ್ಟರು, 'ಯಾಕಮ್ಮಾ ಮನಸ್ಸಿನಲ್ಲಿ ಏನಾದರೂ ಹೇಳಿಕೊಳ್ಳಲಾಗದ ನೋವಿದೆಯಾ? ಯಾಕೆ ಮಾತಾಡಲ್ಲಮ್ಮಾ? ನನ್ನ ಬಳಿ ಹೇಳು' ಅಂತೆಲ್ಲ ಕೇಳಿಬಿಟ್ಟಿದ್ದರು. ಅರುಂಧತಿ ಏನೂ ಅನ್ನದೆ ಸುಮ್ಮನೆ ತಲೆಯಾಡಿಸಿ ಬಂದಿದ್ದಳು.

ಮಗು ಹುಟ್ಟಿದ ನಂತರ ಮಾತು ಬಂದೀತೆಂದು ಎಲ್ಲ ಕಾದರು. ಆದರೆ ಅರುಂಧತಿ ಮಾತ್ರ ಆ ಕಾರಣಕ್ಕಾಗಿ ಬೇಸರಿಸುವುದನ್ನು ಬಿಟ್ಟು ಬಿಟ್ಟಿದ್ದಳು. ಬಾಯಕ್ಕ ನಂತೂ, 'ಏನು ಹೇಳಿದರೂ ಅಷ್ಟೇ ಏನು ಹಣೆ ಹಣೆ ಬಡಕೊಂಡರೂ ಅಷ್ಟೇ ಮೂಕ ಬಸವಿಯ ಹತ್ತಿರ ನಾನು ದಿನಗಳೀಬೇಕು ನನ್ನ ನಸೀಬು ನೋಡು' ಎಂದೆಲ್ಲ ಹೇಳಿದರೂ ಅರುಂಧತಿಗೆ ಕೇಳಿಸುತ್ತಿರಲಿಲ್ಲ. ಮಂದಿಯ ಬಾಯಿ ಅಲುಗಾಡಿದ್ದಷ್ಟೇ ಕಾಣುತ್ತಿತ್ತು. ರಾತ್ರಿ ಗಂಡನೊಂದಿಗೆ ಮಾತ್ರ ತನ್ನ ಮೂಕ ಭಾಷೆಯಲ್ಲೇ ಏನೇನೋ ಹೇಳಲು ಹರಸಾಹಸ ಮಾಡುತ್ತಿದ್ದಳು. ತಾನು ಹೇಳಿದ್ದು ದಿಗಂಬರನಿಗೆ ತಿಳಿಯಿತು ಅಂದರೆ ಖುಷಿಯಾಗಿ ಮುಖದಲ್ಲಿ ಮಂದಹಾಸ ಮೂಡುತ್ತಿತ್ತು. ಇನ್ನೂ ಬಾಯಿ ಬರದ ಮಗುವಿನ ಹಾಗೆ ಯಾವ ಸಿಟ್ಟೂ ಅಸೂಯೆಗಳಿಲ್ಲದೆ ಶುದ್ಧ ಮಗುವಿನ ಹಾಗಿರುವ ಹೆಂಡತಿಯನ್ನು ಕಂಡು ಅವನಿಗೆ ಕರುಣೆ ಉಕ್ಕುಕ್ಕಿ ಬರುತ್ತಿತ್ತು.

ಏನು ಹೇಳಿದರೂ ಸುಮ್ಮನೆ ಕೇಳಿಸಿಕೊಳ್ಳುವ, ತನ್ನ ಯಾವ ಅಧಿಕಾರವನ್ನೂ ಇನ್ನೊಬ್ಬರ ಮೇಲೆ ಹೇರದ, ತನ್ನ ಕೆಲಸವನ್ನು ಸರಿಯಾಗಿ ಮಾಡುತ್ತ, ತನಗೆ ಹ್ಯಾಗೆ ಬೇಕೋ ಹಾಗೆ ಇರುತ್ತ ತನ್ನ ಮೂಕಾಂಬಿಕೆಯ ಅವತಾರವನ್ನು ಇವಳು ಎಂದು ಗೆಲ್ಲಲಿದ್ದಾಳೆಂಬುದೇ ದಿಗಂಬರನಿಗೆ ಒಂದು ಒಗಟಿನಂತೆ ಕಾಡುತ್ತಿತ್ತು. ತನ್ನದೇ ಭಾಷೆಯಲ್ಲೇ ಒಮ್ಮೆ ಸನ್ನೆ ಮಾಡುತ್ತ ಏನೋ ಹೇಳುತ್ತಿದ್ದಳು, ಇವನಿಗೆ ಏನು ಮಾಡಿದರೂ ಅವಳು ಹೇಳುತ್ತಿರುವುದು ತಿಳಿಯಲೊಲ್ಲದು. ಅರುಂಧತಿಗೆ ದುಃಖ ಉಕ್ಕಿಬಂದು ಹೋ ಎಂದು ಅತ್ತು ಬಿಡುತ್ತಿದ್ದಳು. ಏನಾಯಿತೆಂದೇ ತಿಳಿಯದೆ ಹೊರಗಿನಿಂದ ಬಾಯಕ್ಕ ಭಯಗೊಂಡು ಬಾಗಿಲು ಬಡಿಯುತ್ತ, 'ದಿಗಂಬರ ದಿಗಂಬರ, ಬಾಗ್ಲು ತೆಗೆಯೋ' ಒಳಗೆ ಬಂದು ನೋಡುವುದರಲ್ಲಿ ಅರುಂಧತಿ ಕೈ ಸನ್ನೆಯಲ್ಲಿ ಏನನ್ನೋ ಹೇಳಲು ಆಸೆ ಪಡುತ್ತ ಆಗದೇ ಒದ್ದಾಡಿ ಹೋದಾಗ ದಿಗಂಬರನೇ ಎದ್ದು ಹೊರ ಹೋಗಿ ಒಂದು ಕಾಗದ ಮತ್ತು ಪೆನ್ನು ತಂದುಕೊಟ್ಟ.

'ಏನು ಹೇಳುತ್ತಿದ್ದೀ, ಅದನ್ನು ಬರೆದು ತೋರಿಸು' ಅಂದಿದ್ದೇ ಅರುಂಧತಿಗೆ ಧೈರ್ಯ ಬಂದು ಕಣ್ಣು ಒರೆಸಿಕೊಳ್ಳುತ್ತ ಬರೆಯಲು ತೊಡಗಿದ್ದಳು. ಅವಳ ಅವಸ್ಥೆ ಕಂಡು ಬಾಯಕ್ಕ ತಾನೂ ಅತ್ತುಬಿಟ್ಟಿದ್ದಳು. 'ರಂಡೆ ಮಗನ ಬಾಯಿ ನೋಡು, ಇಷ್ಟು ದಿನ ಮಾತಾಡಿದ್ದು, ಒಂದೇ ಸಲ ಸುಮ್ಮನಿರು ಅಂದರೆ ಅದು ಎಲ್ಲಿ ಕೇಳ್ತದೆ?' ಎಂದುಕೊಳ್ಳುತ್ತ ಸುಮ್ಮನೆ ಹೋಗಿ ಮಲಗಬೇಕೆನ್ನುವಾಗಲೇ ಅರುಂಧತಿ ಏನು ಬರೆದಿರ ಬಹುದು ಎಂಬ ಕುತೂಹಲ ಕಾಡಿ ಪುನಃ ಒಳಗೆ ಬಂದು, 'ಏನಂತೆ?'ಅಂದಳು. ದಿಗಂಬರ ಬರೆದಿದ್ದನ್ನು ಓದಿ ಅಮ್ಮನಿಗೆ ಏನು ಹೇಳಬೇಕೆಂದೇ ತಿಳಿಯದೇ ಸ್ವಲ್ಪ ಹೊತ್ತು ಸುಮ್ಮನೆ ಕೂತ.

'ಏನಂತೋ? ನನ್ನಿಂದ ಮುಚ್ಚಿಡುವಂಥದ್ದು ಏನು?' ಅನ್ನುತ್ತ ಸಿಟ್ಟೇ ಮಾಡಿದಳು. 'ಏನಿಲ್ಲ, ಸರು ಒಂದು ಹೆಣ್ಣು ಮಗುವನ್ನ ದತ್ತಕ ತೊಗೊಳತೇನೆ ಅಂದಳಂತೆ, ಹೋಗಲಿ ಬಿಡು, ಅವಳು ಏನು ಹೇಳಿದಳೊ, ಇವಳೇನು ಕೇಳಿದಳೊ' ಅನ್ನುತ್ತ ಬರೆದ ಕಾಗದವನ್ನು ಮುದ್ದೆ ಮಾಡಿ ದಿಗಂಬರ ಮೂಲೆಗೆಸೆದ. 'ಹ್ಞಾ' ಅನ್ನುತ್ತ ಬಾಯ್ತೆಗೆದು ನಿಂತ ಬಾಯಕ್ಕ, 'ಅದ್ಯಾಕೆ ಇದ್ದಕ್ಕಿದ್ದಂತೆ ಅವಳಿಗೆ ಅಂಥ ಬುದ್ಧಿ ಬಂತೊ' ಅಂದದ್ದಕ್ಕೆ, 'ಈಗ ಹೋಗಿ ಮಲಗಿಕೊ, ಅವಳನ್ನೇ ವಿಚಾರಿಸಿದರಾಯಿತು' ಎನ್ನುತ್ತ ಗದರಿದ್ದ ದಿಗಂಬರ.

◀◀ ▶▶

ಇತ್ತ ಬಾಯಕ್ಕನ ತಲೆ ಕೆಡಲು ಶುರುವಾಯಿತು. ಇದ್ದಲ್ಲೇ ಮಾತು ಜಾಸ್ತಿ ಯಾಯಿತು. 'ಸೊಸೆ ಬಂದು ಮನೆ ಬೆಳಗುತ್ತಾಳೆಂದರೆ ಮೂಕಿಯಾಗಿ ಕೂತಳು. ನಾನು ಏನೂ ಹೇಳಬಾರದು ಏನನ್ನೂ ಕೇಳಬಾರದು. ಮಗನೂ ಹೆಂಡತಿಯ ಬದಿಗೇ. ಏನು ಹೇಳಿದರೂ, 'ಅವಳು ಹಾಗೇ, ಏನು ಮಾಡಲಿಕ್ಕಾಗತದೆ? ಕಟ್ಟಿಕೊಂಡ ಮೇಲೆ ಹ್ಯಾಗೋ ಇರಬೇಕು, ಬಿಟ್ಟುಬಿಡಲಿಕ್ಕಾಗತದೇನು? ಹುಟ್ಟಿದಾಗಿನಿಂದ ಮಾತಾಡುತ್ತಾ ಇದ್ದವಳು ಈಗ ಒಮ್ಮೆಲೇ ಬಾಯಿ ಹೊಲಿದುಕೊಂಡು ಕೂಡಬೇಕೆಂದರೆ, ಎಷ್ಟು ಹಿಂಸೆ ಅದು ಗೊತ್ತೇ?' ಅಂತ ನನ್ನನ್ನೇ ಗದರುತ್ತಾನೆ. ಹಾವು ಮನೆಯೊಳಗೆ ಬಂದು ಅದಕ್ಕೆ ಅವಳು ಹೆದರಿದರೆ ಅದಕ್ಕೆ ನಾನು ಹೊಣೆಯೇ? ಎಲ್ಲವೂ ನನ್ನದೇ ತಪ್ಪು ಅನ್ನುವ ಹಾಗೆ, ನಾನು ಏನು ಮಾಡಲಿ? ಸಣ್ಣವನಿದ್ದಾಗಿಂದ ಇವನಿಗೆ ಒಂದು ಗುಂಜಿ ಹೆಚ್ಚೇ ತಿನಿಸಿ ಕಕ್ಕುಲಾತಿಯಲ್ಲಿ ಬೆಳೆಸಿಬಿಟ್ಟೆ'.

'ಎಲ್ಲ ಕೆಲಸ ಮಾಡಿಕೊಂಡು ಹೋಗುವ ಧಾಡಸಿ ಹೆಣ್ಣೂ ಅಲ್ಲ. ಉಪ್ಪು ತಿಂದರೆ ಉಷ್ಣ, ಹುಳಿ ತಿಂದರೆ ಪಿತ್ತ ಇವಳಿಗೆ. ಮಾಡಲು ಕಲಿತಿರುವುದು ಒಂದು ಬೇಳೆ ತಿಳಿಸಾರು, ಇನ್ನೊಂದು ಬಟಾಟೆ ಪಲ್ಯ. ಎಷ್ಟೊತ್ತಿಗೆ ಏನು ಅನಾಹುತ ಮಾಡಿಕೊಳ್ಳುತ್ತಾಳೋ ಅಂತ ಕಾಯುತ್ತಲೇ ಇರಬೇಕು. ಕೆಲಸ ನೋಡಿದರೆ ನಾಜೂಕು. ಕಲಿತದ್ದೇ ಹಂಗೆ. ಈಗ ಕಲಿಸಲು ನನ್ನಿಂದ ಸಾಧ್ಯವಿಲ್ಲಪ್ಪ. ನಾವು ಹ್ಯಾಗೆ ಹುಟ್ಟಿ ಹ್ಯಾಗೆ ಬೆಳೆದವರು. ಇವರಂತೆ ಮಾಡಿದರೆ ಆಗ ಅದೂ ಆ ಕಾಲದಲ್ಲಿ ಆ ಹಸಿ ಕಟ್ಟಿಗೆ ಬೆಂಕಿ ಒಟ್ಟಿ ತ್ರಾಸು ತೊಗೊಂಡಿದ್ದು ನೆನೆಸಿಕೊಂಡರೆ ಬ್ಯಾಡಪ್ಪಾ ಬ್ಯಾಡಾ'.

'ಆಗೆಲ್ಲ ಒಂದು ಗ್ಯಾಸೇ ಒಂದು ಕುಕ್ಕರೇ ಒಂದು ಮಿಕ್ಸರೇ, ಸಾಲದ್ದಕ್ಕೆ ಕಾಲ ಮೇಲೆ ಕಾಲು ಹಾಕಿ ಕೂತು, ಅಯ್ಯೋ, ಸೊಸೆ ಬಂದಳೆಂದು ಮನೆಗೆ ಏನೆಲ್ಲವೂ ಬಂತು. ಸೊಸೆ ಬರುತ್ತಾಳೆಂದು ಮಧುಕರ ಬಂದು ಒಂದು ಪಾಯಿಖಾನೆಯಿಲ್ಲದಿದ್ದರೆ ಯಾರೂ ಹೆಣ್ಣು ಕೊಡರು ಅಂತ ಮೊದಲು ಅದನ್ನು ಕಟ್ಟಿಸಲು ಒತ್ತಾಯಿಸಿದ. ಆ

ಕೋಣೆಯಲ್ಲಿ ಕೂತರೆ ಯಾರಿಗೆ ಬರತದೆ? ನಾನು ಈಗಲೂ ಗದ್ದೆಗೆ ಹೋಗುವ ರೂಢಿ ಬಿಡಲಿಲ್ಲ. ಆ ಸರೂಗಂತೂ ನನ್ನ ಮೇಲೆ ಅಭಿಮಾನವೇ ಇಲ್ಲ, ತಮ್ಮನ ಹೆಂಡತಿಯ ಬದಿಗೇ ಮಾತು. ಒಂದೇ ವಯದವರು ಎಲ್ಲ ಒಂದಾಗಿ ಬಿಡತಾರೆ, ತಾಯಿಯಾದರೇನು, ನನ್ನ ಮಾತೆಂದರೇ ಅವಳಿಗಾಗದು. ಹಳೆಯ ಕಾಲದವಳು, ಚಂದಾಗಿ ಎಲ್ಲರೆದುರು ಒಂದು ಮದುವೆ ಮಾಡಿಕೊಳ್ಳದೆ ಸತಾಯಿಸಿಬಿಟ್ಟಳು. ಏನು ಹಗರಣವೋ ಏನೋ ಅಲ್ಲಿ ಅವಳದು. ಮಗುವಂತೆ, ದತ್ತುವಂತೆ, ನಮಗಿಲ್ಲಿ ಹೇಳಿಕೊಳ್ಳಲೂ ನಾಚಿಕೆ'.

ಬಾಯಕ್ಕ ಈಗ ಕೇಳುವವರಿಲ್ಲದೆ ತನ್ನಷ್ಟಕ್ಕೆ ತಾನೇ ಗೊಣಗಿಕೊಳ್ಳುತ್ತಿದ್ದಳು. ಮುಂಚಾದರೆ ಸಣ್ಣಿ ಎಂಥದೋ ಕೆಲಸಕ್ಕೆ ಬಂದವಳು ಬಾಯಕ್ಕನ ಗೋಳು ಆಲಿಸುತ್ತ ತುಸು ಹೊತ್ತು ನಿಂತು ಹೋಗುತ್ತಿದ್ದಳು. ಈಗ ಅವಳಿಗೆ ಇವೆಲ್ಲ ಆಲಿಸುವ ಸಮಯವೇ ಇರಲಿಲ್ಲ. ಯಾವಾಗ ನೋಡಿದರೂ ಏನೋ ಒಂದು ಅವಸರದ ಕೆಲಸವಿಟ್ಟುಕೊಂಡೇ ಇರುತ್ತಿದ್ದಳು.

ಮಧುಮಾವ ಅಂಕೋಲೆಯ ದಾರಿಯಲ್ಲಿ ಸಿಕ್ಕು ಒಮ್ಮೆ ವಿಷಯ ತಿಳಿದು, 'ನರದ ತೊಂದರೆಯಿಂದ ಅವಳಿಗೆ ಮಾತು ನಿಂತು ಹೋಗಿದ್ದರೆ, ನಾಲಿಗೆಯ ವ್ಯಾಯಾಮದಿಂದ ಮಾತು ಬರತದೆ, ನಮ್ಮ ಅಂಗಡಿ ಹುಡುಗನಿಗೆ ಹೀಗೇ ಆದದ್ದು ಈಗ ಆರಾಮಾಗಿದೆ. ಗೋಕರ್ಣ ಕೋಟಿತೀರ್ಥದ ಸನಿಹವಿರುವ ಇಂಥಾ ಒಂದು ಮನೆಯಲ್ಲಿ ಅದಕ್ಕೆ ಚಿಕಿತ್ಸೆ ಕೊಡತಾರೆ, ಒಮ್ಮೆ ಕರೆದೊಯ್ದು ತೋರಿಸು' ಅಂದಿದ್ದ. ಅದರ ಮಾರನೇ ದಿನವೇ ದಿಗಂಬರ ಅರುಂಧತಿಯನ್ನು ಕರೆದುಕೊಂಡು ಮೊದಲು ಮಹಾಬಲೇಶ್ವರನಿದ್ದಲ್ಲಿಗೆ ಭೇಟಿ ಕೊಟ್ಟು ನಂತರ ಮಾವ ಹೇಳಿದ ಆ ಮನೆಯನ್ನು ಹುಡುಕಿಕೊಂಡು ಹೋದ. ಅಲ್ಲಿ ಯಾವುದೋ ಸ್ವಾಮೀಜಿಯ ವೇಷದಲ್ಲಿದ್ದವನೊಬ್ಬ ನಾರು ಬೇರಿನ ಔಷಧಿ ಕೊಟ್ಟು ಕೆಲವು ನಾಲಿಗೆ ವ್ಯಾಯಾಮವನ್ನು ಹೇಳಿಕೊಟ್ಟಿದ್ದ.

ಈಗ ಅದೇ ಒಂದು ದೊಡ್ಡ ಅಸಹನೆಯೆನಿಸತೊಡಗಿತ್ತು. 'ನಿನಗೆ ಬೇಗ ಮಾತು ಬರಬೇಕೆಂದಿದ್ದರೆ ಅವರು ಹೇಳಿದಂತೆ ಮಾಡು, ಮೂರೇ ತಿಂಗಳಲ್ಲಿ ಮೊದಲಿನಂತೆ ಮಾತಾಡಬಹುದು' ಎಂದು ಪದೇಪದೆ ಹೇಳತೊಡಗಿದ ದಿಗಂಬರ. 'ಯಾರಾದರೂ ಕೇಳಿದರೆ ಏನು ಹೇಳುವುದು? ಆಸ್ಪತ್ರೆಗೆ ತೋರಿಸಿಲ್ಲವೆ? ಎಷ್ಟು ನಿಷ್ಕಾಳಜಿ ಮಾಡಿದ್ದೀರಿ, ಅಂತೆಲ್ಲ ನನ್ನೇ ಒಂದು ಥರ ಮಾಡಿ ನೋಡತಾರೆ' ಎಂಬೆಲ್ಲ ಆಗುವ ಅವಮಾನದ ಭರದಲ್ಲಿ ಒಮ್ಮೊಮ್ಮೆ ಅರುಂಧತಿಯನ್ನೇ ಗದರಿಬಿಡುತ್ತಿದ್ದ. ಅರುಂಧತಿ ಇಂಥ ಸಣ್ಣ ಸಣ್ಣದಕ್ಕೆಲ್ಲ ದುಃಖಿಸುವುದನ್ನೇ ಮರೆತಂತೆ ಸುಮ್ಮನೆ ಕೆಲಸದಲ್ಲಿ ತೊಡಗಿಕೊಂಡು ಬಿಡುತ್ತಿದ್ದಳು.

ಅಧ್ಯಾಯ 20

ಚೌತಿಗೆ ಬಂದು ಹೋಗೆಂದರೂ ಬರದೇ ಇದ್ದ ಸರೋಜಿನಿ ದೀಪಾವಳಿ ಹಬ್ಬದ ನೀರು ತುಂಬುವ ದಿನವೇ ಎರಡು ವರ್ಷದ ಒಂದು ಪುಟ್ಟ ಹೆಣ್ಣು ಮಗುವಿನೊಡನೆ ಬಂದಿಳಿದಳು. ಅರುಂಧತಿಯ ಆನಂದಕ್ಕೆ ಪಾರವೇ ಇರಲಿಲ್ಲ. ದಿಗಂಬರನೂ ಹಬ್ಬಕ್ಕೆ ಮಾಸ್ತಿಕಟ್ಟೆಯ ಮಾವನ ಮನೆಗೆ ಹೋಗುವುದನ್ನು ರದ್ದುಪಡಿಸಿದ. ದತ್ತುಗಿತ್ತು ಅಂತ ಈ ಮೊದಲು ಬಂದಾಗಲೇ ಸೂಟು ಕೊಟ್ಟು ಹೋದದ್ದಕ್ಕೆ ಒಮ್ಮೆಲೇ ಬಾಯಕ್ಕನಿಗೂ ದಿಗಂಬರನಿಗೂ ಆ ಮಗುವಿನ ಕುರಿತು ಕೇಳಲು ಬಾಯಿ ಬರಲಿಲ್ಲ. 'ಹೆಸರೇನು ಪುಟ್ಟಿ?' ಅಂತ ದಿಗಂಬರ ಅವಳ ಕೆನ್ನೆ ಹಿಂಡಿದ್ದಕ್ಕೆ ಸರೋಜಿನಿಯೇ, 'ರಕ್ಷಾ, ರಕ್ಷಾ' ಅಂದಳು. ಬಾಯಕ್ಕ, 'ಮಾತಾಡಲು ಬರುವುದಿಲ್ಲವೇ?' ಅಂತ ವಿಚಾರಿಸಿದ್ದಕ್ಕೆ, 'ಇಲ್ಲ ಈಗ ಎರಡು ವರ್ಷ, ಅಮ್ಮ ಅಕ್ಕ ಇಂಥ ಒಂದೊಂದೇ ಮಾತಾಡತಾಳೆ' ಅನ್ನುತ್ತ ಸರೋಜಿನಿ ಮುದ್ದುಗರೆದಳು.

'ಎಲ್ಲಿ ಸವಣೂರಿನದೇ ಮಗುವೋ?' ಅಂತ ಕುತೂಹಲದಿಂದ ದಿಗಂಬರ ಕೆಣಕಿದ್ದಕ್ಕೆ, 'ಹ್ಞ, ನನ್ನ ಗೆಳತಿಯ ಮಗು' ಅಂತ ಅಲ್ಲಿಗೇ ಮಾತು ಮುಗಿಸಿದ ಸರೋಜಿನಿ ಬೇರೇನೋ ಸುದ್ದಿ ತೆಗೆದಳು. ಕೆಲಸಕ್ಕೆ ಬಂದ ಸಣ್ಣಿ ಮಗುವನ್ನು ಎತ್ತಿ ಆಡಿಸಿ, 'ಏನು ಸರಜಮ್ಮಾ ನನ್ನ ಬಾಯಲ್ಲಿ ಕರೆಯಲು ಬಾರದ ಹೆಸರಿಟ್ಟೀರಿ' ಎಂದು ಗದರುತ್ತ, 'ರಕಷಾ ರಕಷಾ' ಎನ್ನುತ್ತಲೇ ಮಗುವಿನ ಕೆಂಚು ಕೂದಲು ಮುಟ್ಟಿ ಮುಟ್ಟಿ, 'ಕೂದಲೇ ಎಟ್ಟ ಚಂದ ಈತರಾ' ಅಂತ ಹೊಗಳಿ, 'ನೀಮ ಸಾಕೂಕ ತಗಂಡೇ ಬಿಟ್ಟೀರಿ?' ಅಂತ ಬಾಯ್ಬಿಟ್ಟೇ ಕೇಳಿ ಹೋಗಿಬಿಟ್ಟಿದ್ದಳು. ಸರೋಜಿನಿ ಯಾರು ಏನು ಕೇಳಿದರೂ, 'ಹ್ಞಾ ಹೌದು' ಅಷ್ಟೇ ಮಾತಾಡಿ ಹೆಚ್ಚಿಗೆ ವಾದ ವಿವಾದ ಮಾಡದೆ ಬೇರೆ ಮಾತೇ ತೆಗೆದಳು.

ರಕ್ಷಾ ಅಂಗಳ ತುಂಬ ಓಡಾಡಿಕೊಂಡು ಆಡುತ್ತ ಕುಣಿಯುತ್ತ ಮನೆಯಲ್ಲಿ ಸಂಭ್ರಮವನ್ನೇ ತಂದಿದ್ದರೂ ಬಾಯಕ್ಕನಿಗೆ ಮಾತ್ರ, 'ಎಲ್ಲಿ ಯಾರಿಗೆ ಹುಟ್ಟಿದವಳೋ,

ಸರೀ ಹೇಳುತ್ತಲೇ ಇಲ್ಲ ನನ್ನ ಬಳಿಯೂ ಇವಳು' ಅಂತೆಲ್ಲ ಅಸಮಾಧಾನ ಕಾಡಿತು. ಅಂಗಳದಲ್ಲಿ ಕೂತು ಮಗುವಿನ ಆಟ ನೋಡುವಾಗ ಬಾಯಕ್ಕನಿಗೆ ಸರೋಜಿನಿ ಸಣ್ಣವಳಿದ್ದಾಗ ಹೀಗೇ ಇದ್ದಳು ಅನ್ನಿಸತೊಡಗಿತು. ಎಲ್ಲೋ ಒಂದು ಕ್ಷಣ ಏನೇನೋ ಅನ್ನಿಸಿ ಮುಖ ಗಂಟು ಹಾಕಿದಳು. ಅಲ್ಲಿಂದ ಮಗುವನ್ನು ಮಾತಾಡಿಸುವುದನ್ನೇ ಬಿಟ್ಟುಬಿಟ್ಟಳು.

ದೀಪಾವಳಿ ಹಬ್ಬದ ಮರುದಿನ ಊರ ಬೀರ ದೇವಸ್ಥಾನದ ಎದುರಿನ ಸಣ್ಣ ಚಪ್ಪರದಲ್ಲಿ ಪ್ರತಿ ವರ್ಷದಂತೆ ಪೂಜೆ ಮತ್ತು ತದನಂತರ ಸವಾಲು ನಡೆಯುತ್ತಿತ್ತು. ಆ ದಿನದ ವಿಶೇಷತೆಯೆಂದರೆ, ಊರಿನಲ್ಲಿ ಯಾರದೇ ಮನೆಯ ಏನೇ ವಸ್ತುಗಳ ಕಳ್ಳತನವಾದರೂ ಕಳ್ಳರನ್ನು ಶಪಿಸಬಾರದು ಎಂಬ ನಿಯಮವೊಂದು ಹಿಂದಿನಿಂದ ಬಂದ ಸಂಪ್ರದಾಯವಾಗಿತ್ತು. ಕದ್ದ ಸಾಮಾನುಗಳನ್ನು ದೇವರ ಎದುರಿಟ್ಟು ಪೂಜೆಯ ನಂತರ ಅದನ್ನು ಸವಾಲು ಕರೆದು ಅದರಿಂದ ಬಂದ ಹಣವನ್ನು ಬೀರದೇವರ ಕೆಲಸಕ್ಕಾಗೇ ಬಳಸಲಾಗುತ್ತಿತ್ತು. ಅದರ ಸಣ್ಣ ಸಿಮೆಂಟು ಕಟ್ಟಡ ತುದಿಯಲ್ಲಿ ಒಂದು ಗೋಪುರ ಈಗಾಗಲೇ ಹೀಗೆ ಸೇರಿದ ಹಣದಿಂದಲೇ ಕಟ್ಟಿಸಿದ್ದೆಂದು ಹಳೆಯ ತಲೆಮಾರಿನ ಜನ ಹಾಕಿಕೊಟ್ಟ ರೂಢಿಯನ್ನು ಇಂದಿನ ಹುಡುಗರು ಅದೇ ಒಂದು ತಮಾಷೆಯಾಗಿ ಮಾಡಿಕೊಂಡು ದೀಪಾವಳಿಯ ದಿನ ಊರವರೆಲ್ಲರ ನಿದ್ದೆಗೆಡಿಸಿ ಕೂಡಿಸಿಬಿಡುತ್ತಿದ್ದರು.

ದಿಗಂಬರನ ಮನೆಯ ಭಾಗಾಯತದಲ್ಲಿ ಅಪರೂಪಕ್ಕೆಂಬಂತೆ ಒಂದು ಕರಿಬಾಳೆಯ ಗಿಡಕ್ಕೆ ದೊಡ್ಡದೊಂದು ಗೊನೆ ಬಿಟ್ಟಿತ್ತು. ಅದು ಸರೀ ನೋಡಿದರೆ ರಸ್ತೆಯಲ್ಲಿ ಹೋಗಿ ಬರುವವರ ಕಣ್ಣಿಗೆ ಕುಕ್ಕುವಂತಿತ್ತು. ಅದು ಗಿಡದಲ್ಲೇ ಪೂರ್ತಿ ಬೆಳೆದ ಮೇಲೆಯೇ ಕಡಿದು ಹಣ್ಣು ಮಾಡಿ ಈ ಸಲ ತನ್ನ ಅಂಗಡಿಯಲ್ಲೇ ಇಟ್ಟು ಮಾರಬೇಕೆಂದು ದಿಗಂಬರ ಬಹಳ ಆಸೆ ಪಟ್ಟಿದ್ದ. ಅದನ್ನು ದೀಪಾವಳಿ ಹಬ್ಬಕ್ಕಿಂತ ಮೊದಲೇ ಕಡಿದು ಹಣ್ಣಿಗೆ ಹಾಕಿಡೆಂದು ಬಾಯಕ್ಕ ಮೂರ್ನಾಲ್ಕು ದಿನ ವರವರ ಹಚ್ಚಿ ಬಿಟ್ಟಿದ್ದಳು. ಮಗ ತಾನು ಹೇಳಿದ ಮಾತು ಕಿವಿಯ ಮೇಲೆಯೇ ಹಾಕಿಕೊಳ್ಳದಂತೆ ತಿರುಗಿದ್ದರಿಂದ, ಏನಾದರೂ ಮಾಡಿಕೊಂಡು ಹೋಗಲಿ ಅಂತ ಅಸಮಾಧಾನದಿಂದಲೇ ಸುಮ್ಮನುಳಿದುಬಿಟ್ಟಳು.

ದಿಗಂಬರನಿಗೇಕೋ ಅದನ್ನು ಮುಟ್ಟಿ ನೋಡಿದಾಗೆಲ್ಲ ಅಂಥದೊಂದು ದೊಡ್ಡ ಬಾಳೆಗೊನೆಯಲ್ಲಿ ಅರ್ಧ ಬಾಳೆಕಾಯಿಗಳು ಬೆಳೆದು ಇನ್ನರ್ಧ ಇನ್ನೂ ಎಳೆಯವೇ ಇವೆ ಅನಿಸುತ್ತಿತ್ತು. ಹಾಗಾಗಿ ಈ ದೀಪಾವಳಿ ಹಬ್ಬದ ಸಂಧಿಯ ಸಮಯದಲ್ಲಿ ಅವಸರದಲ್ಲಿ ಆ ಬಾಳೆಗೊನೆಯನ್ನು ಕಡಿದು ಒಳಗಿಡಲು ಅವನಿಗೆ ಮನಸ್ಸೇ ಬರಲಿಲ್ಲ. ಅದಕ್ಕೆ ರಸ್ತೆಯಲ್ಲಿ ಹೋಗಿ ಬರುವವರ ಕಣ್ಣು ತಾಗಬಾರದೆಂದು ಒಂದು ದೊಡ್ಡ ಗೋಣಿ ತಟ್ಟನ್ನು ಮರೆಮಾಡಿ ಬಳ್ಳಿಯಿಂದ ಕಟ್ಟಿ ಇದ್ದಲ್ಲೇ ಬಂದೋಬಸ್ತು ಮಾಡಿ ಸುಮ್ಮನುಳಿದುಬಿಟ್ಟ.

ಹಾಗೆಲ್ಲ ಕೊಪ್ಪದ ಜನ ತಮಾಷೆಗೂ ತನ್ನ ಮನೆಯದನ್ನು ಕಳಿಯುವ ಸಾಹಸಕ್ಕೆ ಕೈಹಾಕಲಾರರೆಂದೇ ದಿಗಂಬರ ನಂಬಿಕೊಂಡುಬಿಟ್ಟಿದ್ದ. ಯಾಕೆಂದರೆ ಎಲ್ಲರೂ ತನ್ನ ಅಂಗಡಿಗೆ ಯಾವ್ಯಾವುದೋ ಚಿಕ್ಕ ಪುಟ್ಟ ಸಾಮಾನಿಗೆಂದು ಬರುವ ಪರಿಚಿತರೇ ಮತ್ತು ಎಲ್ಲರ ಉದ್ರಿ ಪಟ್ಟಿ ತನ್ನ ಬಳಿಯಿರುವಾಗ ಹಾಗೆಲ್ಲ ತನಗೆ ಅನ್ಯಾಯ ಮಾಡಲಾರರು ಎಂದೇ ಭಾವಿಸಿ ಆ ರಾತ್ರಿ ಅಂಥದೇನೂ ಸಣ್ಣ ಚಿಂತೆಯೂ ಇಲ್ಲದೇ ಮಲಗಿದ್ದ. ಆದರೆ ರಾತ್ರಿ ಸುಮಾರು ಹೊತ್ತಿಗೆ ಹೊರಗಡೆ ಎಂಥದೋ ಸಪ್ಪಳವಾದಂತಾಯಿತು.

ಒಮ್ಮೆಲೇ ತನ್ನ ಮೂರಡಿ ಉದ್ದದ ಬಾಳೆಗೊನೆಯ ನೆನಪಾಗಿ, ಎದ್ದು ಥಟ್ಟನೆ ಅಂಗಳದ ದೀಪ ಹೊತ್ತಿಸಿ ಹೊರಗೆ ಬಂದು ಬಾಳೆಗೊನೆಗೆ ಬ್ಯಾಟರಿಯ ಬೆಳಕು ಬಿಟ್ಟು ನೋಡಿದರೆ, ಆ ಗೊನೆ ಹಾಗೆಯೇ ಬಾಳೆಯಲ್ಲಿ ನಿರಾತಂಕವಾಗಿ ತೂಗಾಡುತ್ತಿತ್ತು. ಸಪ್ಪಳವಾಗಿದ್ದೂ ಸಹ ತನ್ನದೇ ಭ್ರಮೆಯೆನ್ನಿಸಿ ಪುನಃ ಹೋಗಿ ಮಲಗಿಕೊಂಡ. ಅರುಂಧತಿ ಹ್ಞ ಹ್ಞ ಎನ್ನುತ್ತ ಅವನನ್ನು ಅಲುಗಿಸಿ ಏನಾಯ್ತೆಂಬಂತೆ ಕೇಳಿದಳು. 'ಏನಿಲ್ಲ ನೀನು ಮಲಗಿಕೋ, ಸದ್ದಾಯಿತೆಂದು ಹೊರ ಹೋಗಿ ನೋಡಿ ಬಂದೆ, ನಮ್ಮ ಬಾಳೆಗೊನೆಗೇನೂ ಅಪಾಯವಾಗಿಲ್ಲ' ಅನ್ನುತ್ತ ಅಲ್ಲೇ ದಿಗಂಬರ ನಿದ್ದೆಹೋಗಿದ್ದ.

ಅವನಿಗೆ ಒಂದು ಜೊಂಪು ನಿದ್ದೆ ಹತ್ತಿತ್ತೋ ಇಲ್ಲವೋ ಮತ್ತೆ ಎಂಥದೋ ಸದ್ದಾಯಿತು. ಈ ಸಲ ಅರುಂಧತಿ ಎದ್ದು ಹೊರಕೋಣೆಗೆ ಬಂದು ಕಿಟಕಿಯಲ್ಲಿ ಹಣಕಿದಳು. ಗೊನೆ ಬಿಟ್ಟಿರುವ ಬಾಳೆ ಗಿಡವೇಕೋ ಅಸಹಜವಾಗಿ ಅಲುಗಾಡುತ್ತಿರುವಂತೆ ಅನ್ನಿಸಿತವಳಿಗೆ. ತುಸು ಹೊತ್ತು ಅಲ್ಲಿಯೇ ನಿಂತು ಕಣ್ಣುಜ್ಜಿಕೊಳ್ಳುತ್ತ ನೋಡಿಯೇ ನೋಡಿದಳು. ಅದು ಅಲುಗಾಡುತ್ತಿದ್ದದ್ದು ಗಾಳಿಗೆ ಅಲ್ಲ, ಯಾರೋ ಅದರ ಬಳಿಯಿದ್ದಾರೆಂದು ಅನ್ನಿಸಿದ್ದೇ ಭಯದಿಂದ ದಿಗಂಬರನ ಬಳಿ ಓಡಿ ಅವನನ್ನು ಎಬ್ಬಿಸಿದ್ದಳು.

ಆಗಷ್ಟೇ ನಿದ್ದೆ ಆವರಿಸಿದ ಅವನಿಗೆ ಅರುಂಧತಿ ಮಾಡಿದ ಸನ್ನೆ ಒಮ್ಮೆಲೇ ಅರ್ಥವಾಗದೆ ನಿಧಾನ ಎದ್ದು ಕೂತು ಅರುಂಧತಿಯನ್ನೇ ಹಾಗೆಲ್ಲ ಏನೂ ಆಗುವುದಿಲ್ಲ ವೆಂದು ಸಮಾಧಾನ ಪಡಿಸುತ್ತ ಕಣ್ಣು ತಿಕ್ಕುತ್ತ ಎದ್ದು ಹೊರಬಂದು, ಆದರೂ ಇನ್ನೊಮ್ಮೆ ಬಾಳೆಯ ಗೊನೆಯನ್ನು ನೋಡಿಯೇ ಬಿಡುವ ಅಂತ ಬಾಗಿಲು ತೆರೆದು ಹೊರಬಂದು ಬೋಳು ಬೋಳಾಗಿ ಕಾಣುವ ಬರಿ ಬಾಳೆ ಗಿಡವನ್ನು ಕಂಡದ್ದೇ ಸಂಕಟ ಒತ್ತರಿಸಿ ಬಂದು, 'ಅಯ್ಯೋ ಅಯ್ಯೋ ಇವರಿಗೇನು ಬಂತು ಹೋಗೋ ಕಾಲ, ನನ್ನನ್ನೂ ಬಿಡಲಿಲ್ಲವಲ್ಲ ಇವರು' ಎನ್ನುತ್ತ ಮತ್ತೂ ನಂಬಲಾಗದೆ ಬಾಳೆಗಿಡದ ಸುತ್ತ ಒಂದೆರಡು ಸುತ್ತು ಹಾಕಿ ಬಂದು ಕಟ್ಟೆಗೆ ಕೂಡುವಷ್ಟರಲ್ಲಿ ಬೆಳಕು ಹರಿಯ ತೊಡಗಿತ್ತು. ಕಟ್ಟಿಟ್ಟ ಕೊತ್ತಲದ ಸಮೇತ ಬಾಳೆಗೊನೆ ಮಾಯವಾಗಿತ್ತು.

ಅರುಂಧತಿಗೆ ಗಂಡನ ಅಸಹನೆ ನೋಡಲಾಗದೆ ಸನ್ನೆ ಮಾಡಿ ಮಾಡಿ ದೇವರಿಗೆ ಕೈ ಮುಗಿದಳು. ಅದನ್ನು ದೇವರಿಗೆ ಕೊಟ್ಟಂತಾಯಿತೆಂದು ಅರ್ಥಮಾಡಿಕೊಂಡು

ದಿಗಂಬರ, 'ಅದಕ್ಕಲ್ಲ ನನಗೆ ಬೇಜಾರು, ಈ ಜನ ನನ್ನಂಥಾ ನನಗೇ ಹೀಗೆ ಬೆನ್ನಿಗೆ ಚಾಕು ಹಾಕಿ ಬಿಟ್ಟರಲ್ಲಾ, ಇವರನ್ನು ನಂಬುವುದು ಹೇಗೆ? ಅದಕ್ಕೇ ನನಗೇ ಬೇಜಾರು' ಎನ್ನುತ್ತ ಎಲ್ಲ ಸತ್ವಾ ನಾಶವಾದವರಂತೆ ಕಟ್ಟೆಯಲ್ಲಿ ಕೂತೇ ರಸ್ತೆಯಲ್ಲಿ ಯಾರಾದರೂ ಈ ಬದಿ ನೋಡಿ ಸಂಶಯ ಬರುವಂಥ ದೃಷ್ಟಿ ಹಾಕಿ ಹೋಗುತ್ತಾರೋ ಎಂದು ಆಗಾಗ ಗಮನಿಸುತ್ತ ಎಷ್ಟೋ ಹೊತ್ತಿವರೆಗೆ ಅಲ್ಲೇ ಕೂತುಳಿದ. ಅಂಥ ಜನರ್‍ಯಾರೂ ಕಾಣಲಿಲ್ಲ. 'ಅದು ಹೇಗೆ ಯಾವ ಮಾಯದಲ್ಲಿ ಕಡಿದು ಒಯ್ದಿದ್ದಾರು? ಆಗ ಬಂದು ನೋಡಿದಾಗ ಅಲ್ಲೇ ಇತ್ತು, ಹೆಚ್ಚಾಗಿ ಆಗಲೇ ಬಂದು ಇಲ್ಲೆಲ್ಲೋ ಅಡಗಿಕೊಂಡು ನಿಂತಿದ್ದು ನಾನು ಪುನಃ ಹೋಗಿ ಮಲಗಿದ ನಂತರ ಕಡಿದು ಒಯ್ದಿರಬೇಕು' ಎಂದೆಲ್ಲ ಚಿಂತಿಸುತ್ತ ಕೂತಾಗಲೇ ಬಾಯಕ್ಕ ಏನೋ ಮಾತಿನ ಸದ್ದು ಕೇಳಿ ನಿಧಾನ ಎದ್ದು ಹೊರಬಂದಳು.

◀◀ ▶▶

ಆಗ ದಿಗಂಬರನೆ, 'ಅಮ್ಮ ನೀನು ಕಡಿದು ಹಣ್ಣಿಗೆ ಹಾಕು ಎಂದು ಹೇಳಿದ್ದಾಗಲೇ ನಾನು ಅಷ್ಟು ಮಾಡಬೇಕಿತ್ತು, ಈಗ ನೋಡು ಯಾರೋ ಕಡಿದು ಕೊಂಡು ಹೋಗಿದ್ದಾರೆ' ಅಂತ ಸ್ವಲ್ಪ ನಗು ಸ್ವಲ್ಪ ಅಚ್ಚರಿಯ ದನಿಯಲ್ಲಿ ಹೇಳಿದ್ದನ್ನು ಕೇಳಿದ್ದೇ ಅರುಂಧತಿ ಊಹಿಸಿದ್ದಂತೆಯೇ ಬಾಯಕ್ಕ, 'ಅಯ್ಯೋ ನಾನು ಹೇಳಿರಲಿಲ್ಲವೇ? ನೋಡೀಗ' ಎಂಬ ಮಾತನ್ನು ತಡವಿಲ್ಲದೆ ಹತ್ತೆಂಟು ಬಾರಿ ಹೇಳಿಬಿಟ್ಟಳು. ದಿಗಂಬರನಿಗೆ ಈಗ ಬಾಳೆಗೊನೆ ಹೋದದ್ದಕ್ಕಿಂತ ಅಮ್ಮನದೇ ಕಿರಿಕಿರಿ ಹೆಚ್ಚಾದಂತೆನಿಸಿತು.

ತನ್ನ ದಿನದ ಕೆಲಸದಲ್ಲಿ ಎಷ್ಟು ತೊಡಗಿಕೊಂಡರೂ ಸಮಾಧಾನವೇ ಆಗಲಿಲ್ಲ ದಿಗಂಬರನಿಗೆ. ದೇವರಿಗೆ ಕೊಟ್ಟಹಾಗಾಯಿತು ಅಂತ ಅನ್ನಿಸಿದರೂ ಮತ್ತು ಹಾಗಂತ ಅಮ್ಮ ಮಗ ಇಬ್ಬರೂ ಬಾಯಿ ಬಿಟ್ಟು ಹೇಳಿಕೊಂಡರೂ ಮತ್ತೆ ಆ ಗೊನೆಯ ಉದ್ದ ಗಾತ್ರವೆಲ್ಲ ನೆನಪಿಗೆ ಬಂದು, 'ಯಾರು ಅದರ ಮೇಲೆ ಕೆಟ್ಟ ಕಣ್ಣು ಹಾಕಿದ್ದಿರಬಹುದು' ಎಂಬ ಕುತೂಹಲ ಇದ್ದಲ್ಲೇ ಶುರುವಾಗಿ ದಿಗಂಬರನಿಗೆ ಅವನನ್ನು ಕಂಡು ಹಿಡಿದು ಎರಡು ತಪರಾಕಿ ಬಾರಿಸದ ಹೊರತು ತನ್ನ ಸಿಟ್ಟು ಇಳಿಯುವುದಿಲ್ಲವೆಂದು ಅನಿಸಿದ್ದೇ ಕೊಪ್ಪದ ಜನವೆಲ್ಲ ಅಂಗಡಿಯ ರಸ್ತೆಯಲ್ಲಿ ಹಾದು ಹೋದರೆ ಸಾಕು ಪ್ರತಿಯೊಬ್ಬರನ್ನು ಕರೆದು ನಿಲ್ಲಿಸಿಕೊಂಡು ಈ ಬಾಳೆಗೊನೆಯ ವಿಷಯ ಹೇಳುತ್ತ ಮರುಗುತ್ತ, ಕೊನೆಯಲ್ಲಿ 'ಯಾರು ಕಡಿದಿರಬಹುದೆಂದು ಗುತ್ತಾಗುತ್ತದೆಯೆ?' ಎಂದು ದಿನವೆಲ್ಲ ಕೇಳುತ್ತ ಊಟ ತಿಂಡಿಯ ಬದಿಗೂ ಲಕ್ಷ್ಯವಿಲ್ಲದೆ ಉಳಿದುಬಿಟ್ಟ.

ಸರೋಜಿನಿ, 'ಕೈ ತಪ್ಪಿ ಹೋದದ್ದು ನಮ್ಮದಲ್ಲ ಅಂತ ತಿಳಿಯಬೇಕೋ, ಅದೆಷ್ಟು ಸಲ ಮರುಗುತ್ತೀ, ಅದರಿಂದ ಪ್ರಯೋಜನವಾದರೂ ಉಂಟೇನು?' ಅನ್ನುತ್ತ ಸಿಡುಕಿದಳು. 'ಅಲ್ಲಕ್ಕಾ, ಎಂಥಾ ದೊಡ್ಡ ಗೊನೆಯಾಗಿತ್ತು' ಅಂತ ಪುನಃ ತಿಣುಕಿದ್ದಕ್ಕೆ

ಸರು, 'ಎಷ್ಟು ದುಡ್ಡಿನದಾಗುತ್ತಿತ್ತದು? ಹಿಡಿ ನಾನು ಕೊಡತೇನೆ' ಅಂತ ಅವಳು ತನ್ನ ಪರ್ಸಿಗೆ ಕೈಹಾಕಿದ ನಂತರ ದಿಗಂಬರ ಬಾಳೆಗೊನೆಯ ಜಪ ನಿಲ್ಲಿಸಿದ.

ಆದರೆ ಹಾಗೆ ನಿಲ್ಲಿಸಿಕೊಂಡ ಪ್ರತಿಯೊಬ್ಬರೂ, 'ಆ ಪಂಚಾಯ್ತೀ ಅಧ್ಯಕ್ಷ ಗೋಪಿ ಮನೇದೂ ನೆಣೆದಿಟ್ಟ ಅಲಕು ಕದ್ದೀರಕಂಡ' 'ಆ ಕಟ್ಟೆ ದ್ಯಾವಪ್ಪನ ಮನೀದು ತೆಂಗನಕಾಯಿ ಕದ್ದೀರಕಂಡ' 'ಆ ಉದ್ದಾಲ ನಾಗಪ್ಪನ ಮನೆದು ಬಿದಿರು ಕಡಕಂಡ ಹೋಗೀರಕಂಡ' 'ಆ ರಾಮಕೃಷ್ಣ ಗುನಗನ ಮನೀದು ಬೀಜಕ ಬಿಟ್ಟದ್ದೂ ಬಿಡದೇ ಅಟ್ಟೂ ಬೆಂಡೆಕಾಯಿ ಕೊಯಕಂಬಂದೀರಕಂಡ' ಎನ್ನುತ್ತ ದಿಗಂಬರನ ಮನೆಯ ಈ ಬಾಳೆಗೊನೆಗೆ ಇನ್ನಷ್ಟು ಕಳುವಾದ ವಸ್ತುಗಳನ್ನು ಸೇರಿಸುತ್ತ ಹೋದರು. ತನ್ನ ಬಾಳೆಗೊನೆ ಕಡಿದು ಅದನ್ನು ದೇವರ ಸವಾಲಿಗೇ ಇಟ್ಟಿದ್ದಾರೋ ಅಥವಾ ಈ ನೆವದಲ್ಲಿ ಕದ್ದವರ್‍ಯಾರಾದರೂ ಹೆದ್ದಾರಿಯ ಅಂಗಡಿಗಳಿಗೆ ಮಾರಿ ದುಡ್ಡು ಸ್ವಂತಕ್ಕೆ ಬಳಸಿಕೊಂಡಿದ್ದಾರೋ ಎಂಬ ಕುತೂಹಲ ದಿಗಂಬರನನ್ನು ಕಾಡತೊಡಗಿ, ಬೀರದೇವರ ಹಕ್ಕಲ ಕಡೆಯಿಂದ ಬರುವ ಕೊಪ್ಪದ ಹುಡುಗರನ್ನೆಲ್ಲ ಕರೆದು, ಅಲ್ಲಿ ನಮ್ಮ ಬಾಳೆಗೊನೆ ಇದೆಯೋ ಅಂತ ಕೇಳುತ್ತ ಅದರ ಉದ್ದ ಗಾತ್ರವನ್ನೆಲ್ಲ ಬಣ್ಣಿಸುತ್ತ ವಿಚಾರಿಸತೊಡಗಿದ.

ಅವರೋ ಒಬ್ಬರು, 'ಹೌದೌದು ಒಡೆಯಾ ಅಲ್ಲೇ ಈತು' ಅಂದರೆ ಇನ್ನೊಬ್ಬ, 'ಮೂರ್‍ನಾಕು ಬಾಳೆಗೊನೆ ಈತರಾ, ಅದರಲ ನೀಮದ ಯಾವದಂದ ಹೇಳೂದು?' ಅಂತ ದಿಗಂಬರನನ್ನೇ ಪ್ರಶ್ನೆ ಮಾಡಿದ. ಅಲ್ಲಿಂದಲೇ ಹಾದು ಹೋದ ಬೀರಪ್ಪ ಮಾತ್ರ, 'ತೆಂಗನಕಾಯ ಮಾತ್ರೆ ಹೊಲರಾಶಿ ಈವು ಈ ಸಲ, ನಮ್ಮ ಕೊಪ್ಪದ ಪೋರಗೋಳ ಉಮೇದಿ ವರ್ಷದಿಂದ ವರ್ಷಕ್ಕೆ ಹೆಚ್ಚಾತೇ ಈದರಾ' ಅಂತೆಲ್ಲ ಹೆಮ್ಮೆಯಿಂದ ಹೇಳಿಕೊಂಡ. ಅದಕ್ಕೆ ದಿಗಂಬರ ಅವನನ್ನು ಅಂಗಡಿಯ ಒಳ ಕರೆದು ಒಂದು ಸ್ಟೂಲು ಕೊಟ್ಟು ಕೂಡಿಸಿಕೊಂಡು, 'ನೋಡು ಬೀರಪ್ಪ, ಹೀಂಗೆ ಕಳಿಯೂದು ಕಾಯ್ದೆಯಂತೆ ತಪ್ಪು ಕೆಲಸ, ಈಗ ಯಾರಾದರೂ ಕಂಪ್ಲೆಂಟು ಕೊಟ್ಟರೆ ಪೊಲೀಸರು ಯಾರ ಮೇಲೆ ಸಂಶಯವಿದೆ ಅಂತ ನಮ್ಮನ್ನೇ ವಿಚಾರಿಸಿ, ಅಂಥವರನ್ನೆಲ್ಲ ಒಳಗೆ ಹಾಕಿ ಬಡಿದು ಬಾಯಿ ಬಿಡಿಸಿ ದಂಡ ಹಾಕ್ತಾರೆ' ಅಂದ, ಅದನ್ನು ಕೇಳಿದ ಬೀರಪ್ಪ, 'ಅದ್ಯಾಂಗ ಆಗೂದ್ರಾ, ಹಿಂದನಿಂದ ನೆಡ್ಕಂಡ ಬಂದದ್ದು, ದ್ಯಾವರ ಕೆಲ್ಸಾ, ಬೀರದ್ಯಾವಗೆ ಹೀಂಗ ಕಳ್ತನದಲ್ ಮಾಡದ ದುಡ್ಡನಿಂದೇ ಉದ್ಧಾರಾ ಮಾಡೂದೂ' ಅಂತೆಲ್ಲ ತನ್ನದೇ ರಾಗ ಬಿಚ್ಚಿದ.

ದಿಗಂಬರನಿಗೆ ಒಮ್ಮೆ ಬೀರದೇವರ ಹಕ್ಲಿಗೆ ಹೋಗಿ ತನ್ನ ಬಾಳೆಗೊನೆಯನ್ನು ನೋಡಿಯೇ ಬರಬೇಕೆಂಬ ಹುಕಿಯುಂಟಾದರೂ ಸಂಜೆ ಸವಾಲು ಕರೆವ ಸಮಯದಲ್ಲೇ ಹೋದರಾಯಿತೆಂದು ಸುಮ್ಮನುಳಿದ. ಕೊಪ್ಪದ ಜನರಿಗೆ ಈ ಯಾವ ವಿಷಯಗಳೂ ಮಹತ್ವದ್ದಾಗಿ ಕಾಣುತ್ತಿರಲೇ ಇಲ್ಲ. ಅವರಿಗೆ ಇದರಿಂದ ಎಷ್ಟು ಹಣ ಸೇರಿತು ಅಂತ ಮಾತ್ರ ಮಾತಿಗೆ ಸಿಗುವ ಸಂಗತಿಯಾಗಿತ್ತು. ಅವರೆಲ್ಲ ದಿಗಂಬರನ

ಮನೆಯ ಈ ಬಾಳೆಗೊನೆಯ ಕಳುವಿನ ವಿಷಯವನ್ನು ಒಂದು ತಮಾಷೆಯೆಂಬಂತೆ ಮಾತಾಡಿ ಕೊಂಡರು. ದಿಗಂಬರನ ಸಂಕಟವೇಕೋ ಸಮಯ ಕಳೆದಂತೆ ಕಮ್ಮಿಯಾಗತೊಡಗಿತು. ಮತ್ತು ಅವನಿಗೂ ಆ ವಿಷಯವನ್ನು ಹಗುರವಾಗಿಯೇ ತೆಗೆದುಕೊಳ್ಳುವ ಮನಸ್ಥಿತಿ ಸಂಜೆಯ ಹೊತ್ತಿಗೆಲ್ಲ ಬೆಳೆದು ನಿಂತಿತ್ತು.

ರಾತ್ರಿ ಒಂಬತ್ತರ ಹೊತ್ತಿಗೆ ಊಟ ಮುಗಿಸಿದವನೇ ಗುಂದೆ ದಾಟಿ ಒಂದೆರಡು ಫರ್ಲಾಂಗಿನಲ್ಲಿ ಬರುವ ಬೀರದೇವರ ಗುಡಿಯೆಡೆಗೆ ದಿಗಂಬರ ಲುಂಗಿ ಕಟ್ಟಿಕೊಳ್ಳುತ್ತ ನಡೆದ. ಅರುಂಧತಿ ತಾನೂ ಬರುತ್ತೇನೆಂದು ಹಟ ಮಾಡಿದಳು. ಊರವರು ಯಾರಾದರೂ ಮಾತಾಡಿಸಿದರೆ ಎಲ್ಲದಕ್ಕೂ ತಾನೇ ಉತ್ತರ ಕೊಡಬೇಕಾಗುತ್ತದೆಂದು ದಿಗಂಬರ ಹಾಗೆ ಜನ ಕೂಡುವ ಜಾಗಕ್ಕೆ ಹೆಂಡತಿಯನ್ನು ಕರೆದೊಯ್ಯುತ್ತಿರಲಿಲ್ಲ. ಆದರೆ ಈವತ್ತು ಸವಾಲಿನ ತಮಾಷೆ ನೋಡಲು ಹಾಗೂ ತಮ್ಮ ಬಾಳೆಗೊನೆಯ ಸವಾಲನ್ನು ನೋಡಲು ಬರುವ ಆಸಕ್ತಿ ಅವಳಿಗೂ ಇದ್ದುದರಿಂದ ಅರುಂಧತಿಯನ್ನೂ ಕರೆದುಕೊಂಡು ನಡೆದ. ಬಾಯಕ್ಕ, 'ಬಸರಹೆಂಗಸು ಕತ್ಲೆಯಲ್ಲೆಲ್ಲ ತಿರುಗೋದು ಯಾವ ಚಂದ?' ಅಂತ ಸಿಡುಕಿದ್ದು ಕೇಳಲೇ ಇಲ್ಲವೆಂಬಂತೆ ನಡೆದಳು ಅರುಂಧತಿ.

ಸರೋಜಿನಿ ತನ್ನ ಮಗಳು ನಿದ್ದೆ ಮಾಡಿಬಿಟ್ಟಳೆಂದು ತಾನೂ ಅಲ್ಲೇ ಅಡ್ಡಾದಳು. ಬಾಯಕ್ಕ ನಿಧಾನಕ್ಕೆ, 'ಇದರ ತಾಯಿ ತಂದೆ ಈಗಲೂ ಬದುಕಿದ್ದಾರೆಯೆ?' ಅಂತ ಒಂದೇ ಪ್ರಶ್ನೆ ಮಗಳೆಡೆಗೆ ಎಸೆದಳು. ಸರು, 'ಇಲ್ಲ' ಅಂದಳು. 'ಅಂದರೆ?' ಅಂತ ಅನುಮಾನ ವ್ಯಕ್ತಪಡಿಸಿದ್ದಕ್ಕೆ, 'ಎಂಥ ಕೆಟ್ಟ ಕುತೂಹಲ ನಿನಗೆ? ಛೆ' ಎನ್ನುತ್ತ ಸಿಟ್ಟು ಮಾಡಿ ಮಾತಾಡದೆ ಮುಖದ ತುಂಬ ಹೊದ್ದು ಮಲಗಿಬಿಟ್ಟಳು ಸರು.

ಅತ್ತ ಕೇರಿಯ ಜನವೆಲ್ಲ ಸೇರಿ ಸಂಜೆಯಿಂದಲೇ ಸಂಭ್ರಮದಿಂದ ಬೀರದೇವರ ಸಣ್ಣ ಗುಡಿಯನ್ನು ಮಾವಿನ ತೋರಣಗಳಿಂದ ಶೃಂಗರಿಸಿದ್ದರು. ಗುನುಗರು ತಿಂಬೆಲೆಯ ಮಾಲೆಯಿಂದ ಬೀರದೇವನನ್ನು ಕಾಣದಂತೆ ಮುಚ್ಚಿ ಗರ್ಭಗುಡಿಯೊಳಗೆ ಒಬ್ಬರೇ ಕೂತು ಪೂಜೆ ಆರಂಭಿಸಿದ್ದರು. ಸಣ್ಣಿ ದೇವು ಯಾರಿಗೂ ಕಾಣದಂತೆ ಕತ್ತಲಲ್ಲಿ ಭಕ್ತಿಯಿಂದ ಪೂಜೆ ನೋಡುತ್ತ ಕೈ ಮುಗಿದು ನಿಂತಿದ್ದರು. ಹೋಗುವ ದಾರಿಯಲ್ಲಿ ಎದುರು ಸಿಕ್ಕಿದ್ದರಿಂದ ದಿಗಂಬರ, 'ಏ ಇಲ್ಯಾಕೆ ನಿಂತೀರೋ? ಬರ್ರೋ ಮುಂದೆ' ಎಂದು ಗದರಿದ. 'ಅಯ್ಯೋ ಗುನುಗರು ಶಾಪಗೀಪ ಕೊಟ್ಟರೆ ಎಂಥಾಕಾಗೂರ್ರಾ? ಅಯ್ಯೋ ಅಯ್ಯೋ' ಎನ್ನುತ್ತ ವ್ಯಂಗ್ಯವಾಡಿದ. ಆಗ ಸಣ್ಣಿ, 'ದ್ಯಾವರ ಪೂಜೇನೂ ನಾವ್ ನೋಡೂಕಗಾ ಅಂದ್ರೆ, ಬೀರ ದ್ಯಾವ್ರೇನ ಇವ್ರ ಅಪ್ಪನ ಮನೀದೇನ್ರ' ಎನ್ನುತ್ತ ದಿಗಂಬರ ಅರುಂಧತಿಯರ ಜೊತೆ ನಾಲ್ಕು ಹೆಜ್ಜೆ ಮುಂದೆ ಬಂದು ನಿಂತಳು.

'ಸಣ್ಣಿ, ನಮ ಬಾಳೇಗೊನೆ ಯಾರೋ ಕಡದ ಬಿಟ್ರೆ ನಿನ್ನೆಗೆ' ಅಂದ ದಿಗಂಬರ. 'ಮತ್ಯಾರಾ ಒಡೆಯಾ, ಬಾಳಮಾಡಿ ಅದೇ ನಮ ಪೊಕ್ಕನೇ ಇರಬೇಕು' ಅನ್ನುತ್ತ ನಾಲಿಗೆ ಕಚ್ಚಿಕೊಂಡು, 'ಅಯ್ಯೋ ಕೇಳಗೀಳ ಮಾಡ್ಬೇಡಿ ನೀಮು, ನನ ಹೊಡಿಯೂಕೆ ಬರ್‍ವಾ ಅವ' ಅಂತಂದು ಸೀರೆ ತುದಿಯಲ್ಲಿ ಬಾಯಿಮುಚ್ಚಿಕೊಂಡು ಗಂಡನನ್ನು

ನೋಡಿದಳು. 'ನೀ ಏನ ನೋಡೀಯೆನೆ ಅಂವ ಕಡದದ್ದು?' ಎನ್ನುತ್ತ ದೇವು, 'ನಿನ್ನಾಗನ ದಿನ ಹುಶಾರಾಗ ಇರಬೇಕ್ರಾ, ಸವಾಲ ಮಾಡೂಕ ಇಂಥದೇ ಹುಡಕತೇ ಇರತೀರು' ಎನ್ನುತ್ತ ದೇವು ತಾನೂ ಇವರಿದ್ದಲ್ಲಿಗೆ ಬಂದು ನಿಂತ. ಪೊಕ್ಕ ನಿನ್ನೆ ಬೆಳಿಗ್ಗೆ ಬೆಳಿಗ್ಗೆಯೇ ರಸ್ತೆಯಲ್ಲಿ ಅಲ್ಲಿ ಇಲ್ಲಿ ನಿಂತು ಕೂತು ಹೆಗಲು ಕೆರೆದು ಕೊಂಡದ್ದು ದಿಗಂಬರನಿಗೆ ಈಗ ನೆನಪಿಗೆ ಬಂತು. 'ಅವನು ಸಿಗಲಿ, ಒಮ್ಮೆ ಝಾಡಿಸುವಾ' ಅಂತ ದಿಗಂಬರ ಮನಸ್ಸಿನಲ್ಲೇ ಉರಿದುಕೊಂಡ.

ಸರೋಜಿನಿ ಮಗುವಿನ ಜೊತೆ ನಾಲ್ಕು ದಿನ ಉಳಿದಳು. ಆಗಲೇ ಊರ ಜನವೆಲ್ಲ ಸರೋಜಿನಿ ಒಂದು ಮಗುವನ್ನು ದತ್ತಕ ತೊಗೊಂಡಿದ್ದಾಳೆಂಬ ಸುದ್ದಿ ಕೇಳಿ, ಇಣುಕಿ ಇಣುಕಿ ಹೋದರು. ಹೋಗುವ ದಿನ ಅರುಂಧತಿಯನ್ನು ಬಿಟ್ಟು ರಕ್ಷಾ ಕೆಳಗಿಳಿಯಲೇ ಇಲ್ಲ. ಸರೋಜಿನಿ ಒತ್ತಾಯದಿಂದ ಎತ್ತಿಕೊಂಡು ಬಸ್ಸನ್ನೇರಬೇಕಾಯಿತು.

◀◀ ▶▶

ಅರುಂಧತಿಯ ಸನ್ನೆಯ ಭಾಷೆ ಇತ್ತೀಚೆಗೆ ತಾಯಿ ಮಗ ಇಬ್ಬರಿಗೂ ರೂಢಿಯಾಗಿ ಬಿಟ್ಟಿತ್ತು. ಮೊದಮೊದಲು ವಟವಟ ಮಾಡಿ ಅದಕ್ಕೇನೂ ಉತ್ತರಗಳು ಸಿಗದೆ ಬಾಯಕ್ಕ ಎಷ್ಟೂ ಅಂತ ಒಬ್ಬಳೇ ಒದರಿಕೊಳ್ಳುವುದು ಎಂಬಂತೆ ಕ್ರಮೇಣ ಸುಮ್ಮನಾಗಿಬಿಟ್ಟಿದ್ದಳು. ಅರುಂಧತಿಗೆ ಒಮ್ಮೊಮ್ಮೆ ಕಿವಿ ಕಟ್ಟಿಹೋದಂತಾಗಿ ಕೆಲವು ವೇಳೆ ಕೇಳಿದರೆ ಇನ್ನು ಕೆಲ ವೇಳೆ ಕೇಳುತ್ತಿರಲಿಲ್ಲ. ಹಾಗಾಗಿ ಶ್ ಶ್ ಅಂತ ಬಾಯಲ್ಲಿ ಉಚ್ಚರಿಸಿ ಕೆಲಸ ತೋರಿಸಿದರೂ, ಕೈ ಸನ್ನೆ ಮಾಡಿ ತಾಯಿ ಮಗ ಇಬ್ಬರೂ ಮಾತಾಡಿಸುವಂತಾಗಿಬಿಟ್ಟಿತ್ತು.

ದೈನಿಕದ ಮನೆಗೆಲಸಗಳು ಅನುಕ್ರಮದಂತೆ ಒಂದೇ ರೀತಿಯಲ್ಲಿ ರೂಢಿಯಾಗಿ ಬಿಟ್ಟಿದ್ದರಿಂದ ಅರುಂಧತಿಗೆ ಕೇಳಿ ಕೇಳಿ ಮಾಡುವ ಅಗತ್ಯವೇನೂ ಇರಲಿಲ್ಲ, ತನ್ನ ಆರೋಗ್ಯ ಸರಿ ಇರಲಿ ಬಿಡಲಿ ಅನುದಿನ ತನ್ನ ಕರ್ತವ್ಯವೆಂಬಂತೆ ಎಲ್ಲ ಕೆಲಸ ಮಾಡಿ ಮಲಗಿಬಿಡುತ್ತಿದ್ದಳು. ಮೊದಲಾದರೆ ಮನೆ ಸೊಸೆ ಹಾಗೆಲ್ಲ ಹೊತ್ತು ಗೊತ್ತಿಲ್ಲದೆ ಮಲಗಿಕೊಂಡಿರಬಾರದು ಎಂಬ ಬಾಯಕ್ಕನ ಕಿರಿಕಿರಿಯನ್ನೂ ಮೀರಿ ಅರುಂಧತಿ ಬಾಯಕ್ಕ ಎಷ್ಟೇ ಬಾಯಿ ಬಾಯಿ ಮಾಡಿದರೂ ತನಗೆ ಹೇಳಿದ್ದೇ ಅಲ್ಲವೆನ್ನುವಂತೆ ಸುಮ್ಮನುಳಿದುಬಿಡಲು ಕಲಿತುಬಿಟ್ಟಳು.

ಬಾಯಕ್ಕ ಸೊಸೆಯ ಬಗ್ಗೆ ದಿಗಂಬರನ ಬಳಿ ಏನಾದರೂ ಕಂಪ್ಲೇಂಟು ಹೇಳಿದರೆ, ಅರುಂಧತಿ ಏನೂ ಅರ್ಥವಾಗದಿದ್ದವರಂತೆ ಸುಮ್ಮನುಳಿದುಬಿಡುತ್ತಿದ್ದಳು. ಕೊನೆಕೊನೆಗೆ ಇಬ್ಬರಿಗೂ ಬೇಸರ ಬಂದು, ಏನು ಮಾಡಿಕೊಂಡಿರುತ್ತಾಳೆ ಅಷ್ಟೇ ಸಾಕೆಂದು, ಅವಳನ್ನಂತೂ ಲೆಕ್ಕದಲ್ಲಿ ಹಿಡಿಯುವುದೇ ಬೇಡವೆಂದು ಮಾತಾಡಿಕೊಂಡು ಸುಮ್ಮನುಳಿಯಲು ತೊಡಗಿದರು. 'ಇವಳ ಹತ್ತಿರ ಸನ್ನೆ

ಮಾಡಿ ಹೇಳಿ ಅವಳಿಗೆ ಅರ್ಥ ಮಾಡಿಸಿ ಕೆಲಸ ಮಾಡಿಕೊಳ್ಳುವ ಬದಲು, ನಾನೇ ಮಾಡಿಕೊಳ್ಳುವುದೇ ಸಸಾರ' ಎಂದು ಬಾಯಕ್ಕ ಸಣ್ಣಿಯ ಬಳಿ ಹೇಳುತ್ತಿದ್ದುದನ್ನೂ ಅರುಂಧತಿ ಕೇಳಲೇ ಇಲ್ಲವೆಂಬಂತಹ ನಟನೆಯಲ್ಲೇ ಉಳಿದಳು. 'ಬಾಯಿದ್ದವರ ಜೊತೆ ಜಗಳವಾಡುತ್ತಾದರೂ ಬದುಕಬಹುದು, ಹೀಗೆ ಬಾಯಿ ಸತ್ತವರ ಹತ್ತಿರ ಜೀವಿಸುವುದೇ ದೊಡ್ಡ ಹಿಂಸೆ' ಅಂತ ರಸ್ತೆಯಲ್ಲಿ ಹೋಗಿ ಬರುವವರೆಲ್ಲರ ಎದುರು ಹೇಳಿ ಬಾಯಕ್ಕ ಸಮಾಧಾನ ಮಾಡಿಕೊಂಡಳು.

ಅಂದೇ ಬೆಳಿಗ್ಗೆ ಹೀಗೆ ಎಂಥದೋ ಕಸಿವಿಸಿಯಲ್ಲಿ ತಲೆ ಕೆಟ್ಟು ಕೂತ ದಿಗಂಬರನ ಬಳಿ ಬಂದು, 'ಒಂದ್ ಬೀಡಿ ಕೊಡ್ರಾ' ಎನ್ನುತ್ತ ರಸ್ತೆಯಲ್ಲೆ ನಿಂತ ಪೊಕ್ಕನನ್ನು, 'ಏ, ಇಲ್ಲಾ ಹೋಗೋ ಕುಡಕ ಬಡ್ಡೀ ಮಗನೇ, ಆ ದಿನ ನಮ್ಮ ಬಾಳೆಗೊನೆ ಕಡದೇ ಅಲ್ಲಾ?' ಎಂದಿದ್ದೇ ಮಾತಿಗೆ ಮಾತು ಬೆಳೆದು, ದಿಗಂಬರ ಯಾವುದೋ ರೋಷದಲ್ಲಿ ಅವನ ಕೆನ್ನೆಗೆ ನಾಕು ಸರೀ ಬಿಟ್ಟಿದ್ದ. ಪೊಕ್ಕನಿಗೆ ಹೀಗೊಂದು ಹೊಡೆತ ಬಿದ್ದೀತು ಎಂಬ ಕಲ್ಪನೆಯೂ ಇರಲಿಲ್ಲ. ಪೊಕ್ಕನ ಹೆಂಡತಿ ಸೋಮಿಯೂ ಗಂಡನ ಇಂಥವೇ ಅನೇಕ ಘನಂದಾರಿ ಪುರಾಣ ಹೇಳಿ, 'ಕೈಗ ಸಿಕ್ಕದರೆ ಯಾರರೂ ಶರೀ ಯಾಡ್ ಇಕ್ಕಬೇಕರಾ' ಅಂತ ಯಾವಾಗಲೂ ಅನ್ನುತ್ತಿದ್ದಳು.

ಮಾರನೇ ದಿನದಿಂದ ಅವನು ಊರ ತುಂಬ ದಿಗಂಬರನನ್ನು ಕೆಟ್ಟ ಕೆಟ್ಟದಾಗಿ ಆಡಿಕೊಳ್ಳುತ್ತ ತಿರುಗಿದ. ಕುಡುಕನ ಮಾತೆಂದು ಬಿಡುವಂತೆಯೂ ಇರಲಿಲ್ಲ. ಸರೋಜಿನಿಯ ಬಗ್ಗೆಯೂ ಆಡಿಕೊಳ್ಳುತ್ತ, 'ಮೊದೀ ಆಗದೇ ಮಗು ಹುಟ್ಟೀದು ಇವರಕ್ಕಗೆ, ಮತ್ತ ನಂಗೇ, ನನ್ನಂತವನಿಗೇ ಬುದ್ಧೀ ಹೇಳೂಕ ಬತ್ತೀರು, ಹೆಣತೀಗ ತ್ರಾಸ ಕೊಟ್ಟ ಕೊಟ್ಟ ಮೊನ್ನಿ ಮಾಡಿಕ್ಕೀರು, ಮತ್ತ ನಂಗ ಬುದ್ಧೀ ಹೆಳತೀರು' ಅಂತೆಲ್ಲ ಪೊಕ್ಕ ಯಾರ್ಯಾರದೋ ಎದುರು ಹೇಳುತ್ತಿದ್ದುದನ್ನು ಇನ್ಯಾರೋ ತಂದು ದಿಗಂಬರನಿಗೆ ಅಂಗಡಿಯಲ್ಲೇ ಚಾಡಿ ಹೇಳಿದ್ದರು. ದಿಗಂಬರನಿಗೆ ಇನ್ನಷ್ಟು ತಲೆ ಕೆಟ್ಟು ಹೋಗಿ, 'ಅವನ ಒಂದು ಕೈಯೋ ಕಾಲೋ ತೆಗೆಸಿಬಿಟ್ಟರೆ ಸರೀಯಾಗತದೆ' ಎಂದುಕೊಳ್ಳುತ್ತ ಸಂಜೆ ಸುಮಾರು ಬೀಡಿಗಾಗಿ ಎದುರು ಬಾಳಾಚಾರಿಯ ಅಂಗಡಿಗೆ ಕಳ್ಳನಂತೆ ಬಂದು ಹೋಗುತ್ತಿದ್ದ ಪೊಕ್ಕನನ್ನು, 'ಏ ಇಲ ಬಾರೋ ಪೊಕ್ಕಾ, ಒಂದ ತೆಂಗನಮರಾ ಹತ್ತೂದೀತು' ಎಂದು ಉಪಾಯ ಮಾಡಿ ಕರೆದ.

'ನೋಡು ಭಾಳ ಕಾಣಸೂಕ ಹೋಗಬೇಡ ನಿನ ಪೌರುಷ, ನಾಳೇಗ ನಾಯ್ಕ ಪೋಲೀಸ ಬರೋವಿದ್ದಾ, ನನ ದೋಸ್ತಾ ಅಂವ, ಏನಿಲ್ಲಾ, ಯಾಕೆ ಏನು ಕೇಳೂಕ ಮುಂಚೇ ಒಳಗ್ಹಾಕ ಬೂಟ್ಗಾಲಲ ಒದ್ದರೆ, ಕಡೆಗೇನಿಲ್ಲಾ, ಕಂಡ ಕಂಡ ಹೆಂಗಸರೀಗ ತ್ರಾಸ ಕೊಡೂದು ಇಲ್ಲ' ಅಂದದ್ದೇ ಪೊಕ್ಕ ಕೈ ಕೈ ಮುಗಿಯುತ್ತ, 'ಹಂಗೊಂದ ಮಾಡಬ್ಯಾಡ್ರಾ ಒಡೆಯಾ ಕೈ ಮುಗೀತಿ, ಪೋಲೀಸ ಅಂದರ ನಂಗ ಅಂಜಕಿ ಬತ್ತೀದರಾ' ಎನ್ನುತ್ತ ಕಾಲು ಕಾಲು ಹಿಡಿಯಲು ಬಂದದ್ದೇ ದಿಗಂಬರ,

‘ಹಾಂಗಾರೆ ನಂಬಗ್ಗೆ ಎನೋ ಅಪ್ರೀವ ಕೂಡ ಇಲ್ಲಾದ್ದೆಲ್ಲ ಹೇಳ್ತಿದ್ದೆಂತೆ’ ಅನ್ನುತ್ತ ಅವನನ್ನು ಹಿಡಿಯಲು ಹೋದರೆ, ‘ತಪ್ಪಾಯ್ತರಾ ನಂದ ತಪ್ಪಾಗೇದು’ ಎನ್ನುತ್ತ ತಪ್ಪಿಸಿ ತಪ್ಪಿಸಿಕೊಂಡು ಓಡಿದ.

ಮಾರನೇ ದಿನದಿಂದ ಪೊಕ್ಕನಿಗೂ ದಿಗಂಬರನಿಗೂ ಮತ್ತೆ ದೋಸ್ತಿಯಾಯ್ತು. ಅಂಗಡಿಯ ಮುಂದಿನ ಕಟ್ಟೆಯ ಕಸವನ್ನೂ ಪೊಕ್ಕ ಹೊಡೆದುಬಿಟ್ಟ. ಎಲ್ಲ ಅವನನ್ನು ನೋಡಿ ನಕ್ಕರು. ಪೊಕ್ಕನ ಹೆಂಡತಿ ಸೋಮಿ, ‘ಗನಾ ಗುಣಾ ಬಂದೀದ್ ನನ ಗಂಡಗೆ, ಹಂಗೇ ಕುಡೂದ್ ಒಂದ ಬಿಡಸಹಾಕ್ರಾ ಒಡೆಯಾ’ ಎನ್ನುತ್ತ ಗೋಗರೆದಳು. ‘ಮನೇಗ ಹೋಗೆ ನೀನು ನಾಲಾಯಕ ಹೆಂಗಸು’ ಎನ್ನುತ್ತ ಹೆಂಡತಿಯನ್ನೇ ಬೈದು ಹೆದರಿಸಿ ಪೊಕ್ಕ ಅವಳನ್ನು ಮನೆಗಟ್ಟಿದ. ಅ ದಿನ ಇಬ್ಬರೂ ಕೂಡಿ ಅಂಗಡಿ ಸ್ವಚ್ಛ ಗೊಳಿಸಿದ್ದರು.

‘ಪೊಲೀಸರ ಹೆದರಿಕಿ ಹಾಕಿ ಬಿಟ್ಟೀ ದುಡೀಸಕಳತ್ಯಾ’ ಎನ್ನುತ್ತ ಬಾಳಾಚಾರಿ ಅವರಿವರ ಹತ್ತಿರ ಸನ್ನೆ ಮಾಡಿದ. ಪೊಕ್ಕ ಈಗ ದಿಗಂಬರನ ಖಾಸಾ ಎನ್ನಿಸುವಂಥ ಆಳಾದ. ಎದುರಿನ ಬಾಳಾಚಾರಿಯನ್ನು ಯಾವುದೇ ದ್ವೇಷವಿಲ್ಲದೆಯೂ ಏನಾದರೂ ಹೇಳಿ ಕೆಣಕುತ್ತಿದ್ದ. ದಿಗಂಬರನಿಗೂ ಅಷ್ಟೇ ಬೇಕಾಗಿತ್ತು. ‘ನಿನ ಕೊಪ್ಪದೋರು ಒಬ್ರೂ ಅವನ ಅಂಗಡೀಗ ಹೋಗುಕಿಲ್ಲಾ, ಹಂಗ ಮಾಡು ನೋಡವಾ ನೀ ಗಂಡಸಾಗಿದ್ರೆ’ ಎಂದು ಹುರಿದುಂಬಿಸಿದ. ಪೊಕ್ಕ ಅಂದಿನಿಂದಲೇ ತನ್ನ ದೋಸ್ತರಿಗೆಲ್ಲ ಅಲ್ಲಿ ಹೋಗ ಗೊಡದೆ ಇಲ್ಲೇ ಕರೆದು ರಾಶಿ ಹಾಕಿಸಿದ. ಬಾಳಾಚಾರಿಗೆ ಈ ಕುತಂತ್ರ ತಿಳಿದು ನೇರ ದಿಗಂಬರನ ಹತ್ತಿರವೇ ಮಾತಾಡೋಣವೆಂದು ಒಂದಿನ ಅಂಗಡಿವರೆಗೂ ಬಂದು ನಿಂತು, ಏನೂ ಹೇಳಲಾಗದೆ ಹಾಗೇ ಹಿಂತಿರುಗಿದ್ದ.

ಹೀಗೆ ತನಗೆ ಕಿವಿಯೂ ಕೇಳುವುದಿಲ್ಲ ಎಂದು ತಿಳಿದದ್ದೇ ಇವರೆಲ್ಲ ನನ್ನಿದಿರು ಮಾತಾಡಿಕೊಳ್ಳಲು ಮುಚ್ಚುತ್ತಿದ್ದ ವಿಷಯವನ್ನು ಎದುರೆದುರೇ ಬಿಚ್ಚಿ ಮಾತಾಡುತ್ತಿದ್ದದ್ದು ಈಗ ಇದ್ದಲ್ಲೇ ಅರುಂಧತಿಗೆ ಎಲ್ಲರ ಒಳ ಗುಣ ಸ್ವಭಾವವೂ ಲೆಕ್ಕಕ್ಕೆ ಸಿಗಲಾರಂಭಿಸಿತ್ತು. ಮೌನವಾಗಿ ಕೂತು ಎಲ್ಲರನ್ನೂ ಹೀಗೆ ಅಂದಾಜು ಹಚ್ಚುವುದೇ ಅರುಂಧತಿಯ ಕೆಲಸವಾಯಿತು.

ಈ ಮಧ್ಯೆ ದಿಗಂಬರನ ಅಪ್ಪನ ತಿಥಿ ಎದುರಾಗಿಬಿಟ್ಟಿತು. ವೇಣು ಫೋನು ಮಾಡಿ, ‘ಅರುಂಧತಿ ಶ್ರಾದ್ಧದ ಪಿಂಡ ನೋಡಬಾರದಂತೆ, ಆ ಒಂದು ದಿನದ ಮಟ್ಟಿಗೆ ಅವಳು ಮಾಸ್ತಿಕಟ್ಟೆಗೆ ಬಂದು ಹೋಗಲಿ’ ಎಂಬ ಸಲಹೆಯನ್ನು ನಾಲ್ಕೈದು ದಿನ ಮುಂಚಿತವಾಗಿಯೇ ಕೊಟ್ಟಿದ್ದ. ಮೂರು ತಿಂಗಳ ಪುಟ್ಟ ಬಸುರಿ ಮಗಳು ಈ ದಿನವಾದರೂ ಬರುತ್ತಾಳೆ ಅಂತ ನೀಲಕಂಠ ಶೆಟ್ಟರು ಕಾಯುತ್ತಿದ್ದರು. ಬಾಯಕ್ಕ, ‘ಎಂಥ ಶಾಸ್ತ್ರ ಅದು? ಇಲ್ಲಿ ಪಿಂಡ ಕಟ್ಟುವವನೇ ಮಗ, ಹಾಗಿರುವಾಗ ಸೊಸೆ ನೋಡಿದರೆ ಏನಾಗುತ್ತದಂತೆ? ಬೇರೆ ಯಾರದೋ ಊರ ಮೇಲಿನ ಜನರ ತಿಥಿ ಪಿಂಡ ನೋಡಬಾರದು ಅಷ್ಟೇ’ ಎಂದು ಬಿಟ್ಟಳು.

'ಮಾವ ಏನು ಸೊಸೆಗೆ ಕೇಡು ಬಗೆಯುತ್ತಾರೆಯೇ?' ಅಂತಲೂ ಸೇರಿಸಿಬಿಟ್ಟಳು. ಒಂದೊಳ್ಳೆಯ ಅವಕಾಶವಿತ್ತು ಅಪ್ಪನನ್ನು ನೋಡಿ ಬರಲು ಅಂತ ದಿನ ಎಣಿಸುತ್ತಿದ್ದ ಅರುಂಧತಿಗೆ ನಿರಾಸೆಯಾಯಿತು. ವೇಣುವಿಗೆ ಕೋಪ ಬಂದು, 'ಅರು ಅತ್ತೆ ಮಾಡಿದ್ದೇ ಶಾಸ್ತ್ರ ಅಲ್ಲಿ, ತಿಥಿಯ ಅಡಿಗೆಗೆ ಅಡಿಗೆಯವರು ಬೇಕಲ್ಲ ಅಂತ ಅವಳು ಶಾಸ್ತ್ರವನ್ನೇ ತಿರುಚಿ ಬಿಡುವವಳೇ' ಅಂತೆಲ್ಲ ಅಲ್ಲೇ ಹೆಂಡತಿ ಮತ್ತು ಅಪ್ಪನ ಎದುರೇ ಎಗರಾಡಿ ಕೊಂಡು ಸುಮ್ಮನುಳಿದ.

ಅಲ್ಲೇ ಸಮೀಪ ಮನೆಯಿರುವ ದಿಗಂಬರನ ಸೋದರತ್ತೆ ಕಮಲಕ್ಕನ ಮಗಳು ಶಾಲಿನಿ ಬೆಳಿಗ್ಗೆ ಹತ್ತರ ಸುಮಾರಿಗೆ ಬಂದಳು. ಶಿವಶಿವಾ ಅಂತ ಹೇಳಿಕೊಳ್ಳುತ್ತ ಬಾಯಕ್ಕ ಹೊರಗಿನ ಜಗಲಿಯ ಸ್ವಚ್ಛತಾಕಾರ್ಯ ನಡೆಸಿದ್ದಳು. ಶಾಲಿನಿಗೆ ಕಲಸಿದ ಅವಲಕ್ಕಿ ಕಷಾಯ ಕೊಡಲಾಯಿತು. ಅಂಗಳ ಗುಡಿಸುವ ಹಂಡೆ ನೀರು ಹಾಕುವ ಸಣ್ಣಿ ಅಪ್ಪನ ಮನೆಗೆ ಬೆಳಸಗೆ ಹೋಗುತ್ತೇನೆಂದು ಹೇಳಿ ಹೋದದ್ದಕ್ಕಾಗಿ ಈ ಎಲ್ಲ ಹೊರಗಿನ ಕೆಲಸವನ್ನೂ ಮಾಡಲು ಹೆಂಡತಿಗೆ ತ್ರಾಸಾಗುತ್ತದೆಂದು ದಿಗಂಬರನೇ ಮಾಡಲು ಮುಂದಾದ. ಅಂಗಡಿ ಅರ್ಧ ಬಾಗಿಲು ತೆರೆದಿಟ್ಟು ಯಾರಾದರೂ, 'ಅರ್ಜಂಟ್ ಶೆಟ್ಟರೇ' ಅಂದರೆ ಮಾತ್ರ ಅಂಥವರಿಗೆ ಕೈ ತೊಳೆದು ಒರೆಸಿಕೊಳ್ಳುತ್ತ ಓಡಿ ಸಾಮಾನು ಕೊಟ್ಟು ಬರುತ್ತಿದ್ದ.

ಬಾಯಕ್ಕ ಶಾಲಿನಿಯ ಹತ್ತಿರ, 'ನಮ್ಮ ದಿಗಂಬರ ಸಣ್ಣವನಿದ್ದಾಗ ಇಂಥದೆಲ್ಲ ಮಾಡಿಯೇ ಗೊತ್ತಿಲ್ಲದವ, ಈಗ ಸಾವಕಾರರ ಮನೆಯ ಹೆಣ್ಣು ತಂದದ್ದಕ್ಕೆ ಎಂಥ ಪರಿಸ್ಥಿತಿಯಾಗಿದೆ ನೋಡು' ಅಂದಳು. ಶಾಲಿನಿ ಅರುಂಧತಿಗೆ ಕೇಳಿತೇನೋ ಅಂತ ಕಸಿವಿಸಿ ಪಟ್ಟು ಅವಳ ಮುಖ ನೋಡಿದರೆ, ಅವಳು ಮುಗುಳ್ನಕ್ಕಳು. ಅರುಂಧತಿಗೆ ಕಿವಿಯೂ ಕೇಳುವುದಿಲ್ಲವೆಂಬ ವಿಷಯ ಗೊತ್ತಾದದ್ದೇ ಶಾಲಿನಿಯ ಮಾತುಗಳೆಲ್ಲ ಬಾಯಕ್ಕನ ಪರ ಆಗಿ ಇದ್ದಲ್ಲೇ ಬದಲಾಗತೊಡಗಿದವು. ಅದಕ್ಕೂ ಅರುಂಧತಿ ಸುಮ್ಮನೇ ತುಟಿಯಲ್ಲೇ ನಕ್ಕಳು.

ಅಡುಗೆ ಹೇಗು ಹೇಗೋ ಆಯಿತು. ಅರುಂಧತಿ ಹ್ಞು ಉಹ್ಞೂ ಎರಡರಲ್ಲೇ ಕೆಲಸ ಪೂರೈಸಿದಳು. ಶಾಲಿನಿ, 'ಹುಟ್ಟುವ ಮಗುವಾದರೂ ಸರಿಯಾಗಿ ಹುಟ್ಟಿದರೆ ಸಾಕಪ್ಪ' ಎನ್ನುತ್ತ ಬಾಯಕ್ಕನ ಹತ್ತಿರ ಆತಂಕ ವ್ಯಕ್ತಪಡಿಸಿದಳು. ಅರುಂಧತಿ ಅದಕ್ಕೂ ಮುಗುಳ್ನಕ್ಕಳು. ಭಟ್ಟರು ಬಂದು ಕೆಲಸ ಶುರು ಆದಾಗ ದಿಗಂಬರ, 'ನಮ್ಮ ತಂದೆ ಆ ಕಾಲದಲ್ಲೇ ಕಾಶಿಗೆ ಹೋಗಿ ಬಂದು ಅದೇನೋ ಕ್ರಿಯಾ ಕರ್ಮದ ಕೆಲಸ ಬದುಕಿದ್ದಾಗಲೇ ಮಾಡಿಕೊಂಡು ಬಂದಿದ್ದೇನೆ, ನೀನು ನನ್ನ ಶ್ರಾದ್ಧಗೀದ್ಧ ಮಾಡುವುದು ಬೇಡ ಅಂದ ನೆನಪು, ಆದರೆ ಅಮ್ಮನಿಗೆ ಸಮಾಧಾನವಾಗಬೇಕೆಂದು ಇವೆಲ್ಲ ಪುನಃ ನಡೆಸುವುದು' ಅಂದ. ಬದುಕಿದ್ದಾವಾಗಲೇ ಅಂತ ಕಾರ್ಯ ಮಾಡುತ್ತಾರೆಯೇ ಅಂತ ಕೇಳುತ್ತ ಶಾಲಿನಿ ಅಚ್ಚರಿಗೊಂಡಳು.

ಉದ್ದಿನ ವಡೆ ದಟ್ಟ ಅರಿಯದೇ ಇದ್ದುದರಿಂದ ಬರೀ ಎಣ್ಣೆ ಹೀರಿಕೊಂಡು

ಒಂದೊಂದನ್ನೂ ಹಿಂಡಿ ಎಣ್ಣೆ ತೆಗೆಯಬಹುದಿತ್ತು. ದಿಗಂಬರ ಕಾಗದದಲ್ಲಿ ಹಾಕಿ ಒತ್ತಿ ಒತ್ತಿ ಎಣ್ಣೆ ತೆಗೆದು ತಿಂದ. 'ಅರೆವವರು ಮೈ ಮೇಲೆ ಧ್ಯಾಸ ಸರೀಯಿಟ್ಟುಕೊಂಡು ಅರೆದರೆ ಸರೀಯಾಗುತ್ತಿತ್ತು' ಅಂದದಕ್ಕೆ ಶಾಲಿನಿ ಪುನಃ ಅರೆಯುವ ಕೆಲಸ ಮಾಡಿದ ಅರುಂಧತಿಯನ್ನು ಸೂಕ್ಷ್ಮ ನೋಡಿದಳು. ಅರುಂಧತಿ ಮುಗುಳ್ನಕ್ಕಳು. ಬಾಯಕ್ಕನಿಗೂ ಥಂಡಿ ಕಫ ಜಾಸ್ತಿಯಾಗಿ ಕೆಮ್ಮಿ ಕೆಮ್ಮಿ ಹೊರಗೆ ಬಾಳೆ ಗಿಡದ ಬುಡದಲ್ಲಿ ಉಗಿದುಗಿದು ಕಾಲ್ಬೆರಳಿಂದ ಮಣ್ಣಲ್ಲಿ ಮುಚ್ಚಿಬಂದಳು.

ತಿಥಿ ಕೆಲಸಕ್ಕೆ ಬಂದ ಗಂಪತಿ ಭಟ್ಟರು ಐದು ವರ್ಷದಿಂದ ಒಂದೇ ತರಹ ಅಷ್ಟೇ ಕಾಣಿಕೆ ಕೊಡುತ್ತಿದ್ದೀ ಎನ್ನುತ್ತ ತಕರಾರು ಮಾಡಿದರು. ದಿಗಂಬರ ಐವತ್ತಕ್ಕೆ ಮತ್ತೆ ಇಪ್ಪತ್ತೈದು ಸೇರಿಸಿ ಕೊಟ್ಟ. 'ಇಲ್ಲ ಇಲ್ಲ ನೂರೇ ಆಗಬೇಕು, ಎಲ್ಲ ಕಡೆ ನೂರೈವತ್ತು ಆಗಿದೆ' ಎಂದು ಕೊಟ್ಟ ದುಡ್ಡು ಹಿಡಿಯದ ಭಟ್ಟರಿಗೆ ಸುಮಾರು ವಾಟಾಗಟ್ಟಿನ ನಂತರ ದಿಗಂಬರ ಅಂಗಡಿ ಗಲ್ಲೆಯಿಂದ ನೂರರ ನೋಟನ್ನೇ ತಂದುಕೊಟ್ಟ. 'ಎಲ್ಲ ಎಷ್ಟು ತುಟ್ಟಿಯ ಕಾಲ ಇದು, ನಿಂಗೆ ಹೇಳಬೇಕೆ ಅಂಗಡಿಯಿದ್ದವನಿಗೆ' ಅನ್ನುತ್ತ ಒಂದು ಚೀಲದಲ್ಲಿ ಅಕ್ಕಿ ಕಾಯಿಯ ಪಡಿ, ಚಿಲ್ಲರೆ ಹಣ ಎಲ್ಲ ತುಂಬಿಕೊಂಡು ಹೊರಟರು.

ಅಧ್ಯಾಯ 21

ಇದು ಹೀಗೂ ನಡೆಯುತ್ತದೆ ಅನಿಸಿದ್ದೇ ನಿಜಕ್ಕೂ ಪಚ್ಚನಿಗೆ ಅತಿಯಾಸೆ ಹುಟ್ಟಿ ಮುಂದಿನ ಕೆಲ ದಿನಗಳಲ್ಲೇ ಅದೇ ಕಳ್ಳ ಬಟ್ಟಿ ವ್ಯಾಪಾರ ಶುರು ಮಾಡಿಯೇ ಬಿಟ್ಟ. ಕೊಪ್ಪದ ಜನ ಸೋವಿ ಮತ್ತು ಅದೇ ಹೆಚ್ಚು ಕಿಕ್ಕು ಕೊಡುತ್ತದೆ ಎನ್ನುತ್ತ ಅದೇ ಕೇಳಿ ಕೇಳಿ ಕುಡಿದರು. ಸಣ್ಣಿಯ ಉಪಾಯವೆಲ್ಲ ತಲೆಕೆಳಗಾಯಿತು. ಸಣ್ಣಿ ಮತ್ತು ತೊಳಸಿ ತಲೆ ತಲೆ ಚಚ್ಚಿಕೊಂಡರು. 'ಹೊಶಾ ಯಾಪಾರ ಕಲಸಿಟ್ಟ ಬಿಟ್ಟತಲೇ ಈ ಸಣ್ಣಿ' ಎನ್ನುತ್ತ ತೊಳಸಿ ಎಲ್ಲರೊಡನೆ ಸಣ್ಣಿಯನ್ನೇ ಜರಿಯುವಂತಾಯಿತು.

ಕೊಪ್ಪದ ಗೊವಿದು ರಾಮ ಬೀರಪ್ಪನಂಥವರು ಖಾಯಂ ಗಿರಾಕಿಗಳಾದರು. ಕೆಲ ದಿನ ಪಚ್ಚ ಅಂಗಡಿಗೂ ಮನೆಗೂ ಓಡಾಡಿದ. ನಂತರ ಹೆಂಡತಿಗೇ ಹೆಂಡವನ್ನು ಬಗ್ಗಿಸಿ ಕೊಡುವಂತೆ ಹೇಳಿದ. ಅವರಿಗೂ ಒಂದು ಹೆಂಗಸು ಹೆಂಡ ಬಗ್ಗಿಸಿ ಕೊಡುವುದು ಇನ್ನೊಂದೇ ಉಮೇದಿಗೆ ಕಾರಣವಾಗಿ ಮರೆತ ಹಲ್ಕಟ್ಟು ಜೋಕುಗಳೆಲ್ಲ ತನ್ನಿಂದ ತಾನೇ ನೆನಪಾಗತೊಡಗಿದ್ದವು. ಎರಡನೇಯತ್ತೆ ಕಲಿಯುವ ನಾಗು ಎಲ್ಲ ಬಿಟ್ಟು ಇವರನ್ನೇ ನೋಡುತ್ತ ಕುಳಿತುಕೊಳ್ಳುವಂತಾಯಿತು. ದಿನ ಹೋದಂತೆ ಇನ್ನೂ ಐದಾರು ಜನ ಜೊತೆಯಾದರು. ಅಂಗಡಿಗಿಂತ ಮನೆಯಲ್ಲೇ ಕ್ಯಾಕೆ ಗೌಜುಗಳು ಹೆಚ್ಚಾದವು. ಹಾಗಿರುವಾಗ ಒಂದು ದಿನ ಬೀರಪ್ಪ ಏನೋ ಜೋಕು ಮಾಡಿದ್ದಕ್ಕೆ ತುಳಸಿ ನಕ್ಕಿದ್ದನ್ನು ಪಚ್ಚ ಅಲ್ಲಿಂದಲೇ ನೋಡಿಬಿಟ್ಟ. ಅವನಿಗೆಂತದೋ ಸಂಶಯ ಹೊಕ್ಕು, ಅವರನ್ನೆಲ್ಲ ಸಾಗಹಾಕಿ ಮನೆಯ ಬಾಗಿಲು ಜಡಿದು ಹೆಂಡತಿಯನ್ನು ಹಿಗ್ಗಾ ಮುಗ್ಗಾ ಬಡಿದ.

'ಸರಾಯ ಅರಸ ಕೊಡೂ ಕೆಲಸಾ ಅಟ್ಟೇ ಮಾಡೇ ಹೊಲಸರಂಡೆ, ಅದ ಬಿಟ್ಟ ಅವನ ಸೂಳೆ ಆಗೂಕ ಹೋತೀ' ಅನ್ನುತ್ತ ಬಾಯಿ ಮಾಡಿದ್ದನ್ನು ಪುಟ್ಟ ನಾಗು ಒಳ ಮನೆಯಲ್ಲಿ ಅಡಗಿಕೊಂಡೇ ನೋಡುತ್ತ ಭೀತಿಯಿಂದ ತಾನೂ

ಕಿರುಚಿಕೊಂಡ. ಅಲ್ಲಿಂದ ಶುರುವಾದ ನಾಗುವಿನ ಜ್ವರ ಒಂದು ವಾರವಾದರೂ ಬಿಡದೆ ಈ ಬಾರಿ ಪಂಡಿತ ಡಾಕ್ಟರು ಟೈಫೈಡ್ ಜ್ವರ ಅದು, ಅನ್ನುತ್ತ ಸಪ್ಪೆ ತಿಳಿ ಗಂಜಿ ಬಿಟ್ಟರೆ ಮತ್ತೇನೂ ಕೊಡಬೇಡಿ ಅನ್ನುತ್ತ ದೊಡ್ಡ ದೊಡ್ಡ ಗುಳಿಗೆಗಳನ್ನು ನುಂಗಿಸುವಂತೆ ಹೇಳಿ ಕಟ್ಟಿಕೊಟ್ಟಿದ್ದರು. ಗಂಡನಿಂದ ಹೊಡೆತ ತಿಂದ ದಿನದಿಂದ ತುಳಸಿ ಸಂಜೆಯಾದೊಡನೆ ಹೊರಗೆ ಹೆಜ್ಜೆ ಇಡುತ್ತಿದ್ದಿಲ್ಲ. ಅಂಗಡಿಗೂ ಮನೆಗೂ ಒಬ್ಬನೇ ಓಡಾಡಿ ಪಚ್ಚ ಹೈರಾಣಾಗಿದ್ದ.

ಇಷ್ಟು ದಿನ ಸಣ್ಣಿಯನ್ನು ತನ್ನ ವೈರಿಯಂತೆಯೇ ಕಾಣುತ್ತಿದ್ದ ತುಳಸಿ, ಮಗನ ಅನಾರೋಗ್ಯದ ಕಾರಣ ಧೃತಿಗೆಟ್ಟಿದ್ದಳು. ಸಣ್ಣಿಯೊಂದಿಗೆ ಈಗ ನಯವಾಗಿಯೇ ಇರತೊಡಗಿದಳು. ಅತ್ತ ಸಣ್ಣಿಗೂ ಇತ್ತೀಚೆಗೆ ತನ್ನ ಕೆಲಸಕ್ಕೆ ಪಚ್ಚನ ಹೆಂಡತಿ ತುಳಸಿ ಕೈಗೂಡಿಸಿದರೆ ಮಾತ್ರ ತಾನು ಅಂದುಕೊಂಡದ್ದು ಆಗು ಮಾಡಬಹುದು ಅನ್ನಿಸಿಬಿಟ್ಟಿತ್ತು. ಮಾಲೆ ಅಮವಾಸ್ಯೆಯ ದಿನ ತುಳಸಿ ಪೋರನನ್ನು ಮನೆಯಲ್ಲೇ ಮಲಗಿಸಿ, ಹೊಸ ಕೆಂಪು ಪತ್ತಲ ಉಟ್ಟು, ಕತ್ತಿಗೆ ಹೊಸ ಹೊಳೆಯುವ ಮಣಿಗಳನ್ನು ಹಾಕಿಕೊಂಡು, ಗಿರಿಯಮ್ಮನ ಗುಡ್ಡೆಗೆ ಹಣ್ಣು ಕಾಯಿ ಮಾಡಿಸಲೆಂದು ಹೊರಟಿದ್ದಳು. ಅಷ್ಟೇ ಹೊತ್ತಿಗೆ ಅಕಸ್ಮಾತಾಗಿ ಬಾಯಕ್ಕನ ಮನೆಗೆಲಸ ಮುಗಿಸಿ ಆದಾಗ ಮನೆ ಬದಿಗೆ ಹೊರಟ ಸಣ್ಣಿಯೂ ಅವಳ ಜೊತೆಯಾದಳು.

ತುಳಸಿಯನ್ನು ಮಾತಿಗೆಳೆಯಲು ಸಣ್ಣಿ ಏನಾದರೊಂದು ನೆಪ ಹುಡುಕುತ್ತ, ಅವಳ ಪತ್ತಲ ಮುಟ್ಟಿ ನೋಡಿ, ಕತ್ತಿನ ಮಣಿಸರದ ಮೇಲೆ ಕೈಯಾಡಿಸುತ್ತ, 'ಚಂದ ಕಣ್ತೀದು, ಅಂಕೋಲಿ ಪ್ಯಾಟೀದೇ ಏನೇ ಚೊಳಚಿ?' ಅಂತ ಮಾತು ತೆಗೆದಳು. ಊರ ತಲೆಬಾಗಿಲಿನಿಂದ ಗುಡ್ಡೆಯ ಮೆಟ್ಟಿಲ ತನಕ ಇಬ್ಬರೂ ಸೇರಿ ಇನ್ನೂ ಹತ್ತು ನಿಮಿಷವಾದರೂ ನಡೆಯಬೇಕಿತ್ತು. ಅಷ್ಟರಲ್ಲಾಗಲೇ ಸಣ್ಣಿ, 'ಗುಡ್ಡೆ ದೇವಿ ದಾತ್ರೀಗೆ ಗುಡ್ಡೇ ಇಳದ ಬತ್ತೀದಕಂಡಾ, ಇಲ್ಲೆಲ್ಲಾ ಇಲ್ಲೆಲ್ಲಾ ಹೀಂಗೇ ಹಿಂಗೇ ತಿರಗಾಗಾಡ್ತೀದ ಕಂಡಾ, ನಾಮ ಕೊಪ್ಪದಲ ಹಾಕೂ ಗೌಜೀ ನೋಡ್ರೇ, ಗಂಡಸರು ಕುಡ್ಕಂಬರೂದೂ ಹೆಂಗಸರ ಮ್ಯಾನ ಕೈ ಮಾಡೂದು, ಕೊಪ್ಪಾ ಉದ್ಧಾರ ಆಗೂದಾರೂ ಹ್ಯಾಂಗೇ? ನಿನ ಗಂಡ ನೋಡ್ರೇ ನನ ಮ್ಯಾನೇ ಕಂಪ್ಲೇಟ್ ಕೊಡ್ತ್ಯಾ, ಹಾಲ ಮಾರದ್ರೂ ದುಡ್ ಬತ್ತೀದು, ಇಸಾ ಮಾರದ್ರೂ ದುಡ್ ಬತ್ತೀದು, ಒಂದ ಮತೀಗ್ ಹೇಳ್ದೆ ಅಟ್ಟೇ, ನಾ ಬತ್ತೀ ಅಗಾ' ಅನ್ನುತ್ತ ಸಣ್ಣಿ ತನ್ನ ಮನೆಯ ದಿಕ್ಕಿಗೆ ತಿರುಗಿಕೊಂಡಳು.

ಗುಡ್ಡೆಯ ಒಂದೊಂದೇ ಮೆಟ್ಟಿಲನ್ನು ಏರುತ್ತಿದ್ದ ಹಾಗೆಯೇ ತುಳಸಿಯ ಕಿವಿಯಲ್ಲಿ ಸಣ್ಣಿಯ ಮಾತುಗಳು ಗುಂಯ್ಗುಡುತ್ತಲೇ ಇದ್ದವು. ತುಳಸಿ ಇವೆಲ್ಲ ಸಣ್ಣಿಗೆ ತನ್ನ ಹೊಸ ಪತ್ತಲ ಹೊಸ ಮಣಿಸರಗಳನ್ನು ನೋಡಿ ಉಂಟಾದ ಹೊಟ್ಟೆಕಿಚ್ಚಿಂದೇ ಭಾವಿಸುತ್ತ, 'ಕೊಪ್ಪದ ಜನವೆಲ್ಲಾ ಹಿಂಗೇ ಕರಬಕಣ್ತೀರು' ಅಂತ ಮನಸ್ಸಿನಲ್ಲೇ ಅಂದುಕೊಳ್ಳುತ್ತ ಅದನ್ನಲ್ಲೇ ಮರೆತು ಬಿಟ್ಟಿದ್ದಳು. ಆದರೂ ಸಣ್ಣಿಯ ವಿಚಾರವಾಗಿ ಮನೆಗೆ ಹೋಗಿ ಗಂಡನ ಬಳಿ ಹೇಳಲು ಯಾಕೋ ಮನಸ್ಸಾಗಲಿಲ್ಲ.

ಬೀರ ದೇವರ ಹಕ್ಕಲದ ಮುರ್ಕಿಯಲ್ಲಿ ಕೇಣಿ ಬದಿಯ ಗಾಬಿತ ಹೆಂಗಸರು ದಿನವೂ ಸಂಜೆ ಸುಮಾರಿಗೆ ಮೂರ್‍ನಾಲ್ಕು ಒಣ ಮೀನಿನ ಮುಟ್ಟಿಗಳನ್ನು ಇಟ್ಟುಕೊಂಡು ಕೂಡುವಲ್ಲಿ ಸಣ್ಣಿ ಬಂದಾಗ, ಅಲ್ಲೇ ಪಚ್ಚನ ಹೆಂಡತಿ ತುಳಸಿಯೂ ಸಿಕ್ಕಳು. ಎಂಥದೋ ಮಾತಾಡುತ್ತ ಸಣ್ಣಿ, 'ಕೊಪ್ಪ ಉದ್ಧಾರ ಆಗೂಕ ಬಿಡೂಕಲ ಈ ಹೆಂಡಾ, ಕುಡದ ಬಂದ ಗಂಡದೀರ ಕೂಡ ಹೊಡ್ಸಕಂಡವರು ನಿನ ಗಂಡಗೇ ಹಿಡಿಶಾಪ ಹಾಕ್ತೀರು, ಸಾಯಿತ್ರಿ ನೋಡ್ಬೇಕೂ ನಿನ್ನಾಗೆ, ಆ ಹಾಳ ಸಾರಾಯ ಅಂಗ್ಡಿ ಮಡಗದಾಂವ ನಿಸ್ಸಂತನ ಆಗೋಗ್ಲಿ, ಅಂದ್ಕಂಡ ಕೆಲೀತೇ ಬಿದ್ದೀತಪಾ' ಅಂತ ಹೇಳಿದ್ದೇ ತಡ ತುಳಸಿ ಒಣ ಮೀನನ್ನು ಅತ್ತ ಹೇಗೆ ಒಯ್ದಳೋ ಹಾಗೇ ಅದನ್ನು ಒಲೆಯ ಕೆಂಡದೊಳಗೆ ಹಾಕಿ, ಜ್ವರದಿಂದ ನರಳುತ್ತಲೇ ಇದ್ದ ಮಗ ನಾಗೂ ಬಳಿ ಬಂದು ಸುಮ್ಮನೆ ಕೂತಳು.

ಒಣ ಮೀನು ಅರ್ಧ ಒಲೆಯಲ್ಲೇ ಹೊತ್ತಿ ಹೋಯಿತು. ಎಚ್ಚರಗೊಂಡ ನಾಗೂ ಆ ಪರಿಮಳಕ್ಕೆ ಮೂಗರಳಿಸುತ್ತ, 'ಅವ್ವೆ, ಗಂಜೀ ಸಂತೀಗೆ ನಂಜೂಕೆ ಇಂದರೂ ಒಣಾ ಜೊಬ ಕೊಡೇ' ಎಂದ ಮಗನ ದನಿ ಕೇಳಿ ತುಳಸಿಗೆ ಕಣ್ಣೀರು ಉಕ್ಕಿ ಬಂತು. 'ಅಯ್ಯೋ, ಉಪ್ಪನ ವಸ್ತೂ ತಿಂಬೂಕಿಲ್ಲ ಅಂದಿ ದಾಗ್ದರು ಹೆಳ್ನಿಲ್ಲಾ ಮಗನೇ, ಮುಂಚ ಹುಷಾರ ಆಕ್ಕಾ, ಕಡೇಗ ಒಣಾ ಜೊಬ್ಬನಲೆ ಉಣ್ಣಕು' ಅಂದಳು. ತುಳಸಿಗೂ ಇವೆಲ್ಲ ಸಾಕಾಗಿ ಹೋಗಿತ್ತು. ಮೊದಲು ಸೀಯಾಳದ ವ್ಯಾಪಾರ ಮಾಡುವ ಪಚ್ಚನಿಗೂ ಈಗ ಸಾರಾಯಿ ದಂಧೆ ಶುರೂ ಮಾಡಿದ ಪಚ್ಚನಿಗೂ ಬಹಳ ಅಂತರವನ್ನು ಅವಳು ಕಂಡಿದ್ದಳು.

ಸಿಟ್ಟು ರಚ್ಚು ಅನುಮಾನ ಬೈಗಳು ಇವೆಲ್ಲ ದಿನದಿಂದ ದಿನಕ್ಕೆ ಹೆಚ್ಚಾಗುತ್ತ ಸಾಗಿದ್ದವು. 'ಕರೀ ಕೋಳಿ ಚಂಜೀ ಆದ್ರೂ ಗೂಡೀಗೇ ಬರ್‍ನಿಲ್ಲಾ' ಎನ್ನುತ್ತ ಹುಡುಕುವ ನೆಪ ಮಾಡಿ, ಸಣ್ಣಿಯ ಹಟ್ಟಿ ಹೊಕ್ಕು, 'ಶಣಮಕ್ಕಾ, ನೀ ಏನ ಹೇಳದ್ರೂ ಮಾಡ್ತಿ, ಸರಾಯ ಅಂಗಡೀ ಇರೂತಂಕಾ ನಂಗೆ ನನ ಮಗನೀಗೆ ಶುಖಾ ಅಂಬೂದೇ ಇಲ್ಲಾ' ಅಂತ ಹೇಳಿ ಅವಸರದಲ್ಲಿ ಹಿಂತಿರುಗಿಬಿಟ್ಟಳು.

ಇತ್ತ ಅಂತೂ ಇಂತೂ ದೇವೂನ ತಲುಬು ಕಮ್ಮಿಯಾಗುತ್ತ ಸಾಗಿತು. ದೇವು ತನ್ನ ಕುಡಿತವನ್ನು ಹರಸಾಹಸ ಮಾಡಿ ಬಿಡಿಸಿದ ಸಣ್ಣಿಯನ್ನು, 'ರಾಕೇಸ್ತೀ ನೀನು' ಅಂತ ಒಂದೇ ಮಾತಿನಿಂದ ಅಕ್ಕರೆ ತೋರಲು ಶುರು ಮಾಡಿದ. ಮಂಕಾಳಿ ಸಾಯಿತ್ರಿ ಉತ್ತರೆಯಂಥವರು ಕೂಡ ಬಂದು ಪಚ್ಚನ ಗಂಡಂಗಿನಲ್ಲಿ ದಿನಕ್ಕೊಂದು ಜಗಳ, ಆ ಜಗಳದಲ್ಲೇ ದಿನಾ ಪಚ್ಚನ ಸಾರಾಯಿ ಮಣ್ಣು ಸೇರಿ ಅವನಿಗೆ ಹಾನಿಯ ಸಂಕಟ ತೆರೆದಿಟ್ಟುಕೊಳ್ಳಲು ಶುರುವಾಗಿತ್ತು. ನಂತರ ಪಚ್ಚ ದೇವು ಪ್ರಕರಣದಲ್ಲಿ ಮಾಡಿದಂತೆ, ಹೀಗೆ ಈ ಹೆಂಗಸರ, ಕುಡಿಯಲು ಬಂದ ಗಂಡಂದಿರನ್ನೇ ಹಿಡಿದು ಜಡಿದು ದಂಡ ವಸೂಲಿ ಮಾಡಿದ.

ಒಬ್ಬೊಬ್ಬರೇ ದಂಡ ಕಟ್ಟಲು ಕಾಸಿಲ್ಲದೆ ಅವರು ಕೇಣಿ ಸಂಕದ ಬಳಿಯಿರುವ ಅಂಗಡಿಯಿಂದ ಬಂದರೂ ಅವರ ಹೆಂಡಿರಿಂದ ಇಲ್ಲಿ ಪಚ್ಚನ ಮಾಲು ನಾಶವಾಗುತ್ತಿತ್ತು.

ಕೊಪ್ಪದ ಗಂಡಸರೆಲ್ಲ, 'ನಮ್ ಕೇರಿ ಹೆಂಗಸರೀಗೆ ದೆವ್ವ ಮೆಟ್ಟೀದ್ರೋ' ಅನ್ನುತ್ತ ಹೆದರಿ ಹೆದರಿ ಸತ್ತರು. ಪಚ್ಚನ ವ್ಯಾಪಾರವೂ ಡಲ್ಲಾಯಿತು. 'ಏ ಬರ್ರೋ, ಕುಡದ್ ಸಾಯ್ರೋ' ಅಂತ ಪಚ್ಚ ಕರೆವ ಪರಿಸ್ಥಿತಿ ಬಂದು ಬಿಟ್ಟಿತು. ತಮ್ಮ ಮನಸ್ಸೆಲ್ಲಿ ಹಳ್ಳ ಹಿಡಿದು ಮತ್ತೆ ಹಳೆಯ ಚಟಕ್ಕೆ ಬಲಿಯಾಗಿ ಬಿಟ್ಟೇವೋ ಎಂದು ಹೆದರಿ ಕೆಲವರು ಇನ್ನೊಂದೇ ದಾರಿಯಿಂದ ತಿರುಗಲು ಆರಂಭಿಸಿದ್ದರು. 'ಹಡ್ಬೆ ಹೆಂಗ್ಸು ಕೇರಿಲ್ಲೆಲ್ಲಾ ಹೊಡದಾಟ ಬಡದಾಟ ಶುರೂ ಮಾಡಿಕ್ತು' ಅಂತ ಸಣ್ಣಿಯನ್ನೇ ಜರಿದರು.

ಅಧ್ಯಾಯ 22

ಅರುಂಧತಿ ಹೆರಿಗೆಗೆ ಮಾಸ್ತಿಕಟ್ಟೆಗೆ ಹೊರಟಾಗ ಬಾಯಕ್ಕ ತಣ್ಣಗಾಗಿ ಹೋಗಿದ್ದಳು. ಮೊದಲಿನ ಎಲ್ಲ ಸಿಟ್ಟು ಸೆಡವು ಮರೆತು, 'ಹುಷಾರಿಯಿಂದ ಇರು, ತ್ರಾಸು ಮಾಡಿಕೊಳ್ಳಬೇಡ' ಅಂತೆಲ್ಲ ಒಂದೆರಡು ಸಲ ಹೆಚ್ಚೇ ಹೇಳಿದಳು. ಅರುಂಧತಿಗೆ ಯಾಕೋ ಅಳು ಉಕ್ಕಿ ಬಂತು. ಬಾಯಕ್ಕನಿಗೂ ದಿಗಂಬರನಿಗೂ ತುಸುವೇ ಬಗ್ಗಿ ಕೈ ಮುಗಿದಳು. ವೇಣು ಬಾಡಿಗೆ ಕಾರು ಮಾಡಿಕೊಂಡೇ ಬಂದಿದ್ದ. ನೀಲಕಂಠ ಶೆಟ್ಟರು ತಮ್ಮ ಕೋಣೆಯನ್ನೇ ಶುದ್ಧಿಗೊಳಿಸಿ ಇಟ್ಟಿದ್ದರು. ಶಶಿಕಲಾ, 'ನಾನೇಕೆ ಸುಮ್ಮನೆ' ಅಂತ ಗಂಡನೊಡನೆ ತನ್ನ ದೊಡ್ಡ ಮಗಳು ಸೀಮಾಳನ್ನು ಕಳಿಸಿಕೊಟ್ಟಿದ್ದಳು. ಅರುಂಧತಿ ಬಾಯಿಮುಚ್ಚಿಕೊಂಡು ಬರಿ ಅವರಿವರ ಮುಖವನ್ನು ನೋಡುವುದು, ಯಾರಾದರೂ ಏನಾದರೂ ಹೇಳಿದರೆ ತಲೆಯಾಡಿಸುವುದನ್ನು ಬಿಟ್ಟು ಬೇರೆ ಏನನ್ನೂ ಮಾಡುತ್ತಿರಲಿಲ್ಲ.

ಎಂಟು ತುಂಬಿದಾಗ ಮಾಸ್ತಿಕಟ್ಟೆಗೆ ಬಂದ ತಂಗಿಯನ್ನು ವೇಣು, ಅವಳು ಒಬ್ಬಳೇ ಇದ್ದಾಗ, 'ಮಾತಾಡು ಅರು, ಇಲ್ಲಿ ನಿನ್ನ ಅತ್ತೆಯಿಲ್ಲ' ಅಂತೆಲ್ಲ ರಮಿಸಿ ಅವಳ ಬಾಯಿ ಬಿಡಿಸಲು ಯತ್ನಿಸಿದ. ತಲೆ ಅಲುಗಿಸುತ್ತ ಅರುಂಧತಿ ಸುಮ್ಮನಾದಳು. ಒಂದು ಮಧ್ಯಾಹ್ನ ಊಟ ಮುಗಿಸಿ ಎಲ್ಲ ಅಡ್ಡಾದ ಹೊತ್ತಿಗೆ ಅರುಂಧತಿ ಮತ್ತು ಪುಟ್ಟ ನೀಮಾ ಹೊರಗೆ ಅದೇನೋ ಆಡುತ್ತ ಕೂತವರು, ಇದ್ದಕ್ಕಿದ್ದಂತೆ ಅರುಂಧತಿ ನೀಮಾಳೊಂದಿಗೆ ಸಣ್ಣದಾಗಿ ಮಾತಾಡಿದಂತೆನಿಸಿ, ಎದ್ದು ಕೂತ ವೇಣು ಮತ್ತೆ ಅಲ್ಲೇ ಮಲಗಿದಂತೆ ನಟಿಸಿ, ಅತ್ತಲೆ ಲಕ್ಷ್ಯ ಕೊಟ್ಟು ಆಲಿಸಿದ. ತಂಗಿಯ ದನಿ ಮತ್ತೆ ಕೇಳಿಸಲಿಲ್ಲ. ನಿಜಕ್ಕೂ ಅರುಂಧತಿ ಮಾತಾಡಿದಳೇ ಅಥವಾ ತನ್ನ ಭ್ರಮೆಯೇ ಅಂತೆಲ್ಲ ಅವನಿಗೆ ದಿಗಿಲಾಯಿತು.

◂◂ ▸▸

ಇತ್ತ ಯುಗಾದಿ ಪಾಡ್ಯದ ದಿನ ಕೊಪ್ಪದಲ್ಲಿ ಹಗರಣ ಕಾರ್ಯಕ್ರಮದ್ದೇ ಗಮ್ಮತ್ತು. ಬೀರ ದೇವರ ಪಲ್ಲಕ್ಕಿ ಎದ್ದು ಅದು ಹೊಲೆಟರ ದೇವರ ಎದುರು ದರ್ಶನ ಪಡೆದು ಹಿಂತಿರುಗುವವರೆಗೆ, ಆ ಬಯಲಲ್ಲೇ ಹಗಣ ಕಟ್ಟುವುದೊಂದು ವಿವಿಧ ವಿನೋದಾವಳಿಗಳೆಂಬಂತೆ ನಡೆಯುತ್ತಿದ್ದವು. ಇಡೀ ವರ್ಷದಲ್ಲಿ ಊರಿನಲ್ಲಿ ನಡೆದ ವಿಪರೀತದ ಸಂಗತಿಗಳನ್ನೆಲ್ಲ ಚೂರು ವ್ಯಂಗ್ಯವಾಗಿ ಆ ಹಗರಣದಲ್ಲಿ ಬಿಚ್ಚಿಡಲಾಗುತ್ತಿತ್ತು. ಊರಿನಲ್ಲಿಯ ಯಾವು ಯಾವುದೋ ಪ್ರಕರಣಗಳನ್ನು ಹಿಡಿದು ತಮಾಷೆಯಾಗಿ ಅಭಿನಯಿಸುವುದು ನಡೆಯುತ್ತಿತ್ತು. ಎಷ್ಟು ಹೊತ್ತಿಗೆ ಯಾರ ಮನೆಯ ವೈಯಕ್ತಿಕ ವಿಷಯ ಬೀದಿಗೆ ಬರುವುದೋ ಗೊತ್ತೇ ಆಗುತ್ತಿರಲಿಲ್ಲ. ಆ ಅಭಿನಯಕ್ಕೆ ಹೇಳಿ ಮಾಡಿಸಿದ, ಹೂವ ಹೊನ್ನಪ್ಪ ರೋಯಿದಾಸನಂಥವರು ಕೊಪ್ಪದಲ್ಲಿಯೇ ಇದ್ದರು.

ಒಂದೊಂದೇ ಪಾತ್ರಗಳು ಬಂದು ಯಾವು ಯಾವುದೋ ಸನ್ನಿವೇಶಗಳು ರೂಪುಗೊಂಡು ಹಾಗೇ ಮರೆಯಾಗಿ ಹೋಗುತ್ತಿದ್ದವು. ಬಾಳಾಚಾರಿಯಂಥದೇ ವೇಷ ತೊಟ್ಟ ಒಂದು ಪಾತ್ರ ಹೆಂಗಸಿನ ವೇಷ ತೊಟ್ಟು ಚಾ ಸೋಸುತ್ತ ಕೂತ ಕಡೆ ಹೋಗಿ, 'ಏ ನಾಗಮ್ಮಾ ಏ ನಾಗೀ ಒಂದ್ ಚಾ ಕೊಡೆ ಈ ಬದಿಗೆ' ಎನ್ನುತ್ತ ಅವಳ ಮೈಮೇಲೆ ಕೈ ಹಾಕುತ್ತ ಮರೆಯಾಯಿತು. ಬಾಳಾಚಾರಿ ಮೂಲೆ ಮನೆಯ ಚಾದಂಗಡಿ ಇಟ್ಟ ನಾಗಮ್ಮನ ಹತ್ತಿರ ದಿನಕ್ಕೊಂದು ಸರ್ತಿಯಾದರೂ ಹೋಗಿ ಕೂತು ಚಾ ಕುಡಿದು ಬರುತ್ತಿದ್ದ. ನಿಂತು ನೋಡುವವರೆಲ್ಲ ಹೋ ಎಂದು ನಕ್ಕರು. ಅದರ ಹಿಂದೆ ಇನ್ನೊಂದು ಹಗರಣ ನಡೆದು ಬಂತು. ಊರ ಗೌಡನ ಹಾಗೆ ಪಂಚೆ ಉಟ್ಟ ಪಾತ್ರವೊಂದು ಒಬ್ಬ ಹೆಂಗಸಿನ ಕಡೆಗೆ ಓಡಿ, 'ನಾ ಊರಿಗೇ ಹಿರಿಯಾ, ನಾನಿನ ಕೂಡ ಬರೂದೆ ಒಂದು ಪುಣ್ಯದ ಕೆಲ್ಸಾ ಬಾ ಬಾರೇ, ಗಂಡಿಲ್ಲಾ ಅಂದ ಬೇಜಾರ ಮಡ್ಬೇಡಾ ಬಾ' ಅನ್ನುತ್ತ ಅದೂ ಮರೆಯಾಯಿತು. 'ಊರ ಗೌಡನನ್ನೇ ಬಿಡಲಿಲ್ಲವಲ್ಲ ಇವರು' ಅನ್ನುತ್ತ ನೆರೆದವರೆಲ್ಲಾ ಕಿಸಿ ಪಿಸಿ ಮಾತಾಡಿಕೊಂಡು ಶೀಶೀ ಎನ್ನುತ್ತ ಕುಕುಕುಕು ನಕ್ಕರು. ಯಾರೂ ಇಂಥದನ್ನು ಅಷ್ಟು ಗಂಭೀರವಾಗಿ ತೆಗೆದುಕೊಳ್ಳುತ್ತಿರಲಿಲ್ಲ.

ಆದರೆ ಆ ಮಧ್ಯೆಯೇ ಒಬ್ಬಳು ಹೆಂಗಸಿನ ವೇಷದಲ್ಲಿ ಒಂದು ಮಗುವನ್ನು ಎತ್ತಿಕೊಂಡು ಬಂದು ಎಲ್ಲರಿಗೆ ಎತ್ತಿ ಎತ್ತಿ ತೋರಿಸುತ್ತ, 'ದತ್ತಕ ತಗಂಡೀ ನೋಡರಾ, ದತ್ತಕ ತಗಂಡೀ ನೋಡ್ರಾ' ಎನ್ನುತ್ತ ಮಗುವನ್ನು ಮುದ್ದಿಸುತ್ತಿರುವಾಗಲೇ ಇನ್ನೊಬ್ಬ ಓಡಿ ಬಂದು, 'ದತ್ತಕ ತಗಂಡಿ ಏನೇ ತಂಗಿ? ಮತ್ತೆ ಮೊಗೀನ ಮೊಖಾ ಥೇಟ ನಿನ್ನಾಂಗೇ ಕಾಣ್ತೇದಲೆ? ಆ ಕಣ್ಣು ಆ ಬಾಯಿ ಆ ಮೂಗು ಆ ಕೂದಲು ಅಬ್ಬಾ! ಅದ್ಯಾಂಗ ಗೆರೀ ಎಳದಂಗ ನಿನ್ನಾಂಗೇ ಈತು ಅಂತೀ? ಏನ ಪವಾಡಾ ನೋಡೇ' ಅನ್ನುತ್ತ ಇಬ್ಬರೂ ಇದ್ದಲ್ಲೇ ಮರೆಯಾದರು. ನಿಂತ ಜನ ಹೋಯ್ ಹಾಕಿ ಖುಷಿಪಟ್ಟಿತು. ದಿಗಂಬರನಿಗೆ ಈ ದೃಶ್ಯ ಕಣ್ಣಿಗೆ ಬಿದ್ದದ್ದೇ ಅಲ್ಲಿ ಒಂದು ಕ್ಷಣವೂ ನಿಲ್ಲಲಾಗಲಿಲ್ಲ. ಕೈ ಕಾಲೆಲ್ಲ ನಡುಕ ಹತ್ತಿ ಎಂಥದೋ ಅವಮಾನ ಮುತ್ತಿಕೊಂಡಂತೆ ಹೇಳಿಕೊಳ್ಳಲೂ ಆಗದೆ ಅನುಭವಿಸಲೂ ಆಗದೆ ಮುಖಭಂಗವಾದಂತೆ ಸುಮ್ಮನೆ

ಮನೆಗೆ ಬಂದು ಬಿಟ್ಟ. ಅಲ್ಲೇ ಹೊರಕಟ್ಟೆಯ ಮೇಲೆ ತಲೆಯ ಮೇಲೆ ಕೈಹೊತ್ತು, 'ನಾನು ತಪ್ಪು ಮಾಡಿಬಿಟ್ಟೆ, ಆಗಲೇ ಅವಳನ್ನು ಹಿಡಿದು ಯಾರಿಗಾದರೂ ಮದುವೆ ಮಾಡಿಕೊಟ್ಟು ಬಿಡಬೇಕಿತ್ತು' ಅನ್ನುತ್ತ ಅಮ್ಮನ ಬಳಿ ಗೋಳಾಡಿದ.

ಬಾಯಕ್ಕ ಮಗನ ಬಾಯಲ್ಲೇ ಸರಿಯಾಗಿ ಕೇಳಿಕೊಂಡು ಅವಳೂ ಈ ಅವಸ್ಥೆಗೆ, 'ಅಯ್ಯೋ ಅಯ್ಯೋ' ಮುಂದೆ ಮಾತೇ ಹೊರಡದೆ ಮರುಗಿದಳು. 'ಊರವರೆಲ್ಲ ನಮ್ಮ ಎದುರಾ ಎದುರೇ ಅಸಹ್ಯವಾಗಿ ಆಡಿಕೊಳ್ಳುವಂತಾಯಿತಲ್ಲ' ಎಂದುಕೊಳ್ಳುತ್ತ ಮಗನನ್ನು, 'ಈಗಲೇ ಅವಳಿಗೊಂದು ಫೋನು ಹಚ್ಚಿಕೊಡು, ಇನ್ನೊಮ್ಮೆ ಬರುವುದ ರೊಳಗೆ ಅವಳ ಕತ್ತಿನಲ್ಲೊಂದು ತಾಳಿ ಇರಬೇಕು, ಅದೇನು ಆಟವೇ, ಮಗುವನ್ನು ಎತ್ತಿ ಆಡಿಸುತ್ತ ಕತ್ತಿನಲ್ಲಿ ತಾಳಿಯಿಲ್ಲದೆ ಇರುವುದು?' ಬಾಯಕ್ಕ ನಿಲ್ಲಲಾರದೆ ಚಡಪಡಿಸಿದಳು.

ಇಬ್ಬರೂ ಅಂಗಡಿಯ ಬಾಗಿಲು ತೆಗೆದು ಒಳಗೆ ಎತ್ತಿಟ್ಟ ಫೋನನ್ನು ಸರಿಯಾಗಿ ತೆಗೆದಿಟ್ಟುಕೊಂಡು ಧೂಳು ಜಾಡಿಸುತ್ತ ದಿಗಂಬರ, 'ನೀನೇ ಮಾತಾಡು' ಎನ್ನುತ್ತ ನಂಬರು ತಿರುಗಿಸತೊಡಗಿದ. ಆ ಕಡೆಯಿಂದ ಸುಮಾರು ಹೊತ್ತು ರಿಂಗಾದ ನಂತರ ಸರೋಜಿನಿ ಹಲೋ ಅಂದಳು. ಬಾಯಕ್ಕ ಆವೇಶ ತುಂಬಿಕೊಂಡು, 'ನಾನೇ, ನಿನ್ನ ಹೆತ್ತ ತಪ್ಪಿಗೆ ಈಗ ಪಶ್ಚಾತ್ತಾಪ ಪಡತಿದ್ದೇನೆ' ಎನ್ನುವುದರೊಳಗೆ, ಆ ಕಡೆಯಿಂದ ಸರೋಜಿನಿ, 'ಏನಮ್ಮಾ? ಏನಾಗಿದೆ? ಅರುಂಧತಿ ಆರಾಮ ಇದ್ದಾಳಲ್ಲ?' ಅಂತ ಕೋಪದಿಂದಲೇ ವಿಚಾರಿಸಿಕೊಂಡಳು. 'ಅವಳು ಆರಾಮೇ ಇದ್ದಾಳೆ, ಯಾಕೆಂದರೆ ಅವಳಿಗೆ ಕಿವಿಯೂ ಕೇಳುವುದಿಲ್ಲ, ಮಾತೂ ಬರುವುದಿಲ್ಲ, ನನಗೂ ಅದೇ ಆಗಿದ್ದರೆ ನಾನೂ ನೆಮ್ಮದಿಯಿಂದ ಇರುತ್ತಿದ್ದೆ' ಅನ್ನುತ್ತಲೇ ಬಾಯಕ್ಕ ಮುಸುಮುಸು ಅಳಲು ಶುರು ಮಾಡಿಬಿಟ್ಟಿದ್ದಳು.

'ಅಮ್ಮಾ ಅಮ್ಮಾ ಈಗ ಏನಾಯ್ತು?' ಎನ್ನುತ್ತ ಅವಳು ಆ ಕಡೆ ಕೂಗಿಕೊಳ್ಳುತ್ತಿದ್ದರೆ, ಈ ಕಡೆ ಬಾಯಕ್ಕ, 'ನಿನ್ನ ಕರ್ಮ ಕಾಂಡವನ್ನೆಲ್ಲ ಈವತ್ತು ಉಗಾದಿ ಹಗರಣದಲ್ಲಿ ತೋರಿಸಿಬಿಟ್ಟಿದ್ದಾರಂತೆ, ನೀನು ಇನ್ನು ಮುಂದೆ ಊರಿಗೆ ಹೆಜ್ಜೆ ಇಡುವುದಾದಲ್ಲಿ ಕತ್ತಿಗೊಂದು ತಾಳಿಕಟ್ಟಿಕೊಂಡೇ ಬರಬೇಕು' ಎಂದಿದ್ದನ್ನು ಆಲಿಸಿ ಸರೋಜಿನಿ, 'ನಿನಗೇನು ತಲೆ ಕೆಟ್ಟಿದೆಯೇನಮ್ಮಾ, ಈ ರಾತ್ರಿ ಇಷ್ಟು ಹೊತ್ತಿನಲ್ಲಿ, ಸುಮ್ಮನೆ ಫೋನಿಡು, ನನ್ನ ತಲೆ ಕೆಡಿಸಬೇಡ' ಅಂದಿದ್ದು ಕೇಳುತ್ತಲೇ ಬಾಯಕ್ಕ ತಲೆ ತಲೆ ಚಚ್ಚಿಕೊಂಡು ಫೋನನ್ನು ಮಗನ ಕೈಗೆ ಮರಳಿಸುವಷ್ಟರಲ್ಲಿ ಲೈನು ಕಟ್ಟಾಗಿತ್ತು.

'ಎಲ್ಲ ಬಿಟ್ಟವಳು ಅವಳು. ಅವಳಿಂದ ನಾವಿಲ್ಲಿ ಅವಮಾನ ಎದುರಿಸುವ ಹಾಗಾಯಿತಲ್ಲ' ಅನ್ನುತ್ತಲೇ ಒಳ ಬಂದ ಬಾಯಕ್ಕ ಹಾಸಿಗೆಯಲ್ಲಿ ಬಿದ್ದುಕೊಂಡರೂ ಸಮಾಧಾನವಾಗದೆ, 'ಯಾವ ಗಳಿಗೆಯಲ್ಲಿ ನನ್ನ ಹೊಟ್ಟೆಯಲ್ಲಿ ಹುಟ್ಟಿದಳೋ ಏನೋ, ಅಲ್ಲಿಂದಿಲ್ಲಿಯವರೆಗೂ ಈ ಹೊಟ್ಟೆ ಉರಿಸಿದ್ದೇ ಬಂತು' ಎಂದೆಲ್ಲ ವಟಗುಡುತ್ತ ಮಲಗಿದ್ದನ್ನು ದಿಗಂಬರ ಒಂದು ರೀತಿಯ ನೋವಿನಿಂದಲೇ ನೋಡಿದ. ಈ ವಿಷಯ

ಮಧುಕರನಿಗೂ ಗೊತ್ತಾಗಿ ದಿಗಂಬರ ಅಂಕೋಲೆಯಿಂದ ಸಾಮಾನು ತರುವಾಗ ಅಂಗಡಿಯ ಎದುರೇ ಕರೆದು ನಿಲ್ಲಿಸಿ ಕೇಳಿದ್ದಕ್ಕೆ, 'ಅವಳನ್ನು ಅಳೆಯಲೇ ಆಗುತ್ತಿಲ್ಲ ಮಾವಾ, ಮನಸ್ಸು ಬಿಚ್ಚಿ ಮಾತಾಡುವವಳೇ ಅಲ್ಲ' ಎನ್ನುತ್ತ ತಾನೂ ಬೇಸರಿಸಿದ. 'ಊರ ತುಂಬ ಅದೇ ಸುದ್ದಿ, ಅದಕ್ಕೇ ಕೇಳಿದೆ, ಚಂದಾಗಿ ಒಂದು ಮದುವೆ ಮಾಡಿಕೊಂಡು ಬಂದು ನಿಂತಿದ್ದರೆ ಎಷ್ಟು ಕಿಮ್ಮತ್ತಿತ್ತು' ಅನ್ನುತ್ತ ಮಧುಕರ ತನ್ನ ಅಂಗಡಿ ಮೆಟ್ಟಿಲು ಏರಿದ. ದಿಗಂಬರನಿಗೆ ಏನು ಹೇಳಬೇಕೆಂದೇ ತಿಳಿಯದೆ ಸುಮ್ಮನೆ ಲೂನಾ ಹತ್ತಿ ಮನೆಗೆ ಬಂದು ಬಿಟ್ಟಿದ್ದ. ಮಾವ ಮುದ್ದಾಂ ಅರುಂಧತಿಯ ವಿಷಯ ಕೇಳದೇ ಇದ್ದ ಕುರಿತು ದಿಗಂಬರನಿಗೂ ಕಸಿವಿಸಿಯಾಯಿತು.

ದಿಗಂಬರ ಬಂದು ಅಮ್ಮನ ಬಳಿ ಇದನ್ನು ಹೇಳಿದ್ದೇ ಅವಳೂ ಇದ್ದಲ್ಲೇ ಗರಂ ಆಗಿ, 'ಎಲ್ಲ ನಮ್ಮ ಮೇಲೆ ಕತ್ತಿ ಮಸೆವವರೇ. ಈಗ ನೋಡು ನನ್ನ ಮಗಳ ವಿಷಯ ಬಂದ ಕೂಡಲೇ ಹ್ಯಾಂಗೆ ಧಿಮಾಕು ತೋರಿಸ್ತಾನೆ, ಅವನ ಮಾರಾಣಿ ವಾಸಂತಿಯದು ಹಿಂದಿನ ಸಂಗತಿ ಹೇಳಿದರೆ ಬೇಡ, ಗಾಬಿತರವನ ಹಿಂದೆ ಹೋಗುವ ಹೆಣ್ಣನ್ನು, ಪೇಟೆ ಮಧ್ಯೆ ಇರೋ ಜವಳಿ ಅಂಗಡಿ ಸಿಗತದೆ ಎಂದು ಮದುವೆ ಮಾಡಿಕೊಂಡವ ನನ್ನ ತಮ್ಮ. ಮೊದಲು ನಮ್ಮ ಚಿನ್ನವೇ ಸರಿ ಇಲ್ಲ, ಬೇಲೆಯಲ್ಲಿ ದೋಣಿ ದಂಡೆಗೆ ಬಂದದ್ದೇ ಆ ರಂಪಣಿ ಸಾವುಕಾರನ ದೊಡ್ಡ ಚೋಲೋ ಮೀನು ತಿಂದು ತಿಂದು ತೇಗಿದ್ದು ನಂಗೇನೂ ಹೊಸದಲ್ಲ. ಮೊದಮೊದಲು ಅಪ್ಪ, ನಂತರ ಮಗ. ತಾಯಿ ಮಗಳು ಇಬ್ಬರೂ ಹಾಗೇ ಗಾಬಿತರ ಪುಗಸಟ್ಟೆ ಮೀನು ತಿಂದವರೇ, ಈ ವಾಸಂತಿ ಮದುವೆಯಾಗಿ ಬಂದ ಹೊಸದರಲ್ಲಿ ನೋಡಬೇಕಿತ್ತು, ಇವರ ಮಾತುಗೀತು ಪೂರಾ ಗಾಬಿತರ ತರಹವೇ. ಕೇಳಿದರೆ ಆ ಬೀಗತ್ತಿಗೆ, 'ನಮ್ಮದು ಗಾಬಿತರ ಕೇರಿ, ಅಲ್ಲಿ ಸುತ್ತ ದಿನಾ ಅಂಥ ಮಾತು ಕೇಳಿ ಕೇಳಿ ಹಾಗಾಗಿದೆ' ಅಂತ ದೊಡ್ಡ ಹಲ್ಲು ತೆಗೆದು ನಕ್ಕಿದ್ದಳು. ಅದು ಬಿಡು ರಾಶಿ ಹಿಂದಿನ ಸಂಗತಿ. ಅಂತೂ ನನ್ನ ತಮ್ಮನ ಕೈ ಹಿಡಿದು ಸರಿಯಾಗಿ ಬಾಳ್ವೆ ಮಾಡಿದಳಲ್ಲ, ಅದೊಂದೇ ಸಮಾಧಾನ, ಮಧುಕರನಿಗೆ ಏನು ಗೊತ್ತು ಇವೆಲ್ಲಾ, ಅಂಗಡಿ ನಡೆಸಲು ಒಪ್ಪಿಕೊಂಡು ಅವರ ಮನೆಗೆ ಹೋಗಿ ಬರುವ ರೂಢಿ ಬಿದ್ದು, ಆ ಗಾಬಿತರ ಹೊಂಡಕ್ಕೆ ಇವನೂ ಬಿದ್ದ. ಮುಖ್ಯ ಇವನಿಗೆ ಆ ಜವಳಿ ಅಂಗಡಿ ಸ್ವಂತಕ್ಕೆ ಬೇಕಾಗಿತ್ತು, ಆಯಿತು. ಎಲ್ಲ ಗೊತ್ತಿದ್ದೂ ಇವ ಹ್ಞೂ ಅಂದ. ಮದುವೆಯಾಗುವವನೇ ಒಪ್ಪಿರುವಾಗ ನಮ್ಮದೇನಿದೆ ಅಂತ ನಾವೂ ಸುಮ್ಮನುಳಿದದ್ದೇ' ಎಂದೆಲ್ಲ ಸುಮಾರು ಹೊತ್ತು ಹೊರ ಕಟ್ಟೆಯ ಮೇಲೆಯೇ ಕೂತು ಇಷ್ಟು ದಿನ ಹೊಟ್ಟೆಯೊಳಗೇ ಇದ್ದ ನಂಜು ಒಮ್ಮೆಲೇ ಕಾರಿಕೊಂಡಳು.

ದಿಗಂಬರ, 'ಅದು ಹಾಗೇ, ದೊಡ್ಡವರು ಏನು ಮಾಡಿದರೂ ನಡೀತದೆ' ಅನ್ನುತ್ತ, 'ಊಟಕ್ಕೇಳು' ಎಂದ ಮಗನ ಮಾತಿಗೆ ಬಾಯಕ್ಕ, 'ನಾನು ಉಂಡು ತಿಂದು ಇನ್ನೆಷ್ಟು ವರ್ಷ ಬದುಕಬೇಕು, ಇಂಥ ಅಪವಾದ ಅವಮಾನ ಹೊತ್ತು' ಅನ್ನುತ್ತ ದುಃಖಿಸಿದಳು. ದಿಗಂಬರ, 'ನೀನೇನೂ ಮನಸ್ಸಿಗೆ ಹಚ್ಚಿಕೊಳ್ಳಬೇಡ, ಅಕ್ಕನ ಹತ್ತಿರ

ನಾನೆಲ್ಲ ಮಾತಾಡತೇನೆ' ಅನ್ನುತ್ತ ಅಡುಗೆ ಕೋಣೆಗೆ ನಡೆದ. ಬಾಯಕ್ಕ ಇಡೀ ರಾತ್ರಿ ಎಚ್ಚರವಾಗೇ ಕೂತು ತನ್ನ ಗಂಡನನ್ನೇ ಸ್ಮರಿಸಿಕೊಂಡು ಕಣ್ಣೀರು ಹಾಕಿದಳು.

◀◀ ▶▶

ಅಂಕೋಲೆಯ ಅದೇ ಪಂಡಿತ ಡಾಕ್ಟರು ತಾರೀಕು ಕೊಟ್ಟ ಒಂದು ದಿನ ಮೊದಲೇ ಅರುಂಧತಿಗೆ ಸಣ್ಣಗೆ ನೋವು ಶುರುವಾಯಿತು. ವೇಣು ದೋಸ್ತನ ಟ್ಯಾಕ್ಸಿ ತರಿಸಿ ತಂಗಿಯನ್ನೂ ಹೆಂಡತಿಯನ್ನೂ ಆಸ್ಪತ್ರೆಗೆ ಬಿಟ್ಟುಬಂದ. ಮೂರನೇ ದಿನ ರಾತ್ರಿ ನೋವು ಜೋರಾಯಿತು. ಶಶಿಕಲಾ ರಾತ್ರಿಯೆಲ್ಲ ಅರುಂಧತಿಯ ಕಾಲಿನ ಬಳಿ, ಸೊಂಟ ತಿಕ್ಕುತ್ತ ಪಾದ ನೇವರಿಸುತ್ತ ಕೂತೇ ಉಳಿದಳು. ಅರುಂಧತಿಯ ಹೆರಿಗೆ ಮಧ್ಯರಾತ್ರಿಯ ಅವೇಳೆಯಲ್ಲಿ ಸುಸೂತ್ರವಾಗಿ ಆಯಿತು. ಗಂಡುಮಗು ಎಂದು ತಿಳಿದಾಗ ಶಶಿಕಲಾಗೆ ಖುಷಿಯಾಯಿತು. ಅರುಂಧತಿ, 'ಯಾವುದಾದರೂ ಅಷ್ಟೇ, ಈ ನೋವಿನಿಂದ ಮುಕ್ತಿ ಸಿಕ್ಕರೆ ಸಾಕು' ಅಂದುಕೊಳ್ಳುತ್ತ ಹೈರಾಣಾದಳು. ನೀಲಕಂಠ ಶೆಟ್ಟರು ಹೆಂಡತಿಯ ಫೋಟೋ ನೋಡುತ್ತ ಕಾಲು ನೀಡಿ ನಿದ್ದೆಯಿಲ್ಲದೆ ಮಾಸ್ತಿಕಟ್ಟೆಯ ಮನೆಯಲ್ಲೇ ಒರಗಿದ್ದರು. ಶಶಿಕಲಾ ಫೋನಿನ ಮೂಲಕವೇ ವೇಣು ಮತ್ತು ನೀಲಕಂಠ ಶೆಟ್ಟರಿಗೆ ಸುದ್ದಿ ಮುಟ್ಟಿಸಲು ಬೆಳಗಿನ ಜಾವವೇ ಆಯಿತು. ಇಬ್ಬರೂ ಅರುಂಧತಿಯನ್ನು ಮತ್ತು ಮಗುವನ್ನು ನೋಡಲು ಹಾತೊರೆದರು. ಮಕ್ಕಳಷ್ಟಕ್ಕೆ ಮಕ್ಕಳೂ ಆಸ್ಪತ್ರೆಗೆ ಬರುತ್ತೇನೆಂದು ಹಠ ಮಾಡಿದರು. ಅತ್ತ ಬಾಯಕ್ಕನಿಗೆ ಮೊಮ್ಮಗು ಹುಟ್ಟಿದ ಎಂದು ಸುದ್ದಿ ಬಂದದ್ದೇ ಅವಳು ತನ್ನ ತೀರಿ ಹೋದ ಗಂಡನೇ ಹುಟ್ಟಿ ಬಂದಂತೆ ಖುಷಿ ಅನುಭವಿಸಿದಳು.

ಸಣ್ಣಿ ಬರುವ ಪುರುಸೊತ್ತಿಲ್ಲದೆ ಬಾಯಕ್ಕ, 'ನಿನ್ನ ಬಾಯಲ್ಲಿ ಸಕ್ಕರೆ ಬೀಳಲಿ, ಮೊಮ್ಮಗ ಹುಟ್ಟಲಿ ಮೊಮ್ಮಗ ಹುಟ್ಟಲಿ ಅಂತ ಹಾರೈಸುತ್ತಿದ್ದೆಯಲ್ಲ?' ಎನ್ನುತ್ತ ಬಾಯಕ್ಕನೂ ಯಾಕೋ ಅಂದು ಮಾತ್ರ ಇದ್ದಲ್ಲೆ ದಿನಕ್ಕಿಂತ ಖುಷಿ ಖುಷಿಯಾಗಿ ಮನೆ ತುಂಬ ಓಡಾಡಿಕೊಂಡಿದ್ದಳು. ಸಣ್ಣಿ ಬಾಯಿ ತಪ್ಪಿ, 'ಇಷ್ಟ ವರ್ಷ ಬೇಕಾಯ್ತು ನೋಡಿ ಅಮಾ ನೀಮ ಅಜ್ಜಿ ಆಗೂಕೆ' ಅನ್ನುತ್ತ ನಕ್ಕಿದ್ದಳು. ಬಾಯಕ್ಕನಿಗೆ ಎಲ್ಲಿಂದಲೋ ತೆಗೆದು ರಬ್ಬನೆ ಮುಖದ ಮೇಲೆ ಹೊಡೆದ ಹಾಗಾಗಿ, 'ಏನೇ ಸಣ್ಣಿ, ನೀನೂ ನಂಗ ಪಾರ್ಸ ಮಾಡೂವಂಗಾದೆಲೆ' ಅನ್ನುತ್ತ ಹೊರ ಕಟ್ಟೆಯ ಮೇಲೆ ಬಾಯಕ್ಕ ಕುಸಿದು ಕುಳಿತದ್ದು ಕಂಡು ಸಣ್ಣಿಗೆ ಗಾಬರಿಯಾಗಿ, 'ಅಮಾ ಎಂಥಾಕ ಹಂಗ ಬೇಜಾರ ಮಾಡ್ತೀರಿ, ಸರಜಮ್ಮಾ ಭಾಳ ತಿಳವಳಿಕೆ ಇದ್ದೋರಾ, ಅವರ ಯಾವದೋ ಕಾರಣಕ್ಕೇ ಹೀಂಗ ಆಡ್ತೀರು' ಎಂದು ರಮಿಸುತ್ತ ತಾನೂ ಅಲ್ಲೇ ಕಾಲಾಡಿಸುತ್ತ ಕೂತಳು.

'ಏನಂದ ಹೇಳೂದೇ ಸಣ್ಣಿ, ಎಷ್ಟ ಆಸೆ ಇಕ್ಕಂಡಿದ್ದೆ ಆ ಭೋಸಡಿ ಮ್ಯಾಲೆ, ಶಾಲೆ ಕಲಿಸೋ ಮಾಸ್ತರಣಿ ಅವಳು, ಇದೆಂಥಾ ಮಳ್ಳ ಯಾಸಾ ನೋಡೆ' ಅನ್ನುತ್ತ ಬಾಯಕ್ಕ ಸಣ್ಣ ಮಕ್ಕಳ ಹಾಗೆ ಅತ್ತು ಬಿಟ್ಟಿದ್ದನ್ನು ಕಂಡ ಸಣ್ಣಿ ತನ್ನ ಯಾವ ಮಾತಿನಿಂದ ಈ

ಅಮ್ಮನನ್ನು ಸಮಾಧಾನ ಮಾಡಬೇಕೆಂದೇ ತಿಳಿಯದೆ ಸುಮ್ಮನೆ ಕೂತುಬಿಟ್ಟಳು. 'ಈ ಸರ್ತಿ ಸರಜಮ್ಮ ಬರಲಿ, ಇಟ್ಟೆಲ್ಲಾ ಕಲತೋರು ನೀಮು. ಈ ತಾಯಿ ದುಃಖ ನಿಮಗೆ ಹ್ಯಂಗೆ ಅರ್ಥ ಆಗೂಕಾಲಾ' ಎಂದು ಕೇಳಿಯೇ ಬಿಡುವುದಾಗಿ ಸಣ್ಣಿ ಮನಸ್ಸಿನಲ್ಲೇ ಅಂದುಕೊಂಡಳು. ಆದರೂ ಮನಸ್ಸು ಸರಜಮ್ಮನ ಬದಿಗೇ ವಾಲುತ್ತಿತ್ತು.

'ನೋಡಿ ಬರುವೆ' ಅಂತ ಅಂದು ಅಂಗಡಿ ಬಾಗಿಲು ತೆರೆಯದೆ ಹೊರಟ ಮಗನನ್ನು, 'ನಿನ್ನ ಅಪ್ಪನ ಹೆಸರನ್ನೇ ಇಡಬೇಕು ಕೂಸಿಗೆ, ಮರೆತು ಹೋದೀತು ನೆನಪಿನಲ್ಲಿಟ್ಟುಕೋ' ಅಂತ ಮಗನಿಗೆ ಮೂರ್ನಾಲ್ಕು ಸಲ ಎಚ್ಚರಿಸಿದಳು. 'ನೀನೂ ಬಂದು ಬಿಡು ನೋಡಿಕೊಂಡು ಬರೋಣ, ಮಧ್ಯಾಹ್ನದ ಬಸ್ಸಿಗೆ ಹೋಗುವುದೋ ಹೇಗೆ?' ಅಂತ ದಿಗಂಬರ ಬಾಯಕ್ಕನೊಂದಿಗೆ ಮಗುವನ್ನು ನೋಡಲು ಹೋಗುವ ಮಾತು ತೆಗೆದ. ಬಾಯಕ್ಕ, 'ಹಾಗೆ ಆಸ್ಪತ್ರೆಯಲ್ಲೆಲ್ಲ ಆ ಹಸಿ ಬಾಣಂತಿಯ ಮೈಲಿಗೆ ಮುಟ್ಟಲು ನನ್ನಿಂದಾಗೂದಿಲ್ಲಪ್ಪ' ಅಂದುಬಿಟ್ಟಳು. ದಿಗಂಬರ ಒಬ್ಬನೇ ಬೆಳಿಗ್ಗೆ ಎಂಟರ ಹೊತ್ತಿಗೇ ಲೂನಾ ಬಿಟ್ಟುಕೊಂಡು ಅಂಕೋಲೆಯ ಪಂಡಿತ ಆಸ್ಪತ್ರೆಗೆ ಹೋದ.

ಹೋಗುವಾಗ ದಿಗಂಬರನಿಗೆ ಎಂಥದೋ ಮಹಾನ್ ಸಾಧನೆಯ ಘನತೆ ಮೈದುಂಬಿಕೊಂಡಂತೆ ಅನಿಸುತ್ತಿತ್ತು. ದಾರಿಯಲ್ಲಿ ಸಿಕ್ಕ ಪರಿಚಿತರೆಲ್ಲರಿಗೂ ತನಗೆ ಮಗ ಹುಟ್ಟಿದ ಸಂಭ್ರಮವನ್ನು ಬಿತ್ತರಿಸುತ್ತ ಹೋಗಬೇಕೆನ್ನುವ ಹುಕಿ ಅವನನ್ನು ಕಾಡಿತು. ಆದರೆ ಯಾರೂ ಅಂಥ ಸಾವಧಾನವಿಟ್ಟುಕೊಂಡು ನಿಂತು ಕೇಳುವಷ್ಟು ಸವುಡಿನಲ್ಲಿದ್ದಂತೆ ಕಾಣಲಿಲ್ಲ. ಆಸ್ಪತ್ರೆಯಲ್ಲಿ ಹೊರಗಿನ ಬೆಂಚಲ್ಲೇ ಮಕ್ಕಳನ್ನು ಕರಕೊಂಡು ಕೂತಿದ್ದ ವೇಣು ಮಾತ್ರ, 'ಭಾವ, ಅಭಿನಂದನೆ ನಿಮಗೆ' ಅಂತ ಸಣ್ಣಗೆ ನಕ್ಕ. ದಿಗಂಬರ ತುಸು ನಾಚಿಕೊಂಡು, 'ಓಹ್ ಇವರೂ ಬಂದು ಬಿಟ್ಟಿದ್ದಾರೆ' ಅಂತ ಸೀಮಾ ನೀಮಾರ ತಲೆಗೆ ಮೆಲ್ಲನೆ ಮೊಟಕಿದ.

'ತಾಯಿ ಮಗು ಇಬ್ಬರನ್ನೂ ಸ್ನಾನಕ್ಕೆ ಒಯ್ದಿದ್ದಾರೆ, ಇಲ್ಲೇ ಕೂಡಿ' ಎನ್ನುತ್ತ ನೀಮಾಳನ್ನೆತ್ತಿ ತೊಡೆಯ ಮೇಲೆ ಕೂಡಿಸಿಕೊಂಡ ವೇಣು. ದಿಗಂಬರನಿಗೆ ಒಮ್ಮೆಲೇ ಏನು ಮಾತಾಡಬೇಕೆಂದು ತಿಳಿಯದೆ ವೇಣುವೊಂದಿಗೆ, 'ಅವಳಿಗೆ ಮಾತು ಗೀತು ಬರುವ ಬಗ್ಗೆ ಡಾಕ್ಟರು ಏನಾದರೂ ಹೇಳಿದರೇ?' ಅಂತ ಕೇಳಿದ. ವೇಣು, 'ಹಾಗೆಲ್ಲ ಮಾತಾಡಲು ಪ್ರಯತ್ನಿಸು, ಬಾಯಿ ವ್ಯಾಯಾಮ ಮಾಡು, ನಾಲಿಗೆ ತಿರುಗಿಸು ಅಂತ ಈ ವೇಳೆಯಲ್ಲಿ ಅವಳನ್ನು ಪೀಡಿಸುವುದು ಸರಿಯಲ್ಲ, ಅವರ ದೇಹ ಮನಸ್ಸು ಈಗ ಬಹಳ ಸೂಕ್ಷ್ಮವಾಗಿರತದೆ ಎಂದು ಡಾಕ್ಟರು ಬೈದು ಬಿಟ್ಟರು' ಅಂತ ತಾನೇ ಏನೇನೋ ಕಟ್ಟಿ ಹೇಳಿಬಿಟ್ಟ, ಮೊಮ್ಮಗನನ್ನು ನೋಡಲು ಅಜ್ಜಿ ಬರಲಿಲ್ಲವೇ ಅಂತ ಕೇಳಲು ಗಂಟಲವರೆಗೆ ಬಂದದ್ದನ್ನು ವೇಣು ಅಲ್ಲೇ ತಡೆಹಿಡಿದ.

ಸುಮಾರು ಅರ್ಧ ಗಂಟೆಯೇ ಆಯಿತು. ಆ ನಂತರ ಆಯಾ ಬಂದು ಕರೆದಳು. ಇವರೆಲ್ಲರೂ ಒಮ್ಮೆಲೇ ಒಳಹೋದರು. ದಿಗಂಬರ ಹೆಂಡತಿಯನ್ನು ನೋಡಿ ಸಣ್ಣಗೆ ನಕ್ಕು ಆ ನಂತರ ಬಗ್ಗಿ ತೊಟ್ಟಿಲಲ್ಲಿರುವ ಹೊಸ ಕಂದನ ಮುಖ ನೋಡಿದ.

ಸೀಮಾ ನೀಮಾ ಇಬ್ಬರೂ ಆಗಲೇ ತೊಟ್ಟಿಲು ತೂಗುತ್ತ ಬಾಲೆಯ ಕೆನ್ನೆ ಸವರುತ್ತ ತುಂಟಾಟ ಶುರು ಮಾಡಿದ್ದರು. 'ಈ ಪಾಪು ಹೆಸರೇನು ಮಾಮಾ' ಎಂದು ಸೀಮಾ ದಿಗಂಬರನನ್ನು ಈಗಲೇ ಹೇಳುವಂತೆ ದುಂಬಾಲು ಬಿದ್ದಳು.

ದಿಗಂಬರ ತೊಟ್ಟಿಲಲ್ಲಿ ಮಗುವನ್ನು ನೋಡಿ ಖುಷಿಗೊಂಡ. ಎತ್ತಿಕೊಳ್ಳಲು ಬರದಿದ್ದಷ್ಟು ಸಣ್ಣದಿತ್ತು. ಅರುಂಧತಿ ಗಂಡನ ಮುಖ ಕಂಡದ್ದೇ ನಸುನಕ್ಕಳು. ವೇಣು, 'ಹನ್ನೊಂದನೇ ದಿನ ನಾಮಕರಣ, ಹೆಸರು ಹುಡುಕಿಕೊಂಡು ಬನ್ನಿ ಭಾವ' ಅನ್ನುತ್ತ ಆಗಲೇ ಹೊಸ ಜವಾಬ್ದಾರಿಯೊಂದನ್ನು ಹೊರಿಸಿದ. ಅರುಂಧತಿಗೆ ಕಿವಿ ಸ್ಪಷ್ಟವಾಗಿ ಕೇಳುತ್ತಿರುವುದರ ಕುರಿತು ಹಾಗೂ ಇನ್ನು ಮುಂದೆ ಕ್ರಮೇಣ ಮಾತಾಡಲೂ ಬರುತ್ತದೆಂದು ಭರವಸೆ ಕೊಟ್ಟಿದ್ದಾಗಿ ವೇಣು ಹೇಳಿದಾಗ ದಿಗಂಬರ, 'ಎಲ್ಲ ನನ್ನ ಮಗನ ಕಾಲ್ಗುಣ' ಎಂದು ಹೆಂಡತಿಯ ಮುಖ ನೋಡಿ ಖುಷಿಯಾದ.

ಅತ್ತ ದಿಗಂಬರ ತೆರಳಿದ್ದೇ ಇತ್ತ ವಾರ್ಡಿಗೆ ಬಂದ ಡಾಕ್ಟರು ಅರುಂಧತಿಯ ಕಿವಿಯಲ್ಲಿದ್ದ ಹತ್ತಿಯ ಸಣ್ಣ ಉಂಡೆ ತೆಗೆಯುತ್ತ, 'ಏನೂ ತೊಂದರೆ ಇಲ್ಲ, ಕಿವಿ ಕೇಳಿಸುತ್ತದಲ್ಲ? ಮಗುವಿನ ಅಳು, ಆಸ್ಪತ್ರೆಯ ಕಲರವ ಇವೆಲ್ಲವನ್ನು ಸರಿಯಾಗಿ ಆಲಿಸು, ನಾನು ಹೇಳುತ್ತಿರುವುದೆಲ್ಲ ಸರಿಯಾಗಿ ಕೇಳಿಸತ್ತೋ?' ಅಂದರು. ಅರುಂಧತಿ ಹ್ಞು ಅಂದಳು. 'ಬರಿ ಹ್ಞು ಅನ್ನುವುದಲ್ಲ, ಕೇಳಿಸುತ್ತದೆ ಅಂತ ಬಾಯ್ಬಿಟ್ಟು ಹೇಳಬೇಕು' ಅನ್ನುತ್ತ ಮೆಲ್ಲಗೆ ಒಮ್ಮೆ ಹೆಗಲು ತಟ್ಟಿ ಹೋಗಿಬಿಟ್ಟರು. ವೇಣು ಡಾಕ್ಟರೊಡನೆ ಮಾತಾಡಿ ಒಳಬಂದವ ತಂಗಿಯ ಪಕ್ಕ ಮಲಗಿದ್ದ ಕೂಸನ್ನು ನೋಡುತ್ತ, 'ಪುಟ್ಟ ಯಾರ ಹಾಗೆ ಆಗಿದ್ದಾನೆ, ಸರೀ ನೋಡಿ ಹೇಳು' ಅನ್ನುತ್ತ ತಂಗಿಯ ಬಾಯಿ ಬಿಡಿಸಲು ಯತ್ನಿಸಿದ. ಅರುಂಧತಿ ಮಗನನ್ನೇ ದಿಟ್ಟಿಸುತ್ತ, 'ಅ..ಅ..ಅಮ್ಮ' ಅಂದಳು. ಎಷ್ಟೋ ದಿನಗಳ ನಂತರ ಕೇಳಿದ ತಂಗಿಯ ದನಿ ಅವನಿಗೆ ಅಪರಿಚಿತವಾಗಿದ್ದಂತೆ ಅನಿಸಿತು. 'ಅಮ್ಮನ ಹಾಗೆ ಅಂತ ನಿನಗೆ ಕಂಡಿತು, ಆದರೆ ಶಶಿಕಲಾ ನನ್ನ ಹಾಗೆಯೇ ಆಗಿದ್ದಾನೆ ಅನ್ನುತ್ತಾಳೆ' ಅಂತ ವೇಣು ಬೀಗಿದ.

'ಡಾಕ್ಟರು ಈ ಸಮಯದಲ್ಲೇ ನಿನಗೆ ಹೆಚ್ಚು ಹೆಚ್ಚು ಮಾತಾಡಿಸಲು ಹೇಳಿದ್ದಾರೆ, ಒಂದೊಂದೇ ಶಬ್ದ, ನಿನಗೆ ಕಷ್ಟವಾಗದ ಹಾಗೆ ಮಾತಾಡಲು ಪ್ರಯತ್ನಿಸು' ಅನ್ನುತ್ತ ವೇಣುವೂ ತನ್ನ ಮುದ್ದು ತಂಗಿಯ ಕಣ್ಣಲ್ಲಿ ಕಣ್ಣಿಟ್ಟು ನೋಡುತ್ತ ತಲೆ ನೇವರಿಸಿದ. ಅರುಂಧತಿಯ ಕಣ್ಣುಗಳು ಕ್ಷಣ ವಾತ್ಸಲ್ಯದಿಂದ ಮಿಂಚಿದವು. ಅಪ್ಪ, ಅಮ್ಮ, ಹೋಗು, ಬಾ, ಬೇಡ ಮುಂತಾದ ಉಚ್ಚಾರಗಳು ನಾಲಿಗೆ ತಡವರಿಸಿದಂತಾದರೂ ಅರುಂಧತಿ ಮಾತಾಡಲು ಶಕ್ತಳಾದಳು. ಆಸ್ಪತ್ರೆಯಿಂದ ಮನೆಗೆ ಕರೆದೊಯ್ಯುವ ಹತ್ತು ದಿನಗಳಲ್ಲಿ ದಿಗಂಬರ ದಿನಾ ಒಂದು ಸಲ ಬಂದು ಭೇಟಿಕೊಟ್ಟು ಹೆಂಡತಿಯನ್ನು ಮಾತಾಡಿಸಿ ಹೋಗುತ್ತಿದ್ದ. ಅರುಂಧತಿಗೆ ಮಾತು ಬಂದ ಸಂಗತಿಯನ್ನು ಬಾಯಕ್ಕ ವಿಚಾರಿಸುವ ಧ್ಯಾನದಲ್ಲೇ ಇರಲಿಲ್ಲ. ಸದಾ ಹೊರಕಟ್ಟೆಯಲ್ಲಿ ಮೌನವಾಗಿ ಕೂಡುವ ಬಾಯಕ್ಕ ತನ್ನದೇ ಲೋಕಕ್ಕೆ ಇಳಿದುಹೋಗುತ್ತಿದ್ದಳು.

◀◀ ▶▶

ಬಾಯಕ್ಕನಿಗೆ ಎಷ್ಟೋ ವರ್ಷಗಳಿಂದ ಒಳಗೆಲ್ಲೋ ಅಡಗಿಕೊಂಡಿದ್ದ ಮಗಳ ಮೇಲಿನ ಸಂಶಯವೊಂದು ತಟ್ಟನೆ ಹೊರಬಂದು ಕಾಡಿಸಲಾರಂಭಿಸಿತ್ತು. ಎಷ್ಟು ಯೋಚನೆ ಮಾಡಿದರೂ ಆ ವಿಷಯವನ್ನು ಅರಗಿಸಿಕೊಳ್ಳಲು ಸಾಧ್ಯವಾಗದೆ ಇದ್ದಲ್ಲೇ ಸಣ್ಣವಾಗುತ್ತ ಸಾಗಿದ್ದಳು. 'ಹೇಗೆ ಬೆಳೆದು ದೊಡ್ಡವಳಾದಳು ಅಂದೇ ತಿಳಿಯಲಿಲ್ಲ, ತನ್ನದೇ ಹಟ, ತಾನು ಹಾಕಿಕೊಂಡ ಹಾದಿಯಲ್ಲೇ ಹೋದಳು' ಎಂದೆಲ್ಲ ಒಂದು ಗಳಿಗೆಯೂ ಬಿಡದೆ ಬಾಯಕ್ಕ ಮಗಳ ಕುರಿತೇ ಯೋಚಿಸಿದಳು.

'ಮದುವೆಯಾಗದೆ ಹಾಗೇ ಇದ್ದಾಳೆಂದರೆ ಅದೂ ಒಂದು ರೀತಿಯ ಗೌರವವೇ, ಆದರೆ ಇದೇನು ಮದುವೆಯಾಗದೆ ಹೀಗೆ ಮಗುವನ್ನು ತಂದರೆ ಜನ ಏನೆಂದಾರು ಎಂಬ ಸಣ್ಣ ಭಯವೂ ಇವಳಿಗೆ ಇಲ್ಲದೇ ಹೋಯಿತಲ್ಲ' 'ಛೆ, ದಿಗಂಬರ ಅವಳಿಗೆ ಹೇಳಿ ಬಿಡು, ಜೊತೆಯಲ್ಲೊಬ್ಬ ಗಂಡಸು, ಕತ್ತಿಗೆ ತಾಳಿಯಿದ್ದರೆ ಮಾತ್ರ ನಿನಗೆ ಈ ಮನೆಯಲ್ಲಿ ಜಾಗವಿದೆಯೆಂದು, ಅದು ಬಿಟ್ಟು ಹೀಗೆ ಮಾನ ಮರ್ಯಾದೆ ಬಿಟ್ಟವಳಂತೆ ಬಂದು ಹೊಕ್ಕಿದರೆ ನಾನು ಸುಮ್ಮನಿರುವುದಿಲ್ಲ, ಹೇಳುವವರು ಕೇಳುವವರು ಯಾರೂ ಇಲ್ಲ ಅವಳಿಗೆ, ಅವಳು ಮಾಡಿದ್ದೇ ಅಮವಾಸ್ಯೆ ಹುಣ್ಣಿಮೆ ಆಗಿಹೋಗಿದೆ' ಎನ್ನುತ್ತ ಕೂಗಾಡಿಬಿಟ್ಟಳು ಬಾಯಕ್ಕ. ಇತ್ತೀಚೆಗೆ ಫೋನಿನಲ್ಲೂ ಮಗಳ ಹತ್ತಿರ ಮಾತನಾಡುವುದನ್ನೇ ಬಾಯಕ್ಕ ನಿಲ್ಲಿಸಿಬಿಟ್ಟಿದ್ದಳು. ದಿಗಂಬರನಿಗೆ ಯಾರ ಪರವಾಗಿ ಮಾತಾಡಬೇಕೆಂದೇ ತಿಳಿಯದೆ ಇರುಸುಮುರುಸಾಗುತ್ತಿತ್ತು. ಯಾರಾದರೂ ಅವಳ ಸಂಗತಿ ಎತ್ತುತ್ತಾರೋ ಅಂತ ಅಮ್ಮ ಸುಮ್ಮನೆ ದಿಗಿಲುಗೊಳ್ಳುತ್ತಿದ್ದುದು ದಿಗಂಬರನಿಗೂ ಕಸಿವಿಸಿ ತರುತ್ತಿತ್ತು. ಕೊನೆಕೊನೆಗೆ ತನ್ನ ಜೊತೆ ಮಾತಾಡುವುದಕ್ಕೂ ಹಿಂಜರಿಯುತ್ತಿದ್ದಂತೆ ಅವನಿಗನಿಸಿತು. ಸರೋಜಿನಿಯ ಹೆಸರು ಮನೆಯಲ್ಲಿ ತೆಗೆಯದಿರುವಂತೆ ಆಗಿಹೋಯಿತು. 'ಯಾವುದಾದರೂ ರೋಗ ಬಡಿದುಕೊಂಡು ನನ್ನ ಎತ್ತೊಯ್ದರೆ ಸಾಕು' ಎಂದೆಲ್ಲ ಸಣ್ಣಗೆ ತನ್ನಷ್ಟಕ್ಕೇ ತಾನು ಹೇಳಿಕೊಳ್ಳುತ್ತ ಕೂತ ಅಮ್ಮನನ್ನು ದಿಗಂಬರ ನಿರುಪಾಯನಾಗಿ ನೋಡಿದ.

'ಎಲ್ಲಿ ನಿಮ್ಮ ಅಮ್ಮ ಕಾಣಿಸುತ್ತಲೇ ಇಲ್ಲ' ಎಂಬ ಅಕ್ಕಪಕ್ಕದವರ ಕುತೂಹಲಕ್ಕೆ ಉತ್ತರ ಕೊಟ್ಟೇ ದಿಗಂಬರನಿಗೆ ಸಾಕಾಯಿತು. ರಸ್ತೆ ಬದಿಯ ಕಿಟಕಿಯೊಂದರಿಂದಲೇ ಅವಳ ವ್ಯವಹಾರವಾಯಿತು. ದಿಗಂಬರನೂ ಅಮ್ಮನಲ್ಲಿ ಈ ವಿಷಯ ಚರ್ಚಿಸುವುದನ್ನು ಬಿಟ್ಟುಬಿಟ್ಟ. ಯಾರಾದರೂ ಮನೆಗೆ ಬಂದರೆ ಅಡುಗೆ ಮನೆ ಬಿಟ್ಟು ಬಾಯಕ್ಕ ಹೊರಗೇ ಬರುತ್ತಿರಲಿಲ್ಲ. ಮಗಳ ವಿಷಯ ಕೇಳಬಾರದೆಂದು ಸುಮ್ಮನೆ ತನಗೆ ಆರಾಮವೇ ಇಲ್ಲ ಎನ್ನುತ್ತ ಎದ್ದು ಹೋಗಿ ಚಾಪೆ ಬಿಚ್ಚಿ ಮಲಗಿ ಬಿಡುತ್ತಿದ್ದಳು. ಆದರೂ ಬಂದವರು ಯಾವ್ಯಾವುದೋ ನೆಪದಿಂದ ಸರೋಜಿನಿಯ ಸಂಗತಿ ತೆಗೆದೇ ಬಿಡುತ್ತಿದ್ದರು. ಆ ಸಂಗತಿಯನ್ನು

ಮರೆಮಾಚುವಂತೆ ಬಾಯಕ್ಕ ಬಾಳೆಗೊನೆ ಕಳುವಾದ ಸಂಗತಿ ಹೇಳುತ್ತಿದ್ದಳು.

ಯಾರಾದರೂ, 'ಸರೋಜಿನಿ ಸದ್ಯ ಬಂದಿದ್ದಳೇ?' ಅಂತ ಸಹಜ ಕೇಳಿದರೂ ಬಾಯಕ್ಕ ಯಾವುದೋ ದುರ್ವಿಚಾರದಿಂದಲೇ ಕೇಳುತ್ತಿದ್ದಾರೆ ಅಂತ ಆತಂಕಗೊಂಡು, 'ಏನು ಹೇಳಲಿ? ನಾನು ಏನು ಮಾಡಲಿ? ಆ ಪಂಚಾಳಗೆಟ್ಟವಳು ನನ್ನನ್ನು ಈ ವಯಸ್ಸಿನಲ್ಲಿ ಹೇಳಿಸಲು ಹಾಕಿದಳು. ಯಾರ ಬಳಿಯೂ ಯಾವ ವಿಷಯವಾಗಿಯೂ ಹೇಳಿಸಿಕೊಂಡಿದ್ದು ಇರಲಿಲ್ಲ, ಇವಳ ಕಾಲದಲ್ಲಿ ಇನ್ನು ಏನೇನು ಅನುಭವಿಸಬೇಕೋ' ಅಂತೆಲ್ಲ ಒಟಗುಡುತ್ತ ಸ್ನಾನ ಊಟದ ಪರಿವೆ ಇಲ್ಲದೆ ಎಷ್ಟೋ ಹೊತ್ತು ಹಳೆಯ ವಸ್ತ್ರದ ಗಂಟು ಬಿಚ್ಚುತ್ತ ಪುನಃ ಕಟ್ಟುತ್ತ ಕೂತು ಬಿಡುತ್ತಿದ್ದಳು.

ಬಾಯಕ್ಕ ಒಳಗಿಂದೊಳಗೇ ತಲ್ಲಣಿಸಿ ಹೋಗಿದ್ದಳು. ಪಕ್ಕದ ತಿಮ್ಮಣ್ಣ ನಾಯ್ಕನ ಹೆಂಡತಿಯೊಡನೆ ಆಗಾಗ ನಡೆವ ಬೇಲಿ ಜಗಳ ನಿಂತಿತು. ಒಂದು ದಿನ ರಾತ್ರಿ ಬಾಯಕ್ಕ, 'ಒಂದು ಮದುವೆಯಾಗು, ಒಂದು ಮದುವೆಯಾಗು' ಅಂತ ನಿದ್ದೆಯಲ್ಲಿ ಬಡಬಡಿಸಿದಳು. ದಿಗಂಬರ ಎದ್ದು ಹೋಗಿ ಅವಳ ಬದಿಯಲ್ಲೇ ಕೂತ. ಪುನಃ, 'ಒಂದು ಮದುವೆಯಾಗು' ಅಂದಳು ದಿಗಂಬರನ ಕೈ ಹಿಡಿದು. 'ನನ್ನ ಮದುವೆ ಆಗಿದೆಯಲ್ಲ' ಅಂದ. 'ಹ್ಞಾ ಹ್ಞಾ' ಎನ್ನುತ್ತ ನಿದ್ದೆ ಹೋದಳು. ಮಾರನೇ ದಿನದಿಂದ ದೇಣಪೆಯಲ್ಲಿ ನಿಂತಾಗ ತನ್ನನ್ನು ಮಾತನಾಡಿಸಿದವರಿಗೆಲ್ಲ ಬಾಯಕ್ಕ, 'ನಮ್ಮ ಸರೂ ಮದುವೆ ಮುದ್ದಾಂ ಬರಬೇಕು ಹ್ಞಾ' ಅನ್ನಲು ಶುರು ಮಾಡಿದ್ದಳು. 'ಇನ್ನೂ ಜವಳಿ ಕೆಲಸಾ ಆಗಲಿಲ್ಲಾ, ಸೊಗಳದ ಸೀರೆ ತರಲಿಲ್ಲ, ಎಷ್ಟೊಂದ ಕೆಲಸಾ ಉಂಟು ನಂಗೆ' ಅನ್ನುತ್ತ ಅವಸರಿಸುತ್ತಿದ್ದಳು.

ಮುಂದಿನ ಏಳೆಂಟು ದಿನಗಳಲ್ಲೇ ಕ್ರಮೇಣ ಅವಳಿಗೆ ತಾನೇನು ಮಾಡುತ್ತಿದ್ದೇನೆ ಅಂತಲೇ ತಿಳಿಯಲಿಲ್ಲ. ಎಲ್ಲ ಮರೆತು ಮರೆತು ಹೋದಂತೆ. ಸಣ್ಣಿ ಎದುರಿಗೆ ಬಂದರೂ, 'ಏ ಯಾರೇ, ಅಲ್ಲೇನು ಮಾಡತ್ಯೇ?' ಅಂತ ಗದರಿಸುತ್ತಿದ್ದಳು. 'ನಾನರಾ ಸಣ್ಣಿ, ಗುತ್ತಸಿಕ್ಕನಿಲಾ' ಅಂತ ಮುಂದೆ ಮುಂದೆ ಬಂದರೆ, 'ಏ ಎಂಥಾಕ ನನ್ನ ಹೊಡಿಯೂಕ ಬತ್ಯೇ' ಅನ್ನುತ್ತ ಹಿಂದುಗಾಲಲ್ಲಿ ಓಡಿ ಬಿದ್ದುಬಿಡುತ್ತಿದ್ದಳು. ಪುನಃ ಅವಳನ್ನು ಎಬ್ಬಿಸಿ ಕಟ್ಟೆಗೆ ತಂದು ಕೂಡಿಸುವದೇ ಸಣ್ಣಿಗೆ ಒಂದು ಕೆಲಸವಾಗಿಬಿಡುತ್ತಿತ್ತು.

ಈ ಏಳೆಂಟು ದಿನಗಳ ವಿಪರೀತದ ಬದಲಾವಣೆಗಳನ್ನು ದಿಗಂಬರ ಮಗನ ನಾಮಕರಣಕ್ಕೆ ಬಂದಾಗ ಅರುಂಧತಿಯ ಬಳಿ ಹೇಳಿ ಬೇಜಾರುಪಟ್ಟುಕೊಂಡ. ಅಕ್ಕಿ ತುಂಬಿದ ಬಟ್ಟಲಲ್ಲಿ ಚಿನ್ನದುಂಗುರದಿಂದ ಮೊದಲು ಗಣೇಶ ಅಂತ ಅಜ್ಜನ ಹೆಸರನ್ನು ಬರೆದಿದ್ದರೂ ಕರೆಯುವ ಹೆಸರು ನವೀನ ಅಂತಲೇ ಇರಲಿ ಅಂತ ಶಶಿಕಲಾ, ಮಕ್ಕಳು ಹಾಗೂ ವೇಣು ಸೇರಿ ಸರ್ವಾನುಮತದಿಂದ ಆಯ್ಕೆ ಮಾಡಿದರು. ಅಂದು ನೆರೆದ ಸಂಬಂಧಿಕರೊಡನೆ ವೇಣು, 'ನಮ್ಮ ಅರುಂಧತಿ ಈಗ ಮಾತಾಡತಾಳೆ' ಅಂತ ಉತ್ಸಾಹದಿಂದಲೇ ಹೇಳಿಕೊಂಡ. ಯಾರೋ ಕುತೂಹಲದಿಂದ ಮಾತಾಡಿಸಬಂದರೆ ಅರುಂಧತಿ ಪುನಃ ಹ್ಞು ಹ್ಞಾ ಅಷ್ಟೇ ಹಾಕಿ ಸುಮ್ಮನುಳಿದುಬಿಟ್ಟಳು. ನಾಮಕರಣ

ಮುಗಿಸಿದ ಮರುಗಳಿಗೆಯಲ್ಲೇ ಊಟದ ಶಾಸ್ತ್ರ ಮುಗಿಸಿ ದಿಗಂಬರ ವಾಪಸಾಗಿಬಿಟ್ಟ. ಬಾಯಕ್ಕ ಒಂದು ನಮೂನೆಯಾಗಿ ನೋಡಿದಳೇ ವಿನಃ ಮೊಮ್ಮಗು ಹಾಗೂ ಸೊಸೆಯ ಕುರಿತು ಕೇಳುವ ಸ್ಥಿತಿಯಲ್ಲೇ ಇರಲಿಲ್ಲ.

◀◀ ▶▶

ದಿಗಂಬರ, 'ಅಮ್ಮನನ್ನು ಒಬ್ಬಳೇ ಬಿಟ್ಟಿರುವ ಸ್ಥಿತಿಯಲ್ಲೇ ಇಲ್ಲ' ಅಂತ ಫೋನು ಮಾಡುತ್ತಲೇ ತಿಂಗಳುಗಟ್ಟಲೆ ಮಾಸ್ತಿಕಟ್ಟೆಯ ಬದಿ ಹಾಯಲೇ ಇಲ್ಲ. ಅಪರೂಪಕ್ಕೆ ಒಮ್ಮೆ ಬೆಳಿಗ್ಗೆ ಬಂದರೂ ಬಾಯಕ್ಕನಿಗೆ ಸಣ್ಣಿಯ ಕಾವಲು ಹಾಕಿ ಬಂದು ಮಧ್ಯಾಹ್ನದ ಹೊತ್ತಿಗೆ ಹೊರಟೇ ಬಿಡುತ್ತಿದ್ದ. ಒಮ್ಮೆ ಫೋನು ಮಾಡಿದಾಗ, 'ಆದಷ್ಟು ಬೇಗ ಬಂದು ಬಿಡು, ಅಮ್ಮನಿಗೆ ಹುಷಾರಿಲ್ಲ, ಯಾಕೋ ಒಂದು ಥರಾ ಮಾಡುತ್ತಾಳೆ. ಅಡಿಗೆಯ ಧ್ಯಾನವೂ ಅವಳಿಗಿಲ್ಲ. ನಿನ್ನೆ ಬಂಗಡೆ ಮೀನಿನ ಸಾರಿಗೆ ತೊಗರಿಬೇಳೆ ಬೇಯಿಸಿ ಬೆರೆಸಿ ಬಿಟ್ಟಿದ್ದಾಳೆ' ಅನ್ನುತ್ತ ಗಾಬರಿಯಿಂದ, 'ಹೀಗೇ ಆದರೆ ಅವಳನ್ನು ಒಬ್ಬಳೇ ಬಿಟ್ಟಿರುವುದೂ ಹೆದರಿಕೆಯೇ' ಅಂತೆಲ್ಲ ಕೇಳಿದ್ದೇ ಅರುಂಧತಿ ಆರು ತಿಂಗಳು ಮುಗಿಸಿ ಹೋಗಬೇಕೆಂದು ಕೊಂಡಿದ್ದವಳು, ನವೀನನಿಗೆ ಮೂರು ಮುಗಿಯುತ್ತಲೇ ಕಳಸದ ಗುಡ್ಡೆಗೆ ಹೋಗುವ ಅವಸರ ತೋರಿದಳು.

'ಅಯ್ಯೋ ಅಷ್ಟು ಚೊಲೋ ಇದ್ದವಳಿಗೆ ಒಮ್ಮಲೇ ಹೀಗೇಕಾಯ್ತು' ಅಂತ ನೀಲಕಂಠ ಶೆಟ್ಟರೂ ಚಿಂತೆಗೊಳಗಾದರು. 'ಅದೇ ಮಗಳ.. ವಿಚಾರಕ್ಕೇ.. ಇರಬೇಕು' ಅಂತ ಅರುಂಧತಿ ಒಂದೊಂದೇ ಶಬ್ದ ಉಚ್ಚರಿಸಿ, ಮಗುವನ್ನು ಕೆಳಗೆ ಆಡಲು ಹಾಕಿ, ಅಲ್ಲಿ ಇಲ್ಲಿ ಬಿದ್ದ ಬಟ್ಟೆ ಬರೆ ಮಡಚಿಕೊಳ್ಳಲು ಎದ್ದಳು. ಆದರೆ ವೇಣು ಮಾತ್ರ ಇಷ್ಟು ಬೇಗ ಕಳಿಸುವ ಮನಸ್ಸಿಲ್ಲದೆ, 'ಅಲ್ಲಿ ನಿಮ್ಮ ಅತ್ತೆಯ ಹತ್ತಿರ ಹೇಗೆ? ಬುದ್ಧಿಯೇ ಸ್ತಿಮಿತದಲ್ಲಿಲ್ಲ ಅಂದರೆ ಈವತ್ತಲ್ಲ ನಾಳೆ ಸಣ್ಣ ಕೂಸಿರುವ ಮನೆಯಲ್ಲಿ ಹೆದರಿಕೆಯೇ ಅಲ್ಲವೇ? ಕೂಸಿಗೇನಾದರೂ ಅನಾಹುತ ಮಾಡಿದರೆ' ಅಂತ ಅಪಶಕುನ ನುಡಿದದ್ದೇ ನೀಲಕಂಠ ಶೆಟ್ಟರು, 'ಹಾಗೆಲ್ಲ ಮೊಮ್ಮಗನಿಗೆ ಕೇಡು ಮಾಡದಷ್ಟು ಧ್ಯಾನ ಇದ್ದೇ ಇರತದೆ ಬಿಡು' ಅನ್ನುತ್ತ ಅಲ್ಲೇ ಸರಿಪಡಿಸಲು ನೋಡಿದರು.

ಅಧ್ಯಾಯ 23

'ದೇವ್ರು ಕುಡೂದ ಬಿಡೂಕೆ ಎಂಥಾ ಮದ್ದ ಮಾಡದ್ಯೇ ಸಣ್ಣಿ? ನಮಗೂ ಮಾತ್ರ ಹೇಳೇ, ಶಾಕಾಗ ಹೋಗೀದು' ಅಂತ ಕೊಪ್ಪದ ಬಹುಪಾಲು ಹೆಂಗಸರೂ ಈಗ ಸಣ್ಣಿಯನ್ನು ವಿಚಾರಿಸಿಕೊಳ್ಳತೊಡಗಿದರು. ಸಾಯಿತ್ರಿ ಲಕ್ಷ್ಮಿ ಗಿರಜೆ ಪಾರತಿ ನಾಗಿ ರಾಕಮ್ಮ ದೇವಕಿ ಉತ್ತರೆ ಗುಲಾಬಿ ಸೋಮಿ ಜಟ್ಟಮ್ಮ ಮಂಕಾಳಿ ಇಂತಹ ಎಂಟೊಂಬತ್ತು ಹೆಂಗಸರ ಒಂದು ದಂಡೇ ಸಣ್ಣಿಯ ಜೊತೆ ಗುಡ್ಡೆಯ ಗಿರಿಯಮ್ಮನ ಗುಡಿಯಲ್ಲಿ, ಬೀರದೇವರ ಹಕ್ಲದ ಒಣ ಮೀನಿನ ಸಣ್ಣ ಪೇಟೆಯಲ್ಲಿ, ಮೊಗ್ಗೇಕಾಯಿ ಕೆಮಡೇಕಾಯಿ ಓಳಿಗಳ ಗುಂದೆಯಲ್ಲಿ ದಿನವೂ ಸೇರಹತ್ತಿತು.

ಎಲ್ಲರೂ ತುಳಸಿಯನ್ನೇ ಹೊಗಳುತ್ತ, 'ನಿಂಕೂಡ ಆಗದಿದ್ದು ಯಾವ್ದೀತೇ?' ಅನ್ನುತ್ತ ಏರಿಸಿ ಕೊಟ್ಟರು. ತುಳಸಿ ಅವರ ಮಾತಿಗೆ ಒಪ್ಪಿಕೊಳ್ಳುತ್ತ, 'ಇಡೀ ಕೊಪ್ಪವೇ ಉದ್ಧಾರಾತಿದಂದ್ರೆ ನಾ ಏನ ಬೇಕಾರೂ ಮಾಡ್ತೆ' ಅಂದಳು. ಸಣ್ಣಿ ತುಳಸಿಗೆ ವಿವರವಾಗಿ ಏನೇನೋ ಹೇಳಿಕೊಟ್ಟಳು. ತುಳಸಿಗೂ ಇದ್ದಲ್ಲೇ ಧೈರ್ಯ ಬಂತು. 'ಅಟ್ಟೇಯಾ ಅಲ?' ಎಂದು ಗೋಣು ಹಾಕಿದಳು. ಎಲ್ಲರೂ ತಮ್ಮ ತಮ್ಮ ಮನೆಗೆ ನಡೆದರು. ಪೊಲೀಸ್ ಜೀಪು ಕಳಸದ ಕೊಪ್ಪಕ್ಕೆ ಬುಧವಾರಕ್ಕೊಮ್ಮೆ ರೌಂಡ್ಸಿಗೆ ಬರುತ್ತಿತ್ತು. ಅಂದು ಬಾಯಕ್ಕನ ಮನೆಯೆದುರೇ ರಸ್ತೆಯಲ್ಲಿ ಜೀಪು ಹಾದು ಹೋದದ್ದನ್ನು ಸಣ್ಣಿ ನೋಡಿ ಅಲ್ಲೇ ಅಡಿಕೆ ಗಿಡದಡಿಗೆ ಅಡಗಿಕೊಂಡಳು. ಕಳ್ಳ ರಸ್ತೆಯಿಂದ ಕೊಪ್ಪಕ್ಕೆ ನಡೆದು ಮಗ ಮಾದೇವನನ್ನು ಬೀಜದ ಬೆಂಡೇಕಾಯಿ ಕೊಟ್ಟು ಬರುವ ನೆಪದಲ್ಲಿ ತುಳಸಿಯ ಮನೆಗೆ ಓಡಿಸಿದಳು. ಬನಿಯನ್ನು ಅಂಡರವೇರು ತೊಟ್ಟು ತಲೆಗೊಂದು ಟುವಲು ಕಟ್ಟಿಕೊಂಡ ಪಚ್ಚ, ಸಾರಾಯಿ ಅಂಗಡಿ ಬಾಗಿಲು ತೆಗೆದು ಅದರ ಅಂಗಳದಲ್ಲಿ ರಾಶಿಯಾಗಿ ಬಿದ್ದಿರುವ ಒಣ ಎಲೆಗಳ ತರಕನ್ನು, 'ಶಾಯ್ಲುಪ್ಪ ಇದು, ಎಲೆ ರಾಶಿ' ಎಂದು ಶಪಿಸುತ್ತ ಕಸ ಗುಡಿಸುತ್ತಿದ್ದ.

ರಸ್ತೆಯ ತಿರುವಿನಲ್ಲಿ ಜೀಪು ಕಂಡ ಕೂಡಲೇ ಒಮ್ಮೆಲೇ ಭಯದಿಂದ ಮನೆಗೆ ಓಡಿ ಬಂದು ಹೆಂಡತಿಯ ಬಳಿ ಅವಸರದಲ್ಲಿ, 'ಸಾಹೇಬ್ರ ಬಂದೀತ್ರು, ತಪ್ಪನೆ ನೀರ

ಗೀರ ಕುಡೂಕಂತ ಮನೀ ಕೂಡ್ಗ ಬರೂರು, ಬಟ್ಟೀ ಸಾರಾಯ ಮ್ಯಾನ ಕೊತ್ಲ ಚಾಪೆ ಹೊತಾಕಿಡು' ಅನ್ನುತ್ತ ಗಡಬಡಿಸಿ ಅಂಗಡಿ ಬದಿ ಓಡುವಾಗಲೇ ಸಣ್ಣಿಯ ಮಗ ಮಾದೇವ, ಐದಾರು ಬೆಂಡೆಕಾಯಿಗಳನ್ನು ಹಿಡಿದು ಬಂದು ಮನೆ ಹೊಕ್ಕದ್ದು ಕಂಡರೂ ಪಚ್ಚನಿಗೆ ಅವನನ್ನು ವಿಚಾರಿಸಿಕೊಳ್ಳುವ ವ್ಯವಧಾನವೇ ಇರಲಿಲ್ಲ.

ಸಾಹೇಬರು ಜೀಪನ್ನಿಳಿಯುವುದರೊಳಗೆ ಮತ್ತೆ ಪಚ್ಚ ಕೈ ಕೈ ಹೊಸಕಿಕೊಳ್ಳುತ್ತ ದೆಣಪೆಗೆ ಹೋಗಿ ನಿಂತಾಗಿತ್ತು. ಮಾದೇವ ಬಂದು ಸಣ್ಣಿಗೆ, 'ಅವ್ವೆ ಆ ದೀನ ಹೇಳದ್ದು, ಇಂದ ಆಗೂದಾದರೆ ಮಾಡ್ಬೇಕಂತೆ' ಅಂದ. ತುಳಸಿಯ ಕೈ ಕಾಲುಗಳು ಇದ್ದಲ್ಲೇ ಥರಗುಟ್ಟಿದವು. ಸಾರಾಯಿ ಅಂಗಡಿಯ ಹಿಂದಿನ ಬಾಗಿಲು ತೆರೆದಿರುವುದನ್ನು ಗಮನಿಸಿದ ತುಳಸಿ, ಗಂಡ ದೆಣಪೆ ಬಳಿ ನಿಂತು ಅವರೊಡನೆ ಮಾತನಾಡುವುದನ್ನು ಕಿಟಕಿ ಸಂದಿಯಲ್ಲೇ ನೋಡಿ, ಬಟ್ಟಿ ಸಾರಾಯಿಯ ಒಂದೆರಡು ಕ್ಯಾನನ್ನು ಸದ್ದಿಲ್ಲದೆ ಎತ್ತೊಯ್ದು ಅಂಗಡಿಯ ಮೇಜಿನ ಮೇಲೆ ಇಟ್ಟು ಬರುವಾಗ ಹಿಂದಿನ ಬಾಗಿಲ ಚಿಲಕವನ್ನು ಹೊರಗಿಂದಲೇ ಹಾಕಿಕೊಂಡು ಬಂದು ಬಿಟ್ಟಳು.

ಜೀಪನ್ನಿಳಿದು ಬರುತ್ತ, 'ಏ ಪಚ್ಚಾ, ಖರೇ ಹೇಳು. ನೀ ಕಳ್ಳ ಬಟ್ಟೀ ಮಾರ್‍ತೀ ಅಂದಕೊಂಡು ಕಂಪ್ಲೇಂಟ್ ಬಂದಿದೆ ನಮಗೆ' ಸಾಹೇಬರು ಕೈಯಲ್ಲಿ ಕೋಲು ಕುಣಿಸುತ್ತಲೇ ಆರ್ಭಟಿಸಿದರು. 'ಇಲ್ಲರಾ ಒಡೆಯಾ, ನಾನ ಅಂಥಾ ಹಡ್ಬಿಟ್ಟೀ ಕೆಲಸಾ ಯಾವಾಗೂ ಮಾಡದ್ದೂ ಇಲ್ಲಾ, ಇನ ಮುಂದ ಮಾಡೂವಂಗೂ ಇಲ್ಲಾ' ಎನ್ನುತ್ತ ಪಚ್ಚ ಗೋಗರೆಯುತ್ತ ನಿಂತದ್ದು ಇತ್ತ ಕಿಟಕಿಯಿಂದಲೇ ತುಳಸಿಗೆ ಕಾಣುತ್ತಿತ್ತು. ಸಾಹೇಬರೆಲ್ಲಿ ಇವನ ಮಾತು ನಂಬಿ ಅಂಗಡಿ ತಪಾಸಣೆಗೆ ಒಳ ಬರದೆ ಹಾಗೇ ಜೀಪು ಹತ್ತಿ ಹೋಗಿ ಬಿಡುತ್ತಾರೋ ಅಂತ ತುಳಸಿ ನಿಂತಲ್ಲೇ ಆತಂಕಗೊಂಡಳು. ಹಾಗೇನಾದರೂ ಆದರೆ, ಅವಳು ಅಲ್ಲಿ ಇಟ್ಟು ಬಂದ ಬಟ್ಟಿ ಸಾರಾಯಿಯ ಕ್ಯಾನನ್ನು ಪುನಃ ಪಚ್ಚ ವಾಪಸ್ಸಾಗುವುದರೊಳಗೆ ಮನೆಗೆ ಸಾಗಿಸಬೇಕಿತ್ತು. ಆ ಎಚ್ಚರದಲ್ಲೇ ಒಂದೇ ಕಾಲಲ್ಲಿ ನಿಂತು ತಲ್ಲಣಿಸಿದಳು ತುಳಸಿ. ನಾಗು ಅಷ್ಟೇ ಹೊತ್ತಿಗೆ ಎಚ್ಚರವಾಗಿ, 'ಅವ್ವೆ ಅವ್ವೆ ಉಚ್ಚೆ ಬಂದೀತೆ, ಕರ್ಕ ಹೋಗೇ' ಅನ್ನುತ್ತ ಹಾಸಿಗೆಯಲ್ಲೇ ಕೂತು ಕರಕರೆ ಎಬ್ಬಿಸಿದ್ದ. ಎಂಥದೋ ಒತ್ತಡದಲ್ಲಿ ತುಳಸಿಯ ಮೈಯೆಲ್ಲವೂ ಬೆವರುತ್ತಿತ್ತು.

ಸಾಹೇಬರು ಪಚ್ಚನನ್ನು ದೂಡಿಕೊಂಡೇ ದೆಣಪೆಯ ಒಳ ಬಂದದ್ದನ್ನು ಗಮನಿಸಿದ ತುಳಸಿಯ ಕೈಕಾಲು ನಿಂತಲ್ಲೇ ಮರಗಟ್ಟತೊಡಗಿತು. ಸಾಹೇಬರ ಜೊತೆ ಅಂಗಡಿಯ ಮೆಟ್ಟಿಲು ತುಳಿಯುತ್ತಿದ್ದ ಪಚ್ಚ ಅಲ್ಲಿಂದಲೇ ಮನೆ ಬದಿ ವಾರೆ ನೋಟ ಬೀರಿ ಹೆಂಡತಿಯನ್ನು ಹುಡುಕುತ್ತಿದ್ದ. ತುಳಸಿ ಕಿಟಕಿಯಿಂದಲೇ ಈ ದೃಶ್ಯವನ್ನು ನೋಡಿದಳು. ಅತ್ತ ಸಾಹೇಬರು ಪಚ್ಚನ ಜೊತೆ ಅಂಗಡಿಯ ಒಳಹೊಕ್ಕರು. ಪಚ್ಚ ಅಂಗಡಿ ಮೂಲೆಗಿರಿಸಿದ್ದ ಕಬ್ಬಿಣದ ಕುರ್ಚಿಯೊಂದನ್ನು ಎತ್ತಿ ತಂದು ತನ್ನ ಹೆಗಲಲ್ಲಿದ್ದ ವಸ್ತ್ರದಲ್ಲಿ ಅದರ ಮೇಲಿದ್ದ ಧೂಳನ್ನು ಒರೆಸಿ ಅವರನ್ನು ಕೂಡುವಂತೆ ಬೇಡಿಕೊಂಡ. 'ಸೀಯಾಳ ಕಡಸ್ತೀ' ಅಂದ.

'ಕಂಪ್ಲೆಂಟು ಬಂದದ್ದು ಸುಳ್ಳೆಯೋ ಹಾಗಾದರೆ?' ಎಂದು ವಿಚಾರಿಸುತ್ತ ಕುರ್ಚಿಯಲ್ಲಿ ಕೂಡುತ್ತಿರುವಾಗಲೇ ಅವರು ಮೇಜಿನ ಮೇಲಿದ್ದ ಕ್ಯಾನನ್ನು ನೋಡಿ, 'ಅದೇನು ನೀರು ತುಂಬಿದ ಕ್ಯಾನೋ? ಕುಡಿಯುವ ನೀರಿದ್ದರೆ ಸ್ವಲ್ಪ ಕೊಡು' ಅಂತ ಸಾಹೇಬರು ಆಜ್ಞಾಪಿಸಿದ್ದೇ ಕೂಡಲೇ ಪಚ್ಚ ಆ ಕ್ಯಾನನ್ನು ಅಚ್ಚರಿ ಹಾಗೂ ಭಯದಿಂದಲೇ ನೋಡಿದ. ತನ್ನ ಮನೆಯಲ್ಲಿದ್ದ ಕ್ಯಾನು ಇಲ್ಲಿ ಹೇಗೆ ಪ್ರತ್ಯಕ್ಷವಾಯಿತೆಂದೇ ಅವನಿಗೆ ಹೊಳೆಯದೆ, ಭೀತಿಯಿಂದ ಮುಖ ಬಿಳಿಚಿಕೊಳ್ಳುತ್ತ ಹೋಗಿ ಬೆವರಿನಿಂದ ಒದ್ದೆಯಾದದ್ದನ್ನು ಗಮನಿಸಿದ ಸಾಹೇಬರಿಗೆ ಏನೋ ಸಂಶಯ ಕಾಡಿ ಪಚ್ಚ ಅವಸರದಲ್ಲಿ ಎತ್ತಿ ಅಡಗಿಸಿಟ್ಟ ಕ್ಯಾನನ್ನು ಎತ್ತಿ ಮೇಲಿಡಲು, ಜೊತೆ ಬಂದ ಪೇದೆಗೆ ಹೇಳಿ, ಅದರ ಮುಚ್ಚಳ ತೆಗೆದು ಪರೀಕ್ಷಿಸಲು ಆದೇಶಿಸಿದರು.

ಪಚ್ಚ ಗಡಿಬಿಡಿಗೆ ಬಿದ್ದು, 'ಇದ ಹ್ಯಾಂಗ ಇಲ ಬಂತು ಅಂದೇ ನಂಗುತ್ತಿಲ್ಲಾ ಒಡೆಯಾ, ಯಾರೋ ನನ ಮ್ಯಾನ ಹೊಟ್ಟೆಕಿಚನಿಂದೇ ಈ ಕೆಲ್ಸಾ ಮಾಡೀರ್ರಾ ಒಡೆಯಾ, ನನ್ನ ಮಾತ ನಂಬೀ ಒಡೆಯಾ' ಅನ್ನುತ್ತ ಕೈಕಾಲು ಹಿಡಿಯಲು ಬಂದದ್ದೇ ಸಾಹೇಬರಿಗೆ ಇವ ಮಾಡುತ್ತಿದ್ದುದ್ದೆಲ್ಲ ನಾಟಕ ಅನ್ನಿಸಲು ಶುರುವಾಗಿತ್ತು. 'ನನ್ನ ಕಾಲಬೀಲ ಕಿಟ್ಟೂಕ ಬರಬ್ಯಾಡಾ ನೀ ಹ್ಣಾ, ಮುಂಚ ಅದರಲ್ಲಿ ಏನು ಉಂಟ ಹೇಳು' ಎನ್ನುತ್ತ ಗದರಿಸಿದರು. ಪೇದೆಯೊಬ್ಬ ಅದರ ಮುಚ್ಚಲ ತೆಗೆದು ವಾಸನೆ ಮೂಸಿ, 'ಅಯ್ಯೋ ಕಳ್ಳಬಟ್ಟಿ ಸರ್' ಎಂದು ಹಸನ್ಮುಖನಾದದ್ದೇ ಸಾಹೇಬರು ಕೈಲಿದ್ದ ಬೆತ್ತದಿಂದಲೇ ಒಂದು ರಬ್ಬನೆ ಪಚ್ಚನ ಬೆನ್ನಿಗೆ ಬಾರಿಸುತ್ತ, 'ಭೋಸಡಿ ಮಗನೇ, ಕಳ್ಳ ಬಟ್ಟೀ ಹೀಂಗೆ ಕಣ್ಣ ಮುಂದೇ ಇಟ್ಟುಕೊಂಡು ಮಾರೂದಲ್ಲದೇ ನಂಗೇ ಮೋಸಾ ಮಾಡ್ಲಿಕ್ಕೆ ನೋಡ್ತೀ, ಒಳಗೆ ಮತ್ತೆಷ್ಟು ಮಾಲ ಉಂಟು ತೆಗಿಯೋ' ಎನ್ನುತ್ತ ಪೊಲೀಸು ಭಾಷೆ ಬಳಸಿ ಬೈದರು. ಪಚ್ಚ ತಿರುತಿರುಗಿ ಬೀಳುವಂತೆ ಕೂತಲ್ಲೇ ಬಡಿದರು. ಮನೆಯಿಂದ ಈ ಸಪ್ಪಳವಷ್ಟೇ ಕೇಳುತ್ತಿದ್ದ ತುಳಸಿಗೆ ಒಮ್ಮೆಲೇ ಕರುಳು ಚುರ್ ಅಂತು. ಸಣ್ಣಿ ಹೇಳಿದಂತೆ ಅವಳು ಮನಸು ಗಟ್ಟಿ ಮಾಡಿಕೊಂಡು, ಪಚ್ಚನ ಚೀರಾಟ ಕೇಳುತ್ತ ಕಲ್ಲಿನಂತೆ ಹಾಗೇ ನಡುಮನೆಯಲ್ಲಿ ನಿಂತೇ ಇದ್ದಳು.

ಮಗ ನಾಗು, 'ಅವ್ವೆ, ಅಪ್ಪಯ್ಯ ಎಂಥಾಕ ಹಂಗ ಕೂಗತ್ಯಾ?' ಅಂತ ಹಾಸಿಗೆಯಲ್ಲಿ ಎದ್ದು ಕೂತು ಕೇಳುತ್ತಲೇ ಇದ್ದ. ಅಂಗಡಿಯಲ್ಲಿಯ ಗದ್ದಲ ಕೇಳಿ ಕೊಪ್ಪದ ಗಂಡಸರು ಒಬ್ಬೊಬ್ಬರೇ ಅಲ್ಲಿ ಇಲ್ಲಿ ದೂರದಲ್ಲೇ ಮರೆಯಲ್ಲೇ ನಿಂತು ನೋಡಿ ಗುಸುಗುಸು ಅನ್ನತೊಡಗಿದ್ದರು. ಅವರ ಇರುವನ್ನು ಗಮನಿಸಿದ ಸಾಹೇಬರು, 'ಏ, ಯಾರ್‍ರೋ ಅವ್ರು? ಬರ್‍ರೋ ಇಲ್ಲಿ' ಅಂತ ಕೂಗಿದ್ದೇ ಎಲ್ಲ ಇದ್ದಲ್ಲೇ ಮಾಯವಾಗಿಬಿಟ್ಟರು. ನಾಲ್ಕು ತದಕಿದ್ದೇ ಪಚ್ಚ, 'ಮನೀ ಕೂಡೇ ಈ ಕಳ್ಳ ಬಟ್ಟಿ ಮಾರ್‍ತೀದೆ ಸಾಯಬ್ರೇ. ಅಂಗಡೀಕೂಡಗೆ ತಂದ ಹೀಂಗ ಯಾವಾಗೂ ಮಾರದ್ದಿಲ್ಲ' ಎಂದು ಅಳುವ ಸ್ವರದಲ್ಲಿ ರಾಗವಾಗಿ ಹೇಳತೊಡಗಿದ. 'ಮತ್ತೆ? ಇಲ್ಲೀಗ ಹ್ಯಾಂಗ ಬಂತೋ ಬಡ್ಡೀ ಮಗನೇ, ಹೀಂಗ ರೆಡ್‌ಹ್ಯಾಂಡಾಗ ಸಿಕ್ಕ ಬಿದ್ರೂ

ಮತ್ತ ಸೋಗು ಮಾಡ್ತೀಯೇನೋ?' ಅಂತ ಆವೇಶದಿಂದಲೇ ಅವನನ್ನು ಪುನಃ ಬಡಿಯಲು ಮುಂದಾದರು.

ಜೀಪಿನ ಬಳಿಯಿದ್ದ ಇಬ್ಬರು ಪೇದೆಗಳೂ ಓಡಿ ಬಂದು ಇಡೀ ಅಂಗಡಿಯನ್ನೆಲ್ಲ ಜಾಲಾಡಿದರು. ಅಲ್ಲಿ ಮತ್ಯಾವ ಸುಳಿವೂ ಸಿಗಲಿಲ್ಲ, ಈಗ ಅವರೆಲ್ಲ ಮನೆಯ ಬಳಿ ತಿರುಗಿದಾಗ ತುಳಸಿಗೆ ಭಯದಿಂದ ಏನು ಮಾಡಬೇಕೆಂದೇ ಗೊತ್ತಾಗದೆ ಮಗನನ್ನು ಎಬ್ಬಿಸಿ ಒಂದು ಮೂಲೆಗೆ ಹೋಗಿ ನಿಂತು, ತಾನೂ ದೊಡ್ಡದಾಗಿ ತೀಡಲು ಶುರು ಮಾಡಿಬಿಟ್ಟಳು. ಸಾಹೇಬರು ಪಚ್ಚನ ಬನಿಯನ್ನನ್ನು ಹಿಡಿದು ಎಳೆದುಕೊಂಡು ಮನೆ ಅಂಗಳಕ್ಕೆ ಬಂದು, 'ಮಾಲು ಎಲ್ಲಿಟ್ಟಿದ್ದಾನೋ ಅವನೇ ಹುಡುಕಿ ತೋರಿಸಲಿ' ಎನ್ನುತ್ತ ಅವನನ್ನು ಅಲ್ಲೇ ಕೈ ಬಿಟ್ಟರು. ಬಟ್ಟಿ ಸಾರಾಯಿ ಕ್ಯಾನುಗಳಿಗೆ ಕೊತ್ತಲ ಚಾಪೆಯನ್ನೇ ಮುಚ್ಚಿಡದ ಹೆಂಡತಿಯನ್ನೊಮ್ಮೆ ದುರುಗುಟ್ಟಿ, ಇದ್ದ ಬಿದ್ದ ಕ್ಯಾನನ್ನೆಲ್ಲ ತಂದು ಅವರ ಮುಂದಿಟ್ಟ.

ಸಾಹೇಬರು ಕೈಯಲ್ಲಿದ್ದ ಬೆತ್ತದಿಂದ ಮತ್ತೆ ಪಚ್ಚನ ಮೊಣಕಾಲಿಗೆ ಒಂದು ರಬ್ಬನೆ ಕೊಟ್ಟರು. ಕಾಲು ಮುರಿದು ಬಿದ್ದವನಂತೆ ಪಚ್ಚ ಅಲ್ಲೇ, 'ಅಯ್ಯಮ್ಮಾ' ಅಂತ ಕೂಗುತ್ತ ಬಿದ್ದು ಒದ್ದಾಡಿದ್ದನ್ನು ಕಂಡು ತುಳಸಿ ಮತ್ತು ನಾಗು ಇಬ್ಬರೂ ಒಮ್ಮೆಲೇ ಚೀರಿಕೊಂಡರು. ಸಾಹೇಬರು ತುಳಸಿಯನ್ನೇ, 'ಎಷ್ಟ್ ವರ್ಷ ಆಯ್ತೇ ನಿನ ಗಂಡ ಈ ದಂಧೆ ಶುರೂ ಮಾಡೀ?' ಎನ್ನುತ್ತ ಗದರಿಸಿದರು. ತುಳಸಿ ಅಳುವ ದನಿಯಲ್ಲೇ ಪಚ್ಚನ ಸೀಯಾಳ ವ್ಯಾಪಾರದಿಂದ ಹಿಡಿದು ಇಂದಿನವರೆಗೆ ನಡೆದದ್ದನ್ನೆಲ್ಲ ಚಾಚೂ ತಪ್ಪದೆ ಅವಳದೇ ಆದ ಭಾಷೆಯಲ್ಲಿ ಒದರಿಬಿಟ್ಟಳು.

'ಇದರಲ್ಲೇನೋ ಮೋಸಾ ಈತರಾ' ಎನ್ನುತ್ತಲೇ ಹೆಂಡತಿಯನ್ನೇ ಕೆಕ್ಕರಿಸುತ್ತ, 'ನೋಡರಾ ಒಡೆಯಾ, ಸೊಂತ ಹೆಣತೀನೇ ಹೀಂಗ ಕೈಕೊಟ್ಟರೆ ನಾಏನ ಮಾಡೂನರಾ, ಇದೊಂದ ಸರ್ತೀಗ ಬಿಟಬಿಡರಾ' ಎಂದು ಗೋಗರೆಯುತ್ತ, ಕೈಕಾಲಿಗೆ ಬೀಳುತ್ತಿದ್ದ ಪಚ್ಚನನ್ನು ಸಾಹೇಬರು, 'ಹೆಂಗಸರೇ ಸ್ಟೇಷನ್ನಿಗೆ ಬಂದು ಕಂಪ್ಲೇಂಟು ಕೊಟ್ಟದ್ದು ಹಂಗೆಲ್ಲಾ ಬಿಡಲಿಕ್ಕೆ ಬರೂದಿಲ್ವೋ, ನಡಿಯೋ' ಅನ್ನುತ್ತ ಪೇದೆಗೆ ಅವನನ್ನು ಜೀಪಿನಲ್ಲಿ ಕೂಡಿಸುವಂತೆ ಸನ್ನೆ ಮಾಡಿ ತಾವೂ ಜೀಪು ಹತ್ತಿ ಕೂತರು. ಇನ್ನೊಬ್ಬ ಪೇದೆಗೆ ಅಂಗಡಿ ಸೀಲು ಮಾಡಿ ಬರುವಂತೆ ಆದೇಶಿಸಿದರು. ಪಚ್ಚನನ್ನು ಹಿಂದೆ ಕೂಡಿಸಿಕೊಂಡ ಜೀಪು ಸುಂಯನೆ ಧೂಳೆಬ್ಬಿಸುತ್ತ ಪೇಟೆ ಬದಿ ಹೊರಟು ಹೋಯಿತು.

ತುಳಸಿಗೆ ಕೈ ಕಾಲೇ ಆಡದಂತಾಗಿ ನಾಗುವನ್ನು ಅಲ್ಲೇ ಆಡಲು ಬಿಟ್ಟು ಸಣ್ಣಿಯ ಮನೆಗೆ ಓಡಿದರೆ ಅವಳು ಬಾಯಕ್ಕನ ಮನೆಗೆ ಕೆಲಸಕ್ಕೆ ಹೋಗಿರುವುದಾಗಿ ಮಾದೇವ ಹೇಳಿದ. ತುಳಸಿ ಅಲ್ಲಿಂದ ಬಾಯಕ್ಕನ ಮನೆಗೆ ಅವಸರದಲ್ಲಿ ನಾಲ್ಕೇ ಗುಪ್ಪಿಗೆ ಓಡಿಬಂದಳು. ಸಣ್ಣಿ ಅಂಗಳದಲ್ಲಿ ಕೂತು ಕಸಬರಿಗೆಗಾಗಿ ಹಸಿ ಮಡಲಿನ ಕೊಚ್ಚು ತೆಗೆಯುತ್ತಿದ್ದವಳು, ಅದೇ ರಸ್ತೆಯಿಂದಲೇ ಜೀಪು ಬರ್ರನೆ ಹೋಗಿದ್ದು

ಮತ್ತು ಅದರಲ್ಲಿ ಹಿಂಬದಿಗೆ ಪಚ್ಚ ಕೂತಿದ್ದೂ ನೋಡಿಬಿಟ್ಟಿದ್ದಳು. ಕೆಲಸ ಮುಗಿಸಿ ಮನೆಗೆ ಹೋಗುವಾಗ ತುಳಸಿಯನ್ನು ಸಿಕ್ಕೇ ಹೋಗಬೇಕೆಂದು ಮನಸ್ಸಿನಲ್ಲೇ ಅಂದುಕೊಳ್ಳುತ್ತಿರುವಾಗಲೇ ತುಳಸಿ ಓಡಿ ಬರುತ್ತಿದ್ದದ್ದು ಕಂಡು ಎದ್ದು ನಿಂತಳು. ದೇಣಪೆಯ ಅಂಗಡಿಯಲ್ಲಿ ಕಂಡ ದಿಗಂಬರ, 'ಏನೇ ತುಳಸಿ, ನಿನ ಗಂಡನನ್ನ ಯಾಕೆ ಜೀಪ್‌ನಲ್ಲಿ ತುಂಬಕೊಂಡು ಹೋದರೇ?' ಅಂತ ಕೇಳಿದ್ದು ತುಳಸಿಯ ಕಿವಿಯಲ್ಲಿ ಹೊಕ್ಕಲೇ ಇಲ್ಲ.

ಬಾಯಕ್ಕ ತನ್ನ ಕೂದಲ ಗಂಟು ಬಿಚ್ಚಿಕೊಳ್ಳಲು ಬಾರದೆ ಏದುಸಿರು ಬಿಡುತ್ತ ಸುಮ್ಮನೆ ಹೊರ ಕಟ್ಟೆಗೆ ಕೂತಿದ್ದಳು. 'ಮುಂಚೆ ಕೆಲಸ ಮುಗಿಸಿ ಕಡೇಗ ಮಾತೀಗೆ ನಿಲ್ಲೆ ಸಣ್ಣಿ' ಅನ್ನುತ್ತ ದಿಗಂಬರ ಅಂಗಡಿ ಒಳಗಿನಿಂದಲೇ ಸಣ್ಣಗೆ ಕಡ್ಡಿ ಮಾಡಿದ. 'ನೋಡುವಾ, ಇಂದೇ ಮನೀಗ ಬಿಟ್ಟರೂ ಬಿಟ್ರು, ಇಂದೊಂದಿನಾ ಸುಮ್ಮನಿರು' ಅಂತ ಸಣ್ಣಿ ತುಳಸಿಯನ್ನು ಸಮಾಧಾನಪಡಿಸಲೆತ್ನಿಸಿದರೂ ಅವಳು ಉಕ್ಕಿ ಬರುವ ಅಳುವನ್ನು ತಡೆದುಕೊಳ್ಳುತ್ತ, 'ಅದಕಲ್ಲಾ ನಾ ಅಂಜೂದು, ಇಂವಾ ಮನೇಗ ಬಂದ ನನ ಮ್ಯಾನ ಎಲ್ಲಿ ಬೆಂಕಿ ಆತೀನೋ, ಹೋಗೂವಾಗ್ಲೇ ನೀನೂ ಮೋಸಾ ಮಾಡ್ದೆಲೇ ನಾಲಾಯಕ ಹೆಂಗಸೇ ಅಂದಕ ಹಲ್ಲುಮುಟ್ಟಿ ಕಚ್ಚೀತ್ತಾ' ಅಂದಳು. 'ಎಂತಾದೂ ಆಗೂದಿಲ್ಲವೇ ತೊಳಚಿ ನಾ ಈಮೆ, ಮನೀ ಕೂಡ ಹೋಗ, ಕೂಸಗ ಒಬ್ಬಗೇ ಬಿಟ್ಟಾಕಂಡ ಬಂದಿ ನೀ' ಅನ್ನುತ್ತ ಅವಳನ್ನು ಮನೆಗೆ ಕಳಿಸಿದಳು. ತುಳಸಿ ಒಂಚೂರು ಅಳುತ್ತ ಒಂಚೂರು ಇದ್ದಲ್ಲೇ ಸಮಾಧಾನಗೊಳ್ಳುತ್ತ ಏನೆಂದೇ ಅರಿಯದ ಒಂದು ರೀತಿಯ ಚಡಪಡಿಕೆಯಲ್ಲೇ ಮನೆ ಸೇರಿದಳು.

ಸಂಜೆಯಾಗುತ್ತಲೇ ಅಲ್ಲಲ್ಲಿ ಕೊಪ್ಪದ ಗಂಡಸರಿಗೆಲ್ಲ ಇದ್ದಲ್ಲೇ ಬೆನ್ನು ತುರಿಕೆ ಶುರುವಾಯಿತು. ತಮ್ಮ ತಮ್ಮ ಬೆನ್ನೆಯನ್ನು ಕೆರೆದುಕೊಳ್ಳುತ್ತಲೇ ಅವರು, 'ಹ್ಞು ಹ್ಞಾ' ಎನ್ನುತ್ತ ಒಂದೆಡೆ ಸೇರಿದರು. ಎಲ್ಲರ ದೃಷ್ಟಿಯೂ ಪಚ್ಚನ ಅಂಗಡಿಯ ಬದಿಗೇ ಇತ್ತು. 'ನಮ್ಮ ಪಚ್ಚಗ ಮ್ಯಾನ್ನೋರದೆಲ್ಲಾ ಕೈ ಈತೋ' 'ತಲೆ ಕೆಟ್ಟ ಕೆರಾ ಆಗೀದೋ' 'ಇಟ್ಟೊತ್ತ ಹಿಂತಿರಗಿ ಬರಬೇಕಾಗೀತಪ್ಪ' 'ಅದ್ಯೆ ಸೀಲ ಹಾಕೀರಕಂಡಾ ಅಂಗಡೀಗೆ' 'ಅಂವ ಬಿಡಸಕಂಡ ಬಂದೂ ಉಪೇಕಿಲ್ಲಾ' 'ಕೇಣಿ ಸಂಕದ ಮುರ್ಕೀಗ ಹೋಗಬರೂನಿ ಬಾ' 'ಮಳ್ ಹಿಡೂದೊಂದ ಬಾಕಿ' ಹೀಗೆ ಒಬ್ಬೊಬ್ಬರು ಒಂದೊಂದು ಮಾತು ಹೊತಾಕುತ್ತ ನಿಂತರೇ ಹೊರತಾಗಿ ಯಾರೊಬ್ಬರೂ ತುಳಸಿಯ ಬಳಿಗೆ ಬಂದು ಮಾತಾಡಿಸುವ ಧೈರ್ಯ ತೋರಲಿಲ್ಲ.

ಮಾರನೇ ದಿನ ಮಧ್ಯಾಹ್ನವಾದರೂ ಪಚ್ಚ ಹಿಂತಿರುಗಿ ಬರದಿದ್ದಾಗ ತುಳಸಿ ಮತ್ತು ಸಣ್ಣಿಯರು, ಸೋಮಿ ಮತ್ತು ಜಟ್ಟಮ್ಮರು ಒಂದೆಡೆ ಸೇರಿ ಮಾತಾಡಿಕೊಂಡು ದಿಗಂಬರನಿದ್ದಲ್ಲಿಗೆ ಬಂದರು. 'ಒಡೆದೀರೆ, ಏನ ಮಾಡಬೇಕಂದೇ ಗುತ್ತಾಗುದಿಲ್ಲಾ' ಅನ್ನುತ್ತ ನಡೆದಿದ್ದನ್ನೆಲ್ಲ ಹೇಳಿಕೊಂಡರು. ದಿಗಂಬರ ಒಮ್ಮೆಲೇ ತನಗೇ ಎಲ್ಲಿ ಸ್ಟೇಷನ್ನಿಗೆ ಹೋಗಿ ಪಚ್ಚನನ್ನು ಕಂಡು ಬಿಡಿಸಿಕೊಂಡು ಬಾ ಅಂದರೋ ಅಂತ

ಹೆದರಿ ಅವಸರವಸರದಲ್ಲಿ, 'ನನಗೆ ಬೇರೆ ಕೆಲಸ ಉಂಟು, ಒಂದು ಕೆಲಸ ಮಾಡಿ, ನೀವೇ ಹೋಗಿ ಒಮ್ಮೆ ವಿಚಾರಿಸಿಕೊಂಡು ಬನ್ನಿ, ಹೆಂಗಸರಿಗೆ ಎಲ್ಲ ಹೆದರುತ್ತಾರೆ, ನಾನು ಹೋದರೆ ಇಲ್ಲದ ಸಾಕ್ಷಿಗೀಕ್ಷಿ ಅದು ಇದು ಅಂತೆಲ್ಲ ಗಲಿಬಿಲಿಗೊಳಿಸುತ್ತಾರೆ, ಅದಕ್ಕೆಲ್ಲ ಇರುವ ಕಾಯ್ದೆ ಕಾನೂನುಗಳೂ ನನಗೆ ಸರಿಯಾಗಿ ಗೊತ್ತಿಲ್ಲ' ಅಂತನ್ನುತ್ತ ಹಗೂರಕ್ಕೆ ಜಾರಿಕೊಂಡಿದ್ದ.

◀◀ ▶▶

ಕಳಸದ ಗುಡ್ಡೆಯ ಎಂಟು ಹೆಂಗಸರ ತಂಡ ಅಂದು ತಹಸೀಲ್ದಾರ ಕಚೇರಿಯ ಎದುರು ಹೋಗಿ ಕೂತು ತಮ್ಮೂರಲ್ಲಿದ್ದ ಸಾರಾಯಿ ಅಂಗಡಿ ಮುಚ್ಚಬೇಕೆಂದು ಮತ್ತು ಪಚ್ಚನನ್ನು ಬಿಡಬೇಕೆಂದು ಕೂಗುತ್ತ ಕೂತುಬಿಟ್ಟಿತು. ಅದರಲ್ಲಿ ಸಣ್ಣಿ ಮುಂದಿದ್ದಳು. ಇವರ ಅಹವಾಲನ್ನು ಪೇದೆಯೊಬ್ಬ ನೀಟಾಗಿ ಒಂದು ಕಾಗದದ ಮೇಲೆ ಬರೆದುಕೊಂಡು ಇವರಿಂದ ಸಹಿ ತೊಗೊಳ್ಳಲು ಬಂದ. ಬರೆದಿದ್ದನ್ನು ಓದದೆ ಯಾರೊಬ್ಬರೂ ಹೆಬ್ಬಟ್ಟು ಹಾಕಲು ಸಹ ತಯಾರಾಗಲಿಲ್ಲ. ನಂತರ ಮೊದಲೇ ಒಳಗೆ ತಂದು ಕೂರಿಸಿಕೊಂಡಿದ್ದ ನಾಲ್ಕನೇಯತ್ತೆವರೆಗೆ ಕಲಿತ ಪಚ್ಚನನ್ನೇ ಹೊರ ಕರೆಸಿ ಕಾಗದದ ಮೇಲಿದ್ದದ್ದನ್ನು ಓದಿಸಲಾಯಿತು. ಆಗ ಹೆಂಗಸರೆಲ್ಲ ಸೇರಿ ಹೆಬ್ಬಟ್ಟು ಒತ್ತಿದರು.

ಪಚ್ಚ ಸಪ್ಪೆ ಮುಖ ಹೊತ್ತು ಹೆಂಗಸರ ಹಿಂದೆ ಹಿಂದೆ ಬರುತ್ತ ಎಲ್ಲರೂ ಊರು ಸೇರಿದರು. ಪಚ್ಚ ಹೆಂಡತಿಯನ್ನು ಬಾಯಿಗೆ ಬಂದಂತೆ ಬೈದು, ಹೊಡೆದು ಅವಳನ್ನು ಮಗನ ಸಮೇತ ಮಟಮಟ ಮಧ್ಯಾಹ್ನದಲ್ಲೇ ಅಪ್ಪನ ಮನೆಗೆ ಬಾವಿಕೊಡ್ಲಿಗೆ ಅಟ್ಟಿದನೆಂದು ಅವರ ಮನೆಯ ಬದಿಯಲ್ಲೇ ಇರುವ ಮಂಕಾಳಿಯಿಂದ ಸಣ್ಣಿಗೆ ತಿಳಿದ ಆ ಒಂದು ಕ್ಷಣ ಗಾಬರಿಯಾಗಿ ಎಲ್ಲವನ್ನೂ ಮರೆತು ಅವಳು ಕೂತೇ ಬಿಟ್ಟಿದ್ದಳು. ದೇವು, 'ನಾನೇ ಹೋಗ ಪಚ್ಚನ ಕೂಡಗ ಮತಾಡಕಂಡ ಬತ್ತೀನೆ' ಅಂತ ಎಷ್ಟು ಹೇಳಿದರೂ ಸಣ್ಣಿಗೆ ಸಮಾಧಾನವಾಗದೆ ಇಬ್ಬರೂ ಪಚ್ಚನನ್ನು ಕಾಣಲು ಬಂದರೆ, ಅವನು ಇವರ ದನಿ ಕೇಳಿ ಅಂದಿಡೀ ದಿನ ಮನೆಯ ಬಾಗಿಲನ್ನೇ ತೆರೆಯಲಿಲ್ಲ.

ಸಣ್ಣಿಯೇ ಒಮ್ಮೆ ಬಾವಿಕೊಡ್ಲಿಗೆ ತುಳಸಿಯನ್ನು ಮಾತಾಡಿಸಿಕೊಂಡು ಬರಲು ಹೋದಳು. ತುಳಸಿ ಪಚ್ಚನ ಅವತಾರ ತೋಡಿಕೊಂಡು ಅಳುತ್ತ, 'ನನ್ನಂಥ ಗಂಡಗೇ ಮೋಸಾ ಮಾಡ್ದೋಳು ನೀನು, ನಿಂಗ ಮತ್ತ ಈ ಮನೇಲ ಜಾಗಿಲ್ಲ, ನಿನ್ನ ಆ ಮಗಗೂ ಕರಕಂಡೇ ನಡಿ' ಅಂತ ಹೇಳಿ ಬಿಸಿಲಾರಣ್ಯದಲ್ಲೇ ಹೊರಗಟ್ಟಿದ್ದನ್ನು ನೆನಪಿಸಿದಳು. ಸಣ್ಣಿ ಅದಕ್ಕೆ, 'ಅಯ್ಯೋ ನೀ ಎಂತಾಕ ಇಲ್ಲೀಗ ಬರೂಕ ಹೋದೆ? ಅಲ್ಲೇ ನಮ್ಮ ಹಟ್ಟೀಕೂಡೇ ಬಂದದ್ದಿದ್ದರೆ, ಊರ ಹಿರೀಕರೆಲ್ಲ ಕೂಡ ಮಾತಡೂಕಾತೀತು' ಅಂದಳು.

ತುಳಸಿ, 'ನಂಗ ಅವನ ಸಂಗವೇ ಸಾಕಾಗೀತೇ, ಸುಮ್ಮನ ಈ ಬದೀಗ ತೊಡ ದಿನ ಆರಾಂ ಉಳಕಂಡ ಹೋಗವ ಅಂದೇ ಬಂದಿ ನಾ' ಅನ್ನುತ್ತ ಮಗನಿಗೆ ಗಂಜಿ ಕುಡಿಸಿದಳು. 'ಊರ ಉದ್ಧಾರ ಮಾಡೂಕ ಹೋಗ ಇದ ಏನಾಗ ಹೋಯ್ತೇ, ಹೀಂಗ ಆಗೂದಂದ ನಂಗೂತ್ತಾಗನಿಲಾ' ಅಂತೆಲ್ಲ ತನಗಿಂತ ಹೆಚ್ಚು ನೋವು ಪಡುವ ಸಣ್ಣಿಯನ್ನು ತುಳಸಿಯೇ, 'ಈಗ ಏನಾಯ್ತೇ ಸಣ್ಣಿ, ಎಲ್ಲಾ ಗನಾದಕ್ಕೇ ಆದದ್ದಲಾ, ತಂದೇ ತಪ್ಪ ಅಂದ ಗುತ್ತಾದ ದಿನಾ ಕರೂಕ ಬರವಾ ನನ ಗಂಡ, ಅಲ್ಲೀವರೇಗ ಕಾಯ್ತಿ, ಇಲ್ಲಾರ ಇಲ್ಲೇ ಇರತೀ, ಅವ್ವೇ ಒಬ್ಬಳೇ ಇರತೀದಿಲ್ಲಿ, ಅದಕೂ ಸಂಗತೀಗಾಯ್ತು' ಅನ್ನುತ್ತ ತಿರುಗಿ ಸಣ್ಣಿಗೇ ಧೈರ್ಯ ತುಂಬಿ ಕಳಿಸಿದ್ದಳು.

ಇತ್ತ ಊರಿಗೆ ವಾಪಸಾಗುತ್ತಿದ್ದಂತೆಯೇ ಕಳಸದಗುಡ್ಡೆಯ ಕನ್ನಡ ಶಾಲೆಯ ಒಂದಿಬ್ಬರು ಮಾಸ್ತರು ಎರಡೆರಡು ಬಾರಿ ತಮ್ಮ ಮನೆಗೆ ಬಂದು ಹೋದದ್ದನ್ನು ದೇವು ಹಾಗೂ ಮಾದೇವ ಹೆಮ್ಮೆಯಿಂದ ಹೇಳಿಕೊಂಡು ಸಣ್ಣಿಗೆ ಇನ್ನಷ್ಟು ಅಚ್ಚರಿ ಮೂಡಿಸಿದರು. ಸಂಜೆ ಸುಮಾರು ನಾಯಕ ಮಾಸ್ತರು ಪುನಃ ಬಂದು, 'ಸಣ್ಣಮ್ಮಾ, ನಾಳೆ ಅಕ್ಟೋಬರ ಎರಡು, ಗಾಂಧಿ ಹುಟ್ಟಿದ ದಿನ, ನಮ್ಮ ಶಾಲೆಯಲ್ಲಿ ನಿನಗೊಂದು ಸತ್ಕಾರ ಇಟ್ಟುಕೊಂಡಿದ್ದೇವೆ, ನೀನು ಹೋರಾಟ ಮಾಡಿ ಈ ಊರಿನ ಸಾರಾಯಿ ಅಂಗಡಿ ಮುಚ್ಚಿಸಿದ್ದಕ್ಕೆ' ಅಂತ ಹೇಳಿ ಮಾದೇವನ ಬಳಿ ತಿರುಗಿ, 'ನೀನು ಬರುವಾಗ ನಿನ್ನ ಅವ್ವೆಯನ್ನೂ ಕರೆದು ತಾ' ಅನ್ನುತ್ತ, 'ಒಳ್ಳೆಯದಾಗಲಿ' ಅಂತ ಹರಸಿ ಹೋಗಿಬಿಟ್ಟರು.

ಸಣ್ಣಿ ಸಣ್ಣಮ್ಮನಾದದ್ದೇ ಅವಳಿಗೆ ಕೈ ಕಾಲೇ ಆಡಲಿಲ್ಲ. ಬೆವರಿನಿಂದ ಒದ್ದೆಯಾದ ಮುಖವನ್ನು ಒರೆಸದೆ ಹಾಗೇ ಬಿಟ್ಟು ಅಲ್ಲೇ ಅಂಗಳದಲ್ಲೇ ಕೂತು ಬಿಟ್ಟಳು. ದೇವು ಮಗನನ್ನು ಕುರಿತು, 'ನೋಡೋ ಅವ್ವೆಗೆ ನಾಳೆ ನಿಮ್ಮ ಶಾಲೆಲೇ ಶನ್ಮಾನಾ ಕಂಡ. ಈಗೇ ಪ್ಯಾಟೇಗ ಹೋಗ ಹೊಶಾ ಬಣ್ಣ ಒಂದ ತಗಂಬತ್ತಿ' ಅನ್ನುತ್ತ ಪೈರಾಣ ಸಿಕ್ಕಿಸಿ ಕೊಳ್ಳತೊಡಗಿದ ದೇವು. ಮಾದೇವ ಅವ್ವೆ ತನಗೆ ಆಗಾಗ ಕೊಡುತ್ತಿದ್ದ ದುಡ್ಡಿನಲ್ಲಿ ಕವಳದ ಚೆಂಚಿಯಲ್ಲಿ ಕೂಡಿಸಿಟ್ಟ ಇಪ್ಪತ್ತೇಳು ನಾಣ್ಯಗಳನ್ನೂ ಎಣಿಸಿ ಎಣಿಸಿ ಅಪ್ಪನಿಗೆ ಕೊಟ್ಟ. ಸಣ್ಣಿಗೆ ಈಗ ಹೊಸದೇ ಆದೊಂದು ಭಯ ಗಲಿಬಿಲಿಗಳು ಶುರುವಾಗಿದ್ದವು.

ದೇವು ಹೋಗಿ ಹೋಗಿ ಮಧುಕರ ಶೆಟ್ಟಿಯ ಜವಳಿ ಅಂಗಡಿಯನ್ನೇ ಹೊಕ್ಕ. ಹೀಗೀಗೆ ಅಂತ ವಿಷಯ ತಿಳಿಸಿದ. 'ಸಾಧಾರಣದ ಸಣ್ಣಿ ಅಲ್ಲಾ ಅದು ಹ್ಲಾ ಹ್ಲಾ' ಅನ್ನುತ್ತ ಅವರು ನೂರಾ ಮೂವತ್ತು ರೂಪಾಯಿಯ ಸಣ್ಣ ಜರಿಯಂಚಿನ ಒಂದು ಚೌಕಡಿಯ ಕೆಂಪು ಪತ್ತಲ ತೋರಿದರು. ದೇವೂಗೆ ಇಷ್ಟವಾಯಿತು. ಅದನ್ನು ಕೊಂಡು ನಡೆದೇ ಬರುವಾಗ ದಾರಿಯಲ್ಲಿ ಸಿಕ್ಕವರಿಗೆಲ್ಲ ಇದೇ ಸಂಗತಿ ಸಂಭ್ರಮದಿಂದ ದೇವು ಹಂಚುತ್ತ ಬಂದ. ಈ ವಿಷಯ ತಿಳಿದ ಜಟ್ಟಮ್ಮ ಸೋಮಿ ಪಾರತಿಯರೆಲ್ಲ ಎಂಥದೋ ಖುಷಿಯಿಂದ ಸಣ್ಣಿಯನ್ನು ಕಾಣಲು ಬಂದರು. ಸಣ್ಣಿ ಯಾರ ಬಳಿಯೂ ಮಾತಾಡದಾದಳು. ಅವರೇ ಖುಷಿಯಿಂದ, 'ನಾಮ ಮಾಡದ್ದು

ಇಟ ದೊಡ್ಡ ಕೆಲಸ ಅಂದಕಂಡೇ ನಮಗ ಗುತ್ತಾಗನೀಲಾ' ಅನ್ನುತ್ತ ನಾಳೆ ಶಾಲೆ ಬಳಿ ಸಣ್ಣಿಯ ಸತ್ಕಾರವನ್ನು ನೋಡಲು ತಾವೂ ಬರುವುದಾಗಿ ಹೇಳಿ ಎದ್ದು ಹೋದರು.

ಶಾಲೆಯಲ್ಲಿ ನಾಯಕ ಮಾಸ್ತರು ಭಾಷಣ ಮಾಡಿ, 'ನಮ್ಮ ಊರಿನ ಕೇರಿಯನ್ನು ಉಳಿಸಿದ ಸಣ್ಣಮ್ಮನನ್ನು ನಾವೆಲ್ಲ ಅಭಿನಂದಿಸುತ್ತೇವೆ, ಇವರು ಸುತ್ತ ಹತ್ತು ಹಳ್ಳಿಗಳಿಗೂ ಮಾದರಿಯಾಗಲಿ' ಅಂತ ಹೊಗಳಿದರು. ಸಣ್ಣಿ ಏನೊಂದೂ ಮಾತಾಡದೆ ಕಣ್ಣೀರಾದಳು. ವಾಪಸ್ಸು ಬರುವಾಗ, 'ನಿನ್ನ ಈ ಹಿರಿಮೆಯನ್ನು ಸರಕಾರಕ್ಕೆ ಬರೆದು ಹಾಕುತ್ತೇವೆ' ಅಂತ ಕೂಡ ಹೇಳಿ ಬೀಳ್ಕೊಂಡರು.

ಅವಳು ಬಾಯಕ್ಕನ ಮನೆಯಲ್ಲಿ ಕೆಲಸ ಮಾಡುತ್ತಿರುವಾಗಲೇ ಜಿಲ್ಲೆಯ 'ಕರಾವಳಿ ನಸುಕು' ಪತ್ರಿಕೆಯ ವರದಿಗಾರ ಮಂಜುನಾಥ ಸಣ್ಣಿಯನ್ನು ಹುಡುಕುತ್ತ ಬಂದು ದಿಗಂಬರನ ಅಂಗಡಿಯಲ್ಲೇ ಕೇಳಿದ. ದಿಗಂಬರನಿಗೀಗ ಒಂದು ಕ್ಷಣ ಸಣ್ಣಿ ತಮ್ಮ ಮನೆಯಲ್ಲಿ ಕೆಲಸ ಮಾಡುತ್ತಾಳೆಂಬುದೇ ಒಂದು ಹೆಮ್ಮೆಯ ಸಂಗತಿಯಾಗಿ ತೋರಿತು. ಇವನಿಗೆ ತನ್ನ ಮನೆಯ ಹೊರ ಕಟ್ಟೆಯ ಮೇಲೆಯೇ ಅವಳ ಸಂದರ್ಶನ ನಡೆಯಲಿ ಎಂಬ ಹಂಬಲವಿತ್ತು. ಹಾಗಾಗಿ ಮಂಜುನಾಥನನ್ನು ಒಳ ಕರೆದು ಆರಾಮ ಕುರ್ಚಿಯ ಮೇಲೆ ಕೂಡಿಸಿ ಸ್ವತಃ ತಾನೇ ಚಹ ಮಾಡಿ ತಂದು ಕೊಟ್ಟೂ ಆಗಿತ್ತು. ಆದರೆ ಆತ, 'ಸಣ್ಣಿಯ ಹಟ್ಟಿಯ ಬಳಿ ತೆಗೆದ ಫೋಟೊ ಇದ್ದರೆ ಅದು ಸಹಜ ಬರತದೆ' ಎಂದು ಹೇಳಿ ಅವಳನ್ನು ಕೊಪ್ಪಕ್ಕೇ ಕರೆದೊಯ್ದ. ಈ ಕಾರಣಕ್ಕೆ ಇತ್ತ ದಿಗಂಬರನಿಗೆ ತುಸು ಬೇಸರವೇ ಆಯಿತು.

ಊರ ಕೆಲ ಗಂಡಸರೂ ಹುಡುಗರೂ ಹೋಗಿ ಸಣ್ಣಿಯ ಹಟ್ಟಿಯ ಬಳಿ ಕುತೂಹಲದಿಂದ ನೆರೆದರು. ಸಣ್ಣಿಯನ್ನ ಅವರ ಹಟ್ಟಿಯ ಎದುರು ಅಲ್ಲಿ ಇಲ್ಲಿ ನಿಲ್ಲಿಸಿ ಮಂಜುನಾಥ ಐದಾರು ಫೋಟೊ ಹೊಡೆದ. ಆಗೆಲ್ಲ ತಾವುಗಳೂ ಫೋಟೋದಲ್ಲಿ ಬಿದ್ದರೂ ಬಿದ್ದೇವು ಎಂದುಕೊಳ್ಳುತ್ತ ಮುಂದೆ ಮುಂದೆ ಹಾಯುವ ಕೊಪ್ಪದ ಜನವನ್ನು ದೂರ ಸರಿಸಿಯೇ ಅವನಿಗೆ ಸಾಕಾಯಿತು.

ಮಂಜುನಾಥ ಕೇಳಿದ ಹಲವು ಪ್ರಶ್ನೆಗಳು ಸಣ್ಣಿಗೆ ಅರ್ಥವೇ ಆಗಲಿಲ್ಲ. ಅಂಗಳದಲ್ಲಿ ಯಾರದೋ ಮನೆಯ ತುಕ್ಕು ಹಿಡಿದ ಕಬ್ಬಿಣ ಕುರ್ಚಿಯಲ್ಲಿ ಮುದುಡಿಕೊಂಡು ಕೂತು, 'ಎಲ್ಲ ನಮ್ಮ ಸಲವಾಗೇ ಮಾಡದ್ದು' ಅಂತ ಪದೇಪದೆ ಅಂದಳು. 'ಸಾರಯ ಅಂಗಡಿ ರ‍್ಯಾಡ ಆಗಲಿ ಅಂತ ಕಳ್ಳ ಬಟ್ಟಿ ತಂದ ಇರಿಸಿದರಂತೆ, ಹೌದೆ?' ಅಂತ ಕೇಳಿದ್ದಕ್ಕೆ ಮಾತ್ರ ಗಲಿಬಿಲಿ ಬಿದ್ದು, 'ಇಲ್ಲಪ್ಪ, ನಮಗ ಗುತ್ತಿಲ್ಲ, ನಿಮಗ ಯಾರ ಹೇಳದ್ದು?' ಅಂತ ಅವರನ್ನೇ ಪ್ರಶ್ನಿಸಿದಳು. 'ನಾಮ ಅಂತದೇನೂ ಮಾಡನೀಲ' ಅಂತ ತುಂಟತನದ ನಗೆ ಬೀರಿದಳು.

ಮಂಜುನಾಥನ ಬಾಯಲ್ಲಿ ಮತ್ತೆ ಮತ್ತೆ ಬರುತ್ತಿರುವ ಹೋರಾಟ ಎಂಬ ಪದವನ್ನು ಕೇಳಿ, 'ಹೋರಾಟಾ ಗೀರಾಟಾ ಎಂತಾ ಮಾಡನೀಲಾ, ನಾಮು ಹೆಂಗಸರೆಲ್ಲಾ ಒಂದಾದೋ, ಅವೆಲ್ಲಾ ಹೆಳತೇ ಕೂತರೆ ಹೊಡೀಸಕಂಬೇಕಾಗೂದು,

ಪಚ್ಚನ ಹೆಣತಿ ತೊಳಸಿ ಪಾಪಾ ಅಪ್ಪನ ಮನೇಗ ಹೋಗ ಕೂತೀತು. ಈ ಪಚ್ಚ ಮನೆಯಿಂದ ಹೆರಗ ಹಾಕದ ಅದಕೆ' ಅಂದದ್ದು ಕೇಳಿದ್ದೇ ತಡ ಮಂಜುನಾಥನಿಗೆ ಇಲ್ಲಿ ಇನ್ನೂ ಒಂದು ಸ್ವಾರಸ್ಯಕರ ಸಂಗತಿಯಿದೆಯೆಂದು ಬಗೆದು, ಇದನ್ನೇ ಪ್ರತ್ಯೇಕ ಒಂದು ಕಾಲಂ ಸುದ್ದಿ ಮಾಡಬಹುದೆಂದು ತುಳಸಿಯ ಕುರಿತಾಗಿಯೇ ಹೆಚ್ಚು ಹೆಚ್ಚು ಮಾಹಿತಿ ಕೇಳಿ ಬರಕೊಂಡ. ಹೋಗುವಾಗ ಸೀಲು ಮಾಡಿದ ಪಚ್ಚನ ಸಾರಾಯಿ ಅಂಗಡಿಯ ಫೋಟೋವನ್ನೂ ಹೊಡೆದುಕೊಂಡು ಹೋದ.

ಮಾರನೇ ದಿನ ಪತ್ರಿಕೆಯಲ್ಲಿ ಎರಡು ಕಡೆ ಕಳಸದಗುಡ್ಡೆಯ ವರದಿ ಪ್ರಕಟಗೊಂಡಿತ್ತು. ಒಂದು ಸಣ್ಣಮ್ಮನ ಹೋರಾಟದ ಕತೆಯಾದರೆ, ಇನ್ನೊಂದು ಸಾರಾಯಿ ಹೋರಾಟದಲ್ಲಿ ಪಾಲ್ಗೊಂಡಿದ್ದಕ್ಕೆ ಪಚ್ಚ ತನ್ನ ಹೆಂಡತಿಯನ್ನು ಅಪ್ಪನ ಮನೆಗೆ ಅಟ್ಟಿದ ಸುದ್ದಿಯ ವರದಿಯಾಗಿತ್ತು. ದಿಗಂಬರ, 'ನಿಮ್ಮ ಕೊಪ್ಪದ ಗಂಡಸರು, ಆ ಕೇಣಿ ಸಂಕದ ಮುರ್ಕಿ ಮ್ಯಾಲ ನಿಂತು ತೂರಾಡತೇ ಇದ್ರಪಾ ನಿನ್ನೆ' ಅಂತ ಸಣ್ಣಮ್ಮನನ್ನು ಬಾರೀಕಾಗಿ ಕೆಣಕಿದ. 'ಹುಟ್ಟ ಗುಣ, ಚಟ್ಟದ ಮ್ಯಾನ ಹಾಕೂತನಾ ಬಿಡೂರೇನರಾ?' ಅಂತ ವೇದನೆ ಪಟ್ಟರೂ, 'ಆ ಕೇಣಿ ಸಂಕದ ಸಾರಾಯ ಅಂಗಡೀಗೂ ಒಂದ ಗತಿ ಕಾಣಸಬೇಕು' ಎಂಬ ತಕ್ಷಣದ ತುಡಿತ ಅವಳಲ್ಲಿ ಹೊಸದೇ ಆದ ಉತ್ಸಾಹವನ್ನು ತುಂಬಿಬಿಟ್ಟಿತು. ಬಡಗೇರಿಯಿಂದ ದೇವೂನ ಅಪ್ಪ ಅವ್ವೆಯರೂ ಬಂದು, 'ನಮ್ಮ ಬಡಗೇರಿ ಕೊಪ್ಪದಲೂ ಈತು ಸಾರಾಯ ಅಂಗಡಿ, ಅದರ ಗೌಜಿ ಕೇಳದ್ರ ಬ್ಯಾಡಾ, ಅದೂ ಹೀಂಗೇ ಮುಚ್ಚೂಕಾತೀದಂತೆ?' ಅಂತೆಲ್ಲ ಕೇಳಿ ಸೊಸೆಯನ್ನು ಹಿಂದಿನ ದ್ವೇಷ ಮರೆತು ಮಾತಾಡಿಸಿ ಹೋದರು.

ಹೀಗೆ ಒಂದು ಪತ್ರಿಕೆಯಲ್ಲಿ ಬಂದ ನೆಪಕ್ಕೆ ಹತ್ತಾರು ಪತ್ರಿಕೆಯ ವರದಿಗಾರರು ಸಣ್ಣಮ್ಮ ಗೌಡಳ ಮನೆ ಕೇಳಿಕೊಂಡು ಕಳಸದ ಗುಡ್ಡೆಗೆ ಬರುವಂತಾಯಿತು. ಈ ಸಮಯದಲ್ಲೇ ನಾಯಕ ಮಾಸ್ತರು ಹಾಗೂ ಪಂಚಾಯಿತಿ ಅಧ್ಯಕ್ಷರು ಸೇರಿ ಸರಕಾರಕ್ಕೆ ಒಂದು ಶಿಫಾರಸ್ಸು ಪತ್ರ ಬರೆದರು. ಅದರಲ್ಲಿ ಹೀಗೆ ನಮ್ಮ ಹಳ್ಳಿಯ ಅಶಿಕ್ಷಿತ ಮಹಿಳೆಯೊಬ್ಬಳು ಸಾರಾಯಿ ಆಂದೋಲನ ಆರಂಭಿಸಿ ಯಶಸ್ವಿಯಾಗಿರುವುದರ ಕುರಿತು ವಿವರವಾದ ಮಾಹಿತಿಯೊಂದು ಅದರ ಜೊತೆಗಿತ್ತು. ಸರಕಾರ ಈ ಬಗ್ಗೆ ಯಾಕೋ ಬೇಗ ಸ್ಪಂದಿಸಿ, ಮುಂದೆ ಜನವರಿ ಇಪ್ಪತ್ತಾರು ಗಣರಾಜ್ಯೋತ್ಸವದ ದಿನ ಕಳಸದ ಗುಡ್ಡೆಯನ್ನು ಪಾನಮುಕ್ತ ಹಳ್ಳಿಯೆಂದು ಘೋಷಿಸಿದ್ದು ನಾಯಕ ಮಾಸ್ತರಿಗೆ ಆಳುವವರ ಮೇಲೆ ವಿಶ್ವಾಸ ಮೂಡಿಸಿತ್ತು.

ಕೊಪ್ಪದ ಜನರ ಕೈಯಿಂದಲೇ ಪಂಚಾಯಿತಿ ಸದಸ್ಯರೆಲ್ಲ ನಿಂತು ಸೀಲಾಗಿದ್ದ ಸಾರಾಯಿ ಅಂಗಡಿಯನ್ನು ನೆಲಸಮ ಮಾಡಿಸಿದರು. ಅಳಿದುಳಿದ ಪಾಕೀಟು ಬಾಟಲಿ ಕ್ಯಾನುಗಳನ್ನು ನೆಲಕ್ಕೆ ಚೆಲ್ಲಿ ಖಾಲಿ ಮಾಡುವಾಗ ಪೊಕ್ಕ ಬೀರಪ್ಪರ ಬಾಯಲ್ಲಿ ನೀರಾಡುತ್ತಿತ್ತು. ಸಣ್ಣಮ್ಮ ತಾನೂ ಬಂದು ನಿಂತು ಆ ದೃಶ್ಯ ಸವಿದಳು. ಇವಳನ್ನು ಕಂಡದ್ದೇ ಎಲ್ಲರೂ ಸಣ್ಣಮ್ಮನಿಗೆ ಅರ್ಧಸಿಟ್ಟು ಅರ್ಧ ತಮಾಷೆಯಿಂದ, 'ಅಮ್ಮಾ

ತಾಯೀ ಚೌಡೀ' ಎನ್ನುತ್ತ ಕೈ ಎತ್ತೆತ್ತಿ ಮುಗಿದರು. ಒಬ್ಬರಿಗೊಬ್ಬರು ಒಳ ಬಾಯಲ್ಲೇ, 'ಈ ಹೆಂಗಸರಿಗೆಲ್ಲ ಅಂಜು ಕಾಲ ಬಂತಲ್ಲೊ' ಅಂತ ತುಟಿಯಲ್ಲೇ ಹೇಳಿಕೊಂಡರು. ಸಣ್ಣಮ್ಮ ಹಿಂದಕ್ಕೆ ಕೈ ಕಟ್ಟಿ ನಿಂತು, 'ಎಲ್ಲಾ ಗುತ್ತಿದ್ದದ್ದೇ, ಈಗೂ ಯಾವ್ಯಾವ ಅಪ್ಪಂತಗಳು ಕೇಣಿ ಸಂಕದ ಕತ್ತರೀಗ ಹೋಗ ಬತ್ತೀರು ಅಂದ್ಕ ನೋಡಿ ನಾನು' ಅನ್ನುತ್ತ ನಕ್ಕಳು. ಸಂಜೆಯಾದೊಡನೆ ಅತ್ತ ಸುಳಿವವರೆಲ್ಲ ಇದ್ದಲ್ಲೇ ಮೊಗಮ್ಮಾದರು.

ಮುಂದೆ ಮಾರ್ಚ್ ಎಂಟರ ಮಹಿಳಾ ದಿನಾಚರಣೆಯ ಅಂಗವಾಗಿ ಸರಕಾರ ಕೊಡಮಾಡುವ ಕಿತ್ತೂರ ಚೆನ್ನಮ್ಮಾ ಪ್ರಶಸ್ತಿ ಗಳಿಸಿದವರ ಪಟ್ಟಿಯಲ್ಲಿ ಸಣ್ಣಮ್ಮನ ಹೆಸರೂ ಇತ್ತು. ಇದ್ದಕ್ಕಿದ್ದಂತೆ ಇನ್ನೊಂದು ಬಾರಿ ಪತ್ರಿಕೆಯವರು ಕಳಸದಗುಡ್ಡೆಯ ಕೊಪ್ಪದ ಮುರುಕಲು ಗುಡಿಸಲನ್ನು ಹುಡುಕಿ ಹುಡುಕಿ ಬಂದರು. ಈ ಸಲ ಬಂದಂಥ ಅದೇ ಮಂಜುನಾಥ ಹೊಸದೆರಡು ಪ್ರಶ್ನೆಗಳನ್ನು ಸಣ್ಣಮ್ಮನ ಮುಂದಿಟ್ಟ. ಸರಕಾರ ಕೊಟ್ಟ ಇಪ್ಪತ್ತೈದು ಸಾವಿರ ರೂಪಾಯಿಗಳನ್ನು ಯಾತಕ್ಕಾಗಿ ಖರ್ಚು ಮಾಡುತ್ತೀರಿ? ಮತ್ತು ನಿಮ್ಮ ಹಳ್ಳಿಗೆ ಇನ್ಯಾವ ಸೌಲಭ್ಯ ನಿರೀಕ್ಷಿಸುತ್ತೀರಿ? ಎಂಬುದು.

ಮಂಜುನಾಥ ಹೀಗೆಲ್ಲ ಕೇಳುವಾಗ ದೇವು ನಡುವೆ ಬಾಯಿ ಹಾಕಿ, 'ನಮ ಕೊಪ್ಪದವರಿಗೆಲ್ಲಾ ಒಂದೊಂದ ಓಡ್ಲ ಮನೆ ಕಟ್ಟ ಕೊಡೀ ಅಂದ ಹೇಳೇ' ಅಂತ ತನ್ನದೊಂದು ಸೇರಿಸಿದ. ತೋರು ಬೆರಳನ್ನು ತುಟಿಯ ಮೇಲಿಟ್ಟು 'ಶ್!' ಅಂತ ಸಣ್ಣಗೆ ಗದರಿ ರಿಕಾರ್ಡರ್ ತೋರಿದ ಮಂಜುನಾಥ, 'ನೀವು ಹೇಳಿ ಸಣ್ಣಮ್ಮಾ' ಅಂತ ಪುಸಲಾಯಿಸಿದ. ಆಗ ಸಣ್ಣಿ, 'ಅದೇನೋ ಯಾರೋ ಮಿಲಿಟರಿಯವರು ಬತ್ತೀರಂತೆ, ನಮಗೆಲ್ಲಾ ಇಲ್ಲಿಂದ ಓಡಸಹಾಕ್ತೀರಂತೆ, ಗುಡ್ಡೇ ಗಿರಿಯಮ್ಮನ ಇಳಸಿ ಬ್ಯಾರೇ ಕಡೆ ಸಾಗಸತೀರಂತೆ, ನಾಮ ಊರು ಮನೆ ಈ ಜಾಗಾ ಎಲ್ಲಾ ಬಿಟ್ಟಾಕಂಡೇ ಬ್ಯಾರೇ ಕಡಗ ಹೋಗಿ ಜೀವನಾ ಮಾಡಬೇಕಂತೆ, ಅದೊಂದ ಆಗದಿದ್ದಂಗ ನೋಡಕಳಿ ಅಂದ ನಾ ಸರಕಾರಕ್ಕ ಹೇಳೂದ ಇಟ್ಟೇಯಾ' ಅಂದಳು.

ಅದಕ್ಕೆ ಮಂಜುನಾಥ, 'ಅದು ಬೇರೆ, ಮುಂದೆ ಬರೋ ನೌಕಾನೆಲೆ ಕತೆ ಸಣ್ಣಮ್ಮ, ಈಗ ಇಲ್ಲಿ ನಿಮ್ಮ ಕತೆ ಅಷ್ಟೇ ಹೇಳಿ' ಅಂದವನಿಗೆ ಸಣ್ಣಮ್ಮಾ, 'ಹೀಂಗೇ, ನಮ್ಮ ನೆಲೆ ಒಂದು ಗಟ್ಟೀಯಾಗೂತನಕಾ ಹಿಂದೆ ನೆಡದದ್ದು, ಮುಂದ ನೆಡಿಯೂದು ಎಲ್ಲಾ ಕತೆ ನಮದೇಯಾ ಅಲ್ಲರಾ?' ಅಂದಳು. ಮಂಜುನಾಥ ಸಂದರ್ಶನ ಮುಗಿಸಿ ತಾನು ಗೀಚಿಕೊಂಡದ್ದರ ಮೇಲೆ ಒಮ್ಮೆ ಕಣ್ಣಾಡಿಸಿದ. ಸಣ್ಣಮ್ಮ ತಾನು ಕೇಳಿದ ಪ್ರಶ್ನೆಯೊಂದಕ್ಕೂ ಸರಿಯಾಗಿ ಉತ್ತರಿಸಲಿಲ್ಲ ಅನ್ನಿಸಿತವನಿಗೆ.

ಮಹಿಳಾ ದಿನಾಚರಣೆಯಂದು ಸಣ್ಣಮ್ಮನನ್ನು ಬೆಂಗಳೂರಿಗೆ ಕರೆದೊಯ್ಯುವ ಕುರಿತು ನಾಯಕ ಮಾಸ್ತರು ಮತ್ತು ಪಂಚಾಯಿತಿ ಅಧ್ಯಕ್ಷ ಗೋಪಿನಾಥ ಗಾಂವಕಾರರು ಮಾತಾಡಿಕೊಂಡು, ಸಣ್ಣಮ್ಮನ ಕುಟುಂಬಕ್ಕೆ ತೀರ ಹತ್ತಿರನಾದ ದಿಗಂಬರನಿಗೆ ಈ ಕೆಲಸ ಒಪ್ಪಿಸಲು ಅವನನ್ನೇ ಒಂದು ದಿನ ಪಂಚಾಯಿತಿಗೆ ಕರೆದು ಮಾತಾಡಿದರು. ಹೋಗಿ ಬರುವ ಖರ್ಚನ್ನು ಪಂಚಾಯಿತಿ ಭರಿಸುತ್ತದೆಂದು

ಬಾಯ್ಬಿಟ್ಟೇ ಹೇಳಿದರೂ ದಿಗಂಬರ ಹೆಂಡತಿಯ ಹೆರಿಗೆಯ ಸಮಯವಾಗಿದೆ ಎಂಬ ನೆಪ ಹೇಳಿ ತಪ್ಪಿಸಿಕೊಂಡ. ನಂತರ ಸಣ್ಣಮ್ಮನ ಅಣ್ಣ ಬೆಳಸೆಯ ಚೀಪನೇ ಅವಳನ್ನು ಕರೆದೊಯ್ಯಲು ಒಪ್ಪಿಕೊಂಡು, 'ಶುದ್ಧ ಭಾಷೇಲ ಮಾತಾಡಿ, ಅಲ್ಲಿ ಇಲ್ಲಿ ಕೇಳಕಂಡ ಹೋಗ ಬತ್ತೀನ್ರಾ' ಎನ್ನುತ್ತ ಧೈರ್ಯ ತೋರಿದ. ಜೊತೆಯಲ್ಲಿ ದೇವು ಮತ್ತು ಮಗ ಮಾದೇವರೂ ಬರುತ್ತೇನೆಂದರೂ ಬಸ್ ಚಾರ್ಜಿನ ಭಯಕ್ಕೆ ಅವರನ್ನು ಬಿಟ್ಟು ಹೋಗಲಾಯಿತು.

ಇಡೀ ರಾತ್ರಿ ಬಸ್ಸಿನಲ್ಲೇ ಕೂತು ಸಣ್ಣಮ್ಮ ನುಜ್ಜುಗುಜ್ಜಾಗಿ ಹೋಗಿದ್ದಳು. ನಾಯಕ ಮಾಸ್ತರು ಕೊಟ್ಟ ದೂರವಾಣಿಗೆ ಫೋನ್ ಮಾಡಿದ ಚೀಪ ಅಂತೂ ರಿಕ್ಷಾದಲ್ಲೇ ಕೂತು ಸಣ್ಣಮ್ಮನನ್ನು ಮೊದಲೇ ಕಾಯ್ದಿರಿಸಿದ ಹೋಟೇಲ್ ಕೋಣೆಗೆ ತಲುಪಿಸಿದ್ದೇ ತಾನು ದೊಡ್ಡ ಸಾಹಸವನ್ನೇ ಮಾಡಿದಂತೆ ಹೆಮ್ಮೆಪಟ್ಟ. ಸಣ್ಣಮ್ಮ ಒಂದು ಶಬ್ದವನ್ನೂ ಉಚ್ಚರಿಸದೆ ಇದ್ದಲ್ಲೇ ಮುದುಡಿ ಮುದುಡಿ ನಡೆದಳು.

ಮಾರ್ಚ್ ಒಂಬತ್ತರಂದು ದಿಗಂಬರನ ಅಂಗಡಿಗೆ ಬಂದು ಬಿದ್ದ 'ಕರಾವಳಿ ನಸುಕು' ಪತ್ರಿಕೆಯಲ್ಲಿ ವರದಿಯಾದ ಬೇರೆ ಬೇರೆ ಹದಿನೈದು ಹೆಂಗಸರ ಗುಂಪಿನಲ್ಲಿ ಚೌಕಳಿ ಕೆಂಪು ಸೀರೆಯ ಸಣ್ಣಮ್ಮನನ್ನು ಊರಿಗೆ ಊರೇ ಹುಡುಕಾಡಿ ನೋಡಿ ಆನಂದಿಸಿತು. 'ಇಟ್ಟೇ ಶಣ್ಣಕ ಬಂದೀದು, ಕಾಂಬೂಕಲಾ' ಎನ್ನುತ್ತ ಹಮ್ಮುವಿನ ತಾಯಿ ಕರಿಯಮ್ಮಜ್ಜಿಯೂ ಕೋಲು ಊರುತ್ತ ಬಂದು ನೋಡಿ ಹೋದಳು. ಸಂಜೆಯೊಳಗೆ ಆ ಪತ್ರಿಕೆ ಇದ್ದಲ್ಲೇ ಚಿಂದಿಯ ರೂಪತಾಳಿತ್ತು. ಬಂದವರ ಕಡೆಯೆಲ್ಲ ದಿಗಂಬರ, 'ನೋಡೋ, ಈ ಸಣ್ಣಿ ನಮ್ಮ ಮನೇ ಕೆಲಸಾ ಮಾಡುವವಳು ಅಂತ ನಾ ನಮ್ಮ ಸಂಬಂಧಿಕರ ಬಳಿ ಹೇಳಿದರೆ ಯಾರೂ ನಂಬೂದೇ ಇಲ್ಲವೊ' ಅನ್ನುತ್ತ ಒಳಗೊಳಗೇ ಅಸಮಾಧಾನಗೊಂಡ.

ಆದರೆ ಮಾರನೇ ದಿನ ಊರಿಗೆ ಹಿಂತಿರುಗುವಾಗ ಬೆಂಗಳೂರಿನ ಬಸ್ಸು ನಿಲ್ದಾಣದಲ್ಲಿ ಸಣ್ಣಮ್ಮ ತನ್ನ ಅಣ್ಣನೊಡನೆ ನಿಂತಿದ್ದಾಗ, ಅಲ್ಲೇ ಪಕ್ಕದಲ್ಲಿ ನಿಂತ ಇನ್ನೊಂದು ಬಸ್ಸು ಏರಿ ಹೊರಟ ಥೇಟು ಮಾಲಿಯಂಥದೇ ಹುಡುಗಿಯನ್ನು ಕಂಡು ಒಮ್ಮೆಲೇ ಅಚ್ಚರಿಯಾಗಿ, ಅಣ್ಣನಿಗೆ ತೋರುವುದಕ್ಕೆ ಮುನ್ನವೇ ಆ ಬಸ್ಸು ಹೊರಟೇ ಬಿಟ್ಟಿತ್ತು. ಸಂಭ್ರಮ ಭಯ ಮುಜುಗರ ಏನೆಂದೇ ಗೊತ್ತಾಗದ ಭಾವಗಳಲ್ಲಿ ಆ ಸಂಗತಿಯನ್ನು ಹೆಚ್ಚಾಗಿ ಚರ್ಚಿಸಲು ಅವಳಿಗೆ ವೇಳೆಯೇ ಸಿಕ್ಕಿರಲಿಲ್ಲ. ಬೆಳಿಗ್ಗೆ ಕಳಸದ ಗುಡ್ಡೆಗೆ ಬಂದಿಳಿದಾಗ, ಸಣ್ಣಮ್ಮನ ಮುಖದಲ್ಲಿ ಹೊಸದೊಂದೇ ಕಳೆಯಿತ್ತು. ಅಷ್ಟು ದೂರ ಕಾಣದ ಊರಿಗೆ ಕರೆದುಕೊಂಡು ಹೋಗಿ ಸುರುಳೀತ ತಂದು ಮುಟ್ಟಿಸಿದ ಜೀಪ್‌ನಲ್ಲಿ ಹೊಸ ಲೋಕವೊಂದನ್ನು ಕಂಡು ಬಂದ ಅಚ್ಚರಿಯಿತ್ತು.

ಊರ ಬಸ್ಸಿಳಿದು ತನ್ನ ಅಂಗಡಿಯ ಎದುರೇ ಹಾದು ಹೋದ ಸಣ್ಣಮ್ಮನನ್ನು ನಿಲ್ಲಿಸಿ ದಿಗಂಬರ, ಅವಳ ವಿಚಾರವಾಗಿ ಮತ್ತೆಂಥದೂ ಕೇಳಲು ಹೋಗದೆ, 'ಅವ್ರು ಕೊಟ್ಟ ದುಡ್ಡೆಂತಾ ಮಾಡತ್ಯೇ ಸಣ್ಣಮ್ಮಾ?' ಅಂತ ಮಾತ್ರ ಕೆಣಕಿದ. 'ಯಾಕರಾ?

ಅದರಲ ತೊಡೇ ದುಡ್ಡು ನಿಮಗ ಬೇಕಾಗಿತ್ತೇನ್ರಾ?' ಅಂತ ಉಲ್ಟಾ ಪ್ರಶ್ನೆಯನ್ನೇ ಎಸೆದು ಅವನ ಬಾಯಿ ಮುಚ್ಚಿಸಿದಳು. ಕೊಪ್ಪದ ಜನವೆಲ್ಲ ಅವಳ ಹಟ್ಟಿಯಲ್ಲಿ ಶಾಲು ಫಲ ತಾಂಬೂಲಗಳನ್ನು ನೋಡಿಯಾದ ನಂತರ ಅವರನ್ನುದ್ದೇಶಿಸಿ ಸಣ್ಣಮ್ಮ ಒಂದು ಸಣ್ಣ ಬೈಟಕ್ಕೇ ನಡೆಸಿದ್ದಳು. 'ಎಂಥಾ ಬೆಂಗಳೂರ್ರಾ, ಹೊಲಶು, ಕಾಲಿಕ್ಕೂಕೆ ಜಾಗಿಲ್ಲಾ, ಕೋಟಿ ಕೋಟಿ ಜನಾ. ಅಲ್ಲಿ ಭಾಷೆ ಕನ್ನಡವೇ ಆದ್ರೂ ಅರ್ಥವೆ ಆಗೂಕಲಾ, ಎಲ್ ನೋಡದ್ರೂ ಗಾಡಿ ಜನಾ, ಜನಾ ಗಾಡಿ, ಆ ಬೆಳೀ ಬೆಳೀ ಹೊಟೇಲ್ ಕ್ವಾಣೇಲ ಎಲ್ಲಿ ಕುತ್ರೂ ಗಲೀಜಾತೀದಬಲ ಅಂಗಾತೀದು. ಉಂಬೂದು ಸೌಟನಲಕಂಡ, ಶಾಯ್ಲಪ್ಪ, ಎಲ್ಲಾ ಕಡಗೂ ಎಲ್ಲಾ ಜನಕೂ ನನ ಶೀರೆ ಮಣಿಸರದ ಮ್ಯಾನೇ ಕಣ್ಣು, ಅವರು ಶಾಲ ಹೊದಸದ ಕೂಡ್ಲೇ ಅದ ನಾ ಮತ್ತ ತೆಗಿಯೂಕೇ ಹೋಗನಿಲ, ಹಾಂಗೆ ಹೊದ್ಕಂಡೇ ಬಂಧ್ಬಿಟ್ಟೆ, ನಂಗಂತೂ ಒಂದ ಸತೀಗ ಬಿಟ್ಟಾಕಂಡ ಈ ಬದೀಗ ಬಂದ್ರ ಶಾಕಾಯ್ತು' ಅಂತೆಲ್ಲ ಸಣ್ಣಮ್ಮ ಅಲ್ಲಿಯ ಅನುಭವ ಬಿಚ್ಚಿಟ್ಟಳು. ಅದೇ ಸಮಯದಲ್ಲಿ, 'ಈ ಪಚ್ಚಿಗ ಬುದ್ಧೀ ಹೇಳೂರ್‍ಯಾರು? ಪಾಪ ನಮ್ಮ ತೊಳಸೀ ಕೂಡಗೂ ಬಾವೀಕೊಡ್ಲಿಗೆ ಒಂದಿನ ಹೋಗಬತ್ತಿ' ಅನ್ನುತ್ತ ಅವಳನ್ನೂ ಅಕ್ಕರೆಯಿಂದ ನೆನೆಸಿಕೊಂಡಳು.

ಆದರೆ ತಾನು ಬಸ್ ಸ್ಟ್ಯಾಂಡಿನಲ್ಲಿ ಕಂಡ ಮಾಲಿಯಂಥದೇ ಹುಡುಗಿಯ ವಿವರಗಳನ್ನು ಮಧ್ಯಾಹ್ನದ ಮೇಲೆ ಏಕಾಂತದಲ್ಲಿ ದೇವೂನೊಡನೆ ಹೇಳಿದಳು. 'ಸಾಧ್ಯನೇ ಇಲ್ಲಾ ನೀ ನೋಡೀರೂಕೆ, ಅದರಂಗೇ ಇದ್ದೋಳ ಯಾರನೋ ನೀ ನೋಡಿರವೆ' ಥಟ್ಟನೆ ಅಂದ ದೇವು. 'ಅದ ಹ್ಯಾಂಗ ಅಟ್ಟ ಶರೀಯಾಗ ಹೇಳ್ತೀ ನೀನು?' ಅಂತ ಸಣ್ಣಮ್ಮ ಕೆದಕಿ ಕೆದಕಿ ಕೇಳಿದ್ದಳು. ಈಗ ಉಪಾಯವಿಲ್ಲದೆ ಬಹುದಿನಗಳಿಂದ ಹೊಟ್ಟೆಯಲ್ಲೇ ಇಟ್ಟುಕೊಂಡು ಬೇಯುತ್ತಿರುವ ಸಂಗತಿಯೊಂದನ್ನು ಗುಟ್ಟಾಗಿ ಹೇಳಿ ದೇವು ಬಿಡುಗಡೆಯ ನಿಟ್ಟುಸಿರಿಟ್ಟ.

ಈಗ ಉರಿವ ಹೊಸ ಬೆಂಕಿಯುಂಡೆಯೊಂದು ಸಣ್ಣಮ್ಮನೊಳಗೆ ಕಾಣಿಸಿಕೊಂಡಿತು. 'ಓಹೋ, ಹೀಂಗಾದದ್ದು?' ಎನ್ನುತ್ತ ಐದಾರು ತಿಂಗಳ ಹಿಂದಿನ ನೆನಪು ಒತ್ತರಿಸಿ ಬಂದು ದುಃಖಿಸಿದಳು. 'ಎಲ್ಲೋ ಒಂದ ಕಡೇಗ ಸುಖವಾಗ ಈತು ಅಂದೇ ಸುಮ್ಮನಿದ್ದೆ' ಅನ್ನುತ್ತ ತನ್ನೊಳಗಿನ ಶಕ್ತಿಯೇ ಕುಂದಿ ಹೋದಂತೆ ಎಷ್ಟೋ ಹೊತ್ತು ಕೂತುಬಿಟ್ಟಳು. ಎಂಥದೋ ಸಂಕಟ ಅಸಹಾಯಕತೆಯಿಂದ ಮಿಡಿದ ಸಣ್ಣಮ್ಮ, 'ಆ ಪತ್ರಿಕೆ ಜನಾ ಮತ್ತೆ ಬರಲಿ, ಈ ಶುದ್ದಿನೂ ಸಣ್ಣಾಗ ತಿಳಸಿ, ಸರೀ ತನಿಖೆ ಆಗಲಿ, ಅಂದಕ ಹೇಳಬಿಡ್ತಿ' ಅಂದುಕೊಳ್ಳುತ್ತ ಮುಂದಿನ ದಾರಿಗೆ ಮನಸ್ಸಿನಲ್ಲೇ ಸಿದ್ಧವಾಗತೊಡಗಿದಳು.

ಅಧ್ಯಾಯ 24

ದಿಗಂಬರ ಬಾಯಕ್ಕನಿಗೆ, 'ಅಮ್ಮಾ ಈವತ್ತು ನಿನ್ನ ಮೊಮ್ಮಗು ಬರತದೆ' ಅಂತ ಮೂರ್‍ನಾಲ್ಕು ಸಲ ಹೇಳಿ ಹೇಳಿಯೇ ಆ ಸಮಯದಲ್ಲಿ ಕೊಂಚವಾದರೂ ಅವಳು ಸ್ಪಂದಿಸುವಂತೆ ಮಾಡಲು ಯತ್ನಿಸಿದ. ಮಾತು ನಗು ಎಲ್ಲ ಮರೆತಂತೆ, ತಲೆಯನ್ನೂ ಸಹ ಬಾಚಿಕೊಳ್ಳದೆ ಕೂಡುವ ಬಾಯಕ್ಕನನ್ನು ಸುಧಾರಿಸುವುದೇ ದಿಗಂಬರನಿಗೊಂದು ಸವಾಲಾಯಿತು. ತನ್ನ ಕುಲಪುತ್ರ ಮೊದಲ ಬಾರಿ ಮನೆಯ ಮೆಟ್ಟಿಲು ತುಳಿಯುವ ವೇಳೆಯಲ್ಲಿ ಮಧುಮಾವನಾದರೂ ಇರಲಿ ಅಂತ ಅವರ ಮನೆಗೂ ಫೋನು ಮಾಡಿ ಹೇಳಿದ. ಫೋನು ಹಿಡಿದ ವಾಸಂತಿಯೂ ಬಾಯಕ್ಕನ ಈ ಸ್ಥಿತಿಯನ್ನು ಕೇಳಿ ಕ್ಷಣ ಮರುಗಿದಳು. ಮಧುಕರ ಮಧ್ಯಾಹ್ನ ಮೂರರ ಹೊತ್ತಿಗೆ ಅಂಗಡಿಯಿಂದ ಬಂದು ಉಂಡ. ಈ ಕಡೆಯಿಂದ ವಾಸಂತಿ ಗಂಡನನ್ನು ಎಬ್ಬಿಸಿಕೊಂಡು ಸುಂಕಸಾಳೆಯಿಂದ ಸ್ಕೂಟರಿನಲ್ಲಿ ಬಾಯಕ್ಕನ ಮನೆ ಎದುರು ಬಂದಿಳಿಯುವುದಕ್ಕೂ ಆ ಬದಿಯಿಂದ ಅರುಂಧತಿ ಮಗುವನ್ನು ಅವಚಿಕೊಂಡು ಅಣ್ಣ ಅತ್ತಿಗೆಯರ ಜೊತೆ ಟ್ಯಾಕ್ಸಿ ಇಳಿಯು ವುದಕ್ಕೂ ಸರಿಹೋಯಿತು.

ಬಾಯಕ್ಕ ಹೊರಕಟ್ಟೆಯ ಮೇಲೆ ಎಲ್ಲೋ ಶೂನ್ಯದಲ್ಲಿ ದೃಷ್ಟಿ ನೆಟ್ಟು ಕೂತಿದ್ದಳು. ಇಷ್ಟೆಲ್ಲ ಜನ ಅಂಗಳಕ್ಕೆ ಬಂದರೂ ಅವಳು ಈ ಬದಿ ತಿರುಗಲೇ ಇಲ್ಲ. ಕೈಯಲ್ಲಿ ಬಾಳೆ ಹಣ್ಣು ತಿಂದ ಸಿಪ್ಪೆ ಹಿಡಿದುಕೊಂಡಿದ್ದಳು. ಮಧುಕರನೇ ಮೊದಲು ಮುಂದೆ ಬಂದು, 'ಅಕ್ಕಾ ಅಕ್ಕಾ' ಎನ್ನುತ್ತ ಅವಳ ಬಳಿ ಹೋಗಿ ಕೂತ. ಒಮ್ಮೆಲೇ ಹೆದರಿಕೊಂಡ ಬಾಯಕ್ಕ ಅವಸರದಲ್ಲಿ ಎದ್ದು ನಿಂತು, ಮಧ್ಯಾಹ್ನದಿಂದ ಕೈಯಲ್ಲಿ ಹಿಡಿದ ಬಾಳೆಹಣ್ಣಿನ ಸಿಪ್ಪೆ ಅವನ ಮೇಲೆ ಬಿಸಾಕಿಬಿಟ್ಟಳು. ವೇಣು ದೂರ ನಿಂತೇ ಅರುಂಧತಿಯನ್ನು ದುರುಗುಟ್ಟಿದ. 'ಕೂತ್ಗೋಳೆ ಅಕ್ಕ, ಕೂತ್ಗೋಳೆ ಬಾರೆ' ಎಂದು ಮಧುಕರ ಎಷ್ಟು ಕರೆದರೂ ಬಾಯಕ್ಕ ಕೂಡದೇ, ಮೊದಲ ದಿನ ನಾಣಿಗೆ ಒಲೆಯ ಉರಿಯುವ ಸೌದೆ ತಾಗಿ ಸುಟ್ಟುಕೊಂಡ ಕಾಲುಬೆರಳನ್ನು, 'ನೋಡಿಲ್ಲಿ' ಅಂತ ತೋರಿಸಿದಳು. ಅಷ್ಟರಲ್ಲಿ

ವಾಸಂತಿಯೇ ಒಳಹೋಗಿ ಒಂದು ಬಟ್ಟಲಲ್ಲಿ ಕೆಂಪು ನೀರು ಗರಡಿ ಹೊರತಂದು ಹೊಸ ಕಂದನಿಗೆ ಮತ್ತು ಬಾಣಂತಿಗೆ ಬೊಳುವಿನ ಆರತಿ ಎತ್ತಿ ಒಳಗೆ ಬರಮಾಡಿ ಕೊಂಡಳು.

ಬಾಯಕ್ಕ ಈಗ ಎದುರು ಹಾಯ್ದವರಿಗೆಲ್ಲ, 'ನಮ್ಮ ಸರೂ ಮದುವೆ ಮುದ್ದಾಂ ಬರಬೇಕು ಹ್ನಾ, ಇನ್ನೂ ಚಪ್ಪರಾ ಹಾಕ್ಬೇಕು ಹಪ್ಪಳಾ ಬಾಳಕಾ ಮಾಡ್ಬೇಕು, ಅದರ ಕುತ್ತಿಗೆಗೊಂದು ಶ್ರೀಮಂತ ಹಾರಾನೇ ಮಾಡಿಸಬೇಕು, ಎಷ್ಟೊಂದ ಕೆಲಸಾ ಇದೆ ನಂಗೆ' ಅನ್ನುತ್ತ ಕೂತಲ್ಲೇ, ಉಟ್ಟ ಮುದ್ದೆಯಾದ ಸೀರೆಯನ್ನು ಎಳೆದೆಳೆದು ಸಾಪು ಮಾಡಿಕೊಂಡಳು.

ಮಗುವನ್ನು ವಾಸಂತಿ ಮತ್ತು ಶಶಿಕಲಾ ಎತ್ತಿಕೊಂಡು ಆಡಿಸುತ್ತ ಕೂತರು. ಬಾಲೆಗೆ ತಿಂಗಳು ತಿಂಗಳು ಕೊಡಿಸುವ ಚುಚ್ಚುಮದ್ದಿನ ಬಗ್ಗೆ, ತಿಂಗಳಿಗೊಮ್ಮೆಯಾದರೂ ಹೊಟ್ಟೆಗೆ ಹಾಕುವ ಕಹಿಮದ್ದಿನ ಬಗ್ಗೆ ಇತ್ತ ಮಾತು ಸಾಗಿದಾಗ ಅರುಂಧತಿಯೇ ಒಳ ಹೋಗಿ ಎಲ್ಲರಿಗೂ ಚಹ ಮಾಡಿದಳು. ದಿಗಂಬರ ಅಮ್ಮನ ಕೈಯಲ್ಲಿ ಚಹದ ಒಂದು ಲೋಟ ಹಿಡಿಸಿದ. 'ಒಮ್ಮೆ ಮೊಮ್ಮಗುವನ್ನು ತೋರಿಸಿಬಿಡುವಾ' ಅಂತ ಹೇಳಿದ ವಾಸಂತಿಗೆ ವೇಣು, 'ಹೇ ಹೇ ಈಗ ಬೇಡ ಅವರದು ಚಹಗಿಹ ಕುಡಿದಾಗಲಿ, ಡೇಂಜರ್ರು' ಅಂತ ಸಣ್ಣಗೆ ಪಿಸುಗುಟ್ಟಿದ. ಎಲ್ಲರಿಗೂ ಚಹ ತಲುಪಿ, ದಿಗಂಬರನಿಗೆ ಮಾತ್ರ ಕಮ್ಮಿಬಿದ್ದಾಗ ಅರುಂಧತಿ ಮತ್ತೆ ಚಹಕ್ಕಿಟ್ಟಳು.

ಎಲ್ಲರದೂ ಚಹ ಕುಡಿದು ಮುಗಿಸಿದಾಗ ಶಶಿಕಲಾಳೇ ಮಗುವನ್ನು ಹೊರಗೆತ್ತಿ ಕೊಂಡು ಬಂದು ಬಾಯಕ್ಕನ ಹತ್ತಿರ ಹೋಗಿ, 'ಅತ್ತೆ, ಇಲ್ನೋಡಿ ನಿಮ್ಮ ಮೊಮ್ಮಗು' ಅಂದಳು. ಬಾಯಕ್ಕ ಮಾಂಸದ ಮುದ್ದೆಯಂಥ ಮಗುವನ್ನು ನೋಡುತ್ತ ನೋಡುತ್ತ, 'ಅಯ್ಯೋ ನಮ್ಮ ದಿಗಂಬರಾ!' ಅಂತ ಕೆನ್ನೆ ಸವರಲು ಕೈ ಮುಂದೆ ಮಾಡಿದಳು. ಎಲ್ಲರೂ ನಗುತ್ತಿದ್ದಾಗ ಶಶಿಕಲಾ ಪುನಃ, 'ದಿಗಂಬರ ಅಲ್ಲ, ಅವನ ಮಗ' ಅಂತ ತಿದ್ದಿದ್ದಕ್ಕೆ, 'ಇದು ನಿನಗೇ ಹುಟ್ಟಿದ್ದೋ? ದತ್ತಕ ತೊಗೊಂಡಿದ್ದೋ?' ಅಂತ ಕೇಳಿಬಿಟ್ಟಿದ್ದಳು.

ಎಲ್ಲರೂ ಒಂದು ಕ್ಷಣ ದೊಡ್ಡ ತಮಾಷೆ ನಡೆದಂತೆ ನಕ್ಕುಬಿಟ್ಟರೂ ಆ ನಂತರ ಮಧುಕರ ಗಂಭೀರನಾಗಿ, 'ಅಕ್ಕನ ತಲೆಯಲ್ಲಿ ಯಾವ ಸಂಗತಿ ಕೊರೆಯುತ್ತಿದೆ ಅಂತ ನನಗೀಗ ಹೊಳೆಯಿತು' ಅನ್ನುತ್ತ ದಿಗಂಬರನೆಡೆ ತಿರುಗಿ, 'ಅವಳು ಅಲ್ಲೇ ಮದುವೆ ಗಿದುವೆ ಆಗಿದ್ದರೆ, ಗಂಡನೊಡನೆ ಬಂದು ಅಮ್ಮನಿಗೆ ನಮಸ್ಕಾರ ಮಾಡಿ, ಅವನನ್ನು ಒಮ್ಮೆ ತೋರಿಸಿ ಹೋಗಲು ಹೇಳು' ಕೋಪದಿಂದಲೇ ಅಂದ. ಎದುರು ಬೀಗರನ್ನಿಟ್ಟು ಕೊಂಡು ತಮ್ಮ ಮನೆಯ ಒಳ ವಿಷಯ ಚರ್ಚಿಸುವುದು ಅಷ್ಟು ವಿಹಿತವೆನ್ನಿಸದೆ ದಿಗಂಬರ ಮುಖ ಗಂಟು ಹಾಕಿದ.

'ಅಕ್ಕನನ್ನು ನಮ್ಮ ಮನೆಗೆ ಸ್ವಲ್ಪ ದಿನ ಕರೆದೊಯ್ಯಲೇ' ಅಂತ ಮಧುಕರ ಕೇಳಿದ್ದಕ್ಕೆ ವಾಸಂತಿ ಗಂಡನೆಡೆಗೆ ನೋಡಿ ಕಣ್ಣಲ್ಲೇ ಸನ್ನೆ ಮಾಡಿದ್ದು ದಿಗಂಬರನಿಗೂ

ಕಂಡಿತು. ವಾಸಂತಿ ಹಾಗೂ ಮಧುಕರ ಸಂಜೆ ಆರರವರೆಗೆ ಕೂತಿದ್ದು ನಂತರ ಎದ್ದು ಸ್ಕೂಟರು ಬಳಿ ನಡೆದರು. 'ಊಟ ಮುಗಿಸಿಯೇ ಹೋದರಾಗುತ್ತಿತ್ತು' ಅಂತ ದಿಗಂಬರ ಒಂದೇ ಸಲ ಹೇಳಿದ. ಅದನ್ನು ಕಿವಿಯ ಮೇಲೆ ಹಾಕಿಕೊಳ್ಳದೆ ನಡೆದ ವಾಸಂತಿ ಶಶಿಕಲಾಳನ್ನು, 'ನಿನ್ನ ಗಂಡ ಈಗ ದೊಡ್ಡ ಮನುಷ್ಯ ಆಗಿದ್ದಾನೆ, ಎತ್ತಿ ಆಡಿಸಿದ್ದೆಲ್ಲ ಮರೆತುಹೋಗಿದೆ ಅವನಿಗೆ, ಆದರೂ ಹೇಳತೇನೆ, ತಿರುಗಿ ಹೋಗುವಾಗ ಸುಂಕಸಾಳೆಗೂ ದರ್ಶನ ಕೊಟ್ಟು ಹೋಗಿ' ಅಂತ ಮುಖ ದುಮುಗುಟ್ಟಿಸುತ್ತಲೇ ಹೇಳಿದಳು.

ವೇಣು ನಕ್ಕು, 'ಅಬ್ಬಾ, ಈ ಬಡಪಾಯಿಯ ಮೇಲೆ ಈ ಪರಿ ಸಿಟ್ಟು ಯಾಕೊ' ಅಂತ ವಾಸಂತಿಯ ಬದಿ ನೋಡುತ್ತ ಮಧುಕರನ ಕೈ ಕುಲುಕಿದ. ಮಧುಕರ, 'ಅರುಂಧತಿಗೆ ಎಲ್ಲ ಒಂದು ವ್ಯವಸ್ಥಿತ ಮಾಡಿಕೊಟ್ಟು ಹೋಗಿ' ಅಂದದ್ದಕ್ಕೆ ವೇಣು, 'ನನಗೆ ಅಂಗಡಿ ಉಂಟಲ್ಲ, ಇವಳು ಉಳಿಯುತ್ತಾಳೋ ನೋಡಬೇಕು, ನಾನು ನಾಳೆ ಹೊರಟೆ, ಆದರೂ ಇಲ್ಲಿಯ ವಾತಾವರಣ ನೋಡಿದರೆ ಭಯವಾಗತಿದೆ' ಅಂತೇನೋ ಸಣ್ಣಗೆ ಮಾತಾಡುತ್ತ ಅಲ್ಲೇ ಮೌನವಾಗುತ್ತ ದೆಣಪೆಯವರೆಗೆ ಬಂದು ಅವರನ್ನು ಕಳಿಸಿದ.

ಅಂತೂ ರಾತ್ರಿ ಒಂಬತ್ತರ ಹೊತ್ತಿಗೆ ಬಾಯಕ್ಕನನ್ನು ಒಳಗೆ ಕರೆದು ಊಟದ ಪಂಕ್ತಿಯಲ್ಲಿ ಕೂಡಿಸಲಾಯಿತು. ಅನ್ನ ಬಡಿಸಿದ್ದೇ ಸಾರು ಹಾಕುವ ಮುಂಚೇ ಬಾಯಕ್ಕ ಅರ್ಧ ಅನ್ನ ಉಂಡು ಮುಗಿಸಿದ್ದಳು. ವೇಣು, 'ಭಾವ, ನಿಮ್ಮನ್ನಾದರೂ ಗುರುತು ಹಿಡಿಯುತ್ತಾರೋ ಇಲ್ಲವೋ?' ಅಂತ ಕೇಳಿದ್ದಕ್ಕೆ ದಿಗಂಬರ ಅಮ್ಮನ ಎದುರು ನಿಂತು, 'ಅಮ್ಮಾ, ನನ್ನ ಹೆಸರೇನು ಹೇಳು?' ಪುನಃ ಪುನಃ ಅವಳನ್ನು ಸುಮ್ಮನೆ ಪೀಡಿಸಿದ್ದ. ಸ್ವಲ್ಪ ಹೊತ್ತು ಅವನನ್ನೇ ದಿಟ್ಟಿಸುತ್ತ ಯೋಚಿಸುವಂತೆ ತೋರಿದ ಬಾಯಕ್ಕ, 'ನಿನ್ನ ಹೆಸರು.. ನಿನ್ನ ಹೆಸರು ಅ ಅ ಧರ್ಮರಾಯ' ಅಂದುಬಿಟ್ಟಳು. ಎಲ್ಲರೂ ಒಮ್ಮೆಲೇ ಗೊಳ್ಳನೆ ನಕ್ಕುಬಿಟ್ಟರು. ದಿಗಂಬರ ಸಾವರಿಸಿಕೊಂಡು, 'ಹೋಗಲಿ, ನಿನ್ನ ಹೆಸರೇನು ಹೇಳು?' ಅಂತ ಕೇಳಿದ್ದಕ್ಕೆ ಅವಳು ಏನೋ ಯೋಚಿಸುತ್ತ ಕೂತೇ ಉಳಿದಳು. ವೇಣು ಮಧ್ಯ ಬಾಯಿ ಹಾಕಿ, 'ಕುಂತಿ ಇರಬೇಕು ನೋಡಿ ಭಾವ' ಅಂದ.

ಎಲ್ಲರೂ ಅಷ್ಟು ದೊಡ್ಡದಾಗಿ ನಗುವುದನ್ನು ಕೇಳಿದ್ದೇ ಮೈ ತೆಕ್ಕಿ ಹೆದರಿಕೊಂಡ ಪುಟ್ಟ ನವೀನ ಜೋರಾಗಿ ಚೀರಲು ಶುರು ಮಾಡಿದ. ಬಾಯಕ್ಕ ತನ್ನ ಹೆಸರನ್ನು ಕೊನೆಗೂ ಹೇಳಲೇ ಇಲ್ಲ. ಸುಮ್ಮನೆ ತಲೆ ಹಣಕಿ ಎದ್ದು ನಿಂತು ಮುಸುರೆ ಕೈಯಲ್ಲಿ ಹೊರಬಾಗಿಲಿಗೆ ಹೊರಟವಳನ್ನು, ದಿಗಂಬರ ಎದ್ದು ಹೋಗಿ ವಾಪಸ್ಸು ಕರೆತಂದು ಅಡುಗೆ ಮನೆ ಮೂಲೆಗಿರುವ ಸಣ್ಣ ಮೋರಿಯಲ್ಲಿ ಕೈ ಬಾಯಿ ತೊಳಕೊಳ್ಳಲು ಒಂದು ತಂಬಿಗೆ ನೀರನ್ನು ಕೈಯಲ್ಲಿ ಹಿಡಿಸಿದ.

◀◀ ▶▶

ಉಂಡು ಹೊರ ಕಟ್ಟೆಯ ಗಾಳಿಗೆ ಕೂತ ವೇಣು ದಿಗಂಬರನನ್ನು ಗಂಭೀರವಾಗೇ, 'ಹೀಗೇ ಆದರೆ ಏನು ಮಾಡುವುದೆಂದು ಯೋಚಿಸಿದ್ದೀರಾ ಭಾವ? ನಾಳೆ ಮಗೂಗೇನಾದರೂ ತೊಂದರೆಯಾದರೆ ನಿಮಗೇ ರಗಳೆ' ತರಾಟೆಗೆ ತೆಗೆದುಕೊಂಡ. 'ಆದಷ್ಟು ಹುಷಾರಿಯಿಂದ ಅಮ್ಮ ಒಬ್ಬಳೇ ಇದ್ದಾಗ ಮಗುವನ್ನು ಅವಳ ಬಳಿ ಬಿಟ್ಟಿರದೇ ಇದ್ದರೆ ಆಯಿತು' ಅಂದ ದಿಗಂಬರ ಬೇಸರದಿಂದ. 'ಆದರೂ ಆ ಹುಬ್ಬಳ್ಳಿ ಲೋಕಾಪುರ ಡಾಕ್ಟರು ಬೆಂಗಳೂರಿನ ನಿಮ್ಹಾನ್ಸ ಆಸ್ಪತ್ರೆಯ ಗೆಳೆಯರೊಬ್ಬರಿಗೆ ಒಂದು ಚೀಟಿ ಕೊಟ್ಟಿದ್ದರಲ್ಲ, ಅರುಂಧತಿ ಸಲುವಾಗಿ' ಅಂತ ವೇಣು ನೆನಪಿಸಿದ. ದಿಗಂಬರ ಅದಕ್ಕೆ, 'ಅದು ಎಲ್ಲಿ ಬಿದ್ದು ಹೋಯಿತೋ ಏನೋ' ಅಂದ. 'ಅಲ್ಲೇ ಕರೆದೊಯ್ದು ಒಮ್ಮೆ ನಿಮ್ಮ ಅಮ್ಮನನ್ನು ತೋರಿಸಿಕೊಂಡು ಬಂದರಾಗುತ್ತಿತ್ತು, ಟ್ಯಾಕ್ಸಿಯ ವ್ಯವಸ್ಥೆ ಬೇಕಾದರೆ ನಾನು ಮಾಡುವೆ' ಅಂತ ನುಡಿದ ವೇಣುವಿನ ಮಾತಿಗೆ ದಿಗಂಬರ ಗೋಣಷ್ಟೇ ಆಡಿಸಿ, 'ನೋಡುವಾ' ಅಂದ.

'ಮನೆಗೆಲಸದವರು ಯಾರಾದರೂ ಬರುತ್ತಾರೆಯೇ?' 'ಮೊದಲು ಸಣ್ಣಮ್ಮ ಬರುತ್ತಿದ್ದಳು, ಈಗ ಅವಳೂ ಬರುತ್ತಿಲ್ಲ' 'ಹೀಗೀಗೆ ಅಂತ ಅವಳನ್ನು ಪುನಃ ಬರಲು ಹೇಳಿ ಕಳಿಸಿ' 'ಇಲ್ಲ ಅವಳು ಏನು ಮಾಡುತ್ತಾಳೋ ಏನೊ, ಅವಳೀಗ ದೊಡ್ಡ ಮನುಷ್ಯಳಾಗಿದ್ದಾಳೆ, ನಮ್ಮೂರನ್ನು ಈಗ ಸಾರಾಯಿ ಮುಕ್ತ ಹಳ್ಳಿ ಅಂತ ಮಾಡಿ ಸರಕಾರ ಅವಳ ಕೆಲಸಕ್ಕೆ ಬಹುಮಾನ ಗಿಹುಮಾನ ಎಲ್ಲ ಕೊಟ್ಟು, ಅವಳೀಗ ಮನೆಗೆಲಸ ನಿಲ್ಲಿಸಿದ್ದಾಳೆ' 'ಹೌದೇ? ಬೇರೆ ಯಾರಾದರೂ ಸಿಗುತ್ತಾರೋ ನೋಡಿ, ಬಾಲೆಗೆ ಸ್ನಾನ ಹಾಕಿ ಕೊಡುವವಳೂ ಇಲ್ಲದಿದ್ದರೆ, ಹೆಂಗಸರಿಗೆ ತುಂಬ ತೊಂದರೆಯಾಗತದೆ' ಅಂತ ದಿಗಂಬರನಿಗೆ ಆಜ್ಞೆಯ ದನಿಯಲ್ಲಿ ಹೇಳುತ್ತಲೇ ಮಲಗಲು ಎದ್ದ ವೇಣು. ದಿಗಂಬರ ಅವನನ್ನು ಹಿಂಬಾಲಿಸಿದ.

ಬೆಳಿಗ್ಗೆ ರಸ್ತೆಯಲ್ಲಿ ಹೋಗುವ ಸಣ್ಣಮ್ಮ ಅಂಗಳದಲ್ಲಿ ಅರುಂಧತಿಯನ್ನು ಕಂಡು ಓಡೋಡಿ ಬಂದಳು. ದಿಗಂಬರ ಚಹ ಹೀರುತ್ತಲೇ ಹೊರಬಂದು, 'ನಿಮ್ಮ ಕೊಪ್ಪದಲ್ಲಿ ಮಗುವನ್ನು ಮೀಯಿಸಿ, ಪಾತ್ರೆ ಬಟ್ಟೆಗೆ ಒಂದು ಕೆಲಸದವಳಿದ್ದರೆ ನೋಡು ಸಣ್ಣಮ್ಮಾ' ಅಂದ. 'ನಮ್ಮನಿ ಪಕ್ಕದ ಬೀರಮ್ಮಗೆ ಈವತ್ತೇ ಬರೂಕ ಹೇಳತಿ, ಕೂಸಗೆ ಮೀಯಸೂ ಕೆಲಸಕ್ಕೆ ಬ್ಯಾರೇವ್ರ ಯಾಕರಾ? ನಾನೇ ದಿನಾ ಬಂದು ಹೊಯದಹಾಕಿಟ್ಟು ಹೋಗ್ವೆ' ಅಂದಳು. ಎಲ್ಲರಿಗೂ ಅಚ್ಚರಿಯಾಯಿತು. ಶಶಿಕಲಾ, 'ಪೇಪರಿನಲ್ಲೆಲ್ಲಾ ಫೋಟೊ ಬಂದು, ಭಾಷಣಾ ಗೀಷಣಾ ಮಾಡೀದಿಯಂತೆ' ಅಂತ ಕೇಳಿದ್ದೇ, 'ಶೀ ಶೀ ಶೀ ಅದೊಂದು ದೊಡ್ಡ ಕತೇರಾ ಶಾಯಲಿ' ಅನ್ನುತ್ತ, 'ಇಲ್ಲೇ ಗ್ರಾಮ ಪಂಚಾಯ್ತಿ ಕಚೇರಿ ಕೂಡ ಹೊಕ್ಕಂಡ ಬ್ಯಾಗ ಬತ್ತಿ, ಮನೇಗ ಹೋಗಬೇಕಾರೇ ಮೀಯ್ಸಕಂಡೇ ಹೋತಿ ಅಗಾ? ಬಿಸಿ ಬಿಸಿ ನೀರ ಹಂಡಿ ತುಂಬ ಕಾಸಿಡಿ' ಎನ್ನುತ್ತ ಹೊಳ್ಳು ಮಾತಿಗೆ ವೇಳೆ ಇಲ್ಲದವಳಂತೆ ಅವಸರದಲ್ಲೇ ನಡೆದಳು ಸಣ್ಣಿ.

ಮುಂದಿನ ಅರ್ಧ ಗಂಟೆಯಲ್ಲೇ ಸಣ್ಣಮ್ಮ ಹಿಂತಿರುಗಿ ಬಂದಳು. ಕಿಟಕಿಯ ಒಳಗೆ ಕೂದಲು ಬಿಚ್ಚಿ ಬಾಚಿಕೊಳ್ಳುವುದಕ್ಕಿಂತ ಮತ್ತೂ ಹೆಚ್ಚೇ ಗಂಟು ಗಂಟು ಮಾಡಿಕೊಳ್ಳುತ್ತ ಕೂತ ಬಾಯಕ್ಕನನ್ನು ಕಂಡು, 'ಅಮ್ನೋರು ಹ್ಯಾಂಗಿವ್ರಾ?' ಎಂದು ಕೇಳಿದಳು. ದಿಗಂಬರ ಕಣ್ಣು ಕಿರಿದುಗೊಳಿಸಿ ಯಾವುದೋ ಚಿಂತೆಯಿಂದ, 'ಹಂಗೇ' ಅಂದ. 'ಅಂತೂ ಕೂಸಿನ ಕೆಲಸಕ್ಕೆ ಚಿಂತೆಯಿಲ್ಲ, ನಾನೀಗ ಮೊದಲ ಬಸ್ಸಿಗೇ ಹೋಗತೇನೆ' ಅಂತ ವೇಣು ತಯಾರಾಗಿ ಹೊರಟ. 'ನಾಲ್ಕು ದಿನಕ್ಕೆ ಇವಳನ್ನು ಬಸ್ಸು ಹತ್ತಿಸಿ ಬಿಡಿ, ನಮಗೂ ಅಲ್ಲಿ ಅಡಿಗೆಗೆ ತೊಂದರೆಯಾಗತದೆ, ಈಗಲೇ ಅಲ್ಲಿ ಮಕ್ಕಳು ಏನೇನು ರಗಳೆ ಎಬ್ಬಿಸಿ ಅಜ್ಜನ ಜೀವ ತಿಂದರೋ ಏನೋ' ಅನ್ನುತ್ತ ಅರುಂಧತಿಯ ಬಳಿ ಅಡುಗೆ ಮನೆಯಲ್ಲಿ ಏನೋ ಸಣ್ಣಗೆ ಗುಣುಗುಣು ಮಾಡುತ್ತ ವೇಣು ಹತ್ತು ನಿಮಿಷ ಮಾತಾಡಿ ಹೊರಟ. ದಿಗಂಬರ ಅಂಗಡಿ ಬಾಗಿಲು ತೆಗೆದಿಟ್ಟೇ ವೇಣುವನ್ನು ಬಸ್ಟಾಪಿನವರೆಗೆ ಬಿಟ್ಟು ಬಂದ.

ಸಣ್ಣಮ್ಮ ನವೀನನನ್ನು ತಾನೇ ಹಗುರಾಗಿ ಎತ್ತಿಕೊಂಡು ಕಾಲು ನೀಡಿ ಕೂತು ಎಣ್ಣೆ ನೀವತೊಡಗಿದಳು. ನವೀನನ ಕುಸುಕುಸು ಜೋರಾಯಿತು. ಬಾಯಕ್ಕನನ್ನು ಕರೆಯುತ್ತ, 'ಅಮ್ನೋರೇ, ನಿಮ್ಮ ಕೆಲಸಾ ನಾ ಮಾಡತೇ ಇಂವೆ, ನೀವೂ ಬ್ಯಾಗೆ ಆರಾಮ ಆಗಿ ಮೊಮ್ಮಗನಿಗೆ ಎಣ್ಣೆ ಹಚ್ಚಬೇಕು' ಎಂದಿದ್ದನ್ನು ಬಾಯಕ್ಕ ಕೇಳಿಸಿಕೊಳ್ಳಲೇ ಇಲ್ಲ. ನವೀನ ಹೋ ಎಂದು ದೊಡ್ಡದಾಗಿ ಕಿರುಚತೊಡಗಿದ. ಈಗ ಗಲಿಬಿಲಿ ಬಿದ್ದಂತೆ ಅವಸರಿಸಿದ ಬಾಯಕ್ಕ, 'ದಿಗಂಬರ ಅಳುತ್ತಿದ್ದಾನಲ್ಲ?' ಅಂತ ಗುಣುಗುಣಿಸಿದಳು. ಸಣ್ಣಮ್ಮ ನವೀನನಿಗೆ ತಿಕ್ಕಿ ತಿಕ್ಕಿಯೇ ಪೂರಾ ಒಂದು ಬಟ್ಟಲು ಎಣ್ಣೆಯನ್ನು ಅವನ ಮೈಯಿಗೆ ಕುಡಿಸಿದಳು. ಇತ್ತ ಅರುಂಧತಿ, 'ಬೇಡ ಬೇಡ ಸಾಕು ಅಷ್ಟೇ ಸಾಕು ಮುಗಿಸಿ ಬಿಡು' ಎಂದು ಹೇಳಿ ಹೇಳಿಯೇ ಹಣ್ಣಾದಳು. ಶಶಿಕಲಾ ಹಂಡೆನೀರು ಸರಿಯಾಗಿದೆಯೋ ಅಂತ ನಾಣಿಗೆಗೆ ಹೋಗಿ ನೋಡಿ ಬಂದಳು. ದಿಗಂಬರ ಅತ್ತ ಒಬ್ಬೊಬ್ಬರೇ ಬರುವ ಗಿರಾಕಿಗೆ ಸಾಮಾನು ಕೊಡುತ್ತಲೇ ಇತ್ತ ಓಡಿಬಂದು ನಾಣಿಗೆಯ ಒಲೆಯ ಬೆಂಕಿ ಮುಂದೆ ಹಾಕಿ ಹೋಗುತ್ತಿದ್ದ.

ಸಣ್ಣಮ್ಮ ಕೂತು ಕೂಸನ್ನು ಕೆಂಪು ಕೆಂಪಾಗುವ ಹಾಗೆ ಬಿಸಿ ಬಿಸಿ ನೀರು ಎರೆದು ಮೀಯಿಸಿದಳು. ಶಶಿಕಲಾ ಬಗ್ಗಿ ನಿಂತು ನೀರು ಹುಯ್ದಳು. ಒಳಗೆ ತಂದು ಒರೆಸಿ ಪೌಡರು ಹಚ್ಚಿ ಮಲಗಿಸುವಾಗ ಇಡೀ ಊರು ಒಂದು ಮಾಡುವಂತೆ ರಚ್ಚೆ ಹಿಡಿದು ಅಳತೊಡಗಿದ ನವೀನ. ಪಕ್ಕದ ತಿಮ್ಮಣ್ಣ ನಾಯ್ಕರ ಹೆಂಡತಿಯ ಕಿವಿಗೂ ಇವನ ಗದ್ದಲ ಕೇಳಿತು. ಸಣ್ಣಮ್ಮ, 'ನೀವು ಬಿಬ್ಬು ಬಿಬ್ಬು ಮಾಡಿಟ್ಟಿದ್ದೀರಿ, ಈಗ ರೂಢಿಯಾಗುವವರೆಗೆ ಅವ ಹಂಗೇ ತೀಡೂನೇ' ಅನ್ನುತ್ತ ನಕ್ಕಳು. ಅದೇ ಒದ್ದೆ ಸೀರೆಯಲ್ಲೇ ಸಣ್ಣಮ್ಮ ರಸ್ತೆಗೆ ನಡೆದಳು. 'ಮಗಗ ಮೀಸ ಆಯ್ತು ನೋಡರಾ' ಎಂದು ದಿಗಂಬರನಿಗೆ ಹೇಳಿ ಹೊರಟಳು. ನವೀನ ನಡುಮನೆಯಲ್ಲಿ ಅರುಂಧತಿ ಎದೆ ಹಾಲು ಚೀಪುತ್ತ ಅಲ್ಲೇ ನಿದ್ದೆ ಹೋದ. ಅರುಂಧತಿ ಮೆಲ್ಲಗೆ ಎದ್ದು ಸ್ನಾನದ ಬಟ್ಟೆಗಳನ್ನು

ತೆಗೆದುಕೊಂಡು ನಾಣಿಗೆಯತ್ತ ನಡೆದದ್ದೇ ಇತ್ತ ಕೋಳಿ ನಿದ್ದೆಯ ನವೀನ ಎದ್ದುಬಿಟ್ಟ. ಅರುಂಧತಿಗೆ ಏನು ಮಾಡಬೇಕೆಂದು ತಿಳಿಯದೆ ಸುಮ್ಮನೇ ನಿಂತಾಗ, ಒಳಗೆ ಶಶಿಕಲಾ ನವೀನನನ್ನು ಓ.. ಓ.... ರಾಗ ತೆಗೆಯುತ್ತ ತಟ್ಟುವ ಸದ್ದು ಕೇಳಿ ಬಂತು. ದಿಗಂಬರ ಅಟ್ಟದ ಮೇಲಿದ್ದ ಕಟ್ಟಿಗೆಯ ದೊಡ್ಡ ತೊಟ್ಟಿಲು ಕೆಳಗಿಳಿಸಿ ತೊಳೆಯಲಾರಂಭಿಸಿದ್ದೇ ಬಾಯಕ್ಕ 'ಏ! ತೊಟ್ಟಿಲು, ನಮ್ಮ ದಿಗಂಬರನನ್ನು ತೊಟ್ಟಿಲಲ್ಲಿ ಹಾಕುವ' ಅನ್ನುತ್ತ ಕೂತಲ್ಲೇ ಖುಷಿ ಖುಷಿಯಾದಳು.

ಶಶಿಕಲಾ ದಿಗಂಬರನನ್ನು ಕುರಿತು, 'ಎಷ್ಟು ದಿನ ಅಂತ ನಾನಿರಲು ಸಾಧ್ಯ? ಒಬ್ಬಳೇ ಹೇಗೆ ಮಾಡಿಕೊಳ್ಳುತ್ತಾಳೋ ಏನೋ' ಅಂತ ಕಿರಿಕಿರಿ ಮಾಡಿದ್ದಕ್ಕೆ ದಿಗಂಬರ, 'ಏನೂ ಸಮಸ್ಯೆಯಾಗದು, ಇನ್ನು ಒಂದೆರಡು ತಿಂಗಳು ಅಷ್ಟೇ, ಚೂರು ದೊಡ್ಡವನಾದನೆಂದರೆ ಪುಟ್ಟನನ್ನು ಎತ್ತೊಯ್ದು ಅಂಗಡಿಯಲ್ಲೇ ಆಡಿಸುವೆ' ಅನ್ನುತ್ತ ಉತ್ಸಾಹ ತೋರಿದ್ದೇ ಶಶಿಕಲಾ ತನ್ನ ಮಕ್ಕಳ ತುಂಟತನ, ಹಟ ಎಲ್ಲದರ ಬಗ್ಗೆ ವರದಿ ಒಪ್ಪಿಸುತ್ತ ಮಾಸ್ತಿಕಟ್ಟೆಗೆ ಹಿಂತಿರುಗುವ ಮಾತು ತೆಗೆದಳು.

ಯುಗಾದಿ ಹಬ್ಬದಲ್ಲಿ ದಿಗಂಬರ ತನಗೆಂದು ತಂದುಕೊಟ್ಟ ಸೀರೆಯೊಂದನ್ನು ಅರುಂಧತಿ ಗಳಿಗೆಯೂ ಮುರಿಯದೇ ಹಾಗೇ ಟ್ರಂಕಿನಲ್ಲಿ ಇಟ್ಟಿದ್ದಳು. ಅದನ್ನೇ ತೆಗೆದು ಅತ್ತಿಗೆಗೆ ಇದೀಗ ತಂದ ಸೀರೆಯೆಂಬಂತೆ ವೀಳ್ಯ ತೆಂಗಿನಕಾಯಿಯ ಜೊತೆ ಇಟ್ಟು ಕೊಡುತ್ತ ಕಾಲಿಗೆ ನಮಸ್ಕಾರ ಮಾಡಿದಳು. ಅರುಂಧತಿಗೆ ಯಾಕೋ ದುಃಖ ಉಕ್ಕಿ ಬಂತು. ಶಶಿಕಲಾಗೂ ಭಾವೋದ್ವೇಗ ತುಂಬಿ ಬಂದರೂ ತಾನೂ ಅಳುವ ನಾಟಕ ಮಾಡಬಾರದು ಅನ್ನಿಸಿ, ಮಗುವನ್ನಷ್ಟೇ ಮುದ್ದಿಸಿ, ಬಾಯಕ್ಕನ ಬಳಿ ಹೋಗಿ ಅವಳ ಕಾಲನ್ನೂ ಮುಟ್ಟಿದ ಶಾಸ್ತ್ರ ಮಾಡಿ, ಅರುಂಧತಿಯ ಬದಿ ತಿರುಗದೇ ದೆಣಪೆ ದಾಟಿದಳು. ದಿಗಂಬರ ಅವಳ ಹತ್ತಿರವಿದ್ದ ಬ್ಯಾಗು ಹಿಡಿದು ಬಸ್ಸು ಹತ್ತಿಸಿ ಬಂದ.

ಅಧ್ಯಾಯ 25

ಸರೋಜಿನಿ ಅಮ್ಮನ ಇಂಥ ಅವಸ್ಥೆಯನ್ನು ದಿಗಂಬರನಿಂದ ಫೋನಿನಲ್ಲೇ ಕೇಳಿ ಗಾಬರಿಯಾಗಿದ್ದಳು. ಏಪ್ರಿಲ್ ಹತ್ತರ ಶಾಲೆ ಫಲಿತಾಂಶದ ನಂತರದ ರಜೆಯಲ್ಲಿ ನಾಲ್ಕೇ ದಿನ ಉಳಿಯಲು ರಕ್ಷಾಳನ್ನೂ ಜೊತೆ ಕರಕೊಂಡೇ ಧೈರ್ಯದಿಂದಲೇ ಕಳಸದ ಗುಡ್ಡೆಗೆ ಬಂದಿಳಿದಳು. ದಿಗಂಬರನ ಮಗನಿಗೆ ಹೊಸ ಪುಟ್ಟ ಅಂಗಿ, ಸೊಂಟದ ಬೆಳ್ಳಿ ಚೈನು ತೊಡಿಸುತ್ತ ಎತ್ತಿ ಮುದ್ದಾಡಿದಳು. ಮೂರು ವರ್ಷದ ರಕ್ಷಾ ಕೂಡ ಸಣ್ಣ ಪಾಪುವನ್ನು ಕಂಡು ಅದರ ಹಾಲುಗಲ್ಲ ಮುಟ್ಟುವುದು ಕಾಲ್ಬೆರಳು ಸವರುವುದು ಮಾಡುತ್ತ ಹರ್ಷದಿಂದ ಜಿಗಿದಾಡಿದಳು. ಮಗಳು ಎದುರು ಬಂದು ನಿಂತರೂ ಬಾಯಕ್ಕ ಅವಳನ್ನು ಗುರುತಿಸಲಿಲ್ಲ. ಆದರೆ ಅವಳ ಹಿಂದಿದ್ದ ರಕ್ಷಾಳನ್ನು ಕಾಣುತ್ತಲೇ ಸಂತೋಷದಿಂದ, 'ಏಯ್, ಸರೂ ಬಾಬಾಬಾ' ಎನ್ನುತ್ತ ಕರೆ ಕರೆದು, 'ಈ ಅಮ್ಮನ ಬಿಟ್ಟು ಇಷ್ಟು ದಿನ ಎಲ್ಲಿ ಹೋಗಿದ್ದೆ?' ಅಂತೆಲ್ಲ ಕೇಳುತ್ತ, ಅವಳ ಹಿಂದೆ ಹಿಂದೇ ತಿರುಗಿದಳು.

ನವೀನನನ್ನು ತೋರಿಸುತ್ತ, 'ನೋಡು ನೋಡು ನಿನ್ನ ತಮ್ಮ ದಿಗಂಬರ, ಅವನನ್ನು ಸ್ವಲ್ಪ ಆಡಿಸು, ನನಗೆ ಅಡಿಗೆ ಮನೆಯಲ್ಲಿ ಕೆಲಸವಿದೆ' ಅಂತ ಸೀರೆ ನಿರಿಗೆ ಸಿಕ್ಕಿಸುತ್ತ ಸುಮ್ಮಸುಮ್ಮನೆ ಅಂಗಳದಲ್ಲಿ ಓಡಾಡಿದಳು. ಇದನ್ನು ಕಂಡ ಸರೋಜಿನಿಯ ಕಣ್ಣು ಅವಳಿಗರಿವಿಲ್ಲದೆ ತೇವಗೊಂಡಿತು.

ಅರುಂಧತಿ ಕೆಲಸದ ಗಡಿಬಿಡಿಯಲ್ಲೇ ರಕ್ಷಾಳಿಗೆಂದು ಕಾಯಿಮಿಠಾಯಿ ಮಾಡಿದಳು. ಇಬ್ಬರೂ ಕೂಡಿ ಅಡುಗೆ ಮಾಡುತ್ತ, ಅವಳ ಮಗುವನ್ನು ಇವಳೂ ಇವಳ ಮಗುವನ್ನು ಅವಳೂ ಆಡಿಸಿ ಖುಷಿಪಟ್ಟರು. ಅದೇ ವೇಳೆಗೆ ನವೀನನ್ನು ಮೀಯಿಸಿಕೊಡಲು ಸಣ್ಣಿ ಬಂದಳು. 'ಇದೇನು ಕಡಿಮೆಯ ಹೆಂಗಸಲ್ಲವೇ ಅಕ್ಕಾ, ಪತ್ರಿಕೆಯಲ್ಲೆಲ್ಲ ಇವಳ ಫೋಟೊ, ಇವಳ ಮಾತು, ಎಲ್ಲಾ ಬದಿಯೂ ನಮ್ಮ ಕಳಸದ ಗುಡ್ಡೆಯ ಹೆಸರೇ ಹೆಸರು' ಎನ್ನುತ್ತ ದಿಗಂಬರ ಸರೋಜಿನಿಯೊಂದಿಗೆ

ಹೇಳುತ್ತಿದ್ದಾಗ ಸಣ್ಣಮ್ಮಾ, 'ಬುಡ ಗಟ್ಟಿ ಮಾಡದ್ದು ನಮ್ಮ ಸರಜಮ್ಮನೇ' ಅನ್ನುತ್ತ ಕೂತಲ್ಲೇ ತುಸು ಗಂಭೀರವಾದಳು. ಅಷ್ಟೇ ಹೊತ್ತಿಗೆ ದೇಣಪೆಯಲ್ಲಿ ದೇವೂನ ಕರೆ ಬಂತು, 'ಮನೀಕೂಡೇ ಯಾರೋ ದೊಡ್ಡ ಮನಶ್ರು ನಿನ್ನ ಕೇಳಕಂಬಂದೀರ ಬಾ'

ಅಲ್ಲೇ ಇದ್ದ ಸರೋಜಿನಿ, 'ಏನೋ ದೇವು, ಮೊದಲೆಲ್ಲ ಯಾವಯಾವುದೋ ಕೆಟ್ಟ ಭಾಷೆಯಲ್ಲಿ ಅವಳನ್ನು ಬೈಯುವುದು ಕೇಳಿದ್ದೆ' ಎನ್ನುತ್ತ ಕೆಣಕಿದಳು. 'ಛೆ ಛೆ ಛೆ ಈಗ ಇದೇ ನಮ್ಮ ಊರನ ಚೌಡಮ್ಮ ಮರಕೆಮ್ಮ ಎಲ್ಲಾ' ಅನ್ನುತ್ತ ನಗುತ್ತಲೇ ಗಂಡ ಹೆಂಡಿರಿಬ್ಬರೂ ಜೊತೆಯಾಗಿ ಗುಡ್ಡೆಯ ಕಡೆ ಅವಸರದಲ್ಲಿ ಹೆಜ್ಜೆ ಹಾಕಿದ್ದನ್ನು ಸರೋಜಿನಿಗೆ, ಅಂಗಳದಿಂದ ಆಚೆ ಬಂದು ನಿಂತು ಅಭಿಮಾನದಿಂದ ನೋಡು ವಂತಾಯಿತು.

'ಅಮ್ಮನಿಗೆ ಇತ್ತೀಚಿನದೆಲ್ಲ ಮರೆತು ಹೋಗಿ, ನಾವು ಸಣ್ಣವರಿದ್ದಾಗಿನ ಅವಸ್ಥೆ ಜಾಗೃತಗೊಂಡಂತಿದೆ, ಅಮ್ಮ ವಿನಾಕಾರಣ ಮನಸ್ಸು ಕೆಡಿಸಿಕೊಳ್ಳತಾಳೆ' ಅಂತ ಸರೋಜಿನಿ ದಿಗಂಬರನ ಬಳಿ ನೋವಿನಿಂದ ಹೇಳುತ್ತಿದ್ದಾಗ ದಿಗಂಬರ, 'ಅಮ್ಮ ಕೊಪ್ಪದ ಆ ಹಗರಣದ ದಿನದ ನಂತರ ಥಂಡು ಹೊಡೆದುಹೋದಳು' ಅಂತ ಆಕ್ಷೇಪಿಸುವ ಧಾಟಿಯಲ್ಲಿ ನೆನಪಿಸಿದ. 'ಅನ್ನುವವರು ಹ್ಯಾಗೆ ಇದ್ದರೂ ಅನ್ನುತ್ತಾರೆ' ಅಂತ ಸರೋಜಿನಿ ತಮ್ಮನ ಹತ್ತಿರ ಸಣ್ಣಗೆ ವಾದ ತೆಗೆದಳು. ಅರುಂಧತಿ ರಕ್ಷಾಳನ್ನು ಮುದ್ದಿಸುತ್ತ ದಿಗಂಬರನಿಗೆ, 'ಒಮ್ಮೆ ಎಲ್ಲರೂ ಕಳಸದ ಗುಡ್ಡೆಗೆ ಹೋಗಿ ಹಣ್ಣು ಕಾಯಿ ಮಾಡಿಸಿಕೊಂಡು ಬರುವಾ' ಅಂದಳು. ಎಲ್ಲರಿಗೂ ಒಪ್ಪಿಗೆಯಾಯಿತು.

ಮೂರು ವರ್ಷದ ಪುಟಾಣಿ ರಕ್ಷಾ ಪಟ್ಟಿ ಪೆನ್ಸಿಲು ಹಿಡಿದು, ಮೂರು ಗೋಲ ಗೋಲ ಚಿತ್ರವನ್ನು ಒಂದಕ್ಕೊಂದು ಸೇರಿಸಿ ಬರೆದು 'ಬರ್ಡ್' ಅಂತ ತೊದಲ್ನುಡಿಯುತ್ತ ಅಡುಗೆ ಮನೆಗೆ ಬಂದು ಅರುಂಧತಿಗೆ ತೋರಿಸಿದಳು. ಅರುಂಧತಿ ಅವಳ ಕೈಯಲ್ಲಿರುವ ಪೆನ್ಸಿಲು ತೆಗೆದುಕೊಂಡು, ಮಧ್ಯದ ಗೋಲಕ್ಕೆ ಎರಡೂ ಬದಿ ಎರಡು ರೆಕ್ಕೆಗಳನ್ನು ಬಿಡಿಸಿ ಕೊಟ್ಟಳು. ಮುಂದೆ ಸರೋಜಿನಿ ಉಳಿದ ನಾಲ್ಕೂ ದಿನಗಳಲ್ಲಿ ಒಂದು ದಿನವೂ ಗುಡ್ಡೆಗೆ ಹೋಗಲು ಪುರುಸೊತ್ತು ಸಿಗಲಿಲ್ಲ. ದಿಗಂಬರ ಎಷ್ಟೇ ತಿಳಿಸಿ ಹೇಳಿದರೂ ಬಾಯಕ್ಕ, ಪುಟಾಣಿಗಳಾದ ರಕ್ಷಾ ನವೀನರಿಗೆ ಸರೋಜಿನಿ ದಿಗಂಬರ ಎಂದೇ ಕರೆದಳು. ಒಳಗೆ ರಕ್ಷಾ ತಾನೇ ತೊಟ್ಟಿಲಲ್ಲಿ ಮಲಗುತ್ತೇನೆಂದು ಅರುಂಧತಿಯೊಂದಿಗೆ ಹಟ ಮಾಡುತ್ತ ಮುದ್ದುಗರೆದಳು.

ನಾಲ್ಕನೇ ದಿನ ಬೆಳಗಿನ ಬಸ್ಸಿಗೇ ಸರೋಜಿನಿ ಬೇರೇನೋ ಕೆಲಸದ ಒತ್ತಡ ಹೇಳುತ್ತ ಮಗಳೊಂದಿಗೆ ಹೊರಟು ನಿಂತಳು. ಹೊರಡುವ ಸಮಯದಲ್ಲಿ ರಕ್ಷಾಗೆ, 'ಏನು ಕೊಡುವುದು? ಏನು ಕೊಡುವುದು?' ಅಂತ ಗಡಿಬಿಡಿಗೆ ಬಿದ್ದ ಅರುಂಧತಿ, ನವೀನನಿಗೆ ನಾಮಕರಣದಲ್ಲಿ ಯಾರೋ ಕೊಟ್ಟ, ಕೀಲಿ ಕೊಟ್ಟರೆ ಚಿಂವ್ ಚಿಂವ್ ಅನ್ನುತ್ತ ರೆಕ್ಕೆ ಬಡಿವ ಹಸಿರು ಗಿಳಿಯೊಂದನ್ನು ಆಟಕ್ಕೆ ನೀಡಿದಳು. ಅರುಂಧತಿಗೆ ಎಂಥದೋ ಸಂಭ್ರಮ ಮುಗಿದುಹೋದ ಹಾಗೆನಿಸಿ ಬೇಸರ ಕವಿಯಿತು.

ಬಾಯಕ್ಕನ ಮನೆಯಿಂದ ಬಂದ ಮಗಸೊಸೆ ಅಲ್ಲಿಯ ಪರಿಸ್ಥಿತಿಯ ಕುರಿತು ವಿವರಿಸತೊಡಗಿದ್ದೇ ನೀಲಕಂಠ ಶೆಟ್ಟರಿಗೆ ಒಮ್ಮೆ ಹೋಗಿ ಅರುಂಧತಿಯನ್ನೂ ಮೊಮ್ಮಗನನ್ನೂ ನೋಡಿಕೊಂಡು ಬರಬೇಕೆನ್ನಿಸುವ ಹಂಬಲ ತೀವ್ರಗೊಂಡಿತು. ಒಂದಿನ ದೊಡ್ಡ ಮನಸ್ಸು ಮಾಡಿ ಎದ್ದೇ ಬಿಟ್ಟರು. 'ಎರಡು ದಿನ ಇದ್ದು ಬಂದು ಬಿಡಿ, ಅವಳಿಗೆ ಅವರೆಲ್ಲರ ಜೊತೆ ನಿಮ್ಮದೂ ಒಂದು ಕೆಲಸ ಜಾಸ್ತಿಯಾಗುವುದು ಬೇಡ' ಅಂದ ವೇಣು.

ಯಾವುದೋ ಬಸ್ಸು ಹತ್ತಿ ಅಂಕೋಲೆಯಲ್ಲಿ ಇಳಿದು ನೀಲಕಂಠ ಶೆಟ್ಟರು ಮಗುವಿಗೆ ಜಾನ್ಸನ್ ಬೇಬಿ ಸಾಬೂನು ಮತ್ತು ಪೌಡರು ಹುಡುಕಲು ಬಾಜಾರ ಹೊಕ್ಕು ಈ ಕಡೆ ಕಳಸದ ಗುಡ್ಡೆಯ ಬಸ್ಸು ತಪ್ಪಿಸಿಕೊಂಡರು. ಒಂದರ್ಧ ಕೆ.ಜಿ ಒಳ್ಳೆಯ ಸೇಬು ಹಣ್ಣು ಕಟ್ಟಿಸಿಕೊಂಡು ಪುನಃ ಸ್ಟ್ಯಾಂಡಿಗೆ ಬಂದು ನಿಂತಾಗ, ಮುಂದೆ ಒಂದು ತಾಸುಗಟ್ಟಲೆ ಸಮಯ ದಾಟಿ ಹೋದರೂ ಬಸ್ಸಿನ ಸುಳಿವೇ ಇಲ್ಲ. ಅಲ್ಲೇ ಇರುವ ಪಾನ್ ಬೀಡಾ ಅಂಗಡಿಯ ಹುಡುಗನನ್ನು ಕೇಳಲಾಗಿ ಅವನು, 'ಕಳಸದ ಗುಡ್ಡೆಯ ಬಸ್ಸು ಆಗಲೇ ಹೋಗಿ ಒಂದು ತಾಸಿನ ಮೇಲಾಯಿತು, ಈಗ ಮತ್ತೆ ಇರುವುದು ಎರಡು ಗಂಟೆಗೇ' ಅಂದ. ಆ ಕ್ಷಣದಲ್ಲೇ ಹಾರವಾಡೆಗೆ ಹೋಗುವ ಬಸ್ಸೊಂದು ಬಂದು ನಿಂತು, ಆ ಪಾನ್ ಬೀಡಾ ಅಂಗಡಿಯ ಹುಡುಗನೇ ಇವರನ್ನು ಕೂಗಿ ಕರೆದು, 'ಇದು ಕಳಸದ ಗುಡ್ಡೆಯ ಮೇಲಿಂದಲೇ ಹೋಗ್ತದೆ ನೋಡ್ರೀ' ಎಂದ.

ನೀಲಕಂಠ ಶೆಟ್ಟರು ಇನ್ನೊಮ್ಮೆ ಕಂಡಕ್ಟರ್ ಬಳಿ ಸರಿಯಾಗಿ ವಿಚಾರಿಸಿ ಹತ್ತಿ ಕೂತರು. ಅಂಕೋಲೆ ಪೇಟೆ ದಾಟಿದ್ದೇ ಕಿಟಕಿಯಿಂದ ಹೊರಗೆ ಹಣಕಿ ಹಣಕಿ ತಾನು ಇಳಿಯುವ ಜಾಗೆಯನ್ನು ನೆನಪಿಸಿಕೊಳ್ಳತೊಡಗಿದರು. ಯಾವುದೂ ಬಗೆ ಹರಿಯದೇ ಪಕ್ಕದಲ್ಲೇ ಕೂತ ವ್ಯಕ್ತಿಯ ಹತ್ತಿರ, 'ಕಳಸದ ಗುಡ್ಡೆ ಸ್ಟಾಪು ಬಂದ ಕೂಡಲೆ ಸ್ವಲ್ಪ ಹೇಳಿ' ಅಂದರು. ಆತ, 'ನಾನೂ ಅಲ್ಲೇ ಇಳಿಯುವವ' ಎನ್ನುತ್ತ ಮುಗುಳ್ನಕ್ಕ. 'ಹೌದೇ? ಹಾಗಾದರೆ ಸಮಸ್ಯೆ ಇಲ್ಲ' ಎನ್ನುತ್ತ ಆರಾಮಾಗಿ ಸೀಟಿಗೆ ಒರಗಿ ಕೂತರು ನೀಲಕಂಠ ಶೆಟ್ಟರು. 'ಕಳೆದ ಸರ್ತಿ ಬಂದಾಗ ಒಂದು ಸ್ಟಾಪು ಮುಂದೆ ಇಳಿದು ನಡೆಯುತ್ತ ಬರಬೇಕಾಯ್ತು' ಅಂದರು. 'ಹಾಗಾದರೆ ನೀವು ಮುಂದೆ ಬಾಳೇಗುಳಿ ಸ್ಟಾಪಿನಲ್ಲಿ ಇಳಿದಿರಬೇಕು' ಎನ್ನುತ್ತ, 'ಕಳಸದ ಗುಡ್ಡೆಯಲ್ಲಿ ಯಾರ ಮನೆಗೆ?' ಅಂತ ವಿಚಾರಿಸಿದ.

ನೀಲಕಂಠ ಶೆಟ್ಟರು ದನಿ ನಡುಗಿಸುತ್ತ, 'ಅಲ್ಲಿ ದಿಗಂಬರ ಅಂತ ನನ್ನ ಅಳಿಯ ಒಂದು ಕಿರಾಣಿ ಅಂಗಡಿ ಮಾಡಿಕೊಂಡು ಇದ್ದಾನೆ' ಅಂದದ್ದೇ, 'ಓ ಗೊತ್ತಾಯ್ತು ಗೊತ್ತಾಯ್ತು' ಅಂತ ಮಾತಿಗೆ ತೊಡಗಿದಾಗಲೇ ಬೀರದೇವರ ಹಕ್ಕಲು ದಾಟಿ ಬಸ್ಸು ಕಳಸದ ಗುಡ್ಡೆಯ ತಿರುವಿನಲ್ಲಿ ನಿಂತು ಬಿಟ್ಟಿತು. ಶೆಟ್ಟರನ್ನು ಇಳಿಯಲು ಹೇಳಿ ಆತ ತಾನೂ ಇಳಿದ. ಇಬ್ಬರೂ ಜೊತೆಯಲ್ಲೇ ಊರಿನ ಕುರಿತು ಮಾತಾಡುತ್ತ ಬಂದು ಮನೆ ಬಂದ ಕೂಡಲೇ, 'ಬರ್ತೇನೆ' ಅನ್ನುತ್ತ ಆತ ಅತ್ತ ತಿರುಗಿದ. 'ಒಳ್ಳೆಯದು'

ಅನ್ನುತ್ತ ಇವರು ಇತ್ತ ತಿರುಗಿದರು. ಅಂಗಡಿ ದೇಣಪೆಯಲ್ಲಿ ಮಾವನವರನ್ನು ಕಂಡದ್ದೇ ದಿಗಂಬರ, 'ಬನ್ನಿ ಬನ್ನಿ' ಎನ್ನುತ್ತ ಅವಸರದಲ್ಲಿ ಬಂದು ಅವರ ಕೈಲಿದ್ದ ಚೀಲ ಹಿಡಿದ.

'ಬೇಡ, ಇರಲಿ' ಅನ್ನುತ್ತಲೇ ಅಳಿಯನ ಹತ್ತಿರ ಚೀಲ ಕೊಟ್ಟರು. 'ಕಳೆದ ಸಲ ಮುಂದಿನ ಸ್ಟಾಪಿಗೆ ಇಳಿದು ವಾಪಸ್ಸು ನಡೆದುಬರುವ ಹಾಗಾಗಿತ್ತು' ಎನ್ನುತ್ತಿದ್ದ ಅಳಿಯನನ್ನು, 'ಇಲ್ಲ ಇಲ್ಲ, ಈ ಸಲ ಯಾರೋ ಇದೇ ಊರಿನವರಂತೆ, ಜೊತೆಯಲ್ಲೇ ಇಳಿದರು, ಇಲ್ಲಿಯತನಕ ಬಂದರಪ್ಪ' ಎನ್ನುತ್ತ ಬಾಳಾಚಾರಿಯ ಮನೆಯತ್ತ ಕೈ ತೋರಿಸಿದರು. ಅದು ಬಾಳಾಚಾರಿಯೇ ಅಂತ ದಿಗಂಬರನಿಗೆ ನಿಕ್ಕಿಯಾಯಿತು, ಯಾಕೆಂದರೆ, ಮಾವ ಕಾಣಿಸಿಕೊಳ್ಳುವ ಎರಡು ಸೇಕಂಡು ಮೊದಲು ಬಾಳಾಚಾರಿ ದೇಣಪೆ ಒಳಗೆ ಹೋದದ್ದು ಕಂಡಿತ್ತು.

'ನವೀನ ಪುಟ್ಟ ಮಲಗಿದ್ದಾನೆಯೇ?' ಅಂತ ಕೇಳುತ್ತಲೇ ನೀಲಕಂಠ ಶೆಟ್ಟರು ಮೆಟ್ಟಿಲು ಹತ್ತಿದರು. 'ಅರುಂಧತಿಗೆ ನೀವು ಬರುವ ವಿಷಯ ಹೇಳಿದ್ದೆ, ನೀವಲ್ಲಿ ಬಿಟ್ಟದ್ದೇ ಅಲ್ಲಿಂದ ಫೋನು ಬಂತು' ಅಂದ. 'ಅಮ್ಮ ಎಲ್ಲಿದ್ದಾರೆ?' ಅಂತ ಕೇಳುತ್ತ ಒಳಗೆ ಇಣುಕಿದ್ದೇ, ದೇವರ ಖೋಲಿಯ ಬಾಗಿಲಲ್ಲಿ ಕೂತು ತಲೆ ಬಾಚಿಕೊಳ್ಳುತ್ತಿದ್ದ ಬಾಯಕ್ಕ ಕಣ್ಣಿಗೆ ಬಿದ್ದಳು. ನೀಲಕಂಠ ಶೆಟ್ಟರು ಒಳಗಡಿಯಿರಿಸಿ 'ಹೇಗಿದ್ದೀರಿ?' ಅಂತ ವಿಚಾರಿಸಿಕೊಳ್ಳುತ್ತ ಚೀಲದಿಂದ ಸೇಬು ಹಣ್ಣಿನ ಪಾಕೀಟು ತೆಗೆದು ಅವಳ ಎದುರು ಹಿಡಿದರು. ಬಾಯಕ್ಕ ನೀಲಕಂಠ ಶೆಟ್ಟರನ್ನೇ ಮಿಕಿ ಮಿಕಿ ನೋಡಹತ್ತಿದಳು.

ದಿಗಂಬರ ಮುಂದೆ ಬಂದು, 'ಯಾರು ಬಂದಿದ್ದಾರೆ ನೋಡಮ್ಮಾ' ಅಂತ ಅವಳ ಬೆನ್ನು ತಟ್ಟಿ ಹೇಳಿದ. ಬಾಯಕ್ಕ ಅವರು ಕೊಟ್ಟ ಸೇಬಿನ ಪೊಟ್ಟಣವನ್ನು ಸದ್ದಿಲ್ಲದೆ ಕೈ ಮುಂದೆ ಮಾಡಿ ಹಿಡಿಯುತ್ತ ಅವರನ್ನೇ ಮಿಕಿಮಿಕಿ ನೋಡಿದಳು. ದಿಗಂಬರ ಮತ್ತೆ ಅವಳನ್ನು ತಟ್ಟಿ, 'ಅಮ್ಮಾ ನಮ್ಮ ಮಾವನವರು, ಅರುಂಧತಿಯ ಅಪ್ಪ, ಗುರುತು ಸಿಕ್ಕಿತೇ?' ಅಂತ ಕೇಳಿ, ಉತ್ತರ ನೀಡುವಂತೆ ಪೀಡಿಸಿದ.

ನೀಲಕಂಠ ಶೆಟ್ಟರು ನಿಂತೇ ಇದ್ದರು. ಬಾಯಕ್ಕ ಒಂದೇ ಸಮ ಅವರನ್ನೇ ನೋಡುತ್ತಿದ್ದಳು. 'ನೋಡಲಿ ಬಿಡು, ಏನೋ ನೆನಪು ಮಾಡಿಕೊಳ್ಳುತ್ತಿದ್ದ ಹಾಗಿದೆ' ಅಂದರು ಶೆಟ್ಟರು. ಅವರ ದೋತರವನ್ನು ಅಂಗಿಯನ್ನು ಕಣ್ಣು ಸೋತು ಬರುವತನಕ ಬೆರಗು ತುಂಬಿದ ನೋಟದಿಂದ ನೋಡಿ ನೋಡಿ ಮೈ ಮರೆತಾಗ, 'ಅಮ್ಮಾ ಗುರುತು ಸಿಕ್ಕಿತೇ?' ಅಂತ ದಿಗಂಬರ ಕೇಳಿದ್ದೇ ಕಣ್ಣು ಕೆಳಕ್ಕೆ ವಾಲಿಸಿ ಸೇಬಿನ ಪೊಟ್ಟಣದ ಕಾಗದ ಹರಿಯುತ್ತ ಬಾಯಕ್ಕ ಕಣ್ಣಿನಲ್ಲಿ ಮಿಂಚು ತುಂಬಿಕೊಂಡು, 'ಇಷ್ಟು ದಿನ ನನ್ನೊಬ್ಬಳನ್ನೇ ಬಿಟ್ಟು ಎಲ್ಲಿ? ತೀರ್ಥಯಾತ್ರೆಗೆ ಹೋಗಿದ್ದರಂತೋ?' ಅಂತ ಗುನುಗುನಿಸಿದಳು.

'ಓಹ್, ಗೊತ್ತಾಯ್ತು, ಪಾಪ, ನಿನ್ನ ತಂದೆಯ ನೆನಪು ಬಂತು ಅವರಿಗೆ, ನನ್ನ ಈ ದೋತರ ಅಂಗಿ ಟೊಪ್ಪಿಗೆ ನೋಡಿ' ಎಂದು ದಿಗಂಬರನಿಗೆ ಹೇಳುತ್ತ, ಮಗಳು ಕೊಟ್ಟ

ಕಷಾಯ ಹಿಡಿದು ನವೀನ ಮಲಗಿದ್ದಲ್ಲಿಯೇ ಹೋಗಿ ಕೂತರು ನೀಲಕಂಠ ಶೆಟ್ಟರು. 'ಅವರಿಗೆ ನೆನಪು ಮಾಡಿಕೊಳ್ಳುವ ಶಕ್ತಿ ಕುಂದಿದಂತಿದೆ, ಹೀಗೆ ಯಾವುದಾದರೂ ಹಳೆಯ ಚಿನ್ಹೆ ನೆನಪಾದ ಕೂಡಲೇ ತಟ್ಟನೆ ಅದಕ್ಕೆ ಸಂಬಂಧಪಟ್ಟದ್ದು ನೆನಪಾಗುತ್ತದೆ' ಅನ್ನುತ್ತ ಮಗಳ ಬದಿ ತಿರುಗಿ, 'ಅವರಿಗೆ ಒಂದು ಸೇಬು ಕತ್ತರಿಸಿ ಕೊಡು' ಎಂದರು. ದಿಗಂಬರ, 'ಅಮ್ಮಾ, ಸೇಬು ಇಲ್ಲಿ ಕೊಡು ಕತ್ತರಿಸಿ ಕೊಡುವೆ' ಅಂತ ಎಷ್ಟು ಹೇಳಿದರೂ ಕೇಳದೆ ಅವನಿಗೆ ಆ ಪೊಟ್ಟಣವನ್ನು ಮುಟ್ಟಲೂ ಬಿಡಲಿಲ್ಲ ಬಾಯಕ್ಕ.

ಕಷಾಯ ಕುಡಿದಿಟ್ಟು ನೀಲಕಂಠ ಶೆಟ್ಟರೇ ಹಗೂರ ಎದ್ದು ಬಾಯಕ್ಕನಿದ್ದಲ್ಲಿಗೆ ಬಂದು, 'ನಾನು ಕತ್ತರಿಸಿ ಕೊಡಲೇ? ಕೊಡಿರಿಲ್ಲಿ' ಅಂದದ್ದೇ ಸರಳ ಕೊಟ್ಟುಬಿಟ್ಟಳು ಬಾಯಕ್ಕ. ನೀಲಕಂಠ ಶೆಟ್ಟರು ಒಂದು ಹಣ್ಣನ್ನು ತೊಳೆದು ಮಗಳ ಹತ್ತಿರ ಒಯ್ದು ಕತ್ತರಿಸಿಕೊಂಡು ಹೊರಬಂದು ಒಂದು ತಟ್ಟೆಯಲ್ಲಿ ಹಾಕಿ ಕೊಟ್ಟರು. ಬಾಯಕ್ಕ ನೀಲಕಂಠ ಶೆಟ್ಟರನ್ನೇ ಅಳೆಯುತ್ತ ತಟ್ಟೆಯಲ್ಲಿದ್ದ ಸೇಬು ಚೂರುಗಳನ್ನು ಒಂದೊಂದಾಗಿ ತಿಂದಳು. 'ನೀವು ಆರಾಮಾಗಬೇಕು ಬೇಗ' ಅಂದರು ಶೆಟ್ಟರು. 'ಈಗ ಆರಾಮಾಗಿದೆ, ನೀವು ಬಂದಿದ್ದೀರಲ್ಲ' ಎಂದು ಸಣ್ಣಗೆ ಅಂದದ್ದು ದಿಗಂಬರನಿಗೆ ಮಾತ್ರ ಕೇಳಿತು. ದಿಗಂಬರ ಒಳಗೆ ಹೋಗಿ ಅಡುಗೆಯಲ್ಲಿ ತಲ್ಲೀನಳಾದ ಅರುಂಧತಿಯನ್ನು, 'ಅಮ್ಮ ಮಾವನವರನ್ನು ಅಪ್ಪ ಎಂದು ತಪ್ಪು ತಿಳಿದುಕೊಂಡಿದ್ದಾಳೆ' ಅಂದ. ಅರುಂಧತಿ ಮೌನವಾಗಿಯೇ ಹ್ಞು ಅನ್ನುತ್ತ ನಸುನಕ್ಕಳು.

◂◂ ▸▸

ನಾಲ್ಕನೇ ದಿನಕ್ಕೆ ನೀಲಕಂಠ ಶೆಟ್ಟರು ಹೊರಡಬೇಕೆಂದು ತಯಾರಾದದ್ದೇ ಅರುಂಧತಿ ಮುಖ ಸಣ್ಣದು ಮಾಡಿದಳು. ಆದರೂ ಆಗಲೆಂದು ಹೊರಡುವಾಗ ಬಾಯಕ್ಕನ ಬಳಿ ಹೇಳಲು ಹೋದರೆ, ಅವಳು ಒಪ್ಪಿಕೊಳ್ಳದೆ, 'ಎಲ್ಲಿಗೆ ಹೋಗುತ್ತೀರಿ, ಇಷ್ಟು ವರ್ಷಗಳ ಮೇಲೆ ಬಂದಿದ್ದೀರಿ, ನೀವು ಹೋದರೆ ನಾನೂ ಬರುವೆ' ತೊದಲಿದ ಬಾಯಕ್ಕ ನಿಜಕ್ಕೂ ಕಣ್ಣಲ್ಲಿ ನೀರು ತುಂಬಿಕೊಂಡದ್ದನ್ನು ಗಮನಿಸಿದ ನೀಲಕಂಠ ಶೆಟ್ಟರು, 'ಅಯ್ಯೋ ಪಾಪ, ಹಿರಿಯ ಜೀವ ಹೀಗೆ ಅಳುತ್ತಿದೆ ಅಂದರೆ' ಅನ್ನುತ್ತ ಇನ್ನೆರಡು ದಿನ ಬಿಟ್ಟು ಹೋಗುತ್ತೇನೆಂದು ಹೇಳುತ್ತ ಅಲ್ಲೇ ಕೂತುಬಿಟ್ಟರು.

ಬಾಯಕ್ಕನ ಉದ್ದ ಕೂದಲು ಎಣ್ಣೆ ನೀರಿಲ್ಲದೆ ಜಿಗುಟಾಗಿ ಹೇನುಗಳಾಗಿ ಕೆರೆದೂ ಕೆರೆದೂ ತಲೆಯಲ್ಲಿ ಹುಣ್ಣು ಕಾಣಿಸಿದ ದಿನ ದಿಗಂಬರ ಕೂದಲು ಸಣ್ಣದಾಗಿ ಹೊಡೆಸಿಬಿಡುವುದೆ ಸರಿಯೆಂದು ತೀರ್ಮಾನಿಸಿದ. ಊಟದ ನಂತರ ಒಂದಿನ ಹತ್ತಿರ ಕೂಡಿಸಿಕೊಂಡು, ತಲೆಯಲ್ಲಿ ಹೇನಾಗಿದ್ದನ್ನು ಅದು ಕಚ್ಚಿ ಕಚ್ಚಿ ಗಾಯ ಮಾಡಿದ್ದನ್ನೂ ಹೇಳುತ್ತ, ಹಗೂರಕ್ಕೆ ಕೂದಲು ಸಣ್ಣದಾಗಿ ಕತ್ತರಿಸಿ ಹಾಕುವ ಮಾತು ತೆಗೆದ. ಬಾಯಕ್ಕನಿಗೆ ದಿಗಂಬರ ಹೇಳಿದ್ದು ಒಂದೂ ಅರ್ಥವಾಗದೆ, 'ಸರೂ

ಎಲ್ಲಿ ಹೋದಳು? ಅವಳ ಒಂದು ಕಾಲಿನ ಗೆಜ್ಜೆ ಇಲ್ಲೇ ನನ್ನ ಬಳಿಯೇ ಇದೆ' ಅನ್ನುತ್ತ ಜೋಪಾನವಾಗಿ ಸೊಂಟಕ್ಕೆ ಸಿಕ್ಕಿಸಿಕೊಂಡದ್ದನ್ನು ತೆಗೆದು ತೋರಿಸಿದಳು. ಅರುಂಧತಿ, 'ಸರೂ ಅಕ್ಕ ರಕ್ಷಳ ಒಂದು ಕಾಲಿನ ಚೈನು ಎಲ್ಲೋ ಬಿದ್ದುಹೋಗಿದೆ ಅಂತ ಹುಡುಕುತ್ತಿದ್ದಳು, ಸಿಕ್ಕಿದೆ ಅಂತ ಫೋನಿನಲ್ಲಿ ಹೇಳಿಬಿಡಿ' ದಿಗಂಬರನಿಗೆ ಆದೇಶಿಸಿದಳು. ಅವನು 'ಜೀ ಹುಜೂರ್' ಅಂದ.

ಬಾಯಕ್ಕನನ್ನು ಕೇಳದೆ ದಿಗಂಬರ ಕತ್ತರಿ ತಂದು ತಾನೇ ಒಂದಿಷ್ಟು ಕೂದಲು ಹಿಡಿಹಿಡಿದು ಕತ್ತರಿಸತೊಡಗಿದ. ತುಸು ಹೊತ್ತು ನೋಡುತ್ತ ಸುಮ್ಮನಿದ್ದವಳು ಆ ನಂತರ ಎಂಥದೋ ಒಂದು ನಮೂನೆ ಅನ್ನಿಸಿ, 'ಏ ಹೇ ನನ್ನ ಕೂದಲು, ಅಯ್ಯೋ ನನ್ನ ಕೂದಲು' ಅಂತ ಗದ್ದಲ ಮಾಡತೊಡಗಿದಳು. ಅವಳು ಪಡುವ ಹಿಂಸೆ ನೋಡಲಾರದೆ ನೀಲಕಂಠ ಶೆಟ್ಟರು, 'ಬಿಟ್ಟು ಬಿಡು ಅವಳಿಗೆ ಕಷ್ಟವಾಗುವಂತಿದ್ದರೆ ಯಾಕೆ?' ಅನ್ನುತ್ತ ಅಳಿಯನನ್ನೇ ತರಾಟೆಗೆ ತೆಗೆದುಕೊಂಡರು. ಅಡುಗೆ ಮನೆಯಲ್ಲಿ ಈಗ ಪೂರ್ತಿ ಅರುಂಧತಿಯದೇ ರಾಜ್ಯಭಾರ ಆರಂಭಗೊಂಡಿತ್ತು..

ಆದರೆ ನೀಲಕಂಠ ಶೆಟ್ಟರ ಮಾತನ್ನು ಕೇಳುವಂತಿದ್ದರಿಂದ ದಿಗಂಬರ ಮಾವನ ಬಳಿಯೇ ಇನ್ನೊಮ್ಮೆ ತಿಳಿಸಿ ಹೇಳಲು ಬೇಡಿಕೊಂಡ. ನೀಲಕಂಠ ಶೆಟ್ಟರು ಬಾಯಕ್ಕನ ಪಕ್ಕ ಹೋಗಿ ಕೂತು, 'ಗಂಗಾಬಾಯಿ, ನಿಮ್ಮ ಕೂದಲು ಎಲ್ಲ ಬೆಳ್ಳಗಾಗಿ ಹೋಗಿದೆ, ಇದನ್ನು ಇಷ್ಟಿಷ್ಟೇ ಕತ್ತರಿಸಿದರೆ, ನಂತರ ಕಪ್ಪು ಕೂದಲು ಬರತದೆ' ಅಂತೇನೋ ಸಣ್ಣ ಮಕ್ಕಳಿಗೆ ಹೇಳಿದಂತೆ ಹೇಳಿದ್ದೇ ಬಾಯಕ್ಕ ಕೂದಲು ಕತ್ತರಿಸಲು ಅನುಮತಿ ಕೊಟ್ಟಳು. ಅವಳ ಉದ್ದ ಕೂದಲು ಸರೀ ಮುಕ್ಕಾಲು ಭಾಗ ಕತ್ತರಿಸಿ ತೆಗೆದು, ದಿಗಂಬರ ಎಲ್ಲ ಕೂದಲನ್ನು ಸ್ವಚ್ಛ ಮಾಡುವಾಗ ಬಾಯಕ್ಕ ನೀಲಕಂಠ ಶೆಟ್ಟರ ಬದಿಗೆ ತಿರುಗಿ ತನ್ನ ಸಣ್ಣ ಕೂದಲನ್ನು ಹಿಡಿಹಿಡಿದು ತೋರಿಸುತ್ತ ನಕ್ಕಳು.

ಅರುಂಧತಿ ಒಂದು ದಿನ ಮಗನ ಕಣ್ಣಿಗೆ ಕಾಡಿಗೆ ತಯಾರಿಸಲೆಂದು ನೀಲಾಂಜನಕ್ಕೆ ಹಾಕಿದ ಎಳ್ಳೆಣ್ಣೆಯ ದೀಪದ ಮೇಲೆ ಕವುಚಿಟ್ಟ ಲೋಟವೊಂದಕ್ಕೆ ಮೆತ್ತಿಕೊಳ್ಳುವ ಕಾಡಿಗೆಯನ್ನು ಉದುರಿಸಿ ತೆಗೆದ ಕಪ್ಪಿಗೆ, ಕೊಬ್ಬರಿ ಎಣ್ಣೆಯಲ್ಲಿ ಮೃದುವಾಗಿ ಕಲಸಿ, ಸಣ್ಣ ಅಮೃತಾಂಜನ ಡಬ್ಬವೊಂದನ್ನು ಚೆನ್ನಾಗಿ ತೊಳೆದು ಅದನ್ನು ತುಂಬಿಟ್ಟಳು. ಬಾಯಕ್ಕ ಮಾರನೇ ದಿನ ಬೆಳಿಗ್ಗೆ ಎದ್ದವಳೇ ಹೊರಕಟ್ಟೆಯಲ್ಲಿ ಕೂತು ಕಿಟಕಿಯಲ್ಲಿದ್ದ ಆ ಅಮೃತಾಂಜನ ಡಬ್ಬದ ಮುಚ್ಚಳ ತೆಗೆದು ಹಣೆಗೆ ಮುಖಕ್ಕೆ ಕೆನ್ನೆಗೆ ಮೂಗಿಗೆ ಸರೀ ಬಡಿದುಕೊಳ್ಳುತ್ತ ಕೂತಿದ್ದಳು.

ಅವಳ ಪಕ್ಕವೇ ಸುಮ್ಮನೆ ಬೇರೇನೋ ಯೋಚನೆಯಲ್ಲಿ ಕೂತ ನೀಲಕಂಠ ಶೆಟ್ಟರು ಬಾಯಕ್ಕ ಅಮೃತಾಂಜನವನ್ನೇ ಹಚ್ಚಿಕೊಳ್ಳುತ್ತ ಕೂತಿರಬಹುದು ಅಂದುಕೊಳ್ಳುತ್ತ ಅವಳ ಮುಖ ನೋಡದೆ, 'ಗಂಗಾಬಾಯಿ, ಏನು ತಲೆನೋವೆ?' ಅಂತ ಕೇಳುತ್ತಲೇ ಅವಳ ಬದಿ ಸುಮ್ಮನೆ ತಿರುಗಿ ಬಿಟ್ಟರು. ಆಗಿನ ಅವಳ ವೇಷ ಕಂಡು ಒಮ್ಮೆಲೇ ಹೌಹಾರಿ, 'ಅಯ್ಯೋ ಅಯ್ಯೋ ಅಯ್ಯೋ ಅದು ಅಮೃತಾಂಜನ ಅಲ್ಲ, ಬಾಲೆಯ

ಕಾಡಿಗೆಯಾಗಿತ್ತು, ಮುಖಕ್ಕೆಲ್ಲ ಬಡಿದುಕೊಂಡು ಬಿಟ್ಟಿರಲ್ಲ' ಎನ್ನುತ್ತ ಉಕ್ಕಿ ಬರುವ ನಗುವನ್ನು ಅಲ್ಲಲ್ಲೆ ತಡೆದುಕೊಳ್ಳುತ್ತ, ಇದೊಂದು ದೊಡ್ಡ ತಮಾಷೆಯೇ ಸಂಭವಿಸ ಬಹುದೆಂದು ಭಾವಿಸುತ್ತ ಒಳಗೆ ಹಣಕಿ ಮಗಳನ್ನು, 'ಅರೂ ಒಮ್ಮೆ ನೋಡಿ ಹೋಗು ಇಲ್ಲಿ ನಿಮ್ಮ ಅತ್ತೆಯ ಅವತಾರ' ಅಂತ ಕೂಗಿದರು.

ಅಡುಗೆ ಮನೆಯಲ್ಲಿ ಕೆಲಸದಲ್ಲಿದ್ದ ಅರುಂಧತಿ ಮಗುವೇನಾದರೂ ಎದ್ದುಬಿಟ್ಟಿತೇ ಅಂತ ಗಾಬರಿಯಗಿ ಒಮ್ಮೆಲೇ ಹೊರ ಓಡಿ ಬಂದು ಬಾಯಕ್ಕನ ಈ ದೃಶ್ಯ ಕಂಡದ್ದೆ, 'ಅಯ್ಯೋ ದೇವರೇ' ಎಂದು ಕುಣಿದಾಡುತ್ತ ಬಾಯಕ್ಕನ ಕೈಯಲ್ಲಿರುವ ಡಬ್ಬವನ್ನು ಕಸಿದು ನೋಡುತ್ತ, 'ನಿನ್ನೆ ಎಷ್ಟು ಕಷ್ಟಪಟ್ಟು ಅಷ್ಟೊಂದು ಕಾಡಿಗೆ ಹಿಡಿದಿದ್ದೆ, ಎಲ್ಲ ಹಾಳು ಮಾಡಿ ಬಿಟ್ಟಿದ್ದಾಳೆ, ಒಟ್ಟೂ ನನ್ನ ಜೀವ ತಿನ್ನುವ ಕೆಲಸವೇ' ಅಂತ ಹಾರಾಡಿಬಿಟ್ಟಳು.

ನೀಲಕಂಠ ಶೆಟ್ಟರು ಬೆಕ್ಕಸ ಬೆರಗಾಗಿ ಮಗಳ ಆವೇಶ ನೋಡುತ್ತ ಮೆಲ್ಲಗೆ, 'ಹೌದಮ್ಮಾ ಅವಳ ರೆಕ್ಕೆ ದಣಿದಿದೆ ಈಗ' ಅಂದದ್ದು ಕೇಳಿಸಿಕೊಳ್ಳುವ ಸಹನೆಯಿಲ್ಲದೇ ಅರುಂಧತಿ, ಖಾಲಿಯಾದ ಕಾಡಿಗೆಯ ಅಮೃತಾಂಜನ ಡಬ್ಬವನ್ನು ರಪ್ಪನೆ ನೆಲಕ್ಕೆ ಅಪ್ಪಳಿಸಿ ಅಡುಗೆ ಮನೆಗೆ ನುಗ್ಗಿದಳು. ಆ ಕ್ಷಣ ಅಲ್ಲಿಯ ಅಮಾಯಕ ಪಾತ್ರೆಗಳು ಧಣ್ ಧಣ್ ಧಣಾರ್ ಅಂತ ಸದ್ದು ಮಾಡಿದವು. ಕ್ಷಣದಲ್ಲಿ ಮನೆ ರಣರಂಗವಾದಂತೆ ಭಾಸವಾಯಿತು ನೀಲಕಂಠ ಶೆಟ್ಟರಿಗೆ. ಆ ಕರ್ಣ ಕಠೋರ ಸದ್ದಿಗೆ ಜಗಲಿಯಲ್ಲಿ ಮಲಗಿದ್ದ ನವೀನ ತಕ್ಷಣ ಎದ್ದು ಕಿಟಾರನೆ ಕಿರುಚಿಕೊಂಡ. ಮನೆಯ ಅಡುಗೆ ಖೋಲಿಯಿಂದ ಬರುತ್ತಿರುವ ಈ ಪರಿಯ ಸದ್ದು ದೇಣಪೆಯ ಹತ್ತಿರ ಅಂಗಡಿಯಲ್ಲಿ ಗಿರಾಕಿಗೆ ಸಾಮಾನು ಕೊಡುತ್ತಿದ್ದ ದಿಗಂಬರನನ್ನೂ ನಡುಗಿಸಿಬಿಟ್ಟಿತು.

ನಿಂತ ಒಬ್ಬಿಬ್ಬರು ಗಿರಾಕಿಗಳನ್ನು, 'ಒಂದೇ ನಿಮಿಷ' ಅಂತ ಅವರಿಗೆ ಕೈ ಸನ್ನೆ ಮಾಡಿ, ಮನೆಗೆ ಓಡಿ ಬಂದ ದಿಗಂಬರ ಅಳುತ್ತಿರುವ ಮಗನನ್ನು ಸಂಭಾಳಿಸುತ್ತಿರುವ ಅಜ್ಜನ ಕೈಯಿಂದ ಗುಬ್ಬಚ್ಚಿಯಂತೆ ಎತ್ತಿ ಎದೆಗವಚಿಕೊಳ್ಳಲು ನೋಡಿದ. ಈಗಿನ್ನೂ ಪುಟಾಣಿ ದೇಹದ ನವೀನ ಕೊಸರಾಡಿ ಇನ್ನೂ ದೊಡ್ಡಕ್ಕೆ ಚೀರಿದ. ದಿಗಂಬರ ಹೇಗೇಗೋ ಎತ್ತಿಕೊಂಡು ಒಳಗೆ ಅರುಂಧತಿಯಿದ್ದಲ್ಲಿ ಒಯ್ದ. ತುಸು ಅಂಜುತ್ತಲೇ, 'ಪುಟ್ಟನಿಗೆ ಹಸಿವಾಗಿದೆಯೇನೋ' ಅಂತ ತೊದಲಿದ. 'ಯಾವುದಂತ ಮಾಡಲಿ? ನನ್ನ ಕೈ ಖಾಲಿ ಇಲ್ಲ ಇಲ್ಲಿ' ಎಂದು ಹತ್ತಿಕೊಂಡೇ ಬಂದಳು. ಆಗಲೇ ನವೀನ ಉಸಿರುಗಟ್ಟಿ ಅಳುವುದನ್ನು ಕೇಳಿ ಒಮ್ಮೆಲೇ ಗಾಬರಿಗೆ ಬಿದ್ದು, ಅರಿಯುವ ಕಲ್ಲಿನ ಗುಂಡನ್ನು ಗಡಗಡಿಸಿ ತೊಳೆದು ದೊಡ್ಡ ಸಪ್ಪಳ ಮಾಡಿ ಕೈಬಿಟ್ಟ ಅರುಂಧತಿ, ಮಗನನ್ನು ದಿಗಂಬರನಿಂದ ಕಸಿದುಕೊಂಡು ಹೊರಬಂದು ಹಾಲುಣಿಸಲು ಕೂತಳು. ದಿಗಂಬರ ಅಂಗಡಿಗೆ ಹಿಂದಿರುಗಿದ ಬೆನ್ನಿಗೇ ಅರುಂಧತಿ, 'ಎಲ್ಲ ನನ್ನ ಜೀವ ತಿನ್ನಲೇ ಕಾಯುತ್ತಾರೆ' ಅಂದದ್ದನ್ನು ಕೇಳಿದ ನೀಲಕಂಠ ಶೆಟ್ಟರ ತುಟಿಯಂಚಿನಲ್ಲಿ ಒಂದು ಸಣ್ಣ ನಗು ಅರಳಿ ನಿಂತಿತು. ನಿಧಾನ ಎದ್ದು ಬಳ್ಳಿಯ ಮೇಲೆ ತೂಗಾಡುತ್ತಿದ್ದ

ಬಾಯಕ್ಕನದೇ ಟುವಾಲು ಎಳೆದು ಕೊಟ್ಟು, 'ತೊಗೊಳ್ಳಿ, ಮುಖ ಒರೆಸಿಕೊಳ್ಳಿ' ಅಂದರು. ಟುವಾಲು ಪಡೆದ ಬಾಯಕ್ಕ, 'ದಿಗಂಬರ ಯಾಕೆ ಅಷ್ಟು ದೊಡ್ಡಕ್ಕೆ ತೀಡಿದ? ಹಸಿವಾಯಿತೇನೋ, ಎತ್ತಿಕೊಂಡು ಬನ್ನಿ ಹೋಗಿ ಹೋಗಿ' ಅಂತ ನೀಲಕಂಠ ಶೆಟ್ಟರನ್ನು ಪುನಃ ಒಳ ಅಟ್ಟಿದಳು.

ಹಗೂರ ಒಳ ಬಂದ ಶೆಟ್ಟರು ತಮ್ಮ ಮಗಳೊಬ್ಬಳಿಗೇ ಕೇಳುವಂತೆ, 'ಹೀಗೆ ಒಮ್ಮೆಲೇ ತಾಳ್ಮೆ ಕಳಕೊಂಡರೆ ಹೇಗೆ?' ಅಂತ ಅಲ್ಲೇ ಸುಧಾರಿಸಲು ನೋಡಿದರು. ಅರುಂಧತಿ ಮುಖ ಗಂಟು ಹಾಕಿ ಮಾತಾಡದೆ ಸುಮ್ಮನೆ ಅತ್ತ ತಿರುವಿಕೊಂಡು ಕೂತಿದ್ದಳು.

ಹೊರಗೆ ಅಂಗಳದ ಅಂಚಿನ ಬಾಳೆ ಬುಡದಲ್ಲಿ ಕಾಗೆಯೊಂದು ಅಲ್ಲಲ್ಲೇ ಗಬಕ್ಕನೆ ಇಣುಕುತ್ತಿತ್ತು. ಎಲ್ಲಿ ತನ್ನ ಮರಿಗಳ ಆಹಾರ ಬರಿದು ಮಾಡುತ್ತವೋ ಎಂದು ತಾಯಿ ಕೋಳಿ ಅದನ್ನು ಸನಿಹದಲ್ಲೆಲ್ಲೂ ಬರಗೊಡದೆ ತನ್ನೆರಡೇ ರೆಕ್ಕೆಗಳನ್ನು ಬಿಚ್ಚಿ ಹಾರುತ್ತ ಕೊಕೊಕೊಕೊ ಅನ್ನುತ್ತ ಶೌರ್ಯದಿಂದಲೇ ಓಡಿಸುತ್ತಿತ್ತು. ಬಾಯಕ್ಕ ಬಿಟ್ಟ ಕಣ್ಣು ಬಿಟ್ಟಂತೆಯೇ ಅದರ ಆಟವನ್ನು ನೋಡುತ್ತ ಕೂತಿದ್ದಳು.

ಹಾಲು ಕುಡಿಯುತ್ತಲೇ ನಿದ್ದೆ ಹೋದ ಮಗನನ್ನು ತೊಟ್ಟಿಲಿಗೆ ಹಾಕಿ ಅರುಂಧತಿ ಒಳಹೋದಳು. ನೀಲಕಂಠ ಶೆಟ್ಟರು ನಿಧಾನ ತೊಟ್ಟಿಲು ತೂಗಿದರು. ಅತ್ತ ದೆಣಪೆಯಲ್ಲಿ ಬರುತ್ತಿದ್ದ ಸಣ್ಣಿಯ ನಡಿಗೆಯಲ್ಲಿ ಹೊಸ ಉತ್ಸಾಹ ಚಿಮ್ಮುತ್ತಿತ್ತು. ಅಂಗಡಿ ಬದಿ ತಿರುಗಿ ಸಣ್ಣಮ್ಮ, 'ಹೋಯ್', ನಿಮ್ಮ ಅಜ್ಜಿಕಟ್ಟೆ ರಾಯ ಶೆಟ್ಟರು ಕರಿಯಮ್ಮಜ್ಜೀಗೆ ಮತ್ತೊಂದ ಇಪ್ಪತ್ತ ಸಾವರ ತಂದ ಕೊಟ್ಟೀರಂತೆ ಹ್ಣಾ' ಅಂದಳು. 'ಮತ್ತೆ ನಿನ್ನ ಬಾಯಲ್ಲಿ ಯಾರು ಬೀಳೂರೆ? ಅದಕ್ಕೇ ಲೆಕ್ಕ ಚುಕ್ತಾ ಮಾಡಿರಬೇಕು' ಅಂದ ದಿಗಂಬರ. ಸಣ್ಣಮ್ಮ, 'ಹ್ಣೂ ಹ್ಣೂ, ಲೆಕ್ಕ ಚುಕ್ತಾ ಅಲ್ಲರಾ? ಭಾಷೆ ನೋಡಿ ನಿಮ್ದು' ಗದರುತ್ತಲೇ ಬಾಯಕ್ಕನ ಮನೆ ಬದಿ ತಿರುಗಿ ಅಂಗಳದಲ್ಲಿ ಹೆಜ್ಜೆ ಇಟ್ಟದ್ದೇ ಇತ್ತ ನವೀನ ಪುನಃ ಎದ್ದು ಕುಸು ಕುಸು ಮುದ್ದು ಸ್ವರವೆಬ್ಬಿಸಿದ್ದ. ಸೀದಾ ಒಳಬಂದ ಸಣ್ಣಮ್ಮ ತೊಟ್ಟಿಲಲ್ಲಿದ್ದ ಪುಟ್ಟ ನವೀನನನ್ನು ಎರಡೂ ಕೈಯಲ್ಲಿ ಬಾಚಿ ಎತ್ತಿಕೊಂಡು, 'ರೆಕ್ಕಿ ಬರೂತನಾ ಹೀಂಗೇ, ಎಲ್ಲಾ ನಿರುಪಾಯರೇ' ಅನ್ನುತ್ತ ಮುದ್ದು ಗರೆದಳು.

ಓದಿ ಓದಿ ಮರುಳಾಗಿ!

ಛಂದ ಪುಸ್ತಕ ಬಹುಮಾನ

ಹೊಸ ಕತೆಗಾರರನ್ನು ಗುರುತಿಸುವ ಸಲುವಾಗಿ ನಮ್ಮ ಪ್ರಕಾಶನ ಸಂಸ್ಥೆಯು ಕಳೆದ ಹದಿಮೂರು ವರ್ಷಗಳಿಂದ ಕತೆಗಳ ಹಸ್ತಪ್ರತಿ ಸ್ಪರ್ಧೆಯನ್ನು ನಡೆಸುತ್ತಾ ಬಂದಿದೆ. ಈವರೆಗೆ ಒಂದೂ ಕಥಾಸಂಕಲನವನ್ನು ಪ್ರಕಟಿಸದವರು ಈ ಸ್ಪರ್ಧೆಯಲ್ಲಿ ಭಾಗವಹಿಸಬಹುದು. ಇತರ ಪ್ರಕಾರಗಳಲ್ಲಿ ಒಂದೆರಡು ಪುಸ್ತಕಗಳನ್ನು ಪ್ರಕಟ ಮಾಡಿದವರೂ ಇದರಲ್ಲಿ ಭಾಗವಹಿಸುವ ಅವಕಾಶವಿರುತ್ತದೆ. ಮೊದಲ ಸುತ್ತಿನ ಆಯ್ಕೆಯನ್ನು ಪ್ರಕಾಶನದ ಸದಸ್ಯರು ಮಾಡಿ, ಕೊನೆಯ ಆಯ್ಕೆಗಾಗಿ ಸುಮಾರು ಹತ್ತು ಹಸ್ತಪ್ರತಿಗಳನ್ನು ನಾಡಿನ ಹಿರಿಯ ಸಾಹಿತಿಗಳಿಗೆ ಒಪ್ಪಿಸುತ್ತಾರೆ. ಆಯ್ಕೆಯಾದ ಹಸ್ತಪ್ರತಿಯನ್ನು ಪುಸ್ತಕ ರೂಪದಲ್ಲಿ ಪ್ರಕಟಿಸಿ, ಪ್ರಶಸ್ತಿ ಪತ್ರ, ಫಲಕ ಹಾಗೂ ಮೂವತ್ತು ಸಾವಿರ ರೂಪಾಯಿ ಬಹುಮಾನವನ್ನು ನೀಡಲಾಗುತ್ತದೆ. ಈವರೆಗೂ ಈ ಪ್ರಶಸ್ತಿಯಲ್ಲಿ ಬಹುಮಾನ ಪಡೆದವರ ವಿವರಗಳ ಪಟ್ಟಿಯನ್ನು ಮುಂದಿನ ಪುಟದಲ್ಲಿ ನೀಡಿದ್ದೇವೆ.

ಇವರಲ್ಲಿ ಮೌನೇಶ ಬಡಿಗೇರ, ಶಾಂತಿ ಕೆ ಅಪ್ಪಣ್ಣ, ಪದ್ಮನಾಭ ಭಟ್ ಶೇವ್ಕಾರ ಮತ್ತು ಸ್ವಾಮಿ ಪೊನ್ನಾಚಿ ಅವರಿಗೆ ಕೇಂದ್ರ ಸಾಹಿತ್ಯ ಅಕಾಡೆಮಿಯ ಯುವ ಪುರಸ್ಕಾರ ದೊರೆತಿದೆ. ವಿನಯಾ, ಶಾಂತಿ ಕೆ ಅಪ್ಪಣ್ಣ ಮತ್ತು ಪದ್ಮನಾಭ ಭಟ್ ಶೇವ್ಕಾರರ ಪುಸ್ತಕಗಳಿಗೆ ಕರ್ನಾಟಕ ಸಾಹಿತ್ಯ ಅಕಾಡೆಮಿಯ ಪುಸ್ತಕ ಬಹುಮಾನ ಅಥವಾ ದತ್ತಿ ಬಹುಮಾನಗಳು ಸಂದಿವೆ. ಇನ್ನೂ ಹಲವಾರು ನಾಡಿನ ಪ್ರಮುಖ ಪ್ರಶಸ್ತಿ ಮತ್ತು ಬಹುಮಾನಗಳೂ ಈ ಕೃತಿಗಳಿಗೆ ಲಭ್ಯವಾಗಿವೆ.

ನೀವು ಈ ಸ್ಪರ್ಧೆಯಲ್ಲಿ ಭಾಗವಹಿಸಬೇಕೆ? ಹಾಗಿದ್ದರೆ ನಮ್ಮ ಮುಂದಿನ ವರ್ಷದ ಸ್ಪರ್ಧೆಯ ಆಹ್ವಾನವನ್ನು ಖ್ಯಾತ ಕನ್ನಡ ನಿಯತಕಾಲಿಕಗಳಲ್ಲಿ ಅಥವಾ ಸಾಮಾಜಿಕ ಜಾಲತಾಣಗಳಲ್ಲಿ ನಿರೀಕ್ಷಿಸಿರಿ. ಹೆಚ್ಚಿನ ವಿವರಗಳಿಗೆ 98444 22782 ಗೆ ಸಂದೇಶ ಕಳುಹಿಸಿರಿ.

ಛಂದ ಪುಸ್ತಕ ಬಹುಮಾನ ಪಡೆದ ಕೃತಿಗಳು

ಕತೆಗಾರರು	ಕಥಾಸಂಕಲನ	ತೀರ್ಪುಗಾರರು
ಸುನಂದಾ ಪ್ರಕಾಶ ಕಡಮೆ	ಪುಟ್ಟ ಪಾದದ ಗುರುತು	ಅಶೋಕ ಹೆಗಡೆ/ ಸುಮಂಗಲಾ
ಅಲಕ ತೀರ್ಥಹಳ್ಳಿ	ಈ ಕತೆಗಳ ಸಹವಾಸವೇ ಸಾಕು	ಕೇಶವ ಮಳಗಿ/ ಸುಮಂಗಲಾ
ಲೋಕೇಶ ಅಗಸನಕಟ್ಟೆ	ಹಟ್ಟಿಯೆಂಬ ಭೂಮಿಯ ತುಣುಕು	ಬೊಳುವಾರು ಮಹಮದ್ ಕುಂಞಿ
ವಿನಯಾ	ಊರ ಒಳಗಣ ಬಯಲು	ನೇಮಿಚಂದ್ರ
ಸಂದೀಪ ನಾಯಕ	ಗೋಡೆಗೆ ಬರೆದ ನವಿಲು	ಅಮರೇಶ ನುಗಡೋಣಿ
ಕಣಾದ ರಾಘವ	ಮೊದಲ ಮಳೆಯ ಮಣ್ಣು	ಕೆ. ಸತ್ಯನಾರಾಯಣ
ಬಸವಣ್ಣೆಪ್ಪಾ ಕಂಬಾರ	ಆಟಿಕೆ	ಕುಂ. ವೀರಭದ್ರಪ್ಪ
ಮೌನೇಶ ಬಡಿಗೇರ	ಮಾಯಾಕೋಲಾಹಲ	ಓ.ಎಲ್. ನಾಗಭೂಷಣಸ್ವಾಮಿ
ಪದ್ಮನಾಭ ಭಟ್ ಶೇವ್ಕಾರ	ಕೇಪಿನ ಡಬ್ಬಿ	ಎಂ. ಎಸ್. ಆಶಾದೇವಿ
ಶಾಂತಿ ಕೆ ಅಪ್ಪಣ್ಣ	ಮನಸು ಅಭಿಸಾರಿಕೆ	ಎಚ್.ಎಸ್. ರಾಘವೇಂದ್ರ ರಾವ್
ದಯಾನಂದ	ದೇವರು ಕಚ್ಚಿದ ಸೇಬು	ನಾ. ಡಿಸೋಜಾ
ಸ್ವಾಮಿ ಪೊನ್ನಾಚಿ	ಧೂಪದ ಮಕ್ಕಳು	ಎಂ. ಎಸ್. ಶ್ರೀರಾಮ್
ಶಶಿ ತರೀಕೆರೆ	ಡುಮಿಂಗ	ಲಲಿತಾ ಸಿದ್ಧಬಸವಯ್ಯ
ಛಾಯಾ ಭಟ್	ಬಯಲರಸಿ ಹೊರಟವಳು	ತಾರಿಣಿ ಶುಭದಾಯಿನಿ
ಕಾವ್ಯಾ ಕಡಮೆ	ಮಾಕೋನ ಏಕಾಂತ	ಟಿ.ಪಿ. ಅಶೋಕ

ಛಂದ ಪುಸ್ತಕ ಬಹುಮಾನ

ಪುಟ್ಟ ಪಾದದ ಗುರುತು – ಸುನಂದಾ ಪ್ರಕಾಶ ಕಡಮೆ – ₹ 120
ಈ ಕತೆಗಳ ಸಹವಾಸವೇ ಸಾಕು – ಅಲಕ ತೀರ್ಥಹಳ್ಳಿ – ₹ 60
ಹಟ್ಟಿಯೆಂಬ ಭೂಮಿಯ ತುಣುಕು – ಲೋಕೇಶ ಅಗಸನಕಟ್ಟೆ – ₹ 180
ಗೋಡೆಗೆ ಬರೆದ ನವಿಲು – ಸಂದೀಪ ನಾಯಕ – ₹ 60
ಮೊದಲ ಮಳೆಯ ಮಣ್ಣು – ಕಣಾದ ರಾಘವ – ₹ 140
ಆಟಿಕೆ – ಬಸವಣ್ಣೆಪ್ಪಾ ಕಂಬಾರ – ₹ 100
ಮಾಯಾಕೋಲಾಹಲ – ಮೌನೇಶ ಬಡಿಗೇರ – ₹ 140
ಕೇಪಿನ ಡಬ್ಬಿ – ಪದ್ಮನಾಭ ಭಟ್, ಶೇವ್ಕಾರ – ₹ 150
ಮನಸು ಅಭಿಸಾರಿಕೆ – ಶಾಂತಿ ಕೆ ಅಪ್ಪಣ್ಣ – ₹ 230
ದೇವರು ಕಚ್ಚಿದ ಸೇಬು – ದಯಾನಂದ – ₹ 120
ಧೂಪದ ಮಕ್ಕಳು – ಸ್ವಾಮಿ ಪೊನ್ನಾಚಿ – ₹ 120
ಡುಮಿಂಗ – ಶಶಿ ತರೀಕೆರೆ – ₹ 130
ಬಯಲರಸಿ ಹೊರಟವಳು – ಛಾಯಾ ಭಟ್ – ₹ 120
ಮಾಕೋನ ಏಕಾಂತ – ಕಾವ್ಯಾ ಕಡಮೆ – ₹ 130

ಕಥಾಸಂಕಲನ

ಶಕುಂತಲಾ – ಗುರುಪ್ರಸಾದ್ ಕಾಗಿನೆಲೆ – ₹ 80
ಜುಮುರು ಮಳೆ – ಸುಮಂಗಲಾ – ₹ 160
ಶಾಲಭಂಜಿಕೆ – ಡಾ. ಕೆ. ಎನ್. ಗಣೇಶಯ್ಯ – ₹ 130 (6ನೆಯ ಮುದ್ರಣ)
ಕಾರಂತಜ್ಜನಿಗೊಂದು ಪತ್ರ – ಸಚ್ಚಿದಾನಂದ ಹೆಗಡೆ – ₹ 150
ಹಕೂನ ಮಟಾಟ – ನಾಗರಾಜ ವಸ್ತಾರೆ – ₹ 80
ಕಾಲಿಟ್ಟಲ್ಲಿ ಕಾಲುದಾರಿ – ಸುಮಂಗಲಾ – ₹ 80
ಹುಲಿರಾಯ – ಕೀರ್ತಿರಾಜ್ – ₹ 80
ನಿರವಯವ – ನಾಗರಾಜ ವಸ್ತಾರೆ – ₹ 125
ಹನ್ನೊಂದನೇ ಅಡ್ಡರಸ್ತೆ – ಸುಮಂಗಲಾ – ₹ 170
ಗಾಳಿಗೆ ಮೆತ್ತಿದ ಬಣ್ಣ – ಕರ್ಕಿ ಕೃಷ್ಣಮೂರ್ತಿ – ₹ 120
ಕನ್ನಡಿ ಹರಳು – ಪದ್ಮನಾಭ ಭಟ್, ಶೇವ್ಕಾರ – ₹ 130
ಒಂದು ಚಿಟಿಕೆ ಮಣ್ಣು – ಲಕ್ಷ್ಮಣ ಬಾದಾಮಿ – ₹ 130
ಬಂಡಲ್ ಕತೆಗಳು – ಎಸ್ ಸುರೇಂದ್ರನಾಥ್ – ₹ 160
ದೇವರ ರಜಾ – ಗುರುಪ್ರಸಾದ್ ಕಾಗಿನೆಲೆ – ₹ 150
ಕಟ್ಟು ಕತೆಗಳು – ಎಸ್ ಸುರೇಂದ್ರನಾಥ್ – ₹ 210
ಮಡಿಲು (ನೀಳ್ಗತೆ) – ನಾಗರಾಜ ವಸ್ತಾರೆ – ₹ 15
ತಿರಾಮಿಸು – ಶಶಿ ತರೀಕೆರೆ – ₹ 210

ಪ್ರಬಂಧ

ಪೂರ್ವ ಪಶ್ಚಿಮ – ಎಂ. ಆರ್. ದತ್ತಾತ್ರಿ – ₹ 80
ರಾಗಿಮುದ್ದೆ – ರಘುನಾಥ ಚ. ಹ. – ₹ 120
ಕುಟ್ಟವಲಕ್ಕಿ / ಗೊಜ್ಜವಲಕ್ಕಿ – ಪ್ರಶಾಂತ ಆಡೂರ – ₹ 140 / ₹ 140
ಕಿಲಿಮಂಜಾರೋ – ಪ್ರಶಾಂತ್ ಬೀಚಿ – ₹ 80
ಮಿಸಳ್ ಭಾಜಿ – ಭಾರತಿ ಬಿ ವಿ – ₹ 190
ನೀ ಮಾಯೆಯೊಳಗೋ... – ವಿಕ್ರಮ ಹತ್ವಾರ – ₹ 120
ಸಾವೆಂಬ ಲಹರಿ – ಗುರುಪ್ರಸಾದ ಕಾಗಿನೆಲೆ – ₹ 140
ವೈದ್ಯ, ಮತ್ತೊಬ್ಬ – ಗುರುಪ್ರಸಾದ ಕಾಗಿನೆಲೆ – ₹ 120
ಅಪ್ಪನ ರ್‍ಯಾಲೀಸ್ ಸೈಕಲ್ – ದರ್ಶನ್ ಜಯಣ್ಣ – ₹ 110

ಅನುವಾದ

ದಿ ಚಾಯ್ಸ್ – ಈಡಿತ್ ಎವಾ ಎಗರ್ (ಜಯಶ್ರೀ ಭಟ್) – ₹ 280
ದೇಹವೇ ದೇಶ – ಗರಿಮಾ ಶ್ರೀವಾಸ್ತವ (ವಿಕ್ರಮ ವಿಸಾಜಿ) – ₹ 250
ಪರ್ಸೆಪೊಲಿಸ್– ಮಾರ್ಜಾನ್ ಸತ್ರಪಿ (ಪ್ರೀತಿ ನಾಗರಾಜ) – ₹ 395
ಗಾಳಿ ಪಳಗಿಸಿದ ಬಾಲಕ – ವಿಲಿಯಂ ಕಾಂಕ್ವಾಂಬಾ (ಕರುಣಾ ಬಿ ಎಸ್) – ₹ 180
ಅಮೋಸ್ ಫಾರ್ಚೂನ್ – ಎಲಿಝಬೆತ್ ಯೇಟ್ಸ್ (ಜಯಶ್ರೀ ಭಟ್) – ₹ 100
ನವ ಜೀವಗಳು – ವಿಲಿಯಂ ಡಾಲ್ರಿಂಪಲ್ (ನವೀನ ಗಂಗೋತ್ರಿ) – ₹ 250
ಮೈಕೆಲ್ ಕೆ – ಜೆ.ಎಂ. ಕುಟ್‌ಸೀ (ಸುನಿಲ್ ರಾವ್) – ₹ 170
ಲೇರಿಯೊಂಕ – ಹೆನ್ರಿ ಆರ್. ಓಲೆ ಕುಲೆಟ್ (ಪ್ರಶಾಂತ ಬೀಚಿ) – ₹ 140
ಅರೆಶತಮಾನದ ಮೌನ – ಯಾನ್ ರಫ್–ಓ'ಹರ್ನ್ (ಅರುಣ್) – ₹ 190
ಪರ್ವತದಲ್ಲಿ ಪವಾಡ – ನ್ಯಾಂಡೊ ಪರಾಡೊ (ಸಂಯುಕ್ತಾ ಪುಲಿಗಲ್) – ₹ 320
ಚಂದಿರ ಬೇಕೆಂದವನು – ಮಿಮಿ ಬೇರ್ಡ್ (ಪ್ರಜ್ಞಾ ಶಾಸ್ತ್ರಿ) – ₹ 180
ಬಂಡೂಲ – ವಿಕಿ ಕಾನ್‌ಸ್ಟಂಟೀನ್ ಕ್ರುಕ್ (ರಾಜ್ಯಶ್ರೀ ಕುಳಮರ್ವ) – ₹ 425
ರೆಬೆಲ್ ಸುಲ್ತಾನರು – ಮನು ಎಸ್ ಪಿಳ್ಳೈ (ಸಂಯುಕ್ತಾ ಪುಲಿಗಲ್) – ₹ 420
ಫಾಲೋಯಿಂಗ್ ಫಿಶ್ – ಸಮಂತ್ ಸುಬ್ರಮಣಿಯನ್ (ಸಹನಾ ಹೆಗಡೆ) – ₹ 280
ಜಗವ ಚುಂಬಿಸು – ಸುಬ್ರೊತೋ ಬಾಗ್ಚಿ (ವಂದನಾ ಪಿ ಸಿ) – ₹ 190
ಪರ್ದಾ ಅಂಡ್ ಪಾಲಿಗಮಿ – ಇಕ್ಬಾಲುನ್ನೀಸಾ ಹುಸೇನ್ (ದಾದಾಪೀರ್) – ₹ 380
ವಾಡಿವಾಸಲ್ – ಚಿ. ಸು. ಚೆಲ್ಲಪ್ಪ (ಸತ್ಯಕಿ) – ₹ 70
ನಾಲ್ಕನೇ ಎಕರೆ – ಶ್ರೀರಮಣ (ಅಜಯ್ ವರ್ಮಾ ಅಲ್ಲೂರಿ) – ₹ 100
ಮಾವೋನ ಕೊನೆಯ ನರ್ತಕ – ಲೀ ಕ್ವಿನ್‌ಶಿಂಗ್ (ಜಯಶ್ರೀ ಭಟ್) – ₹ 340
ಕೋಬಾಲ್ಟ್ ಬ್ಲೂ – ಸಚಿನ್ ಕುಂಡಲ್‌ಕರ್ (ಸಪ್ನಾ ಕಟ್ಟಿ) – ₹ 150

ವಸುಧೇಂದ್ರ

ಮನೀಷೆ – ಕತೆಗಳು – ₹ 120 (8ನೆಯ ಮುದ್ರಣ)
ಯುಗಾದಿ – ಕತೆಗಳು – ₹ 190 (9ನೆಯ ಮುದ್ರಣ)
ಚೇಳು – ಕತೆಗಳು – ₹ 120 (8ನೆಯ ಮುದ್ರಣ)
ಹಂಪಿ ಎಕ್ಸ್‌ಪ್ರೆಸ್ – ಕತೆಗಳು – ₹ 195 (9ನೆಯ ಮುದ್ರಣ)
ಮೋಹನಸ್ವಾಮಿ – ಕತೆಗಳು – ₹ 200 (6ನೆಯ ಮುದ್ರಣ)
ವಿಷಮ ಭಿನ್ನರಾಶಿ – ಕತೆಗಳು – ₹ 280 (4ನೆಯ ಮುದ್ರಣ)
ಕೋತಿಗಳು – ಪ್ರಬಂಧ – ₹ 120 (8ನೆಯ ಮುದ್ರಣ)
ನಮ್ಮಮ್ಮ ಅಂದ್ರೆ ನಂಗಿಷ್ಟ – ಪ್ರಬಂಧ – ₹ 75 (25ನೆಯ ಮುದ್ರಣ)
ರಕ್ಷಕ ಅನಾಥ – ಪ್ರಬಂಧ – ₹ 110 (5ನೆಯ ಮುದ್ರಣ)
ವರ್ಣಮಯ – ಪ್ರಬಂಧ – ₹ 200 (5ನೆಯ ಮುದ್ರಣ)
ಐದು ಪೈಸೆ ವರದಕ್ಷಿಣೆ – ಪ್ರಬಂಧ – ₹ 280 (5ನೆಯ ಮುದ್ರಣ)
ಹರಿಚಿತ್ತ ಸತ್ಯ – ಕಾದಂಬರಿ – ₹ 200 (6ನೆಯ ಮುದ್ರಣ)
ತೇಜೋ–ತುಂಗಭದ್ರಾ – ಕಾದಂಬರಿ – ₹ 450 (13ನೆಯ ಮುದ್ರಣ)
ಮಿಥುನ – ಶ್ರೀರಮಣರ ಕತೆಗಳು – ₹ 120 (8ನೆಯ ಮುದ್ರಣ)
ಎವರೆಸ್ಟ್ – ಜಾನ್ ಕ್ರಾಕೌರ್ – ₹ 360 (4ನೆಯ ಮುದ್ರಣ)

ಕಾದಂಬರಿ

ಎನ್ನ ಭವದ ಕೇಡು – ಎಸ್ ಸುರೇಂದ್ರನಾಥ್ – ₹ 75
ನ್ಯಾಸ – ಹರೀಶ ಹಾಗಲವಾಡಿ – ₹ 250
ಗುಣ – ಗುರುಪ್ರಸಾದ್ ಕಾಗಿನೆಲೆ – ₹ 150
ದ್ವೀಪವ ಬಯಸಿ – ಎಂ. ಆರ್. ದತ್ತಾತ್ರಿ – ₹ 250
ತಾರಾಬಾಯಿಯ ಪತ್ರ – ದತ್ತಾತ್ರಿ ಎಂ ಆರ್ – ₹ 160
ಅಗೆದಷ್ಟೂ ನಕ್ಷತ್ರ – ಸುಮಂಗಲಾ – ₹ 230
ಪ್ರಿಯೇ ಚಾರುಶೀಲೆ – ನಾಗರಾಜ ವಸ್ತಾರೆ – ₹ 295
ಋಷ್ಯಶೃಂಗ – ಹರೀಶ ಹಾಗಲವಾಡಿ – ₹ 125
ಅಂತು – ಪ್ರಕಾಶ ನಾಯಕ್ – ₹ 200
ಚುಕ್ಕಿ ಬೆಳಕಿನ ಜಾಡು – ಕರ್ಕಿ ಕೃಷ್ಣಮೂರ್ತಿ – ₹ 200
ಬರೀ ಎರಡು ರೆಕ್ಕೆ – ಸುನಂದಾ ಪ್ರಕಾಶ ಕಡಮೆ – ₹ 220
ದೀಪವಿರದ ದಾರಿಯಲ್ಲಿ – ಸುಶಾಂತ್ ಕೋಟ್ಯಾನ್ – ₹ 160
ದಾರಿ – ಕುಸುಮಾ ಆಯರಹಳ್ಳಿ – ₹ 395
ಬರೀ ಎರಡು ರೆಕ್ಕೆ – ಸುನಂದಾ ಪ್ರಕಾಶ ಕಡಮೆ – ₹ 260

ಕವಿತೆ

ಮದ್ಯಸಾರ – ಅಪಾರ – ₹ 60

ಪೂರ್ಣನ ಗರಿಗಳು – ಪೂರ್ಣಪ್ರಜ್ಞ – ₹ 30

ಹಲೋ ಹಲೋ ಚಂದಮಾಮ – ರಾಧೇಶ ತೋಳ್ಪಾಡಿ – ₹ 50

www.ingramcontent.com/pod-product-compliance
Lightning Source LLC
LaVergne TN
LVHW100801051026
849519LV00006B/1931
* 9 7 8 9 3 8 4 9 0 8 7 2 0 *